TỰ ĐIỂN VIỆT NAM - TÂY BAN NHA

DICCIONARIO VIETNAMITA - ESPAÑOL

Tác giả: Nguyễn Thúy Hương
Autor: Thuy Huong Nguyen Pham

2019

MỤC LỤC - ÍNDICE

		Trang **Página**
1.	Thay lời tựa	7
	Prefacio...	9
2.	Giới thiệu sơ lược ngữ pháp tiếng Việt	11
	Introducción general a la gramática vietnamita.................	25
3.	Bảng chuyển giải phiên âm tương ứng tiếng Việt sang Tây Ban Nha...	43
	Explicación de la transcripción fonética de Vietnam con la equivalencia fonética en español	51
4.	Tự điển Việtnam - Tây Ban Nha	
	Diccionario vietnamita - español	59
5.	Bảng sơ lược từ vựng Tây Ban Nha - Việt nam	
	Selección general de los vocablos español - vietnamita	501
6.	Những tháng trong năm - **Los meses del año**...................	731
7.	Giờ - **La hora**	732

MỤC LỤC – ÍNDICE

8. Sự chào hỏi - **El saludo** 733

9. Sự giới thiệu - **La presentación** 735

10. Câu và từ thông dụng cho một chuyến đi du lịch tại Việt nam
    Las frases y vocablos útiles para un viaje en Vietnam 738

11. Số - **Los números** 743

12. Số thứ tự - **Los ordinales** 746

13. Các nước - **Los países** 748

14. Các địa danh của Việt nam
    Los nombres de lugares geográficos de Vietnam 751

THAY LỜI TỰA

Ngôn ngữ của một dân tộc, có thể được xem như một mạch nguồn sống chứa đựng hơi thở của quốc gia đó. Và vì vậy, người ta sẽ không phủ nhận khi nói rằng, thực tại của bất cứ một ngôn ngữ nào trên thế giới cũng sẽ chịu ảnh hưởng sâu sắc từ những chuyển biến chính trị thông qua những chặng đường lịch sử.

Trong làn sóng ồ ạt ủa sự chuyển mình, một điều rõ ràng nữa không thể chối cãi, là nhân loại luôn mong muốn có một thông điệp chung cho sự cần thiết cấp bách trong mối quan hệ giao tiếp vượt biên giới giữa các quốc gia. Cũng vì vậy, một sự đồng nhất văn phạm trong ngôn ngữ đã hình thành vào giữa đầu thế kỷ thứ hai mươi cho cả thế giới nói chung, và phương Tây nói riêng.

Mặc dù có hiện diện trong sự biến động đó, chữ quốc ngữ, cho đến thời điểm hiện tại, đã không có sự chuẩn bị để đáp ứng cho sự đòi hỏi đó. Một người ngoại quốc sẽ cảm thấy vô cùng khó khăn khi đối diện với tiếng Việt để có thể học và viết được nó.

Có lẽ khi viết một cuốn tự điển trình bày tiếng mẹ đẻ và chuyển dịch nó qua một ngoại ngữ khác, một họa sĩ sẽ không làm nó giống như một nhà ngôn ngữ học. Một họa sĩ, khi đối diện với đối tượng mẫu của mình, việc trước tiên của anh ta là nhận định cái sự chân thực chuẩn xác của đối tượng, được tìm thấy trong những đặc điểm riêng biệt và khác biệt nhất. Sau đó, nghệ sĩ sẽ xem xét và tìm ra một phương pháp nhất định và riêng biệt nhất, để trình bày đối tượng của mình một cách trung thực mà đầy sáng tạo.

Chính vì vậy, cuốn tự điển "Tiếng Việt" này, lần đầu tiên, được trình bày một cách rõ ràng, đặc biệt nhấn mạnh về đặc điểm và chức năng của từ, như chính nó, mà có lẽ sau này, các nhà ngôn ngữ học Việt nam, sẽ hoàn thiện nó trong một cấu trúc hoàn thiện và sâu rộng hơn.

Từ tiếng Việt một vần, nhưng đa số lại là từ láy. Sự luyến láy của từ, của ý, trình bày cái chức năng đa âm, đa nghĩa, và sự ẩn dụ. Qua nó, người đọc sẽ cảm nhận sự phức tạp sâu sa trong tâm hồn của một dân tộc. Và, để có thể hiểu sâu sắc hơn sự giàu có của một ngôn ngữ hàng ngàn năm văn hiến của một đất nước nhỏ bé, mà sự khởi đầu là một là một vương quốc, người ta không thể bỏ qua – sự tìm kiếm trở về – một nền văn học đã qúa xa xôi đối với thực tại ngày nay. Điều này có thể sẽ làm cho một người làm công việc nghiên cứu ngôn ngữ nước ngoài, sẽ phải hao tốn cả một đời người mà vẫn không sở hữu được mơ ước đó.

Dù nói gì chăng nữa, cho tới nay, nhân loại vẫn chưa giải quyết được một ngôn ngữ chung, các nhà ngôn ngữ học sẽ giải thích như thế nào, khi những người rất thân trong cùng một gia đình, trong một đất nước, nói cùng một thứ tiếng, lại không thể hiểu được nhau?

Phải chăng điều này chính là một mấu chốt gợi cho chúng ta thấy một điều liên tưởng, rằng ngôn ngữ là vô giới hạn, không phải bởi vì nó không vượt qua được những hàng rào của các ngôn ngữ khác nhau, mà vì tâm hồn con người là vô hạn và không thể ấn định được.

Họa sĩ Nguyễn Thúy Hương

PREFACIO

La lengua de una nación puede ser vista como una fuente de vida que contiene el aliento del país. Y, por eso, no puede negarse que la realidad de cualquier idioma en el mundo es influida en el curso de la historia por los cambios de la política.

En la onda impetuosa de la transformación, es evidencia innegable que la humanidad ha reclamado siempre un mensaje común por la necesidad urgente de comunicación en las relaciones más allá de las fronteras entre países. Desde entonces se formó a mediados del siglo XIX una uniformidad general en las gramáticas que se extendió al mundo en general y a los países europeos en particular.

A pesar de haber vivido en esa oscilación, el idioma vietnamita no se ha preparado para cumplir aquella exigencia hasta la actualidad. Un extranjero se verá en auténticas dificultades cuando se enfrente al aprendizaje de la lengua vietnamita y su escritura.

Tal vez, de escribir un diccionario para presentar la lengua materna e interpretarla en otro idioma, un pintor no lo haría al modo de un lingüista. Cuando un pintor se enfrenta a su objeto, lo primero en su trabajo es reconocer la autenticidad y exactitud de su materia, que se encuentra en los rasgos particulares. Y luego el artista indagará y examinará un cierto método singular para expresar correcta y creativamente su objeto.

Por eso, este diccionario vietnamita pone por primera vez el énfasis en el rasgo funcional de los vocablos como tales, que tal vez más tarde sean perfeccionados por lingüistas vietnamitas en una estructura más perfecta y profunda.

PREFACIO

Los vocablos vietnamitas son monosilábicos, pero la mayor parte de ellos es duplicada. Lo duplicado y lo reflejo del sonido de los vocablos, de los significados representa en la función de las vocales compuestas, lo polifacético de la significación, e incluso la alegoría. A través de aquella los lectores experimentarán la complejidad y la profundidad del alma de una nación. Y para entender más profundamente la riqueza lingüística de la civilización milenaria de un pequeño país que era un reino en sus inicios, no puede evitarse —la búsqueda del regreso— a una literatura que resulta remota en la actualidad, y esto lo podría hacer el analista de una lengua extranjera consumiendo en ello toda una vida, pero no tendría realidad este sueño. Se diga lo que se diga, no ha llegado a encontrar la humanidad la solución para una lengua común. Los lingüistas explicarán cómo personas consanguíneas en el mismo país hablan la misma lengua y no se entienden.

Tal vez esto mismo es un nexo que nos sugiere ver con imaginación que la lengua es infinita, y no es porque no pueda franquear las barreras de idiomas diferentes, sino porque la morada íntima del ser humano es infinita e indefinible.

Pintora Thuy Huong Nguyen Pham

GIỚI THIỆU SƠ LƯỢC NGỮ PHÁP TIẾNG VIỆT

1. BẢNG CHỮ CÁI

Chữ thường:
a ă â b c d đ e ê g h i k l m n o ô ơ p q r s t u ư v x y. (29)

Chữ hoa:
A Ă Â B C D Đ E Ê G H I K L M N O Ô Ơ P Q R S T U Ư V X Y. (29)

Phát âm:
A (a), ă (á), â (ớ), b (bê, bờ), c (xê, cờ), d (dê, dờ), đ (đê,đờ), e (e), ê (ê), g (giê,gờ), h (hát, hờ), i (i), k (ca,cờ), l (e-lờ,lờ), m (em-mờ, mờ), n (en-nờ,nờ), o (o), ô (ô), ơ (ơ), p (pê,pờ), q (cu,cờ), r (e-rờ), s (ét-sì, sờ), t (tê, tờ), u (u), ư (ư), v (vê, vờ) x (ích-xì, xờ), y (ii).

> • Chú ý: Trước 75, những âm này chỉ đọc một cách: k (ca), l (e-lờ), m (em-mờ), n (en- nờ), p (pê), q (cu), s (et- xì), t (tê), v (vê), x (ích- xì).

• **Ngoài ra, còn có thêm những nguyên âm có dấu:**
à, á, ạ, ã, ả, ằ, ắ, ặ, ẵ, ẳ
è, é, ẹ, ẻ, ề, ế, ệ, ễ, ể
ì, í, ị, ĩ, ỉ
ò, ó, ọ, õ, ỏ, ồ, ố, ộ, ỗ, ổ, ờ, ớ, ợ, ỡ, ở
ù, ú, ụ, ũ, ủ, ừ, ứ, ự, ữ, ử
ỳ, ý, ỵ, ỹ, ỷ (54)

2. NGUYÊN ÂM VÀ PHỤ ÂM

Nguyên âm:
A, Ă, Â, E, Ê, I, O, Ô, Ơ, U, Ư (11)
và những nguyên âm có dấu:
à, á, ạ, ã, ả, ằ, ắ, ặ, ẵ, ẳ
è, é, ẹ, ẻ, ề, ế, ệ, ễ, ể
ì, í, ị, ĩ, ỉ
ò, ó, ọ, õ, ỏ, ồ, ố, ộ, ỗ, ổ, ờ, ớ, ợ, ỡ, ở
ù, ú, ụ, ũ, ủ, ừ, ứ, ự, ữ, ử
ỳ, ý, ỵ, ỹ, ỷ (54)

Nguyên âm ghép:
ai, ái, ại, ãi, ải, ao, áo, ào, ão, ảo, au, áu, àu, ạu
âu, ấu, ầu, ậu, ẫu, ẩu
eo, éo, èo, ẹo, ẽo, ẻo
êu, ếu, ều, ệu
ia, iá, ià, iạ, iã, iả, iao, iáo, iếu
iều, iễu, iểu, ió, iỏ, iơ, iớ, iêu, iu, iụ,
oa, óa, òa, ọa, õa, ỏa,
oai, oái, oài, oại, oãi, oải
oi, ói, òi, ọi, õi, ỏi
ơi, ới, ỡi, ợi, ỡi, ợi
ua, úa, ùa, ụa, ũa, ủa
ưa, ứa, ừa, ựa, ữa, ửa
uê, uế, uề, uệ, uễ, uệ
ui, úi, ùi, ụi, ũi, ủi
uôi, uối, uội, uỗi, uổi
uya
ưu, ứu, ừu, ựu, ửu

Nguyên phụ âm:
ác, ạc, ắc, ặc, ấc, ậc, iác, óc, ọc, ốc, ộc, úc, ục, ức, ực, ước, ược, uốc, uộc (với c ở cuối).
am, ám, àm, ãm, ăm, ặm, ẳm, âm, ầm, ấm, ậm, ẫm, ẩm, em, èm, ém, ẹm, ẻm, im, ìm, ím, ĩm, ỉm, iêm, iệm, om, òm, óm, ọm, õm, ỏm, ôm, ồm, ốm, um, ùm, úm, uộm, ươm, ướm, ượm (với m ở cuối).

ác, ạc, ấc, ặc, ắc, ậc, iác, óc, ọc, ốc, ộc, úc, ục, ức, ực, ước, ược, uốc, uộc (với c ở cuối).
an, àn, án, ạn, ãn, ản, ăn, ấn, ận, ẩn, ẫn, ân, ấn, ận, ẫn, ẩn, en, én, èn, ẹn, ẽn, èn, ên, ền, ến, ện, ển, , ian, ián, iàn, iản, iên, iền, iến, iện, iển, in, ìn, ín, ịn, ỉn, on, ón, òn, ọn, õn, ỏn, oan, oàn, oán, oạn, oãn, oăn, ơn, ớn, ờn, ởn, un, ún, ùn, ụn, ủn, uân, uấn, uận, uôn, uồn, uốn, uộn, uyên, uyến, uyền, uyện, uyễn, uyển, ươn, ườn, ượn (với n ở cuối).
áp, ạp, ấp, ặp, ắp, ập, ép, ẹp, ếp, ệp, íp, ịp, iệp, iếp, óp, ốp, ộp, ớp, ợp, úp, ụp (với p ở cuối - con p al final)
át, ạt, ắt, ặt, ất, ật, ét, ẹt, ết, ệt, ít, ịt, út, ụt, ứt, iết, iệt, oát, oạt, oắt, ót, ọt, uất, uốt, uột, uyết, uyệt, ướt, ượt (với t ở cuối - con t al final).
ách, ạch, ếch, ích, ịch, oách, oạch, uých (với ch ở cuối).
anh, ánh, ạnh, ãnh, ảnh, ênh, ệnh, inh, ính, ịnh, ĩnh, oanh, uanh, uạnhuynh, ùynh, úynh (với nh ở cuối - con nh al final)
ang, áng, àng, ạng, ãng, ảng, ăng, ắng, ặng, ẳng, ẵng, âng, ầng, eng, èng, oang, oáng, oàng, oảng, oét, oẹt, ong, óng, òng, ọng, õng, ỏng, ông, ồng, ống, ộng, ổng, uang, uáng, uàng, uãng, uảng, ung, úng, ùng, ụng, ủng, ưng, ứng, ừng, ựng, ững, ửng, uông, uồng, uống, uỗng (với ng ở cuối).
ay, áy, ày, ạy, ãy, ảy
ây, ấy, ầy, ậy, ẫy, ẩy
uy, úy, ùy, ụy, ủy (với y ở cuối)

Phụ âm:
B, C, D, Đ, G, H, K, L, M, N, P, Q, R, S, T, V, X, Y (18).
Phụ âm ghép: ch, gh, kh, ng, ngh, nh, ph, th, tr (9).

3. TỪ TRONG TIẾNG VIỆT

a) Từ đơn: Có hai loại, loại thứ nhất bắt đầu bằng nguyên âm và loại thứ hai bắt đầu bằng phụ âm. Ví dụ:
• ăn, uống, ói...
• cha, mẹ, bắn, yêu...

b) Từ phức: Là từ đi liền giữa hai, ba động từ hay những danh từ liên tiếp có nghĩa khác nhau tạo nên một nghĩa chính cho từ chung. Ví dụ: tập ăn nói (nghĩa của cả ba từ là tập nói, ở đây động từ "ăn" được hiểu dưới dạng nghĩa bóng "nghe", tập nghe để nói)

c) Từ láy: Là từ phức được ghép lại, có quan hệ láy âm bổ sung cho nhau và không có nghĩa riêng biệt). Ví dụ: rung rinh, thoăn thoắt, bàng hoàng...

d) Nhiệm vụ của từ:
- Từ trong tiếng Việt có thể vừa làm danh từ lại vừa làm động từ tùy theo từ đi kèm. Ví dụ: "tập" nghĩa danh từ là "phần", nghĩa động từ lại là "tập luyện".
- Những từ dùng để bổ ngữ cho danh từ gọi là tính từ, những từ khác bổ ngữ cho động từ gọi là trạng từ. Những từ đặt trước hoặc sau danh từ để phân biệt giống (giữa người, vật và sự vật), số lượng, chất lượng hoặc chỉ định gọi là mạo từ. Những từ dùng để nối liền các từ gọi là giới từ, liên từ.

4. DANH TỪ

- Danh từ là những từ chỉ người, sự vật, hiện tượng, khái niệm...
Những mạo từ "con, cái" đặt trước để phân biệt giống, giữa người, vật và sự vật. Ví dụ: Con gái, con trai, con trâu, cái hoa, con bé...
- Các mạo từ chỉ định "này (=ni), kia (=nớ), ấy (=đó)" được đặt sau danh từ làm cho danh từ trở thành chỉ định. Ví dụ: cái bông này, con trâu nớ, cô gái ấy ...
- Các mạo từ "ít, nhiều" đặt trước danh từ để phân biệt nhiều ít. Ví dụ: ít người, nhiều hoa, nhiều trái ...
- Những danh từ có chữ mạo danh từ "sự " đi trước thường có khái niệm như một thuật ngữ hoặc có tính trừu tượng...

5. ĐẠI TỪ

Là danh từ nhân xưng được xử dụng qua ngôi thứ nhất (ta) số ít, thứ hai (người đối diện) và ngôi thứ ba (người khác) số ít hoặc số nhiều.
Nó không những thay đổi theo ngôi thứ mà còn tùy thuộc vào nam hay nữ, tuổi tác và vị thứ trong gia đình.
Trong gia đình:
Những cặp đại từ xưng hô đối nghịch:
- ông nội, bà nội / cháu
- cha, mẹ / con
- bác, bác, chú, cô / cháu
- anh, chị / em
- anh họ, chị họ / em họ

- ông ngoại, bà ngoại / cháu
- cậu, dì / cháu

Ngoài ra, còn có thêm:
- chị dâu, em dâu
- anh rể, em rể
- mẹ chồng, cha chồng, con dâu, con rể...

Ngoài xã hội, dựa vào tuổi tác các mối quan hệ sẽ được xưng hô khác nhau. Kèm theo những từ mạo từ chỉ định và những phó từ đi trước đại từ như "dạ thưa, kính thưa", "dạ, vâng ạ" để diễn tả sự trịnh trọng dành cho những người lớn tuổi hơn, vai vế lớn hơn trong gia đình hoặc sự đối thoại sơ giao:
- Ngôi thứ nhất: Tôi / Chúng tôi.
- Ngôi thứ hai: Ông, bà, bác, chú, dì, cô, anh, chị, em, bạn / Các ông, các bà, các bác, các chú, các dì, các cô, các anh, các chị, các em, các bạn.
- Ngôi thứ ba: Ông ấy, bà ấy, bác ấy, chú ấy, dì ấy, cô ấy, anh ấy, chị ấy, em ấy, bạn ấy / Các ông ấy, các bà ấy, các bác ấy, các chú ấy, các dì ấy, các cô ấy, các anh ấy, các chị ấy, các em ấy, các bạn ấy.

> • Chú ý: "mày", "tao", "mi", "tớ" được xử dụng khi thể hiện sự qúa thân thiết hoặc khinh miệt, tốt nhất là không nên dùng nó.
> Những đại từ như "không ai"; "ai"..., diễn tả ngôi thứ ba không xác định rõ riêng ai, nó được gọi là đại từ nhân xưng không xác định và được đánh dấu dưới dạng đại từ nhân xưng rút gọn trong phần tự điển.

6. MẠO TỪ

- Là những từ không đứng một mình và tự nó không có nghĩa. Nó được đứng trước danh từ hay tính từ để xác định giống, giữa con người, con vật, đồ vật và sự vật; để xác định số lượng nhiều hay ít hoặc để chỉ định cho danh từ. Ví dụ:
- Con / con gái, con trai; con trâu, con ngựa, con gà.
- Cái / cái cây, cái chai, cái tách; cái từ, cái núi.
- Cục, viên / Cục gạch, viên gạch; cục phấn, viên phấn; cục đá, viên đá.
- Những cái / những cái nhà; những con / những con người; những cục / những cục đá.
- • "Cây, trái – el árbol, la fruta" không phải là mạo từ, nó là danh từ chung dành riêng cho dòng họ thực vật xét theo tính chất văn phạm tiếng Việt: cây thông, cây tùng, trái cà chua, trái đu đủ.... Không thể đổi nghĩa "cây", "trái" thành "el", "la" như trong tiếng Tây Ban Nha.

- "Sự" là một mạo từ, làm cho động từ hay những từ không phải là danh từ trở thành danh từ, hoặc nó làm cho từ có khái niệm như một thuật ngữ có tính trừu tượng / Sự thông minh, sự phấn đấu, sự thăng hoa...

   Những mạo từ xác định:
   Cái...này / cái xách này, cái cậu ấy, cái cô ấy; cái ...kia, đó / cái năm kia, cái năm đó;
   Những cái... này / những cái nhà; những cái...kia, đó / những cái cây kia.
- Cái này, cái kia, cái đó; những cái này, những cái đó, những cái kia; nếu đi gần nhau thì nó bản thân những từ đó trở thành những danh từ độc lập / cái này là đẹp / những cái kia có độ bền hơn ...

   Những mạo từ không xác định:
   Những mạo từ này khi đứng trước danh từ làm cho những danh từ này không được xác định cụ thể:
   Một / một ngôn ngữ ...
   Bất cứ / Bất cứ người nào cũng học được một ngôn ngữ mới ...
   Không ai / không ai trong chúng ta (mạo từ không xác định); không ai / không ai có thể làm được.
   Vài / Vài người, vài học sinh, vài sinh viên, vài cuốn sách.
   Tất cả / Tất cả họ, tất cả chúng ta.
   Ít/ Ít người; Nhiều/ nhiều ý.
   Có ít / Có ít người sống ở đây; Có nhiều / Có nhiều khách du lịch đến thăm.

   Mạo từ tương đương:
   Là những mạo từ đặc biệt đứng sau tính từ và trước phó từ làm so sánh cái tính chất của danh từ:
   Như: cô ấy đẹp như một nàng tiên tiên sa; bằng: Anh ấy cao bằng tôi; nhất: Cô ấy xinh nhất lớp; hơn / Cái núi này cao hơn cái núi kia.

   Mạo từ sở hữu:
   Là những mạo từ đứng trước đại danh từ làm rõ tính sở hữu của danh từ được bổ sung: của, của tôi, của anh, của họ

7. TÍNH TỪ

Là những từ không đứng một mình nhưng tự nó có nghĩa, theo sát ngay sau danh từ để bổ sung đặc điểm, tính chất cho danh từ.

Ví dụ:
xanh: lá xanh, đỏ / hoa hồng đỏ
nhân hậu: Bà ấy có một tấm lòng nhân hậu.
đẹp: hoa đẹp
Mạo từ "cái, sự" khi đặt trước một số tính từ sẽ làm cho nó trở thành danh từ: Cái đẹp, cái tốt, cái xấu ...

> • Đặc biệt:- Những tính từ theo sau động từ "là", "ở" thì vai trò tính từ của nó đã thay đổi thành phó từ. Ví dụ:
> hoa đẹp ("đẹp " là tính từ của danh từ "hoa" trong câu lửng.)
> Hoa là đẹp. ("Đẹp" là phó từ của động từ "là" là một vị ngữ bổ sung cho chủ ngữ "hoa" trong một câu đơn đầy đủ.)
> Hoa đẹp ở trong vườn. ("Đẹp" là tính từ, "trong" là phó từ.)
> Hoa ở trong vườn là đẹp. ("Trong" là phó từ, "đẹp" là phó từ.)
> Để phân biệt tính từ với phó từ, ngoài cái đặc tính là tính từ đứng sau danh từ, ta còn thấy là tính từ không làm trọn vẹn câu như phó từ.

8. PHÓ TỪ VÀ TRẠNG TỪ

Phó từ và trạng từ là những từ đi sát bên cạnh động từ làm rõ cái ý hay nội dung của động từ đó, cho nên dù là trong những câu khẳng định sự có mặc của nó chứa đựng một sự trả lời.

Những phó từ chỉ nơi chốn:
Ở đây: Tôi sống ở đây, ở đó (ahí), ở đằng kia (allá); gần (cerca de) / Chợ ở gần trung tâm (El mercado está cerca del centro), xa (lejos de); ngoài (fuera de) / Sân bay ở ngoài thành phố, trong, trước, sau.

Những phó từ chỉ thời gian:
Trễ (=muộn) / Tôi đã đến trễ, sớm; vừa mới / Cô ấy vừa mới sinh xong; ngay bây giờ / Em đến ngay bây giờ, ngay lập tức...
• Trong một vài trường hợp, những phó từ chỉ thời gian có chức năng giống những liên từ chỉ thời gian: trước đây, khi trước, khi xưa ...

Những phó từ chỉ số lượng:
Không...chi hết (=gì cả) / Hắn không làm chi hết, nhiều, qúa nhiều, ít, qúa ít, vừa đủ...

Những phó từ chỉ hình thức:
Đẹp: kiến trúc của căn nhà này là đẹp; xấu, dở, tốt; y như vậy: Em hãy phát âm y như vậy; tốt hơn, xấu hơn ...
- Những phó từ được gọi là trạng từ:
  Những trạng từ đi sau động từ, thậm chí nó có thể đứng riêng một mình như một sự khẳng định, một nghi vấn, một sự không rõ ràng, ngờ vực hoặc để bổ sung:
  Một cách hiệu quả / Làm việc một cách hiệu quả, một cách rõ ràng, một cách tự nhiên, một cách thật tình, cũng có thể, chắc rằng, chỉ tàm tạm ...
- **Có phó từ đứng trước động từ như:** vừa mới / Tôi vừa mới quen cô ấy; chỉ / Anh chỉ là người điên trong vườn hoa tình ái (trích lời nhạc); vẫn còn / Ông ấy vẫn còn nợ ngân hàng. ...
- **Phó từ, còn được gọi là "trợ động từ".**
- Gọi là câu phó từ hay câu trợ động từ, là câu mà được cấu tạo từ nhiều từ gộp lại để làm nhiệm vụ như là một phó từ. Trong phần tự điển, những trường hợp này được chỉ định ngắn gọn như là phó từ (pt).

9. GIỚI TỪ VÀ LIÊN TỪ

Giới từ là những từ có vai trò nối các từ lại với nhau:
Với (con): Tôi đi với anh ta.; và: Obama và Putin; giữa: giữa tôi và anh ấy; theo anh ta; tới: Tôi đọc từ đêm tới sáng. ...
Liên từ thì nối các mệnh đề của câu lại với nhau hay các từ với một câu:
Nhưng: Anh ấy nghe nhưng không nói gì cả.; nhưng mà, người mà: Hoa, người mà tôi đã thấy hôm qua...; cái mà: cái xe đạp màu vàng, cái mà cha tôi đã tặng tôi khi tôi ở Huế; mặc dù... nhưng / Mặc dù bị cảm nhưng cô bé lúc nào cũng cười.; trong khi ...

10. ĐỘNG TỪ

Là những từ chỉ hành động, nó được trình bày trong những thời điểm hiện tại, quá khứ, tương lai và hiện tại tiếp diễn.
Để làm chức vụ động từ, đa số từ tiếng Việt phải đi liền với trợ động từ "làm" hay "làm cho" để diễn tả hình thái chủ động của hành động và trợ động từ "bị" để diễn tả hình thái bị động của động từ đó. Ví dụ:
"lạc hướng", trong vai trò của một động từ, nó phải đi kèm với trợ động từ "làm

cho", hay động từ "làm": "làm cho lạc hướng, làm lạc hướng", nếu không nó chỉ là một tính từ hay phó từ. Đây là một hành động có tính cách chủ động, làm phát sinh ra một một kết qủa, một hậu quả cho một đối tượng khách quan hay đối diện.

Khi có từ "bị" đứng trước, từ lạc hướng cũng sẽ thay đổi chức vụ thành một động từ, "bị lạc hướng", nhưng trong trường hợp này, hành động của động từ diễn tả một sự bị động, là vì tính chất ý nghĩa của nó được tạo ra do một ảnh hưởng bởi một yếu tố khách quan.

Những động từ phản thân trong tiếng Việt có thể là những động từ đứng một mình, nhưng trường hợp để chỉ định rõ trong diễn đạt thì nó đi kèm với phó từ "tự": tự làm, tự ăn, tự uống, tự tắm. Ví dụ: "rửa mặt", hay "tự rửa mặt": Câu hoàn chỉnh cho động tự này là: "Tôi rửa mặt.", hoặc là "Tôi tự rửa mặt.". Gọi là phản thân, vì hành động này chỉ đi kèm với đại từ tôi, tôi làm cho tôi. Nếu nói rằng: "Tôi rửa mặt cho em bé", thì chữ "rửa mặt" chỉ là một động từ bình thường.

Những liên từ chỉ thời gian "đã", "đang" và "sẽ" dùng trước động từ để chỉ thời điểm qúa khứ, hiện tại và tương lai dưới một hình thức khẳng định: tôi đã làm, tôi đang làm, tôi sẽ làm; đã ăn, đang ăn, sẽ ăn; đã đọc, đang đọc, sẽ đọc; đã xem, đang xem, sẽ xem …

• Đặc biệt, động từ tiếng Việt khi xử dụng trong thời điểm qúa khứ chưa hoàn thành có xác định, thông thường không dùng liên từ "đã", làm cho ngộ nhận là động từ đang thể hiện dưới dạng hiện tại, nhưng không phải. Ví dụ: Khi còn trẻ, bà ngoại tôi rất đẹp (không nói như tiếng Tây Ban Nha: bà ngoại tôi đã rất đẹp). Trong trường hợp qúa khứ vô hạn có xác định, nhiều người không những khi nói mà ngay cả khi viết cũng không dùng liên từ "đã" làm thành thói quen, nhưng nó sai. Ví dụ: Hôm qua, tôi đến nhà chị Lan. Câu này là sai, vì phải nói rằng: Hôm qua, tôi đã đến nhà chị Lan.

Cũng tương tự như vậy, nó xảy ra với trường hợp của thì tương lai không hoàn thành. Ví dụ: Sang năm, anh đi Mỹ. Câu này không đúng, phải nói rằng: Sang năm, anh sẽ đi Mỹ.

Khi diễn tả một hành động xảy ra ở một thời điểm trước khi đang nói, được xem là thời qúa khứ, sẽ xuất hiện những liên từ chỉ thời gian như: hôm qua, hôm kia; bữa trước, bữa nớ; cách đây mấy ngày, tháng, năm, cách, cách đây khoảng, trước đây:

Hôm qua, tôi đã gặp cô ấy; bữa trước, anh đã nói với tôi điều ấy; Tôi đã đến Tây Ban Nha cách đây một năm. ...

Ở thời điểm hiện tại, những liên từ chỉ thời gian thường đứng trước như: hôm nay, bây giờ, trong hiện tại, chiều nay, năm nay... và động từ được xử dụng dưới dạng thì hiện tại tiếp diễn, hay là thì hiện tại hoàn thành:
Hôm nay, tôi sẽ nghỉ ngơi.
Sáng nay, tôi đã đi chợ.
Năm nay, tôi sẽ đi Madrid.
Ở thời điểm tương lai, liên từ chỉ thời gian thường đứng trước như: ngay liền đây, ngay tức thì; ngày mai; tuần tới; sang năm; vài năm nữa; tháng tới đây ... Con sẽ tới ngay liền đây (sự nói ở hiện tại nhưng sự tới ở một tương lai gần; Ngày mai, con sẽ học; Hẹn bạn sang năm; Trong vài năm nữa, tôi sẽ đến nước Anh.
Những liên từ thời gian, "ngày ấy cách đây... (el día que hace) ..." được dùng khi người nói kể chuyện hay miêu tả:
Khi tôi còn nhỏ, ba tôi thường kể chuyện Trạng Quỳnh ...
Những liên từ "khi... thì – cuando...entonces", "trong khi- durante", "giữa lúc... thì- durante" được xuất hiện khi người nói diễn tả hai hành động của hai chủ ngữ ngữ khác nhau xảy ra cùng một lúc:
Khi trời tạnh, thì hắn đem áo mưa tới cho tôi. (Người nói ở thời điểm hiện tại, hành động "tạnh" và "đem" xảy ra trước khi nói ở thời điểm đã qua.)
Trong khi cô ấy ngủ, những tên ăn trộm đã vào nhà. (Hành động "nói" của người nói ở hiện tại, "ngủ" của cô gái và "vào" của những tên trộm là qúa khứ vì có xảy ra trước khi được kể.)
Giữa lúc hoàng hôn buông xuống thì cô ta xuất hiện. Hành động "xuất hiện" xảy ra trong thời điểm qúa khứ so với sự diễn đạt của người nói.
Trong khái niệm về thời gian, còn có xuất hiện một thời điểm chỉ tồn tại trong trí tưởng tượng được đặt ra dưới hình thức giả thiết, để diễn đạt sự mong ước. Những liên từ xuất hiện trong trường hợp này thường là: Tôi mong rằng.... sẽ; Tôi hy vọng...sẽ; Xin chúc ...
Tôi mong rằng chị ấy sẽ đạt được mọi điều như ý; Hy vọng em sẽ thành công; Xin chúc ông bà sống lâu trăm tuổi. Sự hình dung của niềm hy vọng thuộc về tương lai.
Và nếu hình thức đó xảy ra dưới dạng có điều kiện của người nói, những liên từ xuất hiện trong trường hợp này thường là: giá như...; nếu như...thì:
Nếu tôi là anh, tôi đã không làm điều đó. (Sự hình dung thuộc về qúa khứ); Giá như tôi có tiền tôi sẽ đi du lịch. (Sự hình dung thuộc về tương lai) ...
Khi hành động xảy dưới một hình thức sai khiến hay ra lệnh thì có sự xuất hiện của liên từ "hãy ", "phải"; "đừng", để nhấn mạnh nó còn đi kèm với "dấu cảm thán":

Hãy yêu nhân loại!
Phải làm nhanh!
Đừng đọ sức với thời gian! ...

11. THÀNH NGỮ

Là những từ hay những cụm từ mà nghĩa của nó không diễn giải thông thường theo nghĩa văn học mà phải hiểu theo nghĩa bóng của nó. Ví dụ: qua mặt, nhận tiền tay trái, chơi với lửa...

12. CÂU

Câu là một liên hợp từ làm đủ nghĩa, bao gồm chủ ngữ và vị ngữ. Nó bắt đầu bằng một chữ vết hoa và kết thúc bằng một dấu chấm.

a) Câu đơn:
Là câu mà chủ ngữ và vị ngữ là những danh từ và động từ đơn giản không kéo dài bởi liên từ và bổ ngữ.:
Tôi là Hòa.
Đó là một cái hoa đẹp.
Dòng sông không trở lại.; Con được hai mươi tuổi. ...
Mặc dầu chủ ngữ gồm hai, ba danh từ hoặc vị ngữ gồm hai, ba động từ nhưng nó vẫn là câu đơn vì những danh từ và động từ đó là đơn giản:
Tôi, Hoa, Tuấn và Mai là những sinh viên.
Chúng tôi cùng ăn, cùng làm và cùng ngủ chung.

b) Câu phức:
Là những câu mà phần chủ ngữ và vị ngữ chứa những danh từ hay động từ đi liền với liên từ làm bổ túc, hoặc nó gồm vài ba câu lửng bổ túc được nối liền bởi giới từ, liên từ, dấu phẩy và dấu chấm:
Ông ta, người mà tôi không lắng nghe, là một người giống như những người khác.
Cả bốn mùa, trong những buổi sáng tinh mơ, giữa những rừng thông, hoa luôn luôn nở và tỏa hương.

c) Câu nghi vấn và câu trả lời:
Những câu nghi vấn (hỏi) thường đi kèm với những liên từ nghi vấn như: Khi nào, ở đâu, ai, trong bao lâu, có phải, cộng thêm dấu hỏi (?) ở cuối câu.

Khi nào con về Việt nam chơi?- Dạ, con chưa biết chắc.
Anh đi du lịch ở đâu?- Anh đi các nước Đông nam Á.
Ai là nữ diễn viên mà bạn yêu thích?- Marilin Monroe.
Có phải gọi "bữa ăn sáng" hay "ăn điểm tâm" là "el desayuno" trong tiếng Tây Ban Nha?- Đúng rồi.

d) Câu cảm thán:
Trời ơi!
Chúa ơi!
Trên cả tuyệt vời!
Khổ ghê!

e) Câu giả thiết:
Trình bày những vấn đề còn nằm trong giả thiết, mong muốn, không chắc chắn:
Chúc mọi người năm mới sức khỏe và may mắn.
Em mong rằng chị sẽ đạt được mọi ý nguyện.
Có lẽ trời vẫn còn mưa.
Giờ này chắc mọi người ở Mỹ đã ngủ.
Nếu có tiền tôi sẽ mua một cái xe hơi.

f) Câu chủ động và câu bị động:
Câu chủ động là những câu mà phần vị ngữ có động từ ở dạng hình thái chủ động, sự có mặt của nó giúp cho nội dung của phần chủ ngữ mang tính độc lập và có khả năng làm nảy sinh ra một hiệu quả khác bằng một mệnh đề đi sau động từ làm bổ sung cho tính chất chủ động của chủ ngữ. Ví dụ: Sự ham muốn về vật chất / đã làm lạc hướng / chủ đề sáng tạo của nghệ sĩ.
Câu bị động là những câu mà phần vị ngữ có động từ ở dạng hình thái bị động, sự có mặt của nó diễn tả cho tính chất bị động chứa đựng trong phần chủ ngữ, đã được hình thành từ một nhân tố khách quan khác có mặt trong mệnh đề, hay một danh từ đi liền sau động từ đó, và được nối liền với một liên từ "bởi". Ví dụ:
Chủ đề sáng tạo của nghệ sĩ / đã bị lạc hướng / bởi / sự ham muốn vật chất

g) Câu thành ngữ:
Là những câu hoàn thiện hay không hoàn thiện, nghĩa của nó thông thường không theo nghĩa văn học mà chứa đựng một ẩn nghĩa khác. ví dụ: Xa mặt cách lòng. (Câu này là câu thành ngữ, có khi còn gọi là câu châm ngôn.)

GIỚI THIỆU SƠ LƯỢC NGỮ PHÁP TIẾNG VIỆT

Cuốn tự điển này không đặc biệt giới thiệu phần này.
- Dấu sử dụng trong câu và đoạn:
  - Dấu chấm dùng để chấm dứt một câu: Tôi khát.
  - Dấu phẩy để chia cách những phần liên tiếp; để ngăn một danh từ, đại từ với một liên từ, để chia những câu trong một câu phức:
  Tôi sống ở Tenerife, một hòn đảo, ở đó chỉ có biển mà không có sông.
  Chị ấy, người mà tôi đã gặp cách đây hai năm, tên là Lan.
  - Dấu hai chấm để giới thiệu những thứ đang trình bày, sau một liên từ chào hỏi trong thư từ, trước lời dẫn chứng của người khác được đóng trong dấu ngoặc kép (trường hợp này cũng có thể thay thế bằng dấu phẩy):
  Bạn thân mến: / Bạn thân mến,
  Kính thưa qúi vị: / Kính thưa qúi vị,
  Trong văn viết thư, lời chào hỏi này được xếp cách hai dòng vào phía trong so với những dòng bình thường.
  - Dấu chấm phẩy dùng khi phải ngắt một câu chưa chấm dứt, mà trước nó đã được ngắt bằng một dấu phẩy và sau nó có từ mà phải bị ngắt bằng một dấu phẩy nữa:
  Từ một tâm điểm, ta nhìn cái tổng thể; sau đó, ta lần lượt xem xét những chi tiết
  - Dấu gạch ngang dùng để đặt trước những câu đối thoại, để ngắt như dấu phẩy nhưng nhấn mạnh hơn về sự đề cập, để nối tiếp từ khi khi không đủ chỗ ở cuối dòng và để ngắt thời gian hay trang sách.

- **Chú ý:** Ngoại trừ những từ có nguyên âm đứng trước là những nguyên phụ âm, còn lại là được kết hợp bởi phụ âm và nguyên âm, nguyên âm có dấu, nguyên âm kép và những nguyên phụ âm. Vấn đề là tùy theo phụ âm, có thể ghép được với một số nguyên âm mà không phải là tất cả, cho nên trong phần tự điển, các từ đã được chọn lựa theo thứ tự của bảng chữ cái, những phụ âm và những nguyên âm có thể nối lại với nhau; Để dễ đọc từ, ta lược bỏ đánh vần mà chỉ xem cách phát âm phụ âm và nguyên âm rồi đọc liền lại bằng âm chủ là phụ âm: ta, to, ma, me, (không đánh vần mà đọc ngay là "ta" "tờ a ta",, cũng như vậy "to", "ma", "me" – no deletrea "tờ a ta" sino lee directamente "ta", "to", "ma", "me"). Luật bằng, trắc của tiếng Việt dựa vào các dấu huyền ` (trầm), sắc ´ (bổng), hỏi ̉ (uốn), ngã ̃ (lượn), nặng • (rớt) và không dấu (rơi); cho nên tiếng Việt khi nói nghe như một ca khúc trữ tình của dòng sông, vọng vang của rừng núi.

NHỮNG TỪ VIẾT TẮT:
Danh từ: dt
Đại từ nhân xưng: đtnx
Động từ: đt
Giới từ: gt
Liên từ: lt
Liên từ nghi vấn: ltnv
Mạo từ: mt
Phó từ: pt
Thành ngữ; thuật ngữ: tng
Tính từ: tt
Tiếp đầu ngữ: tđn
Trạng từ: trt
Trợ động từ: tđt
Từ cảm thán: ct

CÂU VÀ DẤU
câu bị động
câu cảm thán
câu chủ động
câu đơn
câu hỏi
câu nghi vấn
câu phức
câu thành ngữ
câu trả lời
dấu chấm: (.)
dấu hai chấm: (:)
dấu hỏi: (?)
dấu chấm phẩy: (;)
dấu chấm than: (!)
dấu phẩy: (,)

INTRODUCCIÓN GENERAL A LA GRAMÁTICA VIETNAMITA

1. ALFABETO

Las minúsculas:
a ă â b c d đ e ê g h i k l m n o ô ơ p q r s t u ư v x y. (29)

Las mayúsculas:
A Ă Â B C D Đ E Ê G H I K L M N O Ô Ơ P Q R S T U Ư V X Y. (29)

La pronunciación:
A (a), ă (á), â (ớ), b (bê, bờ), c (xê, cờ), d (dê, dờ), đ (đê, đờ), e (e), ê (ê), g (giê, gờ), h (hát, hờ), i (i), k (ca, cờ), l (e-lờ, ờ), m (em- mờ; mờ), n (en- nờ; nờ), o (o), ô (ô), ơ (ơ), p (pê; pờ), q (cu, cờ), r (e- rờ), s (ét – sì; sờ), t (tê; tờ), u (u), ư (ư), v (vê; vờ) x (ích – xì; xờ), y (ii).

> • Nota: Antes del año 75, estas vocales solo se leían de una manera: k (ca), l (e- lờ), m (em-mờ), n (en- nờ), p (pê), q (cu), s (et- sì), t (tê), v (vê), x (ích- xì).

• **Están además las vocales con acento:**
à, á, ạ, ã, ả, ầ, ấ, ậ, ẫ, ẩ
è, é, ẹ, ẻ, ề, ế, ệ, ễ, ể
ì, í, ị, ĩ, ỉ
ò, ó, ọ, õ, ỏ, ồ, ố, ộ, ỗ, ổ, ờ, ớ, ợ, ỡ, ở
ù, ú, ụ, ũ, ủ, ừ, ứ, ự, ữ, ử
ỳ, ý, ỵ, ỹ, ỷ (54)

2. VOCALES Y CONSONANTES

Vocales:
A, Ă, Â, E, Ê, I, O, Ô, Ơ, U, Ư (11)
Y las vocales con acento:
à, á, ạ, ã, ả, ằ, ắ, ặ, ẵ, ẳ
è, é, ẹ, ề, ế, ệ, ễ, ể
ì, í, ị, ĩ, ỉ
ò, ó, ọ, õ, ỏ, ồ, ố, ộ, ỗ, ổ, ờ, ớ, ợ, ỡ, ở
ù, ú, ụ, ũ, ủ, ừ, ứ, ự, ữ, ử
ỳ, ý, ỵ, ỹ, ỷ (54)

Vocales compuestas:
ai, ái, ại, ãi, ải, ao, áo, ào, ão, ảo, au, áu, àu, ạu
âu, ấu, ầu, ậu, ẫu, ẩu
eo, éo, èo, ẹo, ẽo, ẻo
êu, ếu, ều, ệu
ia, iá, ià, iạ, iã, iả, iao, iáo,
iều, iều, iễu, iểu,
ió, iỏ, iơ, iớ, iêu, iu, ịu
oa, óa, òa, ọa, õa, ỏa, oai, oái, oài, oại, oãi, oải,
oi, ói, ói, ọi, õi, ỏi
ơi, ới, ỡi, ợi, ỡi, ợi
ua, úa, ùa, ụa, ũa, ủa
ưa, ứa, ừa, ựa, ữa, ửa
uê, uế, uề, uệ, uễ, uệ
ui, úi, ùi, ụi, ũi, ủi
uôi, uối, uội, uỗi, uổi
ưu, ứu, ừu, ựu, ữu

Vocales que terminan en consonantes:
ác, ạc, ắc, ặc, ấc, ậc, iác, óc, ọc, ốc, ộc, úc, ục, ức,
ực, ước, ược, uốc, uộc (với c ở cuối- con c al final).
am, ám, àm, ãm, ăm, ặm, ằm, âm, ầm, ấm, ậm, ẫm, ầm, em, èm, ém, ẹm, ềm,
im, ìm, ím, ĩm, ỉm, iêm, iệm, om, òm, óm, ọm, õm, ỏm, ôm, ồm, ốm, um, ùm,
úm, uộm, ươm, ướm, ượm (con m al final).

an, àn, án, ạn, ãn, ản, ăn, ắn, ặn, ẵn, ẳn, ân, ấn, ận, ẫn, ẩn, en, én, èn, ẹn, ẽn, ẻn, ên, ến, èn, ện, ễn, , ian, ián, iàn, iản, iên, iền, iến, iện, iễn, in, ìn, ín, ịn, ỉn, on, ón, òn, ọn, õn, ỏn, oan, oàn, oán, oạn, oãn, oăn, ơn, ớn, ờn, ởn, uân, uấn, uận, un, ún, ùn, ụn, ủn, uôn, uồn, uốn, uộn, uyên, uyến, uyền, uyện, uyễn, uyển, ươn, ườn, ượn (con n al final).

áp, ạp, ắp, ặp, ấp, ập, ép, ẹp, ếp, ệp, íp, ịp, iệp, iếp, óp, ốp, ộp, ớp, ợp, úp, ụp (con p al final)

át, ạt, ắt, ặt, ất, ật, ét, ẹt, ết, ệt, ít, ịt, út, ụt, ứt, iết, iệt, oát, oạt, oắt, oét, oẹt, ót, ọt, uất, uốt, uột, uyết, uyệt, ướt, ượt (với t ở cuối- con t al final).

ách, ạch, ếch, ích, ịch, oách, oạch, úych (con ch al final).

anh, ánh, ạnh, ãnh, ảnh, ênh, ệnh, inh, ính, ịnh, ĩnh, oanh, uanh, uạnh, uynh, ùynh, úynh (con nh al final)

ang, áng, àng, ạng, ãng, ảng, ăng, ắng, ặng, ẵng, ẳng, âng, ầng, eng, ẻng, oang, oáng, oàng, oảng, ong, óng, òng, ọng, õng, ỏng, ông, ồng, ống, ộng, ỗng, uang, uáng, uàng, uãng, uảng, ung, úng, ụng, ủng, ưng, ứng, ừng, ựng, ững, ửng, uông, uồng, uống, uỗng (con ng al final).

ay, áy, ày, ạy, ãy, ảy

ây, ấy, ầy, ậy, ẫy, ẩy

uy, úy, ùy, ụy, ủy (con y al final)

Consonantes:
B, C, D, Đ, G, H, K, L, M, N, P, Q, R, S, T, V, X, Y (18).

Consonantes compuestas:
ch, gh, kh, ng, ngh, nh, ph, th, tr (9).

3. LA PALABRA EN IDIOMA VIETNAMITA

a) Las palabras en singular:
Hay dos clases, la primera es precedida por vocal y la segunda lo es por la consonante. Por ejemplo:
- ăn (comer), uống (beber), ói (vomitar)...
- cha (padre), mẹ (madre), bắn (disparar), yêu (amar)...

b) La palabra compuesta:
Son las palabras que se unen simultáneamente a dos verbos, dos sustantivos con dos significaciones distintas, pero entendidas con un solo significado

común). Por ejemplo: tập ăn nói (entrenar, comer, hablar) (las tres palabras significan "aprende a hablar", aquí "comer" se entiende como "escuchar", aprende a escuchar para poder hablar...)

c) La palabra duplicada:
Es la palabra compuesta y duplicada que tiene relación con los reflejos de vocales y de sonido, y no tiene un significado especial o diferente. Por ejemplo: rung rinh (vibrante), thoăn thoắt (rápido), bàng hoàng (conmovido)...

d) Función de la palabra:
El vocablo vietnamita puede ser nombre y verbo a la vez según la palabra que le siga. Por ejemplo: "tập" tiene el significado sustantivo como "la parte", el significado verbal es "tập luyện", significa "entrenar".
Los vocablos que complementan el sustantivo reciben el nombre de adjetivos, los que complementan el verbo se llaman el adverbio, los que preceden o siguen a los sustantivos para distinguir el género (entre persona, animal o cosa) y las cualidades, y para cumplir la función determinante, se llaman artículos, los que unen las palabras se llaman preposición y conjunción.

4. EL SUSTANTIVO

El sustantivo es un tipo de vocablo que se emplea para representar personas, cosas, sucesos, conceptos) ...
Los artículos "con, cái" preceden al sustantivo para definir el género, entre el hombre, el animal y la cosa. Por ejemplo: con gái (la chica), con trai (el chico) con trâu (el búfalo), cái hoa (la flor), con bé (la niña) ...
Los demostrativos que anteceden al nombre convierten al sustantivo en determinante. Por ejemplo: cái bông này (esta flor), con trâu nớ (ese búfalo), cô gái ấy (esa chica) ...
Los artículos "ít, nhiều" se ponen delante para distinguir la singularidad o la pluralidad. Por ejemplo: ít người (poca gente), nhiều hoa (muchas flores), nhiều trái (muchas frutas) ...
El sustantivo que tiene el artículo sustantivo "sự (el, la)" delante suele significar un término o designa una característica abstracta: sự thông minh (la inteligencia), sự đẹp (la belleza), sự hiểu (la comprensión) ...

5. LOS PRONOMBRES PERSONALES

Los pronombres personales están relacionados con la primera persona (yo), singular, la segunda persona (la que habla) y la tercera persona (la otra), singular y plural.

Los pronombres en vietnamita no sólo son una función de persona, sino también del género, de las edades y del puesto en la familiar:

En la familia

Pares opuestos en el habla oral:

- ông nội (el abuelo, el abuelo paternal), bà nội (la abuela, la abuela paternal) / cháu (el nieto, la nieta)
- cha (el padre), mẹ (la madre) / con (el hijo, la hija)
- bác (el tío, hermano mayor del padre), bác (la tía, hermana mayor del padre); chú (el tío, hermano menor del padre), cô (la tía, hermana menor del padre) / cháu (el sobrino, la sobrina)
- anh (el hermano), chị (la hermana) / em
- Anh họ (el primo), chị họ (la prima) / em họ (el primo, la prima)
- Ông ngoại (el abuelo, el abuelo maternal), bà ngoại (la abuela, la abuela maternal) /cháu;
- cậu, dì (tío, hermano de la madre, tía, hermana de la madre) / cháu

Además, aún tienen:

- chị dâu (la cuñada, la mujer del hermano mayor), em dâu (la cuñada, la mujer del hermano menor);
- anh rể (el cuñado, el marido de la hermana mayor), em rể (el cuñado, el marido de la hermana menor)
- mẹ chồng (la suegra), cha chồng (el suegro), con dâu (la nuera), con rể (el yerno)...

En la sociedad los pronombres dependen de la edad. Preceden a los determinativos y los adverbios para hacer patente el respeto "A mi... reverencia", "sí...":

- La primera: Tôi (yo) / Chúng tôi (nosotros/nosotras).
- La segunda): Ông (señor/usted), bà (señora/usted), bác (señor/usted), chú (señor/usted), dì (señora/usted), cô (señora/usted), anh (usted), chị (usted), em (tú) (la que, o el que es más joven, bạn (el que, o la que es igual en edad o es amigo) / Các ông (señores/ustedes), các bà (señoras/ustedes), các bác (señores/ustedes), các chú (señores/ustedes), các dì (señoras/ustedes), các

cô (señoras/ustedes), các anh (ustedes), các chị (ustedes), các em (ustedes), các bạn (ustedes).
- La tercera): Ông ấy (el señor/él), bà ấy (la señora/ella), bác ấy (él), chú ấy (él), dì ấy (ella), cô ấy (ella), anh ấy (él), chị ấy (él), em ấy (él/ella), bạn ấy (él/ella)/ Các ông ấy (ellos), các bà ấy (ellas), các bác ấy (ellos), các chú ấy (ellos), các dì ấy (ellas), các cô ấy (ellas), các anh ấy (ellos), các chị ấy (ellas), các em ấy (ellos/ellas), các bạn ấy (ellos, ellas).

> • **Nota:** "mày (tú), tao (yo), mi (tú)" se usan en ocasiones entrañables o para expresar desdén, no es aconsejable su empleo.
> Los pronombres "không ai (nadie)"; "ai (todo el mundo)"..., que indican sin definir las terceras personas, que no señalan a quién en particular, se llaman pronombres indefinidos, y se marca abreviadamente como pronombre (đtnx, pro), en la parte de diccionario.

6. EL ARTÍCULO

El artículo es el tipo de vocablo que no puede funcionar solo ni tiene significación propia. Precede al sustantivo y adjetivo para definir el género, entre el hombre, el animal y la cosa; la singularidad, la pluralidad o para cumplir la función determinante para el sustantivo.
Por ejemplo:
- Con (el, la) / con gái (la chica), con trai (el chico); con trâu (el búfalo), con ngựa (el caballo), con gà (la gallina).
- Cái (el, la) / cái cây (el árbol), cái chai (la botella), cái tách (la taza); cái từ (la palabra), cái núi (el monte).
- Cục, viên (el, la) / Cục gạch (el ladrillo), viên gạch (el ladrillo); cục phấn (la tiza), viên phấn (la tiza); cục đá (la piedra), viên đá (la piedra).
- Những cái (los, las) / những cái nhà (las casas); những con (los, las) / những con người (las personas); những cục (los, las) / những cục đá (las piedras).
• "El árbol", "la fruta" no son artículos, son denominaciones genéricas para la familia de las plantas según la gramática vietnamita: cây thông (el árbol del pino = el pino), cây tùng (el árbol del abeto = el abeto), trái cà chua (la fruta del tomate = el tomate), trái đu đủ (la fruta de papaya = la papaya ... No se puede cambiar el significado de "árbol", "fruta" en "el" y "la", como en español.

- "Sự (el, la)", es artículo; convierte el verbo o el vocablo que no es sustantivo en sustantivo, o se convierte el vocablo en un término que contiene un rasgo abstracto / sự thông minh (la inteligencia), sự phấn đấu (la superación), sự thăng hoa (el sublime) ...

Los artículos definidos:
Cái...này (esta, este) / cái xách này (este bolso), cái cậu ấy (ese /aquel chico), cái cô ấy (esa /aquella chica); cái ...kia, đó (aquel, aquello, eso, esa) / cái năm kia, cái năm đó (aquello año);
Những cái... này (estos, estas) / những cái nhà này (estas casas), những cái...kia, đó / những cái cây kia (aquellos árboles).
- Cái này (esta, esto), cái kia (ese, esa), cái đó (ese, esa); những cái này (estas), những cái đó (las otras, los otros), những cái kia (las otras, los otros); si son continuos se convierten en sustantivo) / cái này là đẹp (esta cosa es bella) / những cái kia có độ bền hơn (las otras cosas son más resistentes) ...

El artículo indefinido:
Estos artículos preceden al sustantivo y lo convierten en indefinido:
Một (un/una) / một ngôn ngữ (un idioma, một trái cây (una fruta) ...
Bất cứ (cualquier, cualquiera) / Bất cứ người nào cũng học được một ngôn ngữ mới (Cualquiera puede aprender un nuevo idioma) ...
Không ai (nadie) / không ai trong chúng ta (nadie de nosotros, nosotras) (mạo từ không xác định- el artículo indefinido); không ai (nadie) / không ai có thể làm được (nadie puede hace).
Vài (algo, algún, alguna) / Vài người (alguna persona), vài học sinh (algún alumno), vài sinh viên, vài cuốn sách (algún libro).
Tất cả (Todo, todos) / Tất cả họ (todos ellos), tất cả chúng ta (todos nosotros).
Ít/ Ít người (poca gente); Nhiều/ nhiều ý (mucha idea).
Có ít (hay poco, hay poca) / Có ít người sống ở đây. (Hay poca gente que viva aquí.); Có nhiều (hay mucho, hay mucha) / Có nhiều khách du lịch đến thăm (Hay mucho turismo visita).

El artículo relativo:
Son artículos especiales que siguen al adjetivo, o preceden al adverbio y se funcionan para comparar características de los sustantivos: như (igual, como)

/ cô ấy đẹp như tiên sa (ella es hermosa como una musa); bằng (como, igual) / Anh ấy cao bằng tôi (él es alto como yo); nhất (la más, el más, lo más) / Cô ấy xinh nhất lớp (Ella es la más preciosa de la clase); hơn (mt): más / Cái núi này cao hơn cái núi kia (Este monte es más alto que el otro).

El artículo posesivo:

El artículo posesivo aparece delante del pronombre para indicar la posesión de un sustantivo adicional:

Của (de), Của tôi (de mí, mío), của anh (de ti, tuyo, tuya), của họ (de ellos, suyos, suyas)

7. EL ADJETIVO

El adjetivo es un tipo vocablo que no puede estar solo, pero tiene una significación propia, sigue al sustantivo para expresar la cualidad y estado del sustantivo.

Por ejemplo:

xanh (verde) / lá xanh (la hoja verde), đỏ (rojo) / hoa hồng đỏ (la rosa roja) nhân hậu (bondadoso) / bà ấy có một tấm lòng nhân hậu (ella tiene un corazón bondadoso).

đẹp (bello, bella) / Hoa đẹp (La bella flor).

Mạo từ "cái, sự (el, la, lo)". El artículo "cái, con, sự (el, la, lo)" precede al adverbio y convierte el adjetivo en sustantivo:

Cái đẹp (el bello), cái tốt (lo bueno), cái xấu (el feo) ... là những danh từ.

> • **Nota:** La función de los adjetivos que aparecen detrás de estos verbos, se transforman función adverbial. Por ejemplo:
> Hoa đẹp (La bella flor). ("bella" es adjetivo del sustantivo "flor" en una oración que no es completa.)
> Hoa là đẹp (La flor es bella). ("Bella" es adverbio del verbo "es" y funciona como un predicado adicional al sujeto.)
> Hoa đẹp ở trong vườn (La bella flor está en el jardín). ("Bella" es el adjetivo, "en" es adverbio".)
> Hoa mà ở trong vườn là đẹp (La flor que está en el jardín es bella). ("Trong" là phó từ, "đẹp" là phó từ- "En" es adverbio, "bella" es adverbio.)
> Para distinguir el adjetivo y el adverbio, aparte de que se va detrás el sustantivo, es notorio que el adjetivo no completa la oración como el adverbio.

8. EL ADVERBIO

El adverbio es un tipo de vocablo que aparece directamente detrás del verbo para completar su contenido, por eso, aunque está en la frase indicativa, su existencia está contenida en la respuesta.

Adverbios de lugar:
Ở đây (aquí) / Tôi sống ở đây (Yo vivo aquí), ở đó (ahí), ở đàng kia (allá); gần (cerca de) / Chợ ở gần trung tâm (El mercado está cerca del centro), xa (lejos de); ngoài (fuera de) / Sân bay ở ngoài thành phố (El aeropuerto está fuera de la ciudad), trong (dentro de), trước (delante de), sau (detrás de).

Adverbios de tiempo:
Trễ (tarde) / Tôi đã đến trễ (Llegué tarde), sớm (temprano); vừa mới (recién) / Cô ấy vừa mới sinh xong. (Ella ha dado luz recientemente.); ngay bây giờ (ahora) / Em đến ngay bây giờ (Voy ahora mismo), ngay lập tức...
- En algunas ocasiones, los adverbios funcionan como conjunciones temporales: trước đây (antes), khi trước (antes), khi xưa (hace tiempo) ...

Adverbios de cantidad:
Không...chi hết (nada) / Hắn không làm chi hết (Él no hace nada), nhiều (mucho), qúa nhiều (demasiado), ít (poco), qúa ít (muy poco), vừa đủ (bastante)...

Adverbios de modo:
Đẹp (bello) / kiến trúc của căn nhà này là đẹp. (El diseño de esta casa es bello.), xấu (feo), dở (mal), tốt (bueno); y như vậy (así) / Em hãy phát âm y như vậy (Tienes que pronunciar así); tốt hơn (mejor), xấu hơn (peor)...
- Adverbios que aparecen delante "một cách,-mente"):
  Estos adverbios van detrás el verbo, también funcionan solos con el sentido de una afirmación, duda, posibilidad, inclusión o adicción:
  Một cách hiệu qủa (efectivamente) / Làm việc một cách hiệu qủa (Trabaja eficazmente), một cách rõ ràng (claramente), một cách tự nhiên (naturalmente), một cách thật tình (verdaderamente), cũng có thể (posiblemente), chắc rằng (seguramente), chỉ tàm tạm (=sơ sơ) (solamente)...

- **El adverbio va delante del verbo:** vừa mới (recién) / Tôi vừa mới quen cô ấy (conocer la recientemente); chỉ (solo) / Anh chỉ là người điên trong vườn hoa tình ái (Solo soy un loco en el jardín de flores del amor) (trích lời nhạc - de canción); vẫn còn (aún) / Ông ấy vẫn còn nợ ngân hàng. (Él aún debe al banco) ...
(Phó từ (el adverbio), también se llama "trợ động từ (auxilio del verbo)".
- **El adverbio también se llama auxilio del verbo.**
- Se llama oración adverbial u oración de auxilio adverbial a la que forma varios vocablos unidos para funcionar como un adverbio. En la parte de diccionario, las señalan como adverbio abreviado (pt).

9. LA PREPOSICIÓN Y LAS CONJUNCIONES

El papel de la preposición es unir vocablos:
Với (con): Tôi đi với anh ta (Yo voy con él); và (y): Obama y Putin; giữa (entre): entre yo y él; theo (según): según él, tới (hasta): Tôi đọc tới sáng. (Yo leo toda la noche hasta la madruga.) ...
Las conjunciones unen las partes de las frases, o las palabras a una oración:
Nhưng (pero): Anh ấy nghe nhưng không nói gì cả (Él escucha, pero no dice nada); nhưng mà (pero), người mà, (la que, el que): Hoa, người mà tôi đã thấy hôm qua... (Hoa, a la que vi ayer...), cái mà (que, la que, el que) / cái xe đạp màu vàng, cái mà cha tôi đã tặng tôi khi tôi ở Huế (la bicicleta amarilla, la que mi padre me regaló cuando estaba en Huế), mặc dù... nhưng (aunque...pero) / Mặc dù bị cảm nhưng cô bé lúc nào cũng cười (La niña está resfriada, pero sigue sonriente).

10. EL VERBO

El verbo es la clase de vocablos que indica la acción presentada en los tiempos diferentes.
Para poder funcionar como verbo, muchos vocablos vietnamitas tienen que ir seguidos de la expresión adverbial "hace para" o "hacer" para expresar el estado activo de la acción de ese verbo, y el auxilio del verbo "bị" para expresar el estado pasivo de la acción del verbo.
Por ejemplo: "lạc hướng", en la función del verbo, tiene que existirse del auxilio del verbo "làm cho - hacer para", o el verbo "làm - hacer", y si no es así, su

función sólo queda en adjetivo, o en adverbio: "làm cho lạc hướng, làm lạc hướng (desorientar)". Es una acción que tiene un sentido activo, que produce un resultado, un efecto para otra objetividad.

Cuando el vocablo "bị" va delante, el vocablo también modifica la función del verbo, "bị lạc hướng - desorientarse", en esta ocasión, la acción del verbo expresa una pasividad, porque la característica designada se produce desde una efectividad objetiva.

Los verbos reflexivos en vietnamita pueden ir solo, pero para poner énfasis en la expresión, y entonces se siguen del adverbio "tự": tự làm (hacerse), tự ăn (comerse), tự uống (beberse), tự tắm (ducharse). Por ejemplo: "rửa mặt (lavar, lavarse la cara)", o "tự rửa mặt (lavarse la cara)": La frase completa y correcta para este verbo es:"Tôi rửa mặt (Yo me lavo la cara.)", o "Tôi tự rửa mặt (Yo me lavo la cara.). Se llama verbo reflexivo, porque la acción de este verbo sólo va seguida con el primer pronombre, "yo lavo la cara para mí."; y si dice "Tôi rửa mặt cho em bé. (Yo lavo la cara para el bebé.)", ya el vocablo "rửa mặt (lavar la cara)" queda como un simple verbo.

Estas conjunciones temporales preceden al verbo indicando el pasado, el presente, el futuro, y el presente continuo, a través de un enunciado afirmativo: Tôi đã làm (hice) / tôi đang làm (estoy haciendo) / tôi sẽ làm (haré); Đã ăn (comí) / đang ăn (estoy comiendo) / sẽ ăn (comeré); Đã đọc (leí) / đang đọc (estoy leyendo) / sẽ đọc (leeré); Đã xem (vi) / đang xem (estoy viendo) / sẽ xem (veré) (ti vi, phim- la tele, la película) ...

• Especialmente, cuando se emplea el verbo vietnamita en tiempo pretérito imperfecto de indicativo, no se usa nunca el vocablo "đã"; así, aparece un verbo en presente, pero no lo es.) Por ejemplo: Khi còn trẻ, bà ngoại tôi rất đẹp (Cuando era joven, mi abuela era muy guapa). (Interpreta rigurosamente es así: Cuando era joven, mi abuela es muy guapa.)

En las ocasiones que exigen el pretérito indefinido de indicativo, muchas personas omiten la conjunción "đã", por un mal hábito, no sólo cuando hablan sino cuando escriben. Por ejemplo: Hôm qua, tôi đến nhà chị Lan. (Ayer, voy a casa de Lan), esta frase no es correcta, se dice: Hôm qua, tôi đã đến nhà chị Lan: (Ayer fui a casa de Lan.)

Lo mismo sucede con la ocasión del futuro imperfecto. Por ejemplo: "Sang năm anh đi Mỹ. (El año que viene me voy a Estados Unidos.)", esta frase no sería correcta en vietnamita, se dice: Sang năm anh sẽ đi Mỹ. (El año que viene me iré a Estados Unidos.)

Cuando la acción sucede antes de hablar, el tiempo es pasado, y aparecen las conjunciones temporales como: Hôm qua (ayer), hôm kia (anteayer); Bữa trước (otro día), bữa nớ (otro día); Cách đây mấy ngày (hace unos días) / tháng (mes) / năm (año), cách (hace), cách đây khoảng (hace), trước đây (antes):
Hôm qua, tôi đã gặp cô ấy (Ayer, vi a ella); Bữa trước, anh đã nói với tôi điều ấy (Otro día, dijiste conmigo esto); Tôi đã đến Tây Ban Nha cách đây một năm. (Llegué a España hace un año) ...
En tiempo presente, las conjunciones aparecen delante, como: hôm nay (hoy), bây giờ (ahora), sáng nay (esta mañana), chiều nay, năm nay, trong hiện tại (en el presente ... y se emplean en el presente continuo, o el presente perfecto:
Hôm nay tôi sẽ nghỉ ngơi. (Hoy voy a descansar)
Sáng nay, tôi đã đi chợ. (Esta mañana, he ido al supermercado.)
Năm nay, tôi sẽ đi Madrid. (Este año, voy a Madrid.)
En tiempo futuro aparecen las conjunciones como: ngay liền đây (ahora mismo), ngay tức thì (inmediata); ngày mai (mañana); tuần tới (la semana que viene); sang năm (el año que viene); vài năm nữa (dentro un par de años); tháng tới đây (el mes que viene) ...
Con sẽ tới ngay liền đây (Yo vengo ahora mismo). La oración está en presente, pero la llegada es un futuro próximo; Ngày mai, con sẽ học (Mañana, estudiaré); Hẹn bạn sang năm (Te veo el año que viene); Trong vài năm nữa, tôi sẽ đến nước Anh (Dentro un par de años, iré a Inglaterra) ...
Estas conjunciones "khi tôi còn nhỏ (cuando yo era)", "ngày ấy cách đây... (el día que hace)" se usan por el hablante cuando cuenta o describe algo:
Khi tôi còn nhỏ, ba tôi thường kể chuyện Trạng Quỳnh (Cuando yo era niña, mi padre solía contarme de Trang Quỳnh) ...
Estas conjunciones "khi... thì – cuando...entonces", "trong khi- durante", "giữa lúc... thì – durante ... entonces" intervienen cuando el hablante expresa dos acciones que corresponden a dos sujetos diferentes al mismo tiempo: khi (cuando)
Khi trời tạnh, thì hắn đem áo mưa tới cho tôi (cuando acabó la lluvia, entonces me trajo el permeable). Encontrándose el hablante en el momento del presente, la acción de acabar y de traer tiene lugar antes, en un instante del pasado.
Trong khi cô ấy ngủ, những tên ăn trộm đã vào nhà (Mientras dormía, los ladrones entraron la casa). La acción "hablar" ocurre en el presente, la acción "dormir" de la chica y la acción "entrar" de los ladrones sucede en el pasado.

Giữa lúc hoàng hôn buông xuống thì cô ta xuất hiện (Fue atardeciendo cuando entonces apareció ella). La acción "aparecer" sucede en el pasado compara con la descripción del hablante.

En la concepción temporal, para la expresión de un tiempo que existe solo en la imaginación se emplea el subjuntivo, para manifestar deseo. Las conjunciones suelen aparecen entonces: Tôi mong rằng.... sẽ (Os / te deseo que); Tôi hy vọng...sẽ (espero que); Xin chúc (os / te deseo que) ...

Tôi mong rằng chị ấy sẽ đạt được mọi điều như ý (Le deseo que tenga todo como quiera); Hy vọng em sẽ thành công. (Espero que tengas éxito.); Xin chúc ông bà sống lâu trăm tuổi. (Os deseo que viváis 100 años.) El subjuntivo es el futuro.

Si el subjuntivo es condicional, suele emplearse las conjunciones en estas ocasiones: giá như... (si...); nếu như...thì (si...entonces):

Nếu tôi là anh, tôi đã không làm điều đó (Si fuera tú, no haría eso). El subjuntivo es el pasado; Giá như tôi có tiền tôi sẽ đi du lịch (si tuviera dinero, me iría de viaje) ... El subjuntivo es de futuro.

Estas conjunciones "hãy (hay que)", "phải (tiene que)"; "đừng (no)", se emplean cuando la acción es imperativa:

Hãy yêu nhân loại! (¡Amad la humanidad!) Phải làm nhanh! (¡Hazlo rápido!) Đừng đọ sức với thời gian (No contra el tiempo) ...

11. EXPRESIONES

Son los vocablos o conjuntos de palabras cuyo significado no se entienden de forma literal, sino con una significación diferente pero propia. Por ejemplo: qua mặt (tomar el pelo), nhận tiền tay trái (cobrar en negro), chơi với lửa (jugar con el peligro) ...

12. LA ORACIÓN

La oración es un conjunto de palabras que expresa un significado completo, empieza con la letra en mayúscula y termina con un punto).

a) La oración simple:

Es la que abarca sujeto y predicado, que contienen respectivamente sustantivo, y verbo simple, y que no se desarrolla ni amplia mediante conjunciones:

Tôi là Hòa. (Yo soy Hòa.); Đó là một cái hoa đẹp. (Esa es una bella flor.); Dòng sông không trở lại. (El río sin retorno.); Con được hai mươi tuổi. (Tengo veinte años.) ...

Aunque el sujeto y el predicado contengan varios sustantivos o verbos, pero seguidos de la oración simple porque estos sustantivos y verbos son simples: Tôi, Hoa, Tuấn và Mai là những sinh viên. (Yo, Hoa, Tuan y Mai somos estudiantes.); Chúng tôi cùng ăn, cùng làm và cùng ngủ chung. (Nosotros comemos juntos, trabajamos juntos y dormimos juntos.)

b) Las oraciones compuestas:
Son aquellas oraciones en que el sujeto y el predicado contienen el sustantivo o el verbo que van con la conjunción adicional, o unen varias oraciones incompletas seguidas de preposición, conjunción, coma, o punto-coma:
Ông ta, người mà tôi không lắng nghe, là một người giống như những người khác (Él, a quien no quiero escuchar, es una persona que se asemeja a todos los demás). / Cả bốn mùa, trong những sáng tinh mơ, giữa những rừng thông, hoa luôn luôn nở và tỏa hương (En el curso de las cuatro estaciones, entre los amaneceres, entre los bosques de pinares, las flores brotan y aromatizan siempre.)

c) La oración interrogativa y las respuestas:
La oración interrogativa emplea las conjugaciones interrogantes como: "khi nào- cuándo", "ai- quién", "bao lâu- cuánto tiempo", "có phải- es cierto", con un signo de interrogación al final de la frase.
Khi nào con về Việt nam chơi? (¿Cuándo visitas Vietnam?) /- Dạ, con chưa biết chắc (No lo sé todavía).
Anh đi du lịch ở đâu? (¿A dónde vas de turismo?)- Anh đi các nước Đông nam Á (Voy a los países del sureste de Asia).
Ai là nữ diễn viên mà bạn yêu thích? (¿Quién es la actriz que más te gusta?)- Marilin Monroe.
Có phải là "bữa ăn sáng" hay "ăn điểm tâm" là "el desayuno" trong tiếng Tây Ban Nha? (¿Es cierto que "bữa ăn sáng" o "ăn điểm tâm " es "desayuno" en español?)- Đúng rồi (Sí, es cierto).

d) La oración exclamativa:
Trời ơi (¡Dios!)

Chúa ơi! (¡Dios!)
Trên cả tuyệt vời ¡(¡Súper-maravilloso!)
Khổ ghê! (¡Qué triste!)

e) La oración del subjuntivo:
Pone de manifiesto una hipótesis, un deseo, expresa una duda:
Chúc mọi người năm mới sức khỏe và may mắn (¡Feliz año nuevo! ¡Salud y suerte!)
Em mong rằng chị sẽ đạt được mọi ý nguyện (Deseo que tengas todo lo que quieras).
Có lẽ trời vẫn còn mưa (Tal vez esté lloviendo todavía).
Giờ này chắc mọi người ở Mỹ đã ngủ (A esta hora quizás estén todos durmiendo en EEUU".)

f) La oración activa y la oración pasiva:
Las oraciones activas son aquellas cuyo predicado contiene verbos que funcionan en voz activa, y cuya presencia contribuye a que el sujeto sea independiente y tenga capacidad para generar efectos a través de una oración incompleta seguida de verbo, que hace completar para la independencia de ese sujeto:
Sự ham muốn về vật chất / đã làm lạc hướng / chủ đề sáng tạo của nghệ sĩ. (El deseo material / ha desviado / el tema de la creatividad de los artistas.
Las oraciones pasivas son aquellas cuyos predicados contienen verbos que funcionan en voz pasiva, y cuya presencia expresa el sentido pasivo contenido en el sujeto, producido por otro objeto en la frase incompleta, o un sustantivo seguido del verbo, y se unen por la conjunción "bởi - por". Por ejemplo:
Chủ đề sáng tạo của nghệ sĩ / đã bị lạc hướng / bởi / sự ham muốn vật chất. (La creatividad de los artistas / se ha desviado / por / el tema de la creatividad.)

g) Las frases hechas:
Son las frases completas e incompletas cuya significación no es literal, sino que se oculta: xa mặt cách lòng (los ojos no se ver, corazón no se siente). (Esta frase es una frase hecha, también se llamado proverbio.)
Este diccionario no representa especialmente este aspecto.
• Los signos en la oración y el párrafo:

- El punto pone fin a la oración: Tengo sed.
- La coma sirve para separar los elementos de una numeración; para separar un sustantivo, el pronombre con preposición, y para dividir las oraciones en una oración compuesta:

Tôi sống ở Tenerife, một hòn đảo, ở đó chỉ có biển mà không có sông. (Yo vivo en Tenerife, una isla, en la que sólo hay mar y no tiene río).

Chị ấy, người mà tôi đã gặp cách đây hai năm, tên là Lan (Ella, a la que vi hace dos años, se llama Lan).

- Los dos puntos sirven para introducir una enumeración que está anunciada, después de la expresión de saludo en una carta, o antes de la introducción de una frase que está dicho por otra persona y se pone entre comillas (este caso puede sustituir por coma):

Bạn thân mến: (Querido amigo. / Querida amiga,)
Kính thưa qúi vị: (Muy Señores. / Muy señoras,)

En la carta, este saludo se lo pone dentro dos filas a comparar con las otras filas).

- Un punto y coma se usa para separar las frases incompletas, que delante tiene la separación por una coma y detrás también.

Từ một tâm điểm, ta nhìn cái tổng thể; sau đó, ta lần lượt xem xét những chi tiết (Desde un punto central, veamos las cosas en general; después, iremos viendo los detalles).

- La raya se usa delante de las conversaciones, para separar como la coma, pero tiene significado énfasis; para continua la palabra que está en fin de la fila y no tiene bastante sitio; para separar el tiempo o la página.

> • **Nota:** Aparte de las palabras que son precedidas de vocablos, las demás se preceden de consonante con vocales, vocales con acento, vocales compuestas y vocales que terminan con consonantes. La cuestión depende de las consonantes, que no van con todas las vocales, por eso en el diccionario, los vocablos son ordenados con arreglo al abecedario, las consonantes y las vocales que pueden estar juntas con el significado más usual. Para leer fácilmente las palabras, dejemos de deletrear y veamos cómo se pronuncian la consonante y las vocales y se leen juntas. Por ejemplo:
> "ta", "to", "ma", "me" – no deletrea "tờ a ta = ta", tờ o to = to", "mờ a ma = ma ", "mờ e me = me" sino lee directamente "ta", "to", "ma", "me".
> Los sonidos vietnamitas emplean por tildes: ` (bằng – llana) ´ (sắc – aguda),' (hỏi - reflexivo),˜ (ngã- ondulado), nặng • (rớt – pesado)
> por eso la lengua vietnamita hablando resuena como una sinfonía del río, y el eco del bosque y la montaña.

INTRODUCCIÓN GENERAL A LA GRAMÁTICA VIETNAMITA

LAS ABREVIATURAS:
Danh từ: dt (sustantivo)
Đại từ nhân xưng: đtnx (pronombre)
Động từ: đt (verbo)
Giới từ: gt (preposición)
Liên từ: lt (conjunción)
Liên từ nghi vấn: ltnv (conjunción interrogante)
Mạo từ: mt (artículo)
Mạo từ chỉ định: mtcđ (artículo determinante)
Phó từ: pt (adverbio: adv)
Thành ngữ; thuật ngữ: tng (expresión; el término)
Tiếp đầu ngữ: (tđn) (prefijo)
Tính từ: tt (adjetivo)
Trạng từ: trt (adverbio con- mente)
Trợ động từ (tđt): (conjunción verbal)
Từ cảm thán: ct (la interjección)

LA FRASE Y EL SIGNO:
câu (dt): la frase, la oración, el anuncio
câu bị động: la oración pasiva
câu cảm thán: la exclamación
câu chủ động: la oración activa
câu đơn: la oración simple
câu hỏi: la pregunta
câu nghi vấn: la oración interrogante
câu phức: la oración compuesta
câu thành ngữ: el proverbio, el dicho
câu trả lời: la respuesta
dấu: el signo
dấu chấm: el signo punto (.)
dấu hai chấm: el signo dos puntos (:)
dấu hỏi (dt): el interrogante (?)
dấu chấm phẩy: el punto y coma (;)
dấu chấm than: signo de exclamación (¡)
dấu phẩy: la coma (,)

BẢNG CHUYỂN GIẢI PHIÊN ÂM TƯƠNG ỨNG TIẾNG VIỆT SANG TÂY BAN NHA

• Để người đọc Tây Ban Nha phát âm được dễ dàng từ tiếng Việt, vì sự khác nhau về mặt ngữ vựng giữa hai ngôn ngữ, sau đây là bảng chuyển giải phiên âm tương ứng tiếng Việt sang Tây Ban Nha:
  - Âm hưởng của tiếng Việt dựa vào các dấu huyền ` (trầm), sắc ´ (bổng), hỏi ̉ (uốn), ngã ˜ (lượn), nặng • (rớt) và không dấu (rơi)

- **Cách phát âm của phụ âm:**
B [b= be]
C [c=ce]; chữ "C" khi đứng trước những nguyên âm đọc giống như c [k]trong "cacahuete", "canción" của Tây Ban Nha; và đánh vần như chữ c của chữ "ce" Tây Ban Nha, khi nó ở vị trí cuối của chữ, nó làm nhiệm vụ hoàn thiện ngữ âm cho nguyên âm đứng trước]
D [ll (= lleno, llena) = y của "yo" trong tiếng Tây Ban Nha]. Ví dụ:- da [lla]: la piel
Đ [d=de]. Ví dụ:- đi [di]: andar
G [re=re trong tiếng Tây Ban Nha]; Khi chữ G đi liền với chữ I, nó được phát âm như "ll" hay "y" của "yo" trong tiiếng Tây Ban Nha]. Ví dụ:- gió [yó:]: el viento
H [`hə] = "h" của "hi", o "hello" trong tiếng Anh, khi chữ "H" đứng trước nguyên âm, nó phải được phát âm và phát âm giống chữ h của "hi" hay "hello" của tiếng Anh; khi nó ở vị trí cuối, nó làm nhiệm vụ hoàn thiện phần ngữ âm cho những chữ đứng trước
K [k=ka]
L [l = (la, lo, le); chữ L khi đứng trước nguyên âm thì đọc như chữ l của "le, la, lo" trong tiếng Tây Ban Nha, còn đánh vần thì là "e: lờ"]

M [m = m của "Madrid" trong tiếng Tây Ban Nha, phát âm chữ m = m của "Madrid" khi nó đứng trước nguyên âm; và đánh vần là "em: mờ"]
N [n = n của ne trong tiếng Tây Ban Nha, phát âm chữ n của ne khi nó đứng trước nguyên âm; và đánh vần là: "anh: nờ"]
P [p], Q [q], R [R [r = r của re trong tiếng Tây Ban Nha), phát âm giống r của re khi nó đứng trước nguyên âm; còn đánh vần thì là "e: rờ"]
S [s = s của "sábado" trong tiếng Tây Ban Nha, phát âm giống như s de "sábado" khi nó đứng trước nguyên âm; còn đánh vần thì là: "e: s"]
T [t= te], V [v = ve]
X [e: x = x của "xilófono" trong tiếng Tây Ban Nha, se deletrea como "e: x"
Y [Y= i: của i trong tiếng Tây Ban Nha]; khi chữ "Y" đứng trước nguyên âm, phát âm giống như i trong tiếng Tây Ban Nha nhưng mở ra hơn, "i:"; khi nó ở vị trí cuối, nó làm nhiệm vụ bổ xung cho nguyên âm đứng trước; còn đánh vần thì là: "i gờ rét";
và không phát âm chữ Y khi nó đứng ở giữa của từ. Ví dụ:- yêu [ieu]: amar; nguyên [nguen]

- Cách phát âm của phụ âm ghép:
ch [ch= chelo]. Ví dụ:- cháo [chá: o]: la sopa
gh [g = g của "gong"]. Ví dụ:- ghen [ge: n]: celoso, a
kh [j= jota, jebe]. Ví dụ:- khát [ját]: tener sed
ng [ng= ng, phát âm liền lại giữa chữ n và chữ g của ge bằng mở nhẹ miệng mà không xiết lại trong miệng như chữ g của ge]. Ví dụ:- ngò [ngò:]: el cilandro
ngh [ng, với phụ âm kép này thì không đọc chữ H]. Ví dụ:-nghe [nge:]: escuchar
nh [ñ = niñera]. Ví dụ:-nhẹ [ñẹ:]: ligero
ph [f = fe, figura]. Ví dụ:- phố [fó]: la ciudad; phong [fo: ng]: viento
th [θ = th (Phát âm giống như chữ th của "theatro", "thanks" như trong tiếng Anh, chớ không giống chữ "t" trong chữ "teatro", hay "Toledo" của tiếng Tây Ban Nha). Ví dụ:- tháng [tháng]: el mes
tr [tr = true en inglés (phát âm liền chữ t và chữ r như chữ "tr" của true tiếng Anh, chớ không tách ra như tiếng Tây Ban Nha)]. Ví dụ:- tro [tro:]: la ceniza

- Cách phát âm của nguyên âm:
A [a]
Ă [á = Ă phát âm giống như chữ A ngược, hay giống "á" của "subterráneo" trong tiếng Tây Ban Nh]

BẢNG CHUYỂN GIẢI PHIÊN ÂM TƯƠNG ỨNG TIẾNG VIỆT SANG TÂY BAN NHA

Â [â = Â (Phát âm như một nửa chữ A, bằng cách mở cặp môi ra và dừng lại ở đó, với dấu sắc nhấn]

E [e = e: (phát âm mở rộng hơn nhiều chữ "e" Tây Ban Nha, bằng cách mở rộng miệng, và dừng lại ở đó]

Ê [e]

I [i: (phát âm mở rộng hơn chữ "i" Tây Ban Nha, giống như là chữ "e" tiếng Anh; khi chữ I ở vị trí cuối, có khi nó được phát âm giống chữ i trong tiếng Tây Ban Nha tùy theo giọng địa phương]

O [o= o: (phát âm như một vòng tròn mở rộng và to hơn nhiều so với chữ "o" Tây Ban Nha]

Ô [o], Ơ [Ơ [ơ = "a (æ)" của "really (ri: ˈæliti)" như trong tiếng Anh]

U [u], Ư [ư, phát âm như một nửa chữ u Tây Ban Nha, bằng cách mở miệng và nhấn lại ở đó]

- Cách phát âm của nguyên âm có dấu:

À [à)]
Á [á = "á" của "subterráneo" trong tiếng Tây Ban Nha]
Ạ [a]
Ã [ã]
Ả [ả]
Ằ [à= à:]
Ắ [á = aˊ]
Ặ [ạ = ạ, với dấu nặng]
Ẵ [ã = ã với dấu ngã uốn lượn]
Ẳ [ả = ả với dấu hỏi, nâng lên rồi hạ xuống]
È [è:], É [é:], Ẹ [ẹ:], Ẻ [ẻ:]
Ề [è], Ế [é], Ệ [ẹ], Ễ [ẽ], Ể [ẻ]
Ì [i:], Í [í:], Ị [ị:], Ĩ [ĩ:], Ỉ [ỉ:]
Ò [ò:], Ó [ó:], Ọ [ọ:], Õ [õ:], Ỏ [ỏ:]
Ồ [ò], Ố [ó], Ộ [ọ], Ỗ [õ], Ổ [ỏ]
Ờ [ờ], Ớ [ớ], Ợ [ợ], Ỡ [ỡ], Ở [ở]
Ù [ù], Ú [ú], Ụ [ụ], Ũ [ũ], Ủ [ủ], Ừ [ừ], Ứ [ứ], Ự [ự], Ữ [ữ], Ử [ử]
Ỳ [ỉ:], Ý[í:], Ỵ [ị], Ỹ [ĩ], Ỷ [ỉ]

- Cách phát âm của nguyên âm ghép:

AI [AI [ai = i của "hi" trong tiiếng Anh = [ai trong tiếng Tây Ban Nha", khi i chữ A

đi liền với chữ I, nó được phát âm mở ra hơn "a:", và đọc nó liền với chữ I], ÁI [ái], ẠI [ại], ÃI [ãi], ẢI [ải]
AO [a: o, khi chữ A se đi liền với chữ O, nó được phát âm mở ra hơn và nó được ôm lại bằng chữ O], ÁO [á: o], ÀO [à: o], ÃO [ã: o], ẢO [ả: o]
AU [au], ÁU [áu], ÀU [àu], ẠU [ạu], ÂU [= "o (əu)" của "o" trong tiếng Anh= âu] ẤU [ấu], ẦU [ầu], ẬU [ậu], ẪU [ẫu]], ẨU [ẩu]
ÊU [eu]
EO [e: o], ÉO [é: o], ÈO [è: o], ẸO [ẹ: o], ẼO [ẽ: o], ẺO [ẻo]
ẾU [ếu], ỀU [ều], ỂU [ểu], ỆU [ệu]
IA [ia], IÁ [iá], IÀ [ià], IẠ [iạ], IÃ [iã], IẢ [iả]
IAO [ia: o], IÁO [iá: o]
IÊU [i: eu, phát âm giống "iu" của "interviú", nhưng có chữ e ở giữa: "ieu", bằng cách mở chữ i ra hơn và gắn liền hai chữ e và u lại]IẾU [iếu] IỀU [iều], IỄU [iễu], IỂU [i: ểu]
IO [= i: o:], nó được phát âm như là một chữ o mở hơn:"o:", khi đằng trước IO có phụ âm G], IÓ [ó:], IỎ [ỏ:], IƠ [i: ơ]
IỜ [i: ờ], IU [i: u = iu của "interviú" trong tiếng Tây Ban Nha]
ỊU [i: u]
OA [o: a (se pronuncia como "oa" de "toa", "moi" en francés], ÓA [ó: a], ÒA [ò: a], ỌA [ọ: a], ÕA [õ: a], ỎA [ỏ: a], ẠO [ạ: o], ÃO [ã: o], ỎA [ỏa]
OAI [o: y – o: ai, phát âm như "o: y" của "voy", nhưng "oy", nhưng tượng hình giống như một cái vòng tròn hình xoan ngang và to hơn của "oy" của "voy", là dọc mà nhỏ hơn], OÁI [o: ai], OÀI [o: ài], OẠI [oại], OÃI [oãi], OẢI [o: ải]
OI [o: i], ÓI [ó: i], ÒI [ò: i], ỌI [ọ: i], ÕI [õ: i], ỎI [ỏ: i], ƠI [ơi]; phát âm giống như "oy" de "voy" của tiếng Tây Ban Nha, nhưng tượng hình giống như một cái vòng tròn hình xoan dài và ốm hơn của "oy" của "voy"
ỚI [ới], ỜI [ời], ỞI [ởi], ỠI [ỡi], ỢI [ợi]
UA [ua = ua de "agua" en español], ÚA [úa], ÙA [ùa], ŨA [ũa], ỤA [ụa], ỦA [ủa]
ƯA [ưa], ỨA [ứa], ỪA [ừa], ỮA [ữa], ỰA [ựa], ỬA [ửa]
UE [ue:], UẺ [uẻ], UÊ [ue = ue de "jueves", "muelle" en español
UẾ [ué], UỀ [uề], UỄ [uễ], UỆ [uệ], UỂ [uể]
UI [ui], phát âm U ôm lại bằng chữ I; ÚI [úi], ÙI [ùi], ỤI [ụi], ŨI [ũi], ỦI [ủi]
UÔI [uoi], UỐI [uói], UỘI [uọi] UỖI [uõi], UỔI [uỏi]
ƯU [ưu]; ỨU [ứu], ỪU [ừu], ỰU [ựu], ỬU [ửu]

BẢNG CHUYỂN GIẢI PHIÊN ÂM TƯƠNG ỨNG TIẾNG VIỆT SANG TÂY BAN NHA

- Phát âm của nguyên âm tận cùng bằng phụ âm
Với chữ C ở cuối:
ÁC [á:c], ẠC [ạ:c], ẮC [á:c], ẶC [ạ:c], ẤC [ắc], ẬC [ậc] với dấu nặng]
IÁC [i: ác]
ÓC [ó: c], ỌC [ọ: c]
ỐC [óc], ỘC [ọc]
ÚC [úc], ỤC [ục]
ỨC [ức], ỰC [ực]
ƯỚC [ước], ƯỢC [ược]
UỐC [uốc], UỘC [uộc]
Với chữ M ở cuối:
AM [AM = am của "ambos", "ambas" trong tiếng Tây Ban Nha], ÁM [ÁM], ÀM [ÀM]
ĂM [ăm], ẶM [ặm] với dấu nặng], ẴM [ẵm], với dấu ngã
ÂM [âm = "um" của "umbrela" trong tiếng Anh= âm], ẦM [với dấu huyền = ầm], ẤM [ấm], ẬM [với dấu nặng = ậm], ẪM [với dấu ngã = ẫm], ẨM [với dấu hỏi= ẩm]
EM [e: m], ÈM [è: m], ÉM [é: m], ẺM [ẻ: m]
IM [im = im của "timbre" trong tiếng Tây Ban Nha], ÌM [ìm], ÍM [ím], ĨM [ĩm], ỈM [ỉm], IÊM [iem = iem của "septiembre", "miembro" trong tiếng Tây Ban Nha]
IỀM [iềm =]; IẾM [iếm], IỆM [iệm]
OM [o: m = o:m của "hombre", "nombre" trong tiếng Tây Ban Nha], ÒM [ò: m], ÓM [ó: m], ÕM [õ: m], ỎM [ỏ: m]
ÔM [om], ỒM [òm], ỐM [óm]
UM [um = um de "cumbre" trong tiếng Tây Ban Nha], ÙM [`∩m = ùm, phát âm giống như "um al revés" de "cumbre"], ÚM [´∩m = úm của "tumba" trong tiếng Tây Ban Nha]
UỘM [uọm]
ƯƠM, ƯỚM [ươm], ƯỢM [ượm]

- Với chữ N ở cuối
AN [an = an của "pan" trong tiếng Tây Ban Nha], ÀN [àn], ÁN [án] ẠN [ạn], ÃN [ãn], ẢN [ản]
ĂN [ăn], ẮN [ắn], ẴN [ẵn], ẲN [ẳn]
ÂN [ân], ẬN [với dấu nặng = ận], ẨN [với dấu hỏi = ẩn]
ÉN [é: n], ÈN [èn], ẸN [ẹn], ẼN [ẽn], ẺN [ẻ: n]

BẢNG CHUYỂN GIẢI PHIÊN ÂM TƯƠNG ỨNG TIẾNG VIỆT SANG TÂY BAN NHA

ÊN [en], ỀN [èn], ẾN [én], ỆN [ện], ỄN [ển]
IN [in = in của "fin"], IAN [an; đây là nguyên âm ghép đi kèm với phụ âm G, phát âm chữ G với chữ I thành một phụ âm giống như chữ Y của "yo" trong tiếng Tây Ban Nha]
IÁN [án], IÀN [àn], IẢN [ản]
IÊN [ien = ien của "bien", "mientras" trong tiếng Tây Ban Nha], IẾN [ién], IỆN [iện], IỄN [iễn]
ÌN [ìn], ÍN [ín], ỊN [ịn], ỈN [ỉn]
ON [o: n = on của "con" trong tiếng Tây Ban Nha], ÓN [ó: n], ÒN [ò: n], ỌN [ọ: n], ÕN [õ: n], ỎN [ỏn]
OAN [o:an], OÀN [o: àn], OẠN [o: ạn], OÃN [o: ãn], OĂN [o: ʌn = oăn]
ƠN [ơn], ỚN [ớn], ỜN [ờn], ỞN [ởn]
UÂN [uân], UẤN [uấn], UẬN [với dấu nặng = uận]
UN [un = un của "mundo"]; ÚN [ún]; ÙN [ùn], ỤN [ụn]
UÔN [uon], UỐN [uón], UỘN [uọn]
UYÊN = [uen, không đọc chữ Y khi nó đứng giữa Hai nguyên âm, bắt đầu bằng chữ U, nâng lên với chữ E và ôm lại bằng chữ N], UYẾN [uén], UYỀN [uền], UYỆN [uện], UYỄN [uễn], UYỂN [uển]
ƯƠN [ươn], ƯỜN [ườn], ƯỢN [ượn],

- **Với chữ P ở cuối:**
ÁP [áp = a: p của "capote" trong tiếng Tây Ban Nha], ẠP [ạp]
ẮP [ắp], ẶP [với dấu nặng = ặp]
ẤP [ấp], ẬP [với dấu nặng = ập]
ÉP [é: p = e: p của "septiembre" trong tiếng Tây Ban Nha, với chữ E kéo dài], ẸP [ẹ: p]
ẾP [ếp = ep của "septiembre"], ỆP [ệp]
ÍP [íp = ip của "típo"], ỊP [ị: p], ỈP [ịp], IẾP [iép]
IẸP [iẹp]
ÓP [ó: p = op của "stop" trong tiếng Anh]
ỐP [ốp], ỘP [ộp]
ỚP [ớp = "ov") của "love") trong tiếng Anh, phát âm giống như "ov" de "love" trong tiếng Anh, với dấu sắc và không đọc ra tiếng của chữ v], ỢP [ợp = "ov" của "love" trong tiếng Anh, "ov" của "love" trong tiếng Anh với dấu nặng, và không đọc ra tiếng của chữ v]
ÚP [úp], ỤP [ụp]

BẢNG CHUYỂN GIẢI PHIÊN ÂM TƯƠNG ỨNG TIẾNG VIỆT SANG TÂY BAN NHA

- Với chữ T ở cuối:
ÁT [át =at của "tomate" trong tiếng Tây Ban Nha], ẠT [ạt], ẮT [ắt], ẶT [với dấu nặng = ặt], ẤT [với dấu sắc = ât], ẬT [với dấu nặng = ật], ÉT [é:t], ẸT [ẹ:t], ẾT [ét], ỆT [ẹt], ÍT [ít], ỊT [ịt], ÚT [út], ỤT [ụt], ỨT [ứt], IẾT [iét], IỆT [iệt], O: ÁT [oát], O: ẠT [với dấu nặng = oạt], O: ẤT [oất], ỐT [ốt], ỌT [ọt], UẤT [uất], UỐT [uót], UỘT [uọt], UYỆT = [uẹt], UYẾT [uét], ƯỚT [ướt], ƯỢT [ượt]

Với chữ CH ở cuối:
ÁCH [ách], ẠCH [ạch]
ẾCH [éch]
ÍCH [í: ch], ỊCH [ị: ch]
OÁCH [o: ách]; OẠCH [o: ach]
UYCH [uị: ch, chữ Y khi đứng sau chữ U, đọc nó giống nguyên âm, "i:", bắt đầu bằng chữ U, đọc liền với I có dấu nặng, cả hai được ôm lại bởi chữ CH mà không đọc ra]

- Với chữ NH ở cuối:
ANH [anh], ÁNH [ánh], ẠNH [ạnh], ÃNH [ãnh], ẢNH [ảnh]
ÊNH [enh], Ểnh [ểnh], INH [i: nh = in của "fin", nhưng phát âm chữ I mở ra hơn, "[i:], như chữ e của tiếng Anh]
ÍNH [í: nh], ỊNH [ị: nh], ĨNH [ĩ: nh]
OANH [oanh], OẠCH [o: ach]
UANH [uanh], UẠNH [uạnh]
UYNH [ui: nh], ÙYNH [ùi: nh], ÚYNH [úi: nh]

- Với chữ NG ở cuối:
ANG [ang], ÁNG [áng], ÀNG [àng], ẠNG [ạng], ÃNG [ãng], ẢNG [ảng]
ĂNG [ăng], ẮNG [ắng =], ẶNG con el acento abajo = ặng], ẴNG [con el acento ondular = ẵng], ẲNG [con el acento reflejo = ẳng]
ÂNG [âng], ẦNG [ầng]
ENG [eng], ẸNG [ẹ:ng]
OANG [o: ang, se pronuncia con la o más abierta, abarca ang], OÁNG [o: áng], OÀNG [o: àng], OẢNG [o: ảng]
OÉT [oét], OẸT [oẹt]
ONG [o:ng = ong de "gong" en español], ÓNG [ó:ng], ÒNG [òng], ỌNG [ọng], ỎNG [ỏ:ng], ÕNG [õng]
ÔNG [ong], ỒNG [òng], ỐNG [óng], ỘNG [ọng], ỔNG [ong, con el acento reflejo]

BẢNG CHUYỂN GIẢI PHIÊN ÂM TƯƠNG ỨNG TIẾNG VIỆT SANG TÂY BAN NHA

UANG [uoang], UÁNG [uoáng], UÀNG [uoàng], UÃNG [uoãng], UẢNG [uoảng]
UNG [ung], ÚNG [úng], ÙNG [ùng], ỤNG [ụng], ỦNG [ủng]
ƯNG [ưng], ỨNG [ứng], ỪNG [ừng], ỰNG [ựng], ỮNG [ững], ỬNG [ửng]
UÔNG [uông], UỒNG [uồng], UỐNG [uống], UỖNG [uỗng]

- **Với chữ Y ở cuối:**
AY [ay = ay của "hay" trong tiếng Tây Ban Nha], ÁY [áy], ÀY [ày], ẠY [ạy], ÃY [ãy], ẢY [ảy] ÂY [ây = ay của hay en español, nhưng phát âm hẹp hơn chữ "a", ẤY [ấy], ẦY [ầy], ẬY [ậy], ẪY [ẫy], ẨY [ẩy], UY [ui: = uy], phát âm chữ U ôm lại bằng chữ Y, giống chữ I mở ra hơn, "i:"
ÚY [úy], ÙY [ùy], ỤY [ụy], ỦY [ủy]

LA EXPLICACIÓN DE LA TRANSCRIPCIÓN FONÉTICA CON SU EQUIVALENCIA EN ESPAÑOL

• Para facilitar la pronunciación de las palabras vietnamitas para los españoles, por lo que se trata de las diferencias fonéticas de los dos idiomas, en las siguientes es la explicación de la transcripción fonética de Vietnam con la equivalencia fonética en español:
  - Los sonidos vietnamitas se emplean por tildes: ` (bằng – llana, de llana y baja suave el acento) ´ (sắc – aguda, se sube el acento);' (hỏi – reflexivo, se sube y da la vuelta el acento), ~ (ngã – ondulado, se sube, se baja, y se sube el acento), nặng • (rớt – pesado, se baja fuerte el acento)

- **Los fonemas consonantes:**
B [b = be en español]
C [c = ce en español]; la "C" cuando va delante con las vocales, se pronuncia como la c [k] de "cacahuete", "canción" en español]; y se deletrea como "c" de "ce" de español cuando está en la sílaba final, su misión es para completar el fonema de vocal delante
D [ll = lle (= lleno, llena) en español, = la y (= yo) en español]. Por ejemplo:- da [lla]: la piel
Đ [d = d de "de" en español]. Por ejemplo: đi [di]: andar
G [re = re en español]; Cuando la G va seguida con la I, se pronuncia como "ll" o "y" de "yo" en español]. Por ejemplo:- gió [yó:]: el viento
H [`hə] = "h" de "hi", o "hello" en inglés, cuando "H" va delante de la vocal, se pronuncia como la h de "hi" o "hello" de inglés]; cuando está en la sílaba final,

su misión es completar el fonema de las que tiene delante, y no se pronuncia
K [k = k de "ka" en español]
L [l = l de "le, la, lo" en español, se pronuncia como l de "le, la, lo" en español cuando va delante de las vocales; y deletrea como "e: lờ"]
M [m = m de "Madrid" en español, se pronuncia como m = m de "Madrid" cuando va delante de vocales; y cuando deletrea, se pronuncia así "em: mờ"]
N [n = n de ne en español, se pronuncia como n de ne cuando va delante de vocales; y cuando deletrea, se pronuncia así: "anh: nờ"]
P [pe = p en español]
Q [q en español]
R [r = r de re en español, se pronuncia como r = (r de re) cuando va delante de vocales; y se deletrea como "e: rờ"]
S [s = s de "sábado" en español, se pronuncia como s de "sábado" cuando va delante de vocales; y cuando deletrea, se pronuncia así: "e: s"]
T [t = t de "te" en español]
V [v = V de "ve" en español]
X [e: x = x de "xilófono" en español, se pronuncia así: "e: x"
Y [Y= i: = i de español]; cuando la "Y" va delante de vocales, se pronuncia con sonido más abierto; cuando está en la síbala final, sirve para completar el fonema de la vocal que tiene delante; y cuando deletrea, se pronuncia así: "i gờ rét"; Y no se pronuncia cuando la Y está en el centro del vocablo. Por ejemplo:- yêu [ieu]: amar; nguyên [nguen]

- **Los fonemas consonantes compuestas:**
ch [ch= chelo en español]. Por ejemplo: cháo [chá: o]: la sopa
gh [g = g de "gong" en español]. Por ejemplo:- ghen [ge: n]: celoso, a
kh [j= J de "jota, jebe" en español]. Por ejemplo:- khát [ját]: tener sed
ng [ng= ng, se junta la pronunciación entre la n y la g de ge abriendo suavemente la boca, pero sin apretar dentro la boca como con la g de ge]. Por ejemplo: ngò [ngò:]: el cilandro
ngh [ng]: nghe [nge:]: escuchar
nh [ñ = ñ de "niñera" en español]. Por ejemplo: nhẹ [ñẹ:]: ligero
ph [f = f de "fe, figura" en español]. Por ejemplo: phố [fó]: la ciudad; phong [fo: ng]: viento
th [θ = th (se pronuncia como "thanks" de inglés, se saca la lengua subiendo

hacia los dientes superiores, y se abre la boca quedando con el sonido];- tháng [tháng]: el mes

tr [tr = true en inglés (se pronuncia la t y la r juntos como "tr" en inglés, pero no separa como "tr" en español)]. Por ejemplo:- tro [tro:]: la ceniza

- **Los fonemas de vocales:**

A [a]

Ă [se pronuncia como una A al revés = ă, o como "á" de "subterráneo" en español]

 [U de "suddenly" en inglés (se pronuncia como la mitad de una A en español, o la U de "suddenly" en inglés, abriendo los labios con el acento arriba = â]

E [e = e: (se pronuncia de forma mucho más abierta que la "e" en español, dejando la boca abierta, y quedase ahí]

Ê [e]

I [i: (se pronuncia más abierto que la "i" de español, o como la "e" en inglés; la I cuando está en la sílaba final, a veces se pronuncia como la i en español según el acento vernáculo]

O [o= o: (se pronuncia como un círculo redondo más abierto y es más grande que la "o" de español]

Ô [o]

Ơ [ə = "a (æ)" de "really (ri: ˈæliti)" en inglés = ơ]

U [u]

Ư [ư, se pronuncia como la mitad de la u de español, abre la boca, y queda con énfasis ahí]

- **Los fonemas de vocales con acentos:**

À [à], Á [á = á de "subterráneo" en español], Ạ [ạ], Ã [ã], Ả [ả]

Ằ [à= ằ]

Ắ [á = ắ = á de "subterráneo" en español]

Ặ [con el acento abajo = ạ = ặ]

Ẵ [con el acento ondulado = ã = ẵ]

Ẳ [con el acento reflejo = ả = ẳ]

È [è:], É [é:], Ẹ [ẹ:], Ẻ [ẻ:]

Ề [è], Ế [é], Ệ [ẹ], Ễ [ẽ], Ể [ẻ]

Ì [ì:], Í [í:], Ị [ị:], Ĩ [ĩ:], Ỉ [ỉ:],

Ò [ò:], Ó [ó:], Ọ [ọ:], Õ [õ:], Ỏ [ỏ:]

Ồ [ò], Ố [ó], Ộ [ọ], Ỗ [õ], Ổ [ỏ]
Ờ [ờ], Ớ [ớ], Ợ [ợ], Ỡ [ỡ], Ở [ở]
Ù [ù], Ú [ú], Ụ [ụ], Ũ [ũ], Ủ [ủ]
Ừ [ừ], Ứ [ứ], Ự [ự], Ữ [ữ], Ử [ử]
Ỳ [i:], Ý[í:], Ỵ [i], Ỹ [ĩ], Ỷ [ỉ]

- Los fonemas de vocales compuestas:

AI [AI [ai = i de "hi" en inglés = ai en español", cuando la A va con la I, se pronuncia más abierta "a:" y lee junto con la I], ÁI [ái], ẠI [ại], ÃI [ãi], ẢI [ải]
AO [a: o, cuando la A va con la O, se pronuncia de forma más abierta, y se abarca con la O], ÁO [á: o], ÀO [à: o], ẠO [ạo], ÃO [ão], ẢO [ả: o]
AU [au], ÁU [áu], ÀU [àu], ẠU [ạu]
ÂU ["o (əu)" de "o" de inglés = âu], ẤU [ấu], ẦU [ầu], ẬU [ậu], ẪU [ẫu]], ẨU [ẩu]
EO [e: o], ÉO [é: o], ÈO [è: o], ẸO [ẹ: o], ẼO [ẽ: o], ẺO [ẻo]
ÊU [eu], ẾU [ếu], ỀU [ều], ỄU [ễu], ỆU [ệu]
IA [ia], IÁ [iá], IÀ [ià], IẠ [iạ], IÃ [iã], IẢ [iả]
IAO [ia: o], IÁO [iá: o]
IÊU [i: u = ieu, se pronuncia como "iu" de "interviú", pero con la i más abierta, IẾU [iéu], IỀU [ièu], IỆU [iệu], IỄU [iễu], IỂU [iểu]
IÒ [= "i: ò:", se pronuncia como una sola O, pero de forma más abierta: "o:" cuando IO van detrás de la G], IÓ [ó:]], IỎ [i: ò:]
IƠ [i: ơ], IỜ [i: ờ]
IU [i: u = iu de "interviú" en español, con la I más abierta, abarcado con la U)], IỤ [i: u]
OA [o: a] (se pronuncia como "oa" de "toa", "moi" en francés], ÓA [ó: a], ÒA [ò: a], ỌA [ọ: a], ÕA [õ: a], ỎA [ỏ: a]
OAI [oy – o:ai, se pronuncia como "oy" de "voy", pero el sonido dando una imagen de un círculo ovalado de horizontal y más ancho que de "voy", que es vertical y menos ancho, OÁI [o: ai], OÀI [o: ài], OẠI [oại], OÃI [oãi], OẢI [oải]
OI [o: i], ÓI [ó: i], ÒI [ò: i], ỌI [ọ: i], ÕI [õ: i], ỎI [ỏ: i]
ƠI [ơi]; se pronuncia como "oy" de "voy" en español, pero el sonido dando una imagen de un círculo ovalado más alargado y menos ancho que "oy" de "voy", ỚI [ới], ỠI [ỡi], ỢI [ợi], ỞI [ởi], ỜI [ời]
UA [ua = ua de "agua" en español], ÚA [úa], ÙA [ùa], ỤA [ụa] ŨA [ũa], ỦA [ủa]
ƯA [ưa], ỨA [ứa], ỪA [ừa], ỰA [ựa], ỮA [ữa], ỬA [ửa]
UE [ue:], UẺ [uẻ]

BẢNG CHUYỂN GIẢI PHIÊN ÂM TƯƠNG ỨNG TIẾNG VIỆT SANG TÂY BAN NHA

UÊ [ue = ue de "jueves", "muelle" en español; UẾ [ué], UỀ [uè], UỂ [uẻ], UỄ [uẽ], UỆ [uệ],
UI [ui, se pronuncia la U abarcado con la I], ÚI [úi], ÙI [ùi], ỤI [ụi], ŨI [ũi], ỦI [ủi]
UAN [uan]
UÔI [uoi], UỐI [uói], UỘI [uọi] UỖI [uõi], UỔI [uỏi]
UYA [ue]
ƯU [ưu]; ỨU [ứu], ỪU [ừu], ỰU [ựu], ỬU [ửu]

- **Los fonemas con vocales que terminan en consonantes:**
Con C al final:
ÁC [ác= "ac" de "jactar" en español], ẠC [ạc]
ẮC [ắc], ẶC [con el acento abajo = ặc]
ẤC [ấc], ẬC [con el acento bajo = ậc]
IÁC [i: ác]
ÓC [ó: c], ỌC [ọ: c]
ỐC [óc], ỘC [ọc]
ÚC [úc], ỤC [ục],
ỨC [ức], ỰC [ực]
ƯỚC [ước], ƯỢC [ược]
UỐC [uốc], UỘC [uộc]

Con M al final:
AM [AM = am de "ambos", "ambas" en español], ÁM [ÁM], ÀM [ÀM]
ĂM [ăm], ẰM [con el acento bajo = ặm], ẴM [con el acento ondulado = ẵm]
ÂM ["um" de "umbrela" en inglés = âm], ẤM [um de "umbrela" en inglés con acento va arriba = ấm], ẦM [con el acento hacia abajo = ậm], ẪM [con el acento ondulado = ậm], ẨM [con el acento reflejo = ẩm]
EM [e: m], ÈM [è: m], ÉM [é: m], ẺM [ẻ: m]
IM [im = im de "timbre" en español], ÌM [ìm], ÍM [ím], ĨM [ĩm], ỈM [ỉm]
IÊM [iem = iem de "septiembre", "miembro" en español], IỀM [ièm =]; IẾM [iém], IỆM [iệm]
OM [o: m = o:m de "hombre", "nombre" en español], ÒM [ò: m], ÓM [ó: m], ÕM [õ: m], ỎM [ỏ: m]
ÔM [om], ỒM [òm], ỐM [óm]
UM [um = um de "cumbre" en español]
ÙM [ùm, se pronuncia como "um al revés" de "cumbre"]

ÚM [úm de "tumba" en español]
UỘM [uọm], ƯƠM, ƯỚM [ươm], ƯỢM [ượm]
Con N al final:
AN [an = an de "pan" en español], ÀN [àn], ÁN [án] ẠN [ạn], ÃN [ãn], ẢN [ản]
ĂN [ăn], ẮN [ắn], ẴN [ẵn], ẲN [ẳn]
ÂN [ân], ẬN [con el acento bajo = ận], ẨN [con el acento reflejo = ẩn],
EN [e: n = en en español], ÉN [é: n], ÈN [èn], ẸN [ẹn], ẼN [ẽn], ẺN [ẻ: n]
ÊN [en = en dé "en" en español], Ền [èn], Ến [èn], ỆN [ện], ỂN [ển]
AN [an], IÁN [án], IÀN [àn], IẢN [ản]
IÊN [ien = ien de "bien", "mientras" en español], IẾN [ién], IỆN [iện], IỄN [iễn]
IN [in = in de "fin"], ÌN [ìn], ÍN [ín], ỊN [ịn], ĨN [ĩn]
ON [o: n = o: n de "con" en español], ÓN [ó: n], ÒN [ò: n], ỌN [ọ: n], ÕN [õ: n],
ỎN [ỏn]
OAN [o: an], OÀN [o: àn], OẠN [o: ạn], OÃN [o: ãn]
OĂN [o: ăn]
ƠN [ơn], ỚN [ớn], ỜN [ờn], ỞN [ởn]
UÂN [uân], UẤN [uấn], UẬN [con el acento abajo = uận]
UN [un = un de "mundo"]; ÚN [ún]; ÙN [ùn], ỤN [ụn]
UÔN [uon], UỐN [uón], UỘN [uọn]
UYÊN = [uen, no se pronuncia la Y cuando está entre dos vocales, empieza por la U, y sube con la E y abarca con N], UYẾN [uén], UYỀN [uền], UYỆN [uẹn], UYỄN [uẽn], UYỂN [uền]
ƯƠN [ươn], ƯỜN [ườn], ƯỢN [ượn]
Con P al final:
ÁP [áp = ap de "capote" en español], ẠP [ạp]
ẮP [ắp], ẶP [con el acento = ặp]
ẤP [ấp]
ẬP [con el acento abajo = ập]
ÉP [é: p = e: p "de septiembre" en español, con la "e" más larga], ẸP [ẹ: p]
ÊP [ép = ep de "septiembre"], ỆP [ẹp]
ÍP [íp = ip de "típo"], ỊP [ịp]
IẾP [iép], IỆP [iẹp]
ÓP [ó: p = op de "stop" en inglés]
ÔP [op = op], ỘP [ộp]
ỚP [ớp = "ov" de "love (l?v)" en inglés, se pronuncia como "ov" de "love" en

BẢNG CHUYỂN GIẢI PHIÊN ÂM TƯƠNG ỨNG TIẾNG VIỆT SANG TÂY BAN NHA

inglés, con el acento va arriba, y más firme como "o: p", abarca con la p, sin sale sonido de la p]
ỢP [ợp = "ov" de "love" en inglés, "ov" de "love" en inglés con el acento abajo, sin sale sonido v]
ÚP [úp], ỤP [ụp]

Con T al final:
ÁT [át =at de "tomate" en español], ẠT [ạt]
ẮT [ắt], ẶT [con el acento abajo = ặt]
ẤT [con el acento sube arriba = ất], ẬT [con el acento abajo = ật]
ÉT [é: t = et de "metro" en español], ẸT [ẹ:t]
ẾT [ét =], ỆT [ệt]
ÍT [ít], ỊT [ịt]
ÚT [út], ỤT [ụt]
ỨT [ứt]
IẾT [iét], IỆT [iệt]
O: ÁT [oát], OẠT [con el acento abajo = oạt], O: ẮT [= o: ắt]
OÉT [o: ét], OẸT [o: ẹt]
ÓT [ót], ỌT [ọt]
UẤT [uất]
UỐT [uót], UỘT [uọt]
UYỆT = [uệt], UYẾT [uét]
ƯỚT [ướt], ƯỢT [ượt]

Con CH al final:
ÁCH [ách], ẠCH [ạch]
ẾCH [éch]
ÍCH [í: ch], ỊCH [ị: ch]
OÁCH [oách]; OẠCH [o: ach]
UYCH [ui: ch, la Y va detrás de la U como vocal, "i:", empieza por la U seguida de la I con el acento abajo, ambos acabados en CH sin pronunciar]

Con NH al final:
ANH [anh], ÁNH [ánh], ẠNH [ạnh], ÃNH [ãnh], ẢNH [ảnh]
ÊNH [enh], Ềnh [ềnh]
INH [i: nh = in de "fin", se pronuncia con la I más abierta, "[i:], como la "e" de inglés, acaba el sonido con NH], ÍNH [í: nh], ỊNH [ị: nh], ĨNH [ĩ: nh], OANH [oanh], OẠCH [o: ach], UANH [uanh], UẠNH [uạnh], UYNH [ui: nh], ỲYNH [ùi: nh], ÚYNH [úi: nh]

Con NG al final:
ANG [ang, NG en la sílaba final se pronuncia como "ng" de "gong", "ANG"], ÁNG [áng], ÀNG [àng], ẠNG [ạng], ÃNG [ãng], ẢNG [ảng]
ĂNG [ăng], ẮNG [ắng], ẶNG [con el acento abajo = ặng], ẴNG [con el acento ondular = ẵng], ẲNG [con el acento reflejo = ẳng]
ÂNG [âng], ẰNG [ằng]
ENG [e: ng], ẸNG [ẹ:ng]
OANG [o: ang, se pronuncia como la o, pero más abierta, y acaba con "ang"], OÁNG [o: áng], OÀNG [o: àng], OẢNG [o: ảng]
ONG [o:ng = ong de "gong" en español], ÓNG [ó:ng], ÒNG [òng], ỌNG [ọng], ÕNG [õng], ỎNG [ỏ:ng]
ÔNG [ong], ỒNG [òng], ỐNG [óng], ỘNG [ọng], ỖNG [ong, con el acento reflejo]
UANG [uoang], UÁNG [uoáng], UÀNG [uoàng], UÃNG [uoãng], UẢNG [uoảng]
UNG [ung], ÚNG [úng], ÙNG [ùng], ỤNG [ụng], ỦNG [ủng]
ƯNG [ưng], ỨNG [ứng], Ừng [ừng], ỰNG [ựng], ỮNG [ững], ỬNG [ửng]
UÔNG [uông], UỒNG [uồng], UỐNG [uống], UỖNG [uỗng]
Con Y al final:
AY [ay = ay de "hay" en español], ÁY [áy], ÀY [ày], AY [ạy], ÃY [ãy], ẢY [ảy]
ÂY [ây = ay de "hay" en español, se pronuncia como la "a", pero menos abierta]; ẤY [ấy], ẦY [ầy], ẬY [ậy], ẪY [ẫy], ẨY [ẩy]
UY [ui: =uy], se pronuncia la U abarcada en Y, o la I más abierta, "i:"; ÚY [úy], ÙY [ùy], ỤY [ụy], ỦY [ủy]

TỰ ĐIỂN VIỆT NAM - TÂY BAN NHA
DICCIONARIO VIETNAMITA - ESPAÑOL

Nguyên âm thứ nhất và chữ đầu tiên của bảng chữ cái
Primera vocal y primera letra del abecedario

a (từ cảm thán- interjección) / a! (¡ah!)
à: tiếng đệm (letra añadida) / Anh chưa đi à? (¿No te has ido?)
ác, ác độc (tt), (pt): cruel; **sự ác độc** (dt): la crueldad
ác mộng (dt): la pesadilla
ác ý, sự ác ý (dt): la mala intención
ai (đtnx), (ltnv): quien, todo el mundo / ai trong chúng ta (quien en nosotros) / ai cũng vậy (todo el mundo es así) / Ai đó: ¿Quién es?
ái khanh (đtnx): vos, usted, el modo en que un rey interpela a sus mujeres
ái quốc (đt, tng): amar el país; (dt, tng), **lòng ái quốc**: el amor del país
ái tình (dt): el amor
am hiểu (đt): saber, entender; (dt), **sự am hiểu**: el entendimiento (un tema, un asunto), el conocimiento.
am tường (đt): conocer a fondo / Anh ấy rất am tường công việc. (Conoció a fondo su trabajo.); (dt), **sự am tường**: el saber
ám ảnh, **làm ám ảnh, làm cho ám ảnh** (đt): obsesionar; (đt), **bị ám ảnh**: estar obsesionado, obsesionarse; (dt), sự ám ảnh: la obsesión.
ám sát (đt): asesinar; (dt), **sự ám sát**: el asesinato; (dt), **người ám sát**: la asesina, el asesino
an ninh trật tự = trật tự an ninh (tng): seguridad pública
an toàn, **sự an toàn** (dt): la seguridad / **nơi an toàn, chỗ an toàn** (el lugar seguro) / an toàn giao thông (seguridad vial)
an ủi (đt): consolar; (dt), sự an ủi: el consuelo
án mạng (tt): asesino, a; (dt), **vụ án mạng**: el asunto del asesinato

anh (đtnx): usted
anh (tt): inglés, inglesa / **nước Anh** (Inglaterra) / **người Anh** (los ingleses) / **một người Anh** (un inglés, una inglesa)
anh ấy (đtnx): él
anh chồng (dt): el cuñado (el hermano mayor del marido)
anh em (dt): los hermanos
anh họ (dt): el primo, el primo mayor
anh ruột (dt): el hermano mayor
anh ta (đtnx): él
anh trai (dt): el hermano mayor
anh vợ (dt): el cuñado (el hermano mayor de la esposa)
ảnh hưởng (đt): influir / Khoa học đã ảnh hưởng đến thời hiện tại của nhân loại (La ciencia influyó en la era presente de la humanidad); (dt), **sự ảnh hưởng**: la influencia / Sự ảnh hưởng của máy điện tử làm cho con người xa rời thiên nhiên (La influencia del ordenador hace que la gente se aleje de la naturaleza).
ánh sáng (dt): la luz / Ánh sáng chiếu tỏa khắp nơi trên mặt hồ. (La luz ilumina y se refleja en todo el lago.)
ao, **cái ao** (dt): el estanque
ào ào (pt): fuertemente / gió thổi ào ào (el viento sopla fuertemente)
ào xuống (đt): caer fuerte / mưa ào xuống (la lluvia cae fuertemente)
ảo ảnh (dt): el espejismo
ảo mộng (dt): la ilusión; el ensueño; la ambición / ảo mộng thôn tính thế giới (la ambición de anexionarse)
ảo tưởng (dt): la ficción, ilusión
áo (dt), cái áo: la blusa / cái áo sơ mi (la camisa)
áo (tt): austríaco, a / **nước Áo** (Austria) / **người Áo** (los austriacos) / **một người Áo** (un austríaco, una austríaca)
áo dài, **chiếc áo dài**, **cái áo dài** (dt): el traje típico; (dt), **bộ áo dài**: el conjunto típico.
áp bức (đt): presionar; (dt), **sự áp bức**: la presión

Nguyên âm thứ hai và chữ thứ hai của bảng chữ cái
Segunda vocal y segunda letra del abecedario

ăn (đt): comer / Chúng ta hãy vào ăn. (Vamos a comer.) / bữa ăn sáng (el desayuno) / bữa ăn trưa (el almuerzo) / bữa ăn tối (la cena) / bữa ăn dặm (la merienda)
ăn cắp (đt): robar; (dt), **đồ vật ăn cắp**: el robo
ăn cướp (vt): robar (con violencia)
ăn chay (đt): vegetar; (dt), **người ăn chay**: el vegetariano, la vegetariana
ăn diện (tt), (pt): coqueta / Cô ấy là rất ăn diện. (Ella es muy coqueta.)
ăn năn (đt): remorder; (dt), **sự ăn năn**: el remordimiento
ăn thịt (tt), (pt): carnívora(ro) / **người ăn thịt** (persona carnívora), **động vật ăn thịt** (animal carnívoro); (đt), **ăn thịt**: comer carne / Hôm nay, họ ăn thịt gà (Hoy, ellos comen pollo).

Nguyên âm thứ ba và chữ thứ ba của bảng chữ cái
Tercera vocal y tercera letra del abecedario

âm (tng): yin
âm dương (tng): el yin y el yang
âm lịch (dt): el calendario lunar
âm hưởng (dt): la resonancia, el eco
âm nhạc (dt): la música
âm tính (dt): el carácter del yin
âm vọng (dt): la resonancia, el eco
ẩm thực (dt): la comida / **nghệ thuật ẩm thực** (el arte culinario)
ẩm, ẩm ướt (tt), (pt): húmedo, a; (đt), **bị ẩm ướt**: humedecerse; (đt), **làm cho ẩm ướt**: humedecer; (dt), **sự ẩm ướt**: la humedad
ấm, cái ấm, cái ấm trà (dt): la tetera
ấm, ấm áp (tt): cálido, a / Một căn phòng ấm áp. (Una habitación cálida.)
ân cần (tt), (pt): atento, a / Thái độ ân cần. (La actitud atenta) / Cô ấy chăm sóc bệnh nhân một cách ân cần. (Ella cuida atentamente a los pacientes.); (dt), **sự ân cần**: lo atento
ân tình (dt): el sentimiento de gratitud
ẩn náu (đt): refugiarse / Họ ẩn náu dưới hầm (Ellos se refugian en el túnel.); (dt), **chỗ ẩn náu, nơi ẩn náu**: el refugio
ấn (đt): presionar / ấn ngón tay (presionar con los dedos)
ấn độ (tt): hindú / **nước Ấn độ** (India) / **người Ấn độ** (los hindúes) / **một người Ấn độ** (un hindú, una hindú)
ấn độ dương (tt): indico; (dt), **biển Ấn độ dương**: océano Indico
ấn tượng (tt), (pt): impresionable; (dt), **nghệ thuật ấn tượng**: el impresionismo

âu hóa

âu hóa (pt): occidental / Văn hóa Việt nam đã bị Âu hóa kể từ thời Pháp thuộc (La cultura vietnamita ha sido occidental desde el tiempo colonial con los franceses; (dt), **sự âu hóa**: el estilo occidental estilizado

Phụ âm thứ nhất và chữ thứ tư của bảng chữ cái
Primera consonante y cuarta letra del abecedario

ba (đtnx): papi

ba (tt): tres / **số ba**: el número tres / ba người (tres personas) / ba cái (tres cosas) / ngày ba (el día tres) / tháng ba (el mes de marzo) / ba ngày (tres días) / ba tháng (tres meses)

ba lan (tt): polaco, a / **nước Ba lan** (Polonia) / **người Ba lan** (los polacos) / **một người Ba lan** (un polaco, una polaca)

ba hoa (tt), (pt): ostentoso, a / nói ba hoa (hablar ostentoso); (dt), **sự ba hoa**: la ostentación

ba màu (tt): tricolor / **cờ ba màu** (la bandera tricolor)

ba phải (tt), (pt): vacilante / **người ba phải** (la persona vacilante; el vacilón, la vacilona) / Ông ta là một người ba phải, ai nói gì cũng cho là đúng. (Él es un vacilón, siempre está de acuerdo con lo que dicen los demás); (dt), **sự ba phải**: la vacilación

bà (đtnx): usted

bà (dt): señora

bà con (dt): el pariente

bà la môn, **đạo bà la môn** (dt): el brahmanismo

bà ngoại (dt): la abuela (la madre de la madre)

bà nội (dt): la abuela (la madre del padre)

bả vai, **xương bả vai** (dt): el omoplato

bá chủ (đt), (tng): dominar / **bá chủ hoàn cầu** (dominar el mundo)

bác (đtnx): tío

bác ái (tt): filantrópico, a / người có tấm lòng bác ái (el filántropo, la filántropa); (dt), **sự bác ái**: la filantropía
bác sĩ (dt): el médico
bác sĩ tâm thần (dt): el psiquiatra, la psiquiatra
bạc mệnh (tt); (pt): malogrado, a / **người bạc mệnh** (el malogrado, la malogrado); (dt), **sự bạc mệnh**: lo malogrado
bạc nhược (tt): cobarde / **người bạc nhược** (la persona cobarde); (dt), **sự bạc nhược**: la cobardía
bạc phơ (tt), (pt): blanco, ca / **tóc bạc phơ** (el pelo blanco)
bách khoa (tt): politécnico / **ngành bách khoa** (la carrera politécnica)
bách khoa toàn thư (dt): enciclopedia
bài học (dt): la lección
bài tập (dt): la tarea / làm bài tập của trường (hacer la tarea del colegio)
bài vở (dt): la tarea / soạn bài vở của lớp (preparar la tarea de la clase)
bãi công (đt): hacer huelga / **làm một cuộc bãi công** (hacer una huelga); (dt), **sự bãi công**: la huelga
bám (đt): seguir / bám theo ai (perseguir a alguien)
ban công, **cái ban công** (dt): el balcón
ban đầu (dt): la iniciación, el comienzo, el inicio
bắc băng dương (tt): ártico; (dt), **biển Bắc băng dương**: (océano Ártico)
ban đêm (dt): la noche / **vào ban đêm** (por la noche)
ban ngày (dt): el día / **vào ban ngày** (por el día)
ban ơn (đt): hacer un favor; (dt), **sự ban ơn**: el favor
ban phát (đt): distribuir; (dt) **sự ban phát**: la distribución
ban sáng (dt): la mañana / **vào ban sáng**: (por la mañana)
bàn, cái bàn (dt): la mesa
bàn ăn (dt): la mesa del comedor
bàn bạc (đt): conversar, tratar de solucionar algo; (dt), **sự bàn bạc**: lo hecho para llegar a un acuerdo
bàn cãi (đt): discutir; (dt), **sự bàn cãi**: la discusión
bàn chân (dt): el pie / đôi bàn chân (los pies)
bàn cờ, **cái bàn cờ** (dt): la tabla del ajedrez
bàn giao (đt): entregar / bàn giao công việc (entregar el trabajo)
bàn giấy (dt): la mesa
bàn luận (đt): discutir; (dt), **sự bàn luận**: la discusión
bàn mổ, **cái bàn mổ** (dt): la mesa de operación

bàn tay, cái bàn tay (dt): la mano
bàn thờ, cái bàn thờ (dt): el altar
bàn ủi, **cái bàn ủi** (dt): la plancha
bảy (tt): siete / **số bảy** (el número siete) / **ngày bảy** (el día siete) / **tháng bảy** (el mes de julio) / **bảy người** (siete personas) / **bảy cái** (siete cosas) / **bảy tháng** (siete meses) / **bảy ngày** (siete días)
bản án (dt): la sentencia
bản chất (dt): la esencia / bản chất không thay đổi (la esencia no cambia)
bản đồ (dt): el mapa
bản gốc (dt): el original
bản lĩnh (dt): la valentía
bản ngã, **cái bản ngã** (dt): el ego
bản sao (dt): la copia
bản sắc (dt): la identidad, lo esencial / bản sắc của dân tộc (la identidad de la nación)
bản thảo (dt): el manuscrito
bản thân (mt): el propio yo / bản thân tôi, tự bản thân tôi (mi propio yo, yo mismo)
bản tính (dt): el carácter, el atributo
bản xứ (tt), (pt): indígena; (dt), **người bản xứ**: el indígena, el aborigen
bán (đt): vender
bán ế (tng): poca venta
bán hàng (đt): vender productos; (dt), **người bán hàng**: el vendedor, la vendedora
bán lẻ (đt): vender al detalle
bán sĩ (đt): vender al por mayor
bạn bè (dt): los amigos, los amigos de fiestas
bạn gái (dt), (tng): la amiga; la novia
bạn trai (dt), (tng): el amigo; el novio
bàng quan (tt), (pt): indiferente / thái độ bàng quan (la actitud indiferente) / Ông ta có một thái độ bàng quan với chính trị (Él sostiene una actitud indiferente a la política).; (dt), **sự bàng quan**: la indiferencia
bảng, cái bảng (dt): la pizarra, la tabla
bảng điểm (dt): la nota
bành trướng (đt): expansionar; (dt), **sự bành trướng**: la expansión
bánh, cái bánh (dt): el pastel

bánh ngọt (dt): el dulce, el pastel
bánh mì, ổ bánh mì (dt): el pan
bánh tráng, cái bánh tráng (dt): la galleta de arroz
bao, **cái bao** (dt): la bolsa / cái bao ni lông (la bolsa de plástico)
bao bọc (đt): encubrir; proteger; (dt), **sự bao bọc**: el encubrimiento; la protección
bảo bọc (đt): proteger; (dt), **sự bảo bọc**: la protección
bao bố, cái bao bố (dt): el saco
bao dung (tt), (pt): tolerante / **tính tình bao dung** (el carácter tolerante); (đt), **bao dung**: tolerar; (dt), **sự bao dung**: la tolerancia- the tolerance
bao giờ (pt), (ltnv): cuando, cuándo – when / Bao giờ xong nhớ báo. (Me avisas cuando termines.) / Bao giờ thì đi? (¿Cuándo te vas?)
bao gồm (đt): incluir; (dt), **sự bao gồm**: la inclusión
bao la (tt), (pt): inmenso, inmensamente / **không gian bao la** (el espacio inmenso); (dt), **sự bao la**: la inmensidad
bao nhiêu (ltnv): cuánto, a / Cái áo này bao nhiêu? (¿Cuánto vale esta camisa- How much is this shirt?)
bao phủ (đt): cubrir / Bầu trời đã bị bao phủ bởi mây. (El cielo se cubrió por nubes.); (dt), **sự bao phủ**: lo cubierto
bao quanh (đt): recubrir; (dt), **sự bao quanh**: lo recubierto
bao quát (đt): generalizar; (dt), **sự bao quát**: la generalización; (pt), **một cách bao quát**: generalmente
bao tử (dt): el estómago
bào chữa (đt): excusar; abogar / Luật sư đã bào chữa cho khách hàng của ông ta (El abogado abogó para su cliente) / Anh ta đã tự bào chữa cho mình. (Se excusó así mismo); (dt), **sự bào chữa**: la excusa
bào mòn (đt): erosionar / Mưa bão đã làm bào mòn những tảng đá. (La lluvia erosionó las rocas.); (dt), **sự bào mòn**: la erosión
bảo đảm (đt): garantizar; (dt), **sự bảo đảm**: la garantía
bảo hiểm (tt): protector, a / **mũ bảo hiểm** (el casco); (tng): **bảo hiểm xã hội** (Seguridad Social)
bảo quản (đt): hacer provisión / **bảo quản thức ăn** (hacer provisión de comida); (dt), **sự bảo quản**: la provisión
bảo toàn (đt): conservar / bảo toàn tánh mạng (conservar la vida); (dt), **sự bảo toàn**: la conservación
bão, cơn bão, trận bão (dt): la tormenta

bão táp (tt): tempestuoso, a / **cuồng phong bão táp** (vientos tempestuosos); (dt), bão táp, **trận bão táp:** la tempestad

bão tố (tt): tempestuoso, a / **bão tố phong ba** (vientos tempestuosos)

báo, tờ báo (dt): el periódico

báo đáp (đt): agradecer; (dt), **sự báo đáp**: el agradecimiento

báo hiếu (dt): agradecer a los padres; (dt), **sự báo hiếu**: el hecho de agradecer a los padres

báo hiệu (đt): señalar; (dt), **sự báo hiệu**: la señal

báo mộng (đt): aparecer en sueños

báo thù (đt): vengar; (dt), **sự báo thù**: la venganza

bát nháo (tt) (pt): caótico, a / **một đám đông bát nháo** (una multitud caótico); (dt), **sự bát nháo**: el desorden. El caos

bạt ngàn (tt), (pt): inmenso, a: / **rừng bạt ngàn** (el bosque inmenso); (dt), **sự bạt ngàn**: la inmensidad

bay (đt): volar

bay bổng (tt): volante / **một ý tưởng bay bổng** (una idea volante) / tinh thần bay bổng (la psique leve, volante); (dt), **sự bay bổng**: la levedad, lo volante

bay bướm (tt), (pt): galante / văn phong bay bướm (la literatura galante) / lời lẽ bay bớm (las palabras galantes)

băng hà (đt): morir, fallecer / nhà vua đã băng hà (el rey ha fallecido)

bắn (đt): disparar

bằng (mt): igual / Anh ấy cao bằng tôi (él es alto como yo)

bằng cấp (dt) el diploma, la licenciatura / bằng đại học (la licenciatura universitaria)

bằng chứng (dt): el testimonio

bằng hữu (dt): la colega, el amigo / tình bằng hữu (la amistad)

bằng lòng (đt): conformar;(dt), **sự bằng lòng**: la conformidad

bằng phẳng (tt), (pt): llano, na / cánh đồng bằng phẳng (el campo llano)

bắp thịt (dt): el músculo

bắt (đt): detener, capturar

bắt bí (đt): arrinconar / **bắt bí ai đó** (arrinconar a alguien)

bắt buộc (đt): obligar; (dt), **sự bắt buộc**: lo obligado

bắt chước (đt): imitar, copiar; (dt), **sự bắt chước**: la imitación

bắt cóc (dt): secuestrar; (dt), **sự bắt cóc, cuộc bắt cóc**: el secuestro / **một cuộc bắt cóc** (un secuestro)

bắt đầu (pt): comenzar, empezar / **bắt đầu làm cái gì đó** (empezar a hacer algo)

bắt nguồn (pt): procedente
bắt tay (đt:) apretar manos (saludar)
bặt tin (pt), (tng): no tener noticia de alguien / Tôi đã bặt tin cô ấy từ hai năm nay (No sabía nada de ella desde hace dos años).
bậc thang (dt): la escalera
bậc thầy (tt), (pt): maestro, a / **một tác phẩm bậc thầy** (una obra maestra) / **Ông ta là một bậc thầy âm nhạc.** (Él es un maestro de música.)
bẩm sinh (tt), (pt): innata / **năng khiếu bẩm sinh** (el don, la capacidad innata)
bẩm tính (dt): el carácter innato / một bẩm tính: un carácter natural
bấm (đt): pulsar / **bấm chuông** (pulsar el portón)
bấm chuông cửa, **cái bấm chuông cửa** (dt): el portón; (đt), **bấm chuông cửa**: pulsar el portón
bấm huyệt (đt): presionar los puntos; (dt), **sự bấm huyệt**: la acupresión
bần cùng (tt): miserable / **cảnh bần cùng** (la situación miserable); (dt), **sự bần cùng**: la miseria
bận, **bận bịu, bận rộn** (pt): ocupado, a / Tôi đang rất bận. (Estoy ocupado, a.)
bận tâm (pt): preocupado, da / bị bận tâm (estar preocupado) / Ông ấy đang bận tâm về chuyện gia đình. (Él está preocupado por su familia.); (dt), **sự bận tâm**: la preocupación
bâng khuâng (pt): melancólico, a, / nhớ một cách bâng khuâng (recordar melancólicamente)
bất an (tt): inseguro, a / **cảm giác bất an** (la sensación insegura); (dt), **sự bất an**: la inseguridad
bất biến (tt), (pt): invariable; (dt), **sự bất biến**: lo invariable
bất bình (tt): indigna / **thái độ bất bình** (la actitud indigna); (dt), **sự bất bình**: la indignación; (đt), **bất bình**: indignar
bất bình đẳng, **sự bất bình đẳng** (dt): la desigualdad
bất cẩn (tt), (pt): descuidado, a; (dt), **sự bất cẩn**: el descuido, la distracción
bấp chấp (tt), (pt): desafiante / **thái độ bấp chấp** (la actitud desafiante); (dt); **sự bấp chấp**: el desafío; (đt), **bấp chấp**: desafiar / Anh ta đã bấp chấp tất cả. (Él desafió a todos.)
bất chính (tt), (pt): ilegal; insensato, a / **một hành động bất chính** (una acción ilegal, una obra insensata); (dt), **sự bất chính**: la ilegalidad
bất công (tt), (pt): injusto, a / thật là bất công (ser injusto); (dt), **sự bất công**: la injusticia
bất diệt (tt), (pt): eterno, a; (dt), **sự bất diệt**: la eternidad

bất định (tt), (pt): indefinido, a; (dt), **sự bất định**: lo indefinido

bất đồng (tt), (pt): divergente / **một ý kiến bất động** (una opinión divergente); (dt), **sự bất đồng**: la divergencia, el desacuerdo; (đt), **bất đồng**: discrepar, divergir

bất động (tt), (pt): inerte; (dt), **sự bất động**: la inercia

bất động sản (dt): el inmueble

bất hạnh (tt), (pt): desdichado; (dt), **sự bất hạnh**: la desdicha, la desgracia

bất hiếu (tt), (pt): desgraciado, a; malvado, a / **một đứa con bất hiếu** (un hijo desgraciado, una hija desgraciada); (dt), **sự bất hiếu**: la desgracia (con los padres)

bất hoà, sự bất hòa (dt): el desacuerdo, la divergencia

bất hủ (tt), (pt): inmortal / **một tác phẩm bất hủ** (una obra inmortal); (dt), **sự bất hủ**: la inmortalidad

bất khuất (tt), (pt): indomable / **một ý chí bất khuất** (una voluntad indomable); (dt), **sự bất khuất**: lo indomable

bất kính (tt, (pt): irreverente / **một thái độ bất kính** (una actitud irreverente); (dt), **sự bất kính**: lo irreverente

bất lực (tt), (pt): impotente / **bệnh bất lực** (la enfermedad impotente); (dt), **sự bất lực**: la impotencia

bất ngờ (tt), (pt): repentino, a, de repente / Trời bất ngờ đổ mưa. (El cielo de repente cayó la lluvia.); (dt); **sự bất ngờ**: la casualidad

bất nghĩa (tt), (pt): desleal / **người bất nghĩa** (la persona desleal); (dt), **sự bất nghĩa**: la deslealtad

bất nhân (tt), (pt): inhumano, cruel / **con người bất nhân** (la persona cruel); (dt), **sự bất nhân**: la crueldad

bất tài (tt), (pt): falta de talento, incapaz / **một người bất tài** (una persona falta de talento); (dt), **sự bất tài**: la incapacidad

bất thình lình (tt), (pt): de repente

bất tín (tt), (pt): desleal / **người bất tín** (la persona desleal); (dt), **sự bất tín**: la deslealtad

bất tỉnh (đt): desmayarse; (dt), **sự bất tỉnh**: el desmayo

bật đèn (dt): encender la luz

bật điện (đt): encender la luz

bật lửa, **cái bật lửa** (dt): el mechero

bầu (dt): el embrazo / **có bầu** (tener el embrazo, estar encinta)

bầu, **trái bầu** (dt): lagenaria siceraria

bầu trời, cái bầu trời (dt): el cielo
bấu víu (đt): agarrarse / Anh ta bấu víu vào một hy vọng mong manh. (Él se agarró a una esperanza débil.)
bây giờ (pt): ahora
bầy (mt): piara / **một bầy heo** (una piara de cerdos)
bé (đtnx): niña
bé, bé nhỏ (tt): pequeño, a
bê tông (dt): betón
bế quan tỏa cảng (tng, đt): cerrar la frontera; (tng, đt), **bị bế quan tỏa cảng** (tng): estar encerrada la frontera; (tng, dt), **sự bế quan tỏa cảng**: cierre de la frontera
bề cao (dt): la altura
bề dài (dt): la longitud
bề mặt (dt): la superficie
bề rộng (dt): la anchura
bể ải, **bể ải trầm luân** (tng): la oscilación de la vida, la pena de la vida
bên (dt): el lado / để nó qua một bên (dejarlo a un lado)
bên cạnh (pt): al lado
bên dưới (dt): el lado inferior
bên ngoài (dt): el exterior
bên ngoại (tt): maternal / **gia đình bên ngoại** (familia maternal)
bên nội (tt): paternal / **gia đình bên nội** (familia paternal)
bên phải (dt): el lado izquierdo
bên trái (dt): el lado derecho
bên trong (dt): el interior
bền (tt), (pt): solidario, a; (dt), **sự bền**: la solidaridad
bền bỉ (tt), (pt): solidario, a; (dt), **sự bền bỉ**: la solidaridad
bền chí (tt), (pt), perseverante; (dt), **sự bền chí**: la perseverancia
bến, **cái bến** (dt): el andén, la parada
bến phà (dt): el puerto, el muelle
bến tàu (dt): la estación de tren
bến xe (dt): la parada de autobuses
bệnh (dt): la enfermedad; (đt), **bị bệnh**: ponerse enfermo, enfermarse; (đt), **làm cho bệnh**: hacer enfermar
bệnh bứu cổ (dt): el tiroides
bệnh nhân (dt): el paciente

bệnh viện (dt): el hospital
bếp (dt): la cocina
bi kịch (dt): la tragedia
bí hiểm (tt), (pt): misterioso, a; (dt), **sự bí hiểm**: el misterio
bí mật (tt), (pt): secreto, a; (dt), **sự bí mật**: el secreto / **giữ bí mật** (guarda el secreto)
bỉ (tt): belga / **nước Bỉ** (Bélgica) / **người Bỉ** (los belgas) / **một người Bỉ** (un belga, una belga)
bị thương (đt): tener heridas, tener lesiones; (đt), **làm cho bị thương**: herir, producir una herida
bia (dt): la cerveza
bịa, bịa đặt (đt): inventarse la patraña; (dt), **chuyện bịa, chuyện bịa đặt**: la patraña, el embuste
biên giới (dt): la frontera
biên lai (dt): el recibo
biên soạn (đt): redactar; **(dt), sự biên soạn**: la redacción (la acción de redactar); (dt), **người biên soạn**: el redactor, la redactora
biên tập (đt): redactar; (dt), **ban biên tập**: la redacción (el conjunto de los redactores de una editorial, de un periódico o una revista)
biển, cái biển (dt): el mar, la mar
biểu diễn (dt): actuar, interpretar / **chương trình biểu diễn ca nhạc** (el programa de actuación musical); (dt), **sự biểu diễn**: la actuación, el espectáculo
biểu ngữ (dt): el eslogan
biến đổi, làm biến đổi (đt): transformar; (dt), **sự biến đổi**: la transformación
biến động, làm cho biến động (đt): fluctuar, oscilar / **giá cả biến động** (los precios fluctúan); (dt), **sự biến động**: la fluctuación, la oscilación
biến hóa, làm biến hóa (đt): transformar; (dt), **sự biến hóa**: la transformación
biện chứng, phép biện chứng (dt): la dialéctica
biện luận (đt): razonar; (dt), **sự biện luận**: el razonamiento
biếng, biếng nhác (tt), (pt): vago, a / **làm biếng** (hacer vago) / **một người biếng nhác** (un vago, una vaga)
biết (đt): saber
biết bao (pt, cảm thán): que, tan, cuanto, a / **đẹp biết bao!** (¡qué bonito!)
biết ơn (đt): agradecer; (dt), **sự biết ơn**: el agradecimiento
biết ý (đt): captar la idea
biểu hiện (đt): manifestar; (dt), **sự biểu hiện**: la manifestación

bình, cái bình (dt): la vasija, el jarrón, la jarra; (dt), **cái bình trà**: la tetera / **cái bình hoa** (el jarrón de flores)
bình an, **sự bình an** (dt): la paz / sự bình an trong tâm hồn (la paz interior)
bình đẳng, **sự bình đẳng** (dt): la igualdad
bình lặng (tt), (pt): calma; tranquilo, a; (dt), **sự bình lặng**: la calma, la tranquilidad
bình luận (đt): comentar; (dt), **sự bình luận**: el comentario
bình minh (dt): la aurora / **ánh bình minh** (luz de la aurora)
bình thản (tt), pt: sereno, a / **vẻ mặt bình thản** (el semblante sereno); (dt), **sự bình thản**: la serenidad
bình thường (tt), (pt): normal / một công việc bình thường (un trabajo normal); (dt), **sự bình thường**: la normalidad
bình tĩnh (tt), (pt): tranquilo, a / một thái độ bình tĩnh (una actitud tranquila)
bình yên (tt), (pt): tranquilo, a / một cuộc đời bình yên (una vida tranquila); (dt), **sự bình yên**: la tranquilidad, la paz
bịnh (dt): la enfermedad; (đt), **bị bịnh**: ponerse enfermo, enfermarse; (đt), **làm cho bịnh**: hacer enfermar
bịt (đt): taponar / bịt miệng (hacer callar, taponar la boca) / bịt ống (tapar un tubo)
bò (đt): gatear; (dt), **con bò**: la vaca
bò lê (đt): arrastrar
bò tót, con bò tót (dt): el toro
bó (đt): atar
bỏ (đt): dejar, abandonar
bỏ bớt (đt): disminuir; (dt), **sự bỏ bớt**: la disminución
bỏ chạy (đt): escaparse, salvarse
bỏ học (đt): abandonar los estudios
bỏ lỡ (pt): perdido, da / **bị bỏ lỡ một cơ hội** (haber perdido una ocasión)
bỏ lửng = bỏ nửa chừng (đt): interrumpir
bỏ phí (đt): desgastar, malgastar / bỏ phí thời gian (malgastar el tiempo)
bỏ rơi (đt): abandonar; (dt), **sự bỏ rơi**: el abandono
bỏ sót (đt): olvidar (algo) / bỏ sót một cuốn sách (olvidar un libro)
bỏ trốn (đt): fugarse
bỏ tù (đt): meter en la cárcel, encarcelar
bọc (đt): envolver
bói, coi bói (đt): adivinar

bom, qủa bom (dt): la bomba / **qủa bom nguyên tử** (la bomba atómica)
bón phân (đt): echar abono, fertilizar, abonar
bóng, cái bóng (dt): la sombra
bóng dáng (dt): la silueta
bóng đá (dt): el fútbol
bóng đèn, cái bóng đèn (dt): la lámpara
bóng tối (dt): la oscuridad
bóp (đt): apretar; (dt), **cái bóp**: el monedero
bóp cổ (đt): estrangular
bô, cái bô (dt): wáter, váter
bô lão (dt): el patrón, el jefe de una tribu
bồ đào nha (tt): (portugués, portuguesa) / **nước Bồ đào nha** (Portugal) / **người Bồ đào nha** (los portugueses) / **một người Bồ đào nha** (un portugués, una portuguesa)
bổ dưỡng (đt): nutrir; (dt), **sự bổ dưỡng**: la nutrición
bổ nghĩa (đt): complementar; (dt), **sự bổ nghĩa**: el complemento
bổ ngữ (đt): completar (para un verbo, sustantivo...)
bổ nhiệm (đt): valorar un puesto de trabajo; (dt), **sự bổ nhiệm**: la valoración
bổ sung (đt): añadir, complementar; (dt), **sự bổ sung**: la complementación
bộ đồ (dt): el conjunto del traje
bộ nội vụ (dt): el ministro interior
bộ ngoại vụ (dt): el ministro exterior
bộ luật (dt): el código de derecho
bộ luật dân sự (dt): el código civil
bộ luật hình sự (dt): el código penal
bộ môn (dt): la asignatura
bộ não, cái bộ não (dt): el encéfalo
bộ phận (dt): la parte, la sesión
bộ tham mưu (dt): el Ministerio de Consejería
bốc (đt): coger
bốc đồng (tt, (pt): impulsivo, a / **tính bốc đồng** (el carácter impulsivo)
bốc hơi (đt): vaporizar; (dt), **sự bốc hơi**: el vapor
bốc vác (dt): manipular, maniobrar
bôi (đt): poner / **bôi kem** (poner la crema) / **bôi mỡ** (poner la pomada)
bôi bác (đt): humillar / **bôi bác một người nào đó** (humillar a alguien)
bồi, bồi bàn (dt): el camarero, la camarera

bội bạc (đt): traicionar, desgraciar; (dt), **sự bội bạc**: la traición, la desgracia
bốc hơi (đt): vaporizar; (dt), **sự bốc hơi**: el vapor
bốc vác (đt): maniobrar; (dt), **sự bốc vác**: la maniobra
bồi dưỡng (đt): nutrir; (dt), **sự bồi dưỡng**: la nutrición
bốn (tt): cuatro / **số bốn** (el número cuatro) / **bốn cái** (cuatro cosas) / **bốn người** (cuatro personas) / **ngày bốn** (el día cuatro) / **tháng bốn** (el mes de abril) / **bốn ngày** (cuatro días) / **bốn tháng** (cuatro meses)
bồn tắm, cái bồn tắm (dt): la bañera
bông, **cái bông** (dt): la flor
bông đùa (đt): bromear, vacilar; (dt), **sự bông đùa**: el vacilón
bông lơn (đt): vacilar, cachondearse, bromear; (dt), **sự bông lơn**: el vacilón
bồng bột (tt), (pt): imprudente; (dt), **sự bồng bột**: la imprudencia
bồng lai (tt), (pt): paradisíaco, ca / **một cảnh bồng lai** (un paisaje paradisíaco)
bổng lộc (dt): la pensión, el sueldo de Estado
bột (dt): la harina
bột gạo (dt): la harina de arroz
bột mì (dt): la harina de pan
bột nổi (dt): la levadura
bột ngọt (dt): el sodio
bơ (dt): mantequilla
bơ phờ (tt), (pt): cansado, a / **diện mạo bơ phờ** (el aspecto cansado)
bờ, **cái bờ** (dt): el borde / **bờ sông** (el borde del río) / **bờ biển** (el borde del mar)
bơi (đt): nadar
bởi vì (lt): porque
bới, đào bới (đt): excavar / **bới lông tìm vết** (th ng): buscar pistas, buscar señales
bớt (đt): disminuir, reducir
bu (đtnx): madre (palabra vernácula origen norte)
bu lại (đt): abalanzarse sobre alguien
búi tóc (dt): el moño
bụi (dt): el polvo
bùn, bùn lầy (dt): el fango, el lodo
bún (dt): el fideo de arroz, sopa de fideos / **một tô bún** (un bol de bún)
bùng nổ, sự bùng nổ (dt): el estallido
bụng, cái bụng (dt): la barriga

bụng dưới, cái bụng dưới (dt): el abdomen, el vientre
bụng phệ (tt): barrigudo / Ông ta là người bụng phệ. (Él es barrigudo.); (dt), **cái bụng phệ** (dt): el barrigón / Ông ta có cái bụng phệ. (Él tiene barrigón.)
buộc tội (đt): acusar; (dt), **sự buộc tội**: la acusación
buổi chiều (dt): la tarde
buổi sáng (dt): la mañana
buổi tối (dt): la noche
buổi trưa (dt): el mediodía
buôn, buôn bán (đt): negociar, comerciar; (dt), **sự buôn bán**: el negocio
buôn lậu (đt): comerciar ilegal, hacer negocio clandestino; (dt), **sự buôn lậu**: el comercio ilegal
buồn (tt), (pt): triste / một nét mặt buồn (un semblante triste, un rasgo triste); (pt) / bị buồn (estar triste)
buồn cười (pt), bị buồn cười (đt): ganas de reírse
buồn ngủ, bị buồn ngủ (đt): tener sueño
buồn nôn, bị buồn nôn (đt): tener ganas de vomitar, tener náuseas
buông bỏ (đt): abandonar; renunciar; (dt), **sự buông bỏ**: el renuncio, el abandono
buông xuống (đt): bajar, caerse / **buông rèm xuống** (bajar la cortina) / **chiều buông xuống** (la tarde está oscureciendo)
buông tha (đt): librar, soltar; (dt), **sự buông tha**: el hecho de librar alguien
buồng, cái buồng (dt): un cuarto, una habitación
buồng ngủ (dt): el cuarto de dormitorio
buồng tắm (dt): el cuarto de baño
bút, cái bút, cây bút (dt): el lápiz, el polígrafo
bút chì, **cây bút chì** (dt): el lápiz
bút bi, **cây bút bi** (dt): el polígrafo
bút danh (dt): el pseudónimo, el seudónimo / bút danh của một nghệ sĩ (el pseudónimo de un artista)
bút hiệu (dt): el pseudónimo, el seudónimo / bút hiệu của một nghệ sĩ (el pseudónimo de un artista)
bút ký, đoạn bút ký (dt): notas de memoria (de la crónica); (dt), **cuốn bút ký**: el diario (de la crónica)
bút lông, **cây bút lông** (dt): la pluma
bư, bự (tt), (pt): rechoncho, a; gordo, a / bé bư, bé bự (la niña gorda)
bức bách (đt): presionar; (đt), **bị bức bách** (ser presionado, a)

bức hiếp (đt): presionar; (đt), **bị bức hiếp** (ser presionado, a); (dt), **sự bức hiếp**: la presión
bực, bực bội, bực tức (đt): irritar; (dt), **sự bực bội, sự bực tức**: la irritación
bừng sáng (đt): resplandecer, relucir; (dt), **sự bừng sáng**: lo resplandeciente, el resplandor
bước, cái bước (dt): el paso / **cái bước chân** (el paso de los pies)
bước đầu (dt): el comienzo, el inicio
bước nhảy vọt (dt): el avance
bước vào (đt): entrar
bươm bướm, **con bươm bướm** (dt): la mariposa
bướm, **cái bướm** (dt): el pubis
bướm, **con bướm** (dt): la mariposa
bướng bỉnh (tt), (pt): persistente; (dt), **sự bướng bỉnh**: la persistencia
bứu, **cái bứu, cái bứu cổ** (dt): el bocio
bức ảnh (dt): la foto
bưu kiện (dt): el paquete postal
bưu thiếp, **tấm bưu thiếp** (dt): la tarjeta postal

Phụ âm thứ hai và chữ thứ năm **của** bảng chữ cái
Segunda consonante y quinta letra del abecedario

ca, **cái ca** (dt): el vaso
ca cải lương (đt): cantar folklore; (dt), **cải lương:** la música teatral y folklore de Sur
ca cao (dt): cacao
ca dao (dt): la poesía folklórica, la poesía popular
ca hát (đt): cantar
ca khúc (dt): la canción
ca kịch (tt): teatral / **đoàn ca kịch** (el grupo de teatro)
ca múa (tt): musical / **đoàn ca múa** (el grupo musical, el grupo de cantante y bailarina); (đt), **ca múa**: cantar y bailar
ca ngợi (đt): elogiar; (dt), **sự ca ngợi**: el elogio
ca nhạc (tt): musical / **đoàn ca nhạc** (el grupo musical)
ca ri (dt): el curry
ca sĩ (dt): el cantante, la cantante / nam ca sĩ (el cantante) / nữ ca sĩ (la cantante)
ca thán (đt): quejarse; (dt), **sự ca thán**: la queja (acción de quejarse); (dt), **lời ca thán**: la queja
ca trù (dt): la música lúgubre
ca vát, **cái ca vát** (dt): la corbata
ca vọng cổ (đt): cantar folklore; (dt), **vọng cổ:** la música teatral y folklore de Suroeste
cà chua, trái cà chua (dt): el tomate
cà rốt, trái cà rốt (dt): la zanahoria

cà thọt (tt), (pt): cojo, a / **người bị cà thọt** (el cojo, la coja); (đt), **đi cà thọt**: cojear; (dt), **cà thọt**: la cojera
cà tím, trái cà tím (dt): la berenjena
cả gan (tt), (pt): arriesgado, a
cả hai (mt): los dos; ambos, a / **cả hai người** (los dos, ambas personas)
cả nể (tt), (pt): considerado, a; respetuoso, a / **thái độ cả nể đối với người già** (la actitud considerada para la persona mayor); (dt), **sự cả nể**: la consideración
cả tin (tt), (pt): crédulo, a / **thái độ cả tin** (la actitud crédula); (dt), **sự cả tin**: lo crédulo; (dt), **người cả tin**: el crédulo, la crédula
cá (dt): el pez; el pescado
cá biệt (tt), (pt): peculiar / **tính cá biệt** (el carácter peculiar) / **một người cá biệt** (una persona perculiar); (dt), **sự cá biệt**: la peculiaridad
cá thể (dt): el individuo
cá tính (dt): el carácter
cách, cái cách (dt): la manera
cách biệt (tt), (pt): aislado, a / **sống cách biệt** (vivir aislado, a) / **bị cách biệt** (estar aislado, a); (dt), **sự cách biệt**: el aislamiento; (đt), **làm cho cách biệt**: aislar
cách điệu hóa (đt): estilizar (una imagen); (dt), **sự cách điệu hóa**: lo estilizado
cách mạng (đt): revolucionar; (dt), **cuộc cách mạng**: la revolución
cách tân (đt): renovar; (dt), **sự cách tân**: la renovación
cách thức (dt): el modo, el método / **cách thức làm việc** (el modo de trabajar)
cách trở, **sự cách trở** (dt): la distancia (entre dos o más personas); (đt), **làm cho cách trở**: distanciar, obstaculizar, separar (a alguien)
cách xa (tt), (pt): distante; (dt), **sự cách xa**: la distancia; la separación; (đt), **làm cho cách xa**: separar, distanciar
cải cách (đt): reformar, (dt), **sự cải cách**: la reforma
cải chính (đt): rectificar; (dt), **sự cải chính**: la rectificación
cải tạo (đt): internar; (dt), **trại cải tạo**: el internado
cải tiến (đt): innovar; (dt), **sự cải tiến**: la innovación
cãi cọ (đt): discutir, pelear; (dt), **sự cãi cọ**: la discusión, la pelea
cãi vã (đt): discutir, pelear; (dt), **sự cãi vã**: la discusión, la pelea
cái (mt): la, el
cái khác (dt): el otro
cái kia (dt): el otro

cam đoan (đt): asegurar; (dt), **người cam đoan**: el asegurador, a
cam phận (tt), (pt): conformista / **thái độ cam phận** (la actitud conformista); (đt), **cam phận**: conformarse; (dt), **sự cam phận**: el conformismo; (dt), **người cam phận**: el conformista, la conformista
cam phu chia (tt): camboyano, a / **nước Cam phu chia** (Camboya) / **người Cam phu chia** (los camboyanos) / **một người cam phu chia** (un camboyano, una camboyana)
cảm (tt), (pt): resfriado, a; catarroso, a / **bị cảm** (estar respirado, a)
cảm động (tt), (pt): emocionante; (đt), **làm cho cảm động**: emocionar; (đt), **bị cảm động**: emocionarse; (dt), **sự cảm động**: lo emocionante
cảm giác (tt), (pt): sensorial; (dt), **cảm giác**: lo sensorial, la sensación

cảm hứng, sự cảm hứng (dt): la inspiración, la aspiración / **có cảm hứng** (tener la inspiración); (đt), **tạo cảm hứng**: inspirar, aspirar
cảm lạnh (tt), (pt): resfriado, a; catarroso, a / **bị cảm lạnh** (estar respirado, a); (dt), **bịnh cảm lạnh**: el resfriado, el catarro
cảm nghĩ (dt): el sentimiento
cảm nhận (đt): percibir; (dt), **sự cảm nhận**: la percepción
cảm phục (đt): admirar; (dt), **sự cảm phục**: la admiración
cảm thấy (đt): sentir
cảm thông (đt): entender / biết cảm thông với nỗi khổ của người khác (saber entender los problemas del otro); (dt), **sự cảm thông**: la compasión
cảm tình, **có cảm tình với ai** (đt): caer bien a alguien, simpatizar
cảm tưởng (dt): la opinión / **phát biểu cảm tưởng** (expresarse la opinión, lo que piensa)
cảm xúc (dt): la emoción
cám dỗ (đt): tentar; (dt), **sự cám dỗ**: la tentación
cám ơn (đt): dar la gracia, agradecer; (dt), **sự cám ơn**: el agradecimiento, la gracia; (dt), **lời cám ơn**: la palabra de agradecimiento; (tng), **cám ơn**: gracia
can đảm, sự can đảm (dt): la valentía / Anh ta là một người can đảm (Él es una persona con valentía)
can ngăn (đt): disuadir; (dt), **sự can ngăn**: la disuasión
can tâm (tng, đt): poder / **Hắn đã không can tâm giết cô ấy**. (No la pudo matar) / **can tâm hành động** (tng): poder actuar (sabiendo de que hace mal)
can thiệp (đt): intervenir; (dt), **sự can thiệp**: la intervención
cản trở (đt): obstaculizar; (dt), sự cản trở: el obstáculo

càng (lt): cuanto más, cada / **càng biết càng học** (cuanto más sabe más aprende) / càng ngày càng đẹp (cada día más guapa)

canh (dt): la sopa

canh gác (đt): vigilar; (dt), **người canh gác**: el vigilante; (dt) **sự canh gác**: la vigilancia

canh giờ (dt): hora / **một canh giờ** (una hora) / **canh hai** (a las dos por la mañana) / canh ba (a las tres por la mañana) / canh gà (la hora en que canta el gallo)

canh giữ (đt): vigilar, guardar; (dt), **người canh giữ**: el guardia

canh tác (đt): cultivar la tierra, labrar; (dt), **chế độ canh tác**: el modo de cultivar

cành lá (dt): la rama de hojas, la rama

cành cây (dt): la rama del árbol, la rama

cảnh (dt): el paisaje; la escena

cảnh báo (đt): alertar; (dt), **sự cảnh báo**: la alerta

cảnh cáo (đt): advertir; (dt), **sự cảnh cáo**: advertencia

cảnh giác (tt): cauteloso, a; (dt), **sự cảnh giác**: la cautela

cảnh tỉnh (tt): cauteloso, a; preventivo; (dt), **sự cảnh tỉnh**: la cautela

cảnh tượng (dt): la escena

cảnh vật (dt): el paisaje

cánh (dt): el ala

cánh bèo (dt): la hoja de lenteja

cánh chim (dt): el ala de pájaro

cánh sen (dt): la hoja de loto

cánh hữu (tt), (pt): de derechas, derechista / **đảng cánh hữu** (el partido de derechas, el partido derechista) / người theo cánh hữu (el derechista, la derechista)

cánh tả (tt), (pt): de izquierda, izquierdista / người theo cánh tả (el izquierdista, la izquierdista)

cánh tay (dt): el brazo

cạnh sườn (dt): el lado de la costilla

cạnh tranh (đt): competir; (dt), **sự cạnh tranh**: la competición

cao (tt), (pt): alto, a / ser alto, a; (dt), **chiều cao**: la altura

cao cả (tt), (pt): elevado, a / **một tâm hồn cao cả** (un alma elevado)

cao đẹp (tt), (pt): elevado, a; noble / **ý tưởng cao đẹp** (la idea noble) / **hành động cao đẹp** (una acción noble); (dt), **sự cao đẹp**: la elevación, lo elevado

cao hứng (tt), (pt): inspirado, a; (dt), **sự cao hứng**: la inspiración, el arrebato
cao kiến (dt): la idea lúcida, la idea brillante
cao lương mỹ vị (tng): la comida rica, la comida lujosa
cao qúi (tt), (pt): noble, elevado, a / **một tâm hồn cao qúi** (un alma elevado); (dt), **sự cao qúi**: lo elevado, la elevación
cao kiến (dt): la idea lucida
cao ngạo (tt), (pt): arrogante; (dt), **sự cao ngạo**: la arrogancia
cao nguyên (dt): la altiplanicie
cao sang (tt), (pt): lujoso, a / **đời sống cao sang** (la vida lujosa); (dt), **sự cao sang**: el lujo
cao tay (tng): mejor estrategia / **người cao tay hơn** (la persona que tiene mejor estrategia)
cau, cây cau (dt): la areca catechu, la palmera / **trái trầu cau** (la nuez de areca catechu)
cau có (tt), (pt): ceñudo, a / **người hay cau có** (la persona ceñuda, la persona siempre de mal humor); (dt), **sự cau có**: lo ceñudo
càu nhàu (tt), (pt): enfurruñado, a / **tính hay càu nhàu** (el carácter enfurruñado) / Ông ta lúc nào cũng hay càu nhàu (Él siempre está enfurruñado); đt), **càu nhàu**: enfurruñarse
cáu gắt (tt), (pt): malhumorado, a / tính hay cáu gắt (el carácter malhumorado) / lúc nào cũng cáu gắt (siempre estar de mal humor); (dt), **sự cáu gắt**: el malhumor
cay (tt): picante
cay đắng (tt), (pt): amargado, a / **đời cay đắng** (la vida amargada)
cày, cày bừa (đt): cultivar; **cày** (pt): constante / cày ra làm (trabaja constantemente, trabajar incansable)
cạy (đt): arrancar / **cạy cửa** (arrancar la puerta)
căm ghét (đt): aborrecer; (dt), **sự căm ghét**: el aborrecimiento
căm thù (đt): odiar; (dt), **sự căm thù**: el odio
cắm điện (đt): enchufar; (dt), **ổ cắm điện**: el enchufe
cắm cổ (tng): codo a codo / **cắm cổ học** (estudiar codo con codo) / **cắm cổ làm** (trabajar codo con codo) / **cắm cổ chạy**: correr rápido (para huir)
cắm rễ (đt): echar raíces; enraizar, (dt), **sự cắm rễ**: el echado de raíces
cắm sừng (tng), (đt): poner los cuernos; (dt), **sự cắm sừng**: la infidelidad
cặp, cái cặp (dt): la mochila del colegio / **cái cặp da** (el maletín del cuero)
cặp, **một cặp** (dt): el dúo

căn cứ (đt): basar, fundar / **căn cứ vào một dữ kiện** (basar a un argumento); (dt): **căn cứ**: la base
căn dặn (đt): recodar, aconsejar; (dt), **sự căn dặn**: el consejo
căn hộ (dt): el apartamento
cằn nhằn (đt): echar bronca; (dt), **sự cằn nhằn**: la bronca
cắn (đt): morder
cặn bã (dt): el residuo
căng (đt): estirar, tender / **căng dây** (estirar el cable, tender el cable)
cắt, cắt bỏ (đt): cortar; interrumpir, reducir
cắt bớt (đt): reducir
cắt lời, nói cắt lời (đt): interrumpir (a quien está hablando) / **đừng cắt lời tôi** (no me interrumpa, no me interrumpas)
cặt, con cặt (đt): el pene (palabrota)
cầm (đt): coger
cầm cố (đt): hipotecar
cầm đồ (đt): empeñar
cầm cự (đt): resistir, mantener / **cầm cự cho qua ngày** (resistir para superar los días difíciles); (dt), **sự cầm cự**: la resistencia
cầm kì thi họa (thn): tocar música, jugar ajedrez, hacer poesía y pintura / **người có khả năng cầm kỳ thi hoạ** (la persona que tiene la capacidad polifacética, de poder tocar música, jugar ajedrez, hacer poesía y pintura)
cầm lòng (đt): contenerse sentimientos / **cầm lòng không khóc** (contenerse no llorar)
cầm máu (đt): detener la hemorragia
cầm tù (đt): aprisionar, encarcelar; (dt), **sự cầm tù**: la encarcelación
cẩm thạch, đá cẩm thạch (dt): el mármol
cấm (đt): prohibir
cấm đoán (đt): prohibir; (dt), **sự cấm đoán**: la prohibición
cân bằng (đt): equilibrar; (dt), **sự cân bằng**: el equilibro
cân đối (tt), (pt): proporcional / **một cơ thể cân đối** (un cuerpo proporcional); (dt), **sự cân đối**: la proporción; (đt), **làm cho cân đối**: proporcionar
cân nhắc (đt): pensar varias veces / cân nhắc trước khi làm gì (pensar varias veces antes de hacer algo) / cân đi nhắc lại (pensar varias veces)
cần (đt): necesitar
cần cù (tt), (pt) currado, a / làm việc cần cù (trabaja currado) / người cần cù (persona currado, a); (dt), **sự cần cù**: la constancia

cần kiệm (tt), (pt): ahorrativo, va, ahorradora / **một người cần kiệm** (una persona ahorradora) / tiêu tiền một cách cần kiệm (gastar moderadamente); (đt), **cần kiệm**: ahorrar; (dt), **sự cần kiệm**: el ahorro (el hecho de ahorrar)

cần sa (dt): el hachís

cẩn thận (tt), (pt): cuidadoso, a / **làm cẩn thận** (hacer algo con cuidado); (dt), **sự cẩn thận**: lo cuidadoso

cận (pt): cerca

cận đại, **thời cận đại** (dt): la Edad Moderna (desde finales del siglo xv hasta la Revolución Francesa 1789)

cận thị (dt): el miope, el corto de vista / **mắt bị cận thị** (los ojos tienen miope, no pueden ver lejos)

cấp cứu (tt), (pt): urgencia / **phòng cấp cứu** (la urgencia: parte de un hospital) / **nhân viên cấp cứu** (el asistente, la asistenta); (dt), **sự cấp cứu**: la urgencia

cấp dưỡng (đt): abastecer, proveer; (dt), **sự cấp dưỡng**: el abastecimiento

cấp thiết (tt), (pt): urgente; necesario, a / **nhu cầu cấp thiết** (la cuestión urgente); (dt), **sự cấp thiết**: la urgencia

cấp tốc (tt), (pt): urgente / **thư cấp tốc** (la carta urgente); (dt), **sự cấp tốc**: la urgencia

cập bến (đt): atracar, abordar / **tàu đã cập bến** (el barco atracó)

cập rập (tt), (pt): precipitado, a; (dt), **sự cập rập**: la prisa, la precipitación

cất (đt): guardar

cất giấu (đt): esconder algo, camuflar / **cất giấu vũ khí** (camuflar armas) / **cất giấu đồ vật** (esconder un objeto); (dt), **sự cất giấu**: el camuflaje, la ocultación

câu (dt): la frase

câu châm ngôn (dt): el aforismo, el dicho, proverbio

câu chuyện (dt): el cuento / một câu chuyện (una historia, un cuento)

câu hỏi (dt): la pregunta

câu nói (dt): la frase

câu thơ (dt): el verso

cầu (đt): rezar; desear

cầu nguyện (đt): rezar

cầu, **cái cầu** (dt): el puente

cầu lợi (tt), (pt): oportuno, a; interesado, a / **người cầu lợi** (la persona oportuna, interesada de los beneficios); (dt), **sự cầu lợi**: el interés sobre el beneficio

cầu thủ (dt): jugador, a / **cầu thủ đá banh** (jugador de fútbol)

cầu toàn (tt), (pt): perfeccionista / **người cầu toàn** (la persona a quien importa la perfección; el perfeccionista, la perfeccionista; (dt), **chủ nghĩa cầu toàn**: el perfeccionismo; (dt), **sự cầu toàn**: el perfeccionismo

cầu xin (đt): rogar, suplicar; (dt), **sự cầu xin**: la súplica

cẩu thả (tt), (pt): negligente, descuidado / tính cẩu thả: el carácter negligente, el carácter descuidado; (dt), **sự cẩu thả**: la negligencia, el descuido; **người cẩu thả** (dt): el, la negligente

cấu kết (đt): confabularse, concertarse; (dt), **sự cấu kết**: la agrupación; la confabulación

cấu tạo (đt): formar, constituir; (dt), **sự cấu tạo**: la constitución, la construcción

cấu trúc (dt): la estructura

cậu (đt): tío

cậu bé (dt): el niño

cây, cái cây (dt): el árbol

cây cối (dt): los árboles

cây cảnh (dt): la planta

cậy thế (đt): abusar de poder / Ông ta đã cậy thế ức hiếp người nghèo. (Él abusó de su poder para someter a los pobres.); (dt), **sự cậy thế**: el abuso del poder

cha (đtnx): padre

chả (dt): el jamón vietnamita

chả cuốn, chả giò (dt): el rodillo de primavera

chả lụa (dt): el jamón vietnamita, hecho de ternera molida

chai, **cái chai** (dt): la botella

chai, chai tay (tt), (pt): agrietada; surcada;(đt), **bị chai tay**: tener la mano agrietada, surcada / **tay bị chai** (la mano está agrietada)

chải, chải tóc (đt): peinar

cham, chàm (tt): champa; **người cham, người chàm**: el, la champa; **nghệ thuật chàm** (dt): el arte champa; **dân tộc chàm** (dt): el pueblo champa; **văn hóa cham** (dt): la cultura champa

chạm mặt (đt): enfrentarse; (dt), **sự chạm mặt**: el enfrentamiento

chạm trổ (đt): grabar, tallar; (dt), **sự chạm trổ**: el grabado / **nghệ thuật trạm trổ** (el grabado, el arte de grabar imágenes)

chan chứa (tt), (pt): pleno, a / tình cảm chan chứa, chan chứa tình cảm (la afección plena)

chan hòa (tt), (pt): armonioso, a / **sống chan hòa** (vivir armonioso); (đt), **chan hòa**: adaptarse, acomodarse, armonizar; (dt) **sự chan hòa**: la adaptación, acomodación

chán, bị chán (đt): aburrirse; (đt), **làm cho chán**: aburrir

chán chường (đt): aburrirse; (dt), **sự chán chường**: el aburrimiento

chán nản (đt): aburrirse; (đt), **làm cho chán nản**: aburrir; (dt), **sự chán nản:** el aburrimiento

chang chang (tt): solana, solanera / **nắng chang chang** (la solanera, mucho sol)

chạng vạng (tt), (pt): crepuscular / **ánh sáng chạng vạng** (la luz crepuscular); (dt), **lúc chạng vạng**: el crepúsculo

chạnh lòng (đt): conmoverse; (dt), **sự chạnh lòng**: la afección, la afectada

chào đời (đt): nacer / **vừa mới chào đời** (recién nacido)

chàng (đtnx): usted, vos (palabra antigua)

chàng trai (dt): chico

chào mừng (đt): dar bienvenida; (dt), **sự chào mừng**: la bienvenida

chảo, **cái chảo** (dt): el satén

cháo (dt): la sopa

chát (đt): conversar por Internet

cháu (đtnx): sobrina, sobrino

cháu chắt (dt): los descendientes

cháu gái (dt): la sobrina

cháu ngoại (dt): el nieto, la nieta (el hijo, la hija de la hija)

cháu nội (đtnx): el nieto, la nieta (el hijo, la hija del hijo)

cháu trai (dt): el sobrino

chay (tt): vegetal / **món ăn chay** (la comida vegetal) / **người ăn chay** (vegetariana, vegetariano); (đt), **ăn chay**: vegetar

chày (đt): machacar; (dt), **cái chày**: el mortero

chày cối (dt): el mortero

chảy (đt): fluir / **nước chảy** (el agua fluye) / **máu chảy** (la sangre derramar)

cháy (đt): quemar

chạy (đt): correr

chạy bữa (đt, thg): buscarse la vida / Anh ta lo chạy bữa để nuôi vợ con. (Se busca la vida para mantener su familia).

chạy theo (đt): perseguir

chạy trốn (đt): huir

chạy vạy (đt): moverse / Anh ta chạy vạy để thoát khỏi một cảnh túng quẫn. (Se está moviendo para salvar una situación difícil)
công việc (dt): el trabajo
chắc (pt): quizá, quizás, tal vez
chắc chắn (tt), (pt): seguro, a / lời hứa chắc chắn (la promesa segura); (dt), **sự chắc chắn**: la seguridad
chăm, chăm chỉ (tt), (pt): constante / làm việc chăm chỉ (trabajar constante); (dt), sự chăm chỉ: la constancia
chăm chú (tt), (pt): fijado, a / nhìn một cách chăm chú (mirar fijamente); (dt), **sự chăm chú**: la atención
chăm sóc (đt): cuidar; (dt), **sự chăm sóc**: la atención, el atento al alguien
chăm sóc bản thân, tự chăm sóc bản thân (đt): cuidarse
chắn (đt): hacer barrera, atravesar; **chắn lời = chặn lời = cắt lời** (interrumpir a quien está hablando)
chặn (đt): obturar / **chặn ống nước** (obturar el tubo del agua)
chẳng lẽ (lt): pero, no es cierto que
chẳng bao giờ (pt): jamás
chẳng bao lâu nữa (lt): dentro de poco
chẳng cần (tng): no necesitar
chẳng thà (đt): preferir / chẳng thà vui còn hơn buồn (preferir a alegría que tristeza)
chắt (dt), (đtnx): el tataranieto, la tataranieta
chặt (đt): cortar; (tt, pt), **chặt**: sólido, a; estrecha / **một cái bắt tay thật chặt** (un abrazo fuerte)
chặt chẽ (tt), (pt): sólido, a; estrecha / **một mối quan hệ chặt chẽ** (una relación estrecha)
châm chọc (đt): pitorrearse; (dt), **sự châm chọc**: el pitorreo
châm lửa (đt): encender el fuego
châm chước (đt): hacer el favor; (dt) **sự châm chước**: el favor / thi đậu nhờ sự châm chước của thầy (aprobar por el favor del profesor)
châm ngôn, câu châm ngôn (dt): el aforismo, el dicho, proverbio
chấm, **dấu chấm** (dt): el punto final
chấm dứt (đt): terminar; (dt), **sự chấm dứt**: la terminación
chấm hỏi, **dấu chấm hỏi (?)** (dt): ¿?, la interrogación
chậm (pt): lento, a

chậm chạp (tt), (pt): lento, a; tardo, a / **cách làm chậm chạp** (la manera lenta) / **làm một cách chậm chạp** (hacer lentamente); (dt), **sự chậm chạp**: la lentitud

chậm trễ (tt), (pt): tarde, lento; tardío, a / **đến bị trễ** (llegar tarde); (dt), **sự chậm trễ**: lo tardío

chân, **cái chân** (dt): la pierna

chân lý (dt): la autenticidad

chân phương (tt), (pt): austera / **con người chân phương** (la persona austera); (dt), **sự chân phương**: la sencillez; la austeridad

chân thật (tt), (pt): sincero, a / **một người chân thật** (una persona sincera) / tính chân thật (el carácter sincero); (dt), **sự chân thật**: la sinceridad

chân thực (tt), (pt): sincero, a / **một người chân thực** (la persona sincera) / tính chân thực (el carácter sincero); (dt), **sự chân thực**: la sinceridad

chân trời (tt): horizonte; (dt), **đường chân trời**: la línea del horizonte, el horizonte

chấp chứa (đt): encubrir / **chấp chứa một tên tội phạm** (encubrir un crimen); (dt), **sự chấp chứa**: el encubrimiento

chấp nhận (đt): aceptar; (dt), **sự chấp nhận**: la aceptación

chận (đt): parar; interrumpir / **hắn bị công an chận** (está parado por la policía)

chận họng, nói chận họng (đt): interrumpir (a alguien que está hablando)

chập choạng (tt), (pt): crepuscular; (dt), **lúc chập choạng**: el crepúsculo

chập chờn (tt), (pt): trémulo, a / **một bóng ma chập chờn** (un fantasma trémulo) / **bay chập chờn** (aletear); (dt), **sự chập chờn**: el aleteo

chất lượng (dt): la cualidad (de una cosa, una persona)

chất phác (tt), (pt): sencillo, a; simple / **một người chất phác** (una persona sencilla, simple); (dt), **sự chất phác**: la simplicidad

chất vấn (đt): interrogar; (dt), **sự chất vấn**: el interrogatorio

chật, chật chội, chật hẹp (tt), (pt): estrecho, a; pequeño, a / **một căn phòng chật hẹp** (una habitación estrecha) / **bị chật** (ser estrecho, a); (dt), **sự chật chội**: el estrechamiento, lo estrecho

chật vật (tt), (pt): escaso, a / **tình cảnh chật vật** (la situación escasa) / **bị chật vật** (ser escaso, a; ser estrecho de economía); (dt), **sự chật vật**: la escasez

châu, châu lục (dt): el continente

châu báu (dt): perlas, objetos de valor

chậu, **cái chậu, cái chậu cây cảnh** (dt): la maceta; (dt), **cái chậu hoa**: una maceta de flores / **một cái chậu hoa treo tường** (una maceta de flor colgante)

che (đt): ocultar, cubrir

che giấu (đt): ocultar; (dt), **sự che giấu**: lo oculto (un asunto); el camuflaje (cosa, alguien)

che chở (đt): proteger; (dt), **sự che chở**: la protección

che đậy (đt): ocultar / che đậy một điều gì đó (ocultar algo); (dt), **sự che đậy**: lo oculto

che khuất (đt): eclipsar

che kín, che lấp (đt): cubrir completamente

chè (dt): sopa de sabor dulce

chè xanh (dt): el té verde

chém (đt): cortar

chém giết (đt): masacrar, matar

chen lấn (đt): empujar

chén, cái chén (dt): el tazón

chèo (đt): remar

chéo (tt): diagonal; (dt), **đường chéo**: la línea diagonal, el diagonal

chép lại (đt): copiar, reproducir

chê (đt): criticar, censurar

chê bai (đt): criticar, censurar; (dt), **sự chê bai**: el criterio

chê trách (đt): reprochar; (dt), **sự chê trách**: el reproche

chế (đt): reinventar

chế biến (đt): reinventar; (dt), **sự chế biến**: la reinvención

chế lại (đt): reinventar; recuperar

chế độ (dt): el régimen / **chế độ phong kiến** (el feudalismo)

chế ngự (đt): contenerse, abstenerse, controlar / **chế ngự những ham muốn** (contenerse los deseos)

chế nhạo (đt): burlar; (dt), **sự chế nhạo**: la mofa

chế tạo (đt): fabricar; (dt), **sự chế tạo**: la fabricación

chênh lệch (tt), (pt): desigual / **tuổi tác chênh lệch** (la edad desigual) / **trình độ văn hóa chênh lệch** (la cultura desigual); (dt), **sự chênh lệch**: la desigualdad

chênh vênh (tt), (pt): aislado, a / bị chênh vênh (ser aislado, a; inestable) / một ngọn núi nằm chênh vênh vênh giữa biển (una montaña está aislada en la mar) / tình trạng chênh vênh (la situación inestable); (dt), **sự chênh vênh**: la inestabilidad, el aislamiento

chết (đt): morir; (dt), **cái chết, sự chết**: la muerte
chi phí, sự chi phí (dt): el gasto
chi phối, **bị chi phối** (đt): distraerse, no estar concentrado / anh ta bị chi phối bởi những lo lắng (está distraído por las preocupaciones); (dt), **sự chi phối**: la distracción
chi thu, **sự chi thu** (dt): el gasto y el recibo
chi tiết (dt): el detalle / một chi tiết (un detalle, un dato de detalle / kể một cách chi tiết (contar detalladamente); (dt), **sự chi tiết**: lo detallista
chi tiêu, **sự chi tiêu** (dt): el manejo del dinero/ **chi tiêu hoang phí** (malgastar) / **chi tiêu đúng cách** (gastar bien)
chỉ (pt): solo
chỉ bảo (đt): enseñar; (tt), (pt), chỉ bảo: enseñado, a / những lời chỉ bảo của cha mẹ (las palabras enseñadas por los padres); (dt), **sự chỉ bảo**: la enseñanza
chỉ dẫn (đt): guiar; explicar; (dt), **sự chỉ dẫn**: la explicación
chỉ định (đt): indicar; (dt), **sự chỉ định**: la indicación
chỉ huy (đt): dirigir; (dt), **người chỉ huy**: el dirigente, (dt), **sự chỉ huy**: lo dirigente
chỉ thị, **ra chỉ thị** (đt): dictar el orden; (dt), **sự chỉ thị**: el orden
chỉ trích (đt): censurar, criticar; (dt), **sự chỉ trích**: la crítica, la censura
chỉ vẽ (đt): enseñar; (tt), (pt), chỉ vẽ: enseñado, a / những lời chỉ vẽ của cha mẹ (las palabras enseñadas por los padres); (dt), **sự chỉ vẽ**: la enseñanza
chị (đtnx): usted
chị em (dt): las hermanas
chị chồng (dt): la cuñada (la hermana mayor del marido)
chị dâu (dt): la cuñada (la mujer del hermano mayor)
chị gái (dt): la hermana, la hermana mayor
chị họ (dt): la prima, la prima mayor
chị ruột (dt): la hermana mayor
chị vợ (dt): la cuñada (la hermana mayor de la esposa)
chia, chia cắt (đt): dividir, (dt): la división
chia li (đt): separarse; (dt), **sự chia li**: la separación
chia lìa (đt): separar; (dt), **sự chia lìa**: la separación
chia rẽ (đt): separar; (dt), **sự chia rẽ**: la separación
chĩa (đt): apuntar a algo / **chĩa súng** (apuntar la pistola)
chiêm bao, **thấy chiêm bao** (đt): tener una visión, ver un sueño; (dt), **giấc chiêm bao**: la visión, el sueño

chiêm nghiệm (đt): pensar profundamente, meditar en algo / **chiêm nghiệm văn học** (meditar sobre literatura); (dt), **sự chiêm nghiệm**: la meditación

chiêm ngưỡng (đt): contemplar; (dt), **sự chiêm ngưỡng**: la contemplación

chiêm tinh (tt), (pt): astrológico, a; (dt), **nhà chiêm tinh**: el astrólogo, la astróloga; (dt), **khoa chiêm tinh học**: la astrología

chiếm cứ (đt): ocupar / **chiếm cứ nội thành** (ocupar la ciudadela)

chiếm đoạt (đt): usurpar, despojar / **chiếm đoạt của cải** (usurpar los bienes); (dt); **sự chiếm đoạt**: el despojo; (dt), **người chiếm đoạt**: el usurpador, la usurpadora

chiếm đóng (đt): ocupar; (dt), **sự chiếm đóng**: la ocupación

chiến bại (đt): derrotar, perder en la pantalla; (dt), **sự chiến bại**: la derrota

chiến đấu (đt): luchar; (dt), **sự chiến đấu**: la lucha

chiến lược (dt): la estrategia

chiến sĩ (dt): el soldado comunista

chiến thắng (đt): vencer; (dt), **sự chiến thắng**: la victoria

chiến thuật (dt): la táctica

chiến tranh (dt): la guerra

chiến trận (dt): el combate en la guerra

chiêu đãi (đt): invitar / **tiệc chiêu đãi** (la recepción) / **tiệc chiêu đãi cuối năm** (la recepción de fin de año), (dt), **sự chiêu đãi**: la invitación

chiều, buổi chiều (dt): la tarde

chiều cao (dt): la altura

chiều ngang (dt): la anchura

chiếu, **cái chiếu** (dt): la esterilla de bambú

chiếu bóng, **rạp chiếu bóng** (dt): el cine

chim, **con chim** (dt): el pájaro

chim, **con chim** (tng): el pene

chìm, **làm chìm** (đt): hundir; (đt), **bị chìm**: hundirse, estar hundido / **tàu bị chìm** (el barco está hundido)

chìm đắm (đt): sumergirse

chìm ngập (đt): abismar, hundirse / **chìm ngập trong bóng tối** (abismar en la oscuridad) / **chìm ngập trong rượu chè, cờ bạc** (hundirse en el alcohol y el vicio)

chín (tt): maduro, a / **trái chín** (la fruta madura)

chín (tt): nueve / **số chín** (el número nueve) / **chín cái** (nueve cosas) / **ngày chín** (el día nueve) / **chín ngày** (nueve días) / **chín tháng** (nueve meses) / **tháng chín** (el mes de septiembre)

chính chắn (tt), (pt): madura, o / **người chính chắn** (persona madura); (dt), **sự chính chắn**: la madurez

chinh phục (đt): conquistar; (dt), **người chinh phục**: el conquistador, la conquistadora

chính, **cái chính** (dt): lo principal, lo crucial

chính kiến (dt): la inclinación, la tendencia / Chính kiến của anh ta nghiêng về phía cánh hữu. (Sus inclinaciones políticas se decantan por los partidos de derechas.)

chính qui (dt): el régimen de Estado / **học chính qui** (estudiar en colegio público)

chính quyền (dt): la autoridad

chính tả (dt): la ortografía

chính thức (tt), (pt): legítimo, a; oficial; (dt), **sự chính thức**: la legitimidad, lo oficial

chính trị (dt): la política; (dt), **nhà chính trị**: el político, ca; (đt), **chính trị hóa**: politizar

chính yếu (tt); (pt): principal, crucial / một vấn đề chính yếu (un asunto de la primera importancia); (dt), **sự chính yếu**: lo principal

chịu đựng (đt): aguantarse, soportar; (dt), **sự chịu đựng**: el aguante, la resistencia

chịu khó (đt): aguantarse, soportar; (dt), **sự chịu khó**: el aguante, la resistencia

chịu thua (đt): rendirse; (dt), **sự chịu thua**: la rendición

chịu tội (đt): aceptar ser culpable; (dt), **sự chịu tội**: la admisión, la confesión

cho (đt): dar; regalar; (lt), **cho**: para / **làm cho xong** (hacer para terminarlo)

cho đến khi, cho đến lúc (pt), (ltnv): hasta que / **làm cho đến khi xong** (trabajar hasta que termine); **cho đến khi nào**? (¿hasta cuándo?)

cho máu (đt): donar

cho phép (đt): dar permiso, otorgar permiso / Ông nội cho phép cháu đi chơi. (El abuelo da permiso a su nieto para salir.); (dt), **sự cho phép**: el permiso

chó, con chó (dt): el perro

choáng mắt (tt), (pt): deslumbrante; (đt), **làm choáng mắt**: deslumbrar la vista, molestar la vista / Bộ đồ màu mè của cô ta làm choáng cả mắt mọi người. (Su vestido abigarrado deslumbra la vista de los demás.)

choáng ngợp, **làm choáng ngợp** (đt): deslumbrar, fascinar, dejar asombroso; (dt), **sự choáng ngợp**: el deslumbramiento

choáng váng (đt): marear, (dt), **sự choáng váng**: el mareo, el vértigo

chọc (đt): bromear; pinchar / chọc thủng mắt (pinchar los ojos)

chọc ghẹo (đt): bromear; (dt), **sự chọc ghẹo**: la broma

chòi, **cái chòi** (dt): la cabaña

chói chang (tt): solana, solanera / **nắng chói chang** (mucho sol, la solanera)

chói lòa (tt): deslumbrante / một vẻ đẹp chói lòa (una belleza deslumbrante); (dt), **sự chói lòa**: lo deslumbrante; (đt), **làm cho chói lòa**: deslumbrar (dejar asombrado o maravillado a alguien)

chói, **bị chói mắt** (đt): estar deslumbrado por la luz, por el sol; (đt), **làm chói mắt**: deslumbrar

chọi (đt): pelear / **chọi gà** (pelea de gallos)

chọn (đt): seleccionar

chọn lọc (đt): seleccionar; (dt), **sự chọn lọc**: la selección

chọn lựa (đt): elegir; (dt), **sự chọn lựa**: la elección

chọn ngành (đt): elegir la carrera

chóng mặt (pt): mareado, a / **bị chóng mặt** (estar mareado, marearse); (đt), **làm cho chóng mặt**: marear

chỗ (dt): la plaza, el sitio / **đặt chỗ** (pedir plaza, reservar plaza) / **chỗ ngồi** (el asiento, el sitio, plaza)

chỗ dựa (dt): el apoyo

chỗ ngồi (dt): el asiento, el sitio

chỗ ở (dt): el domicilio

chốc, chốc lát (dt): el momento

chối (đt): negar

chối cãi (đt): negar; (dt), **sự chối cãi**: la negación, el rechazo

chôn (đt): enterrar

chôn cất (đt): enterrar; (dt), **sự chôn cất**: el entierro

chồng (dt): el marido

chồng chất (đt): superponer; (dt), **sự chồng chất**: superposición

chồng chưa cưới (dt): el prometido

chống (đt): contrariar, oponer

chống đối (đt): contrariar, oponer; (dt), **sự chống đối**: la oposición
chống chọi (đt): resistir; (dt), **sự chống chọi**: la resistencia
chống đỡ (đt): sostener; (dt), **sự chống đỡ**: el sostenimiento
chống cự (đt): resistir; (dt), **sự chống cự**: la resistencia
chộp (đt): coger, agarrarse / **chộp lấy cơ hội** (aprovechar la ocasión)
chột (tt): tuerto, a / **người mắt chột** (el tuerto, a)
chột dạ (tt), (pt): inquietante; (đt), **bị chột dạ**: ser inquietante, sentir que le van a descubrir algo
chơ vơ (tt), (pt): aislado, a; solitaria, o / **cảm giác chơ vơ** (la sensación solitaria); (dt), **sự chơ vơ**: el aislamiento, lo solitario
chợ (dt): el mercado
chợ trời (dt): el mercadillo
chơi (đt): jugar / **chơi cờ** (jugar al ajedrez) / **chơi đá banh, chơi đá bóng** (jugar al fútbol) / **chơi đàn** (tocar la guitarra) ...
chơi bời (đt): jugar / **người chơi bời** (el vividor)
chơi chữ (đt): jugar con las palabras / **trò chơi chữ** (juego de palabras)
chớp (tt), (pt): intermitente / **điện chớp** (luz intermitente) / **chớp mắt** (abrir y cerrar los ojos)
chớp nhoáng (tt), (pt): fugaz, efímero; (dt), **sự chớp nhoáng**: lo efímero, la fugacidad
chợp, chợp mắt (đt): reciente dormir
chu đáo (tt), (pt): cuidadoso, a; perfecto, a / **làm việc một cách chu đáo** (hacer bien el trabajo, con cuidadoso); (dt), **sự chu đáo**: lo cuidadoso
chu toàn (đt): cumplir / **chu toàn công việc** (cumplir el trabajo); (dt), **sự chu toàn**: lo cumplido
chủ (dt): el jefe, la jefa; (đt), **làm chủ**: autónomo, a / **bà chủ** (la jefa) / **ông chủ** (el jefe)
chủ đề (dt): el tema, la temática

chủ động (đt): iniciar, activar; (dt), **sự chủ động**: la iniciativa
chủ mưu, **kẻ chủ mưu** (dt): el principal culpable
chủ ngữ (dt): el sujeto
chủ nghĩa Các mác- Lê nin (tng, dt): Marxista-Leninista
chủ nghĩa cộng sản (tng, dt): el comunismo / **người theo chủ nghĩa cộng sản** (el comunista, la comunista)
chủ nghĩa xã hội (tng, dt): el socialismo

chủ nhà (dt): el propietario de una casa, la propietaria
chủ nhân (dt): el propietario, la propietaria
chủ nhật (dt): el domingo
chủ nợ (dt): acreedor
chủ quan (tt), (pt): subjetivo, a / **tính chủ quan** (la característica subjetiva, la subjetividad; (dt), **sự chủ quan**: la subjetividad
chủ quyền (dt): la soberanía (el dominio)
chủ tài khoản (dt): el titular de una cuenta bancaria
chủ tịch (dt): el presidente / **chủ tịch hội đồng** (el presidente del Congreso) / **chủ tịch nước** (el presidente del país)
chủ yếu (tt), (pt): esencial, crucial, fundamental / **tính chất chủ yếu** (la característica fundamental); (dt), **sự chủ yếu**: lo esencial, el fundamento
chú (dt): el tío
chua (tt), (pt): ácido, a / **vị chua** (el sabor ácido)
Chúa (dt): Dios
Chúa (dt): el dios del distrito de zona Sur, o de Norte (Dios Nguyễn, Dios Trịnh, Dios Lê)
chùa, cái chùa (dt): la pagoda
chú giải (dt): la notación
chú thích (dt): la notación
chú ý (đt): fijarse, poner la atención; (dt), sự chú ý: la atención, el atento
chuẩn bị (đt): preparar; (dt), **sự chuẩn bị**: la preparación
chùn bước (đt): desganar, mover hacia detrás; (dt), **sự chùn bước**: el desánimo
chung (tt), (pt): común, general / **nhà chung** (la casa común) / **con chung** (los hijos en común) / **của cải chung** (los bienes comunes) / **cùng chung ý tưởng** (tener la misma idea)
chung đụng (đt): convivir; (dt), **sự chung đụng**: la convivencia
chung quanh (pt): alrededor / **ở chung quanh** (estar alrededor, rodear)
chung qui, chung qui lại (lt): en resumen
chung thủy (tt), (pt): fiel / **một người chung thủy** (una persona fiel); (dt), **sự chung thủy**: la fidelidad
chúng nó (đtnx): ellos, as (se dice ""họ", es descortés decir: "chúng nó")
chúng ta (đtnx): nosotros, as
chuồn (đt): abandonar, huir
chuồn chuồn, **con chuồn chuồn** (dt): libélula
chuồng, **cái chuồng** (dt): la jaula

chuồng chim, **cái chuồng chim** (dt): la jaula de pájaro
chuồng gà, **cái chuồng gà** (dt): el gallinero
chuồng lợn, **cái chuồng lợn** (dt): la pocilga
chuộc, chuộc lại (đt): desempeñar, rescatar; (dt), sự chuộc: el desempeño, el rescate
chuột, **con chuột** (dt): la rata, el ratón (del ordenador)
chụp (đt): coger, agarrarse / **chụp lấy cơ hội** (aprovechar la ocasión)
chụp ảnh (đt): sacar fotografía, fotografiar
chút (pt): poco, a / **một chút** (un poco) / **một chút nữa** (un poco más)
chút nữa (pt): dentro un momento, luego / **chút nữa con làm** (hago luego)
chuyên (tt), (pt): especialista
chuyên biệt (tt), (pt): especialista; (dt), **sự chuyên biệt**: la especialidad
chuyên khoa (tt), (pt): especialista
chuyên môn (tt), (pt): especialista / **thuộc về chuyên môn** (ser especialista), (dt), **sự chuyên môn**: la especialidad
chuyên ngành (tt), (pt): especialista / **thuộc về chuyên ngành** (ser especialista), (dt), **sự chuyên ngành**: la especialidad
chuyên nghiệp (tt), (pt): profesional / **một diễn viên chuyên nghiệp** (un actor profesional); (dt), **sự chuyên nghiệp**: la profesionalidad, el profesionalismo
chuyên chế, chế độ chuyên chế độc tài (dt): el absolutismo, la dictadura
chuyền, chuyền tay (đt): pasar de mano a mano
chuyển biến, **làm chuyển biến** (đt): conmover; (dt), **sự chuyển biến**: la conmoción / một sự chuyển biến trong đời sống tình cảm (la conmoción en la vida afectiva)
chuyển đổi (đt): modificar; (dt), **sự chuyển đổi**: la modificación
chuyển dịch (đt): transformar; modificar; (dt), **sự chuyển dịch**: la transformación; la modificación
chuyển hướng (đt): desplazar; (dt), **sự chuyển hướng**: el desplazamiento
chuyển tải (đt): transmitir / **chuyển tải một ý tưởng** (transmitir una idea); (dt), **sự chuyển tải**: la transmisión
chuyển khoản (đt): hacer una transferencia
chuyển tiếp, **sự chuyển tiếp** (dt): la transición / **chuyển tiếp dân chủ hóa** (transición a la democracia)
chuyến, chuyến đi (dt): la partida, la salida / **chuyến du lịch** (el viaje)
chuyện, chuyện kể (dt): el cuento
chữ (dt): la letra

chữ thập, **dấu chữ thập** (dt): el símbolo de la cruz, el signo de la cruz
chưa (pt): aún no / **chưa làm** (no ha hecho, no hacer todavía)
chừa, **chừa bỏ** (đt): dejar de hacer algo malo, abstener / **chừa bỏ thói hư tật xấu** (abandonar las malas costumbres, abstenerse el vicio)
chửa (dt): el embrazo / **có chửa** (tener el embrazo, estar encinta)
chữa, **chữa bệnh** (đt): curar la enfermedad; (dt), **sự chữa bệnh**: la cura de la enfermedad
chứa (đt): contener
chứa đựng (đt): contener; (dt) **sự chứa đựng**: el contenido
chứa chấp (đt): encubrir / **chứa chấp một tên tội phạm** (encubrir un delincuente)
chứa chất (đt): acumular, amontonar; (dt), **sự chứa chất**: la acumulación
chức, chức vụ (dt): el puesto
chức quyền, **giới chức quyền** (dt): la autoridad
chửi, chửi mắng, chửi rủa (đt): insultar, injuriar
chừng mực (pt): moderado, a / **ăn tiêu chừng mực** (gastar con moderación)
chừng nào (ltnv): cuándo / **Chừng nào anh đi**? ¿Cuándo te vas?
chừng cỡ (pt): más o menos
chững chạc (tt), (pt): maduro, a; seria, o / **tính chững chạc** (el carácter maduro); (dt), **sự chững chạc**: la madurez
chứng chỉ, **giấy chứng chỉ** (dt): el certificado
chứng cứ (dt): la muestra
chứng minh (đt): justificar; (dt), **sự chứng minh**: la justificación
chứng nhận, **giấy chứng nhận** (dt): el certificado
chứng tỏ (đt): demostrar; (dt), **sự chứng tỏ**: la demostración, la afirmación
chứng từ (dt): el documento demostrativo
chương (dt): el capítulo
chướng khí (dt): las miasmas
chướng mắt, **làm chướng mắt** (đt): molestar a la vista; (dt), **sự chướng mắt**: lo molesto a la vista
chướng tai, **làm chướng tai** (đt): molestar al oído; (dt), **sự chướng tai**: lo molesto del oído
co (đt): encogerse
co giãn, **sự co giãn** (dt): la contracción; (đt), **làm co giãn**: contraer
co giật (tt), (pt): convulso, a; (dt), **sự co giật**: la convulsión
co ro (đt): encogerse / **ngồi co ro** (encogerse sentando)

cò kè (đt): negociar bajando el precio
cò, con cò (dt): la cigüeña / **con cò trắng** (la cigüeña blanca)
cỏ (dt): la hierba
có (đt): tener
có lẽ (pt): quizá, quizás, tal vez
có lý (tng): tener razón / thật là có lý (es razonable) / Chi (Anh, Bác, chú, dì, em …) có lý. (Tienes razón.)
có nghĩa (tng): tener sentido
có ý (tng): tener significado; tener creatividad, tener ideas / bài thơ đó có ý (aquel poema tiene buena idea, tiene creatividad)
có ý định (đt): pretender
cọ xát (đt): restregar algo con algo
coi: (đt): ver, mirar
coi chừng (ct): cuidado / **coi chừng!** (¡cuidado!)
coi như (đt): considerar como / coi như là vậy (dejar como así)
coi thường (đt): despreciar; (đt), **sự coi thường**: el desdén
cõi đời (dt): el ámbito / **cõi Niết bàn** (Nirvana) / **cõi đời** (el ámbito de la vida)
cõi âm (đt): lugar de los muertos
còm (tt), (pt): raquítico, a; (dt), **bệnh còm**: el raquitismo; (dt), **người bị bịnh còm**: el raquítico, la raquítica
con (mt): el, la
con cái (dt): los hijos
con đầu lòng (đt): el primogénito, la primogénita
con gái (dt): la hija
con gái đầu (dt): la primogénita, la hija mayor
con gái thứ (dt): la hija menor
con nuôi (dt): el hijo adoptado, la hija adoptada
con rể (dt): el yerno
con trai (dt): el hijo
con trai đầu (dt): el primogénito, el hijo mayor
con trai thứ (dt): el hijo menor
con út (dt): la, el benjamín
còn, còn lại (pt): aún quedar; (dt), **phần còn lại**: el resto
còng, con còng (dt): el cangrejo de mar; (dt), **cái còng**: la esposas
cọng cỏ (dt): la brizna de hierba
cóp nhặt (đt): acumular, ahorrar / **cóp nhặt từng đồng** (ahorrar cada céntimo)

cô (đtnx): tía, profesora
cô ấy (đtnx): ella
cô dâu (dt): la novia
cô gái (dt): la chica, la doncella
cô giáo (dt): profesora
cô ta (đtnx): ella
cô nhi viện (dt): el orfanato; (dt), **trại cô nhi viện**: el centro del orfanato
cổ, cái cổ (dt): el cuello
cổ nhân (dt): los ancestrales
cổ xưa (tt): viejo, antigua, ancestral / **thời cổ xưa** (los antiguas tiempos, los tiempos primitivos)
cố gắng (đt): esforzarse; (dt), **sự cố gắng**: el esfuerzo
cố hương (dt): la tierra natal / **trở về cố hương** (regresar en la tierra natal)
cố hữu (tt), (pt): conservado, a; cuadrado, a / **tính cổ hữu** (el carácter cuadrado); (dt), **sự cố hữu**: el conservadurismo
cố sức (đt): esforzarse; (dt), **sự cố sức**: el esfuerzo
cố tâm (đt): empeñarse / cố tâm làm cái gì (empeñarse hacer algo)
cố vấn (đt): aconsejar; (dt), **sự cố vấn**: el consejo; (dt), **người cố vấn**: el consejero, a
cố ý (pt): con propósito, intención / làm một cách cố ý (hacer propósito); (dt), **sự cố ý**: la intención
cội nguồn (dt): el origen
cội rễ (dt): la raíz
côn đồ, tên côn đồ (dt): el bandido, el matón
côn trùng (dt): el insecto
công an (dt): policía / **công an phường** (policía local)
công bằng (tt), (pt): justo, a / **xử lý một cách công bằng** (resolver justamente); (dt), **sự công bằng**: la equidad
công chúa (dt): la princesa
công chúng (dt): el público
công chuyện (dt): el trabajo, algo que hacer / tôi có công chuyện phải làm (hay una cosa que tengo que hacer)
công danh (tt), (dt): fama, la fama; (dt), **đường công danh**: la línea de mente, de fama (de quiromanía); (tng), **công danh sự nghiệp**: actividad profesional, la carrera

công dân (dt): el ciudadano / **một công dân Việt nam** (un ciudadano vietnamita)
công đoàn (dt): el sindicato
công giáo, **người công giáo** (dt): católico, a; (dt), **đạo công giáo**: el catolicismo
công hiệu (tt), (pt): eficaz; (dt), **sự công hiệu**: la eficacia
công khai (pt): en público; (đt), **nói công khai**: decir en público
công lợi (dt): los intereses públicos
công lý (dt): la justicia
công nhân (dt): el trabajador, la trabajadora / **công nhân lao động** (el obrero)
công nhận (đt): aceptar; admitir; (dt), **sự công nhận**: la aceptación, el reconocimiento
công nghiệp (tt), (pt): industrial; (dt), **ngành công nghiệp**: la industria; (đt), **công nghiệp hóa**: industrializar
công ơn (tt): el favor / **công ơn cha mẹ** (el favor de los padres)
công phẫn (đt): indignar; (dt), **sự công phẫn**: la indignación
công phu (pt): detalladamente / **làm một cách công phu** (hacer detalladamente)
công tác (dt): el trabajo, el negocio; (đt), **đi công tác**: viajar por razones de trabajo
công tắc điện (dt): el interruptor
công thức (dt): la fórmula
công thương nghiệp (dt): la industria comercial
công văn (dt): el mensaje oficial
công việc (dt): el trabajo
cộng (đt): sumar, adicionar; (dt), **phép cộng**: la suma, la adición
cộng đồng (dt): la comunidad
cộng hòa (tt), (pt): republicano, a / **đảng cộng hòa** (la república)
cộng sản (tt): comunista / **người cộng sản** (el comunista) / **đảng cộng sản** (el partido de comunista); (dt), **chủ nghĩa cộng sản**: el comunismo
cộng sự, **người cộng sự** (dt): el colaborador, la colaboradora
cộng tác (đt): colaborar; (dt), **sự cộng tác**: la colaboración; (dt), **người cộng tác**: el colaborador, la colaboradora
cột, **cái cột** (dt): la columna; (đt), **cột: atar / cột cái gì lại với nhau** (atar algo a algo)
cột sống (dt): la columna vertebral
cột trụ (dt): el pilar

cơ, cơ bắp (dt): el músculo
cơ bản, điều cơ bản (dt): el fundamento, la esencia, el pilar
cơ cấu (dt): la estructura, el organismo
cơ duyên (dt): la predestinación
cơ đốc giáo (dt): el cristianismo
cơ giới, **ngành cơ giới** (dt): el mecanismo
cơ hội (dt): la buena ocasión
cơ khí, **ngành cơ khí** (dt): el mecanismo; (đt), **cơ khí hóa**: mecanizar
cơ sở (dt): la base / **cơ sở hạ tầng** (la infraestructura)
cờ, lá cờ (dt): la bandera
cờ tướng (dt): el ajedrez
cớ, **cái cớ** (dt): la excusa / **Đó chỉ là một cái cớ**. (Eso es sólo una excusa.)
cởi (đt): abrir, quitar
cởi áo (đt): quitar la camisa
cởi áo quần (đt): desnudar, quitar la ropa
cởi đồ (đt): quitar la ropa, desnudar
cởi mở (tt), (pt): abierto, a / **tính cởi mở** (el carácter abierto) / Cô ấy là một người rất cởi mở. (Ella es una persona abierta); (dt), **sự cởi mở**: lo abierto
cởi quần (đt): quitar el pantalón
cởi trần (tng): no llevar la camisa / **Hắn đang cởi trần.** (él no está vestido la camisa)
cởi truồng (tng): no llevar el pantalón / **Hắn đang cởi truồng.** (él no está vestido el pantalón)
cơm (dt): arroz cocinado
cu, **con cu** (dt): el pene
cu, **con chim cu** (dt): la tórtola
cuba (tt): cubano, a / **nước Cuba** (Cuba) / **người Cuba** (los cubanos) / **một người Cuba** (un cubano, una cubana)
cù lao (dt): islote / **Cù Lao chàm** (nombre de un islote cerca de Da nang)
củ (mt): el, la / **củ ca rốt** (la zanahoria) / **củ khoai** (la patata) / **một củ hành** (una cebolla)
cũ (tt): viejo, a / **bạn cũ** (el viejo amigo)
cú, **cú đánh** (dt): el ataque, el golpe; (dt), **con cú**: el búho
cụ, **cụ ông** (dt): el anciano; (dt), **cụ bà**: la anciana; (tng), **ông cụ non**: el joven, pero es viejo / hắn giống ông cụ non cho dù hắn mới có ba mươi tuổi (él parece un viejo, aunque sólo tiene 30 años)

của (mtsh), của tôi (mío, a); (gt): de / tài sản của một người nào đó (los bienes de alguien)
của cải (dt): los bienes
của chìm (dt): los bienes invisibles / Ông ta ngó vậy mà có của chìm (Lo ve así, pero tiene una fortuna invisible)
của hồi môn (dt): el dote
của nổi (dt): los bienes visibles
của riêng (dt): los bienes privados
cúc, **hoa cúc** (dt): la margarita
cục (mt): el, la / **cục cứt** (caca) / **cục phấn** (la tiza) / **cục kẹo** (el caramelo) **cục bộ** (tt), (pt): cerrada, o, cuadrado, a, local / **tư tưởng cục bộ** (la mente cerrada) / **chiến tranh cục bộ** (la guerra local); (dt), **sự cục bộ**: el localismo (los intereses solo para un grupo, una organización)
củi, **cái cây củi** (dt): la leña; (dt), **một đống củi**: un montón de leña
cúi (đt): bajar / **cúi đầu** (bajar la cabeza)
cùi, **bệnh cùi** (dt): la lepra
cùn (pt): desafilado, a; **bị cùn** (estar desafilado, a) / đầu cây bút chì bị cùn (la punta de lápiz está desafilada)
cung, **cái cung** (dt): el arco
cung cấp (đt): aprovisionar, abastecer, suministrar; (dt), **sự cung cấp**: el abastecimiento, el suministro
cưng chiều (đt): mimar; ((dt), **sự cưng chiều**: el mimo
cung đàn (tt): musical; melódico, a / **tiếng cung đàn** (el sonido musical)
cung điện (dt): el palacio
cung đình (dt): el palacio Real
cung kính (đt): reverenciar; (dt), **sự cung kính**: la reverencia
cung nữ, cung phi (dt): las concubinas
cung trăng (dt): la luna
cùng, cùng với (gt): con
cùng lúc (pt): en el mismo tiempo
cùng nhau (pt): junto / **cùng nhau làm** (hacer junto)
củng cố (đt): reformar; (dt), **sự củng cố**: la reforma
cũng vậy (pt): es igual / hắn cũng vậy, không thay đổi (es igual, no ha cambiado)
cúng bái (đt): ofrendar
cụng, cụng ly (đt): brindar; (dt), **sự cụng ly**: el brindis
cuốc, cuốc đất (đt): cavar

cuộc đấu (dt): el combate / một cuộc đấu giữa hai đối thủ (un combate entre dos rivales)
cuộc đời (dt): la vida / cuộc đời của một người (la vida de una persona)
cuộc họp (dt): una reunión
cuộc sống (dt): la vida
cuộc vui (dt): una fiesta, una diversión / đời là một cuộc vui (la vida es una fiesta)
cuối cùng (dt): el final, el fin
cuối tuần, **những ngày cuối tuần** (dt): los fines de semana
cuốn (mt): el, la / **cuốn sách** (el libro) / **cuốn vở** (la libreta) / **cuốn truyện** (el cuento) / **cuốn phim** (la película) / **cuốn tiểu thuyết** (la novela) / **cuốn chỉ** (el rollo de hilos)
cuốn (đt): enrollar / **cuốn chiếu** (enrollar la esterilla de bambú)
cuộn (đt): enrollar
cuốn hút (đt): atraer; (tt), **cuốn hút**: atractiva, o / **một vẻ đẹp cuốn hút** (una belleza atractiva); (dt), **sự cuốn hút**: la atracción
cuồng phong (dt): la tempestad
cuống hoa, **cái cuống hoa** (dt): el pétalo
cuống họng, **cái cuống họng** (dt): la garganta
cúp tóc (đt): cortar el pelo, rapar el pelo
cúp lương (đt): recortar el sueldo
cút, cút đi (ct): ¡vete! (decir que se vaya, insulto); (dt), **con chim cút**: la codorniz
cư trú (đt): habitar, residenciar
cư xử (đt): tratar; (dt), **sự cư xử**: el trato
cừ, cừ khôi (pt): genial / anh thật là cừ khôi (eres es genial)
cử động (đt): mover, (dt), **sự cử động**: el movimiento
cử hành (đt): celebrar, exhibir / **cử hành hôn lễ** (celebrar la boda); (dt), **sự cử hành**: la celebración
cứ (gt): cada / **cứ hai ngày một lần** (cada dos días una vez)
cửa, cái cửa (dt): la puerta / **cửa ngõ = cái cổng** (la puerta principal de una casa) / khi nào đi nhớ đừng để cửa ngỏ (cuando te vayas no olvides cerrar la puerta) / để cửa ngỏ (entreabrir la puerta)
cửa ải (dt), (tng): la frontera
cửa bán vé (dt): la taquilla
cửa đại (dt): la muralla / cửa Đại Hội an (la muralla de Hội an)

cửa hiệu (dt): la tienda
cửa khẩu (dt): el control de la frontera / **qua cửa khẩu** (pasar por el control de la frontera)
cựa quậy (đt): mover
cực, cực khổ (tt): difícil, miserable / **cuộc đời cực khổ** (la vida difícil)
cực dương (dt): el ánodo (polo positivo)
cực âm (dt): el cátodo (polo negativo)
cực điểm (dt): el máximo
cực đoan (tt), (pt): extremista / **một ý tưởng cực đoan** (una idea extremista); (dt**), sự cực đoan**: el extremismo
cực độ (dt): el máximo
cực lạc (tt), (pt): placentero, a / **cõi cực lạc** (el paraíso budista, el lugar placentero)
cực lòng (dt): la pena (la tristeza)
cực thịnh (tt), (pt): próspero, a / **thời cực thịnh** (el período próspero); (dt), **sự cực thịnh**: la prosperidad
cứng (tt): duro, rígido
cứng cỏi (tt), (pt): rígido, a; (dt), **sự cứng cỏi**: la rigidez
cười (đt): reír; (dt), **nụ cười**: la sonrisa
cưỡi (đt): montar, subir / **cưỡi ngựa** (montar al caballo)
cưới (đt): casarse; (dt), **đám cưới**: la boda
cương nghị (tt), (pt): seria, o / **một người cương nghị** (una persona seria y decidida); (dt), **sự cương nghị**: la seriedad
cương quyết (tt), (pt): insistente, perseverante / **tính tình cương quyết** (el carácter insistente, persistente); (đt), **cương quyết**: insistir; (dt), **sự cương quyết**: la insistencia, la persistencia
cường độ (dt): la intensidad
cưỡng bách (tt), (pt): opresivo, a / **một hành động cưỡng bách** (una acción opresiva) (đt), **cưỡng bách**: presionar, oprimir; (dt), **sự cưỡng bách**: la opresión
cưỡng dâm (đt): abusar sexualmente, violar; (dt), **sự cưỡng dâm**: la violación, el abuso sexual
cướp biển, **tên cướp biển** (dt): el pirata
cướp bóc (đt): robar, despojar, arrebatar; (dt), **sự cướp bóc**: el despojo
cưỡng bức (tt), (pt): opresivo, a / **một hành động cưỡng bức** (una acción opresiva); (đt), **cưỡng bức**: presionar, oprimir; (dt), **sự cưỡng bức**: la opresión

cướp đoạt (đt): expoliar, despojar, usurpar; (dt), **sự cướp đoạt**: el expolio, el despojo
cứt, cục cứt (dt): caca
cưu mang (đt): proteger, amparar, mantener, sostener; (dt), **sự cưu mang**: la protección, el sostenimiento alguien
cừu, **con cừu** (dt): la cabra
cứu (đt): salvar / cứu sống (salvar la vida)
cứu chữa (đt): salvar y recuperar; (dt), **sự cứu chữa**: el salvamento, la recuperación
cứu quốc (đt): salvar el país
cứu thương, **xe cứu thương** (dt): la ambulancia
cứu trợ (đt): asistir; (dt), **sự cứu trợ**: la asistencia
cựu chiến binh (dt): el soldado republicano
cựu ước, **sách Cựu Ước** (dt): el antiguo Testamento

Phụ âm thứ ba và chữ thứ sáu của bảng chữ cái
Tercera consonante y sexta letra del abecedario

da (dt): la piel
dã man (tt), (pt): cruel / **một hành động dã man** (una acción cruel); (dt), **sự dã man**: la crueldad
dạ (pt): sí, vale, ok (se usa sólo con la persona mayor, o con el superior del puesto familiar)
dạ hội (dt): la danza nocturna; (đt), **đi dạ hội** (ir a la danza nocturna)
dạ khúc (dt): la melodía de noche
dai (tt): duro, a (carne) / **thịt dai** (la carne dura)
dai dẳng (tt), (pt): incesante, persistente / **mưa dai dẳng** (la lluvia incesante); (dt), **sự dai dẳng**: la persistencia, lo incesante / **sự dai dẳng của trí nhớ** (la persistencia de la memoria)
dài (tt): largo, a
dài hạn, **sự dài hạn** (dt): el plazo largo / **hợp đồng dài hạn** (el contrato de largo plazo)
dại (tt), (pt): bobo, a
dám (pt): atrevido, a; de reto / dám nghĩ dám làm (puede pensar, puede hacer)
dạm hỏi, **sự dạm hỏi** (dt): la petición de mano / **bữa tiệc dạm hỏi** (la cerebración de petición de mano)
dàn cảnh (đt): escenificar; (dt), **sự dàn cảnh**: la escenificación
dàn dựng (đt): montar la escena, escenificar; (dt), **sự dàn dựng**: la escenificación
dàn hòa (đt): reconciliar; (dt), **sự dàn hòa**: la reconciliación
dàn kịck (đt): montar el teatro

dàn nhạc (dt): la orquesta
dàn trận (đt): ordenar una batalla
dàn xếp (đt): ordenar, colocar, arreglar / **dàn xếp công việc** (ordenar el trabajo); (dt), **sự dàn xếp**: el arreglo, la colocación
dạn (tt), (pt): atrevido, a
dạn dĩ (tt), (pt): atrevido, a / **tính cách dạn dĩ** (el carácter atrevido)
dang (đt): extender / **dang tay** (extender los brazos) / **dang chân** (extender las piernas)
dang dở (tt), (pt): discontinuo, interrumpido, a / đời sống tình cảm bị dang dở (la vida del amor es interrumpido); (dt), **sự dang dở**: la interrupción
dáng, dáng dấp, dáng vóc (dt): la forma del cuerpo, la figura / **cô ấp có dáng đẹp** (ella tiene una figura bonita); (đt), **làm dáng**: coquetear, presumir
dáng đi (dt): la forma de caminar
dáng vẻ (dt): la apariencia
dạng, hình dạng (dt): la forma; (đt), **dạng**: extender
danh dự (dt): el honor
danh giá (dt): la reputación
danh hiệu (dt): el título
danh họa, **một danh họa** (dt): un pintor famoso, un pintor célebre; (dt), **một nữ danh họa**: una pintora famosa
danh lợi (dt): la fama y el beneficio
danh mục (dt): la lista
danh nghĩa (dt): el nombre / Thiệp mời triển lãm được mời dưới danh nghĩa của nhà văn hóa. (La invitación de exposición se ha cursado bajo el nombre del Centro de Cultura.)
danh ngôn (dt): el proverbio
danh nhân (dt): la persona célebre, el genio
danh sách (dt): la lista / danh sách học sinh (la lista de los alumnos) / danh sách những người ra ứng cử (la lista de los candidatos)
danh tài (dt): el talento famoso
danh tiếng (dt): la fama
danh tánh (dt): la identidad
danh từ (dt): el nombre, el sustantivo
danh vọng (dt): la reputación, la fama
dành dụm (đt): ahorrar; (dt), **sự dành dụm**: el ahorro
dao, **con dao, cái dao** (dt): el cuchillo

dao động, làm cho dao động (đt): oscilar; (đt), **bị dao động**: estar indeciso; (dt), sự dao động: la oscilación

dạo, đi dạo (đt): pasear

dạt dào (tt): efusivo, a / tình cảm dạt dào (el efecto efusivo)

day dứt (đt): remorder; (dt), **sự day dứt**: el remordimiento

dày (tt), (pt): grueso, a

dày cộm (tt), (pt): muy grueso, a / một cuốn sách dày cộm (un libro muy grueso)

dày đặc (tt), pt): denso, a / **một đám mây dày đặc** (unas nubes densas)

dãy, một dãy (dt): una serie; (dt), **dãy núi**: series de montañas

dạy, dạy học (đt): enseñar

dạy bảo (đt): educar

dạy dỗ (đt): educar

dạy kèm (đt): dar clase particular

dặm (dt): la legua

dặn dò (đt): recordar, aconsejar; (dt), **sự dặn dò**: la recordación, el consejo / **những lời dặn dò của cha mẹ** (las recordaciones de los padres)

dằn vặt (đt): remorder; (dt), **sự dằn vặt**: el remordimiento

dắt (đt): llevar a alguien de la mano / Mẹ dắt em bé đi học. (La madre lleva el niño, la niña al colegio.)

dâm, sự dâm dục, sự dâm đãng (dt): la libido

dân, người dân (dt): el ciudadano

dân chủ (dt): la democracia; (đt), **dân chủ hóa**: democratizar

dân sự (tt): civilizado, a / **luật dân sự** (el código civil); (đt), **dân sự hóa**: civilizar

dân tộc (dt): la nación / **dân tộc Việt nam** (la nación vietnamita)

dần, dần dần (pt): paulatino, a, gradual / **phanh dần lại** (frenar de forma paulatina) / **tiến dần lên** (progresar paulatinamente)

dẫn chứng (đt): demostrar; (dt), **sự dẫn chứng**: la muestra

dẫn dắt (đt): dirigir, conducir; (tt), (pt), **dẫn dắt**: dirigente / **người dẫn dắt** (el dirigente, el director); (dt), **sự dẫn dắt**: el hecho de dirigir, lo dirigente

dẫn đầu (đt): acaudillar, encabezar; (dt), **người dẫn đầu**: el líder; persona que encabeza la fila

dẫn đường (đt): enseñar el camino

dấn, dấn thân (đt): atreverse, lanzar; (dt), **sự dấn thân**: el lanzamiento

dâng (đt): entregar

dâng tặng (đt): entregar; (dt), **sự dâng tặng**: la entrega

dập, dập tắt (đt): apagar
dâu, trái dâu, trái dâu tây (dt): la fresa
dầu (dt): el aceite / **dầu ô liu** (el aceite de oliva)
dầu lửa (dt): el petróleo
dấu (dt): el signo
dấu chấm (dt): el signo punto (.)
dấu hai chấm (dt): el signo dos puntos (:)
dấu hỏi (dt): el interrogante (?)
dấu chấm phẩy (dt): punto y coma (;)
dấu chấm than (dt): signo de exclamación (¡)
dấu phẩy (dt): la coma (,)
dấu vết (dt): el rasgo
dây, **sợi dây** (dt): el hilo, el cable
dây cáp (dt): el cable
dây chỉ, sợi chỉ (dt): el hilo
dây đàn, sợi dây đàn (dt): el cordel, la cuerda / **một sợi dây đàn** (un cordel, una cuerda)
dây cung, sợi dây cung (dt): la cuerda del arco
dây điện, sợi dây điện (dt): el cable eléctrico
dây nịt, sợi dây nịt (dt): el cinturón
dậy thì, **tuổi dậy thì** (dt): la pubertad
dè chừng (pt): cauteloso, a / phải dè chừng (tener cuidado)
dè bỉu (đt): despreciar / **nói một cách dè biểu** (hablar con desdén); (dt), **sự dè biểu**: el desdén
dè dặt (pt): discreto, a; reservado, a
dèm pha, nói dèm pha (đt): decir detractores / **những lời dèm pha** (los detractores)
dẻo (tt), (pt): elástico, a
dẻo dai (tt), (pt): resistente; elástico, a / **tính dẻo dai** (el carácter resistente); (dt**), sự dẻo dai**: la resistencia (que dura); la elasticidad (flexibilidad)
dép, **đôi dép** (dt): sandalias
dẹp (đt): dejar, poner / **dẹp đi!** (¡déjalo!) / **dẹp qua một bên** (poner al otro lado)
dẹp loạn (đt): eliminar rebeldes
dê, con dê (dt): la cabra; (dt), **con dê đực**: el cabrón (macho de cabra); (tng): **dê, dê đực** (tng): el cabrón (el que le gusta mucho las mujeres)

dễ (tt): fácil / **người dễ tính** (la persona abierta, cercana; o fácil de engañar); (đt), **làm cho dễ dàng**: facilitar
dễ ghét (tt): antipática, o / **người dễ ghét** (la persona antipática); el antipático, a; (dt), **sự dễ ghét**: la antipatía, lo antipático
dễ hiểu (tt), (pt): comprensible / **người dễ hiểu** (persona sencilla, fácil de entender)
dễ thương (tt), (pt): simpático, a / **tính tình dễ thương** (el carácter simpático); (dt), **sự dễ thương**: la simpatía
dệt (đt): tejer / **dệt vải** (tejer la tela)
di chúc, bản di chúc (dt): el testamento; (đt), **viết di chúc**: testar
di chuyển (đt): desplazar; (dt), **sự di chuyển**: el desplazamiento
di cư (đt): emigrar; (dt), **sự di cư**: la emigración
di dân (đt): emigrar
di động (đt): mover; (dt), **sự di động**: el movimiento
di sản (dt): el patrimonio / **di sản quốc gia** (el patrimonio nacional)
di tích (dt): el vestigio, la huella, la pista
dì (dt), (đtnx): la tía; tía
dĩ nhiên (pt): evidente, indudable / **đó là dĩ nhiên** (es evidente); (dt), **sự dĩ nhiên**: la evidencia
dĩ vãng (dt): el pasado / **tất cả đã chìm vào dĩ vãng** (todo se sumergió en el pasado)
dị bản (dt): la variante, la versión
dị hình (dt): la malformación / **bị dị hình** (tener una malformación)
dị nghị (tt), (pt): criterio, rumor; (dt), **sự dị nghị**: el rumor
dị thường (tt), (pt): anormal; (dt), **sự dị thường**: la anormalidad; lo extraordinario
dịch (đt): traducir / **dịch sách** (traducir libros) / **dịch thơ** (traducir poemas)
dịch hạch, **bệnh dịch hạch** (dt): la peste
dịch mã (đt): traducir el código, descubrir el código
diêm, **que diêm** (dt): la cerilla; (dt), **hộp diêm**: la caja de cerillas
diêm vương (dt): rey del infierno
diềm tường, **cái diềm tường** (dt): la franja de pared; (dt), **tranh diềm tường**: el mosaico
diễm lệ (tt): hermosura / **một hình ảnh diễm lệ** (una imagen hermosura)
diễm tình, **thiên diễm tình** (dt): una hermosura historia del amor
diễn biến, **sự diễn biến, qúa trình diễn biến** (dt): el proceso

diễn đạt (đt): expresar; (dt), **sự diễn đạt**: la expresión
diễn giải (đt): explicar; (dt), **sự diễn giải**: la explicación
diễn kịch (đt): hacer teatro; (tt), (pt): teatral / **người hay diễn kịch** (el teatral, el histrión)
diễn ra (đt): ocurrir, suceder, pasar
diễn tập (đt): entrenar, ejercitar; (dt), **sự diễn tập**: el entrenamiento, la exhibición / **một buổi diễn tập quân đội** (un entrenamiento para desfile militar)
diễn tiến (đt): procesar (someter a un proceso de transformación); (dt), **sự diễn tiến**: el proceso
diễn văn, **bài diễn văn** (dt): el discurso; (đt), **đọc diễn văn**: dar el discurso
diễn viên (dt): el actor, la actriz
diễu hành (đt): desfilar; (dt), **cuộc diễu hành**: el desfile
diện (tt), (pt): arreglado, a / **ăn diện** (vestir bien; ir arreglado, a)
diện mạo (dt): el aspecto
diện tích (dt): la superficie
diệt (đt): exterminar, destruir
dìm, dìm xuống (đt): hundir
dinh dưỡng (đt): nutrir; (dt), **sự dinh dưỡng**: la nutrición
dinh thự (dt): el edificio
dính (tt), (pt): pegajoso, a; (dt), **keo dính**: el pegamento; (đt), **làm dính**: pegar; (đt), **bị dính**: estar pegajoso, a; ser pegajoso, a
dính dáng = dính dấp = dính líu (pt): implicado / **bị dính dáng tới pháp luật** (estar implicado por la justicia)
dịu, **làm dịu** (đt): calmar
dịu dàng (tt), (pt): suave / **một cô gái dịu dàng** (una chica suave)
dịu giọng (đt): bajar el tono de voz
dịu hiền (tt): suave, buena / **một người dịu hiền** (una persona suave y buena)
do dự (tt), (pt): indeciso, a / **thái độ do dự** (la actitud indecisa); (dt), **sự do dự**: la indecisión; (đt), **do dự**: estar indeciso
do thái (tt): judío / **người Do Thái** (los judíos)
dò dẫm (đt): buscar
dò hỏi (đt): sonsacar
dò thám (đt): espiar
dọa, dọa dẫm (đt): amenazar
dọa nạt (đt): amenazar, maltratar; (dt), **sự dọa nạt**: la amenaza, el maltrato
doanh nghiệp (dt): el comerciante

doanh thu (dt): el ingreso
doanh trại (dt): el campamento
dọc, **chiều dọc** (dt): la altura
dọc dừa (tt): recta / **mũi dọc dừa** (la nariz recta)
dõi, **nhìn dõi theo** (đt): perseguir con la mirada / **Anh ta dõi theo bóng cô ấy.** (Él la persiguió con la mirada.)
dòm (đt): mirar
dòm ngó (đt): fisgar, fisgonear; cotillear; (dt), **sự dòm ngó**: el hecho de fisgonear; (dt), **kẻ dòm ngó**: el fisgón, la fisgona; el, la cotilla
dọn, dọn dẹp (đt): arreglar, limpiar / **dọn dẹp nhà** (limpiar la casa)
dòng (dt): la fila, la línea
dòng chảy (dt): la corriente (de agua) / **dòng chảy văn học** (la corriente literaria)
dòng điện (dt): la corriente eléctrica
dòng giống (dt): la raza
dòng họ (dt): el linaje
dòng **máu** (tng, dt): la sangre / **có cùng một dòng máu** (ser consanguíneo, tener la misma sangre)
dòng sông (dt): el río / **dòng sông chảy ngược** (el río va al revés) / **dòng sông không trở lại** (el río sin retorno)
dỗ, dỗ dành (đt): engatusar, camelar; (dt), **sự dỗ dành**: el camelo
dốc, **nói dốc** (đt): jactarse, presumir / **Hắn nói dốc lắm.** (Se jacta mucho.)
dốc, **cái dốc** (dt): la pendiente (el terreno inclinado)
dốc lòng (đt): esforzarse; (dt), **sự dốc lòng**: el esfuerzo
dốc núi (dt): la pendiente (de la montaña)
dồi dào (tt), (pt): abundante / **sức khỏe dồi dào** (la salud abundante) / **lương thực dồi dào** (una gastronomía rica); (dt), **sự dồi dào**: lo abundante, la abundancia
dối, **nói dối** (đt): mentir; (dt), **sự dối trá**: la mentira
dội, làm dội lại (đt): resonar, repercutir
dồn dập (pt): acelerado, a / **hỏi một cách dồn dập** (preguntar repetidamente) / **thở dồn dập** (respirar fuerte)
dồn lại (đt): unir
dông, **cơn dông** (dt): la tormenta
dông tố (tt), (pt): tormentoso, a / **cuộc đời dông tố** (la vida tormentosa)
dốt, dốt nát (tt), (pt): ignorante; (dt), **sự dốt nát**: la ignorancia

dởm (tt), (pt): falso, a / **đồ dởm** (el objeto falso, la cosa sintética)
dơ (tt), (pt): sucio, a / **cái áo bị dơ** (la camisa está sucia)
dở (tt), (pt): mal, mala / **món ăn dở** (la comida mala) / **một cuốn sách rất dở** (un libro muy mal)
dở chừng (pt): incompleto, a / **làm dở chừng** (dejar algo sin terminar)
dở dang (pt): roto / mối tình dở dang (el amor roto); (dt), **sự dở dang**: la ruptura
du dương (tt), (pt): melodioso, a / **một khúc nhạc du dương** (una canción melodiosa)
du hành (đt): viajar / **du hành trong mộng tưởng** (viajar en la ilusión) / **du hành vào vũ trụ** (đt): viajar al espacio
du lịch, chuyến du lịch (dt): el viaje; (đt), **đi du lịch**: viajar, ir de viaje; (dt), **khách du lịch**: el turismo
du ngoạn (dt): la excursión; (đt), **đi du ngoạn**: ir de excursión
du mục (tt), nómada / **đời sống du mục** (la vida nómada); (dt), **người du mục**: el nómada, la nómada
dụ (đt): persuadir
dụ dỗ (đt): persuadir; (dt), **sự dụ dỗ**: la persuación
dúi đầu (đt): empujar la cabeza (de alguien)
dung hạnh (dt): la virtud
dung hòa (đt): armonizar, llevarse bien; (dt), **sự dung hòa**: la armonía (en las relaciones personales)
dung lượng (dt): el contenido, la capacidad / dung lượng của ô xi có trong nước (la capacidad de oxígeno en el agua)
dung môi, **chất dung môi** (dt): el disolvente
dung nạp (đt): acoger; (dt), **sự dung nạp**: la acogida
dung tha (đt): perdonar; (dt), **sự dung tha**: el perdón
dung thứ (đt): tolerar, perdonar; (dt), **sự dung thứ**: la tolerancia, el perdón
dung thân (đt): refugiarse / không chốn dung thân (no hay lugar para refugiarse; no tener nada, ni techo, ni familia)
dung tục (tt), (pt): vulgar; (dt), **sự dung tục**: la vulgaridad
dùng (đt): usar
dùng dằng (tt), (pt): indeciso, a; (dt), **sự dùng dằng**: la indecisión
dũng cảm, **sự dũng cảm** (dt): el coraje, la osadía
dũng sĩ (dt): el soldado valiente
dụng cụ (dt): el instrumento

dụng tâm (pt): intencionado; (dt), **sự dụng tâm**: la intención

dụng ý (pt): intencionado / **có dụng ý** (tener intencionado; ser intencionado); (dt), **sự dụng ý**: la intención

duỗi (đt): estirarse / **duỗi chân** (estirarse la pierna)

duy lý (tt): racional / triết lý duy lý (el racionalismo); (dt), **sự duy lý**: la racionalidad

duy nhất, **điều duy nhất** (dt): el único

duy tâm (tt), (pt): intuitiva, o; espiritual / **một người duy tâm** (una persona espiritual; una persona sentimental); (dt), **triết lý duy tâm**: el espiritualismo

duy tân (tt): nuevo, a; revolucionario, a / **phong trào duy tân** (el movimiento revolucionario francés en Vietnam en el año 1905)

duy vật, **thuyết duy vật, duy vật biện chứng** (dt): materialismo

duyên (tt): encanto; (dt), **cái duyên**: el encanto / **cái duyên của một cô gái** (el encanto de una chica); (tng), **cái duyên**: la predeterminación / **đó là một cái duyên** (aquélla es una predeterminación)

duyên dáng (tt), (pt): esbelta, atractiva, encanto, sutil / những cử động của cô ấy rất là duyên dáng (los movimientos de ella son sutiles) / một cô gái duyên dáng (una chica esbelta, atractiva); (dt), **sự duyên dáng**: lo atractivo, el encanto

duyên hải, **miền duyên hải** (dt): la región marítima

duyên kiếp (dt): la vida predestinada

duyên tiền định (dt): la predeterminación

dư (tt), (pt): sobrante, / **đồ dư ra** (la sobra, lo sobrante)

dư âm (dt): el eco / **dư âm của ngày tháng** (los ecos del tiempo)

dư luận (dt): la opinión pública

dư thừa (tt), (pt): sobrante; (dt), **sự dư thừa**: la sobra, el desecho

dữ (tt), (pt): irascible / **Cô ta rất dữ**. (Ella es irascible)

dữ dằn (tt), (pt): irascible / **tính cách dữ dằn** (el carácter irascible); (dt), **sự dữ dằn**: lo irascible

dữ dội (tt), (pt): intenso, a; fuego; (dt), **sự dữ dội**: la intensidad

dữ kiện (dt): el factor / dựa trên sữ kiện đó để phán đoán (basar por ese factor para analizar)

dữ liệu (dt): el documento

dữ tợn (tt), (pt): iracundo, a; colérico, a / **một người dữ tợn** (una persona iracunda)

dự án (dt): el presupuesto, el plan

dự báo (đt): previsor; (dt), **sự dự báo**: la previsión / **dự báo thời tiết** (la previsión del tiempo)
dự cuộc (đt): participar
dự định (dt): el proyecto, el plan, la intención de hacer algo; (đt), **có dự định**: tener el proyecto, proyectar
dự bị (tt): preparativo, a / **lớp dự bị** (la clase preparativa)
dự luật, **văn bản dự luật** (dt): la tesis en derecho
dự phòng (đt): prevenir, precaver; (dt), **sự dự phòng**: la precaución
dự thảo, **bản dự thảo** (dt): la tesis sobre un tema
dự thi (đt): participar en un concurso; (dt), **người dự thi**: el, la concursante
dự tính (dt): el proyecto, el plan, la intención de hacer algo; (đt), **có dự tính**: tener el proyecto, proyectar
dưa hấu, **trái dưa hấu** (dt): la sandía
dưa hồng, **trái dưa hồng** (dt): el melón vietnamita
dưa leo, **trái dưa leo** (dt): el pepino
dưa món (dt): la zanahoria salada
dưa muối (dt): el pepino o alguna especie de verdura salada
dừa, **trái dừa** (dt): el coco
dựa (đt): apoyarse; basar en; aprovechar / **dựa vào một cái cây** (apoyarse en un árbol) / **dựa vào thế lực gia đình** (aprovechar la influencia de la familia) / **Nhà nước cho ra luật mới dựa vào lợi ích cuả nhân dân.** (El Estado dicta una nueva ley basa en los derechos de los ciudadanos.)
dựa dẫm (tt), (pt): aprovechado / **người hay dựa dẫm** (la persona que le gusta depender de alguien, la persona aprovechada) / **thói quen dựa dẫm** (carácter aprovechado); (đt), **dựa dẫm**: aprovechar, aprovecharse; (dt), **sự dựa dẫm**: el aprovechamiento
dừng (đt): parar; acabar
dựng (đt): edificar, construir
dựng đứng (đt): poner en vertical / **tóc dựng đứng** (el pelo se pone de punta)
dựng hình (đt): planear la geometría; (dt), **phép dựng hình**: la geometría
dược khoa (dt): la farmacología
dược sĩ (dt): el farmacéutico, la farmacéutica
dược thảo (dt): las plantas medicinales
dưới (tt): bajo, abajo, debajo
dương (tng): el yang
dương liễu, **cây dương liễu** (dt): el sauce

dương tính (dt): el carácter del yang
dương xỉ, **cây dương xỉ** (dt): el helecho
dưỡng dục (đt): mantener; (dt), **sự dưỡng dục**: la manutención / công ơn dưỡng dục của cha mẹ (el favor de la manutención de los padres)
dưỡng lão, **nhà dưỡng lão** (dt): la residencia de ancianos
dứt điểm (đt): terminar; (dt), **sự dứt điểm**: la terminación
dứt khoát (tt), (pt): tajante, firme / **câu trả lời dứt khoát** (la respuesta tajante) / **quyết định dứt khoát** (la decisión firme, la decisión tajante); (dt), **sự dứt khoát**: lo decisivo, lo tajante

Phụ âm thứ tư và chữ thứ bảy của bảng chữ cái
Cuarta consonante y séptima letra del abecedario

đa (tng): mucho, a / đa tài (mucho talento; talentoso, a) / **đa năng** (polifacético, a)

đa giác (dt): el polígono

đa khoa (tt): general; (dt), **bás sĩ đa khoa**: médico general; (dt), **bệnh viện đa khoa**: la policlínica

đa mang (đt): abarcar, encargarse; (dt), **sự đa mang**: el abarcamiento

đa mưu (tt): intrigante / **người đa mưu** (la persona intrigante); (dt), **sự đa mưu**: la intriga

đa năng (tt), (pt): polifacético, a; (dt), **người đa năng**: la persona polifacética, la persona que tiene capacidad de diferentes aspectos; (dt), **sự đa năng**: lo polifacética

đa nghi (tt), (pt): dudoso, a; desconficado, a / **người đa nghi** (la persona que duda mucho sobre alguien; el desconfiado, la desconfiada); (dt), **sự đa nghi**: la suspicacia, la desconfianza

đa nghĩa (tt), (pt): polifacético, a; (dt), **sự đa nghĩa**: la ambigüedad (lo polifacético de significación)

đa nguyên, **thuyết đa nguyên** (dt): el pluralismo

đa cảm (tt), (pt): sentimental / **người đa cảm** (la persona sentimental)

đa tài (tt), (pt): talentoso, a / **người đa tài** (persona talentosa)

đa tình (tt), (pt): sentimental / **người đa tình** (la persona sentimental)

đã (lt): la conjunción temporal precede al verbo indicando el pasado

đã qua (tt), (pt): pasado, a / **thời đã qua** (el tiempo pasado) / **những ngày đã qua** (los días pasados) / **đã qua rồi** (ya pasó)

đá (đt): dar patada; (dt), **đá**: el hielo; (dt), **cục đá, tảng đá**: la piedra, la roca
đài hoa (dt): el cáliz de una flor
đài khí tượng (dt): la meteorología
đài kỉ niệm (dt): el monumento
đài phát thanh (dt): el radio
đài thiên văn (dt): el observatorio
đãi (đt): invitar
đái (đt): orinar, hacer pis; (dt), **nước đái**: la orina, el pis
đại (tng): gran
đại biểu (dt): el representante (de un partido, un país)
đại chúng (dt): el popular
đại cương (dt): la generalidad
đại dương (dt): el océano
đại đồng (tt): universal; (dt), **chủ nghĩa đại đồng**: universalismo
đại hàn (tt), (pt): coreano, coreana / **nước Đại hàn** (Corea) / **người Đại hàn** (los coreanos) / **một người Đại hàn** (un coreano, una coreana) / **bắc Đại hàn** (Corea del norte) / **nam Đại hàn** (Corea del sur)
đại học (tt), (pt): universitario, a; (dt), **trường đại học**: la universidad
đại nội (dt): la ciudadela / **nằm trong đại nội Huế** (está situado en la ciudadela de Huế) / **cổng Đại nội Huế** (la muralla de Huế)
đại sứ quán (dt): la embajada
đại tá (dt): el Teniente Coronel, comandante
đại tây dương (tt): atlántico, a / **biển Đại tây dương** (océano Atlántico) / **lục địa Đại tây dương** (el continente Atlántico)
đại tướng (dt): el Teniente General; el General de Ejército
đại úy (dt): el teniente general
đại ý (dt): la generalidad / Chỉ là đại ý thôi, không đi vào chi tiết làm gì. (Solo generaliza y no va a los detalles.)
đam mê (đt): apasionar, entusiasmar / **đam mê trong nghệ thuật** (entusiasmar en el Arte); (tt), (pt), đam mê: entusiasta / **tính tình đam mê** (el carácter entusiasta); (dt), **sự đam mê, niềm đam mê**: el entusiasmo, la pasión
đàm luận (đt): conversar, discutir; (dt), **sự bàn luận**: la conversación
đàm phán (đt): negociar; (dt), **sự đàm phán**: la negociación
đàm thoại (đt): conversar; (dt), **sự đàm thoại**: la conversación
đàm tiếu (đt): rumorear; (dt), **sự đàm tiếu**: el rumor (el hecho de rumorear); (dt), **lời đàm tiếu**: el rumor

đảm bảo   **đáng**

đảm bảo (đt): garantizar; (dt), **sự đảm bảo**: la garantía

đảm đang (tt), (pt): habilosa / **một phụ nữ đảm đang** (una fémina habilosa) / **đảm đang việc nhà** (hacer bien las tareas de casa); (dt), **sự đảm đang**: la habilidad

đảm đương (đt): ocupar, tener un cargo

đảm nhận (đt): encargarse, asumir / **đảm nhận một công việc** (asumir un trabajo)

đám cưới (dt): la boda

đám đông (dt): la multitud

đám tang (dt): el entierro, el funeral

đạm, chất đạm (dt): la proteína

đạm bạc (tt), (pt): austero, a; moderado, a; frugal / **cuộc sống đạm bạc** (la vida austera) / **ăn uống đạm bạc** (comer frugalmente); (dt), **sự đạm bạc**: la austeridad, frugalidad

đan (đt): tejer / **đan len** (tejer la lana)

đan mạch (tt): danés, a / **nước Đan mạch** (Dinamarca) / **người Đan mạch** (los daneses) / **một người Đan mạch** (un danés, una danesa)

đàn, cái đàn (dt): el instrumento de música / **cái đàn ghi ta** (la guitarra) / **đàn bầu** (el monocorde) / **đàn nguyệt** (el banjo), **đàn tranh** (la citara)

đàn (dt): la manada / **một đàn bò** (una manada de vacas)

đàn bà (dt): la mujer

đàn ông (dt): el hombre

đang (lt): haciendo / **đang làm** (estar haciendo) / **đang nói** (estar hablando) ...

đàng, đàng sau (pt): detrás

đàng trong (pt): dentro / **xứ đàng trong** (la zona, desde el río Gianh de Quảng Bình hasta fin del Sur, que está ocupada por el gobierno de la dinastía Nguyễn en el siglo 16) / **xứ đàng ngoài** (la zona, desde el río Gianh de Quảng Bình hasta el Norte, que está ocupada por el gobierno de la dinastía Trịnh en el siglo 16)

đàng trước (pt): delante

đàng xa (pt): de lejos / **từ đàng xa** (de lejos, desde lejos)

đảng (dt): el partido, el grupo / **đảng cộng sản** (el partido comunista) / **đảng cộng hòa** (el partido republicano); (dt), **Đảng**: el nombre del gobierno comunista actual en Vietnam

đáng (tng): valer la pena / Cái đó có đáng để làm không? (¿Vale la pena hacerlo?)

đáng ghét (tt), (pt): antipático, a / **thật đáng ghét** (es antipático, a)
đáng gờm (tt), (pt): temeroso, a / **thật đáng gờm** (es temeroso, a)
đáng yêu (tt), (pt): encantadora / Cô ấy thật đáng yêu. (Ella es encantadora.)
đành, đành lòng (đt): contenerse / **đi không đành** (no poder despedirse) / **đành chịu thua cuộc** (rendirse, resignarse)
đáng giá, **sự đáng giá** (dt): el valor, el valer / **Cái đó không đáng giá gì cả.** (Eso no tiene ningún valor.)
đánh (đt): pegar
đánh bạc (đt): jugar el bingo, jugar el casino
đánh bài (đt): jugar la carta
đánh cờ (đt): jugar al ajedrez
đánh đàn (đt): tocar la guitarra
đánh ghen (đt): pelearse por los celos
đánh giá (đt): apreciar, valorar; (dt); **sự đánh giá**: el aprecio, la valoración
đánh giặc (đt): contra el enemigo; combatir al enemigo
đánh nhau (đt): pelearse
đánh thắng (đt): vencer
đánh thuế (đt): imponer el impuesto
đánh thuốc độc (đt): envenenar
đánh thuốc mê (đt): anestesiar
đánh tráo (đt): suplantar / **đánh tráo trẻ sơ sinh** (suplantar al niño recién nacido); (dt), **sự đánh tráo**: la suplantación
đao, **cái đao** (dt): el verduguillo
đao phủ (dt): el verdugo / **một tên đao phủ** (un verdugo)
đào, đào xới (đt): excavar; (dt); **sự đào bới**: la excavación
đào, **trái đào = trái mận** (dt): una especie de fruta vietnamita
đào hoa (tng): que atrae / **người đào hoa, người có số đào hoa** (persona atractiva que trae a otra gente)
đảo (dt): la isla
đảo chính, cuộc đảo chính (dt): el golpe de Estado; (đt), **làm một cuộc đảo chính**: hacer un golpe de Estado
đảo lộn (đt): trastocar, alterar, desordenar / đảo lộn trật tự (trastocar el orden, alterar el orden)
đảo ngược (đt): invertir (volver una cosa a su posición contraria); (dt), **sự đảo ngược**: lo inverso

đáo để (tt), (pt): tremendo, a / thật là đáo để (es tremendo); (dt), **sự đáo để**: lo tremendo

đạo (tng): la ética; la religión

đạo binh (dt): el ejército / **đạo binh của Thiên Chúa** (el ejército de Dios)

đạo đức (dt): la moral, la ética

đạo Kitô giáo (dt): el catolicismo

đạo lý (dt): la moralidad, la ética

đạo nghĩa (dt): la moralidad, la ética

đạo phật (dt): el budismo

đạo quân (dt): el ejército / **đạo quân Do Thái** (el ejército de Israel antiguo)

đạo Thiên Chúa giáo (dt): el cristianismo

đáp (đt): contestar

đáp án (dt): el plan curricular

đáp ứng (đt): adaptarse, acomodarse; (dt), **sự đáp ứng**: la adaptación, la acomodación

đạp (đt): dar una patada

đau (dt): el dolor; (đt), **bị đau**: enfermarse, tener dolor; (dt), **nỗi đau**: la aflicción / **nỗi đau tinh thần** (la aflicción del alma); (đt), **làm đau:** hacer daño

đau bụng (dt): dolor de estómago; (đt), **bị đau bụng**: tener dolor de estómago

đau bụng dưới (dt): dolor de vientre; (đt), **bị đau bụng dưới**: tener dolor de vientre

đau dạ dày, bịnh đau dạ dày (dt): la gastroenteritis; (đt), **bị đau dạ dày**: tener la enfermedad gastritis

đau gan, bịnh đau gan (dt): la enfermedad del hígado; (đt), **bị đau gan**: tener la enfermedad del hígado

đau khổ (tt), (pt): sufridor, a / **một vẻ mặt đau khổ** (un rostro sufridor) / **Anh ta rất là đau khổ.** (Él es muy sufridor.); (đt), **làm cho đau khổ**: hacer sufrir; (đt), **bị đau khổ:** sufrir; (dt), **sự đau khổ**: el sufrimiento

đau nhức, bịnh đau nhức (dt): dolor de músculos; (đt), **bị đau nhức**: tener dolor de músculo

đau răng (dt): dolor de muela; (đt), **bị đau răng**: tener dolor de muela

đau ruột, bịnh đau ruột (dt): la enfermedad de colon; (đt), **bị đau ruột**: tener la enfermedad de colón

đau tim, bịnh đau tim (dt): la enfermedad del corazón, la enfermedad cardíaca; (đt), **bị đau tim**: tener la enfermedad de corazón

đay nghiến (đt): reñir alguien, amonestar; (dt), **sự đay nghiến**: amonestación

đày ải, bị đày ải (đt): ser capturado, exiliado y maltratado
đày đọa, bị đày đọa (đt): estar hundido, a; estar maltratado, a; (dt), **sự đày đọa**: el hundimiento, el maltrato, la condenación
đáy (dt): el fondo / **mò kim dưới đáy biển** (buscar un agujero en el fondo del mar; algo que es difícil de encontrar)
đáy lòng (dt): el fondo del seno / **tận trong đáy lòng** (en los senos profundos, en el hondo del alma)
đắc chí (tt), (pt): ufano, presuntuoso, a; contentísimo, a / **cười đắc chí** (reírse de manera jactanciosa, reírse contentísimo); (dt), **sự đắc chí**: la ufanidad
đắc cử, người đắc cử (dt): el candidato seleccionado, la candidata elegida
đắc đạo (đt): ascender; (dt), **sự đắc đạo**: la ascensión de la meditación
đắc nhân tâm (tng, đt): complacer a los humanos; (dt), **triết lý đắc nhân tâm**: una teoría del saber vivir
đắc thắng (tt), (pt): victorioso, a / **làm ra vẻ đắc thắng** (demostrarse victorioso); (dt), **sự đắc thắng**: el sentimiento victorioso
đắc tội (tt): culpable; (dt), **kẻ đắc tội**: el culpable
đắc ý (tt), (pt): satisfecho; (dt), **sự đắc ý**: lo satisfecho, la satisfacción
đặc ân (dt): el privilegio
đặc nhiệm (dt): la misión especial
đặc quyền (dt): el privilegio
đặc (tt), (pt): pastoso, a / **cháo bị đặc** (la sopa está pastosa)
đặc sệt (tt), (pt): pastoso, a
đặc sứ (dt): el enviado, la enviada
đặc thù (tt): crucial, esencial / **tính chất đặc thù** (la característica esencial)
đặc tính (dt): el carácter particular
đặc trưng (tt), (pt): crucial, esencial; (dt), **sự đặc trưng**: lo crucial, lo esencial
đặc xá (đt): indultar; (dt), **sự đặc xá**: la indulgencia; (tt), **đặc xá**: indulgente / **quyền đặc xá** (el derecho indulgente)
đăm chiêu (tt): meditabundo, a; pensativo, a / **vẻ mặt đăm chiêu** (el semblante pensativo); (dt), **sự đăm chiêu**: lo pensativo
đằm (tt), (pt): apacible
đằm thắm (tt), (pt): apacible / **tính tình đằm thắm** (el carácter apacible); (dt), **sự đằm thắm**: lo apacible
đắm, làm đắm (đt): hundir; (đt), **bị đắm**: estar hundido, hundirse / **đắm tàu** (hundirse el barco)

đắm chìm (đt): sumergirse / **đắm chìm trong ảo mộng** (sumergirse en la ilusión)
đắm đuối (pt): ebrio, a / **yêu đắm đuối** (estar ebrio de amor)
đắn đo (tt), (pt): indeciso, a / **còn đắn đo** (estar indeciso); (dt), **sự đắn đo**: la indecisión
đăng (đt): publicar / **đăng tin** (publicar la noticia) / **đăng ảnh** (publicar la foto)
đăng đối, **sự đăng đối** (dt): la simetría
đăng kí (đt): **matrícular**; (dt), **la matriculación**
đăng quang (đt): entronizar; (dt), **sự đăng quang**: la entronización; (dt), **lễ đăng quang**: la ceremonia de entronización
đằng xa (pt): allá, de lejos
đẳng cấp (dt): la clase social
đắng (tt), (pt): amargo, a / **trái đắng** (la fruta amarga) / **thuốc đắng dã tật** (la medicina amarga cura la enfermedad)
đắp (đt): cubrir, construir o levantar/ **đắp chăn** (cubrir la manta) / **đắp nền nhà** (levantar el suelo)
đắt (tt), (pt): caro, a / **Cái áo này giá 500 đồng là đắt.** (Esta camisa vale 500 đồng, es caro); (đt), **bán đắt**: vender caro; (dt), **giá đắt**: el precio caro
đắt đỏ (tt), (pt): caro, a / **giá cả đắt đỏ** (los precios son caros)
đắt hàng, **bán đắt hàng** (đt), (tng): vender bien las existencias, vender mucho las existencias
đặt (đt): reservar, poner, plantear / **đặt chỗ** (reservar el plazo) / **đặt ra một vấn đề** (plantear una cuestión, un presupuesto)
đặt chuyện (đt): inventar bulos, inventar rumores
đặt tên (đt): poner el nombre
đặt tiệc (đt): encargar una fiesta
đâm (đt): apuñalar
đâm bông (đt): florecer; brotar; (dt), **sự đâm bông**: el florecimiento
đâm chồi (dt): brotar; (dt), **sự đâm chồi**: el brote
đấm (đt): dar un puñetazo; (dt), **nắm đấm**: el puñetazo
đấm bóp (đt): dar masajes; (dt), **sự đấm bóp**: el masaje
đậm (tt), (pt): intenso, a / **đường đậm nét** (la línea en negrita)
đậm đà (tt), (pt): marcado, a / **nét đậm đà** (el rasgo marcado)
đậm đặc (tt), (pt): fuerte / **trà đậm đặc** (el té fuerte)
Đấng cứu thế (dt): el Salvador
đấng tạo hóa (dt): el Creador / **Đấng cứu thế** (el Salvador)

đập (đt): pegar; latir / đập một người nào đó (pegar a alguien) / tim đập (el corazón da latidos)
đất (dt): la arena
đất hoang (dt): el erial
đất khách (dt): la tierra extranjera / **sống trên đất khách quê người** (vivir en el extranjero)
đất màu mỡ (dt): la tierra fértil
đất phì nhiêu (dt): la tierra fértil
đất nước (dt): el país
đâu (pt): dónde / **Anh đi đâu?** (¿A dónde vas?) - **bất cứ nơi đâu** (a donde quiera)
đâu có (pt): no / **Anh đi bằng tàu hở?** (¿Te vas en tren?) - Đâu có, anh đi bằng xe hơi. (No, voy en coche)
đầu, cái đầu (dt): la cabeza / **sống đầu đường xó chợ** (vivir errante)
đầu độc (đt): envenenar, emponzoñar; **sự đầu độc** (dt): el envenenamiento
đầu hàng (đt): rendirse, encomendar; (dt), **sự đầu hàng**: el rendimiento
đầu mối (dt): el nexo, la pista / **đầu mối của một vấn đề** (el nexo de un asunto) / **đầu mối để dò xét** (la pista para averiguar) / **đầu dây mối dợ** (la causa)
đầu sỏ, một tên đầu sỏ (dt): un jefe delincuente
đầu tiên (tt): primordial, primero, a / **tính chất đầu tiên** (la característica primordial) / **bài học đầu tiên** (la primera lección)
đầu tư (đt): invertir (dar dinero para un negocio); (dt), **sự đầu tư**: la inversión
đấu (đt): luchar, combatir
đấu đá (đt): combatir, pelear, competir
đấu bò tót (dt): la corrida de toros
đấu kiếm (đt): esgrimir; (dt); **sự đấu kiếm**: la esgrima
đấu tranh (đt): luchar; (dt), **sự đấu tranh**: la lucha
đấu trí (đt): luchar intelectual; (dt), **cuộc đấu trí**: el duelo intelectual
đấu võ (đt): luchar de arte marcial; (dt), **cuộc đấu võ**: el duelo de arte marcial
đậu (dt): la judía, el haba
đậu (đt): aprobar
đậu đỏ (dt): el haba roja
đậu hũ (dt): el tofu
đậu nành (dt): la soja / **sữa đậu nành** (la leche de soja)
đậu phộng (dt): el cacahuete
đậu phụng (dt): el cacahuete

đậu xanh (dt): el haba verde

đầy (pt): lleno, a / **bị đầy** (estar lleno, a); (đt), **làm đầy**: llenar

đầy ắp, đầy dẫy (pt): abarrotado, a / **đầy ắp người** (estar abarrotado de gente)

đầy đặn (tt): pleno, a / **một thân hình đầy đặn** (un cuerpo pleno) / **một khuôn mặt đầy đặn** (una cara plena.)

đầy đủ (pt): bastante, completo, a / **đã đầy đủ** (es completo, a) / **Mọi người đã có mặt đầy đủ.** (Ya están todos.)

đẩy (đt): empujar

đẫy đà (tt): rellena / **một thân hình đẫy đà của một người phụ nữ** (un cuerpo relleno de una fémina)

đậy (đt): cubrir / **đậy nắp** (cubrir la tapa)

đe dọa (đt): amenazar; (dt), **sự đe dọa**: la amenaza

đè (đt): aplastar / **đè đầu cưỡi cổ** (oprimir a alguien)

đè bẹp (đt): aplastar

đẻ (đt): parir

đem, **đem theo** (đt): llevar

đen (tt), (pt): negro, a / **màu đen** (el color negro)

đen tối (tt), (pt): negro, a; oscuro, a / **tình cảnh đen tối** (la situación negra)

đèn, **cái đèn cầy** (dt): el candelabro

đèn dầu, **cái đèn dầu** (dt): la lámpara de queroseno

đèn đỏ (dt): el semáforo rojo

đèn pin (dt): la linterna

đèn xanh (dt): el semáforo verde

đeo (đt): llevar; pegar / **đeo tằm, đeo khuyên tai** (llevar los pendientes) / **đeo xách** (llevar el bolso) / **đứa trẻ đeo theo mẹ** (el bebé pega a la madre)

đeo đuổi (đt): perseguir, persistir / **đeo đuổi ai** (perseguir al alguien) / **đeo đuổi một ước mơ** (persistir en un sueño, un deseo); (dt), **sự đeo đuổi**: la persistencia

đéo (đt): follar (palabrota)

đéo mẹ, đéo mẹ mày (đt): follar a tu madre (palabrota)

đèo, **cái đèo** (dt): el puerto (el camino por donde se pasa de un lado a otro de una montaña) / **đèo Hải Vân** (el puerto Hải Vân)

đèo bồng (đt): abarcar, meterse en muchas actividades; (dt), **sự đèo bồng: el abarcamiento**

đẽo, đẽo gọt (đt): tallar, cincelar

đẹp (tt), (pt): bello, a; bonito, a / **cái hoa đẹp** (la bella flor) / Cái hoa này là đẹp. (Esta flor es bella.); (dt), **cái đẹp**: la belleza

đẹp trai (tt), (pt): guapo / **Anh ta rất đẹp trai.** (Él es muy guapo.)

đẹp gái (tt), (pt): guapa / **Cô ấy rất đẹp gái.** (Ella es muy guapa.)

đê, **cái đê** (dt): el dique

đê hèn (tt), (pt): abyecto, a / **một hành động đê hèn** (una acción abyecta); (dt), **sự đê hèn**: lo obyecto

đề (dt): el título

đề tài (dt): el tema, la temática

đề án (dt): el proyecto

đề bạt (đt): promover, ascender / đề bạt ai đó (ascender a alguien); (dt), **sự đề bạt**: la proposición

đề cử (đt): promover, ascender / đề cử ai đó (ascender a alguien); (dt), **sự đề cử**: la proposición

đề cập (đt): mencionar; (dt), **sự đề cập**: la mención

đề kháng (tt), (pt): resistente / **sức đề kháng** (la capacidad de resistir); (đt), **đề kháng**: resistir; (dt), **sự đề kháng**: la resistencia

đề nghị (đt): proponer; (dt), **sự đề nghị**: la proposición

đề phòng (đt): precaver, prevenir; (dt), **sự đề phòng**: la precaución

đề tặng (đt): dedicar; (dt), **lời đề tặng**: la dedicatoria

đề xuất (đt): proponer, plantear / **đề xuất một ý tưởng, một giải pháp** (proponer una idea, una solución); (dt), **sự đề xuất**: la proposición

đề xướng (đt): proponer / **đề xướng một công việc mới** (proponer un nuevo negocio); (dt), **sự đề xướng**: proposición

để (đt): dejar / **để một quyển sách lên bàn** (dejar un libro en la mesa)

để bụng (đt): guardar rencor

để cho (lt): para que / Nghệ sĩ viết ra những áng văn cao thượng để cho cuộc đời được tươi đẹp hơn. (Los artistas escriben con nobles palabras para que la vida sea más hermosa.)

để quên (đt): olvidar / Tôi đã để quên máy di động ở nhà (He olvidado mi móvil en casa)

để tang (đt): estar de luto

để tâm (đt): ocuparse, poner la atención / để tâm đến một vấn đề (poner la atención en un asunto)

để ý (đt): fijarse, poner la atención / để ý một người nào (fijarse en alguien)

đế quốc, **chủ nghĩa đế quốc** (dt): imperialismo

đế vương (dt): el rey

đệ nhất phu nhân (tng): la primera dama (palabra republicana) / đệ nhất phu nhân Trần Lệ Xuân (la primera dama Trần Lệ Xuân) / đệ nhất phu nhân Hoa Kỳ (la primera dama de EE. UU)

đêm (dt): la noche

đêm, ban đêm (dt): la noche

đệm, **cái đệm** (dt): el colchón

đệm đàn (đt): tocar acompañamiento musical

đền, đền bù (đt): recompensar; (dt), **sự đền bù**: la recompensa

đền đáp (đt): devolver la gracia, agradecer; (dt), **sự đền đáp**: el agradecimiento

đền ơn (đt): devolver la gracia, agradecer; (dt), **sự đền ơn**: el agradecimiento

đền tội (đt): pagar el crimen

đến (đt): venir / Khi nói đến nhà ai, tiếng Việt dùng từ "đến" là đúng, nhưng để chuyển tải đúng theo văn phạm Tây Ban Nha, thì từ chính xác là "đi đến": Tôi đến nhà chị Thanh. Nếu chuyển ngữ một cách cứng nhắc: Vengo de la casa de Thanh (venir) thì câu này không đúng theo văn phạm Tây Ban Nha. Câu chính xác là: "voy a la casa de Thanh." (đi, đi đến: irse). Người Tây Ban Nha chỉ dùng từ đến (venir), khi người đó vừa đến nơi đó từ một chỗ khác. Ví dụ: Tôi vừa mới từ công viên để đến nhà chị Thanh.
(Cuando se dice ir a casa de alguien, en vietnamita se usa "đến: venir" es correcto, pero para interpretarlo en español, la palabra más correcta sería "đi, đi đến: irse": Me voy a casa de Thanh. Si tradujera de manera rigurosa: vengo a la casa de Thanh, no sería exacto en el español. Lo indicado sería: Me voy a casa de Thanh, o voy a casa de Thanh. (đi, đi đến: irse). Los españoles solo utilizan el verbo "venir" cuando la persona viene de un lugar. Por ejemplo: Yo vine a la casa de Thanh desde el parque.)

đến cùng (pt): hasta el final / **làm cái gì đó đến cùng** (hacer algo hasta el final) / **đấu tranh đến cùng** (lucha hasta el final)

đến giờ (lt, gt): llegar la hora, es la hora, hasta ahora / Đã đến giờ đi học. (Ya es la hora de ir al colegio.) / Từ lần cuối gặp cô ấy đến giờ không gặp lại nữa. (Desde que la vi por última vez hasta ahora no la he vuelto a ver más.)

đến nỗi (lt): tan…que / Cô ấy nói hay đến nỗi ai cũng muốn nghe. (Ella habla tan bien que todo el mundo la quiere escuchar.)

đều, đều nhau (tt), (pt): igual; (đt), **chia đều, chia đều nhau**: dividir a partes iguales

đi (đt): andar, caminar, irse / **Tôi đi đây.** (Me voy.) / **Tôi phải đi đây.** (Debo irme.) / **Anh ta đi lang thang khắp nơi.** / (Él andaba errante por todos los sitios.)

đi ăn (đt): ir a comer / **ăn đi!** (¡a comer!) / **chúng ta ăn đi!** (¡vamos a comer!)

đi bộ (đt): andar

đi chợ (đt): ir al mercado

đi chơi (đt): salir / Con đi chơi đây. (Voy a salir.)

đi dạo (đt): dar un paseo, pasear

đi đời (tng): irse a la ruina

đi học (đt): ir al colegio

đi luôn (đt): irse para siempre / **đừng có đi luôn nghe** (no te vayas para siempre)

đi nghỉ (đt): estar en vacaciones, ir de vacaciones

đi qua (đt): pasar / **đi qua một cái cầu** (pasar por un puente)

đi thẳng (đt): ir delante

đi thi (đt): ir a un examen

đĩ, con đĩ (dt): la puta

đĩ cái, con đĩ cái (dt): la puta (palabrota)

đĩ đực, thằng đĩ đực (dt): el puto

đĩ mẹ, con đĩ mẹ (dt): la puta madre (palabrota)

địa chỉ (dt): la dirección

địa chủ (dt): el propietario de las granjas

địa danh (dt): el nombre de una región, una localidad

địa lý học (dt): la geografía; (dt), **nhà địa lý học**: el geógrafo, la geógrafa

địa ngục (dt): el infierno / **địa ngục trần gian** (el infierno de la vida)

địa phương (dt): la localidad; (tt); (pt), **địa phương**: vernáculo, a; local / **món ăn địa phương** (la comida vernácula) / **ngôn ngữ địa phương** (la lengua vernácula) / **nói giọng địa phương** (hablar acento vernáculo)

địa trung hải (tt): mediterráneo, a / **biển Địa trung hải** (el mar Mediterráneo)

địa vị (dt): el puesto / **địa vị xã hội** (el puesto social)

đích, cái đích, chủ đích (dt): la meta, el motivo, la finalidad

đích danh, nêu đích danh (đt): decir claro el nombre / **nêu đích danh một người nào đó** (decir claro el nombre de alguien)

đích đáng (tt), (pt): útil; apropiado, a / **Thật là đích đáng để làm nó.** (Es apropiado de hacer.)

địch, kẻ địch (dt): el enemigo

điếc (tt), (pt): sordo, a / bị điếc (estar sordo, a); (dt), **người điếc**: el sordo, la sorda / **người vừa câm vừa điếc** (el sordomudo, la sordomuda)
điềm, điềm báo (dt): el presagio
điềm đạm (tt), (pt): calma, apacible, tranquilo, a / **tính điềm đạm** (el carácter tranquilo); (dt), **sự điềm đạm**: la tranquilidad
điềm tĩnh (tt), (pt): tranquilo, a; perseverante / **thái độ điềm tĩnh** (la actitud tranquila); (dt), **sự điềm tĩnh**: la tranquilidad, la perseverancia
điềm thiêng (dt): el presagio / **điềm thiêng dấu lạ** (la señal prodigiosa, el presagio)
điểm (dt): el punto de la nota; (dt), **bảng điểm**: la nota
điểm, **cái điểm** (dt): el punto
điểm, **con điếm** (dt): la puta, la prostituta; (dt), **thằng điếm**: el donjuán
điếm lác (tt), (pt): malvado, a; falso, a / **người điếm** (persona falsa, malvada)
điên (tt), (pt): loco, a / **bị điên** (estar loco, a) / **người điên** (el psicópata, la psicópata); (đt), **làm cho điên**: enloquecer
điền (đt): rellenar / **điền vào chỗ trống** (rellenar los vacantes)
điền trang (dt): la granja
điền viên (dt): la jardinería / **thú điền viên** (la afición a la jardinería)
điển hình (dt): el ejemplo / **một tấm gương điển hình** (un reflejo ejemplo)
điện (dt): la electricidad
điện ảnh (dt): el cine; **điện ảnh**, (tt), (pt): cinematográfico, a / **diễn viên điện ảnh** (actores cinematográficos, actores de cine) / **phim điện ảnh** (película cinematográfica)
điện công nghiệp (dt): la electrónica industrial
điện năng (dt): la energía eléctrica
điện thoại (dt): el teléfono
điện tín, bức điện tín (dt): el telegrama
điện tử (tt), (pt): informático, a / **kỹ sư điện tử** (ingeniero informático); (dt), **ngành điện tử**: la informática
điệp ngữ (dt): la repetición
điệp viên (dt): el espía; el agente secreto
điêu khắc (đt): esculpir; (dt), **điêu khắc gia**: escultor, a
điêu luyện, **sự điêu luyện** (dt): la habilidad, la maestría
điêu ngoa (tt), (pt): piadoso, a / **những lời nói điêu ngoa** (las palabras piadosas); (dt), **sự điêu ngoa**: lo piadoso
điều (dt): algo, la cosa, la cuestión / **một điều tốt** (una cosa buena)

điều binh (đt): comandar / **tài điều binh khiển tướng** (la capacidad de dirigir, sobre todo en el ejército)
điều chỉnh (đt): corregir, ajustar, rectificar; (dt), **sự điều chỉnh**: la corrección, la rectificación
điều dưỡng (đt): rehabilitar; (dt), **sự điều dưỡng**: la rehabilitación; (dt), **chế độ điều dưỡng**: el régimen para la rehabilitación; (dt), **nhà điều dưỡng**: el centro de rehabilitación
điều đình (đt): negociar; (dt), **sự điều đình**: la negociación
điều độ (tt), (pt): moderado, a / **một cuộc sống điều độ** (una vida moderada); (dt), **sự điều độ**: la moderación
điều hoà (đt): armonizar; (dt), **sự điều hòa**: la armonía
điều khiển (đt): liderar, dirigir; (dt), **sự điều khiển**: el liderazgo; (dt), **người điều khiển**: el líder
điều khoản (đt): el artículo / **một điều khoản của luật pháp** (un artículo de la ley)
điều kiện (dt): la condición; (đt), **đặt điều kiện, ra điều kiện**: condicionar
điều lệ (dt): la norma, la regulación; (đt), **ra điều lệ**: regular, poner las normas
điều luật (dt): el artículo (ley)
điều tiết (đt): regular; (dt), **sự điều tiết**: la regulación
điều tra (đt): investigar; (dt), sự điều tra: la investigación
điều trị (đt): curar, rehabilitar; (dt), **sự điều trị**:la rehabilitación, la curación
điếu, điếu thuốc (dt): el cigarrillo
điếu văn (dt): la oración fúnebre
điệu, điệu bộ (dt): el gesto; (đt), **làm điệu, làm điệu bộ**: gesticular
điệu hát (dt): la canción
điệu múa (dt): la danza
điệu nhảy (dt): el baile
đinh, **cái đinh** (dt): el clavo; (đt), **đóng đinh**: clavar
đinh ninh (đt): insistir, persistir / Họ đinh ninh rằng hôm nay là một ngày lễ. (Ellos insistieron que hoy es un día de fiesta)
đình chỉ (đt): suspender; (dt), **sự đình chỉ**: la suspensión
đình công (đt): protestar; (dt), **cuộc đình công, sự đình công**: la huelga
đình trệ, **bị đình trệ** (đt): estar paralizado, estar estancado / **công việc bị đình trệ** (el trabajo está paralizado); (đt), **làm cho đình trệ**: paralizar, estancar; (dt), **sự đình trệ**: la obstrucción, la lentitud

đỉnh, đỉnh cao (dt): la cima / **đỉnh núi** (la cima del monte) / **đỉnh vinh quang** (la cima de la gloria)

đĩnh đạc (tt), (pt): seguro, a; cierto, maduro, a / **phong thái đĩnh đạc** (el estilo seguro, cierto; la manera madura de alguien); (dt), **sự đĩnh đạc**: la madurez, lo cierto

đính hôn (đt): prometer; (dt), **người đã đính hôn**: el prometido, la prometida

định cư (đt): residir; (dt), **sự định cư**: acción de residir, la residencia

định đoạt (đt): decidir; (dt), **được định đoạt**: ser decidido; (dt), **sự định đoạt**: la decisión

định giá (đt): valorar; (dt), **sự định giá**: la valoración

định hình (đt): informar (dar forma), formarse / **một ý tưởng đã được định hình** (una idea está empezando a formarse)

định hướng (đt): orientar; (dt), **sự định hướng**: la orientación

định kỳ (dt): el plazo; (đt), **ra định kỳ**: indicar el plazo; (dt), **sự định kỳ**: la indicación del plazo

định kiến (dt): el prejuicio; (đt), **có định kiến**: tener el prejuicio; (dt), **sự định kiến**: el prejuicio

định lượng (đt): cuantificar, tasar; (dt), **sự định lượng**: la tasación

định mệnh, **thuyết định mệnh** (dt): el fatalismo; (dt), **người theo thuyết định mệnh**: el, la fatalista

định mức (đt): limitar; (dt), **sự định mức**: el límite, la división

định tâm (đt): concentrar; (dt), **sự định tâm**: la concentración

định thần (đt): concentrar; (dt), **sự định thần**: la concentración

định vị (đt): afirmar el puesto; (đt), **tự định vị**: afirmarse a su puesto, posicionarse; (dt), **sự định vị**: la afirmación, el hecho de posicionarse

đít, cái đít (dt): el culo

địt (đt): tirarse un pedo

đìu hiu (tt), (pt): triste, aislado, a / **phong cảnh đìu hiu** (el paisaje triste, aislado); (dt), **sự điều hiu**: lo aislado

đo (đt): medir; (dt), **số đo**: la medida

đo đạc (đt): medir; (dt), **sự đo đạc**: la acción de medir

đo lường (đt): calcular; (dt), **sự đo lường**: el calculo

đò, cái đò (dt): la barca; (dt), **người lái đò**: el barquero, la barquera; (đt), **lái đò**: remar / **một chuyến đò** (un viaje en barca); (dt), **cái bến đò**: la embarcación de barca

đỏ (tt), (pt): rojo, a / **cái áo đỏ** (la camisa roja); (dt), **màu đỏ**: el rojo

đọ, đọ sức (đt): combatir, medir las esfuerzas (con alguien); (dt), **sự đọ sức**: el duelo

đoái hoài (đt): fijarse en algo, en alguien; recordar / **không thèm đoái hoài tới nữa** (no volver a fijarse más)

đoan trang (tt), (pt): seria / **một cô gái đoan trang** (una chica seria); (dt), **sự đoan trang**: la seriedad

đoàn (dt): el grupo

đoàn kết (đt): adherirse, unirse; (dt), **sự đoàn kết**: la adhesión

đoản mệnh (tt), (pt): malogrado, a; (đt), **bị đoản mệnh**: morir siendo joven, ser malogrado, a; (dt), **người đoản mệnh**: el malogrado, la malograda

đoán (đt): adivinar; pronosticar

đoán trúng (đt): acertar / **đoán trúng tim đen** (acertar el pensamiento íntimo)

đoán sai (đt): no acertar

đoạn (dt): el fragmento, la sección, la parte

đoạn tình (tt): infiel; traicionero, a / **kẻ đoạn tình** (la persona traidora, el infiel) / **một đoạn tình** (un parte de una historia del amor)

đoạn tuyệt (đt): romper, interrumpir, (con una relación, con un pasado); (dt), **sự đoạn tuyệt**: interrupción

đoạt (đt): quitar

đoạt quyền (đt): despojar del poder; (dt), **sự đoạt quyền**: el despojo del poder

đọc (đt): leer

đòi (đt): pedir

đòi hỏi (đt): exigir; (dt), **sự đòi hỏi**: la exigencia

đói (đt): tener hambre / **tôi đói** (tengo hambre)

đói khổ, sự đói khổ (dt): la miseria

đói rách (tt), (pt): indigente; (dt), **sự đói rách**: la miseria, la indigencia

đom đóm, con đom đóm (dt): la luciérnaga

đỏm dáng (tt), (pt): coqueto, a; presumido, a

đon đả (tt), (pt): atento, a y exagerado, a / **chào một cách đon đả** (saludar atento y exagerado)

đòn, cái đòn (dt): el taburete bajito

đòn bẩy (dt): la palanca

đón (đt): recoger

đón chào (đt): dar bienvenida; (dt), **sự đón chào**: la bienvenida

đong, đong đếm (đt): calcular, ajustar algo a algo; (dt), **sự đong đếm**: el cálculo

đong đưa (đt): balancear; (dt), **sự đong đưa**: el balanceo

đóng (đt): cerrar / **đóng cửa** (cerrar la puerta)
đóng băng (đt): helar
đóng đinh (đt): clavar
đóng đô (đt, tng): dominar, ocupar la ciudadela; quedarse quieto un sitio
đóng góp (đt): contribuir; (dt), **sự đóng góp**: la contribución
đóng khung (đt): encuadrar, enmarcar (un cuadro); (tng, tt), đóng khung: anticuado, a; conservador, a / **một đầu óc đóng khung** (la cabeza anticuada); (dt), **sự đóng khung**: el conservadurismo, lo anticuado
đóng kịch (đt): hacer teatro; falsear
đóng quân (đt): acantonar, acuartelar; (dt), **sự đóng quân**: el campamento militar
đóng vai (đt): interpretar / **đóng vai chính** (interpretar el papel principal) / **đóng vai phụ** (interpretar el papel secundario)
đóng vai trò (đt): hacer el papel / **đóng một vai trò quan trọng** (hacer un papel importante) / **đóng vai trò làm mẹ** (hacer el papel de madre)
đóng học phí (đt): pagar la matrícula
đóng thuế (đt): pagar el impuesto
đọng, **làm đọng** (đt): depositar; (đt), **bị đọng**: depositarse; sedimentarse / Sương đọng trên lá. (El rocío se deposita en la hoja.)
đô thị (dt): el urbano; (đt), **đô thị hóa**: urbanizar
đồ, đồ vật (dt): la cosa, el objeto
đồ án (dt): el plan, el proyecto
đồ ăn (dt): la comida
đồ cổ (dt): la antigüedad
đồ cúng (dt): la ofrenda
đồ dởm (dt): el objeto falso, cosa sintética
đồ đá (dt): piedras / **thời đại đồ đại** (la Edad de piedra)
đồ mã (dt): papeles picados
đồ nghề (dt): el utillaje
đồ sộ (tt), (pt): grande, importante / **một công trình đồ sộ** (una obra grande e importante)
đồ sứ (dt): la porcelana
đồ uống (dt): la bebida
đổ (đt): tirar, echar
đổ lỗi (đt): culpar, culpabilizar
đổ khuôn (đt): moldear

đổ mồ hôi (đt): sudar; (dt), **mồ hôi**: el sudor
độ, độ chừng, độ khoảng (pt): alrededor de, aproximadamente
độ cao (dt): la altitud
độ dốc (dt): el declive, la pendiente
độ lệch (dt): la inclinación
độ nghiêng (dt): la inclinación
độc, chất độc (dt): el veneno
độc đáo (tt), (pt): irrepetible; único, a; especial; (dt), **sự độc đáo**: lo irrepetible, lo único, la especialidad
độc địa (tt), (pt): venenoso, a / **lời độc địa** (la palabra venenosa)
độc đoán (tt), (pt): dogmático, a / **tính cách độc đoán** (el carácter dogmático)
độc kế (tt): la intriga insidiosa
độc nhất (tt), (pt): irrepetible; (dt), **sự độc nhất**: lo irrepetible, lo único / **độc nhất vô nhị** (lo único, lo irrepetible)
độc quyền, sự độc quyền (dt): el monopolio
độc tài, người độc tài, kẻ độc tài (dt): el dictador; (dt), **chế độ độc tài**: la dictadura
độc thân (dt): el soltero, la soltera
độc thần, chủ nghĩa độc thần (dt): el monoteísmo
độc thoại, sự độc thoại (dt): el monólogo
độc tố (tt): tóxico, a; (dt), **chất độc tố**: la sustancia tóxica
độc vần (tt): monosílabo / **Chữ tiếng tiếng việt là những từ độc vần**. (Las palabras vietnamitas son monosilábicas); (dt), **sự độc vần**: el monosílabo, a
đôi, một đôi (dt): el dúo
đôi ta (dt): nosotros, a / **chỉ có đôi ta** (sólo nosotros, as)
đôi lứa (dt): la pareja / **tình đôi lứa** (el amor de pareja)
đồi, cái đồi (dt): la colina
đồi trụy (tt), (pt): degradante; corrompido, a / **một xã hội đồi trụy** (una sociedad degradada) / **sống đồi trụy** (vivir corrompida); (dt), **sự đồi trụy**: la degradación; (dt), **làm cho đồi trụy**: degradar; (đt), **bị đồi trụy**: ser degradante, estar degradado
đổi (đt): cambiar
đổi (đt): intercambiar
đổi chác (đt): intercambiar; (dt), **sự đổi chác**: el intercambio
đổi mới (đt): renovar; (dt), **sự đổi mới**: la renovación

đổi thay (đt): cambiar, transformar; (dt), **sự đổi thay**: el cambio, la transformación

đổi ý (đt): cambiar de idea, de opinión

đối chất (đt): enfrentar; (dt), **sự đối chất**: el enfrentamiento

đối chiếu (đt): confrontar; (dt), **sự đối chiếu**: la confrontación

đối chọi (dt): resistir, pelear, luchar; (dt), **sự đối chọi**: la resistencia, la lucha

đối chứng (đt): confrontar; (dt), **sự đối chứng**: la confrontación

đối diện (tt); (pt): frente; (dt), **phía đối diện**: el frente / nằm ở phía đối diện (estar en el frente); (đt), **đối diện:** enfrentar / **đối diện với chính mình** (enfrentarse a uno mismo); (dt), **sự đối diện**: el enfrentamiento (con alguien, con un asunto)

đối đãi (đt): tratar; portarse; (dt), **sự đối đãi**: el trato (de alguien a alguien)

đối đáp (đt): dialogar; (dt), **sự đối đáp**: el diálogo

đối kháng (tt), (pt): contrario, a / **chất đối kháng** (la sustancia opuesta); (đt), contrariar; (dt), **sự đối kháng**: la contrariedad

đối lập (tt), (pt): opuesto, a / **tính đối lập** (la característica opuesta); (dt), **sự đối lập**: lo contrario, lo opuesto

đối lưu (đt): intercambiar; (dt), **sự đối lưu**: el intercambio

đối nghịch (tt), (pt): opuesto, a / **tính đối nghịch** (la característica opuesta); (dt), **sự đối nghịch**: lo contrario, lo opuesto

đối ngoại (đt): relacionarse con el extranjero, relacionarse con el exterior

đối phó (đt): enfrentar; (dt), **sự đối phó**: el enfrentamiento

đối thoại (đt): conversar; (dt), **sự đối thoại**: la conversación

đối thủ (dt): el rival, el adversario, la adversaria

đối tượng (dt): el objeto, el tipo / Cái đẹp là đối tượng của nghệ thuật. (La belleza es el objeto del Arte.) / Ông ta không phải là đối tượng của cô ấy. (Él no es su tipo).

đối với (gt), (lt): para / nó nhỏ đối với tôi (es pequeño para mí) / Đối với tôi, điều đó không có nghĩa. (Para mí, esto no tiene sentido.)

đối xử (đt): tratar; portarse; (dt), **sự đối xử**: el trato (de alguien a alguien)

đối xứng (tt), (pt): simétrico, a / một hình ảnh đối xứng (una imagen simétrica); (dt), **sự đối xứng**: la simetría

đội bóng (dt): el equipo de fútbol

đội ngũ (dt): el equipo / **đội ngũ nhân viên** (equipo de trabajadores)

đội quân (dt): el equipo militar

đội trưởng (dt): el jefe del equipo

đội viên (dt): el miembro de grupo del colegio de la primaria (palabra comunista)
đôn hậu (tt), (pt): bondadoso, a; (dt), **sự đôn hậu**: la bondad
đồn, lời đồn (dt): el rumor
đồn đại, lời đồn đại (dt): el rumor
đốn (đt): talar, derribar, cortar / **đốn cây** (cortar, derribar el árbol) / **đốn củi** (cortar la leña)
đốn mạt, kẻ đốn mạt (dt): el canalla / một kẻ đốn mạt (una mala persona, un canalla)
độn (đt): rellenar / **độn thịt làm chả** (rellenar la carne para hacer jamón)
độn thổ (pt): hundido, a; vergonzoso, a / **cảm giác độn thổ** (la sensación vergonzosa, la sensación de hundirse)
đông, phía đông (dt): el este; **phương Đông** (dt): el Oriente, el Este; (dt), **mùa đông**: el invierno
đông bắc, hướng đông bắc (dt): el noreste
đông chí (dt): el solsticio de invierno
đông dược (dt): la medicina oriental
đông đặc (tt), (pt): denso, a; (dt), **sự đông đặc**: la densidad
đông đủ (tt), (pt): completo, a; todos, as / **Họ đã đến đông đủ.** (Ya están todos); (dt), **sự đông đủ**: lo completo
đông lạnh, làm đông lạnh (đt): congelar; (dt), **sự đông lạnh**: la congelación
đông y (dt): la medicina oriental
đông nam, hướng đông nam (dt): sureste
đông người (dt): mucha gente
đồng (dt): la moneda / **đồng việt nam** (moneda vietnamita, dong vietnamita)
đồng bạn (dt); el, la colega
đồng bào (dt): los ciudadanos; el paisano, la paisana
đồng bằng (dt): la llanura
đồng bọn (dt): el cómplice
đồng bóng (tt), (pt): lunático, a / **tính đồng bóng** (el carácter lunático) / **người có tính đồng bóng** (la persona lunática)
đồng bóng (tt): espiritista, médium; (dt), **nghề đồng bóng**: el espiritismo; (dt), **người làm nghề đồng bóng**: el espiritista, la espiritista; la médium, el médium
đồng cảm (tt), (pt): compasivo, a / **người dễ đồng cảm** (la persona compasiva); (dt), **sự đồng cảm**: la compasión

đồng chí (dt): el, la camarada
đồng chủng, **sự đồng chủng** (dt): el mestizaje
đồng đẳng (dt): el mismo partido
đồng đẳng (tt), (pt): homólogo, a; (dt), **sự đồng đẳng**: lo homólogo
đồng điệu, **làm cho đồng điệu** (đt): concordar; (dt), **sự đồng điệu**: la concordancia
đồng hành (đt): acompañar; (dt), **sự đồng hành**: el acompañamiento; (dt), **người đồng hành**: el acompañante
đồng hóa (đt): asimilar; (dt), **sự đồng hóa**: la asimilación
đồng hồ (dt): el reloj; (dt), **đồng hồ báo thức**: el despertador
đồng hương (tt): compatriota; (dt), **người đồng hương**: el compatriota, la compatriota
đồng loạt (tt), (pt): en masa; (dt), **sự đồng loạt**: la concurrencia, la masa
đồng nghĩa (tt): sinónimo, a / **từ đồng nghĩa** (palabras sinónimas); (dt), **sự đồng nghĩa**: el sinónimo
đồng nhất, làm đồng nhất (đt): unificar; (dt), **sự đồng nhất**: la unificación
đồng phục (dt): el uniforme
đồng quê (dt): el campo
đồng su (dt): la moneda de un céntimo
đồng tâm (tt), (pt): concéntrico, a / **đồng tâm điểm** (el punto concéntrico) / **đồng tâm hiệp lực** (unirse, juntarse)
đồng thời (tt), (pt): simultáneo, a; simultáneamente
đồng tình (đt): conformar; (dt), **sự đồng tình**: la conformidad
đồng ý (đt): permitir, autorizar, estar de acuerdo; (dt), **sự đồng ý**: el permiso, la autorización
đống, **cái đống** (dt): el montón / **một đống** (un montón)
động, **cái động** (dt): la cuerva / **biển động** (la mar agitarse) / **động vào một vấn đề** (tocar a un asunto)
động chạm (đt): tocar, herir, agitar / động chạm đến lòng tự trọng của ai đó (herir a la dignidad de alguien); (dt), **sự động chạm**: el tocamiento
động cơ (dt): el motivo, la razón / **động cơ của hành động** (el motivo de la acción)
động cỡn (đt): estar en celo los animales; (tng), **động cỡn**: está como una cabra
động đất (dt): el seísmo, el terremoto
động đậy (đt): agitar, mover

động đực (đt): estar en celo; (dt), **thời kỳ động đực**: el período de la reproducción y unión entre las hembras y machos

động kinh, **bệnh động kinh** (dt): la epilepsia

động lòng, **sự động lòng** (dt): la conmoción; (đt), làm động lòng: conmover; (đt), bị động lòng: conmoverse

động từ (dt): el verbo

động viên (dt): animar, estimular; (dt), **sự động viên**: la animación, el estímulo

đốt (đt): incendiar, encender, picar / **đốt đèn** (encender la lámpara) / **muỗi đốt** (el mosquito pica) / **ong đốt** (la abeja pica) / **đốt rừng** (incendiar el bosque)

đột biến (tt), (pt): inesperado, a / **bị đột biến** (es inesperado, a) / **tình hình đột biến** (la situación inesperada)

đột kích, **cuộc đột kích** (dt): el ataque improvisto

đột ngột (tt), (pt): súbito, a / **sự đến đột ngột** (la llegada súbitamente) / **xuất hiện đột ngột** (aparecer de repente); (dt), sự đột ngột: lo súbito, lo repentino

đờ đẫn (tt), (pt): somnoliento, a / **cái mặt đờ đẫn** (la cara somnolienta); (dt), **sự đờ đẫn**: la modorra, la somnolencia

đỡ (đt): sostener, sujetar

đỡ dậy (đt): poner de pie

đỡ đau, **làm đỡ đau** (đt): disminuir el dolor; (dt), **sự đỡ đau**: la disminución de dolor, está mejor del dolor

đỡ đầu (đt): apadrinar, apoyar; (dt), **sự đỡ đầu**: el escudo, el apoyo; (dt), **người đỡ đầu**: el padrino, la padrina

đỡ đẻ (đt): asistir el parto; (dt), **bà đỡ đẻ**: la partera

đời, **đời sống** (dt): la vida

đời tư (dt): la vida privada

đợi (đt): esperar

đợi chờ (đt): esperar; (dt), **sự đợi chờ**: la espera

đơm đặt (đt): inventar rumores, testimoniar en falso; (dt), **sự đơm đặt**: el testimonio falso

đờm (dt): el moco; (đt), **khạc đờm, nhổ đờm**: expectorar

đơn, **lá đơn** (dt): la solicitud, la demanda; (dt), **đơn xin việc**: la solicitud de empleo

đơn điệu (tt), (pt): monótono, a / **cuộc sống đơn điệu** (la vida monótona); (dt), **sự đơn điệu**: la monotonía

đơn độc (tt), (pt): aislado, a / **sống đơn độc** (vivir aislado, a); (dt), **sự đơn độc**: lo solitario, el aislamiento; (dt), **người đơn độc**: el solitario, la solitaria

đờn, **cái đờn** (dt): el instrumento de música / **cái đờn ghi ta** (la guitarra)
đớp (đt): picar / **cá đớp mồi** (el pez pica el cebo)
đợt (dt): el ciclo, el período
đu bay (dt): el trapecio
đu đủ, **trái đu đủ** (dt): la papaya
đu đưa (đt): balancear; (dt), **sự đu đưa**: el balanceo
đủ (pt): bastante, suficiente / **là đủ** (es bastante, es suficiente); (dt), **sự đầy đủ**: lo suficiente
đủ ăn (tng): lo suficiente para comer / **có đủ ăn đủ mặc** (tener lo suficiente)
đủ điều (dt): muchas cosas / **nói đủ điều** (hablar de muchas cosas)
đụ (đt): follar (palabrota)
đụ má (đt): follar tu madre (palabrota)
đụ mẹ, **đụ mẹ mày** (đt): follar tu madre (palabrota)
đua (đt): rivalizar, competir / **đua thuyền** (la competición de las piraguas)
đua đòi (tt), (pt): caprichosa, o / **một người hay đua đòi** (una persona caprichosa); (dt), **sự đua đòi**: el capricho
đùa (đt): bromear, hacer bromas
đùa bỡn (đt): burlar; (dt), **sự đùa bỡn**: la mofa
đũa, **đôi đũa** (dt): los palillos / **một chiếc đũa** (un palillo)
đúc (đt): moler
đúc kết (đt): concluir; (dt), **sự đúc kết**: la conclusión
đúc tiền (đt): fabricar dinero
đục (đt): taladrar; (dt), **thợ đục**: el taladrador
đục (tt), (pt): turbio, a / **vũng nước đục** (el charco del agua turbio) / **vũng nước bị đục** (el agua del charco está turbio)
đục khoét (đt): vaciar, corromper /**đục khoét tường** (vaciar la pared) / **đục khoét tiền bạc của dân** (corromper dinero del pueblo); (dt), **sự đục khoét**: el vaciado; la corrupción
đui (tt), (pt): ciego / **bị đui** (estar ciego)
đun củi (đt): echar leña
đùn, **đùn đẩy** (đt): empujar; (dt), **sự đùn đẩy**: el empujón
đùng đùng, **tiếng đùng đùng** (dt): el sonido de la pistola; (pt), **đùng đùng**: encolerizado, a / **tức giận đùng đùng** (encolerizarse)
đúng (tt), (pt): justo, a; correcto / **điều đúng** (lo correcto)
đúng đắn (tt), (pt): razonable / **một lập luận đúng đắn** (un argumento razonable); (dt), **sự đúng đắn**: lo correcto, lo razonable

đúng giờ (pt): a tiempo / **đến đúng giờ** (llegar a tiempo) / **đến đúng hẹn** (llegar a tiempo la cita)

đúng lúc (pt): justo en el momento, a punto / **vừa đến đúng lúc** (llegar justo en el momento)

đúng mực (tt), (pt): equilibrado, a; (dt), **sự đúng mực**: lo justo, lo equilibrado

đụng (đt): tocar

đụng chạm (đt): tocar, meter, herir; (dt), **sự đụng chạm**: el tocamiento

đuốc, **bó đuốc** (dt): la antorcha

đuôi, **cái đuôi** (dt): la cola

đuổi (đt): echar, expulsar

đuổi theo (đt): perseguir / **đuổi theo ai đó** (perseguir a alguien) / **đuổi theo một lý tưởng** (perseguir a un anhelo)

đuối lý, **bị đuối lý** (đt): quedarse poco razonable (en una conversación, una discusión); (đt), **làm cho đuối lý**: hacer que alguien se quede poco razonable

đuối sức, **làm đuối sức** (đt): debilitar; (đt), **bị đuối sức**: quedarse débil, debilitarse; (dt), **sự đuối sức**: la debilidad

đút (đt): meter / **đút tay vào miệng** (meter la mano en la boca)

đút lót (đt): sobornar; (dt), **sự đút lót**: el soborno

đưa (đt): dar / **đưa cho ai đó cái gì** (dar a alguien algo)

đưa đường (đt): guiar

đứa (dt): la tercera persona, él, ella / **cái đứa nớ** (ese chico, esa chica)

đức (dt): la moralidad / **có đức** (tener moralidad)

đức (tt): alemán, alemana / **nước Đức** (alemania) / **người Đức** (los alemanes) / **một người Đức** (un alemán, una alemana)

đức hạnh (tt), (pt): virtuoso, a / **người đức hạnh** (la persona virtuosa); (dt), **đức hạnh**: la virtud

đức tin (dt): la fe

đức tính (dt): la virtud, el buen carácter

đực, **giống đực** (dt): el masculino; (pt), **đực ra**: quieto, a / **hắn đứng đực ra** (se quedó quieto)

đứng (đt): estar de pie

đứng dậy (đt): levantarse

đứng đắn (tt), (pt): serio, a / **tính tình đứng đắn** (el carácter serio) / Anh ta là một người đứng đắn. (Es serio.)

đứng đầu (đt): ocupar el primer lugar, primera lista

đứng gác (đt): vigilar; (dt), **người đứng gác**: el vigilante

đứng lên (đt): levantarse
đừng (pt): no (hacer algo) / **đừng làm** (no hagas) / **đừng nói** (no digas) / đừng làm nữa (no hagas más) / **đừng nói nữa** (no digas más)
được (đt): ganar, tener / **được cái gì đó** (ganar algo) / **được rồi** (ok, vale)
đương nhiên (tt), (pt): evidente / **đương nhiên rồi** (es evidente); (dt), **sự đương nhiên**: la evidencia
đương thời (dt): el contemporáneo, la época actual
đường, **con đường** (dt): la calle
đường (dt): la azúcar
đường bay (dt): la línea aérea (la trayectoria del vuelo)
đường cái (dt): la carretera, la avenida
đường cong (dt): la línea curva
đường gấp khúc (dt): la línea quebrada
đường giao thông (dt): la carretera, la calle, la avenida, la vía
đường hai chiều (dt): el carril de sentido contrario
đường hàng hải (dt): el marítimo
đường hẻm (dt): el callejón
đường lối (dt): la senda, la medida / **đường lối của Đảng** (la medida del partido comunista vietnamita)
đường một chiều (dt): la vía de un solo sentido
đường nét (dt): la línea
đường ngầm (dt): el subterráneo
đường nứt (dt): la fisura
đường sắt (dt): la vía de tren
đường thẳng (dt): la línea recta
đường thủy (dt): vía marítima / vận chuyển bằng đường thủy (transportar por vía marítima)
đường vòng (dt): el rodeo; (đt), **đi đường vòng**: ir dando un rodeo
đường rầy xe lửa (dt): la vía de tren / hệ thống đường rầy xe lửa (sistema de vías de tren)
đứt**, bị đứt** (đt): cortarse / **bị đứt tay** (cortarse el dedo de la mano)
đứt đoạn, **làm đứt đoạn** (đt): fragmentar; (đt), **bị đứt đoạn**: fragmentarse; (dt), **sự đứt đoạn**: el fragmento
đứt ruột (tng): afligirse / **đau lòng đứt ruột** (afligirse)

Nguyên âm thứ tư và chữ thứ tám trong bảng chữ cái
Cuarta vocal y octava letra del abecedario

e ngại (đt): temer / Tôi e ngại rằng hắn sẽ không đến. (Me temo que no va a llegar.)
e sợ (đt): temer
e thẹn (tt), (pt): tímido, a / **tính e thẹn** (el carácter tímido); (dt), sự e thẹn: la timidez
em (dtnx): yo, tú (segundo pronombre)
em bé (dt): el bebé
em chồng (dt): el cuñado, la cuñada (el hermano menor del marido, la hermana menor del marido)
em dâu (dt): la cuñada, la mujer del hermano menor
em họ (dt): la prima menor, el primor menor
em ruột (dt): el hermano menor, la hermana menor
em vợ (dt): el cuñado, la cuñada (el hermano menor, la hermana menor de la esposa)
én, **chim én** (dt): el vencejo
eo (dt): la cintura
eo biển (dt): el estrecho de mar
eo sèo (tt), (pt): ruidoso, a / một cuộc cãi cọ eo sèo (una riña ruidosa)
ẻo lả (pt): flojo, a / Hắn ngó vậy mà ẻo lả lắm. (Él se ve así, pero es muy flojo.); (dt), **sự ẻo lả:** la flojedad
ép, ép buộc (đt): presionar; (dt), **sự ép buộc**: la presión
ép trái cây (đt): exprimir, exprimir el jugo; (dt), máy ép trái cây: el exprimidor

Nguyên âm thứ năm và chữ thứ chín trong bảng chữ cái
Quinta vocal y novena letra del abecedario

ê!: una interjección, expresión empleada para llamar a alguien cuando es visto y de manera cercana
ê ẩm (tng): **đau ê ẩm** (duele mucho)
ê chề (pt): avergonzado, a / **cảm giác ê chề** (sentir avergonzado, a)
ế, ế ẩm, (tng): **bán ế, buôn bán ế ẩm** (poca venta)
ế chồng (tt), (pt): solterona / **bị ế chồng** (ser solterona); (dt), **người ế chồng** (la solterona)
ế vợ (tt), (pt): solterón / **bị ế vợ** (ser solterón); (dt), (dt), **người ế vợ**: el solterón
ếch, con ếch: la rana
êm, êm ả (tt), (pt): apacible / **cuộc đời êm ả** (la vida tranquila) / **dòng sông êm ả** (el río sereno); (dt), **sự êm ả**: lo apacible, lo sereno
êm ái (tt), (pt): meloso, a / giọng nói êm ái (la voz melosa); (dt), **sự êm ái**: lo meloso
êm ắng (tt), (pt): silencioso, a / **phong cảnh êm ắng** (el paisaje silencioso)
êm chuyện, **làm êm chuyện** (đt): mediar la situación, suavizar la situación
êm dịu (tt): suave, calma; (dt), **sự êm dịu**: la calma
êm đẹp (tt), (pt): perfecto, a / **mọi thứ đều êm đẹp** (todo es perfecto) ; (dt), **sự êm đẹp**: la perfección
êm đềm (tt), (pt): tranquilo, a; apacible / **cuộc đời êm đềm** (la vida tranquila); (dt), **sự êm đềm**: lo apacible, lo sereno
êm tai (pt): melodioso, a / nói nghe êm tai (hablar melodiosamente)

êm thấm (pt): amistoso, a / **giải quyết một cách êm thấm** (solucionar amistosamente)
ễnh, ễnh bụng (đt): mostrar barrigona

Phụ âm thứ năm và chữ thứ mười của bảng chữ cái
Quinta consonante y décima letra del abecedario

ga, nhà ga (dt): la estación de tren
gà, **con gà** (dt): el gallo
gà mái, **con gà mái** (dt): la gallina
gà trống, **con gà trống** (dt): el gallo
gả (đt): casar
gạ, gạ gẫm (đt): engañar; (dt), **sự gạ gẫm**: el engaño
gác, **cái gác lửng** (dt): el entrepiso
gạch, **cục gạch** (dt): el ladrillo
gạch bỏ (đt): rayar; (dt), **cái gạch, vết gạch**: la raya
gạch hoa (dt): el azulejo
gai (dt): espina / **hoa hồng có gai** (las rosas tienen espinas); (dt), **bụi gai**: la zarza
gai góc (tt): espinoso, a; difícil / **một vấn đề gai góc** (un asunto difícil, un asunto espinoso)
gan, **cái gan** (dt): el hígado
gan dạ (tt), (pt): audaz, atrevido, a; valiente; (dt), **sự gan dạ**: la audacia
gán, gán ghép (đt): aparear, acoplar, atribuir (dt) **sự gán ghép**: la atribución, el acoplamiento
gạn, gạn hỏi (đt): insistir preguntando, no parar de preguntar
gang, gang tay (dt): la pulgada / một gang tay (una pulgada) / chỉ trong một gang tấc (en solo una pequeña distancia)
ganh (đt): rivalizar, competir; envidiar, envidiar
ganh đua (đt): rivalizar, competir; (dt), **sự ganh đua**: la rivalidad, la competición

ganh tị (đt): envidiar; (dt), **sự ganh tị**: la envidia
gánh (đt): cargar / **gánh hàng lên vai** (cargar mercancía en los hombros)
gánh nặng (dt): el soporte, la sobrecarga
gánh vác (đt): ocupar / **gánh vác một trách nhiệm** (ocupar una responsabilidad); (dt), **sự gánh vác**: la ocupación
gạo (dt): el arroz
gạo nếp (dt): el arroz pegajoso
gạt, gạt bỏ (đt): suprimir, eliminar; (dt), **sự gạt bỏ**: la supresión, la eliminación
gạt tàn, cái gạt tàn thuốc (dt): el cenicero
gay (dt): el homosexual
gay cấn (tt), (pt): difícil; complicado, a; crítico, a / **tình trạng gay cấn** (la situación crítica); (dt), **sự gay cấn**: lo complicado, lo crítico
gay gắt (tt), (pt): duro, a / **đối xử gay gắt** (tratar mal, trata de forma dura)
gay go (tt), (pt): difícil; complicado, a; crítico, a / **tình trạng gay go** (la situación crítica); (dt), **sự gay go**: lo complicado, lo crítico
gãy, bẻ gãy (đt): romper; **bị gãy** (đt): romperse
gặm, gặm nhấm (đt): devorar, sofocar, carcomer, morderse / **mọt gặm nhấm gỗ** (la carcoma está devorando la madera)
găng, cái găng tay (dt): el guante
gắng (đt): esforzarse
gắng sức (đt): esforzarse; (dt), **sự gắng sức**: el esfuerzo
gặp (đt): encontrar / **gặp ai đó** (encontrar a alguien); (dt), **sự gặp gỡ**: el encuentro
gặp dịp, gặp dịp may (đt): tener una buena oportunidad
gặp thời, gặp thời vận (đt): tener el mejor momento de la vida
gắt (tt), (pt): fuerte, seco, a / **nắng gắt** (el sol intenso)
gắt gao (tt), (pt): duro, a / **đối xử gắt gao** (tratar mal, trata de manera dura)
gắt gỏng (tt), (pt): mal humor / **tính tình gắt gỏng** (el carácter malhumorado, insoportable)
gặt hái (đt): recoger, cosechar / **gặt hái thành công** (cosechar el éxito)
gầm gừ (đt): gruñir; (dt), **tiếng gầm gừ**: el gruñido
gầm thét (đt): rugir; (dt), **sự gầm thét**: el rugido
gân (dt): el tendón
gân máu, đường gân máu (dt): la vena
gân tay (dt): la vena de la mano
gân cổ (dt): la vena del cuello

gần (pt): cerca / **ở gần đây** (está cerca de aquí) / **Trạm xe lửa ở gần đây.** (La estación de trenes está cerca de aquí.)

gần bên (pt): al lado de / Bệnh viện ở gần bên một cái ngã tư. (El hospital está al lado de una bocacalle.)

gần đến (pt): casi llegar / **gần đến đích** (llegar casi a la meta)

gần gũi (pt): cercano, a / **gần gũi với ai đó** (estar cercano con alguien); (dt), **sự gần gũi**: la cercanía

gần kề (pt): al lado de

gấp (đt): doblar, plegar / **gấp đôi** (doblar dos veces más, el doble) / **gấp ba** (doblar tres veces más, el triple); (pt), **gấp**: deprisa, urgente

gấp gáp (tt), (pt): urgente

gấp khúc (tt): quebrado, a / **đường gấp khúc** (la línea quebrada)

gấp rút (tt), (pt): urgente / **tình thế là rất gấp rút** (la situación es urgente); (dt), **sự gấp rút**: la urgencia

gật, gật đầu (tng), (đt): asentir; bajar cabeza; (dt), **cái gật đầu**: el gesto de bajar la cabeza; el de acuerdo

gây (đt): provocar

gây chiến (đt): provocar, provocar la guerra; (dt), **sự gây chiến**: la provocación, la provocación de la guerra

gây chuyện (đt): provocar la discusión; (dt), **sự gây chuyện**: la provocación de la discusión

gây dựng (đt): fundar, construir, edificar / **gây dựng cơ nghiệp** (construir una carrera)

gây gỗ (đt): provocar una pelea

gây hấn (đt): provocar un conflicto

gây mê (đt): anestesiar; (dt), **sự gây mê**: la anestesia

gây sự (đt): provocar una pelea

gầy (tt) (pt): flaco, a; delgado, a / một người gầy (una persona delgada) / gầy như que củi (estar delgado como un cangallo)

gậy, **cái gậy** (dt): el palo

ghe, **cái ghe** (dt): la barca

ghẻ, ghẻ lở (tt): sarnoso, a; (dt), **bệnh ghẻ**: la sarna

ghé, ghé qua (đt): entrar, pasar / ghé một cái quán để ăn trưa (entrar en un bar para almorzar)

ghé lưng (tng, đt): descansar, echar la siesta / ghé lưng một chút (echar la siesta)

ghé mắt, ghé mắt nhìn (đt), (tng): fijarse
ghé tai, ghé tai nói nhỏ (đt): decir algo al oído
ghẹ, con ghẹ (dt): el cangrejo de mar
ghen (tt), (pt): celoso, a / **người hay ghen** (la persona celosa); (đt), **ghen**: tener celos
ghen tuông (đt): tener celos; (dt), **sự ghen tuông**: los celos
ghép (đt): trasplantar; injertar / **ghép thận** (trasplantar un riñón) / **ghép cành cây** (injertar la rama del árbol)
ghép đôi (đt): aparear, acoplar
ghép tội (đt): condenar / **ghép tội cho ai** (condenar a alguien)
ghét (đt): detestar, aborrecer
ghét bỏ (đt): detestar, aborrecer; (dt), **sự ghét bỏ**: el aborrecimiento
ghê, ghê gớm (pt): terrible, tremendo
ghê rợn (tt), (pt): horrible, horroroso / thật là ghê rợn (es horroroso)
ghê tởm (pt): repugnante / thật là ghê tởm (es repugnante); (dt), **sự ghê tởm**: el aborrecimiento, la repugnancia; (đt), **làm cho ghê tởm**: aborrecer, asquear, repugnar
ghế, cái ghế (dt): la silla
ghế bành, cái ghế bành (dt): el sillón
ghế trường kỷ, cái ghế trường kỷ (dt): el sofá
ghềnh, cái ghềnh núi (dt): el pendiente (de la montaña)
ghi (đt): tomar notas, anotar, escribir
ghi chép (đt): escribir, anotar; (dt), **sự ghi chép**: la anotación
ghi chú (đt): tomar notas, anotar; (dt), **sự ghi chú**: la anotación, la nota, el apunte
ghi âm (đt): grabar, grabar sonidos; (dt), **sự ghi âm**: la grabación
ghi băng (đt): grabar, copiar un disco; (dt), **sự ghi băng**: la grabación
ghi danh (đt): matricular / **ghi danh vào trường học** (matricular en el colegio); (dt), **sự ghi danh**: la matricula
ghi nhận (đt): reconocer; (dt), **sự ghi nhận**: el reconocimiento
ghi nhớ (đt): memorizar; (dt), **sự ghi nhớ**: la memoria
ghi tạc (đt): inscribir, registrar / **ghi tạc vào lòng** (inscribir en la memoria, registrar en la memoria); (dt), **sự ghi tạc**: la inscripción
ghi tên (đt): matricular / ghi tên vào trường học (matricular en el colegio); (dt), **sự ghi tên**: la matricula
ghim (đt): apuntillar / **ghim vào bụng** (guardar rencor); (dt), **cái ghim**: el alfiler

ghìm, ghìm lại (đt): contenerse
gì (ltnv): qué; **gì vậy**: ¿qué hay?
gia đình (dt): la familia
gia cảnh (dt): la situación familiar
gia chủ (dt) (tng): el jefe de familia / Người quản gia nói rằng: "chút nữa ông đến lại, gia chủ tôi không có mặt ". Dijo el encargado: "Vuelva dentro un rato, mi jefe está ausente" (palabra antigua)
gia dụng (dt): el utensilio
gia hạn (đt): indicar, dar el plazo / **gia hạn ba ngày** (dar plazo de tres días)
gia nghiệp (dt): el dominio familiar
gia nhân (dt): el sirviente
gia sản (dt): el patrimonio familiar
gia tài (dt): la herencia; (dt), **người thừa hưởng gia tài**: el heredero, la heredera
gia thất (tt), (pt): casado, a / **người đã có gia thất** (la persona que está casada)
gia thuộc (dt): la parentela
gia truyền (tt): hereditario, a / **bệnh gia truyền** (la enfermedad hereditaria)
gia vị (dt): el condimento
già, già cỗi (tt), (pt): viejo, a / **tinh thần già cỗi** (el espíritu viejo); (dt), **người già**: anciano, a; el viejo, la vieja
giả (tt), (pt): falso, a / **nó là giả** (eso es falso) / **đồ giả** (la cosa falsa) / **vàng giả** (el oro falso)
gia tộc (dt): la estirpe
giả bộ (đt): disimular, fingir, simular; (dt), **sự giả bộ**: el disimulo, la simulación, el fingimiento
giả dạng (đt): disfrazar, falsear el aspecto
giả danh (đt): falsificar el nombre
giả dối (đt): mentir, falsear; (tt), (pt), **giả dối**: hipócrita; falso, a / **người giả dối** (la persona hipócrita, falsa)
giả định (đt): suponer; (dt), **sự giả định**: la suposición, la hipótesis
giả mạo (đt): falsificar / **giả mạo chữ ký** (falsificar la afirma); (dt), **sự giả mạo**: la falsificación
giả sử (đt): suponer; (dt), **sự giả sử**: la suposición, la hipótesis
giả tạo (tt), (pt): artificial / **nụ cười giả tạo** (la sonrisa artificial); (dt), **sự giả tạo**: la falsedad
giả thiết (dt): la hipótesis; (đt), **đặt giả thiết**: suponer la hipótesis

giả trang (đt): disfrazar
giả vờ (đt): disimular, fingir, simular; (dt), **sự giả vờ**: el disimulo, la simulación, el fingimiento
giả bộ (đt): disimular, fingir, simular; (dt), **sự giả bộ**: el disimulo, la simulación, el fingimiento
giã (đt): escachar / **giã gạo** (escachar arroz)
giá (dt): la soja
giá móc áo, **cái giá móc áo** (dt): la percha
giá vẽ (dt): el caballete
giác ngộ (đt): desvelarse; (dt), **sự giác ngộ**: el hecho de desvelarse
giác quan (dt): los sentidos
giai cấp (dt): clase / **giai cấp xã hội** (la clase social)
giai điệu (dt): la melodía
giai thoại (dt): la anécdota
giải buồn (đt): distraer para alegrar
giải đáp (đt): responder; (dt), **sự giải đáp, lời giải đáp**: la respuesta
giải độc (đt): desintoxicar
giải hòa (đt): reconciliar; (dt), sự giải hòa: la reconciliación
giải khuây (đt): distraer para alegrar
giải mã (đt): averiguar, adivinar el código secreto
giải phẫu (đt): operar; (dt), **sự giải phẫu**: la operación
giải phẫu học (dt): la anatomía
giải phóng (đt): emanciparse; (dt), **sự giải phóng**: la emancipación
giải quyết (đt): solucionar; (dt), **sự giải quyết**: la solución
giải thích (đt): explicar; (dt), **sự giải thích**: la explicación
giải thoát (đt): librar; (dt), **sự giải thoát**: la liberación
giải tỏa (đt): desbloquear; (dt), **sự giải tỏa**: el desbloqueo
giải tội (đt): bautizar; (dt), **bí tích giải tội**: el bautizo
giam (đt): encerrar / **tự giam mình** (encerrarse)
giam giữ (đt): detener; (dt), **sự giam giữ**: la detención
giảm (đt): disminuir
giảm án (đt): reducir la pena; (dt), **sự giảm án**: la reducción la pena
giảm bớt (đt): disminuir; (dt), **sự giảm bớt**: la disminución
giảm dần (đt): menguar, atenuar, reducir
giảm giá (đt): rebajar, bajar el precio; (dt), **sự giảm giá**: la rebaja
giảm nhiệt (đt): bajar la temperatura

giảm sốt (đt): bajar la fiebre
giảm thọ (đt): acortar la vida
giảm tội (đt): reducir la pena; (dt**)**, **sự giảm tội**: la reducción la pena
giám đốc (dt): el director
giám khảo (đt): examinar; (dt), **người giám khảo**: el examinador, a; (dt), **ban giám khảo chấm thi**: el jurado del concurso
giám mục (dt): el obispo
gian (tt), (pt): tramposo, a; deshonesto, a
gian lận (tt), (pt): deshonesto, a; mentiroso, a; tramposo, a / người gian lận, kẻ gian lận (la persona tramposa); (dt), **sự gian lận**: lo deshonesto; lo tramposo
gian ác (tt), (pt): malvado, a; cruel / **người gian ác** (el malvado, la persona malvada); (dt), **sự gian ác**: la crueldad
gian dối (tt), (pt): mentiroso, a / **người gian dối** (el mentiroso, a); (dt), **sự gia dối**: la mentira
gian khổ (tt), (pt): difícil; precario, a / **cuộc đời gian khổ** (la vida precaria)
gian manh (tt), (pt): deshonesto, a; mentiroso, a; tramposo, a / kẻ gian manh (la persona deshonesta, la persona tramposa); (dt), **sự gian manh**: lo deshonesto; lo tramposo
gian truân (tt), (pt): difícil; arduo, a / **một cuộc đời gian truân** (una vida difícil)
giàn, **cái giàn** (dt): la enredadera / **cái giàn hoa** (la enredadera de flor) / **một cái giàn nho** (una enredadera de uva)
giàn giụa (tt), (pt): empapado, a / **nước mắt giàn giụa** (empapada de lágrima) / **khóc giàn giụa** (llorar mucho)
giản lược (đt): abreviar; (dt), **sự giản lược**: la abreviatura
giản nở, **sự giản nở** (đt): la dilatación; (đt), **làm giản nở**: dilatar
gián, **con gián** (dt): la cucaracha
gián điệp (dt): el espía; (đt), **làm gián điệp**: espiar
gián đoạn, **làm gián đoạn** (đt): discontinuar; (dt), **sự gián đoạn**: el discontinuo
gián tiếp (tt), (pt): indirecto, a; (dt), **sự gián tiếp**: lo indirecto
giang hồ (tt), (pt): vagante / **đời sống giang hồ** (la vida vagante); (dt), **kẻ giang hồ**: el vagabundo
giang mai, **bệnh giang mai** (dt): la sífilis
giang sơn (tng): el territorio de un país
giảng dạy (đt): enseñar; (dt), **sự giảng dạy**: la enseñanza
giảng đường (dt): la sala de conferencias
giáng cấp (đt): descender, descender en el puesto del trabajo

giáng chức (đt): descender, descender en el puesto del trabajo
giáng đòn (đt): asestar, propinar, golpear
giáng họa (đt): infligir
giáng trần (đt): asomar, aparecer en la tierra / **tiên giáng trần** (el hada aparece en la tierra); (dt), **sự giáng trần**: la aparición
giạng chân (đt): despatarrarse
giành (đt): quitar algo / **giành miếng ăn** (quitar la comida)
giành giật (đt): combatir, luchar para ganar
giao cảm, **sự giao cảm** (dt): la telepatía / **thần giao cách cảm** (la telepatía)
giao chiến (đt): luchar, combatir en el campo de la pantalla
giao điểm (dt): el punto de la unión; el punto radial (el punto en el centro de lo simétrico) / **giao điểm kết nối** (el punto de la confluencia)
giao hòa (đt): aliarse, pactar; (dt), **sự giao hòa**: la coalición
giao hợp (đt): unir; relacionar sexualmente; (dt), **sự giao hợp**: la unión; la relación sexual
giao hưởng, **bản giao hưởng** (dt): la sinfonía; (dt), **nhạc giao hưởng**: la música orquestal; (dt), **dàn nhạc giao hưởng**: el grupo orquesta
giao kèo (đt): negociar; (dt), **sự giao kèo**: la negociación
giao kết (đt): aliarse; (dt), **sự giao kết**: la alianza
giao phó (đt): encargar / **giao phó cho ai một công việc** (encargar para alguien un trabajo); (dt), **sự giao phó**: el encargo
giao thiệp (đt): relacionarse; (dt), **sự giao thiệp**: la relación
giao thông (dt): la circulación vial
giao thời (dt): la transición
giao tiếp (đt): relacionarse; (dt), sự giao tiếp: la relación
giao tranh (đt): pelear, competir; (dt), **sự giao tranh**: la pelea
giao ước (đt): aliarse; (dt), **sự giao ước**: la alianza
giáo án (dt): el plan curricular / Cô giáo chuẩn bị giáo án cho bài học ngày mai. (La profesora prepara el plan curricular para la lección mañana.)
giáo chức, **ngành giáo chức** (dt): la profesión de enseñanza, la maestría
giáo dân (dt): los católicos, as
giáo điều (tt), (pt): dogmático, a; (dt), **người giáo điều**: la persona dogmática; el dogmático, la dogmática; (dt), **sự giáo điều**: el dogma, el dogmatismo; (dt), **chủ nghĩa giáo điều**: el dogmatismo
giáo đoàn (dt): el grupo religioso
giáo hội (dt): la iglesia / **giáo hội công giáo** (la iglesia católica)

giáo khoa, **sách giáo khoa** (dt): los libros escolares
giáo lý (dt): la catequesis; (dt), **lớp giáo lý**: la clase de catequesis
giáo sư (dt): el profesor / **một giáo sư đại học** (un profesor de universidad)
giáo viên (dt): el profesor, la profesora / **giáo viên cấp một** (profesor de preescolar) / **giáo viên cấp hai** (profesor de primaria) / **giáo viên cấp ba** (profesor de ESO)
giáo xứ (dt): la parroquia
giáp, **cái áo giáp** (dt): la armadura
giáp mặt (đt): cara a cara
giạt (đt): arrastrar (por las olas del mar)
giàu (tt), (pt): rico, a
giàu có (tt), (pt): rico, a; (dt), **sự giàu có**: la riqueza
giày, **đôi giày** (dt): los zapatos / **một chiếc giày** (un zapato)
giày cao gót (dt): zapatos con tacones
giày bốt (dt): la bota
giày vò (đt): torturar / **tự giày vò bản thân** (torturarse a uno mismo; torturarse)
giặc (dt): el enemigo del país / **giặc cướp** (los ladrones)
giằng co (đt): disputar, debatir; (dt), **sự giằng co**: el debate
giặt, giặt giũ, giặt áo quần (đt): lavar, lavar las ropas
giấc mộng (dt): el sueño, la visión
giấc mơ (dt): el sueño
giấc ngủ (dt): la dormida
giấc nồng (dt): el sueño profundo
giẫm (đt): pisar
giẫm đạp (đt): pisar / **giẫm đạp lên lòng tin của ai đó** (pisar la confianza del alguien)
giận (đt): enfadarse
giận dỗi (đt): enfadarse; (dt), **sự giận dỗi**: el enfado
giận hờn (đt): enfadarse; (dt), **sự giận hờn**: el enfado
giận dữ (tt), (pt): furioso, a / **thái độ giận giữ** (la actitud furiosa); (dt), **sự giận dữ**: la ira, la cólera, la furia; (đt), **giận dữ**: ponerse furioso
giật (đt): quitar / **giật giải thưởng** (ganar el premio)
giật gân (tt), (pt): impactante / **tin giật gân** (la noticia impactante)
giật mình, **bị giật mình** (đt): asustarse; (đt), **làm cho giật mình**: asustar
giật nẩy (đt): sobresaltar; (dt), **sự giật nẩy**: el sobresalto
giấu (đt): esconder, ocultar, solapar

giấu giếm (đt): esconder, ocultar, solapar; (dt), **sự giấu diếm**: el oculto
giây (dt): el segundo / **một phút có sáu mươi giây** (un minuto tiene sesenta segundos)
giây phút (dt): el instante / **trong một giây phút** (en un instante)
giấy (dt): el papel
giấy báo (dt): el papel de periódico
giấy bọc (dt): el papel de empaquetar
giấy chứng minh nhân dân (dt): el carnet de identidad
giấy dó (dt): el papel fino (para dibujar)
giấy giá thú (dt): el certificado de matrimonio
giấy hôn thú (dt): el certificado de matrimonio
giấy khai sinh (dt): el certificado de nacimiento
giấy khai tử (dt): el certificado de defunción
giấy nhám (dt): la lija
giấy thông hành (dt): el carné identidad
giấy vẽ (dt): el papel de dibujar
giấy vệ sinh (dt): el papel higiénico
giẻ, **giẻ lau** (dt): la bañera
gieo (đt): sembrar / **gieo rắc tình cảm** (sembrar el afecto)
giếng, **cái giếng** (dt): el pozo
giết (đt): matar, asesinar
giết người (đt): asesinar; (dt), **kẻ giết người**: el asesino
gìn giữ (đt): cuidarse, cuidar, guardar
giỏ, **cái giỏ** (dt): la cesta
gió (dt): el viento, el aire; (dt), **một cơn gió, một trận gió**: la corriente de aire
gió bão (dt): la tormenta
giòi, **con giòi** (dt): el gusano
giỏi (tt), (pt): capacitado, a / chị ấy làm việc đó rất giỏi (ella lo hace muy bien) / một học sinh giỏi (un buen alumno)
giỏi giang (tt), (pt): capacitado, a / một phụ nữ giỏi giang (una mujer capacitada)
giòn (pt); crujiente / cá chiên giòn (el pescado frito es crujiente) / khoai tây chiên giòn (las patatas fritas son crujientes)
giòn giã (tt), (pt): crujiente / **cười giòn giã** (reírse a mandíbula batiente)
giong buồm (đt): tender la vela
giong ruổi (đt): entretenerse / **vui chơi rong ruổi** (entretenerse)

gióng, thánh Gióng (dt): el nombre de un personaje en las narraciones mitológicas de Vietnam
giọng, giọng nói (dt): la voz, el tono de la voz
giọng văn (dt): estilo de literatura / Cuốn tiểu thuyết được viết bằng một giọng văn kể chuyện. (La novela está escrita en la forma de una narración lineal.)
giọt (dt): la gota
giỗ, giỗ tổ (dt): el aniversario de los antepasados
giống (dt): el género
giống như (tt), (pt): semejante; parecido, a
giơ (đt): levantar / **giơ tay lên** (levantar la mano) / **giơ cái mặt trơ ra** (poner la cara dura)
giờ (dt): la hora
giờ giấc (dt, tng): horario / **giờ giấc làm việc** (horarios de trabajo) / **làm việc có giờ giấc rõ ràng** (trabjar con horarios claros)
giở (đt): abrir
giở chứng (pt): insoportable; (đt) **bị giở chứng**: ser insoportable
giới (dt): la especie / **giới động vật** (la especie animal)
giới chức sắc (dt): el dignatario
giới hạn (dt): el límite
giới tính (dt): el género, el sexo (el masculino y el femenino)
giới từ (dt): le preposición
giỡn (đt): bromear; (dt), **giỡn**: la broma / chỉ giỡn thôi mà (es sólo una broma)
giũ (đt): sacudir, quitar / **giũ bụi** (sacudir el polvo)
giũ bỏ (đt): abandonar / **giũ bỏ mọi thứ** (abandonar todo)
giũa (đt): limar / **giũa móng tay** (limar las uñas); (dt), **cái giũa móng tay**: la lima
giục (đt): apresurar, apurar / **giục ai làm gì** (apurar a alguien para hacer algo)
giục giã (đt): apresurar, apurar
giúi, **giúi cái gì đó** (đt): dar algo de forma solapada
giúi tiền (đt): dar dinero (de forma solapada) / Ông ta giúi tiền cho cậu bé rồi dặn đừng cho mẹ cháu biết. (Le dio el dinero al niño y le dijo que no se lo hiciera saber a su madre.)
giụi (đt): restregar / **giụi mắt** (restregar los ojos)
giun, **con giun** (dt): la lombriz, la tenia
giúp (đt): ayudar, hacer el favor
giúp ích (đt): beneficiar / **giúp ích cho xã hội** (beneficiar para la sociedad)

giúp việc (đt): servir hogar; (dt), **người giúp việc**: el sirviente, el ayudante de casa
giụt (đt): tirar / **giụt đi** (tirarlo)
giữ (đt): cuidar, guardar / **giữ trẻ** (cuidar los niños) / **giữ bí mật** (guardar el secreto)
giữ gìn (đt): conservar, cuidar / **giữ gìn một kỉ niệm** (conservar un recuerdo) / **giữ gìn một cuốn sách** (conservar, cuidar un libro); (dt), **sự giữ gìn**: la conservación
giữ kẻ (đt): mantener la distancia
giữ lời (đt), (tng): cumplir la promesa, guardar la palabra; (dt), **người giữ lời**: la persona de palabra
giữ miệng (tng): hablar con precaución, mantener la boca cerrada
giữ vững (đt): mantener firme, preservar / **giữ vững lòng tin** (mantener firme la fe) / **giữ vững an ninh trật tự** (preservar la seguridad pública)
giữa (pt): entre, dentro, durante / **giữa họ** (entre ellos...) / **giữa thành phố** (dentro la ciudad) / **giữa ban ngày** (durante el día)
giương (đt): tender / **giương cờ** (tender la bandera) / **giương buồm** (tender la vela)
giường, **cái giường** (dt): la cama
gò, **cái gò** (dt): el montículo; (đt), gò: persuadir; seducir / **gò ai làm cái gì** (persuadir a alguien para hacer algo) / **gò gái** (seducir chicas)
gò bó (tt), (pt): cerrado, a; cuadrado, a / **người gò bó** (persona cuadrada)
gò ép (tt), (pt): tenso, a / **bị gò ép** (estar tenso); (đt), **gò ép**: forzar / **gò ép ai làm gì** (forzar a alguien hacer algo); (đt), **tự gò ép**: controlarse
góa, **bà góa** (dt): la viuda
góa chồng (tt): viuda / **người góa chồng** (la viuda)
góa vợ (tt): viudo / **người góa vợ** (el viudo)
góc (dt): el ángulo
góc độ (dt): el ángulo / **phân tích dưới một góc độ** (analizar en un ángulo)
gói (dt): el empaquetado; (đt), **gói**: empaquetar / **gói qùa** (empaquetar el regalo)
gọi (đt): llamar
kêu gọi (đt): llamar, convocar; (dt), **sự kêu gọi**: la convocatoria
gọi hồn (đt): invocar el espíritu, invocar el alma
gom (đt): acumular
gom góp (đt): acumular, ahorrar; (dt), **sự gom góp**: acumulación

gọn, gọn gàng (pt): ordenado, a; arreglado, a / **một căn phòng gọn gàng** (una habitación ordenada) / **ăn mặc gọn gàng** (ir arreglado, a; vestir bien)
gọt (đt): afilar; (dt), **cái gọt**: la afiladora
gỗ (dt): la madera
gốc, cái gốc (dt): la raíz, el origen
gốc gác (dt): la raíz, el origen
gối, cái gối (dt): el cojín / **cái gối chiếc** (el cojín) / **cái gối đôi** (el cojín de matrimonio)
gồm (đt): incluir
gốm (dt): la cerámica
gông, cái gông (dt): la esposas
gông cùm (pt): carcelero, a / **bị gông cùm** (ser carcelero, a)
gộp (đt): incluir
gột, gột rửa (đt): disipar, lavar, limpiar; (dt), **sự gột rửa**: la limpieza, el lavado
gỡ (đt): abrir, desenrollar / **gỡ rối** (desenrollar)
gởi (đt): enviar / **gởi thư** (enviar la carta) / **gởi lời hỏi thăm** (dar un recuerdo)
gợi (đt): sugerir / **gợi ý** (sugerir la idea) / **gợi liên tưởng** (sugerir a la imaginación)
gợi mời (đt): insinuar, sugerir; (dt), **sự gợi mời**: insinuación, la sugerencia
gờm (pt): temeroso, a
gợn (tt), (pt): ondulado, a / **tóc gợn** (el pelo ondulado)
gợn sóng, làm gợn sóng (đt): ondear, ondear las olas
guốc, đôi guốc (dt): el sueco
guồng máy (dt): el sistema, la organización / **guồng máy kinh tế** (el sistema económico)
gửi (đt): enviar / **gửi thư** (enviar la carta) / **gửi lời hỏi thăm** (dar un recuerdo)
gửi gắm (đt): confiar una misión; (dt), **sự gửi gắm**: el confió una misión
gươm (dt): la espada
gươm đao (dt): la espada y el verduguillo
gương (dt): el espejo
gương mặt (dt): la cara
gương mẫu (dt): el ejemplo; (đt), **làm cho gương mẫu**: ejemplificar, ejemplar
gượng ép (tt), (pt): tenso, a / **cảm giác gượng ép** (sentir tenso, a) / **bị gượng ép** (estar tenso, a); (dt), **sự gượng ép**: la tensión, lo tenso
gượng gạo (pt): inseguro, a / **bị gượng gạo** (sentirse inseguro)

Phụ âm thứ sáu và chữ thứ mười một của bảng chữ cái
Sexta consonante y undécima letra del abecedario

hà hiếp (đt): tratar mal a alguien
hà hơi (đt): expirar el aire
hà khắc (tt), (pt): autoritario, a; estricto, a / **tính hà khắc** (el carácter autoritario); (dt), **sự hà khắc**: lo estricto, lo autoritario
hà tiện (tt), (pt): tacaño, a; avaro, a / **tính hạ tiện** (el carácter avaro); (dt), **sự hà tiện**: la tacañería; (dt), **người hà tiện**: el tacaño, la tacaña
hạ (tng): lo inferior / **trong thượng có hạ, trong hạ có thượng** (dentro de lo superior existe lo inferior, dentro de lo inferior existe lo superior); (tt), **hạ**: verano / **mùa hạ** (dt): el verano
hạ cánh (đt): aterrizar; (dt), **sự hạ cánh**: el aterrizaje
hạ chí (dt): el solsticio de verano
hạ giá (đt): rebajar; (dt), **sự hạ giá**: la rebaja
hạ giọng (đt): bajar el tono de voz
hạ tầng, hạ tầng cơ sở (tng): la infraestructura
hạch, **cục hạch** (dt): el quiste
hạch hỏi (đt): interrogar; (dt), **sự hạch hỏi**: el interrogatorio, la interrogación
hạch sách (đt): interrogar; (dt), **sự hạch sách**: el interrogatorio, la interrogación
hai (tt): dos / **số hai** (el número dos) / **hai người** (dos personas / **hai cái** (dos cosas) / **ngày hai** (el día dos) / **tháng hai** (el mes de febrero) / **hai ngày** (dos días) / **hai tháng** (dos meses)
hài cốt (dt): la ceniza
hài đồng, **Chúa hài đồng** (dt): el niño Jesús

hài hước (tt), (pt): humorístico, a; (dt), **sự hài hước**: lo humorístico; (dt), **nghệ thuật hài hước**: el humorismo; el humor; (dt), **nghệ sĩ hài hước**: el humorista, la humorista

hài kịch (dt): la comedia; (dt), **nghệ sĩ hài kịch**: el, la comediante

hài nhi (dt): el bebé

hải đảo (dt): la isla

hải đăng, **ngọn hải đăng** (dt): el faro (torre alta situada en costas y puertos con una luz que guía de noche a los barcos)

hải ngoại (tng): extranjero, a / **phim hải ngoại** (la película extranjera) / **văn phòng hải ngoại** (la oficina extranjera) / **sống ở hải ngoại** (vivir en el extranjero)

hải quan (tt), (pt): aduanero, a; marino, a / **thuế hải quan** (el impuesto aduanero); (dt), **cục hải quan**: la aduana; (dt), **nhân viên hải quan**: el aduanero

hải quân (tng): la marina (ejército armado republicano) / **hải quân cục chiến** (la marina republicana) / **lính hải quân** (el marino republicano)

hải tặc (dt): el pirata

hái (đt): coger / **hái hoa** (coger la flor) / **hái trái cây** (coger la fruta)

hại, **làm hại** (đt): perjudicar / **hút thuốc có hại cho sức khỏe** (fumar perjudica la salud)

ham mê (đt): gustar; tener vicio / **ham mê tửu sắc** (tener vicio con el alcohol y las mujeres); (dt), **sự ham mê**: el gusto, el hecho de tener vicio

ham muốn (đt): desear; (dt), **sự ham muốn**: el deseo

ham thích (đt): gustarse; (dt), **làm cho ham thích**: gustar; (dt), **sự ham thích**: el gusto

hàm hồ (tt), (pt): exagerado, a / **ăn nói hàm hồ** (hablar exagerada); (dt), **sự hàm hồ**: la exageración

hàm lượng (dt): el contenido, la capacidad, la cantidad / hàm lượng của vi ta min na C có trong một trái chanh (la cantidad de vitamina C que contiene un limón)

hàm oan, **bị hàm oan** (đt): sufrir una injusticia

hàm ý, **có hàm ý** (đt): tener el propósito, pretender; (dt), **sự hàm ý**: la pretensión, el propósito

hãm hiếp (đt): violar; (dt), **sự hãm hiếp**: la violación

hám của (đt): codiciar (tener mucho interés sobre el dinero); (dt), **sự hám của**: la codicia; (dt), **người hám của**: el codicioso, la codiciosa

hám lợi (đt): codiciar (tener mucho interés sobre lo benificioso, o el dinero); (dt), sự hám lợi: la codicia; (dt), **người hám lợi**: el codicioso, la codiciosa

hàn lâm (tt), (pt): académico, a; anticuado, a / **phong cách hàn lâm** (el estilo académico, el estilo anticuado); (dt), **viện hàn lâm**: la academia

hán (tng): chino, a; (dt), **nước Hán**: China; **người Hán**: los chinos; **tiếng Hán**: el idioma chino

hán ngữ (dt): el idioma chino

hạn chế (đt): limitar; (dt), **sự hạn chế**: el límite

hạn định (đt): definir, limitar; (dt), **sự hạn định**: la definición, el límite

hạn hán (tt), (pt): seco / **khí hậu hạn hán** (el clima está seco); (dt), **sự hạn hán**: la sequía

hang, **cái hang, cái hang động** (dt): la cuerva, la gruta

hàng chợ (dt): la mercancía que se vende en un mercado, la mercancía que se vende al detalle

hàng hóa (dt): la mercancía

hàng loạt (pt): tropecientos, as / **sản xuất hàng loạt sản phẩm** (fabricar tropecientos productos)

hàng lối (dt): la fila; (đt), **xếp hàng**: hacer fila

hàng hải (tt), (pt): marítimo, a; náutico, a / **vận chuyển bằng hàng hải** (transportar por vía marítima); (dt), **ngành hàng hải**: la náutica, la marina (la carrera de la náutica y la marina)

hàng hiệu (dt): la marca

hàng không (tt), (pt): aeronáutico, a / **hãng bán vé hàng không** (compañía de vuelo); (dt), **ngành hàng không**: la aeronáutica; (dt), **hãng hàng không**: la empresa aeronáutica, la compañía aérea (es conjunto de todo, aeronáutica, compañía, agencia de viajes) / **hãng hàng không Việt Nam** (la compañía aérea vietnamita) / **đường bay hàng không**: las líneas aéreas (las trayectorias aéreas, las vías aéreas) / **văn phòng bán vé hàng không** (agencia de viajes)

hàng mẫu (dt): la muestra

hàng rào (dt): el seto, la valla

hàng xóm (dt): los vecinos; (dt), **người hàng xóm**: el vecino, la vecina

hãng (dt): la empresa, la compañía, la agencia / **hãng bán vé máy bay** (la empresa, la compañía de vuelos)

hạng (dt): la clase, la categoría / **hạng nhất** (la primera categoría)

hành, **củ hành = củ hành tím = củ hành ta** (dt): la chalota

hành tây, **củ hành tây** (dt): la cebolla

hành lá (dt): la cebolleta
hành chính (tt), (pt): administrativo, a; (dt), **cơ quan hành chính**: la administración
hành động (đt): obrar, actuar; (dt), **sự hành động**: la acción
hành hạ (đt): maltratar; (dt), **sự hành hạ**: el maltrato
hành hình (đt): ejecutar (ejecutar la pena de muerte); (dt), **sự hành hình**: la ejecución
hành hương (đt): peregrinar; (dt), **người hành hương**: el peregrino
hành khất (tt), (pt): vagante; (dt), người hành khất: el vagabundo; (đt), đi hành khất: vagar
hành lang (dt): el pasillo
hành lễ (đt): celebrar una ceremonia, oficiar una misa
hành quyết (đt): ejecutar (ejecutar la pena de muerte)
hành trang (dt): el equipaje / **hành trang cuộc đời** (el equipaje de la vida)
hành vi (dt): la conducta, el comportamiento
hãnh diện (đt): sentirse orgulloso / **hãnh diện về một người nào đó** (sentirse orgulloso de alguien); (dt), **sự hãnh diện**: el orgullo
hạnh kiểm (dt): la conducta / **hạnh kiểm cá nhân** (la conducta individual) / **kiểm tra hạnh kiểm** (comprobar la conducta, verificar la conducta)
hạnh ngộ, **cuộc hạnh ngộ** (dt): el encuentro
hạnh phúc, **niềm hạnh phúc** (dt): la felicidad, la dicha
hao hụt, bị hao hụt (đt): desgastarse / **bị hao hụt tiền bạc** (desgastarse el dinero) / **bị hao hụt sức khỏe** (desgastarse la salud, desgastarse la energía); (đt), **làm cho hao hụt**: disminuir, desgastar; (dt), **sự hao hụt:** la disminución, el desgaste, la pérdida
hao tài, **bị hao tài** (đt): perder el dinero (se va el dinero por alguna razón); (đt), **làm cho hao tài**: hacer perder el dinero; (dt), sự hao tài: la pérdida de dinero
hào hiệp (tt), (pt): gentil; magnánimo; obsequioso / **cử chỉ hào hiệp** (el gesto obsequioso); (dt), sự hào hiệp: la magnanimidad
hào hứng (tt), (pt): animado, a; (đt), **làm hào hứng**: animar; (dt), **sự hào hứng**: la animación
hào nhoáng (tt), (pt): artificioso, a / **một vẻ đẹp hoàng nhoáng** (una belleza artificiosa) (dt), **sự hào nhoáng**: la artificiosidad
hào phóng (tt), (pt): generoso, a; (dt), **sự hào phóng**: la generosidad

hảo hạng (tt), (pt): bueno, rico / **chất lượng hảo hạng** (la calidad buena); (dt), **sự hảo hạng**: lo bueno, lo rico (la expresión usada para la propaganda de los productos de la alimentación)
hảo tâm (tt), (pt): bondadoso, a; (dt), **sự hảo tâm**: la bondad
hão huyền (tt), (pt): ilusorio, a; (dt), **sự hão huyền**: lo ilusorio
hát (đt): cantar; (dt), **bài hát**: la canción
hát bội, hát tuồng (đt): cantar folklore, música de teatro clásico
hạt cát (dt): la arena
hạt giống (dt): la semilla
hạt nhân (tt): nuclear / **chiến tranh hạt nhân** (la guerra nuclear)
hay (pt): habitual, bien, interesante / **hay hát** (cantar habitualmente) / **hát hay** (cantar bien) / **Anh ta hay lắm.** (Él es interesante.)
hay không (ltnv): ¿o no?
hay là (lt): o / Tụi mình đi đâu đây?, đi ăn hay là đi nghe nhạc? (¿A dónde vamos?, ¿a comer o al concierto?)
hay sao (lt): ¿es verdad?
hãy (đt): tener que; haber que
hắc ám (tt), (pt): apesadumbrado, a; mala energía / **bộ mặt hắc ám** (el rosto apesadumbrado)
hăm dọa (đt): amenazar; (dt), **sự hăm dọa**: la amenaza
hăm hở (tt), (pt): animado, a (de hacer algo)
hằn học (tt), (pt): enfadado, a; cabreo, a / **cử chỉ hằn học** (el gesto enfadado); (dt), **sự hằn học**: el cabreo
hằn thù (đt): odiar; (dt), **sự hằn thù**: el odio
hằn hoi (pt): completo, bien / **mọi việc đã xong hằn hoi** (todo está bien hecho)
hắn (đtnx): él, ella
hăng hái (tt), (pt): activo, a / **tinh thần hăng hái** (el espíritu activo)
hăng máu (tng, tt, pt): violento, a
hăng say (tt), (pt): apasionado, a; entusiasta; (đt), **hăng say**: apasionar; entusiasmar; (dt); **sự hăng say**: el entusiasmo
hằng (mt): cada / **hàng ngày** (cada día) / **hàng đêm** (cada noche) / **hàng năm** (cada año)
hắt, hắt hơi (đt): estornudar; (dt), **sự hắt hơi**: el estornudo
hắt hủi (đt): maltratar, rechazar; (dt), **sự hắt hủi**: el rechazo, el maltrato
hâm (đt): calentar / **hâm nóng thức ăn** (calentar la comida); (tng), **hâm**: loco, a; chiflado, a / Hắn hơi bị hâm. (Es un poco chiflado.)

hâm mộ (đt): admirar; (dt), **sự hâm mộ**: la admiración; (dt), **người hâm mộ**: el admirador, la admiradora
hầm, **cái hầm** (dt): el túnel
hầm mỏ, cái hầm mỏ (dt): la mina
hầm rượu, cái hầm rượu (dt): la bodega de vino, la bodega
hầm trú ẩn (dt): la cueva refugiada
hân hạnh (pt): encantado, a / **Rất hân hạnh được làm quen với anh.** (Encantado de conocerle)
hân hoan (tt); (pt): eufórico, a; **(dt), niềm hân hoan**: la euforia
hấp (đt): cocinar al vapor
hấp dẫn (tt), (pt): magnético, a; atractivo, a / **một vẻ đẹp hấp dẫn** (una belleza magnética) / **rất hấp dẫn** (ser atractivo, a); (dt), **sự hấp dẫn**: el magnetismo, la atracción
hấp thụ (đt): absorber; (dt), **sự hấp thụ**: la absorción
hất (đt): tirar, echar
hất cẳng (đt): excluir / **hất cẳng một ai đó** (despedir, excluir a alguien)
hầu, hầu hạ (đt): servir (de manera esclavizada)
hầu như (pt): parecido, a
hậu (tng), (tt), (pt): final / **phần hậu** (la parte final) / **có hậu** (tener un buen final)
hậu ấn tượng (tng, tt, pt): post impresionista, post impresionismo; (dt), **chủ nghĩa hậu ấn tượng**: el post impresionismo
hậu hiện đại (tg, tt, tp): post moderno; (dt), **chủ nghĩa hậu hiện đại**: el post modernismo
hậu quả (dt): el efecto, la consecuencia
hậu thuẫn (đt): apoyar; (dt), sự hậu thuẫn: el apoyo
hậu vận (dt): la tercera edad, el último tramo de la vida de una persona
hé (đt): entreabrir / **hé cửa** (entreabrir la puerta) / **hé lộ bí mật** (entreabrirse el secreto)
hèn (tt), (pt): cobarde / **kẻ hèn** (la persona cobarde, el cobarde); (dt), **sự hèn**: la cobardía
hèn hạ (tt), (pt): abyecto, a; cobarde; (dt), **sự hèn hạ**: la cobardía; lo abyecto
hèn mạt (tt), (pt): abyecto, a; cobarde; (dt), **sự hèn mạt**: la cobardía; lo abyecto
hẹn (đt): citar (dar una cita a alguien); (dt), **cuộc hẹn**: la cita
hẹn hò (đt): citar, concertar una cita / Họ đã hẹn nhau để đi ăn tối. (Se citaron para cenar.)

héo (tt), (pt): marchito, a / **hoa héo** (la flor marchita); (đt), **bị héo**: marchitarse; (đt), **làm cho héo**: marchitar

héo lánh (tt), (pt): aislado, a / **nơi héo lánh** (el lugar aislado) / **bị héo lánh** (estar aislado)

hẹp hòi (tt); (pt): limitado, a; tacaño, a / **suy nghĩ hẹp hòi** (el pensamiento limitado); (dt), **sự hẹp hòi**: lo limitado, la tacañería

hét (đt): gritar; (dt), tiếng hét: el grito

hề, **làm hề** (đt): hacer reír, bromear / **hề gì, có hề gì** (no pasa nada)

hệ thống (dt): el sistema; (đt), **hệ thống hóa**: sistematizar

hệ trọng (pt): muy importante / **một vấn đề hệ trọng** (un asunto importante); (dt), **sự hệ trọng**: la importancia

hến, **con hến** (dt): la almeja

hết cả (mt): todo, a / **hết cả chúng ta** (todos nosotros) / **hết cả mọi người** (toda persona)

hết cách (pt): sin remedio

hết cỡ (tng): no tener palabras

hết dạ (tng): de todo corazón, con todo el corazón

hết đời (tng): estar acabado

hết hồn, **làm cho hết hồn** (đt): asustar; (đt), **bị hết hồn**: asustarse

hết lòng (tng): de todo corazón, con todo el corazón

hết nói (tng): no tener palabras

hết nước (tng): no tener palabra; (pt), **hết nước**: no queda agua

hết sức (pt, tng): debilitado, a; no tener fuerza

hết thảy (mt): todo / **hết thảy chúng ta** (todos nosotros) / **hết thảy mọi người** (toda persona)

hết thời (tng): tiempo de mala cosecha, no tener suerte

hết sạch (tng): no queda nada

hết trơn (tng): no queda nada

hết ý (tng): no tener idea, no poder describir / **đẹp hết ý luôn!** (tan precioso que no se puede describir)

hy sinh (đt): sacrificar; (dt), **sự hy sinh**: el sacrificio

hy vọng (đt): tener esperanza; (dt), **sự hy vọng, niềm hy vọng**: la esperanza

hỉ mũi (đt): quitarse el moco

hí ha hí hửng (tng): muy alegre

hiềm khích, **có hiềm khích** (đt): tener aversión; (dt), **sự hiềm khích**: la aversión

hiềm nghi (đt): dudar; (dt), **sự hiềm nghi**: el sospechoso, la duda

hiềm thù (đt): odiar; (dt), **sự hiềm thù**: el odio
hiểm ác (tt), (pt): astuto, a y cruel / **người hiểm ác** (una persona astuta y cruel); (dt), **sự độc ác**: la crueldad
hiểm độc (tt), (pt): astuto, a y cruel / **người hiểm độc** (una persona astuta y cruel); (dt), **sự hiểm độc**: la crueldad
hiểm trở (tt), (pt): peligroso, a / **một con đường hiểm trở** (una carretera peligrosa); (dt), **sự hiểm trở**: el peligro
hiếm (pt): valioso, a; escaso, a
hiếm có (pt): valioso, a; escaso, a; (dt), **sự hiếm có**: lo valioso; lo escasez
hiếm hoi (tt), (pt): escaso, a; estéril; (dt), **sự hiếm hoi**: la escasez; la esterilidad
hiên ngang (tt), (pt): valiente; osado, a / **tư thế hiên ngang** (la actitud osada)
hiền (tt), (pt): amable / **chị ấy rất hiền** (ella es amable)
hiền hòa (tt), (pt): pacífico, a; sereno, a / **tính tình hiền hòa** (el carácter pacífico) / ông ấy rất hiền hòa (él es pacífico); (dt), **sự hiền hòa**: la serenidad
hiền hậu (tt), (pt): amable / chị ấy rất hiền hậu (ella es amable) / **tính tình hiền hậu** (el carácter amable); (dt), **sự hiền hậu**: la amabilidad
hiền lành (tt), (pt): amable / chị ấy rất hiền lành (ella es amable) / **tính tình hiền lành** (el carácter amable); (dt), **sự hiền lành**: la amabilidad
hiền triết, **nhà hiền triết** (dt): el sabio, el filósofo clásico
hiển hách (tt), (pt): brillante / **sự nghiệp hiển hách** (la carrera brillante); (dt), **sự hiển hách**: la brillantez
hiển nhiên (tt), (pt): evidente / **hiển nhiên là** (es evidente que); (dt), **sự hiển nhiên**: la evidencia
hiển vi (tt): microscópico, a; (dt), **kính hiển vi**: el microscopio
hiến dâng (đt): ofrendar; (dt), **sự dâng hiến**: la ofrenda
hiến pháp (dt): la constitución / **hiến pháp của nhà nước** (la constitución de Estado)
hiện (đt): aparecer, asomar
hiện diện (đt): presenciar; (dt), **sự hiện diện**: la presencia
hiện đại (tt), (pt): moderno, a; (dt), **chủ nghĩa hiện đại**: el modernismo; (dt), **sự hiện đại**: la modernidad; (dt), **thời hiện đại**: la época moderna; (đt), **hiện đại hóa**: modernizar
hiện hành (pt): vigente, vigor / **luật hiện hành** (el derecho en vigor)
hiện hình (đt): aparecer en forma / **hiện nguyên hình** (aparecer en su forma original)
hiện hữu (đt): existir; (dt), **sự hiện hữu**: la existencia

hiện tại (dt): el presente; (dt), **thời hiện tại, thì hiện tại**: el presente (el presente del verbo) / **động từ chia ở thời hiện tại** (verbos en el presente)
hiện thời (dt): la actualidad
hiện thực (dt): la realidad; (dt), **chủ nghĩa hiện thực**: el realismo
hiện thực hóa (đt): realizar; (dt), **sự hiện thực hóa**: la realización
hiện trường (dt): la escena del crimen o del accidente
hiện tượng (dt): el fenómeno
hiếp dâm (đt): violar; (dt), **sự hiếp dâm**: la violación
hiếp đáp (đt): oprimir, tratar mal
hiệp sĩ (dt): el caballero
hiểu (đt): entender, comprender; (dt), **sự hiểu**: la comprensión, el entendimiento
hiểu biết, **sự hiểu biết** (dt): el conocimiento, el autoconocimiento, el saber
hiểu lầm (đt): entender mal; (dt), **sự hiểu lầm**: el malentendido
hiếu, hiếu nghĩa (dt): la gratitud / **có hiếu với cha mẹ** (tener gratitud con los padres)
hiếu chiến (tt), (pt): competente; (dt), **sự hiếu chiến**: la competencia
hiếu động (tt), (pt): activo, a; dinámico, a / **người hiếu động** (persona dinámica); (dt), **sự hiếu động**: el dinamismo
hiếu học (tt), (pt): estudioso, a; (dt), **sự hiếu học**: lo estudioso; (dt), **người hiếu học**: el estudioso; la estudiosa
hiếu khách (tt, pt): hospitalario, a; (dt), **sự hiếu khách**: la hospitalidad
hiếu thảo (dt): la gratitud
hiệu lệnh (dt): el orden
hiệu lực (tt) (pt): vigente, válido, en vigor; eficaz / **vẫn còn có hiệu lực** (estar vigente todavía) / **thuốc có hiệu lực** (la medicina tiene eficacia); (dt), **sự hiệu lực**: la eficacia; lo válido, lo vigente
hiệu nghiệm (tt): funcional / **tính hiệu nghiệm** (la característica funcional); (đt), **làm cho hiệu nghiệm**: funcionar; (dt), **sự hiệu nghiệm**: el funcionamiento
hiệu quả (dt): el rendimiento / **hiệu quả của công việc** (el rendimiento del trabajo); (đt), **làm cho hiệu quả**: rendir (producir un rendimiento), rentabilizar
hiệu sách (dt): la librería
hiệu trưởng (dt): director del colegio / **ông hiệu trưởng** (el director del colegio) / **bà hiệu trưởng** (la directora del colegio)
hình (dt): la imagen, la forma / **nghệ thuật có hình** (el figurativo)
hình ảnh (dt): la imagen, la forma

hình bóng (dt): la silueta
hình chóp (dt): la forma de pirámide
hình chữ nhật (dt): el rectángulo
hình dáng (dt): la figura
hình dạng (dt): la forma
hình dung (đt): imaginar; (dt), **sự hình dung**: la imaginación
hình dung từ (dt), (tng): la palabra (la palabra que hace sugerir la imaginación pictórica)
hình hoạ (tt): gráfico, a / **môn hình họa** (la asignatura de dibujar con lápiz el cuerpo humano)
hình học (dt): la geometría
hình hộp (dt): el cubo
hình lập phương (dt): el cubo
hình mẫu (dt): el modelo, el ejemplo, el modelo del ejemplo
hình như (pt): parece / **hình như cô ấy không đến** (parece que no va a venir ella)
hình nón (dt): el cono
hình nổi (dt): la figura en relieve
hình nộm (dt): el espantapájaros; (tng), **hình nộm**: el maniquí
hình phạt (dt): el castigo, la condena
hình sự (tt): penal; (dt), luật hình sự: el código penal
hình thái (tt), (pt): morfológico, a / **hình thái chuyển động** (el movimiento morfológico); (dt), **hình thái học**: la morfología
hình thang (dt): el trapezoide
hình thành (đt): formar; (dt), **sự hình thành**: la formación
hình thoi (dt): el rombo
hình thức (dt): la apariencia / **có một hình thức đẹp** (tener la buena presencia); (tt), (pt) **hình thức**: superficial
hình tròn (dt): el círculo, la forma redonda
hình trụ (dt): el cilindro
hình tượng (dt): la imagen
hình vuông (dt): el cuadrado
híp pi (dt): el hippy
hít thở (đt): respirar / **hít vào thở ra** (coger aire y soplar)
hiu hắt (tt): aislado, a / **buồn hiu hắt** (muy triste)
hiu hiu (tt): suave / **gió hiu hiu** (el viento suave)

hiu quạnh (tt): aislado, a / **nấm mồ hiu quạnh** (la tumba aislada)
ho (đt): toser / **ho gà** (toser de gallina)
ho lao (tt), (pt): tuberculoso, a; (dt), **bệnh ho lao**: la tuberculosis
hò hẹn (đt): citar, concertar una cita
hò hét (đt): gritar
hò reo (đt): aclamar la victoria, aplaudir; (dt), **sự hò reo**: la aclamación, el aplauso
họ (đtnx): ellos, ellas; (dt), **họ**: el apellido
họ ngoại (dt): la familia materna
họ nội (dt): la familia paterna
hoa, **cái hoa** (dt): la flor
hoa cúc (dt): la margarita
hoa hậu (dt): la miss
hoa hồng (dt): la rosa
hoa khôi (tng): la más guapa / **hoa khôi của trường** (la más guapa de la escuela)
hoa kỳ (tt): americano, a / **hợp chủng quốc Hoa kỳ** (Estados Unidos)
hoa lệ (tt), (pt): resplandeciente, espléndido / **phong cảnh hoa lệ** (el paisaje espléndido); (dt), **sự hoa lệ**: la hermosura, el esplendor
hoa lợi (dt): el beneficio, la ganancia
hoa mắt (pt): mareado, a / **bị hoa mắt** (ver borroso; estar mareado, a)
hoa râm (tt), (pt): canoso, a / **tóc hoa râm** (el pelo canoso)
hòa âm, **sự hòa âm** (dt): la armonía
hòa bình, **sự hòa bình** (dt): la paz / **sự hòa bình của thế giới** (la paz del mundo)
hòa hoãn (đt): conciliar, aplazar; (dt), **sự hòa hoãn**: la conciliación, el aplazamiento
hòa hợp (đt): adaptar, armonizar; (dt), **sự hòa hợp**: la adaptación, la armonía
hòa khí (tng): el ambiente de paz; (dt), **sự hòa khí**: la concordia
hòa nhã (tt), (pt): afable; (dt), **sự hòa nhã**: la afabilidad
hoa tai (dt): los pendientes
hoa tay (tng): manita; habilitado, a; huella de dedo con forma de espiral / **người có hoa tay** (un manitas)
hoà giải (đt): reconciliar; (dt), **sự hòa giải**: la reconciliación
hòa nhạc, **buổi hòa nhạc** (dt): el concierto
hòa nhịp (đt): combinar el rimo

hoà tan (đt): disolver; (dt), **sự hòa tan**: la disolución; (dt), **chất hoà tan**: el disolvente

hoà thuận (tt), (pt): pacífico, a; unido, a / **gia đình hòa thuận** (la familia está unida)

hoà thượng (dt): el monje

hỏa (tng): fuego

hỏa ngục (dt): el infierno

hoả tiễn (dt): el cohete

hỏa táng (đt): incinerar; (dt), **sự hỏa táng**: la incineración

hóa chất (dt): el producto químico

hóa đá (pt): petrificado, a / **bị hóa đá** (quedarse petrificado); (đt), **làm hóa đá**: petrificar

hóa kiếp (đt): reencarnar; (dt), **sự hóa kiếp**: la reencarnación

hóa trang (đt): disfrazarse, disfrazar; (dt), **sự hóa trang**: el disfraz / **một bộ đồ hóa trang** (un disfraz)

họa (đt): dibujar, pintar

họa đồ, bản họa đồ (dt): el gráfico

họa sĩ (dt): el pintor, la pintora

hoài (pt): repetido, a / Làm hoài một điều gì. (Hacer repetida una cosa.)

hoài bão (dt): el anhelo

hoài cảm (pt): melancólico, a / **bị hoài cảm** (estar melancólico, a); (dt), **sự hoài cảm**: la melancolía

hoài nghi (tt); (pt): escéptico, a; (dt), **sự hoài nghi**: el escepticismo, la incredulidad

hoài niệm (đt): memorizar; (dt), **sự hoài niệm**: la memoria

hoài vọng (đt): esperar; (dt), sự hoài vọng: la esperanza

hoan hỉ (tt), (pt): alegre / **nụ cười hoan hỉ** (la sonrisa alegre); (dt), **sự hoan hỉ**: la alegría

hoan lạc (tt), (pt): eufórico, a / **cảm giác hoan lạc** (el sentimiento eufórico); (dt), **niềm hoan lạc**: la euforia; (dt), **chủ nghĩa hoan lạc**: hedonismo; (dt), **người theo chủ nghĩa hoan lạc**: hedonista

hoan nghênh (đt): aplaudir; (dt), **sự hoan nghênh**: el aplauso

hoàn cảnh (dt): la situación

hoàn chỉnh, **làm cho hoàn chỉnh** (đt): completar, perfeccionar, rematar; (dt), **sự hoàn chỉnh:** el remate, la perfección

hoàn hảo (tt), (pt): perfecto, a; impecable; excelente; (dt), **sự hoàn hảo**: la perfección

hoàn kim (tng): oro / **thời đại hoàn kim** (la edad de oro)

hoàn mĩ (tt), (pt): lujoso, a; perfecto, a / thật hoàn mĩ (ser lujoso, a; ser perfecto, a); (dt), **sự hoàn mĩ**: la perfección, la preciosidad

hoàn thành (đt): cumplir / **hoàn thành một công việc** (cumplir un trabajo); (dt), **sự hoàn thành:** el cumplimiento

hoãn (đt): aplazar

hoãn nợ (đt): aplazar la deuda, posponer la deuda

hoạn nạn, **sự hoạn nạn** (dt): la mala racha; el problema / ông ấy đang gặp hoạn nạn (él tiene problemas, está pasando una mala racha)

hoang dã (tt), (pt): salvaje / bản tính hoang dã (el carácter salvaje) / **rất là hoang dã** (es salvaje) / **một vẻ đẹp hoang dã** (una belleza salvaje); (dt), **sự hoang dã**: el salvaje

hoang đàng (tt): pródigo, a; pervertido; (dt), **người hoang đàng**: el pródigo, la pródiga; (dt), **sự hoang đàng**: la perversión

hoang sơ (tt), (pt): desértico, a; salvaje / **nơi hoang sơ** (el lugar desértico)

hoàn thiện (đt): perfeccionar; (dt), **sự hoàn thiện**: la perfección

hoàn toàn (pt): completo, a / **hoàn toàn đồng ý** (en completo acuerdo)

hoang dâm, **sự hoang dâm** (dt): la libido

hoang mang (pt): desconcertante; (đt), **bị hoang mang**: ses desconcertante; (đt): **làm hoang mang**: desconcertar; (dt), sự hoang mang: el desconcierto

hoang phí (tt), (pt): derrochador, a; manirroto, a / **tiêu xài hoang phí** (derrochar, prodigar); (dt), **sự hoang phí**: lo derrochador; (dt), **người hoang phí**: el derrochador, la derrochadora; el pródigo, la pródiga

hoang tàn (tt), (pt): devastador, a / **một thảm cảnh hoang tàn** (una escena devastadora); (dt), sự hoang tàn: **el destrozo**; (đt), **làm cho hoang tàn**: devastar, destrozar; (đt), **bị hoang tàn**: estar destrozado, destrozarse

hoang tưởng (đt): alucinar; fantasear; (dt), **sự hoang tưởng**: alucinación; la fantasía / **người một hoang tưởng** (una persona fantasiosa)

hoang vắng (tt), (pt): desértico, a; aislado, a / **nơi hoang vắng** (el lugar desértico)

hoang vu (tt), (pt): desértico, a; aislado, a / **nơi hoang vu** (el lugar desértico)

hoàng cung (dt): el palacio real

hoàng hậu (dt): la reina

hoàng hôn (dt): el atardecer, el crepúsculo

hoàng kim (tt), (pt): dorado, a / **màu vàng hoàng kim** (el color dorado) / **thời đại hoàng kim** (la época dorada, la época prospera de un imperio)

hoàn toàn (pt): completo, a; en completo, a / **hoàn toàn đồng ý** (en completo acuerdo)

hoàng tộc (tt), (pt): cortesano, a / **thuộc về hoàng tộc** (ser cortesano, a) / **gia đình hoàng tộc** (la familia real) / **một người hoàng tộc** (un cortesano, una cortesana)

hoàng tử (dt): el príncipe

hoảng hồn, **làm cho hoảng hồn** (đt): asustar; (đt), **bị hoảng hồn**: asustarse; (dt), **sự hoảng hồn**: el asusto

hoảng hốt (tt), (pt): asustado; (đt), **bị hoảng hốt**: ponerse pánico; (đt), **làm hoảng hốt**: dar pánico; (dt), **sự hoảng hốt**: el pánico

hoảng loạn (tt), (pt): descontrolado, a / **thái độ hoảng loạn** (la conducta descontrolada); (đt), **làm cho hoảng loạn**: hacer perder el control; (đt), bị hoảng loạn: perder el control, estar descontrolado; (dt), **sự hoảng loạn**: el descontrol, lo descontrolado

hoảng sợ (đt): temer; (dt), **sự hoảng sợ**: la temeridad

hoành hành (pt): fastidiado, a / **căn bệnh hoành hành** (está fastidiado por la enfermedad); (dt), sự hoành hành: el fastidio; (đt), **hoành hành**: fastidiar

hoành tráng (tt), (pt): inmenso, a / **phong cảnh hoàng tráng** (el paisaje inmenso); (dt), **sự hoành tráng**: la inmensidad

hoạnh tài (tng): ganar un dinero imprevisto

hoạt động (đt): funcionar / **có hoạt động xã hội** (tener actividad social) / **công ty vẫn còn hoạt động** (la empresa funciona todavía); (dt), **sự hoạt động**: la actividad; el funcionamiento

hoạt hình, **phim hoạt hình, phim hoạt họa** (dt): la película de dibujo

hoặc, hoặc là (lt): o

hóc búa (pt), (tt): complicado, a; difícil / **câu hỏi hóc búa** (una pregunta difícil)

hóc xương, **bị hóc xương** (đt): atragantarse una espina

học (đt): estudiar

học hỏi (đt): aprender; (dt), **sự học hỏi**: el aprendizaje

học bạ, **sổ học bạ** (dt): el libro de la nota de escuela

học bổng (dt): la beca

học đòi (pt): caprichoso, a / **ưa học đòi** (es caprichoso, a)

học giả (tt): erudito; (dt), **nhà học giả, bậc học giả**: el erudito

học phí (dt): la matrícula, el gasto escolar

học sinh (dt): el alumno, la alumna
học thuyết (dt): la doctrina, la teoría
học trò (dt): el alumno, la alumna
học vấn (dt): el estudio / **con đường học vấn** (el camino de estudio, de conocimiento); (dt), **đường học vấn**: la línea de mente (de quiromancía)
học vị (tt): gradual / **cấp bậc học vị** (el nivel gradual)
học viện (dt): el instituto, la academia
hoen, hoen ố (pt) (tng): sucio, a; deshonroso, a; (đt), **làm hoen ố**: deshonrar; (đt), **bị hoen ố**: estar deshonrado; estar sucio
hỏi (đt), preguntar; (dt), **câu hỏi**: la pregunta, el interrogante
hỏi cung (đt): interrogar; (dt), **sự hỏi cung**: la interrogación
hòm, cái hòm (dt): el ataúd
hòm thư (dt): la caja de carta; el buzón de correo
hon đa, **xe hon đa** (đt): la moto
hòn, **hòn bi** (dt): la canica
hòn dái (dt): el testículo
hòn đá (dt): la piedra
hòn đảo (dt): la isla
hòn ngọc (dt): la perla
hong (đt): secar
hong gió (đt): secar con el aire
hong nắng (đt): secar con el sol
hỏng (pt): roto, a; estropeado, a; (đt), bị hỏng: ser roto; ser estropeado; (đt), **làm hỏng**: estropear, rotar / **hỏng chân hỏng giò** (perder una ocasión)
hóng (đt): contemplar, esperar / **hóng gió** (contemplar el viento)
hóng mát (đt): esconder en la sombrar, descansar en la sombra
họng, **cái họng** (dt): la garganta
họp (đt): reunir; (dt), **cuộc họp**: la reunión
họng súng (dt): boca de la pistola / **đứng trước một họng súng** (estar en frente de boca de la pistola; estar frente a la muerte)
họp báo (đt): reunir para una conferencia de prensa; (dt), **cuộc họp báo**: la conferencia de prensa
hót (đt): cantar los pájaros; (dt), **tiếng chim hót**: el canto del pájaro
hô (đt): llamar a alguien desde lejos
hô hào (đt): arengar; (dt), **sự hô hào**: la arenga

hô hấp (tt), (pt): respiratorio, a; (dt), **sự hô hấp**: el respiradero / **hệ thống hô hấp** (el aparato respiratorio) / **máy hô hấp** (el respirador)

hồ, **cái hồ** (dt): el lago

hồ cá, **cái hồ cá** (dt): el estanque

hổ, **con hổ** (dt): el tigre

hố, **cái hố** (dt): el hoyo, el bache

hộ chiếu (dt): pasaporte

hộ khẩu, **sổ hộ khẩu** (dt): el libro de familia

hộ mệnh, **thần hộ mệnh** (dt): el ángel de la guarda

hộ sản, **khoa hộ sản** (dt): la obstetricia

hộ sinh, **nhà hộ sinh** (dt): el centro clínico de la maternidad; (dt), **nữ hộ sinh**: la partera

hộ vệ, **người hộ vệ** (dt): el guardaespaldas

hốc, **cái hốc đá** (dt): el hueco de una roca, la cavidad de una roca

hốc mắt, **cái hốc mắt** (dt): la órbita (de los ojos)

hốc hác (tt), (pt): mal aspecto; cansancio, a / **vẻ mặt hốc hác** (el talante cansancio)

hộc máu, **hộc máu mũi** (tng): hemorragia nasal / **bị hộc máu mũi** (tener hemorragia nasal)

hôi, hôi thối (tt), (pt): mal olor

hồi (đt): devolver / **đạo hồi** (el islamismo)

hồi âm (đt): responder a la carta

hồi giáo (tt), (pt): islámico, a; (dt), **đạo hồi giáo**: el islamismo; (dt), **nước hồi giáo**: el islam

hồi hộp (pt): nervioso, a; palpitante / **tim đập hồi hộp** (el corazón latido); (dt), **sự hồi hộp**: la palpitación

hồi kí (tng, dt): la memoria; (dt), **cuốn hồi kí**: el libro de la memoria; (đt), **viết hồi kí**: escribir la memoria

hồi lại (đt): devolver; (dt): sự hồi lại: la devolución

hồi môn, **của hồi môn** (dt): la dote

hồi phục (đt): recuperar; (dt), **sự hồi phục**: la recuperación

hồi sinh (đt): resucitar; (dt), **sự hồi sinh**: la resurrección

hồi tâm (đt): tranquilizarse; arrepentirse; (dt), **sự hồi tâm**: el arrepentimiento

hồi tưởng (đt): rememorar; recordarse; (dt), **sự hồi tưởng**: el recuerdo, la reminiscencia

hồi ức (dt): la memoria, el recuerdo

hồi xuân (đt): rejuvenecer; (dt), **tuổi hồi xuân**: la edad del rejuvenecimiento
hối hận (dt): remorder; (dt), **sự hối hận**: el remordimiento
hối lộ (đt): sobornar; (đt), **ăn hối lộ, nhận hối lộ**: recibir un soborno; (dt), **sự hối lộ**: el soborno
hối lỗi (đt): resentirse; (dt), **sự hối lỗi**: resentimiento
hối tiếc (đt): añorar; (dt), **sự hối tiếc**: la añoranza
hội, hội đoàn (dt): la asociación
hội chứng (dt): el síndrome
hội đồng (tng): grupo / **hội đồng quản trị** (la consejería) / **hội đồng nhân dân** (la asesoría para ciudadanos / **hội đồng chấm thi** (el jurado de un concurso); (dt), **nhân viên hội đồng**: el consejero, la consejera
hội họa (dt): la pictórica; la pintura
hội kiến, **cuộc hội kiến** (dt): el encuentro, la reunión
hội nghị (dt): la conferencia
hội ngộ, **cuộc hội ngộ** (dt): el encuentro / **duyên hội ngộ** (el encuentro predestinado)
hội thảo (dt): la conferencia
hội thoại (đt): conversar, dialogar; (dt), **sự hội thoại**: la conversación
hội tụ (đt): converger, confluir; (dt), **cuộc hội tụ**: la convergencia, la confluencia
hội viên (dt): el miembro / **hội viên của một hội sinh viên** (el miembro de un grupo estudiante)
hội ý (đt): sondear las ideas; (dt), **sự hội ý**: el sondeo de ideas
hôm nào (ltnv): ¿qué día?
hôm nọ (dt): el otro día
hôn (đt): besar; (dt), **nụ hôn**: el beso
hôn nhân (dt): el matrimonio
hôn thú, **giấy hôn thú** (dt): el certificado de matrimonio
hồn nhiên (tt); (pt): espontáneo, a / **tính cách hồn nhiên** (el carácter espontáneo); (dt), **sự hồn nhiên**: la espontaneidad
hỗn độn (tt), (pt): desordenado, a / **một căn phòng hỗn độn** (una habitación desordenada); (dt), **sự hỗn độn**: lo desordenado
hỗn, hỗn hào, hỗn xược, hỗn láo (tt), (pt): insolente / **thái độ hỗn láo** (la actitud insolenta); (dt), **sự hỗn láo**: la insolencia
hỗn loạn (tt), (pt): caótico, a / **đám đông hỗn loạn** (la multitud caótica); (dt), **sự hỗn loạn:** el caos

hỗn mang (tt), (pt): caótico, a / **thời kỳ hỗn mang** (la época caótica, el caos)
hông, **cái hông** (dt): la cadera
hồng cầu (tng): la sangre roja
hồng phúc (dt): la suerte, la bendición
hồng thủy (tng): el diluvio
hống hách (tt), (pt): arrogante / **thái độ hống hách** (la actitud arrogante) / **rất hống hách** (ser arrogante); (dt), **sự hống hách**: la arrogancia
hộp, **cái hộp** (dt): la caja
hộp đêm (dt): el pub, bar de noche, la tasca
hộp thư (dt): el buzón de correo
hốt (đt): recoger / **hốt rác** (recoger la basura)
hốt hoảng (tt), (pt): asustado; (đt), **làm hốt hoảng**: dar pánico, asustar; (đt), **bị hốt hoảng**: estar asustado, ponerse pánico; (dt), **sự hốt hoảng**: el pánico, el susto
hột (dt): el grano / **một hột gạo** (un grano de arroz)
hột xoàn (dt): el diamante
hờ hững (tt), (pt): indiferente / **thái độ hờ hững** (la actitud indiferente) / **làm điều gì đó một cách hờ hững** (hacer algo con indiferencia); (dt), **sự hờ hững**: la indiferencia
hở hang (tt), (pt): escotado / **ăn mặc hở hang** (vestido escotado); (dt), **sự hở hang**: el escote
hơi nước (dt): el vapor
hơi thở (dt): la respiración; (đt), **thở**: respirar
hời hợt (tt), (pt): superficial / **tính hời hợt** (la característica superficial)
hợm hĩnh (tt), (pt): cínico, a / **người hợm hĩnh** (la persona cínica, el cínico)
hơn (mt): más / Cái núi này cao hơn cái núi kia (Este monte es más alto que el otro)
hớn hở (tt), (pt): alegre / **vẻ mặt hớn hở** (el rostro alegre)
hợp (tng): llevarse bien / **hợp với ai đó** (llevarse bien con alguien)
hợp lý, **hợp lý hóa** (đt): racionalizar; (dt), **sự hợp lý**: el razonamiento
hợp lực (đt): cooperar; (dt), **sự hợp lực**: la cooperación
hợp nhất, **hợp nhất hóa** (đt): unificar; (dt), **sự hợp nhất**: la unificación
hợp pháp (tt), (pt): legítimo, a / **giấy tờ hợp pháp** (documentos legítimos); (đt), **hợp pháp hóa**: legitimar; (dt), **sự hợp pháp**: la legitimidad
hợp tác (đt): cooperar; (dt), **sự hợp tác**: la cooperación
hợp tác xã (dt): la asociación popular

hợp thời (tt), (pt): adecuado, a; oportuno, a / **ăn mặc hợp thời** (vestir adecuada a la época) / **người hợp thời** (la persona que se adapta a la época); (dt), **sự hợp thời**: lo adecuado, lo oportuno

hợp thức, **hợp thức hóa** (đt): regularizar; (dt), **sự hợp thức hóa**: la regulación

hợp ý (đt): congeniar, llevar bien, conectar / **họ hợp với nhau** (ellos se llevan bien); (dt), **sự hợp ý**: la buena conexión

hớt tóc (đt): cortar el pelo

hớt hải (tt), (pt): nervioso, a / **vẻ mặt hớt ha hớt hải** (el talante nervioso)

hù, hù dọa (đt): amenazar; (dt), **sự hù dọa**: la amenaza

hú, **tiếng hú** (dt): el aullido / **tiếng hú của sói** (el aullido del lobo); (đt), **hú**: aullar

hủ tiếu (dt): sopa de fideos

huân chương (dt): el emblema

huấn lệnh (dt): el orden

huấn luyện (đt): entrenar; (dt), **sự huấn luyện**: el entrenamiento; (dt), **huấn luyện viên**: el entrenador

húc (đt): embestir / **bò húc nhau** (los toros se embisten)

huệ, **hoa huệ** (dt): el lirio

huyênh hoang (tt), (pt): jactancioso, a; (dt), **sự huyên hoang** (la jactancia)

hũ, **cái hũ** (dt): el tarro / **một cái hũ gạo** (un tarro de arroz) / **một cái hũ mắm** (un tarro de salsa de pescados, o de gambas)

hùn (đt): reunir / **hùn vốn làm ăn** (reunir el dinero para un negocio)

hung ác (tt); (pt): cruel; (dt), **sự hung ác**: la crueldad

hung (tt), (pt): furioso, a

hung dữ (tt), (pt): furioso, a; (dt), **sự hung dữ**: la furia

hung ga ri (tt): húngaro, a / **nước Hung ga ri** (Hungría) / **người Hung ga ri** (los húngaros) / **một người Hung ga ri** (un húngaro, una húngara)

hung hăng (tt), (pt): violento, a / **thái độ hung hăng** (la conducta violenta)

hung thủ (dt): el asesino, la asesina

hung tin (tng, dt): la mala noticia

hùng biện (pt): elocuente / **nói hùng biện** (hablar elocuente); (dt), **sự hùng biện**: la elocuencia

hùng dũng (tt), (pt): valiente; osado, a; (dt), **người hùng dũng**: el valiente

hùng hồn (pt): elocuente; enérgico, a / **nói một cách hùng hồn** (hablar con energía)

hùng tráng (tt), (pt): poderoso, a; magnífico, a / **phong cảnh hùng tráng** (el paisaje magnífico)

hùng vĩ (tt); (pt): inmenso, a / **phong cảnh hùng vĩ** (el paisaje inmenso); (dt), **sự hùng vĩ**: la inmensidad

huống chi (lt): si fuera / nghèo mà rộng rãi huống chi giàu còn hơn nữa (es pobre siendo generoso, y si fuera rico sería más)

huống hồ (lt): si fuera / nghèo mà rộng rãi huống hồ giàu thì còn hơn nữa (es pobre siendo generoso, y si fuera rico sería más)

húp (đt): sorber / **húp canh** (sorber la sopa)

hút (đt): atraer / **nam châm hút sắt** (el imán atrae el hierro)

hút bụi (đt): aspirar el polvo; (dt), **máy hút bụi**: la aspiradora

hút máu (tng, đt): chupar la sangre / **hút máu người khác** (estar abusando de otra persona)

hút thuốc (đt): fumar

hụt, bị hụt: perder / **bị hụt máy bay** (perder el avión) / **bị hụt tàu** (perder el tren)

huy chương (dt): la medalla

huy hiệu (dt): la insignia

huy hoàng (tt), (pt): esplendido, a; esplendoroso, a / **viễn cảnh huy hoàng** (la perspectiva del futuro esplendoroso); (dt), **sự huy hoàng**: el esplendor

hủy (đt): anular

hủy bỏ (đt): anular / **hủy bỏ một hợp đồng** (anular un contrato); (dt), **sự hủy bỏ**: la anulación

hủy diệt (đt): destruir, exterminar; (dt), **sự hủy diệt**: el exterminio

huyên thuyên (pt): sin parar / **nói huyên thuyên** (hablar sin parar)

huyền, **dấu huyền** (dt): el signo `

huyền ảo (tt), (pt): mágico, a; fantasioso, a / một vẻ đẹp huyền ảo (una belleza fantasiosa); (dt), **sự huyền ảo**: lo mágico

huyền bí (tt), (pt): místico, a; (dt), **sự huyền bí**: lo místico

huyền diệu (tt), (pt): maravilloso, a; mágico, a; (dt), **sự huyền diệu**: la maravilla; lo mágico

huyền hoặc (tt), (pt): inverosímil; rocambolesco, a / chuyện huyền hoặc (la historia inverosímil)

huyền thoại (tt), (pt): legendario, a; (dt), **huyền thoại, chuyện huyền thoại**: la leyenda

huyết áp (dt): la tensión arterial / huyết áp cao (la alta tensión) / huyết áp thấp (la baja tensión)
huyết thanh (dt): el suero
huyết thống (tt), (pt) consanguíneo, a / **quan hệ huyết thống** (la relación consanguínea, la relación de parentesco); (dt), **sự huyết thống**: el parentesco, la consanguinidad
huyết tộc (tt), (pt): consanguíneo, a / **quan hệ huyết tộc** (la relación consanguínea, la relación de parentesco)
huynh đệ (tng): hermanos / **tình huynh đệ** (el amor de hermanos) (palabra antigua)
huých (đt): silbar / **huých gió** (silbar, silbar del viento) / **huých sáo** (silbar, hacer música con silbidos); (dt), **tiếng huých gió**: el silbido
hư (pt): estropeado, a / **bị hư** (estar estropeado, a)
hư đốn (tt), (pt): malvado, a; pervertido, a / **bị hư đốn** (ser pervertido, a); (đt), **làm hư đốn**: pervertir; (dt), **sự hư đốn**: la perversión; (dt), **kẻ hư đốn**: el perverso, a
hư hỏng (tt), (pt): malvado, a; pervertido, a / **bị hư hỏng** (ser pervertido, a); (đt), **làm hư hỏng**: pervertir; (dt), **sự hư hỏng**: la perversión; (dt), **kẻ hư hỏng**: el perverso, a
hư thân (tt), (pt): malvado, a; pervertido, a / **hư thân mất nết** (pervertida)
hư vô (tng, dt): la nada
hứa, hứa hẹn (đt): prometer; (dt), lời hứa: **la promesa**
hứa hôn (tng): prometido, a / **người đã hứa hôn** (la persona que está prometido, a)
hưng thịnh (pt): próspero, a / **thời kỳ hưng thịnh** (el tiempo próspero); (đt), **làm cho hưng thịnh**: prosperar; (dt), **sự hưng thịnh**: la prosperidad
hững hờ (pt): indiferente, no importa; (dt), **sự hững hờ**: la indiferencia
hương (tt): aroma, incienso / mùi **hương** (el aroma) / cây hương (el incienso)
hương thơm, **mùi hương thơm** (dt): la fragancia, el aroma
hương vị (dt): el sabor
hưởng (đt): heredar
hưởng lạc (đt): gozar; disfrutar; (dt), **sự hưởng lạc**: la diversión
hướng (dt): la dirección, la orientación / **Đi hướng nào đây**? (¿A qué dirección vamos?)
hướng dẫn (đt): guiar, dirigir, orientar, explicar; (dt), **sự hướng dẫn**: la orientación, la explicación

hướng dương (tt): girasol; (dt), **hoa hướng dương**: el girasol
hướng đạo (đt): inclinar a la ética; (dt), **sự hướng đạo**: la inclinación ética
hươu, **con hươu** (dt): el ciervo
hưu trí, **sự hưu trí** (dt): la jubilación
hữu (tng): tener
hữu (tt), (pt): derecho, a; derechista / **bên hữu** (el lado derechista / **đảng cánh hữu** (el partido derechista) / **người thuộc cánh hữu** (el derechista, la derechista)
hữu cơ (tt), (pt): orgánico, ca; (dt), **vật hữu cơ**: el órgano
hữu danh (tng): tener fama / **hữu danh vô thực** (tener la fama sin merecerlo)
hữu dụng (tt), (pt): útil / Cái đó rất là hữu dụng. (Es muy útil.); (dt), **sự hữu dụng**: la utilidad
hữu hạn (tng, tt, pt): limitado, a; (dt), **sự hữu hạn**: el límite
hữu hình (tng, tt, pt)): figurativo, a; (dt), **nghệ thuật hữu hình**: lo figurativo
hữu ích (tt), (pt): útil / Cái đó rất là hữu ích. (Es muy útil.); (dt), **sự hữu ích**: la utilidad
hữu lý (tng): tener razón / **thật là hữu lý** (es razonable)
hữu ngạn (dt): la ribera derecha / **phía hữu ngạn của một con sông** (el lado derecho de la ribera de un río)
hữu nghị (tng, tt, pt): amistoso, a; cordial; (dt), **sự hữu nghị, tình hữu nghị**: la cordialidad
hữu tình (tng) tener alma / **một phong cảnh hữu tình** (el paisaje precioso, un paisaje que tiene alma)
hữu ý (tng): tener significado, tener alegoría

Nguyên âm thứ sáu và chữ thứ mười hai của bảng chữ cái
Sexta vocal y duodécima letra del abecedario

ì, ì ra (tt), (pt): inerte, que no se mueve; quieto, a / **ngồi ì ra** (sentar de manera inerte)
ì ạch (tt), (pt): pesadamente / **đi đứng ì ạch** (caminar pesadamente); (dt), **sự ì ạch**: la pesadez
í a í ới (tng): ruidoso, a, expresa alegre llamando a alguien / Hắn gọi í a í ới khi thấy chị ấy từ đằng xa. (La llamó ruidosamente cuando la vió de lejos.)
ỉa (đt): hacer caca, defecar
ỉa chảy, **bệnh ỉa chảy**: (dt): la diarrea; (đt), **bị ỉa chảy = đau bụng ỉa chảy**: tener diarrea
ích kỷ (tt); (pt): egoísta / **người ích kỷ** (el egoísta, la persona egoísta); (dt), **sự ích kỷ**: el egoísmo
im lặng (pt): silencioso, a / **tất cả chìm trong im lặng** (todo cae en el silencioso) / **im hơi lặng tiếng** (desaparecer; silencioso, a)
im mồm! (ct): ¡callad!
in (đt): imprimir; (dt), **máy in**: la impresora
in đô nê xi a (tt): indonesio, a / **nước in đô nê xi a** (Indonesia) / **người in đô nê xi a** (los indonesios) / **một người in đô nê xi a** (un indonesio, una indonesia)
in hình (đt): perfilar, reflejar imagen / **in hình trên mặt nước** (reflejar imagen en el agua)
inh ỏi (pt): ruidoso, a / **kêu inh ỏi** (llamar ruidosamente a alguien)
inh tai, làm inh tai, làm inh tai nhức óc (tng): dar pánico de oído / **tiếng súng làm inh tai nhức óc** (el sonido de la pistola da pánico de oído)

ít (mt): poco, a / **ít người** (poca gente) / **ít tiền** (poco dinero); (pt), ít: poco, poca / có ít (tener poco) / **làm ít** (hacer poco)
ít hơn (pt): menos que / hắn ít hơn tôi ba tuổi (él menos que yo tres años)
ít khi (pt): pocas veces; raro, a / ít khi thấy họ ở đây (es raro verlos aquí)
ít nói (đt): hablar poco / một người í nói (una persona que habla poco)
ít ỏi (pt): muy poco, a / số lượng ít ỏi (poca cantidad)
ỉu, ỉ xìu (pt): triste, desanimado / **vẻ mặt ỉu sìu** (el rostro está desanimado)

Phụ âm thứ bảy và chữ thứ mười ba của bảng chữ cái
Séptima consonante y decimotercera letra del abecedario

kaki, **vải kaki** (dt): la tela de algodón
kẻ (dt): la gentuza / **kẻ cướp** (el ladrón) / **kẻ gian** (persona tramposa) / kẻ xấu (la mala persona)
kẽ, kẽ hở, kẽ nứt (dt): la fisura
kem (dt): el helado; crema
kem dưỡng da (dt): la crema hidratante
kem đánh mặt (dt): la crema para la cara
kem đánh răng (dt): pasta de dientes
kem chống nắng (dt): la crema solar
kèm, kèm theo (đt): adjuntar
kèm cặp (đt): estar pendiente / **kèm cặp con cái** (estar pendiente de los hijos)
kẽm, **dây kẽm** (dt): el alambre
kém (pt): mal / **làm kém** (hacer mal) / **học kém** (estudiar mal)
kém hơn (pt): menos que
kém cỏi (pt): incapacitado, a / **làm việc kém cỏi** (trabajar incapacitado); (dt), **sự kém cỏi**: la incapacidad
kèn, **cái kèn** (dt): la trompeta
kén (tt), (pt): selectivo, a
kén chọn (tt), (pt): selectivo, a; (dt), **sự kén chọn**: la selectiva; (đt), **kén chọn**: seleccionar
keo (dt): el pegamento
keo kiệt (tt), (pt): tacaño, a; (dt), **người keo kiệt**: el tacaño, a
kèo cò (đt): negociar el precio

kèo nài (đt): insistir algo
kẻo (tng): si no / đi đi, kẻo trể (vete, si no, llegarás tarde)
kẽo cà kẽo kẹt (pt): ruidoso, a / xe ngựa lăn kẽo à kẽo kẹt (la carroza se mueve ruidosamente); (dt), **tiếng kẽo kẹt**: el chirriar / tiếng kẽo kẹt của bánh xe (el chirriar de la rueda)
kéo, cái kéo (dt): la tijera
kéo dài (đt): prolongar; (dt), **sự kéo dài**: la prolongación
kéo lê (đt): arrastrar
kẹo (dt): el caramelo
kép (tt), (pt): doble / **tên kép** (el nombre doble) / **kép đôi** (emparejar)
kẹp, cái kẹp: la pinza
kẹp tóc, cái kẹp tóc (dt): la pinza del pelo
két, két tiền (dt): la caja del dinero; (dt), **người giữ két**: tesorero, a
kê (đt): recetar; apoyar / **kê toa thuốc** (recetar la receta) / **kê giường** (apoyar la cama) / **kê tủ** (apoyar el armario)
kể (đt): contar / **kể chuyện** (contar un cuento)
kế, cái kế (dt): la intriga
kế bên, kế cận (pt): al lado
kế nghiệp (đt): suceder (ocupar una profesión que se hereda por el otro); (dt), **sự kế nghiệp**: la herencia de una profesión; (dt), **người kế nghiệp**: el sucesor, la sucesora
kế thừa (đt): recibir la herencia, suceder; (dt), **sự kế thừa**: el recibimiento de una herencia, la sucesión
kế tục (đt): suceder / **kế tục sự nghiệp** (suceder, ocupar el puesto que tenía otro); (dt), **người kế tục sự nghiệp**: el sucesor, la sucesora
kệ, cái kệ (dt): la estantería / **cái kệ sách** (la estantería de libro)
kếch xù, giàu kếch xù (pt): muy rico / Ông ấy giàu kếch xù. (Él es muy rico)
kênh, cái kênh lạch: el canal
kềnh càng, làm cho kềnh càng (đt): estorbar
kết (đt): unir, atar, anudar
kết bạn (đt): hacer amigos
kết cấu (dt): el componente / **kết cấu của một cấu trúc** (los componentes de una estructura) / **kết cấu của một tổ chức** (los componentes de una confederación)
kết cục (tt), (pt): final / **phần kết cục** (la parte final); (dt), **sự kết cục**: el desenlace

kết duyên (đt): casarse, prometerse / **kết tóc se duyên** (casarse, prometerse)
kết hợp (đt): unirse, juntarse
kết nghĩa (đt): unirse fraternalmente, aliarse fraternalmente
kết nối (đt): confluir; (dt), **sự kết nối**: la confluencia
kết qủa (dt): el resultado
kết thân (đt): hacer amigos, relacionarse
kết thúc (đt): terminar; (dt), sự kết thúc: la terminación
kêu (đt): llamar, llamar con voz alta / **kêu ai đó** (llamar al alguien) / **kêu cứu** (gritar para pedir ayudar)
kêu ca (đt): quejar; (dt), **sự kêu ca**: la queja
kêu oan (đt): aclamar la injusticia; (dt), **sự kêu oan**: la reclamación, la demanda
kêu trời (tng): quejarse, llamar a Dios como una forma de quejarse
khả năng (dt): la capacidad; la posibilidad / **anh ta có khả năng** (él tiene la capacidad) / **những khả năng có thể là** (las posibilidades de ser) / **khả năng có thể xảy ra** (la posibilidad que pueda ocurrir)
khả nghi (tt), (pt): sospechoso, a; (dt), **sự khả nghi**: la sospecha
khả quan (tt), (pt): favorable; positivo, a / **kết qủa khả quan** (el resultado favorable) / tình hình khả quan (la situación es favorable, que tiene perspectiva); (dt), **sự khả quan**: la perspectiva, lo favorable
khá giả (tt), (pt): acomodado, a / **sống khá giả** (vivir con holgura); (dt), **sự khá giả**: la holgura, lo acomodado
khác (tt), (pt): diferente / cái khác (el otro)
khác biệt (tt), (pt): peculiar, diferente / Anh ta thật là khác biệt. (Él es peculiar); (dt), **sự khác biệt**: la peculiaridad, la diferencia
khác nhau (tt), (pt): diferente; (dt), **sự khác nhau**: la diferencia
khác thường (tt), (pt): anormal; (dt), **sự khác thường**: la anormalidad
khạc nhổ (đt): escupir
khách (dt): el visitante
khách hàng (dt): el cliente
khách quan (tt), (pt): objetivo, a / **tính khách quan** (la característica objetiva); (dt), **sự khách quan**: la objetividad
khai báo (đt): declarar; (dt), **sự khai báo**: la declaración
khai mở (đt): abrir, comenzar, fundar / **khai mở cho một ý tưởng mới** (fundar una nueva idea); (dt), **sự khai mở**: la fundación, el comienzo
khai giảng, ngày khai giảng (dt): primer día del curso académico / **khai giảng năm học** (comenzar el curso de colegio)

khai hóa (đt): civilizar (desarrollar la cultura para la civilización); (dt), **sự khai hóa**: la civilización (el desarrollo de cultura para la civilización)
khai hoang (đt): desbrozar
khai mạc (đt): inaugurar; (dt), **sự khai mạc**: la inauguración (de una exposición)
khai mào (đt): comenzar, introducir / **khai mào một đề tài, một cuộc đàm thoại** (introducir un tema, un diálogo); (dt), **sự khai mào**: la introducción
khai mỏ (đt): explotar una mina
khai nghiệp (đt): fundar una carrera, una profesión; (dt), **sự khai nghiệp**: la fundación; (dt), **người khai nghiệp**: el fundador, la fundadora
khai sinh (đt): fundar, crear; (dt), **sự khai sinh**: la fundación, la creación
khai thác (đt): explotar; (dt), **sự khai thác**: la explotación
khai thông (đt): desembocar en algo, desaguar, afluir; (dt), **sự khai thông**: la afluencia, la desembocadura
khai triển (đt): desarrollar / **khai triển công việc** (desarrollar el negocio); (dt), **sự khai triển**: el desarrollo
khai trí (đt): desarrollar intelectualmente; (dt), **sự khai trí**: el desarrollo cultural
khai trương (đt): inaugurar; (dt), **sự khai trương**: la inauguración, la apertura (de un negocio)
khai vị, **món khai vị** (dt): el primer plato
khái lược (đt): generalizar; (dt), **sự khái lược**: la generalidad
khái niệm (dt): el concepto, la noción
khái quát (đt): generalizar; (dt), **sự khái quát**: la generalidad
khái niệm (dt): el concepto, la noción
kham khổ (pt): difícil; pobre, duro, a / **Đời sống của họ rất kham khổ.** (La vida de ellos es difícil.)
khám, khám bệnh (đt): diagnosticar; (đt), **đi khám bệnh**: consultar al médico
khám nghiệm (đt): examinar / **khám nghiệm tử thi** (examinar el cadáver); (dt), **sự khám nghiệm**: el hecho de examinar
khám phá (đt): descubrir, hallar / **khám phá bí mật** (revelar el secreto); (dt), **sự khám phá**: el descubrimiento, el hallazgo
khám xét (đt): registrar (cachear, inspeccionar) / **khám xét nhà** (registrar el domicilio)
khan hiếm (tt), (pt): escaso, a; (dt), **sự khan hiếm**: la escasez, la carencia

khàn, khàn giọng (tt), (pt): ronco, a / **bị khàn giọng** (quedarse ronco, tener mal la garganta)

khán đài (dt): la tribuna

khán giả (dt): el espectador, la espectadora

khang trang (tt), (pt): confortable / một căn phòng khang trang (una habitación confortable); (dt), **sự khang trang**: el confort

kháng án (đt): apelar; (dt), **sự kháng án**: la apelación

kháng cự (đt): resistir, desobedecer; (dt), **sự kháng cự**: la desobediencia; (dt), **người kháng cự**: el desobediente, la desobediente

kháng chiến (đt): resistir, luchar / **kháng chiến chống Mỹ** (luchar contra los americanos); (dt), **cuộc kháng chiến**: la resistencia

kháng nghị (đt): protestar; (dt), **người kháng nghị**: el, la protestante; (dt), **sự kháng nghị**: la protesta

kháng sinh (tt): antibiótico; (dt), **chất kháng sinh, thuốc kháng sinh**: el antibiótico

khao (đt): ofrecer, invitar a alguien a tomar algo

khao khát (đt): desear; (dt), **sự khao khát**: el deseo

khảo cổ (tt); (pt): arqueológico, a; (dt), **ngành khảo cổ học**: la arqueología; (dt), **nhà khảo cổ học**: el arqueólogo, la arqueóloga

khảo sát (đt): examinar, revisar / **khảo sát một vấn đề** (examinar un asunto); (dt), **sự khảo sát**: el examen (el hecho de examinar); (dt), **người khảo sát**: examinador, a

khát khao (đt): desear; (dt), **sự khát khao**: el deseo, la sed

khát, khát nước (đt): tener sed

kháu khỉnh (tt), (pt): mono, a / **một đứa bé kháu khỉnh** (un niño muy mono)

khắc (đt): tallar, inscribir; (dt), **một khắc**: un cuarto de hora; (dt), **một khoảnh khắc**: un instante

khắc đồng (đt): tallar en bronce

khắc gỗ (đt): tallar en madera

khắc họa (đt): abocetar; abocetar; (dt), **sự khắc họa**: la acción de abocetar; (dt), **bức khắc họa**: el boceto

khắc khoải (pt): ansioso, a / **nhớ khắc khoải** (echar de menos a alguien, pensar mucho en alguien); (dt), **sự khắc khoải**: la ansiedad

khắc khổ (tt), (pt): duro, a; pobre, difícil / **cuộc sống khắc khổ** (la vida difícil)

khắc phục (đt): enfrentarse, afrontar la dificultad; (dt), **sự khắc phục**: el enfrentamiento de la dificultad

khăn, **cái khăn** (dt): la toalla
khăn bàn (dt): el mantel
khăn đóng, **khăn đội đầu** (dt): el turbante
khăn lau (dt): el trapo
khăn quàng cổ (dt): la bufanda
khăn tay (dt): el pañuelo
khăn tắm (dt): la toalla del baño
khăng khăng (tt), (pt): insistente / Ông ấy cứ khăng khăng là ông đúng. (Él se puso insistente en que tenía razón); (đt), **khăng khăng**: insistir; (dt), **sự khăng khăng**: la insistencia
khẳng khít (tt), (pt): pegado, a; unido, a / **khẳng khít với ai** (pegar a alguien, estar muy unido al alguien); (dt), **sự khẳng khít**: lo unido
khẳng định (đt): afirmar / **tự khẳng định** (afirmarse); (dt), **sự khẳng định**: la afirmación
khẳng khiu (tt), (pt): delgado, a / **ốm khẳng khiu** (demasiado delgado, a) / **cái chân khẳng khiu** (la pierna delgada)
khắp cả (mt): todo, / **khắp cả mọi người** (todo el mundo) / **khắp cả mọi nơi** (todos los sitios)
khắp nơi (pt): todos los sitios / **ở khắp nơi** (estar en todos los sitios)
khắt khe (tt), (pt): autoritario, a; difícil / **Ông ấy rất khắt khe.** (Él es muy autoritario.) / **tính khắt khe** (la característica autoritaria, difícil; (dt), **sự khắt khe**: lo autoritario
khâm liệm (đt): amortajar; (dt), **sự khâm liệm**: la mortaja
khâm phục (đt): admirar; (dt), **sự khâm phục**: la admiración
khâm sứ (dt): el diplomático, el enviado como si fuera un representante de un gobierno de un país extranjero (palabra antigua)
khấm khá (tt), (pt): bienestar económico / cuộc sống có phần khấm khá hơn (la vida está mejorando); (dt), **sự khấm khá**: el bienestar económico
khẩn cấp (pt): urgente / **tình hình khẩn cấp** (la situación es urgente); (dt), **sự khẩn cấp**: la urgencia
khẩn khoản (tt), (pt): insistente / **van nài một cách khẩn khoản** (rogar insistiendo en algo); (dt), **sự khẩn khoản**: la insistencia
khẩn trương (tt), (pt): apresurado, a; deprisa, aprisa / **khẩn trương làm việc** (apresurarse a trabajar); (dt), **sự khẩn trương**: el apresuramiento
khấn, khấn vái (đt): rezar, invocar

khất, khất lần (đt): retrasar, desplazar, demorar; (dt), **sự khất lần, lần lữa**: el desplazamiento
khất nợ (đt): demorar deuda
khâu, khâu vá (đt): coser
khẩu hiệu (dt): el eslogan
khẩu truyền (dt): el responso
khe khẽ (pt): suave / **nói khe khẽ** (hablar bajito, susurrar)
khen thưởng (đt): alabar, elogiar; (dt), **sự khen thưởng**: la alabanza; (dt), **phần thưởng**: el premio, el galardón; (đt), **trao giải thưởng**: premiar, galardonar
khéo (pt): habilidoso, a; (dt), **sự khéo léo**: la habilidad
khéo nói (đt): comunicar, dialogar de forma agradable
khéo tay (pt): mañoso, a; (dt), **sự khéo tay**: la manita, la habilidad
khép (đt): cerrar algo / **khép cửa lại** (cerrar la puerta)
khép kín (pt): cerrado, a / **sống trong một căn phòng khép kín** (vivir en una habitación cerrada); (đt), **bị khép kín**: estar cerrada / **một ý tưởng bị khép kín** (una idea está entorpecida); (dt), **sự khép kín**: lo cerrado
khét (pt): quemado, a; (đt), **bị khét**: quemarse / **cơm bị khét** (el arroz se ha quemado)
khét tiếng (tng): mala fama / **bị khét tiếng** (tener mala fama, tener mala fama sobre algo)
khê (pt): quemado, a; (đt), **bị khê**: quemarse / **cơm bị khê** (arroz se ha quemando)
khểnh, **cái răng khểnh;** (dt), el diente alineado
khi (lt): cuando
khi ấy (pt): ese momento
khi nào (pt), (ltnv): cuando; cuándo
khi nãy (pt): hace un rato
khi trước (pt): antes
khi xưa (pt): hace tiempo
khỉ, con khỉ (dt): el mono
khí (dt): el gas, la energía
khí áp (dt): la presión atmosférica
khí chất (dt): la energía / **khí chất của một người** (la energía de una persona)
khí hậu (dt): el clima
khí khái (tt), (pt): coraje; osado, a; fiable / **một người khí khái** (una persona fiable y osada)

khí nổ (dt): el gas
khí quyển (dt): la atmósfera
khí sắc (dt): el talante / **khí sắc của mặt** (el talante de la cara)
khía, khía cạnh (dt): el ángulo, el aspecto / **khía cạnh của vấn đề** (el ángulo, el aspecto de la cuestión); (đt), **nói khía**: hablar irónicamente
khiêm nhường (tt), (pt): modesto, a; (dt), **sự khiêm nhường**: la modestia
khiêm tốn (tt), (pt): humilde; (dt), **sự khiêm tốn**: la humildad
khiển trách (đt): reprochar, (dt), **sự khiển trách**: el reproche
khiến (đt): hacer, sugerir / **khiến suy nghĩ** (hacer pensar, hacer reaccionar) / **Cái mà bạn nói khiến tôi suy nghĩ.** (Lo que dices me hace pensar.)
khiêng (đt): llevar
khiêng vác (đt): llevar, poner algo en el hombro, manipular (mercancía)
khiếp, khiếp đảm (tt), (pt): pánico, a; terrorífico, a; asustado, a / **vẻ mặt khiếp đảm** (el semblante asustado); (đt), **bị khiếp đảm**: ponerse en pánico; (đt), **làm khiếp đảm**: dar pánico, asustar, atemorizar; (dt), **sự khiếp đảm**: el terror
khiếp vía (tt), (pt): pánico, a; terrorífico, a; (đt), **bị khiếp vía**: ponerse en pánico; (đt), **làm khiếp vía**: dar pánico, asustar
khiếp sợ (tt), (pt): pánico, a; (dt), **sự khiếp sợ**: el terror; (đt), **làm cho khiếp sợ**: dar miedo; (đt), **bị khiếp sợ**: tener miedo
khiêu chiến (tt), (pt): provocativo, a; (đt), **khiêu chiến**: provocar la pelea, la guerra; (dt), **sự khiêu chiến**: la provocación
khiêu dâm (đt), excitar; (dt), **sự khiêu dâm**: la provocación el deseo sexual; (dt), **phim ảnh khiêu dâm**: la pornografía
khiêu gợi (tt), (pt): provocativo, a; (đt), **khiêu gợi**: provocar (mostrar que es sexy); (dt), **sự khiêu gợi**: la provocación; (dt), **người khiêu gợi**: la provocadora, el provocador
khiếu, năng khiếu (dt): el don, la capacidad innata
khiếu nại (đt): reclamar, solicitar; (dt), **sự khiếu nại**: la reclamación; la petición
khinh (đt): despreciar; desdeñar
khinh dễ (đt): despreciar; desdeñar; (dt), **sự khinh dễ**: el desdén; el desprecio
khinh miệt (đt): despreciar; desdeñar; (dt), **sự khinh miệt**: el desdén; el desprecio
khinh người (tt), (pt): desdeñoso, a / **thái độ khinh người** (la actitud desdeñosa); (đt), **khinh người**: desdeñar
khinh thường (đt): despreciar; desdeñar; (dt), **sự khinh thường**: el desdén; el desprecio

khịt, khịt mũi (đt): sonarse
kho, **cái kho chứa đồ** (dt): el depósito, el almacén
khò khè (pt): ruidoso, a / **thở khò khè** (respirar ruidoso)
khó chịu (tt), (pt): antipático, a
khó chơi (tt), (pt): insociable / **người khó chơi** (la persona insociable)
khó dạy (tt), (pt): difícil de educar / **người khó dạy** (la persona difícil de educar) / **thật khó dạy** (es difícil de educar)
khó hiểu (tt), (pt): incomprensible / **người khó hiểu** (la persona incomprensible) / **điều đó thật khó hiểu** (eso es incomprensible); (dt), **sự khó hiểu**: la incomprensión
khó khăn (tt), (pt): difícil; (dt), **sự khó khăn**: la dificultad
khó nói (tng): difícil de decir, difícil de explicar / **thật là khó nói** (es difícil de explicar)
khó thương (tt), (pt): no dejar de querer; antipático, a / **người khó thương** (persona antipática) / **thật là khó thương** (es antipático, a)
khó tiêu (tt): indigerible, indigestible / **món ăn này làm khó tiêu** (esta comida es indigerible); (dt), **sự khó tiêu**: la indigestión
khó tính (tt), (pt): exigente / **rất khó tính** (ser exigente) / **người khó tính** (la persona exigente); (dt), **sự khó tính**: la exigencia
khoa (dt): la sesión
khoa bảng (tt); (pt): diplomático, a / **người có khoa bảng** (la persona que tiene la licenciatura de Estado)
khoa học (dt): la ciencia
khoa trương (đt): ostentar, presumir de lo que se tiene; (tt), (pt): presumido, a; ostentoso, a / **rất khoa trương** (ser presumido, a); (dt), **người khoa trương**: el presumido, la presumida
khóa (đt): cerrar / **khóa cửa** (cerrar la puerta con la llave)
khóa học (dt): el curso
khỏa thân (tt): desnudo, a; (dt), **nghệ thuật khỏa thân**: el desnudo, el arte desnudo / **một bức tranh khỏa thân** (un desnudo, un cuadro desnudo)
khoai, **củ khoai** (dt): la patata
khoai tây (dt): patatas / **một củ khoai tây** (una patata)
khoái cảm, **sự khoái cảm** (dt): el orgasmo / **đạt khoái cảm** (tener el orgasmo)
khoái chí (tt), (pt): satisfecho, a; muy contento, a / **cười khoái chí** (reírse con satisfacción); (dt), **sự khoái chí**: la satisfacción, lo contento
khoái lạc (dt): el placer, lo placentero

khoái trá (tt), (pt): satisfecho, a; muy contento, a
khoan dung (tt), (pt): tolerante, transigente; (dt), **sự khoan dung**: la tolerancia
khoan hồng (dt): indultar, amnistiar; (dt), **sự khoan hồng**: la amnistía; (dt), người được khoan hồng: el indulto
khoan khoái (tt), (pt): agradable; grato, a / **thật khoan khoái** (ser agradable) / **một cảm giác khoan khoái** (una sensación agradable); (dt), **sự khoan khoái**: lo agradable de la sensación
khoan nhượng (tt), (pt): condescendiente, transigente / **một thái độ khoan nhượng** (una conducta condescendiente); (đt), **khoan nhượng**: condescender, transigir, permitir; (dt), **sự khoan nhượng**: lo transigente; la condescendencia
khoan thai (tt); (pt): sereno, a; tranquilo, a / **cử chỉ khoan thai** (el gesto tranquilo, sereno); (dt), **sự khoan thai**: la serenidad, la calma
khoan thứ (đt): perdonar, excusar, tolerar; (dt), **sự khoan thứ**: el perdón
khoang, **cái khoang** (dt): la carlinga / **cái khoang máy bay** (la carlinga de aviones)
khoảng, **cái khoảng** (dt): el intervalo
khoảng cách (dt): la distancia / **giữa họ có một khoảng cách** (entre ellos hay una distancia) / **khoảng cách giữa hai đầu không gian** (la distancia entre dos puntos de espacio)
khoảng chừng (pt): más o menos
khoảng giữa, **cái khoảng giữa** (dt): el intervalo / **khoảng giữa hai cái** (el intervalo entre dos cosas)
khoảng không (dt): el espacio
khoảng trống (dt): el espacio blanco, la brecha del espacio
khoáng chất (dt): el mineral
khoáng đãng (tt), (pt): límpido, a / **bầu trời khoáng đãng** (el cielo límpido); (dt), **sự khoáng đãng**: lo límpido
khoáng đạt (tt), (pt): liberal, generoso, a / **rất khoáng đạt** (ser liberal) / **một người khoáng đạt** (una persona liberal; una persona generosa); (dt), **sự khoáng đạt**: la liberalidad; la generosidad
khoáng sản (dt): el productor mineral
khoanh tay (đt): cruzar los brazos; (tng), **khoanh tay**: rendirse / **việc khó qúa nên đành khoanh tay** (el trabajo es tan difícil y por eso se rinde); (dt), **sự khoanh tay**: el rendimiento
khoanh tròn (đt): hacer el círculo

khoanh vùng (đt): localizar; (dt), **sự khoanh vùng**: la localización
khoảnh khắc (dt): el instante
khoằm, **mũi khoằm** (dt): la nariz puntiaguda
khóc (đt): llorar
khoe khoang (đt): jactarse; **khoe khoang** (tt), (pt): jactancioso, a / **rất khoe khoang** (es jactancioso, a); (dt), **sự khoe khoang**: la jactancia
khỏe khoắn (tt), (pt): saludable, bienestar, sano, a / **một cảm giác khoẻ khoắn** (una sensación de bienestar); (dt), **sự khoẻ khoắn**: el bienestar, lo sano
khỏe mạnh (tt), (pt): sano, a; (dt), **sự khoẻ mạnh**: lo sano
khóe, **cái khóe** (dt): la comisura / **cái khóe mắt** (la comisura en el rabillo de los ojos); (dt), **cái khoé miệng**: la comisura de los labios
khèo (tt), (pt): torcido, a / **chân khèo** (la pierna torcida)
khèo chân (đt): tocar la pierna de alguien debajo de la mesa
khoét (đt): agujerear / **khoét tường** (agujerear la pared)
khỏi (pt): no hacer algo; dejar de hacer algo, detener / **khỏi làm** (no hace) / **khỏi nói đi** (no digas; no hay nada que decir) / **để khỏi bị ràng buộc** (para que elude un compromiso)
khói (dt): el humo
khô**, làm khô** (đt): resecar
khô cạn (tt), (pt): seco, a; (dt), **sự khô cạn**: la sequedad
khô héo (tt), (pt): marchito, a; (dt), **bị khô héo**: marchitarse / **hoa đã bị khô héo** (la flor se marchitó); (dt), **sự khô héo**: la marchita; (đt), **làm khô héo**: marchitar
khô héo (tt), (pt): marchito, a; (đt), **bị khô héo**: marchitarse / **hoa đã bị khô héo** (la flor se marchitó); (dt), **sự khô héo**: la marchita; (đt), **làm khô héo**: marchitar
khô khan (tt), (pt): ajado, a, reseco, a; seco, a; (dt), **người khô khan**: la persona seca; (dt), **sự khô khan**: lo seco; lo ajado
khô ráo (tt), (pt): limpio, a; seco, a
khổ (tng): el sufrimiento; (đt), **bị khổ**: estar sufrido, a; (đt), **làm cho (ai) khổ**: hacer sufrir (alguien)
khổ công (tng): duro, a / **khổ công tập luyện** (entrenar duro)
khổ hạnh (tt), (pt): ascético, a / **người tu hành khổ hạnh** (el asceta); (dt), **sự khổ hạnh**: el ascético; (dt), **chủ nghĩa khổ hạnh**: el ascetismo
khổ hình (dt): la condena; el suplicio / **bị khổ hình** (estar atormentado; tener la condena)

khổ sai (tng, tt): esclavo, a / **người tù khổ sai** (un esclavo)
khổ nhục (tt), (pt): humillante; (đt), **làm cho khổ nhục**: humillar; (đt), **bị khổ nhục**: estar humillado; (dt), **sự khổ nhục**: la humillación
khổ công (tng): duro, a / **khổ công tập luyện** (entrenar duro)
khổ sở (tt), (pt): sufrido, a; (đt), **bị khổ sở**: sufrir; (đt), **làm cho khổ sở**: hacer sufrir; (dt), sự khổ sở: el sufrimiento
khổ thân, **làm khổ thân, tự làm khổ thân** (đt): hacerse sufrir
khố, **cái khố** (dt): el taparrabo
khốc liệt (tt), (pt): desmesurado, a; (dt), **sự khốc liệt**: la desmesura; (đt), **làm cho khốc liệt**: desmesurar
khôi hài, **chuyện khôi hài** (dt): el chiste; (dt), **sự khôi hài**: el humor
khôi phục (đt): reconstruir; (dt), **sự khôi phục**: la reconstrucción
khối lượng (dt): la masa / **khối lượng của vật** (la masa, magnitud que se mide en kilogramos)
khôn, khôn ngoan (tt), (pt): prudente; (dt), **sự khôn ngoan**: la prudencia; (dt), **người khôn ngoan**: la persona sabia, prudente
khôn vặt (tt), (pt): listo, a / **người khôn vặt** (el listo, la lista)
khốn cùng, khốn khó, khốn khổ (tt), (pt): miserable, difícil / **cảnh khốn khó** (la situación miserable) / **cảnh khốn cùng** (la situación miserable y extrema)
khốn khiếp, khốn nạn (tt), (pt): bellaco; canalla / **tên khốn nạn** (el canalla)
khốn nỗi (pt): desgraciadamente (por desgracia)
khốn quẫn (pt): quebrado, a, ruinoso, a / **bị khốn quẫn** (estar en ruina)
không (tt): zero; (dt), **số không**: el zero / **không có gì cả** (no hay nada)
không ai (đtnx): nadie / **không ai làm điều đó** (nadie hace eso)
không bình thường (tt), (pt): anormal, diferente / **một hành động không bình thường** (una acción anormal); (dt), **sự không bình thường**: la anormalidad / **một người không bình thường** (una persona anormal, una persona diferente)
không cần (tng): no necesitar
không chung thủy (tt), (pt): infiel / **người không chung thủy** (la persona infiel)
không chuyên (pt): aficionado, a; hobby / (dt), **người không chuyên**: el amateur, el aficionado, la aficionada
không dám (đt): no atreverse / **không dám làm cái gì** (no atreverse a hacer algo)
không đáng kể (tt), (pt): insignificante / **điều đó là không đáng kể** (eso es insignificante); (dt), **điều không đáng kể**: lo insignificante

không đổi (tt), (pt): invariable
không gian (dt): el espacio
không khí (dt): el aire
không ngờ (tt), (pt): inesperado, a; (dt), **sự không ngờ**: lo inesperado
không quốc tịch (tt), (pt): apátrida; (dt), **người không quốc tịch**: el, la apátrida
không tên (pt): sin nombre, no tener nombre, anónimo
không thèm (đt): no tener ganas
không trung, **trên không trung** (tng): en el aire
không tưởng (tt), (pt): utópico, a; (dt), **chủ nghĩa không tưởng**: la utopía; (dt), **người theo chủ nghĩa không tưởng**: el utópico, la utópica
khổng giáo (dt): el confucionismo; **người theo đạo khổng** (dt): confucionista
khổng lồ (tt); (pt): colosal; (dt), **người khổng lồ, tượng khổng lồ**: el coloso
khống chế (đt): controlar, dominar, someter; (dt), **sự khống chế**: el sometimiento, la dominación
khờ dại (tt); (pt): bobo, a / **người khờ dại** (el bobo, la boba)
khờ khạo (tt); (pt): bobo, a / **người khờ khạo** (el bobo, la boba)
khơi (đt): ahuecar, mullir / **khơi một cái lỗ** (ahuecar un hueco)
khơi lại (đt): recordar, reavivar / **khơi lại vết thương lòng** (reavivar la herida del corazón) / **khơi lại chuyện cũ** (reavivar, recordar el viejo cuento, la vieja memoria)
khơi mương (đt): excavar canales
khởi công (đt): comenzar el trabajo; (dt), **sự khởi công**: el comienzo del trabajo
khởi đầu (đt): comenzar, iniciar; (dt), **sự khởi đầu**: el inicio, el comienzo / **khởi đầu một kỷ nguyên** (inicio de un siglo) / **khởi đầu cho một ý tưởng** (iniciar una idea)
khởi nghĩa (đt): rebelarse, sublevarse; (dt), **cuộc khởi nghĩa**: la rebelión, la insurrección
khởi nguyên (tng): principio; (dt), **thời khởi nguyên**: el principio (el tiempo de lo principio)
khởi sự (đt): comenzar el trabajo; (dt), **sự khởi sự**: el comienzo del trabajo
khớp xương (dt): la articulación
khu (dt): la zona / **một khu phố** (un pequeño pueblo, una zona de la ciudad)
khu vực (dt): la región
khuất (tng): oculto, ausente; fallecido / **người đã khuất** (la persona fallecida)

khuất bóng (đt): ensombrecido, quedarse borroso, quedarse ensombrecido / Cô ấy đã khuất bóng sau những rặng cây. (Se quedó ensombrecido detrás de la hilera de árboles)

khuất phục (đt): someter, dominar; (đt), **bị khuất phục**: dejarse dominar, someterse, sujetarse

khuây khoả, **làm cho khuyây khoả** (đt): distraerse

khuấy động (đt): agitar, remover; (dt), **sự khuyấy động**: la agitación

khúc (dt): el trozo / **một khúc gỗ** (un trozo de madera)

khúc dạo đầu (dt): el preludio

khuyếch đại (đt): exagerar; (dt), **sự khuyếch đại**: la exageración

khuyếch tán (đt), difundir; (dt), **chất khuyếch tán**: el difusor

khuyếch trương (đt): extender / **khuyếch trương công việc** (extender el trabajo); (dt), **sự khuyếch trương**: la extensión

khúm núm (tt), (pt): adulador, a; cobista / **thái độ khúm núm** (la conducta cobista); (dt), **sự khúm núm**: la coba

khung cảnh (dt): la escena, el panorama

khung chậu, **cái khung chậu** (dt): la pelvis

khung cửa (tng): la puerta, la entrada / **khung cửa hẹp** (la entrada estrecha); (dt), **cái khung cửa**: el quicial, el quicio, el marco de la puerta

khung cửa sổ, cái khung cửa sổ (dt): el quicial de la ventana / **nhìn qua khung cửa sổ** (mirar a través del quicial la ventana)

khùng (tt), (pt): loco, a; chiflado, a; (dt), **thằng khùng**: el loco, el chiflado

khủng bố (dt): el terrorismo; (dt), **tên khủng bố**: el terrorista

khủng hoảng, **sự khủng hoảng** (dt): la crisis / **khủng hoảng kinh tế thế giới** (la crisis económica mundial / **một cuộc khủng hoảng** (una crisis)

khủng khiếp (tt), (pt): horrible, terrible / **thật là khủng khiếp** (es terrible, es horrible); (dt), **sự khủng khiếp**: el horror; el terror

khuôn, **cái khuôn, cái khuôn đổ bánh** (dt): el molde

khuôn mặt (dt): la forma de la cara

khuôn khổ (dt): el límite / **gò mình trong một khuôn khổ** (controlarse en un límite)

khuôn mẫu (dt): el modelo del ejemplo

khuôn phép (dt): la disciplina

khuôn sáo (tt), (pt): rígido, a; recto, a; inflexible; (dt), **sự khuôn sáo**: la rectitud, la rigidez

khuya, khuya khoắt (tt), (pt): tardío, tarde / **Khuya khoắt rồi mà đi đâu?** (¿A dónde vas que ya es tarde?) / **khuya rồi** (es tarde); (dt), **lúc khuya**: la noche / **Bây giờ đang là lúc khuya.** (Ahora es la noche.)
khuyên (đt): aconsejar; (dt), **lời khuyên**: el consejo
khuyên giải (đt): aconsejar, apaciguar; (dt), **sự khuyên giải**: el consejo
khuyên nhủ (đt): aconsejar
khuyên răn (đt): aconsejar
khuyết (tt), (pt): incompleto, a; vacante / **chỗ khuyết** (el vacante)
khuyết danh (tt), (pt): anónimo, a
khuyết điểm (dt): el defecto
khuyết tật (dt): la tara
khuyến khích (đt): estimular; (dt), **sự khuyến khích**: el estímulo
khuynh hướng (dt): la tendencia, la inclinación
khủy tay, cái khủy tay (dt): el codo
khư khư (pt): empeñado, a / Ông ta cứ khư khư giữ ý kiến của mình. (Él está empeñado en quedarse con su idea.)
khử (đt): eliminar / **khử mùi** (eliminar el olor)
khử trùng (tt), (pt): desinfectante / **thuốc khử trùng** (la medicina desinfectante); (đt), **khử trùng**: desinfectar; (dt), **sự khử trùng**: lo desinfectante
khứ hồi, vé khứ hồi (dt): el billete ida y vuelta
khựng, khựng lại (đt): quedarse parado, a; quedarse quieto, a / Cô ấy đã khựng lại khi nghe câu đó. (Se quedó parada cuando escuchó aquella frase)
ki lô gram (dt): kilogramo / **một ki lô gram** (un kilogramo)
kỳ diệu (tt), (pt): maravilloso, a / **một tác phẩm kỳ diệu** (una obra maravillosa); (dt) **điều kỳ diệu**: lo maravilloso
kỳ hạn (dt): la temporada; **kỳ hạn** (tt); (pt): temporal / **hợp đồng có kỳ hạn** (el contrato temporal)
kỳ lạ (tt), (pt): extravagante, extraño; (dt), **sự kỳ lạ**: la extravagancia, lo extraño
kì ngộ, kỳ ngộ, duyên kỳ ngộ (dt): el encuentro que está en escrito, el encuentro predestinado
kì quan, kỳ quan (dt): la maravilla / bảy kỳ quan của thế giới (los siete maravillas)
kỳ quặc (tt); (pt): raro, a / **thái độ kỳ quặc** (la conducta rara); (dt), **sự kì quặc**: la rareza
kỳ tài (tt), (pt): talentoso, a / **người kỳ tài** (el genio, el talentoso, la talentosa)

kỳ vọng (đt): tener esperanza / **kỳ vọng vào một người nào đó** (tener esperanza en alguien); (dt), **sự kỳ vọng**: la esperanza

kỷ cương (tt), (pt): disciplinado, a; (dt), **kỷ cương, sự kỷ cương**: la disciplina / người có kỷ cương (la persona que es disciplinada)

kỷ luật (dt): el orden

kỉ niệm (dt): el recuerdo

kỹ càng (tt), (pt): meticuloso, a; meticulosamente / **làm việc một cách kĩ càng** (hacer el trabajo meticulosamente) / **tính kĩ càng** (el carácter meticuloso); (dt), **người kỹ càng**: la persona meticulosa

kỹ lưỡng (tt), (pt): meticuloso, a; meticulosamente / **làm việc một cách kĩ lưỡng** (hacer el trabajo meticulosamente) / **tính kĩ lưỡng** (el carácter meticuloso); (dt), **người kỹ lưỡng**: la persona meticulosa

kỹ năng (dt): la aptitud, la habilidad

kỹ thuật (dt): la técnica

kỹ xảo (dt): lo meticuloso, el truco

ký hiệu (dt): la señal, la señalización / **ký hiệu giao thông** (señales de tráfico, la señalización); (đt), **ra ký hiệu**: señalizar, señalar

ký họa (đt): hacer croquis; (dt), **bản ký họa**: el croquis

ký tên (đt): firmar; (dt), **chữ ký**: la firma

ký ức (dt): la retentiva

kỵ sĩ (dt): el caballero

kia, cái kia (dt): eso, a; (pt), **đằng kia**: allá

kia kìa (pt): allá

kích, kích cỡ (dt): la talla

kích dục (tt), (pt): afrodisíaco, a / **chất kích dục** (la sustancia afrodisíaca)

kích động (đt): exaltar, exaltarse; (dt), **sự kích động**: la exaltación

kích thích (tt), (pt): excitante / **chất kích thích** (la sustancia excitante); (đt), **kích thích**: excitar; (dt), **sự kích thích**: la excitación

kích thước (dt): la dimensión

kịch (dt): el teatro / **một vở kịch** (una obra de teatro); (đt), **đóng kịch**: hacer el teatro; (dt), **nghệ sĩ đóng kịch**: el actor de teatro, la actriz de teatro

kịch bản (dt): el guión (escrito de una obra de teatro, en el que los actores que se emitan a sus personajes)

kịch câm (dt): la mímica

kịch tính (tt), (pt): dramático, a / **một cách ứng xử kịch tính** (una conducta dramática)

kiềm chế (đt): controlarse; (dt), **sự kiềm chế**: el autocontrol, autodominio / **người biết kiềm chế** (la persona que tiene el autocontrol)
kiểm duyệt (đt): censurar; (dt), **sự kiểm duyệt**: la censura
kiểm điểm (đt): reprender, reñir / Thầy kiểm điểm học sinh không làm bài tập. (El profesor reprendió el alumno que no hizo la tarea.); (dt), **sự kiểm đểm**: la reprensión
kiểm kê (đt): censar; (dt), **sự kiểm kê**: el censo
kiểm lâm (tt): forestal / **ngành kiểm lâm** (la carrera forestal) / **nhân viên kiểm lâm** (el agente forestal)
kiểm nghiệm (đt): examinar; (dt), **sự kiểm nghiệm**: la examinación; (dt), **nhân viên kiểm nghiệm**: el examinador, la examinadora
kiểm sát (đt): controlar; fiscalizar, vigilar; (dt), **viện kiểm sát nhân dân**: la fiscalía popular
kiểm soát (đt): controlar; (dt), **sự kiểm soát**: el control
kiểm tra (đt): verificar, comprobar; (dt), **sự kiểm tra**: la verificación, la comprobación
kiếm (đt): buscar / **kiếm cái gì đó để ăn** (buscar algo para comer); (dt), **sự tìm kiếm**: la búsqueda
kiếm ăn (đt, tng): buscarse la vida
kiếm chác (đt): buscar el beneficio (de un negocio o de una negociación)
kiếm chuyện (đt): provocar la pelea
kiếm cớ (đt): buscar una razón / **kiếm cớ để đi** (buscar una razón para irse) / **kiếm cớ để gây chuyện** (busca una excusa para provocar la pelea)
kiếm lời (đt): buscar el beneficio (de un negocio o de una negociación)
kiếm sống (đt, tng): buscarse la vida
kiên cường (tt), (pt): indomable, vigoroso, a / **ý chí kiên cường** (la voluntad indomable, la voluntad vigorosa) / **kiên cường bất khuất** (indomable); (dt), **sự kiên cường**: lo indomable, lo vigoroso
kiên định (tt), (pt): firme; (dt), **sự kiên định**: la firmeza
kiên nhẫn (tt), (pt): perseverante; (dt), **sự kiên nhẫn**: la perseverancia, la paciencia
kiên quyết (tt), (pt): decidido, a; decididamente / **thái độ kiên quyết** (la actitud decidida); (dt), **sự kiên quyết**: la constancia
kiên nhẫn: (tt), (pt): perseverante; (dt), **sự kiên nhẫn**: la perseverancia, la paciencia
kiên trì (tt), (pt): perseverante; (dt), **sự kiên trì**: la perseverancia, la paciencia

kiến, **con kiến** (dt): la hormiga
kiến giải (đt): interpretar; (dt), **sự kiến giải**: la interpretación
kiến nghị (đt): hacer una petición; (dt), **sự kiến nghị**: la petición
kiến thức (dt): el conocimiento
kiến trúc (dt): la arquitectura
kiến trúc sư (dt): el arquitecto, la arquitecta
kiện (đt): denunciar; pleitear; (dt), **vụ kiện**: el pleito; (dt), **đơn kiện**: la denuncia; (dt), **người kiện**: el denunciante; (dt), **người bị kiện**: el acusado
kiện cáo (đt): pleitear; (dt), **sự kiện cáo**: el pleito
kiện tụng (đt): pleitear; (dt), **sự kiện tụng**: el pleito
kiêng (đt): abstenerse / ăn kiêng (hacer dieta)
kiêng cữ (đt): abstenerse; (dt), **sự kiêng cữ**: la abstención
kiêng nể (đt): respetar; (dt), **sự kiêng nể**: el respeto / **sự kiêng nể trong giao tiếp** (el respeto en la relación)
kiếp, kiếp người (dt): la vida humana
kiết, kiết lỵ (tt), (pt): tacaño, a / **tính kiết lỵ** (la característica de tacaña)
kiết lỵ, bệnh kiết lỵ (dt): la disentería
kiệt lực (pt): agotado, a; (dt), **sự kiệt sức**: el agotamiento; (đt), **làm kiệt lực**: agotar, debilitar
kiệt sức (pt): agotado, a; (dt), **sự kiệt sức**: el agotamiento; (đt), **làm kiệt sức**: agotar, debilitar
kiệt tác (dt): la obra maestra
kiệt xuất (tt), (pt): extraordinario, a / **anh hùng kiệt xuất** (el héroe)
kiêu (tt), (pt): orgulloso, a / **Hắn kiêu lắm.** (Es muy orgullosa.)
kiêu hãnh (tt), (pt): digno, a; orgulloso, a / **có tính kiêu hãnh** (tener el carácter digno, orgulloso); (dt), **sự kiêu hãnh**: la dignidad, el orgullo
kiêu ngạo (tt), (pt): soberbio, a; vanidoso, a; (dt), **sự kiêu ngạo**: el soberbio, la vanidad
kiều bào (dt); los vietnamitas que viven en el extranjero con otra nacionalidad
kiều hối (dt): el dinero que se envía desde el extranjero por los vietnamitas a Vietnam
kiểu (dt): el modelo, el estilo
kiểu cách (tt), (pt): vanidoso, a; pretencioso, a / **người kiểu cách** (la persona vanidosa)
kiểu mẫu (dt): el ejemplo, el modelo, el modelo del ejemplo
kiệu, **cái kiệu** (dt): el palanquín

kim (tng): metal
kim, **cái kim**, **cây kim** (dt): el agujero
kim chỉ nam (dt): la brújula
kim cương (dt): el diamante
kim hoàn, **tiệm kim hoàn** (dt): la joyería / **thợ kim hoàn** (el joyero)
kim loại (dt): el metal
kim tự tháp (dt): la pirámide
kìm hãm (đt): frenar; retrasar; obstaculizar / **kìm hãm sự tiến bộ** (retrasar la evolución); (dt), **sự kìm hãm**: el freno; el obstáculo
kinh, **câu kinh**, **lời kinh**, **bài kinh** (dt): la oración; (đt), **đọc kinh**: orar
kinh doanh (đt): negociar; (dt), **người kinh doanh**: el negociante
kinh đô (dt): la capital (en tiempos feudales)
kinh hãi (pt): terrorífico, a; pánico, a
kinh khủng (pt): terrible, horrible / **thật là kinh khủng** (es horrible)
kinh hoàng (tt), (pt): terrorífico, a; (dt), **sự kinh hoàng**: el terror
kinh nghiệm (dt): la experiencia
kinh nguyệt (dt): la regla, la menstruación / **có kinh nguyệt** (tener la regla, tener la menstruación)
kinh sợ (pt): terrorífico, a; pánico, a / **làm kinh sợ** (dar pánico)
kinh tế (dt): la economía; (tt), (pt), **thuộc về kinh tế**: económica, o / **ngành kinh tế học** (la carrera de ciencias económicas); (dt), **nhà kinh tế học**: el economista, la economista
kinh thánh (dt): la biblia
kinh dịch (dt): I- ching / **sách kinh dịch** (libro de la mutación)
kính, **kính mắt** (dt): las gafas
kính cận (dt): las gafas graduadas
kính lão (dt): las gafas de anciana
kính nắng (dt): las gafas del sol
kính phục (đt): admirar; (dt), **sự kính phục**: la admiración
kính tặng (đt): regalar (de forma respetuosa), ofrecer
kính thưa (tt): reverente / **Kính thưa Cậu Mợ** (A mi reverencia tío y tía)
kính yêu (tt), (pt): reverente / **Cha Mẹ kính yêu** (A mis reverencias padres); (dt), **sự kính yêu**: la reverencia
kịp thời (pt): a tiempo / **đến kịp thời** (llegar a tiempo)

Phụ âm thứ tám và chữ thứ mười bốn của bảng chữ cái
Octava consonante y decimocuarta letra del abecedario

la bàn, **cái la bàn** (dt): la brújula
la hét (đt): gritar, chillar
la làng (đt): gritar, chillar ruidosamente
la mắng (đt): regañar, reñir, reprender
la tinh (tt), (pt): latino, a / **ngôn ngữ thuộc nguồn gốc la tinh** (idiomas origen latino)
là (đt): ser; (dt), **sự là**: el ser
là lạ (tt), (pt): extraño, a / **một cái gì đó là lạ** (algo extraño)
là vì (lt): porque
lả lơi (tt), (pt): coqueto, a; provocadora / **nụ cười lả lơi** (la sonrisa coqueta) / **gió buông chiều lả lơi** (el aire está coqueteando) / **một cô gái lả lơi** (una coquetona, una chica provocativa); (dt), **sự lả lơi**: la coquetería; (đt), **lả lơi**: coquetear, provocar
lả lướt (tt); (pt): esbelto, a / **dáng đi lả lướt** (la manera de mover es esbelta)
lá, **chiếc lá** (dt): la hoja
lá bài (dt): la carta
lá cờ (dt): la bandera
lạ (tt), (pt): diferente; (dt), **sự lạ**: la diferencia
lạ lùng (tt), (pt): extraño, a
lạ mắt (tt), (pt): diferente, no se ve con frecuencia
lạ thường (tt), (pt): extraordinario, a; (dt), **sự lạ thường**: el extraordinario
lác (tt), (pt): bizco; estrábico, a / **bị lác** (ser bizco, ser estrábico, a); (dt), **người bị lác**: la bizquera, el estrabismo

lác đác (pt): poco, a / **còn lại lác đác một vài người** (quedar muy poco, alguna persona)

lạc (đt): extraviar; (dt), **sự lạc**: el extravío

lạc đề, **bị lạc đề** (đt): equivocarse de tema, confundir el contenido

lạc điệu (tt), (pt): discordante / **giọng bị lạc điệu** (la voz está discordante); (dt), **sự lạc điệu**: la discordancia

lạc đường, **bị lạc đường** (đt): desorientarse, perderse el camino

lạc hậu (tt), (pt): retrógrado, a / **tư tưởng lạc hậu** (la mente retrógrada); (dt), **sự lạc hậu**: el retroceso; (dt), **người lạc hậu**: el retrógrado, la retrógrada; (đt), **làm cho lạc hậu**: retroceder

lạc hướng, **làm lạc hướng** (đt): desorientar; (dt), **bị lạc hướng**: desorientarse; perderse; (dt), **sự lạc hướng**: la desorientación

lạc loài (tt), (pt): apartado, a; aislado, a; (dt), **sự lạc loài**: el aislamiento

lạc lõng (tt), (pt): aislado, a / **cảm giác lạc lõng** (la sensación aislada) / **bị lạc lõng** (ser aislado, a; apartado, a); (dt), **sự lạc lõng**: el apartado, el aislamiento

lách (đt): deslizarse, deslizarse sobre algo, resbalarse; (dt), **lá lách**: el bazo

lách cách, **gõ lách cách** (đt): tintinear; (dt), **tiếng lách cách**: el sonido metálico

lạch cạch, **tiếng lạch cạch** (dt): el chasquido; (đt), **gõ lạch cạch, làm kêu lạch cạch**: chasquear

lai (dt): el mestizaje / **người lai** (el mestizo) / **một đứa con lai** (un hijo mestizo, una hija mestiza)

lai căng, **sự lai căng** (dt): la mezcolanza

lai giống, **sự lai giống** (dt): el mixto, el híbrido; (đt), **làm lai giống**: mezclar la raza

lai láng (pt): expandido, a / **nước chảy lai láng** (el agua está corriendo expandido)

lai lịch (dt): la historia personal

lai rai (pt): esporádico, a / **ăn lai rai** (comer esporádicamente)

lải nhải (pt): repetido, a y pesado, a / **nói lải nhải** (hablar repetido y pesado)

lãi (dt): la ganancia, la comisión / **làm lấy lãi** (hacer algo o trabajar para ganar una comisión)

lãi xuất (dt): el interés

lái (đt): conducir

lái xe (đt): conducir / **lái xe hơi** (conducir un coche)

lái buôn, người lái buôn = người đi buôn (dt): el negociante (palabra antigua)

lái đò (đt): bogar, remar; (dt), **người lái đò**: el remador, la remadora

lài, **hoa lài** (dt): el jazmín
lại (tng): venir; repetido, a / **lại đây** (ven aquí) / **làm lại lần nữa** (hacer repetido, hacer otra vez)
lại còn (lt): si no
lại nữa (lt), (pt): además
lam (tt), (pt): azul marino; (dt), **màu lam**: el color azul marino
lam lũ (tt), (pt): andrajoso, a / **ăn mặc lam lũ** (vestir andrajoso, a); (dt), **sự lam lũ**: el andrajo
làm (đt): hacer
làm bài (đt): hacer los deberes
làm bạn (đt): hacer amigo, hacer un amigo
làm bộ (đt): disimular / **làm bộ không thấy** (disimular no ver); (dt), **sự giả bộ, giả vờ**: el disimulo
làm chi, **để làm chi** (pt): para qué / **làm cái đó làm chi, làm việc đó để làm chi**? (¿hacer esto para qué?)
làm cho (pt): hacer para que / **làm cho đẹp** (hacer para que sea bonito, a)
làm chủ (đt): ser autónomo, a
làm chứng (đt): testimoniar; (dt), **người làm chứng**: el testigo
làm cỏ (đt): cotar hierba, cotar césped
làm dáng (đt): presumir, coquetear (para que se ver es guapa)
làm dấu (đt): hacer una señal
làm dịu (đt): calmar, suavizar
làm duyên (đt): hacer que sea atractiva
làm đau (đt): causar dolor, hacer daño
làm đúng (đt): hacer bien
làm gái (đt): trabajar de prostituta
làm giàu (đt): hacerse rico
làm giặc (tng): hacerse un traidor; hacerse bandido
làm gương (đt): dar ejemplo
làm hại (đt): dañar alguien
làm khách (tng): ponerse incómodo / **đừng làm khách** (no ponerse incómodo, ponerse cómodo)
làm khổ (đt): hacer sufrir; (đt), **tự làm khổ mình**: hacerse sufrir
làm lạ, **lấy làm lạ** (tng): producirse extrañeza
làm lành (đt): reconciliar
làm lạnh (đt): enfriar / **làm mặt lạnh** (poner distancia)

làm lẽ (tng): ser la segunda esposa de un marido que ya está casado.
làm lễ (đt): oficiar la misa, celebrar la ceremonia
làm liều (tng): hacer algo imprudencia
làm loạn (đt): sublevar, (dt), **sự làm loạn**: la sublevación
làm lơ (đt): disimular / **làm lơ không thấy** (disimular no ver)
làm lụng (đt): trabajar duro / **làm lụng vất vả** (trabajar duro)
làm mẫu (đt): posar
làm mướn (đt): trabajar de empleado
làm người (tng): ser persona
làm nhàm (pt): murmurar / **nói làm nhàm** (murmurar)
làm nhục (đt): humillar; (dt), **sự làm nhục**: la humillación
làm nũng (đt): ser mimoso, a; hacerse mimar
làm ơn (đt): hacer el favor
làm phép (đt): sacralizar
làm quen (đt): relacionar
làm phiền (đt): molestar; (dt), **sự làm phiền**: la molestia
làm sai (đt): hacer mal / **Họ đã làm sai.** (Han hecho mal)
làm sao vậy (ltnv): qué pasa / **Anh làm sao vậy?** (¿Qué te pasa?)
làm thầy (đt): hacerse maestro
làm thinh (đt): no decir nada, silenciarse
làm thuê (đt): trabajar de empleado
làm tiệc (đt): organizar una fiesta
làm tiền (tng): sacar el dinero (de alguien)
làm tình (đt): hacer amor
làm tổ (đt): nidificar, hacer el nido
làm việc (đt): trabajar
làm vườn (đt): hacerse jardinero; (dt), **người làm vườn**: el jardinero, la jardinera
lảm nhảm (pt): murmurar
lạm dụng (đt): abusar; (dt), **sự lạm dụng**: el abuso
lạm phát, **sự lạm phát** (đt): la inflamación
lạm quyền (đt): abusar de poder; (dt), **sự lạm quyền**: el abuso de poder
lan can, **cái lan can** (dt): el balcón / **tựa vào cái lan can** (apoyarse en el balcón)
lan toả (đt): irradiar, dilatar / **ánh sáng lan tỏa** (las luces irradian); (dt), **sự lan tỏa**: la dilatación

lan truyền (đt): dilatar, dilatarse, esparcir / **tin tức lan truyền** (la noticia está esparcido); (dt), **sự lan truyền**: la dilatación

làn sóng (dt): la onda

lang bang (pt): deambulado / **sống lang bang** (deambular, vivir errante) / **lang bang rày đây mai đó** (deambular)

lang bạt (pt): errante / **sống lang bạt** (vivir errante) / **lang bạt kỳ hồ** (andar errante, deambular)

lang thang (pt): errante / **đi lang thang** (andar errante)

làng chơi (dt): el prostíbulo

làng mạc (dt): la aldea

làng xóm (t): el pueblo cercano

lảng tránh (đt): disimular, ignorar, esquivar; (dt), **sự lảng tránh**: el disimulo

lảng vảng (đt): rodear / **Một tên trộm lảng vảng quanh nhà.** (Un robo está rodeando en la casa.)

lãng du (tt), (pt): aventurero, a; (dt), **sự lãng du**: el aventurero / **kẻ lãng du** (el aventurero)

lãng đãng (pt): ensoñado, a / **mơ mộng lãng đãng** (estar ensoñado, a) / **mây trôi lãng đãng** (las nubes van errantes)

lãng mạn (tt), (pt): romántico, a / **văn học lãng mạn** (la literatura romántica) / **Anh ta rất lãng mạn.** (Él es muy romántico); (dt), **sự lãng mạn**: el romanticismo / **chủ nghĩa lãng mạn** (el romanticismo) / **người lãng mạn** (el romántico, la romántica)

lãng tử (tt), (pt): aventurero, a / **đời lãng tử** (la vida aventurera) / **rất lãng tử** (ser aventurero, a); (dt), **sự lãng tử**: lo aventurero; (dt), **người lãng tử**: el aventurero, la aventurera

láng, láng bóng (tt), (pt): pulido, a / **một bề mặt láng bóng** (una superficie pulida); (đt), **làm láng**: pulir

láng giềng (dt): los vecinos; (dt), **người láng giềng**: el vecino; (dt), **cô láng giềng**: la vecina

lanh (tt), (pt): ágil; rápido, a

lanh chanh (tt), (pt): nervioso, a; revoltoso, a / **lanh chanh lách chách** (nervioso, a)

lanh lẹ (tt), (pt): ágil; rápido, a / **tính tình lanh lẹ** (la característica ágil) / **Cô ấy rất lanh lẹ.** (Ella es rápido.); (dt), **sự lanh lẹ**: la agilidad, la rapidez

lanh lợi (tt), (pt): ágil; rápido, a; (dt), **sự lanh lợi**: la agilidad, la rapidez

lành (tt), (pt): bueno, a / **tính lành** (la característica buena)

lành lặn (pt): bien; curado, a / **ăn mặc lành lặn** (vestir bien puesto) / **vết thương đã lành lặn** (la herida está curada)
lành mạnh (tt), (pt): sano, a / **sống lành mạnh** (vivir sanamente) / **cơ thể lành mạnh** (el cuerpo sano)
lành nghề (tt), (pt): experimentado, a / **thợ lành nghề** (el buen profesional artesanal)
lành tính (tt), (pt): benigno, a / **khối u lành tính** (el tumor benigno)
lảnh lót (tt), (pt): claro, a; filoso, a / **tiếng chim hót lảnh lót** (el canto del pájaro es claro) / giọng lảnh lót (la voz clara, filosa)
lãnh cảm, bị lãnh cảm (tng): frigidez, falta de apetito sexual
lãnh đạm (tt), (pt): indiferente, distante / **biểu hiện một cử chỉ lạnh đạm** (demostrar un gesto indiferente); (dt), sự lãnh đạm: la indiferencia
lãnh đạo (đt): dirigir, gobernar; (dt), **sự lãnh đạo**: el dirigente; (dt), **người lãnh đạo**: el, la dirigente
lãnh sứ quán (dt): el consulado
lãnh thổ (dt): el territorio
lãnh tụ (dt): el líder
lánh, lánh mặt (đt): no dejarse ver
lánh mình (đt): refugiarse
lánh nạn (tng): esconderse, huir de un problema, refugiarse
lánh xa (đt): alejar, alejarse
lạnh (tt), (pt): frío, a / **trời lạnh** (el tiempo es frío)
lạnh giá (tt), (pt): congelado, a; muy frío / **Trời lạnh giá.** (El tiempo está congelado.)
lạnh toát (pt): muy frío; congelado, a / **bị lạnh toát** (estar congelado, a)
lạnh lùng (tt), (pt): distante, frío, a; (dt), **sự lạnh lùng**: la frialdad
lạnh ngắt (tt), (pt): muy frío, a / **bị lạnh ngắt** (estar muy fría) / **tay lạnh ngắt** (la mano está fría)
lạnh nhạt (tt), (pt): distante / **đối xử một cách lạnh nhạt** (tratar con distancia); (dt), **sự lạnh nhạt**: la distancia
lao, bệnh lao, bệnh lao phổi (dt): la tuberculosis
lao, cái lao (dt): la lanza; (đt), **phóng lao**: lanzar / **phóng lao thì phải theo lao** (hay que terminar lo que se empieza)
lao đao, lao đao lận đận (tt), (pt): oscilado, a / **đời sống lao đao lận đận** (la vida incierta)
lao động (đt): trabajar (duro), obrar; (dt), người lao động: el obrero

lao khổ (tt), (pt): sufrido, a; miserable / **một cuộc đời lao khổ** (una vida miserable, muy dura)

lao tâm (tng): fastidiado, a por la preocupación / **bị lao tâm** (estar fastidiado); (đt), fastidiarse; (dt), **sự lao tâm**: el fastidio

lao tù, **người lao tù** (dt): el prisionero

lao xao (tt), (pt): susurrado, a / **tiếng trúc lao xao** (el sonido del bambú está susurrado, a); (đt), lao xao: susurrar; (dt), **tiếng lao xao**: el susurro / **tiếng lao xao của trúc** (el susurro del bambú)

lào (tt): laosiano, a / **nước Lào** (Laos) / **người Lào** (los laosianos) / **một người Lào** (un laosiano, una laosiana)

lào xào (đt): susurrar / **tiếng lào xào của gió** (el sonido susurra del viento); (dt), **tiếng lào xào**: el susurro / tiếng lào xào của sóng biển (el susurro del mar)

lảo đảo (tt), (pt): vacilando, a / **bước đi lảo đảo** (caminar vacilando, andar vacilando); (đt), **làm lảo đảo**: vacilar

lão (dt): el viejo

lão giáo (dt): el taoísmo

lão hóa (đt): envejecer; (dt), sự lão hóa: el envejecimiento

lão luyện (tt), (pt): veterano, a / **là một tay nghề lão luyện** (ser un veterano) / **một người lão luyện** (un veterano, una veterana)

láo, láo lếu, láo xược (tt), (pt): insolente; (đt), **láo, láo lếu, láo xược**: insolentarse; (dt), **sự láo xược**: la insolencia

láo nháo (tt), (pt): tumultuoso, a / **đám đông láo nháo** (la multitud tumultuosa); (dt), **sự láo nháo**: el tumulto

láo toét: (tt), (pt): mentiroso, a

lạo xạo (tt), (pt): rechinado, a crujiente; (dt), **tiếng lạo xạo**: el crujiente, el ruido de algunos objetos duros; (đt), **làm lạo xạo**: rechinar

lạp xưởng (dt): la salchicha vietnamita

lát (dt): la loncha, el filete, la rebanada, la rodaja / **lát thịt** (el filete de la carne) / **lát bánh mì** (la rebanada de pan) / **lát thơm** (la rodaja de piña); (đt), **xắt lát**: rebanar / **xắt ổ bánh mì thành lát** (rebanar una barra del pan)

lát nền (đt): pavimentar, asfaltar

lạt (tt), (pt): insípido, a; soso, a / **canh bị lạt** (la sopa está sosa)

lạt lẽo (tt), (pt): insípido, a; soso, a / **một con người lạt lẽo** (una persona sosa); (dt), **sự lạt lẽo**: lo insípido

lau chùi (đt): limpiar, fregar

lau sậy (dt): juncos

láu cá (tt), (pt): listo, a; mentiroso, a
láu lỉnh (tt), (pt): listo, a / **một đứa bé láu lỉnh** (un niño, una niña lista, ágil)
lay (đt): agitar / **gió lay cành trúc** (el viento agita la rama del bambú)
lay chuyển (đt): mover
lay động (đt): sacudir, agitar
lạy = cúi lạy (đt): prosternarse
lắc (đt): sacudir, agitar
lắc lư (đt): oscilar, agitar; (dt), **sự lắc lư**: la oscilación, la agitación
lắm (pt): muy / **giàu lắm** (muy rico, a)
lắm chuyện (tt), (pt): chismoso, a / **người lắm chuyện** (la persona chismosa, el chismoso, la chismosa)
lăn (đt): rodar, balancear, balancearse, revolcarse
lăn lóc (pt): bamboleado, a; (đt), **lăn lóc**: bambolearse, revolotear
lăn lộn (đt): moverse / **lăn lộn kiếm sống** (moverse para buscarse la vida)
lăn tăn (đt): erizar / **mặt hồ lăn tăn những làn sóng** (la superficie del lago se erizaba de ondas)
lăn xả (đt): lanzar, chocar contra algo, arrojar / **lăn xả vào nguy hiểm** (arrojar al peligro)
lằn, **vết lằn** (dt): el latigazo, el varazo
lặn (đt): sumergir
lặn lội (đt): ir de un lugar a otro (con una finalidad de buscar algo)
lăng, cái lăng, lăng tẩm (dt): el monumento
lăng loàn (tt), (pt): impío, a; irrespetuoso, a / **thái độ lăng loàn** (la conducta irrespetuosa); (dt), **kẻ lăng loàn**: el impío, la impía
lăng mạ (đt): insultar, injuriar
lăng nhục (đt): ofender; (dt), **sự lăng nhục**: la ofensa
lăng xăng (pt): inquieto, a / **hắn lúc nào cũng lăng xăng** (él, ella está siempre inquieto, a)
lằng nhằng (tt): enredoso, a / **tình cảm lằng nhằng** (la afección enredosa)
lẳng lơ (tt): provocado, a / **tính lẳng lơ** (el carácter provocado, a); (dt), **sự lẳng lơ**: la provocación; (dt), **người lẳng lơ**: el provocador, la provocadora
lắng (đt): escuchar, silenciar, depositar
lắng đọng, **làm lắng đọng** (đt): depositar, sedar, posarse / **một giọt nước lắng đọng trên lá** (una gota de agua se posa sobre una hoja) / **sự im lặng của không gian làm lắng đọng tinh thần** (el silencio de espacio seda la mente); (dt), **sự lắng đọng**: el sedante

lắng im (đt): silenciar
lắng nghe (đt): escuchar; (dt), **sự lắng nghe**: la escucha
lắng sâu (đt): sumergirse
lặng (pt): silencioso, a / **biển lặng** (la mar está silenciosa)
lặng lẽ (pt): en silencio / **lặng lẽ rút lui** (retirar en silencio)
lặng thinh (đt): silenciarse; callarse
lắp, lắp ghép, lắp ráp (đt): montar, instalar; (dt), **sự lắp ráp**: la instalación
lắt léo (tt): tortuoso, a; sinuoso, a / **con đường lắt léo** (el camino tortuoso, sinuoso) / **con người lắt léo** (la persona tortuosa) / **nói một cách lắt léo** (hablar de modo tortuoso); (dt), **sự lắt léo**: lo sinuoso
lặt vặt, đồ lặt vặt, chuyện lặt vặt (dt): la cosa de poco valor, la baratija, la chuchería
lấc cấc: (tt), (pt): inquieto, a; insolente / **thái độ lấc cấc** (la conducta inquieta o insolente) / **thằng nớ lấc cấc lắm** (ese chico es muy insolente); (dt), **sự lấc cấc**: la insolencia
lấc xấc: (tt), (pt): inquieto, a; insolente / **thái độ lấc xấc** (la conducta inquieta o insolente) / thằng nớ lấc xấc lắm (ese chico es muy insolente); (dt), **sự lấc xấc**: la insolencia
lâm dâm (tt): incesante / mưa lâm dâm (la lluvia incesante)
lâm nạn, bị lâm nạn (tng): caer en desgracia, caer en la situación desafortunada
lâm nghiệp (dt): la silvicultura
lâm sản (dt): el producto forestal
lầm, lầm lẫn, bị lầm lẫn (đt): equivocar; equivocarse, cometer un error; (dt), **sự lầm lẫn**: la equivocación
lầm bầm, **nói lầm bầm** (đt): murmurar, susurrar
lầm lạc (tt), (pt): aberrante; (đt), **lầm lạc**: aberrar; (dt), **sự lầm lạc**: la aberración
lẩm bẩm (đt): murmurar
lẩm cẩm (tt), (pt) olvidadizo, a; (dt), **sự lẩm cẩm**: el olvido
lẩm nhẩm (pt): murmurado, a / **tính toán lẩm nhẩm** (calcular murmurando)
lẫm liệt (tt): majestuoso, a / **phong thái lẫm liệt** (la manera majestuosa); (dt), **sự lẫm liệt**: la majestuosidad
lấm chấm (dt): la puntilla / **cái áo có màu lấm chấm** (la camisa tiene el color de puntilla); (đt), **làm lấm chấm**: puntear
lấm lem (tt), (pt): sucia, o / **cái mặt bị lấm lem** (la cara está muy sucia)

lấm tấm (dt): el goteo; (đt), **lấm lem**: gotear / **mưa lấm tấm** (está goteando la lluvia); (dt), **lấm tấm**: el goteo

lân cận (tt), (pt): cercano, a / **người lân cận** (la persona cercana) / **ở lân cận** (estar cercano, a); (dt), **sự lân cận**: la cercanía

lân la (tng): intentar, acercarse / **lân la dò hỏi** (intentar preguntar) / **lân la tới gần** (intentar acercarse) / **tên trộm lân la tới gần ai đó** (el ladrón intenta acercarse a alguien)

lần (dt): la vez / **Tôi chỉ gặp chị ấy một lần trong một dịp bất ngờ.** (Yo la vi una vez por casualidad.) / **có lần tôi gặp nó ở ngoài đường** (una vez le vi en la calle) / **mỗi lần** (cada vez)

lần lữa (tt), (pt): indeciso, a / **một thái độ lần lữa** (una actitud indecisa); (đt), **lần lữa**: retrasar, demorar / **Ông ta cứ lần lữa mãi mỗi khi quyết định một điều gì**. (Él se demora en sus decisiones.) / **Ông ta cứ lần lữa khất nợ.** (Él se está retrasando para pagar la deuda.)

lẩn (đt): esconderse / **Tên trộm đã lẩn vào trong vào trong đám đông.** (El ladrón se escondía entre la multitud.)

lẩn thẩn (tt), (pt): distraído, a; olvidadizo, a / **tính lẩn thẩn** (el carácter distraído); (đt): distraer; (dt), **sự lẩn thẩn**: la distracción

lẩn trốn (đt): esconderse, huir; (dt), **sự lẩn trốn**: la ocultación, la huida

lẫn (đt): difuminar / **Từ đàng xa, bóng anh ta đã lẫn vào trong đám đông.** (Desde lejos, su silueta se difuminaba entre la multitud)

lẫn lộn (đt): confundir; (dt), **sự lẫn lộn**: la confusión

lấn (đt): empujar

lấn át (đt): oprimir; (dt), **sự lấn át**: la opresión

lấn lướt (đt): competir, dominar; (dt), **sự lấn lướt**: el competitivo

lận đận (tt), (pt): desventurado, a / **đời sống lận đận** (la vida desventurada); (dt), **sự lận đận**: el desafortunado

lâng lâng (tt): ligero, leve; (dt), **sự lâng lâng**: la ligereza, la levedad

lấp (đt): cubrir

lấp lánh, làm lấp lánh (đt): brillar, centellear / **những ngôi sao lấp lánh** (las estrellas centellean); (dt), **sự lấp lánh**: el brillo; (đt), **làm lấp lánh**: brillar, centellear

lấp lửng (tt), (pt): ambiguo, a / **nói lấp lửng** (hablar con ambigüedad); (dt), **sự lấp lửng**: la ambigüedad

lập (đt): establecer, constituir, hacer / **lập giao ước** (establecer una alianza) / **lập biên bản** (hacer una aclaración)

lập công (tng): cumplir una misión / **lập công chuộc tội** (cumplir una misión para eliminar una culpabilidad)

lập dị (tt): raro, a, (pt) / **người lập dị** (la persona rara) / **bị lập dị** (ser raro, a); (dt), **sự lập dị**: la rareza

lập đông (tt), (pt): invernal; (dt), **tiết lập đông**: el comienzo del invierno, el tiempo invernal

lập lại (đt): repetir

lập luận (dt): el argumento

lập lòe (tt), (pt): intermitente / **ánh lửa lập lòe** (el fuego intermitente)

lập mưu (đt): planear la intriga; (dt), **sự lập mưu**: el hecho de planear la intriga

lập nghiệp (đt): establecerse, asentarse / **nhàn cư lập nghiệp** (asentarse)

lập trường (dt): la posición, la tendencia / **lập trường chính trị** (la tendencia política)

lập xuân (tt), (pt): primaveral; (dt), **tiết lập xuân**: el tiempo primaveral

lật (đt): abrir, dar la vuelta, remover, voltear / **lật từng trang sách** (abrir cada página del libro) / **lật lá bài** (voltear la carta) / **lật qua lật lại** (voltear)

lật bật (tt), (pt): deprisa; nervioso, a / **đi lật bật** (caminar demasiado deprisa y nervioso) / **người lật bật** (la persona nerviosa e inquieta)

lật đật (tt), (pt): deprisa; nervioso, a / **đi lật đật** (caminar demasiado deprisa y nervioso) / **người lật đật** (la persona nerviosa e inquieta)

lật đổ (đt): derrumbar, derribar / **lật đổ chế độ** (derribar el régimen) / **lật đổ chế độ phong kiến** (derribar la monarquía)

lật lọng (tt), (pt): desleal; desconfiable / **người lật lọng** (la persona sin palabra, la persona desleal); (dt), **sự lật lọng**: la deslealtad

lật ngửa (đt): dar la vuelta, voltear

lật ngược (đt): voltear

lật tẩy (đt): desenmascarar, descubrir / **lật tẩy vấn đề** (voltear la cuestión)

lâu, lâu dài (tt): duradero, a / **mối quan hệ lâu dài** (la relación duradera)

lâu bền (tt): durable, sólido, a / **tính chất lâu bền** (la durabilidad, la solidez); (dt), **sự lâu bền**: la dureza

lâu đời (tt): secular / **tập tục lâu đời** (la tradición secular)

lâu lâu (pt): a veces, de vez en cuando / **Lâu lâu, họ lại gặp nhau.** (De vez en cuando, se reunían.)

lâu nay (pt): hace tiempo / **Lâu nay, họ đã không gặp nhau.** (No se han visto hace tiempo.)

lâu năm (tng): muchos años / **Ông ta làm ở đây đã lâu năm.** (Él trabaja aquí desde hace muchos años.) / **một kinh nghiệm lâu năm** (una larga experiencia)

lâu ngày (tng): hace tiempo / **Lâu ngày tôi không thấy cô ta.** (Hace tiempo que no la veo.)

lầu, nhà lầu (dt): la casa que tiene dos o más plantas / **lầu son gác tía** (el chale, casa de lujo)

lầu xanh (dt): el prostíbulo

lậu (tt): ilegal / **buôn lậu** (el comercio ilegal)

lậu, bệnh lậu (dt): la sífilis

lây (tt), (pt): contagioso, a / **bệnh truyền nhiễm, bệnh lây** (la enfermedad contagiosa) / **bị lây** (ser contagioso, a); (đt), **làm lây**: contagiar

lẩy (đt): enfurruñarse / **Hắn lẩy không ăn.** (Se enfurruña y deja de comer)

lẫy lừng (tt): célebre / **danh tiếng lẫy lừng** (la gran celebridad, la gran fama)

lấy cắp (đt): robar

lấy chồng (đt): casarse con el marido

lấy cớ (đt): poner la excusa / **Cô ấy lấy cớ bịnh để không đến dự tiệc.** (Ella puso la excusa de que estaba enferma para no asistir a la fiesta.)

lấy cung (đt): interrogar / **công an lấy cung** (la policía interroga); (dt), **sự lấy cung**: la interrogación

lấy giọng (đt): dar el tono de voz / **Cô ấy lấy giọng trước khi hát karaoke.** (Ella dio el tono antes de cantar en el karaoke.)

lấy hướng (đt): orientar

lấy lãi (đt): cobrar los intereses

lấy lại (đt): recuperar / **lấy lại số tiền đã mất** (recuperar el dinero que había perdido)

lấy lời (đt): cobrar los intereses

lấy nhau (đt): casarse / **họ lấy nhau** (se casarse)

lấy vợ (đt): casarse con una mujer

le lói (tt): débil, tenue / **ánh sáng le lói** (la luz débil)

le te (tiếng đệm): palabra que se añade para poner algo de relieve / **chỉ có vài người / chỉ có le te vài người** (sólo hay varias personas)

lẻ, số lẻ (dt): el impar

lẻ loi (tt), (pt): aislado, a / **con người lẻ loi** (la persona aislada) / **sống le loi** (vivir aislado); (dt), **sự lẻ loi**: el aislamiento

lẽ, lẽ phải (dt): la razón

lẽ thường (dt): la normalidad

lé (tt): estrábico, a / **người bị lé** (la persona estrábica); (dt), **mắt lé**: el estrabismo

lẹ, lẹ làng (tt): ágil; rápido, a; (dt), **sự lẹ làng**: la agilidad

lem luốc (tt), (pt): sucio, a / **cái mặt lem luốc** (la cara sucia, la cara está sucia)

lem nhem = lem luốc (tt), (pt): desaliñado, a / **lem nhem luốc nhuốc** (desaliñado)

lém, lém lỉnh (tt), (pt): listo, a y divertido, a

len (dt): la lana

len lỏi (đt): entrar forzadamente / **len lỏi vào đám đông** (entrar forzadamente en la multitud)

lẻn (đt): entrar de forma sigilosa / **tên trộm lẻn vào cửa hàng** (el ladrón entró en la tienda de forma sigilosa)

lén, lén lút (tt), (pt): secreto, a; secretamente / **lén lút ra hiệu** (señalar secretamente) / **làm một cái gì đó lén lút** (hacer algo en secreto); (dt), **sự lén lút**: lo escondido, lo secreto

leng keng, **tiếng leng keng** (dt): el tintineo, el sonido de la campanilla

leo, leo trèo (đt): subir, escalar

lèo lái (đt): manejar, dirigir, manejarse / **lèo lái cuộc đời** (dirigir la vida); (dt), **sự lèo lái**: el manejo

lèo nhèo (pt): murmurando / **khóc lèo nhèo** (lloriquear)

lèo tèo (pt): poco, a / **lèo tèo mấy mạng** (muy poca gente)

lẻo mép (đt): cotillear, chivarse; (dt), **sự lẻo mép**: el cotilleo; (dt), **người lẻo mép**: el, la cotilla, el chivato, la chivata

lẽo đẽo (đt): perseguir / **lẽo đẽo theo mẹ** (perseguir a la madre)

lẹo, **cái mụt lẹo** (dt): el orzuelo

lép (tt): plano, a / **ngực lép** (el pecho plano)

lép bép, **nói lép bép** (đt): parlotear

lép xẹp (pt): vacío, a; flaca / **cái bụng lép xẹp** (tener hambre)

lép vế (tt); (pt): eclipsado, a; inferior / **bị lép vế** (ser eclipsado, a o inferior)

lép xép, **nói lép xép** (đt): parlotear

lề đường, **cái lề đường** (dt): la acera

lề lối (dt): la costumbre

lề luật (dt): el orden

lề mề (tt), (pt): lento, a / **con người lề mề** (la persona lenta) / **lề mề chậm chạp** (lento, a) / Hắn lúc nào cũng lề mề chậm chạp. (Él siempre va lento)

lễ (dt): la misa, la ceremonia
lễ cưới (dt): la boda
lễ dạm hỏi (dt): la fiesta de petición de mano
lễ kết hôn (dt): la boda
lễ thành hôn (dt): la boda
lễ nghi (dt): (dt): la costumbre ancestral
lễ nghĩa (dt): (dt): la costumbre ancestral
lễ phép (tt), (pt): respetuoso, a; educado, a; (dt), **sự lễ phép**: el respeto, la cortesía
lễ phục (dt): el traje / **lễ phục truyền thống** (el traje típico)
lễ phục sinh (dt): la pascua
lễ tang (dt): el funeral
lệ phí (dt): la factura
lệ thuộc, **bị lệ thuộc** (đt): depender; (dt), **sự lệ thuộc**: la dependencia
lệch (đt): inclinar, deslizar
lệch lạc (tt), (pt): aberrante, disparate / **suy nghĩ lệch lạc** (pensar disparate); (dt), **sự lệch lạc**: la aberración
lên án (đt): enjuiciar, criticar; (dt), **sự lên án**: la crítica, el juicio
lên cao (đt): elevar
lên cơn, bị lên cơn (tng, đt): sufrir crisis de alguna enfermedad / (đt), **lên cơn suyễn**: sufrir una crisis de asma
lên giá (đt): subir el precio
lên giọng (đt): subir la voz / **Ông ta lúc nào cũng lên giọng ta đây.** (Él siempre hablaba en voz alta.)
lên lớp (tng, đt): llegar a la clase / **thầy giáo lên lớp** (llega el profesor a la clase) / **người hay lên lớp = người ưa lên mặt dạy đời** (la persona a quien le gusta enseñar)
lênh đênh (tt), (pt): flotante, inestable; (đt), **lênh đênh**: flotar / **con thuyền trôi lênh đênh** (la barca flotante) / **cuộc đời lênh đênh** (la vida inestable); (dt), **sự lênh đênh**: la inestabilidad
lênh láng (tt), (pt): abundante, mucho / **nước chảy lênh láng** (cae agua un abundante)
lềnh bềnh, **nổi lềnh bềnh** (đt): flotar
lệnh, mệnh lệnh (dt): el orden; (đt), **ra lệnh**: ordenar
lệt sệt (tt), (pt): denso, a; patoso, a / **cháo lệt sệt** (la sopa es densa, patosa)

lều, cái lều (dt): la cabaña, la choza / **cái lều cắm trại** (la tienda de campaña) / **cái lều tranh** (la choza)

lếu láo (tt), (pt): insolente; (dt); **sự lếu láo**: la insolencia

li (dt): el milímetro

li dị (đt): divorciar; (dt), **sự ly dị**: el divorcio

ly, cái ly (dt): el vaso

ly gián (đt): separar, distanciar a alguien de alguien; (dt), **sự ly gián**: la acción de separar alguien de alguien

ly hôn (đt): divorciar; (dt), **sự ly hôn**: el divorcio

li dị (đt): divorciar; (dt**), li dị**: el divorcio

ly khai (đt): eliminar, excluir; (dt), **sự ly khai**: la eliminación

lý do (dt): la razón, el motivo, la causa

lý giải (đt): interpretar, explicar; (dt), **sự lý giải**: la explicación, el intérprete

lý lẽ (dt): la razón

lý luận (đt): analizar, razonar; (dt), **sự lý luận**: el análisis, la razón

lí nhí, nói lí nhí (đt): hablar bajito

lý sự (đt): razonar / **người hay lý sự** (persona que le gusta discutir)

lý thuyết (dt): la teoría; (dt), **con người lý thuyết**: el teórico, la teórica

lý trí (tt), (pt): razonable / **con người lý trí** (la persona razonable) / **Cô ấy thiên về lý trí hơn tình cảm.** (Ella es más razonable que sentimental.); (dt), **sự lý trí**: lo razonable

lý tưởng (tt), (pt): ideal / **một người lý tưởng** (la persona ideal); (dt), **sự lý tưởng**: lo ideal

lý tưởng hóa (tt): idealista / **một người lý tưởng hóa** (un idealista, una idealista); (đt), **lý tưởng hóa**: idealizar; (dt), **chủ nghĩa lý tưởng**: el idealismo

lia lịa, nói lia lịa (đt): hablar mucho y rápido

lịch (dt): el calendario

lịch bịch (pt): pesado, a / **đi lịch bịch** (caminar con pesadumbre)

lịch duyệt (tt): gentil / **con người lịch duyệt** (la persona gentil); (dt), **sự lịch duyệt**: la gentileza

lịch sử (dt): la historia

lịch sự (tt), (pt): cortés; educado, a; (dt), **sự lịch sự**: la cortesía

liếc, liếc mắt (đt): echar una ojeada; (dt), **sự liếc mắt**: la ojeada, el vistazo

liêm chính (tt): incorrupto, a / **con người liêm chính** (la persona incorrupta); (dt), **sự liêm chính**: la decencia, el recato

liêm khiết (tt): incorrupto, a / **con người liêm khiết** (la persona incorrupta); (dt), **sự liêm khiết**: la decencia, el recato
liếm (đt): lamer / **chó liếm thức ăn** (el perro lame la comida)
liên bang (dt): la unión / **liên bang Nga** (la Unión Soviética)
liên can (đt): implicar; (dt), **sự liên can**: la implicación
liên doanh (đt): unir; (dt), **sự liên doanh**: la unión / **liên doanh xí nghệp** (las asociaciones, la unión comerciante)
liên hệ, **mối liên hệ** (dt): el nexo, el enlace
liên hiệp (đt): unir, asociarse, aliarse; (dt), **sự liên hiệp**: la unión, la coalición
liên hợp (đt): unir, asociarse, aliarse; (dt), **sự liên hợp**: la unión, la coalición
liên minh (đt): asociarse, aliarse; (dt), **sự liên minh**: la coalición, la alianza
liên ngành (đt): asociarse, (dt), **sự liên ngành**: las asociaciones
liên quan, có liên quan (đt): implicar, involucrar; (dt), **sự liên quan**: la implicación
liên tiếp (tt), (pt): seguido, a; consecutivo, a / **những cái liên tiếp** (las cosas consecutivas) / **giành thắng lợi liên tiếp** (ganar seguidamente); (dt), **sự liên tiếp**: la continuidad
liên tục (tt); (pt): continuo, a; continuamente / **sự chuyển động liên tục** (el movimiento continuo) / **làm việc liên tục** (trabajar continuamente); (dt), **sự liên tục**: la continuidad
liên từ (dt): la conjugación
liên tưởng (đt): pensar imaginando (en algo o alguien); imaginar algo
liền (tt), (pt): al lado; seguido, a / **những cái liền nhau** (las cosas seguidas) / **làm liền tay** (hacer algo de seguido)
liệng (đt): tirar, arrojar / **liệng cái gì đó vào sọt rác** (tirar, arrojar algo a la basura)
liệt (tt), (pt): paralítico, a; (dt): bệnh liệt: la parálisis
liệt dương, **bệnh liệt dương** (dt): el impotente
liệt kê (đt): realizar un análisis, (dt), **sự liệt kê**: el análisis
liệt sĩ (dt): el comunista caído
liều lĩnh (tt), (pt): atrevido, a; (dt), **sự liều lĩnh**: el atrevimiento
liều lượng (dt): la cantidad
liều mạng (tt), (pt): arriesgado, a; atrevido, a; (dt), **sự liều mạng**: lo arriesgado; (đt), **làm liều**: arriesgarse, atreverse
liều thuốc (dt): la receta médica, la dosis
liễu, **cây liễu** (el árbol de sauce) (dt): el sauce

liệu chừng (đt): acercar; (pt), aproximado, a / **liệu chừng ba ngày** (son aproximadamente tres días)

liệu hồn: ¡ten cuidado! (una amenaza) / **hãy liệu hồn!** (¡ojo! ¡ojo!)

lim dim (đt): entrecerrar / Ông ta lim dim mắt lại để thưởng thức vị ngon của rượu. (Él entrecierra los ojos para saborear un buen vino.)

linh cảm (đt): presentir; (dt), **sự linh cảm**: el presentimiento, la premonición

linh đình (tt): pantagruélico, a / **bữa tiệc linh đình** (el banquete pantagruélico)

linh động (tt), (pt): dinámico, a; reflexivo, a / **con người linh động** (la persona dinámica); (dt), **sự linh động**: el dinamismo, la reflexión

linh hoạt (tt), (pt): dinámico, a; reflexivo, a / **con người linh hoạt** (la persona dinámica); (dt), **sự linh hoạt**: el dinamismo

linh mục (dt): el cura

linh nghiệm (đt): cumplir, funcionar / **Cuối cùng, điềm báo trước đã linh nghiệm**. (Finalmente, se ha cumplido la profecía.)

linh tinh (tt): variado, a / **đồ vật linh tinh** (las cosas variadas)

linh tính (đt): presentir; (dt), **sự linh tính**: el presentimiento, la premonición

lính (tt): soldado; (dt), **người lính**: el soldado

lính canh, **người lính canh** (dt): el centinela

lính gác (dt): el centinela

lĩnh hội (tt): receptivo, a; receptor, a / **khả năng lĩnh hội** (la capacidad receptiva); (đt), **lĩnh hội**: recibir, comprender / **lĩnh hội toàn bộ bài giảng** (recibir, comprender toda la explicación); (dt), **sự lĩnh hội**: lo receptivo, la recepción

lo âu (đt): preocupar; (dt), **sự lo âu**: la preocupación

lo liệu (đt): ocupar, preparar / **lo liệu bữa ăn tối** (preparar la cena); (dt), **sự lo liệu**: la ocupación

lo sợ (đt): preocupar y temer; (dt), **sự lo sợ**: la preocupación y el miedo

lo toan (đt): ocupar, preocupar; (dt), **sự lo toan**: la preocupación

lo xa (đt): prever, pensar con antelación; (dt), **sự lo xa**: la previsión

lò, **cái bếp lò** (dt): la cocina

lò gas, **cái lò gas** (dt): la cocina de gaz

lò sưởi, **cái lò sưởi** (dt): la chimenea

lò xo (dt): el resorte

ló, ló dạng (đt): aparecer, asomar / **mặt trời đã ló dạng** (el sol apareció)

lọ, **cái lọ** (dt): el bote, el frasco / **cái lọ mực, cái bình mực** (el bote de tinta, el frasco de tinta)

lọ hoa, **cái lọ hoa** (dt) = **cái bình hoa**: la jarra, el jarrón de flores

lọ lem (tt), (pt): sucio, a / "**cô bé lọ lem**": el título de una película "cenicienta"
lọ nghẹ (dt): la mancha de carbón / **cái mặt bị dính lọ nghẹ** (la cara tiene la mancha de carbón)
lòa xòa (pt): descuidado, a / **ăn nói lòa xòa** (hablar de manera descuidada) / **tóc xõa loà xòa** (el pelo suelto y descuidado)
lõa lồ (tt), (pt): desnudo, a / **thân thể lõa lồ** (el cuerpo desnudo); (dt), **sự lõa lồ**: la desnudez
loại (dt): la especie, la categoría, la parte; (đt), **loại bỏ**: eliminar
loan báo (đt): anunciar / **loan báo tin mừng** (anunciar la alegría noticia)
loạn, làm loạn (đt): sublevarse, rebelarse; (dt), **sự khởi loạn**: la sublevación
loạn lạc, thời loạn lạc (dt): el tiempo de guerra
loạn xạ (tt), (pt): desordenado, a; disparate / **bắn loạn xạ** (disparar de manera descuidada) / **cứ loạn xạ cả lên** (todo está tumultuoso, a)
loãng (tt), (pt): diluido; (đt), **làm loãng**: diluir / **nước loãng** (el agua)
loáng thoáng (tt) (pt): borroso, a / **nhớ loáng thoáng** (recordar vagamente)
loanh quanh, đi loanh quanh (đt): rodear
lọc (đt): filtrar; (dt), **cái lọc**: el filtro
lọc cọc, tiếng lọc cọc (dt): el taconeo
lọc lõi (tt), (pt): experimentado, a, experimental / **người lọc lõi** (el perro viejo); (dt), **sự lọc lõi**: la astucia
lọc lừa (tt), (pt): tramposo, a / **người lọc lừa** (la persona tramposa); (dt), **sự lọc lừa**: la estafa, lo tramposo
lòe loẹt (tt), (pt): abigarrado, a / **màu lòe loẹt** (el color abigarrado); (dt), **sự lòe loẹt**: lo abigarrado
loét, làm loét (đt): ulcerar; (dt), **bệnh loét, vết loét**: la úlcera
lòi, bị lòi ra (đt): caer fuera
lom khom (tt), (pt): jorobado, a / **dáng đi lom khom** (la manera de caminar es jorobado, a)
lõm (tt): cóncavo, a / **cái phần lõm** (la parte cóncava) / (dt), **đường lõm**: la concavidad; (đt), **làm lõm**: hundir (abollar)
lon, cái lon (dt): la lata / **cái bia lon** (la cerveza de lata)
lọn, lọn tóc (dt): el mechón / **lọn tóc quăn** (el mechón ondulado)
long lanh (tt), (pt): brillante / **cặp mắt long lanh** (los ojos brillantes)
long trọng (tt), (pt): solemne / **một bữa tiệc long trọng** (un banquete solemne); (dt), **sự long trọng**: la solemnidad

lòng (dt): el seno, el interior; entraña / **Làm sao biết được lòng người?** (¿Cómo sabe el corazón de la persona?); (dt), **cái bộ lòng**: la entraña
lòng bàn tay (dt): la palma de la mano
lòng dạ (dt): el seno, el interior
lòng trắng (dt): la clara / **lòng trắng trứng gà** (la clara)
lòng vàng (dt): la yema / **lòng vàng trứng gà** (la yema)
lỏng, **chất lỏng** (dt): el líquido
lóng, **tiếng lóng** (dt): el argot
lót, **đồ lót** (dt): la ropa interior
lót dạ (tng): comer / **vừa mới lót dạ** (acabar de comer) / **kiếm gì lót dạ đã** (buscar algo para comer)
lọt, **lọt vào** (đt): atravesar, meterse, penetrar, entrar / **tên trộm lọt vào nhà** (el ladrón entró en la casa) / **tia nắng lọt vào nhà** (el rayo del sol atravesó la casa)
lọt lòng, **vừa mới lọt lòng** (tng, đt): nacer reciente
lỗ, **cái lỗ hổng** (dt): el agujero, la brecha / **lỗ hổng của một bức tường** (la brecha de una pared); (đt), **bị lỗ**: perder beneficio (en el comercio, negocio)
lỗ mũi, **cái lỗ mũi** (dt): el agujero nasal
lỗ rốn, **cái lỗ rốn** (dt): el ombligo
lỗ vốn (tng): perder la parte invertida en el negocio
lố lăng (tt), (pt): ridículo, a / **cử chỉ lố lăng** (el gesto ridículo) / **Cách ăn mặc của ông ta thật là lố lăng.** (Su manera de vestir es ridícula.)
lộ, **bị lộ** (đt): estar revelado; (đt), **làm lộ**: revelarse
lộ liễu (tt), (pt): revelado; escotado / **ăn mặc lộ liễu** (vestir escotado); (dt), **sự lộ liễu**: lo revelador; el escote
lôi (đt): tirar, arrastrar (alguien en el suelo)
lôi kéo (đt): inducir / **lôi kéo ai đó vào một việc làm phạm pháp** (inducir a alguien para cometer un delito)
lôi thôi (tt), (pt): desaliñado, a / **ăn mặc lôi thôi** (vestir desaliñado, a)
lỗi (dt): el fallo; (đt), **bắt lỗi**: buscar el fallo
lỗi hẹn (đt): faltar a la cita / **Hắn lúc nào cũng lỗi hẹn.** (Él siempre falta a la cita)
lỗi thời (tt), (pt): anticuado, a; caducado, a; (dt), **sự lỗi thời**: lo anticuado
lối, lối đi (dt): el camino, la senda
lối ra (dt): la salida
lối vào (dt): la entrada
lội vào (đt): entrar, pasar / **lội vào nước** (caminar en el agua)

lốm đốm (tt), (pt): moteado, a / **Cái áo có màu lốm đốm.** (La camisa tiene un color moteado.)

lộm cộm (pt): molestado, a / **đồ vật lộm cộm** (las cosas que están molestando)

lồn, **cái lồn** (dt): el pubis

lộn nhào (đt): hacer voltereta; (dt), **sự lộn nhào**: la voltereta

lộn xộn (tt), (pt): desordenado, a / (dt), **sự lộn xộn**: la desorganización, el desorden

lông (dt): el peluche

lông bông (tt), (pt): vagabundo, a / **sống lông bông** (vivir como vagabundo) / **kẻ lông bông** (el vagabundo); (dt), **sự lông bông**: lo vagabundo

lông mi (dt): la pestaña

lồng, **cái lồng** (dt): la jaula / **cái lồng chim** (la jaula del pájaro)

lồng đèn, cái lồng đèn (dt): el globo

lộng quyền (đt): abusar de poder; (dt), **sự lộng quyền**: el abuso de poder

lột tả (đt): describir; (dt), **sự lột tả**: la descripción

lột xác (đt): transformarse / **lột xác hoàn toàn** (transformarse, cambiar radicalmente la imagen); (dt), **sự lột xác**: la metamorfosis, la transfiguración

lơ đãng (tt), (pt): distraído, a / **vẻ mặt lơ đãng** (el semblante distraído)

lơ mơ (tt), (pt): superficial / **sự hiểu biết lơ mơ** (el conocimiento superficial, no es profundo)

lờ đờ (tt), (pt): desanimado, a / **nhìn một cách lờ đờ** (mirar perdidamente) / **ánh nhìn lờ đờ** (la mirada perdida, desanimada)

lờ mờ (tt), (pt): confuso, a; borroso, a / **hiểu một cách lờ mờ** (entender confusamente); (dt), **sự lờ mờ**: lo confuso, lo borroso

lở loét (tt), (pt): infeccioso, a; (dt), **sự lở loét**: la infección

lỡ dịp (đt): perder una ocasión

lỡ lời (pt): equivocadamente / **nói lỡ lời** (hablar equivocadamente)

lỡ vận (tt), (pt): desafortunado, a; (đt), **bị lỡ vận**: ser desafortunado, a; (dt), **sự lỡ vận**: lo desafortunado; (dt), **thời lỡ vận, lúc lỡ vận**: la época oscura, ruina

lời khai (dt): la declaración

lời lãi (dt): la ganancia, la comisión

lời nói (dt): la palabra

lợi dụng (đt): abusar, apovecharse; (dt), **sự lợi dụng**: el abuso

lợi ích (dt): el interés, el beneficio

lợi lộc (dt): el beneficio

lợi tức (dt): la rentabilidad; (tt), **lợi tức**: rentable / **thuế lợi tức** (el impuesto sobre la renta)
lởn vởn (đt): rodear; (dt), **sự lởn vởn**: el rodeo (de una idea, un pensamiento)
lớn (tt), (pt): grande
lớn mạnh (đt): crecer / **đứa bé lớn mạnh** (el niño, la niña ha crecido)
lợn, **con lợn** (dt): el cerdo
lớp (dt): la clase
lu bù (tt), (pt): ajetreado, a; (dt), **sự lu bù**: el ajetreo
lu mờ, **bị lu mờ** (đt): ser eclipsado, eclipsarse; (đt), **làm lu mờ, làm cho lu mờ**: eclipsar
lúa, **cây lúa** (dt): el arroz; (dt), **ruộng lúa**: el arrozal
lụa (dt): la seda
luân chuyển, **sự luân chuyển** (dt): la circulación
luân lưu (tt), (pt): fluido, a / **dòng nước luân lưu** (la corriente del agua es fluida); (dt), **sự luân lưu**: la fluidez
luận án (dt): la tesis
luận bàn (đt): disertar
luận chứng (dt): el argumento
luận cứ (dt): el alegato
luận giải (đt): interpretar
luận thuyết (dt): la disertación, el discurso
luận văn (dt): la tesis, el ensayo
luật (dt): el derecho
luật dân sự (dt): el código civil
luật hình sự (dt): el código penal
luật lệ (dt): la reglamentación
luật pháp (dt): la ley, la legislación
luật sư (dt): el abogado
lúc đó (dt): aquel momento
lúc lắc (đt), balancear; (dt), **sự lúc lắc**: el balanceo
lúc này (dt): este momento
lúc nãy (dt): el momento anterior
lục, lục lọi (đt): hurgar / **lục túi để tìm chìa khóa** (hurgar en el bolsillo para encontrar la llave)
lục bát, **thơ lục bát** (dt): la prosa lục bát (un estilo de prosa estructurado una serie de seis palabras y en otra de ocho)

lục chiến, **tàu hải quân lục chiến** (tng): la marina de guerra (barcos de la marina republicana)
lục địa (dt): el continente
lục giác, **hình lục giác** (dt): el hexágono
lục tìm (đt): buscar
lui, **đi lui** (đt): ir atrás
lùi, **đi lùi** (đt): ir atrás / **sự việc đi lùi** (la cosa va bajando) / **lùi xe** (dar marchar atrás)
lủi thủi (pt): solitario, a; aislado, a / **sống lủi thủi một mình** (vivir solitario, a)
lúm, **cái má lúm đồng tiền** (dt): el hoyuelo
lùn (tt), (pt): bajito, a / **hơi bị lùn** (un poco bajito, un poco bajita) / **người lùn** (el enano, la enana)
lún, **bị lún xuống** (đt): hundirse; (đt), **làm lún xuống**: hundir
lụn bại, **sự lụn bại** (dt): la ruina; (đt), **bị lụn bại**: arruinarse, quebrar; (đt), **làm cho lụn bại**: arruinar
lung lay (đt): agitar; (dt), **sự lung lay**: la agitación
lung linh (tt), (pt): brillante; (dt), **sự lung linh**: la brillantez, lo brillante
lùng bắt (đt): buscar, capturar
lủng củng (pt): no fluido, a / **nói lủng ca lủng củng** (hablar de forma no fluida)
lũng đoạn (tt), (pt): acaparador, a; (đt), **làm lũng đoạn**: acaparar / **lũng đoạn kinh tế thị trường** (acaparar la economía de mercado); (dt), **sự lũng đoạn**: lo acaparador
lúng túng (tt), (pt): nervioso, a / **nói một cách lúng túng** (hablar nerviosamente); (dt), **sự lúng túng**: el nerviosismo
luộc (đt): cocinar, hervir
luôn luôn (pt): siempre
luồn cúi (tt), (pt): adulador, a; (dt), **sự luồn cúi**: la adulación
luồng (dt): la corriente / **luồng gió** (la corriente del aire) / **luồng khí** (la corriente de energía)
luống cày, **cái luống cày, cái luống đất** (dt): el surco, la zanja
luống tuổi (tt), (pt): mayor; (dt), **sự luống tuổi**: el retraso en la edad / Ông ta đã luống tuổi rồi mới lấy vợ. (Él se casó cuando era mayor)
lương thiện (tt), (pt): bondadoso, a; (dt), **sự lương thiện**: el bien, la bondad / **làm một người lương thiện** (ser una persona de bien)
lụt (dt): diluvio
lũy, **cái thành lũy** (dt): la muralla

lụy tình (đt): estar loco de amor
luyến ái, **sự luyến ái** (dt): el enamoramiento
luyến tiếc, **sự luyến tiếc** (dt): la reminiscencia; (đt), **luyến tiếc**: tener reminiscencia / **luyến tiếc một thời đã qua** (tener la reminiscencia de una época que ya pasó) / **luyến tiếc qúa khứ** (tener reminiscencia de pasado)
luyện, luyên tập (đt): entrenar; (dt), **sự luyện tập**: el entrenamiento
luýnh quýnh, luýnh ca luýnh quýnh (tng): nervioso, a / **Hắn cứ luýnh ca luýnh quýnh.** (Está muy nervioso.)
lừ đừ (pt): hecho polvo; desanimado, a / **Anh ta lúc nào cũng lừ đừ.** (Él siempre está desanimado.)
lữ hành, **người lữ hành** (dt): el caminante
lữ khách, **người lữ khách** (dt): el viajero, la viajera
lừa, **con lừa** (dt): el burro, el asno
lừa bịp (đt): engañar, estafar; (dt), **sự lừa bịp**: el engaño; (dt), **kẻ lừa bịp**: el estafador, la estafadora
lừa dối (đt): engañar, estafar; (dt), **sự lừa dối**: el engaño; (dt), **kẻ lừa dối**: el estafador, la estafadora
lừa gạt (đt): engañar, estafar; (dt), **sự lừa gạt**: el engaño; (dt), **kẻ lừa gạt**: el estafador, la estafadora
lửa (dt): el fuego
lựa (đt): seleccionar
lựa chọn (đt): seleccionar; (dt), **sự lựa chọn**: la selección
lực (dt): la fuerza / **lực đẩy Ác si mét** (el principio de Arquímedes)
lưng, **cái lưng** (dt): la espalda
lưng chừng (pt): a mitad / Anh ta làm cái gì cũng lưng chừng. (Todo se hace a mitad.)
lưng còm, cái lưng còm (dt): la joroba
lừng lẫy (tt): célebre / **danh tiếng lẫy lừng** (la gran celebridad, la gran fama)
lửng (tt), (pt): corta / **áo lửng** (la camisa corta)
lững lờ (tt), (pt): errante / **mây trôi lững lờ** (las nubes van errantes)
lững thững (tt), (pt): lento, a / **dáng đi lững thững** (la forma de caminar es lenta)
lười (tt), (pt): perezoso, a; vago, a
lười biếng (tt), (pt): perezoso, a; vago, a; (dt), **sự lười biếng**: la indolencia
lười nhác (tt), (pt): perezoso, a; vago, a; (dt), **sự lười nhác**: la indolencia
lưỡi, **cái lưỡi** (dt): la lengua

lưỡi liềm, cái lưỡi liềm (dt): la hoz / **trăng lưỡi liềm** (la luna creciente)
lưới, cái lưới (dt): la red / **cái lưới đánh cá** (la red de pescar)
lườm nguýt (đt): ojear
lượm (đt): recoger / **lượm thóc** (recoger arroz)
lươn, con lươn (dt): la anguila
lươn lẹo (tt), (pt): engañoso, a; astuto, a / **con người lươn lẹo** (la persona engañosa); (dt), **sự lươn lẹo**: lo engañoso, la astucia
lượn sóng (tt), (pt): ondulado, a / **mái tóc lượn sóng** (la cabellera ondulada); (dt), **sự lượn sóng**: la ondulación; (đt), **làm lượn sóng**: ondular
lương = lương hướng = lương bổng (dt): el salario
lương tâm (dt): la conciencia
lương thiện (tt), (pt): honesto, a / **người lương thiện** (la persona honesta); (dt), **sự lương thiện**: la honestidad
lương y (dt): el curandero, la curandera
lường (đt): engañar, estafar
lường gạt (đt): engañar, estafar; (dt), **sự lường gạt**: el engaño; (dt), **kẻ lừa gạt**: el estafador, la estafadora
lưỡng lự (tt), (pt): indeciso, a / **thái độ lưỡng lự** (la actitud indecisa) / **quyết định một cách lưỡng lự** (decidir indecisamente); (dt), **sự lưỡng lự**: la decisión
lưỡng quyền (dt): el pómulo
lưỡng tính (tt), (pt): andrógino, a / **người lưỡng tính** (la persona andrógina) / **Anh ta là người lưỡng tính.** (Él es andrógino.)
lượng, số lượng (dt): la cantidad; (dt), **chất lượng**: la calidad; (đt), **lượng sức**: calcular, suponer
lượng thứ (đt): perdonar; (dt), **sự lượng thứ**: el perdón
lướt qua (đt): echar un vistazo / **lướt qua một vấn đề** (echar un vistazo a un tema) / **đọc lướt qua** (hojear)
lướt thuyền (đt): navegar por la barca
lướt ván (đt): hacer surfing; (dt), **môn lướt ván**: el surfing, el surf; (dt), **người lướt ván**: el, la surfista
lướt tha lướt thướt (thn): sobrante / **áo dài lướt tha lướt thướt** (el traje es sobrante)
lượt thượt (tt), (pt): sobrante / **áo dài lượt thượt** (el traje es sobrante)
lưu động (đt): circular; (dt), **sự lưu động**: la circulación, el movimiento

lưu lạc (tt), (pt): vagabundo, a / **con người lưu lạc** (la persona vagabunda, el vagabundo) / **sống lưu lạc** (vivir errante) / **lưu lạc kỳ hồ** (vagabundear); (dt), **sự lưu lạc**: lo vagabundo

lưu luyến (tt), (pt): nostálgico, a; (dt), **sự lưu luyến**: nostalgia

lưu manh (tt), (pt): canallesco, a / **tính lưu manh** (el carácter canallesco); (dt), **sự lưu manh**: la canallada

lưu niệm, **quà lưu niệm** (dt): el regalo, el souvenir

lưu thông (tt), (pt): circulatorio, a; (dt), **sự lưu thông**: la circulación

lưu truyền (đt): perpetuar; (dt), **sự lưu truyền**: la perpetuidad

lưu trữ (đt): conservar; (dt), **sự lưu trữ**: la conservación

lưu vong (đt): exiliar; (dt), **sự lưu vong**: el exilio

lưu vực (dt): la cuenca

lưu ý, **sự lưu ý** (dt): la atención

lựu, **trái lựu** (dt): la granada

lựu đạn, **trái lựu đạn** (dt): la bomba

Phụ âm thứ chín và chữ thứ mười lăm của bảng chữ cái
Novena consonante y decimoquinta letra del abecedario

ma, **con ma** (dt): el fantasma
ma cà rồng, **con ma cà rồng** (dt): el vampiro
ma lực (tt): magnético, a / **ma lực hấp dẫn** (la fuerza magnética)
ma qủi (dt): el diablo; (tt), **ma qủi**: diabólico / **hợp đồng ma qủi** (el contrato diabólico)
ma rốc (tt): marroquí / **nước Ma rốc** (Marruecos) / **người Ma rốc** (los marroquís) / **một người Ma rốc** (un marroquí, una marroquí)
ma sơ (dt): la monja / **một bà ma sơ** (una monja)
ma túy (dt): la droga; (dt), **người nghiện ma túy**: el drogadicto, la drogadicta
mà (lt): que / **cái mà, người mà** (el que, la que) / **đúng vậy mà** (es cierto) / **Chị ấy, người mà...** (Ella, la que...)
mà còn (lt): sino; **không những... mà còn** (no sólo... sino)
mà thôi (pt): solamente / **chỉ còn hai cái bánh mì mà thôi** (quedar solo dos panes)
mả, **cái mả** (dt): la tumba
mã, mật mã, mã số (dt): el código
mã lai (tt): malayo, a / **nguồn gốc mã lai của dân tộc Việt nam** (el origen malayo del pueblo vietnamita)
mã hiệu (dt): la marca
má (đtnx): madre
má, **cái má** (dt): la mejilla
mạ (đtnx): madre, mami (palabra vernácula)
mác, **cái mác**: la apariencia / **Anh ta chỉ có cái mác.** (Sólo tiene la apariencia.)

mác- xít, chủ nghĩa mác xít: Marxista- Leninista
mách lẻo (đt): chivar; (dt), **sự mách lẻo**: lo chivato; (dt), **người hay mách lẻo, kẻ mách lẻo**: el chivato, la chivata
mạch đập (dt): la pulsación
mạch nước ngầm (dt): el agua subterránea

mai, ngày mai (pt): mañana / **ban mai** (la aurora) / **hoa mai** (la flor de albaricoque)
mai mối, **người mai mối** (dt): el, la casamentera
mai mốt (tng): mañana o pasado mañana / **mai mốt tôi sẽ làm nó** (lo haré mañana o pasado mañana)
mai một, **làm mai một, làm cho mai một** (đt): generar carencias / **thời gian làm mai một trí nhớ** (el tiempo genera carencias de la memoria); (đt), **bị mai một**: tener carencia; (dt), **sự mai một**: la carencia
mai táng (đt): enterrar; (dt), **sự mai táng**: el enterramiento
mài, mài giũa (đt): pulir
mải miết (đt): concentrar / **mải miết làm việc** (trabajar concentrado) / **Ông ấy đã mải miết làm việc quên cả ăn.** (Él trabajó con tanta concentración que se olvidó de comer.)
mãi (pt): siempre / **cứ nói vậy mãi** (decir siempre lo mismo)
mãi mãi (pt): para siempre
mái ấm (dt, tng): el hogar / **mái ấm che thân** (la casa, el techo, el hogar) / **mái ấm gia đình** (el hogar, la familia)
mái che, **cái mái che** (dt): el tejadillo
mái nhà, **cái mái nhà** (dt): el techo, el tejado
mái tóc (dt): la melena
mại dâm, **nghề mại dâm** (dt): la prostitución
man (tng): loco, a / **bị man man** (estar ligeramente alocado)
man di, **người man di** (dt): el salvaje, la persona tribal
man mác (pt): melancólico, a / **nỗi buồn man mác** (la tristeza melancólica)
man trá (tt), (pt): farsante / **một kẻ man trá** (un farsante); (dt), **sự man trá**: lo farsante
màn ảnh, **cái màn ảnh** (dt): la pantalla
màn, **cái màn cửa** (dt): la cortina / **cái màn cửa sổ** (la cortina de la ventana)
mãn hạn, **sự mãn hạn** (dt): la terminación / **mãn hạn hợp đồng** (el final del contrato)

mãn khóa (tng): fin de curso

mãn kinh, **tuổi mãn kinh, sự mãn kinh** (dt): la menopausia

mãn nguyện (đt): satisfacer; (dt), **sự mãn nguyện**: la satisfacción

mạn phép (đt, tng): atreverse, permitirse / **Tôi xin mạn phép nói điều này.** (Me permito decir esto.); (dt), **sự mạn phép**: el atrevimiento

mang (đt): llevar, traer

mang bệnh (đt): padecer una enfermedad, tener una enfermedad

mang nợ (đt): tener una deuda

mang ơn (đt): deber un favor

mang tiếng, **bị mang tiếng** (đt): tener mala reputación

màng nhĩ, **cái màng nhĩ** (dt): el tímpano

màng tang, **cái màng tang** (dt): la sien

mảng, cái mảng (dt): la parte, la zona / **mảng sáng** (la zona de luz, la zona iluminada) / **mảng tối** (la zona sombreada)

mãng cầu (tt): chirimoya; (dt), **trái mãng cầu**: la chirimoya; (dt), **cây mãn cầu**: el chirimoyo

máng cỏ, **cái máng cỏ** (dt): el belén

mạng che **mặt, cái mạng che mặt** (dt): el velo

mạng lưới (dt): la red

mạng xã hội (dt): la red social

mảnh, **cái mảnh** (dt): el fragmento, el trozo, la pieza; (đt), **chia mảnh**: fragmentar, trocear

mảnh đất (dt): el terreno

mảnh khảnh (tt), (pt): fino, a / **thân hình mảnh khảnh** (el cuerpo refinado)

mảnh mai (tt), (pt): fino, a / **thân hình mảnh mai** (el cuerpo refinado)

mãnh liệt (pt): intensamente / **sống mãnh liệt** (vivir intensamente)

mãnh thú (dt): el feroz

mánh khóe (dt): la intriga

mạnh, mạnh mẽ (tt), (pt): fuerte / **thế lực mạnh mẽ** (el poder fuerte) / **một người mạnh mẽ** (una persona fuerte); (dt), **sự mạnh mẽ**: la potencia

mạnh bạo (tt), (pt): atrevido, a / **cử chỉ mạnh bạo** (el gesto osado); (đt), **mạnh bạo**: atreverse / **mạnh bạo mở lời** (atreverse hablar); (dt), **sự mạnh bạo**: el atrevimiento

mạnh dạn (tt), (pt): atrevido, a; valiente / **tính mạnh dạn** (el carácter valiente) / **mạnh dạn làm một việc gì đó** (ser valiente para hacer algo); (dt), **sự mạnh dạn**: la valentía

mạnh khỏe (tt), (pt): sano, a / **con người mạnh khỏe** (la persona sana) / **Cậu bé rất mạnh khỏe.** (El niño es muy sano.); (dt), **sự mạnh khỏe**: lo sano

mạo hiểm (tt), (pt): aventurero, a / **một người mạo hiểm** (una persona aventurera) / **thích mạo hiểm** (gustar aventurera); (dt), **sự mạo hiểm**: la aventura

mạo nhận (đt): falsificar/ **mạo nhận tên tuổi** (falsificar el nombre); (dt), **sự mạo nhận**: la falsificación

mát (tt), (pt): fresco, a / Trời hôm nay mát. (Hoy, el tiempo está fresco.)

mát mẻ (tt), (pt): fresco, a; (dt), **sự mát mẻ**: la frescura

mát rượi (tt), (pt): fresco, a

mát tay, **người mát tay** (tng): la persona que tiene mano del curandero

mạt hạng (tt): canalla / Đồ mạt hạng! (¡Es un canalla!)

mạt vận (tt), (pt): carente / **thời mạt vận** (el período carente) / **bị mạt vận** (ser carente, estar en la ruina); (dt), **sự mạt vận**: la ruina, la carencia

màu, màu sắc (dt): el color

màu mè (tt), (pt): presumido, a / **người thích màu mè** (la persona que le gusta presumir) / **Cô ấy màu mè lắm.** (Ella es muy presumida)

màu nước (dt): la acuarela

máu (dt): la sangre

máu lạnh (dt): la sangre fría / **người có máu lạnh** (la persona fría)

máu mặt (tt), (pt): atrevido, a / **người có máu mặt** (la persona atrevida, la persona osada)

máu mủ (tt), (pt): consanguíneo, a / **có cùng máu mủ** (tener la misma consanguineidad) / **tình máu mủ** (el amor consanguíneo)

máu nóng (tng): sangre caliente / người có máu nóng (la persona caliente, la persona activa)

may (đt): coser

may mắn (tt), (pt): suerte; (dt), **sự may mắn**: la suerte

mày (đtnx): tú

máy, **cái máy** (dt): la máquina, el aparato

máy ảnh, **cái máy ảnh** (dt): la cámara

máy bay, **cái máy bay** (dt): el avión

máy đông lạnh (dt): el congelador

máy ghi âm (dt): la grabadora

máy lạnh (dt): la nevera

máy may (dt): la máquina de coser

máy quạt (dt): el ventilador

máy quay phim (dt): el video
máy tính (dt): la calculadora
mắc (tt), (pt): caro, a / **giá bị mắc** (el precio es caro)
mắc cỡ (tt), (pt): tímido, a
mắc mưu, **bị mắc mưu** (đt): caer en la trampa
mắc nợ, **bị mắc nợ** (đt): tener una deuda
mắc xương, **bị mắc một cái xương** (đt): tragarse una espina
mặc áo quần (đt): vestir
mặc đồ (đt): vestir
mặc cả (đt, tng): negociar el precio
mặc cảm, **bị mặc cảm** (đt): sentirse inferior; (dt), **sự mặc cảm**: el sentimiento de inferioridad
mặc dầu (lt): aunque / Mặc dầu trời mưa anh ta vẫn đi dạo. (Aunque estaba lloviendo, salió a pasear.)
mặc sức (lt): no parar de / Ông ta có nhiều tiền nên mặc sức đi du lịch. (Él tiene mucho dinero, por eso no para de viajar.)
mắm (dt): la salsa de pescado, o gambas / **nước mắm** (la salsa de pescado)
mắm tôm (dt): la salsa de gambas
mặn (tt), (pt): salado, a / **muối mặn** (la sal es salada) / **thức ăn bị mặn** (la comida está salada)
mặn mà (tt), (pt): salada / **vẻ đẹp mặn mà** (la belleza salada) / **cô ta rất mặn mà** (ella es salada); (dt), **sự mặn mà**: el salero
mặn nồng (tt), (pt): afectuoso, a / **tình yêu mặn nồng** (el amor intenso) / **yêu mặn nồng** (enamorarse intensamente)
măng tô, **cái áo măng tô** (dt): la gabardina
mắng, mắng chửi (đt): insultar; (dt), **lời mắng chửi**: el insulto
mắt, con mắt (dt): el ojo / **đôi mắt** (los ojos)
mắt cá, **cái mắt cá chân** (dt): el talón
mặt, **cái mặt** (dt): la cara
mặt bằng, **cái mặt bằng** (dt): el local
mặt hàng (dt): el artículo de comercio
mặt nạ, **cái mặt nạ** (dt): la máscara
mặt phải (dt): el lado derecho
mặt trái (dt): el lado izquierdo
mặt trăng (dt): la luna

mặt trời (dt): el sol

mâm, **cái mâm** (dt): la bandeja

mầm, **hạt mầm** (dt): la semilla, el germen

mầm non (tt): preescolar / **tuổi mầm non** (la edad preescolar); (dt), **trường mầm non** (dt): la guardería

mân mê (đt): manosear / **mân mê bộ râu** (manosear la barba)

mần ăn (đt): buscarse la vida

mẫn cảm (tt), (pt): sensible / **người mẫn cảm** (la persona sensible); (dt), **sự mẫn cảm**: la sensibilidad

mấp máy (pt): movido, a / **mấp máy môi** (moverse los labios)

mất, làm mất (đt): perder / **làm mất một cái gì đó** (perder algo); (dt), **sự đánh mất**: la pérdida / **mất ăn mất ngủ** (perder el apetito y tener insomnio) / **Ông ta lo lắng đến nỗi mất ăn mất ngủ**. (Él estaba tan preocupado que hasta perdió el apetito y tuvo insomnio) **mất dạy** (tt), (pt): mal educado, a; (dt), **sự mất dạy**: la mala educación

mất tích (đt): desaparecer; (dt), **sự mất tích**: la desaparición

mất trí (tt), (pt): loco, a / **người bị mất trí** (la persona que padece una enfermedad mental)

mật độ (dt): la densidad / **mật độ nước biển** (la densidad del agua) / **mật độ dân số** (la densidad de población)

mật lệnh (dt): el orden secreto

mật thám (đt): espiar; (dt), **tên mật thám**: el espía, la espía; (dt), **sở mật thám**: la agencia de espionaje

mật vụ (tt): secreto, a / **công an mật vụ** (la policía secreta) / **nhân viên mật vụ** (el agente secreto, la agente secreta)

mâu thuẫn (pt): contradictorio, a / **những ý tưởng bị mâu thuẫn** (las ideas son contradictorias); (dt), **sự mâu thuẫn**: la contradicción; (đt), **làm mâu thuẫn**: contraponerse

mầu nhiệm, **sự mầu nhiệm** (dt): el milagro

mấu chốt (dt): el meollo / **mấu chốt của vấn đề** (el meollo del asunto, la clave del asunto)

mẫu (tt): modelo, ejemplo, muestra / **kiểu mẫu** (el modelo del ejemplo) / **hàng mẫu** (la muestra) / **người mẫu** (el, la modelo); (dt), **cái mẫu**: el ejemplo

mẫu đất (dt): el terreno

mẫu thân (dt): la madre (palabra antigua)

mẫu tử, **tình mẫu tử** (dt): el afecto materno

mẫu tự, **bảng mẫu tự = bảng chữ cái** (dt): el abecedario, el analfabeto
mây (dt): la nube
mấy (ltng), (pt): cuanto, a; alguno, a; solamente / _ **Có mấy người ở cuộc họp**? (¿Cuántas personas había en la reunión?) _ **Chỉ có mấy người thôi.** (Había algunas solamente.)
me (đtnx): madre, mami
me, **trái me** (dt): el tamarindo, la fruta tamarindo; (dt), **cây me** (el tamarindo, el árbol tamarindo)
mè xửng, **kẹo mè xửng** (dt): el caramelo de sésamo
mẹ (đtnx): madre, mami
mẹ chồng (dt): la suegra
mẹ kế (dt): la madrastra
mẹ thứ (dt): la madrastra, la segunda madre
men, **chất lên men** (dt): el fermento; (đt), **làm lên men**: fermentar; (dt), **sự lên men**: la fermentación
men sứ (dt): la porcelana
mèo, **con mèo** (dt): el gato, la gata / **một con mèo đực** (un gato) / **một con mèo cái** (una gata)
méo, **méo mó** (tt), (pt): deformado, a / **nụ cười méo mó** (la sonrisa forzada) / **khuôn mặt méo mó** (la cara está deformada); (dt), **sự méo mó**: la deformación, la deformidad; (đt), **làm méo mó**: deformar
mép, **cái mép môi** (dt): la comisura de los labios
mê (đt): tener vicio; (đt), **làm mê**: anestesiar; hechizar a alguien, encantar a alguien
mê, **cơn mê** (dt): el delirio
mê cung (dt): el laberinto / **mê cung hỗn trận** (el laberinto estratégico) / **lạc hồn trong mê cung** (estar perdido en el laberinto)
mê gái, **người mê gái** (dt): el mujeriego
mê hồn (tt), (pt): magnético, a / **một vẻ đẹp mê hồn** (una belleza magnética); đt, **làm mê hồn**: atraer
mê mải (pt): concentrado, a / **làm mê mải một việc gì** (hacer algo con mucha concentración)
mê man, **bị mê man** (đt): estar inconsciente, en coma
mê ngủ, **người mê ngủ** (dt): el dormilón, la dormilona
mê sảng (đt): delirar; (dt), **sự mê sảng**: el delirio

mê tín (tt), (pt): supersticioso, a / **người mê tín** (la persona supersticiosa) / **Ông ta là một người mê tín**. (Él es un supersticioso.); (dt), **sự mê tín**: la superstición

mếch lòng, **làm mếch lòng** (đt): descontentar

mềm (tt), (pt): suave

mềm dẻo (tt), (pt): meloso, a / **nói một cách mềm dẻo** (hablar melosamente); (dt), **sự mềm dẻo**: lo meloso

mềm mại (tt), (pt): suave / **một bàn tay mềm mại** (una mano suave) / **một thân hình mềm mại** (un cuerpo elástico); (dt), **sự mềm mại**: la suavidad

mềm mỏng (tt), (pt): suave/ **nói một cách mềm mỏng** (hablar suavemente); (đt), **làm mềm mỏng**: suavizar; (dt), **sự mềm mỏng**: la suavidad

mềm nhũn (tt), (pt): blando, a / **trái cây bị mềm nhũn** (la fruta está blanda); (dt), **sự mềm nhũn**: la blandura

mềm yếu (tt), (pt): débil / **tính cách mềm yếu** (el carácter débil); (dt), **sự mềm yếu**: la debilidad

mến (đt): caer bien

mến phục (đt): admirar; (dt), **sự mến phục**: la admiración

mênh mang (tt): melancólico, a / **nỗi buồn mênh mang** (la languidez)

mênh mông (tt), (pt): inmenso, a / **biển mênh mông** (el mar inmenso, la mar inmensa); (dt), **sự mênh mông**: la inmensidad

mệnh danh (dt): el apodo / Họ đặt cho hắn mệnh danh là "mập" vì hắn rất mập. (Le pusieron de apodo "gordito" porque era gordo.)

mệnh đề (dt): la cláusula

mệnh lệnh (dt): el orden; (đt), ra mệnh lệnh: ordenar

mệnh trời (tng): el plan de Dios

mệt (đt): cansar; (dt), **sự mệt mỏi**: el cansancio, la fatiga

mệt lả (đt): agotar; (dt), **sự mệt lả**: el agotamiento

mệt nhoài (đt): agotar; (dt), **sự mệt nhoài**: el agotamiento

mệt nhừ (đt): agotar; (dt), **sự mệt nhừ**: el agotamiento

mếu máo (pt): casi llorar / **khóc mếu máo** (plañir)

mì (tt): el espagueti

mì chính (dt): el sodio

mỹ (tt): americano, a / **nước Mỹ** (Estados Unidos) / **người Mỹ** (los americanos) / **một người người Mỹ** (un americano, una americana)

mỹ nghệ (dt): la artesanía

mỹ nhân (dt): la mujer guapa, la hermosura

mỹ phẩm (dt): artículo de cosmética
mĩ thuật, ngành mỹ thuật (dt): las Bellas Artes
mị dân (đt): manipular (del gobierno al pueblo); (dt), **sự mị dân**: la manipulación del gobierno al pueblo, la demagogia
mỉa mai (tt), (pt): irónico, a / **lời nói mỉa mai** (la palabra irónica) / **nói một cách mỉa mai** (hablar irónicamente); (đt), **mỉa mai**: ironizar; (dt), **sự mỉa mai**: la ironía
mích lòng **làm mếch lòng** (đt): descontentar
miễn phí (tt): gratuito, a / **vé miễn phí** (la entrada libre)
miễn cưỡng (pt): desganado, a; (dt), **sự miễn cưỡng**: la apatía
miễn thứ (đt): disculpar; (đt), **xin miễn thứ**: disculparse / Anh ta xin miễn thứ vì đã đến trễ. (Se disculpó por haber llegado tarde.)
miếng (dt): el trozo, la pieza / **miếng bánh mì** (el trozo del pan)
miệng, **cái miệng** (dt): la boca
miệt mài (pt): curado, a; hacer codos / **miệt mài học tập** (estudiar mucho)
miệt thị (tt): desdeñable / cái vẻ miệt thị (la manera desdeñable); (đt): desdeñar, despreciar; (dt), **sự miệt thị**: el desdén, el desprecio
miêu tả (đt): describir; (dt), **sự miêu tả**: la descripción
miếu, **cái miếu** (dt): el templo
mỉm cười (đt): sonreír
mím môi (đt): apretar los labios
mìn, **qủa mìn** (dt). la bomba
mịn (tt), (pt): liso, a / **da mặt mịn màng** (el cutis suave)
minh bạch (tt): legal; claro, a/ **một công việc minh bạch** (el trabajo legal, claro); (dt), **sự minh bạch**: la claridad; (đt), **làm cho minh bạch**: aclarar
minh chứng (đt): testimoniar; (dt), **sự minh chứng**: el testimonio
minh họa (đt): ilustrar; (dt), **sự minh họa**: la ilustración
minh oan (đt): exculpar; (dt), **sự minh oan**: lo exculpatorio
minh tinh màn bạc (dt): la estrella de cine
mình (đtnx): yo / **mình nói với bạn** (yo te digo) / **tụi mình** (nosotros, as) / **cái thân mình** (yo mismo, a) / **đau khắp mình mẩy** (dolor en todo el cuerpo)
mít, **trái mít** (dt): la yaca
mịt mù (tt): oscuro, a; confuso, a / **hiểu biết mịt mù** (el conocimiento confuso) / **mù tịt** (no saber nada)
mò (đt): buscar, escudriñar / **mò kim dưới đáy biển** (buscar el agujero en el fondo del mar) (tng): difícil de encontrar

mỏ, **cái mỏ** (dt): el pico, la boca / **cái mỏ chim** (el pico del pájaro)
mỏ lộ thiên (dt): la mina
mỏ quặng (dt): la mina
móc, **cái móc áo** (dt): la percha
móc ngoặt (đt): aliar de manera corrupta; (dt), **sự móc ngoặt**: la corrupción
móc xích, **cái móc xích** (dt): el nudo
mọc (đt): brotar, crecer, salir / **Mặt trời mọc ở phương Đông**. (El sol sale del Este.) / **Thông mọc khắp rừng**. (El pino brota en todas partes del bosque.)
moi móc (đt): buscar la riña / **moi móc kiếm chuyện** (buscar la riña) / **Ông ta nhiều chuyện lắm, lúc nào cũng moi móc.** (Él tiene mucho cuento, siempre busca la riña).
mọi, **người mọi** (dt): el salvaje, el indio (que vive en la tribu) / **đồ mọi rợ!** (tng): ¡un canalla! (el insulto)
mỏm đá (dt): el espolón rocoso
mon men (đt): acercarse / đứa bé mon men tới gần một người lớn tuổi (el niño se acerca a una persona mayor de edad)
mòn, **cũ mòn** (tt), (pt): estropeado, a / chiếc áo sơ mi đã bị cũ mòn (la camisa
    está vieja)
mòn mỏi (pt): en vano / **mòn mỏi trông chờ** (estar esperando en vano) **món** (dt): el artículo, el menú / **món ăn trong ngày** (el menú de día) / **món
    hàng** (el artículo de la mercancía)
mong đợi (đt): esperar (a alguien, a una noticia); (dt), **sự mong đợi**: la espera
mong manh (tt), (pt): frágil / **cảm xúc mong manh** (el sentimiento frágil); (dt), **sự mong manh**: la fragilidad
mong mỏi (đt): esperar (a alguien, o la noticia de alguien); (dt), **sự mong mỏi**: la espera
mọng (tt), (pt): goloso, a / **trái chín mọng** (la fruta golosa) / **đôi môi mọng** (los
    labios carnosos)
mỏng (tt), (pt): fino, a / **tờ giấy mỏng** (el papel fino)
mỏng dính (tt), (pt): muy fino
móng tay (dt): la uña
mọt, **con mọt** (dt): la carcoma, la termita
mô phỏng (đt): imitar; (dt), **sự mô phỏng**: la imitación
mô tả (đt): describir, (dt), **sự mô tả**: la descripción
mô tô, **xe mô tô** (đt): la moto
mồ hôi (dt): el sudor

mồ, mồ mả (dt): la tumba, la sepultura
mổ, mổ xẻ (đt): operar; (dt), **sự mổ xẻ**: la operación; (dt), **ngành mổ xẻ**: la cirugía; (dt), **bác sĩ mổ xẻ**: el cirujano, la cirujana
mộc gỗ (tng): madera
mộc hương (dt): la mirra
mộc lan, **hoa mộc lan** (dt): la magnolia
mộc nhĩ (tng): pabellón auditivo
mộc tinh (dt): Júpiter
môi, **đôi môi** (dt): los labios
môi giới (tt): intermediario, a; mediador; (dt), **người môi giới**: el intermediario, la intermediaria, el corredor, la corredora; (dt), **sự môi giới**: la correduría
môi trường (dt): el ambiente, la circunstancia, el entorno
mồi, **con mồi** (dt): el cebo
mỗi (mt): cada / **mỗi cái** (cada cosa) / **mỗi người** (cada persona) / **mỗi người mỗi ý** (cada persona es una idea)
mối lợi (dt): el beneficio
mối tình (dt): el amor
mối tình hời (dt): el amorío
môn học (dt): la asignatura
mông, **cái mông** (dt): el culo
mông cổ (tt): mongol, a / **nước Mông cổ** (Mongolia) / **người Mông cổ** (los mongoles) / **một người Mông cổ** (un mongol, una mongola)
mồng (mtcđ): el determinativo numeral / ngày mồng một (el primer día) / ngày mồng hai (el segundo día) / ngày mồng ba (el tercer día) / ngày mồng bốn (el cuarto día) / ngày mồng năm (el quinto día) / ngày mồng sáu (el sexto día) / ngày mồng bảy (el séptimo día); ngày mồng tám (el octavo día) / ngày mồng chín (el noveno día) / ngày mồng mười (el décimo día)
mồng gà, **cái mồng gà** (dt): la cresta / **hoa mồng gà** (la flor cresta de gallo)
mồng tơi, **rau mồng tơi** (dt): la espinaca vietnamita
mộng, **giấc mộng** (dt): el sueño
mộng du (dt): el sonámbulo
mộng mơ (đt): soñar
mộng tưởng (đt): ilusionar, soñar; (dt), **sự mộng tưởng**: la ilusión
một (tt): un, uno / **số một** (el número uno) / **ngày một** (el día uno) / **tháng một** (el mes de enero) / **một người** (una persona) / **một cái** (una cosa) / **một ngày** (un día) / **một tháng** (un mes)

một chốc (dt): el momento
một chút (dt): el momento / **một chút nữa** (dentro un poco)
một đôi (dt): la pareja
một khi (lt): una vez que / **một khi đã nghĩ thì sẽ có lúc làm** (una vez que se lo piense lo habrá)
một lèo (pt): incesante, continua, a / **làm một lèo** (hacer algo de manera continua, sin parar) / **đi một lèo** (ir sin volver)
một mạch (pt): incesante, continua, a / **làm một mạch** (hacer algo de manera continua, sin parar) / **đi một mạch** (ir sin volver)
một mình (pt): solo, a / **làm cái gì đó mình** (hacer algo solo, a) / **đi một mình** (ir solo)
một mực (tt), (pt): insistente
một vài (mt): alguno, a
mơ (đt): soñar, desear / **Anh ta mơ có một chiếc xe hon đa.** (Desea tener una moto.) / **Anh đang mơ ai vậy?** (¿Con quién estás soñando?)
mơ màng (đt): soñar / **Anh ta đang mơ màng.** (Está soñando.)
mơ mộng (tt), (pt): poético, a; soñando, a / **một tâm hồn mơ mộng** (un alma poética); (đt), **mơ mộng**: soñar, ensoñar
mơ tưởng (đt): soñar / **mơ tưởng đến một người nào đó** (soñar con alguien)
mơ ước (đt): soñar, desear / **Anh ta mơ ước trở thành luật sư.** (Soñaba ser un abogado.); (dt), **sự mơ ước**: el sueño, el deseo / **mơ ước trở thành hiện thực** (el sueño se hace realidad)
mờ (tt), (pt): borroso, a; (đt), làm mờ: hacer borroso, diluir
mờ ám (tt), (pt): ilegal, oculto, a; escondido, a / **làm một việc gì đó mờ ám** (hacer algo a escondidas) / **một điều mờ ám** (un asunto ilegal)
mờ ảo (tt), (pt): borroso, a; (đt), **làm cho mờ ảo**: hacer borroso, diluir
mờ nhạt (tt), (pt): borroso, a; (đt), **làm mờ nhạt**: hacer borroso, diluir / **Thời gian đã làm mờ nhạt những kỷ niệm thời ấu thơ.** (El tiempo diluye los recuerdos de la infancia.)
mở (đt): abrir
mở rộng (đt): expandir, extender; (dt), **sự mở rộng**: la extensión
mỡ (dt): la grasa
mớ, cái mớ (dt): el atajo / **một mớ người** (un atajo de personas) / **một mớ đồ vật** (un atajo de cosas)
mợ (đtnx): la tía (la mujer del tío materno)
mời (đt): invitar; (dt), **lời mời**: la invitación

mới (tt), (pt): nuevo, a / **cái áo này mới** (esta camisa es nueva) / **một người bạn mới** (un amigo nuevo, una amiga nueva)

mới lạ (tt), (pt): nuevo, a; diferente; (dt), **sự mới lạ**: la diferencia; lo nuevo

mớm (đt): dar de comer a un bebé

mơn mởn (tt), (pt): fresco, a; verdoso, a / **cây xanh mơn mởn** (los árboles son verdosos) / **vẻ đẹp mơn mởn** (la belleza fresca, juvenil); (dt), **sự mơn mởn**: la frescura

mơn trớn (đt): acariciar; (dt), **sự mơn trớn**: la caricia

mù, người mù (dt): el ciego

mù chữ, sự mù chữ (dt): el analfabetismo; (dt), **người mù chữ**: el analfabeto, la analfabeta

mù khơi (tt): lejano, a / **chốn mù khơi** (el lugar muy lejano)

mù sương (tt), (pt): nublado, a / **trời mù sương** (el tiempo está nublado)

mủ (dt): el pus / **cái mụt mủ** (el grano purulento)

mũ, cái mũ (dt): la gorra, el sombrero

mua, mua đồ (đt): comprar; (dt), **đồ mua**: la compra

mua bán (đt): comprar-vender, (dt), **sự mua bán**: la compra-venta

mua chuộc (đt): sobornar; (dt), **sự mua chuộc**: el soborno

mua vui (đt): buscar la diversión; (dt), **sự mua vui**: la diversión

mùa (dt): la estación

mùa đông (dt): el invierno

mùa hạ (dt): el verano

mùa hè (dt): el verano

mùa thu (dt): el otoño

mùa xuân (dt): la primavera

múa (đt): danzar; (dt), **điệu múa**: la danza

múa rối (dt): el guiñol

múc (đt): coger / **múc canh** (coger la sopa)

mục đích (dt): la finalidad

mục đồng (dt): el niño pastor, la niña pastora

mục lục (dt): el índice

mùi (dt): el olor

mùi hôi (dt): el mal olor, el tufo, la peste, el pestazo

mùi hương (dt): el aroma

mùi thơm (dt): el buen olor, el aroma

mùi vị (dt): el sabor

mủi lòng, **sự mủi lòng** (dt): la conmoción, (đt), **làm mủi lòng**: conmover

múi, **cái múi** (dt): el trozo, el pedazo, la pieza, el huso / **một múi cam** (una pieza de naranja) / **múi giờ** (el huso horario)

mũm mĩm (tt): gordito, a / **một cậu bé mũm mĩm** (un niño gordito)

mụn (dt): el grano

muỗi, **con muỗi**: el mosquito

muối (dt): la sal

muối tiêu (tt): canoso, a / **tóc muối tiêu** (el pelo canoso)

muội = em gái (đtnx): hermana menor (palabra antigua)

muôn (mt): mucho, a; todo, a / **muôn người** (toda persona, mucha gente) / **muôn dân** (todo el pueblo)

muôn năm (pt): muchos años / **sống muôn năm** (vivir muchos años) / **độc lập muôn năm!** (¡viva la independencia!)

muôn vàn (dt): mucho, a; millones / **muôn vàn khó khăn** (millones de dificultades)

muốn (đt): querer, desear

muộn (pt): tarde; tardío, a / **đến muộn** (llegar tarde); (dt), **sự muộn màng**: lo tardío, el retraso

muông thú (dt): los animales

muỗng, **cái muỗng** (dt): la cuchara

mút (đt): chupar / **mút kẹo** (chupar el caramelo)

mưa (dt): la lluvia / **trời mưa** (está lloviendo); (đt), **mưa**: llover / **mưa như trút nước** (llover a cántaros)

mưa dông (dt): la tormenta, (lluvia fuerte y acaba rápidamente) / **một cơn mưa dông mùa hạ** (una tormenta en verano)

mưa phùn (dt): la llovizna

mửa (đt): vomitar

mức độ (dt): el nivel, el grado

mức sống (dt): el nivel de vida

mực, **con mực** (dt): el calamar

mực (dt): la tinta / **mực tàu** (la tinta china) / bình mực (el tintero)

mực thước (tt), (pt): modesto, a / **con người mực thước** (la persona modesta)

mừng (đt): alegrar

mừng quýnh (đt): alegrar mucho / **mừng quýnh nhận cái gì đó** (alegrar mucho de recibir algo)

mừng rỡ (đt): alegrar mucho / **Cô ấy đã mừng rỡ gặp chúng tôi.** (Ella se alegró mucho de vernos.)

mừng thầm (pt): contento, a; satisfecho, a

mươi = vài (mtcđ): algún; alguno, a / **mươi ngày** (algún día) / **mươi người** (alguna persona)

mười (tt): diez / **số mười** (el número diez) / **mười cái** (diez cosas) / **mười người** (diez personas) / **tháng mười** (el mes de octubre) / **ngày mười** (el día diez) / **mười ngày** (diez días) / **mười tháng** (diez meses)

mười một (tt): once / **số mười một** (el número once) / **ngày mười một** (el día once) / **tháng mười một** (el mes de noviembre) / **mười một tháng** (once meses) / **mười một ngà**y (once días)

mười hai (tt): doce / **số mười hai** (el número doce) / **ngày mười hai** (el día doce) / **tháng mười hai** (el mes de diciembre) / **mười hai tháng** (doce meses) / **mười hai ngày** (doce días)

mười ba (tt): trece / **số mười ba** (el número trece)

mười bảy (tt): diecisiete / **số mười bảy** (el número diecisiete)

mười bốn (tt): catorce / **số mười bốn** (el número catorce)

mười chín (tt): diecinueve / **số mười chín (**el número diecinueve)

mười lăm (tt): quince / **số mười lăm** (el número quince)

mười sáu (tt): dieciséis / **số mười sáu** (el número dieciséis)

mười tám (tt): dieciocho / **số mười tám** (el número dieciocho)

mười chín (tt): diecinueve / **số mười chín** (el número diecinueve)

mượn (đt): pedir prestado; (đt), **cho mượn**: prestar

mượn cớ (đt): buscar la excusa; (dt) **sự mượn cớ**: el pretexto, la excusa

mương, **cái mương** (dt): la acequia

mường tượng (đt): imaginar / **mường tượng một viễn cảnh** (imaginar un panorama, una visión), (dt), **sự mường tượng**: la imaginación

mượt (tt), (pt): liso, a / **tóc mượt** (el pelo tiene brillo)

mượt mà (tt), (pt): melodioso, a; suave / **giọng nói mượt mà** (la voz melodiosa); (dt), **sự mượt mà**: lo melodioso, la suavidad

mưu kế (dt): la intriga

mưu đồ (dt): el plan secreto, la confabulación; (đt), **có mưu đồ**: tener plan secreto, confabularse

mưu lược (tt), (pt): estratégico, a / **khả năng mưu lược** (la capacidad estratégica); (dt), **sự mưu lược**: la estrategia, la táctica; (dt), **người mưu lược**: el estratega, la estratega

mưu mô (tt), (pt): intrigante / **một con người mưu mô** (una persona intrigante); (dt), **sự mưu mô**: la intriga

mưu sự (tng): plantear, proponerse / **mưu sự tại nhân thành sự tại thiên** (el hombre propone y Dios dispone)

mưu trí (tt), (pt): inteligente / **con người mưu trí** (la persona inteligente); (dt), **sự mưu trí**: la inteligencia

Phụ âm thứ mười và chữ thứ mười sáu của bảng chữ cái
Décima consonante y decimosexta letra del abecedario

na ná (tt), (pt): semejante, similar / **giống na ná** (parecer similar) / **những cái na ná** (las cosas semejantes)
ná, **cái ná** (dt): la honda
nạc, **thịt nạc** (dt): la carne magra
nách, **cái nách** (dt): la axila
nai, **con nai** (dt): el ciervo
nài nỉ (đt): suplicar; (dt), **sự nài nỉ**: la súplica
nam (tt): masculino / **giọng nam** (la voz masculina) / **nam tính** (el carácter masculino) / **giống nam** (el masculino)
nam bán cầu (dt): el hemisferio sur
nam cao (tng): el tenor / **Nam Cao** (el nombre de un músico vietnamita)
nam bộ (dt): Vietnam del sur
nam châm (dt): el imán
nam cực (dt): el polo sur
nam giới (tt): masculino
nam nhi (dt): el joven, chico
nam nữ (dt): el chico y la chica
nam sinh (dt): el alumno
nam tính (tt), (dt), masculino; el carácter masculino / **Ông ta rất là nam tính.** (Él es muy masculino.); (dt), **sự nam tính**: lo masculino
nam tư (tt): yugoslavo, a / **nước Nam tư** (Yugoslavia) / **người Nam tư** (los yugoslavos) / **một người Nam Tư** (un yugoslavo, una yugoslava)

nan giải (tt), (pt): intricado, a / **vấn đề nan giải** (la cuestión intricada); (dt), **sự nan giải**: la dificultad, lo intricado

nan y (tt): grave / **bệnh nan y** (la enfermedad grave); (dt), **sự nan y**: la gravedad

nản chí, **làm nản chí, làm cho nản chí** (đt): desanimar, desalentar; (đt), **bị nản chí**: perder el ánimo, desalentarse; (dt), **sự nản chí**: el desánimo, el desaliento

nạn nhân (dt): la víctima

nàng (dt): la dama; (đtnx): usted) (la palabra anticuada)

nàng thơ (dt): la musa

nàng tiên (dt): la hada

nạng, **cái nạng** (dt): la muleta

nanh vuốt, **cái nanh vuốt** (dt): la garra, la zarpa

nao núng (tt), (pt): inquieto, a; intranquilo, a / **bị nao núng** (estar inquieto, a); (dt**), sự nao núng**: la inquietud, la intranquilidad

nào (ltnv): qué / **giờ nào?** (¿qué hora?); **ngày nào?** (¿qué día?) / **Anh đi ngày nào?** (¿Qué día te vas?)

não bộ, **cái não bộ** (dt): el cerebro

não nề (pt): tristemente / **khóc não nề** (llorar tristemente, gemir)

não nùng (tt), (pt): triste, exótica / **một vẻ đẹp não nùng** (una extraordinaria belleza, una belleza exótica) / **khóc một cách não nùng** (llorar tristemente, gemir)

náo động, làm náo động (đt): producer revuelo / **tin tức làm náo động** (la noticia produce revuelo); (dt), **sự náo động**: el alboroto, la agitación, el revuelo, el jaleo

náo nhiệt (tt), (pt): animado, a / **thành phố rất là náo nhiệt** (la ciudad es animada); (đt), **sự náo nhiệt**: la animación

náo nức (pt): con ganas / **náo nức chờ đợi** (esperar algo con ganas)

nạo dừa (đt): raspar el coco

nạo thai (đt): abortar; (dt), **sự nạo thai**: el aborto

nạp điện (đt): cargar electricidad

nát bét (tt), (pt): estropeado, a / **cái gì đó bị nát bét** (algo está muy estropeado, deteriorado); (đt), **làm cho nát bét**: deteriorar, dañar, estropear; (đt), **bị nát bét**: estar deteriorado; estar estropeado; (dt), **sự nát bét**: el deterioro

nạt, nạt nộ (đt): decir algo con una voz enfadada, chillar

này (mt): esta, esto / **cái này** (esta cosa) / **những quyển sách này** (estos libros) / **những người này** (estas personas)

nảy dựng (đt): montar en cólera / Hắn đã nảy dựng lên khi nghe những lời vu khống. (Montó en cólera cuando oyó los embustes.)
nảy lửa (pt): furioso, a / nhìn nảy lửa (mirar furiosamente; mirar con furia)
nảy sinh (đt): surgir / nảy sinh một ý tưởng (surgir una idea)
nãy giờ (pt): durante un rato / Tôi đã đợi chị ấy nãy giờ. (La he esperado durante un rato.)
năm (dt): el año
năm (tt): cinco / **số năm** (el número cinco) / **năm cái** (cinco cosas) / **năm người** (cinco personas) / **ngày năm** (el día cinco) / **tháng năm** (el mes de mayo) / **năm ngày** (cinco días) / **năm tháng** (cinco meses)
năm ngoái (dt): el año pasado
nằm (đt): tumbar
nằm mơ (đt): soñar (tener un sueño)
nằm ngủ (đt): dormir
nắm (đt): cerrar / **nắm tay** (cerrar la mano); (dt), **cái nắm tay**: el puño
nắm đấm, **cái nắm đấm** (dt): el puñetazo
nắm giữ (đt): preservar, sujetar, defender, guardar / **nắm giữ một vật nặng** (sujetar una cosa pesada) / **nắm giữ một vương quyền** (preservar el poder de un reino) / **nắm giữ một địa vị** (guardar un puesto) / **nắm giữ tiền bạc** (guardar el dinero)
nắn bóp (đt): masajear, dar masajes / thầy thuốc nắn bóp tay bị trật (el curandero masajea la mano descolocada)
nắn nót (tt), (pt): esmerado, a / **viết một cách nắn nót** (escribir cuidadosamente) / **chữ viết nắn nót** (la letra esmerada)
nặn, nặn tượng (đt): modelar / **nặn óc suy nghĩ** (pensar mucho, reflexionar)
năng động (tt), (pt): dinámico, a / **một con người năng động** (una persona dinámica); (dt), **sự năng động**: el dinamismo
năng khiếu (dt): el don, la capacidad innata
năng lực (dt): la capacidad
năng lượng (dt): la energía
năng suất (dt): el rendimiento
nằng nặc (đt): empeñarse, insistir / **nằng nặc làm cái gì đó** (empeñarse en hacer algo, insistir en hacer algo) / **Đứa bé nằng nặc đi theo mẹ**. (El niño insistió en ir con su madre.) / **nằng nặc đòi một cái gì đó** (empeñarse en algo)
nắng (tt): soleado, a / **nắng vàng** (el soleado dorado) / **một ngày nắng** (un día soleado) / **trời hôm nay nắng** (hoy hace sol)

nặng (tt), (pt): pesado, a / **vật nặng** (cosa pesada)
nặng vía, **người nặng vía** (dt): la persona con la energía pesada
nắp, **cái nắp** (dt): la tapa / **cái nắp nồi** (la tapa de la olla)
nắp chai, **cái nắp chai** (dt): el tapón, el tapón de la botella
nấc (đt): llorar
nấc cụt (dt): el hipo; (đt), **làm nấc cụt**: tener hipo
nấm, trái nấm (dt): el champiñón
nấn ná (đt): entretenerse / **nấn ná ở lại nhà bạn** (entretenerse quedar en la casa de amigo)
nâng (đt): levantar, elevar, alabar / **nâng một vật lên** (levantar una cosa) / **nâng một người lên** (alabar a alguien) / **nâng cao cái nền nhà** (elevar el suelo de una casa)
nâng đỡ (đt): apoyar; (dt), **sự nâng đỡ**: el apoyo
nâng niu (đt): mimar, papachar
nấp (đt): esconder
nâu (tt): marrón / **màu nâu** (el color marrón)
nấu (đt): cocinar
nấu ăn (đt): cocinar, preparar la comida
nấu sôi (đt): hervir
nấu nướng (đt): cocinar
nấy (đtnx): su, lo suyo / **người nào người nấy** (cada uno) / **mạnh ai nấy làm** (cada uno hace lo suyo) / **mạnh ai nấy trả** (cada uno paga lo suyo) / **mạnh ai nấy ở** (cada uno vive a lo suyo)
né (đt): esquivar
né tránh (đt): disimular, ignorar, esquivar; (dt), **sự né tránh**: el disimulo
ném (đt): tirar / **ném đá giấu tay** (tng): hacer algo mal y atribuirlo a otra persona
nén, **cái nén thắp hương** (dt): el incensario
nén, nén lại (đt): aguantarse, contenerse / **nén nước mắt** (contenerse las lágrimas) / **nén lòng lại** (aguantarse)
nẻo đường (dt): el camino, la senda / **nẻo đường đúng đắn** (la senda justa)
nép (đt): agazaparse / **nép vào một góc** (agazaparse, agacharse en un rincón) / **nép mình ẩn dật** (encerrarse)
nét, nét chữ (dt): la caligrafía
nét mặt (dt): el rasgo, la facción / **nét mặt đậm đà** (el rasgo marcado)

nét vẽ (dt): la pincelada
nề hà (đt): quejar / **làm việc không nề hà** (trabajar sin quejarse)
nề nếp (dt): la disciplina / **người có nề nếp** (la persona disciplinada) / **con nhà nề nếp** (la persona de buena familia, la persona educada)
nể (tt), (pt): considerado, a; (đt), **nể**: tratar con consideración
nể nang (tt), (pt): considerado, a / **thái độ nể nang đối với người già** (la actitud considerada para la persona mayor); (đt), **nể nang**: tratar con consideración; (dt), **sự nể nang**: la consideración, el respeto

nếm (đt): saborear / **nếm mùi đời** (tener experiencia de la vida)
nếm trải (đt): tener experiencia
nệm, **cái nệm, cái nệm giường** (dt): el colchón
nên (đt): deber / **làm nên danh phận** (triunfar en la vida, triunfar en el trabajo)
nên biết (đt): deber saber
nên làm (đt): deber hacer
nên thơ (tt): poético, a / **một phong cảnh nên thơ** (un paisaje poético)
nền, **cái nền** (dt): el suelo / **đắp nền nhà** (levantar el suelo)
nền tảng (dt): el fundamento, la base / **nền tảng triết học** (la base filosófica, el fundamento filosófico) / **nền tảng đạo đức** (la base, el fundamento de la ética)
nện (đt): golpetear / **nện cho hắn một trận** (dale unos golpes)
nếp nhăn (dt): la arruga
nếp sống (dt): la costumbre, el hábito
nết, **cái nết** (dt): la virtud / **cái nết đánh chết cái đẹp** (la virtud es mejor que la belleza física)
nêu gương (đt): dar un buen ejemplo
nêu ra (đt): proponer / **nêu ra một vấn đề** (proponer una cuestión)
nêu tên (đt): mencionar el nombre / **Cô giáo nêu tên từng học sinh.** (La profesora menciona el nombre de cada alumno.)
nếu không, nếu mà không (lt): si no / **nếu anh không đi** (si tú no vas) / **nếu không học thì sẽ ngu** (si no estudia, entonces será tonto)
nếu, nếu như, nếu mà (lt): si, como si / **Nếu có thời gian anh sẽ đến thăm em.** (Si tuviera tiempo, iría a verte.) / **nếu như là …** (como si fuera…) / **nếu mà là…** (como si fuera…)
nga (tt): ruso, a / **nước Nga** (Rusia) / **người Nga** (los rusos) / **một người Nga** (un ruso, una rusa)

ngả (đt): declinar, caerse / **bóng ngả về chiều** (la sombra declina en el atardecer) / **ngả về phía người nào đó** (estar de parte de alguien) / **ngả lưng một chút** (acostarse un rato) / **bị ngã** (caerse)
ngã ba đường, **cái ngã ba đường** (dt): el cruce, la intersección
ngã giá (đt): negociar el precio
ngạc nhiên, **làm ngạc nhiên** (đt): sorprender; (dt), **sự ngạc nhiên**: la sorpresa
ngai vàng (dt): el trono
ngải, **cây ngải** (dt): el ajenjo
ngái ngủ (tt): soñoliento, a / **cái mặt ngái ngủ** (el rostro soñoliento) / **hắn vẫn còn ngái ngủ** (tiene sueño todavía); (dt), **sự ngái ngủ**: la soñolencia
ngại ngùng (tt), (pt): tímido, a; (dt), **sự ngại ngùng**: la timidez
ngàn (dt): el mil
ngàn thu (tt): eterno, a / **yên giấc ngàn thu** (morir)
ngán (đt): hartar, hastiar / **Hắn đã ngán ăn đồ ngọt.** (Se hartó de comer dulces.)
ngang bằng (đt): igualar / **Hắn đã lớn ngang bằng anh trai.** (Ha igualado en altura a su hermano mayor.)
ngang tàng (tt), (pt): atrevido, a; osado, a / **tính cách ngang tàng** (la personalidad osada); (dt), **sự ngang tàng**: el atrevimiento, la osadía
ngang tầm, **sự ngang tầm** (dt): el mismo nivel / **Họ cùng ngang tầm với nhau.** (Ellos tienen el mismo nivel.)
ngành, ngành nghề (dt): la carrera, la profesión / **ngành nhà giáo** (la carrera de maestría) / **ngành kỹ sư** (la carrera de ingeniería)
ngao du (tt): viajante, viajero / **người hay ngao du** (el viajante, el viajero); (đt), **đi ngao du**: viajar
ngao ngán (đt): aburrir, hastiar; (dt), **sự ngao ngán**: el aburrimiento
ngào ngạt (tt): penetrante / **hương thơm ngào ngạt** (el aroma penetrante, el aroma intenso)
ngạo đời (tt), (pt): sarcástico, a / **người ngạo đời** (el sarcástico, la sarcástica)
ngạo mạn (tt), (pt): insolente / **một người ngạo mạn** (un insolente)
ngạo nghễ (tt), (pt): arrogante
ngáp (đt): bostezar; (dt), **cái ngáp**: el bostezo
ngạt mũi, **bị ngạt mũi** (đt): la nariz está constipada; constiparse
ngạt thở (tt), (pt): asfixiante, agobiante / **cái nóng ngạt thở** (el calor agobiante) / **đừng làm tôi ngạt thở** (no me agobie); (đt), **làm ngạt thở, làm cho ngạt thở**: asfixiar, agobiar; (đt), **bị ngạt thở**: asfixiarse, agobiarse; (dt), **sự ngạt thở**: la asfixia

ngay cả (gt), (lt): hasta, incluso / **ngay cả một đứa con nít cũng hiểu điều đó** (hasta un niño puede entender eso)

ngay lập tức (pt): enseguida, inmediata

ngay ngáy, **lo ngay ngáy** (đt): preocuparse demasiado, a

ngay ngắn (tt), (pt): recto, a; ordenado, a; arreglado, a / **dòng chữ ngay ngắn** (la línea recta) / **xếp đặt một cách ngay ngắn** (colocar ordenadamente)

ngay thật (tt), (pt): franco, a; sincero, a / **tính tình ngay thật** (el carácter franco, sincero); (dt), **sự ngay thật**: la sinceridad

ngày (dt): el día

ngày công (dt): la jornada / **một ngày làm tám tiếng** (la jornada de ocho horas al día)

ngày giỗ (dt): el aniversario

ngày hội (dt): el festival

ngày lễ (dt): el festival

ngày mai (dt): mañana

ngày mốt (dt): pasado mañana

ngày nay (tng): el día de hoy; la actualidad, esta época / **ngày hôm nay** (hoy)

ngày sinh (dt): la fecha de nacimiento, el nacimiento / **ngày tháng năm sinh** (fechas de nacimiento) / **ngày sinh tháng đẻ** (los datos de la fecha de nacimiento)

ngày Tết (dt): Tet, la fiesta del primer año en el calendario vietnamita

ngày thường (dt): la jornada ordinaria, el día normal

ngày xa xưa (dt): los viejos tiempos

ngày xửa ngày xưa (lt): érase una vez

ngáy (đt): roncar; (dt), **tiếng ngáy**: el ronco

ngắm (đt): contemplar

ngắm nghía (đt): contemplar; (dt), **sự ngắm nghía**: la contemplación

ngăn, **cái ngăn kéo** (dt): el cajón

ngăn cách (đt): separar, distanciar; (dt), **sự ngăn cách**: la separación

ngăn cấm (đt): prohibir; (dt), **sự ngăn cấm**: la prohibición

ngăn chặn (đt): impedir; (dt), sự ngăn chặn: el impedimento

ngăn ngừa (đt): prevenir / **ngăn ngừa bệnh tật** (prevenir la enfermedad)

ngăn rào (đt): vallar, emparedar, tapiar, colocar, cercar vallas

ngắn (tt), (pt): corto, a / **tóc ngắn** (el pelo corto) / **cái váy ngắn** (la falda corta)

ngắn gọn (tt), (pt): breve y preciso; conciso, a / **một bài diễn văn ngắn gọn** (una redacción breve y preciso) / **nói một cách ngắn gọn** (hablar precisamente); (dt), **sự ngắn gọn**: la concisión, la brevedad; (đt), **làm ngắn gọn**: abreviar

ngắn ngủi (tt), (pt): corto, a / **cuộc sống là ngắn ngủi** (la vida es corta)

ngắt (đt): recortar, corta, interrumpir / **ngắt cỏ** (recortar la hierba) / **ngắt hoa** (cortar la flor) / **ngắt lời** (interrumpir la conversación) / anh đừng ngắt lời tôi (no me interrumpas)

ngắt quãng (tt), (pt): entrecortado, a / **nói ngắt quãng** (hablar entrecortado)

ngặt, **lúc ngặt** (dt): el momento difícil / **tình thế ngặt nghèo** (la situación crítica)

ngân phiếu, **tấm ngân phiếu, tờ ngân phiếu** (dt): el cheque, el talón, el talonario / **trả tiền bằng ngân phiếu** (pagar con talonario)

ngâm (đt): macerar / **ngâm dưa** (macerar pepinos) / **ngâm mình trong nước biển** (macerar el cuerpo en el agua de mar) / **ngâm tay** (poner la mano en remojo)

ngâm thơ (đt): recitar poesía

ngầm (tt): subterráneo, a / **đường ngầm** (el subterráneo) / **mạch nước ngầm** (el agua subterránea)

ngấm ngầm (tt), (pt): secreto, a / **thủ đoạn ngấm ngầm** (la intriga secreta, la conspiración)

ngẫm nghĩ (đt): pensar / **ngẫm sự đời** (pensar en las cosas de la vida)

ngậm (đt): apretar / **ngậm cái gì đó trong miệng** (apretar algo en la boca) / **ngậm điếu thuốc trên môi** (sujetar el cigarrillo en los labios)

ngân nga (đt): resonar, retumbar / **Cô ấy ngân nga giọng hát.** (Ella hacía resonar su voz.)

ngân phiếu, tấm ngân phiếu (dt): el talón, el cheque / **trả tiền bằng ngân phiếu** (pagar mediante cheque)

ngân qũi (dt): la caja de ahorros, fondos

ngân sách (dt): el registro / **những dự án có trong ngân sách nhà nước** (los presupuestos que tienen en el registro del estado)

ngẩn ngơ (pt): alelado, a / **bị ngẩn ngơ trước một vẻ đẹp** (quedarse alelado ante una belleza)

ngẩn người (pt): alelado, a / **bị ngẩn người khi nghe một tin bất ngờ** (quedarse alelado ante una noticia inesperada)

ngấn (đt): marcar / **bụng bị ngấn mỡ** (el vientre marca la grasa) / **ngấn lệ đôi dòng** (los trayectos de dos lágrimas)

ngẩng đầu (đt), (tng): erguir la cabeza, erguirse
ngẩng mặt (đt), (tng): erguir el rostro, erguirse
ngập (đt): inundar, anegar / **ngập nước** (inundar) / **nước ngập** (estar anegado en agua, estar inundado en agua)
ngập ngừng (tt), (pt): indeciso, a; dudoso, a / **câu trả lời ngập ngừng** (la respuesta indecisa)
ngẫu hứng, **sự ngẫu hứng** (đt): la inspiración repentina
ngẫu nhiên (tt), (pt): casual / **sự gặp gỡ của họ là ngẫu nhiên** (el encuentro de ellos es casual) / **một trường hợp ngẫu nhiên** (una ocasión casual, una casualidad); (dt), **sự ngẫu nhiên**: la casualidad
ngấu nghiến (pt): voraz / **ăn một cách ngấu nghiến** (comer vorazmente)
ngây ngất (tt): embriagador / **mùi hương ngất ngây** (el perfume embriagador); (đt), làm ngất ngây: **embriagar** / **hương rừng làm ngất ngây** (el aroma del bosque embriaga)
nghe (đt): oír, escuchar / **nghe tiếng động** (oír el ruido) / **nghe nhạc** (escuchar música) / **nghe đài** (escuchar radio) / **nghe ngóng tin tức** (estar pendiente de la noticia)
nghe lén (đt): espiar / **nghe lén điện thoại** (espiar las conversaciones telefónicas)
nghẹn (đt): atragantarse / **nghẹn giọng** (atragantarse en la voz)
nghẹn ngào, **khóc nghẹn ngào** (đt): sollozar
nghèo (tt), (pt): pobre
nghèo đói (tt), (pt): pobre; (dt), **sự nghèo đói**: la pobreza
nghèo nàn (tt), (pt): pobre; (dt), **sự nghèo nàn**: la pobreza
nghẹt mũi (đt): la congestión nasal / **bị nghẹt mũi** (tener congestión nasal)
nghẹt thở (tt), (pt): asfixiante, agobiante; (đt), **làm nghẹt thở, làm cho nghẹt thở**: asfixiar, agobiar; (đt), **bị nghẹt thở**: asfixiarse
nghề, nghề nghiệp (dt): la profesión
nghệ sĩ (dt): la, el artista
nghệ thuật (dt): la, el arte
nghênh chiến (đt): afrentar el combate, la guerra
nghênh tiếp (đt): dar bienvenido, a; (dt), **sự nghênh tiếp**: la bienvenida
nghi (đt): sospechar, dudar
nghi ngờ (đt): sospechar, dudar; (dt), **sự nghi ngờ**: la duda, el sospechoso
nghi vấn (dt): el interrogante; (đt), **đặt nghi vấn**: interrogar
nghỉ (đt): reposar, descansar / **nghỉ trưa** (echarse una siesta, echarse la siesta)

nghỉ ngơi (đt): reposar, descansar; (dt), **sự nghỉ ngơi**: el reposo, el descanso
nghĩ, nghĩ ngợi (đt): pensar, creer
nghị án (dt): la propuesta, la proposición / **Để sửa đổi bộ luật, nhà nước đã phải thâu nhận nhiều nghị án.** (Para modificar el código legal, el Estado tenía que recibir muchas proposiciones.)
nghị luận (dt): el discurso / **nghị luận triết học** (el discurso filosófico)
nghị lực (dt): la entereza, la fortaleza / **một con người nghị lực** (una persona con entereza)
nghị quyết (dt): la resolución / **Nghị quyết ban hành của nhà nước về một bộ luật mới.** (La resolución estatal a propósito del nuevo código.)
nghĩa, ý nghĩa (dt): la significación
nghĩa bóng, nghĩa đen (dt): la significación velada de una palabra
nghĩa tình (tt), (pt): afectuoso, a; responsable / **người tình nghĩa** (la persona afectuosa y responsable); (dt), **sự tình nghĩa**: el afecto y la responsabilidad
nghịch cảnh (dt): la adversidad
nghịch lý (tt): paradójico, a / **nghịch lý toán học** (la paradójica de la matemática); (dt), **nghịch lý, điều nghịch lý**: la paradoja
nghiêm khắc (tt), (pt): estricto, a; intransigente / **bản tính nghiêm khắc** (la personalidad estricta) / **Anh ta rất là nghiêm khắc.** (Él es muy estricto.); (dt), **sự nghiêm khắc**: la intransigencia
nghiêm minh (tt), (pt): severo, a / **Luật pháp thì phải nghiêm minh.** (La ley tiene que ser severa.)
nghiêm ngặt (tt), (pt): estricto, a / **sự quản lý nghiêm ngặt của nhà nước** (el control estricto del Estado, la administración estricta del Estado)
nghiêm nghị (tt), (tt): serio, a; circunspecto, a / **cái nhìn nghiêm nghị** (la mirada circunspecta) / **thầy giáo rất nghiêm nghị** (el profesor es serio) / (dt), **sự nghiêm nghị**: la severidad, la circunspección
nghiêm trang (tt), (pt): solemne / **thái độ nghiêm trang** (la actitud solemne); (dt), **sự nghiêm trang**: la solemnidad
nghiêm trọng (tt), (pt): grave / **tình thế rất là nghiêm trọng** (la circunstancia es grave) / (dt), **sự nghiêm trọng**: la gravedad
nghiên cứu (đt): examinar, analizar; investigar (dt), **sự nghiên cứu**: el análisis, la investigación; (dt), **nhà nghiên cứu**: examinador, la examinadora
nghiền (đt): moler, machacar / **nghiền tỏi, ớt làm nước chấm** (moler el ajo y la pimienta para hacer salsa)

nghiền ngẫm (đt): meditar, pensar, darle vueltas en algo; (dt), **sự nghiền ngẫm**: la meditación
nghiến, nghiến răng (đt): rechinar
nghiện ngập, **bị nghiện ngập** (đt): tener vicio
nghiêng (đt): inclinar, inclinarse / **nghiêng cái bàn qua bên kia** (inclinar la mesa al otro lado) / **Chính kiến của anh ta nghiêng về phía cánh hữu.** (Su tendencia de política se inclina al partido a la derecha.)
nghiệp chướng (dt): el karma
nghiệp dư (tt): amateur / **một ca sĩ nghiệp dư** (una cantante amateur); (dt), **sự nghiệp dư, nghề nghiệp dư**: la afición, el hobby; (dt), **một nghiệp dư**: un amateur
nghiệp vụ (dt): la profesionalidad / **một người có nghiệp vụ** (una persona con profesionalidad, una persona competente)
nghiệt ngã (tt), (pt): vejatorio, a / **cư xử một cách nghiệt ngã** (tratar mal alguien, vejar)
nghìn thu (tt): eterno, a / **yên giấc nghìn thu** (morir)
nghinh chiến (đt): afrentar el combate, la guerra
nghinh tiếp (đt): dar bienvenido, a; (dt), **sự nghinh tiếp**: la bienvenida
ngò, rau ngò (dt): el cilantro
ngỏ lời (đt): expresar algo; decir algo / **ngỏ lời cảm ơn** (expresar agradecimiento)
ngõ cụt (dt): el callejón sin salida
ngõ hẻm (dt): el callejón
ngõ ngách (dt, tng): el callejón estrecho; los rincones de los callejones
ngọ (tt), (tng) = ngựa: caballo / **đúng giờ ngọ** (a las doce) / **tuổi ngọ** (el año de nacimiento es el del caballo)
ngọ nguậy (đt): mover / **đứa bé lúc nào cũng ngọ ngậy** (el bebé no para de moverse)
ngoài (tt), (pt): afuera, exterior / **Tôi đợi anh ở bên ngoài.** (Te espero afuera.) / **bên ngoài** (el exterior)
ngoài ra (pt): exclusivamente
ngoại (đtnx): abuela, abuelo (maternal)
ngoại (tng): exterior
ngoại bang (tt), (pt): extranjero, a / **nước ngoại bang** (el país extranjero)
ngoại cảnh (dt): el ambiente, el medio ambiente / **Cậu ấy bị ảnh hưởng bởi ngoại cảnh.** (Este chico está afectado por el ambiente.)

ngoại đạo (tt, tng): profano, a; laico, a / **Anh ta là một người ngoại đạo trong lĩnh vực hội họa.** (Él es un profano en el aspecto de pintura) / **Cô ấy không đi nhà thờ, cô ta là một người ngoại đạo.** (Ella no va a misa, es laica.)

ngoại giao (tt), (pt): diplomático, a; (đt), **ngoại giao**: relacionar; (dt), **sự ngoại giao**: la diplomacia / **Bộ ngoại giao** (Ministerio de Asuntos Exterior)

ngoại hình (dt): el físico, el aspecto exterior, la figura / **Cô ta có một ngoại hình đẹp.** (Ella tiene una bonita figura.)

ngoại khoa (dt): la medicina externa / **khoa ngoại** (la sección, el departamento de medicina interna)

ngoại quốc (tt), (pt): extranjero, a / **sản phẩm ngoại quốc** (el producto importación); (dt), **người ngoại quốc**: el extranjero, la extranjera

ngoạm (đt): atrapar, morder

ngoan (tt), (pt): bueno, a; aplicado, a / **một học trò ngoan** (un alumno aplicado, una alumna aplicada)

ngoan cố (tt), (pt): obstinado, a / **tính tình ngoan cố** (el carácter obstinado); (dt), **sự ngoan cố**: la tenacidad

ngoan cường (tt), (pt): perseverante, persistente / **Họ đã chiến đấu một cách ngoan cường.** (Ellos lucharon de manera perseverante y persistente.); (dt), **sự ngoan cường**: la persistencia

ngoan đạo (tt), (pt): religioso, a; creyente; (dt), **người ngoan đạo**: el, la creyente

ngoặc (đt): girar / **ngoặc qua phải** (girar a la derecha) / **ngoặc qua trái** (girar a la izquierda)

ngoặc đơn, **dấu ngoặc đơn** (dt): el paréntesis ()

ngoặc kép, **dấu ngoặc kép** (dt): las comillas

ngoắt tay (đt): agitar la mano para llamar a alguien, señalar

ngoắt nghéo (tt), (pt): tortuoso, a; sinuoso, a / **con đường ngoắt nghéo** (el camino tortuoso) / **miệng lưỡi ngoắt nghéo** (hablar sinuosamente)

ngọc (dt): la perla

ngọc bích (dt): la esmeralda

ngọc hoàng (dt): Zeus

ngọc thạch (dt): el jade

ngòi bút (dt): la pluma / **ngòi bút mực** (la pluma de tinte); (tng), **ngòi bút**: el estilo literal / **một ngòi bút sắt bén** (la pluma sarcástica)

ngòi viết (dt): la pluma, la punta

ngói, cái mái ngói (dt): el tejado
ngon (tt), (pt): bueno, a; delicioso, a / **đồ ăn ngon** (la comida deliciosa) / **làm ra vẻ ta đây ngon lắm** (le gusta ponerse chulo) / **lời nói ngon ngọt** (palabras engañosas)
ngọn (dt): la cima / **ngọn núi** (la cima del monte) / **ngọn sóng** (la cima de la ola)
ngọn cỏ (dt): la hierba
ngọn gió (dt): el viento
ngón tay (dt): el dedo
ngón cái (dt): el pulgar
ngón áp út (dt): el dedo anular
ngón giữa (dt): el dedo corazón
ngón trỏ (dt): el dedo índice
ngón út (dt): el meñique
ngóng (đt): esperar
ngóng chờ (đt): esperar; (dt), **sự ngóng chờ**: la espera
ngóng đợi (đt): esperar; (dt), **sự ngóng đợi**: la espera
ngọt (tt), (pt): dulce / **cái bánh ngọt** (un pastel, un dulce) / **nói ngọt, dỗ ngọt** (seducir con la palabra)
ngô, củ ngô (dt): la patata vietnamita
ngô nghê (tt), (pt): bobo, a; tonto, a
ngộ (tt), (pt): gracioso, a / **cô bé ngộ nghĩnh** (la niña graciosa, la rapaza)
ngộ (tng): ascender; ascensional; desvelarse / **Ông ta tu hoài không ngộ.** (Con tanta meditación, no se desveló.)
ngộ độc, bị ngộ độc (đt): intoxicarse / **thức ăn bị ngộ độc** (la comida está intoxicada)
ngôi, ngôi thứ (dt): el morfema / **ngôi thứ nhất: tôi** (la primera persona: yo) / **ngôi thứ hai: anh, chị, em...** (la segunda persona: tú) / **ngôi Cha, ngôi Con và ngôi Thánh Thần** (El Padre, El Hijo y El Espíritu Santo)
ngôi vua (dt): el trono
ngôi sao (dt): la estrella
ngồi (đt): sentar; (dt), **chỗ ngồi**: el asiento, el sitio
ngôn ngữ (dt): la lengua, el idioma; (dt), **ngôn ngữ học**: la lingüística; (dt), **nhà ngôn ngữ học**: el lingüístico, la lingüística
ngổn ngang (pt): desordenado, a / **đồ đạc ngổn ngang** (la cosa está desordenada); (dt), **sự ngổn ngang**: el desorden

ngông, ngông ngông (tt), (pt): extravagante / Tôi nghĩ rằng một ca sĩ thì phải ăn mặc ngông ngông một chút. (Yo creo que un cantante debe vestir un poco extravagante.)

ngờ vực (đt): sospechar; (dt), **sự ngờ ngực**: el sospechoso

ngỡ ngàng (tt), (pt): sorprendente; dt), **sự ngỡ ngàng**: la sorpresa

ngớ ngẩn (tt), (pt): estúpido, a; (dt), **sự ngớ ngẩn**: la estupidez

ngu (tt), (pt): tonto, a; bobo, a / **Hắn ngu lắm.** (Es muy tonto.); (đt), **làm ngu**: tontear

ngu dại (tt), (pt): tonto, a; bobo, a; (dt), **sự ngu dại**: lo bobada

ngu ngốc (tt), (pt): tonto, a; bobo, a (dt), **sự ngu ngốc**: lo bobada

ngủ (đt): dormir; (dt), **giấc ngủ**: la dormida

ngũ cốc (dt): el cereal / **bột ngũ cốc** (el gofio)

ngũ giác (tt): pentágona, (dt), **hình ngũ giác**: el pentágono

ngũ quan (dt): los cinco sentidos

ngũ sắc (dt): los cinco colores

ngũ tạng (dt): las cinco vísceras

ngũ vị hương (dt): cinco especias / **bột ngũ vị hương** (polvo de cinco especias)

ngụ ngôn (dt): la fábula

ngụ ý (tt), (pt): alegórico, a / **những hình ảnh ngụ ý** (las imágenes alegóricas); (dt), **sự ngụ ý**: la alegoría

nguây nguẩy (đt): menear / **nguây nguẩy cái đuôi** (menear la cola)

ngúc ngắc (đt): sacudir / **ngúc ngắt cái đầu** (sacudir la cabeza)

ngùn ngụt (pt): inundado, a / **khói bốc ngùn ngụt** (está inundado de humo)

nguội, bị nguội (đt): enfriarse / **đồ ăn bị nguội** (la comida se está enfriando); (đt), **làm cho nguội**: enfriar

nguồn (dt): la fuente / **nguồn cảm hứng** (fuente de inspiración) / **nguồn hạnh phúc** (la fuente de la felicidad) / **nguồn sống** (fuente de la vida) / **nguồn năng lượng** (fuente de energía)

nguồn gốc (dt): el origen

nguy biến (tt) (pt): grave; crítico, a / **bác sĩ theo dõi sự nguy biến của bệnh** (el médico observa el estado crítico de la enfermedad); (dt), **sự nguy biến**: la gravedad

nguy hiểm (pt), (pt): peligroso, a; (dt), **sự nguy hiểm**: el peligro

nguy ngập (tt), (pt): crítica, carente / **tình trạng nguy ngập về kinh tế** (la situación crítica sobre economía); (đt), **bị nguy ngập**: decaer; (dt), **sự nguy ngập**: la carencia

ngụy, ngụy tạo (đt): disimular; (dt), **sự ngụy tạo**: el disimulo / **Ông ta là ngụy.** (Él es republicano.) / **ngụy quân ngụy quyền** (soldados republicanos y el gobierno republicano)

ngụy trang (đt): enmascarar

nguyên (tng): primitivo, a; esencial; Nguyên: el nombre; Nguyễn: el apellido

nguyên âm (dt): el vocal

nguyên bản (dt): el original

nguyên chất (dt): la esencia

nguyên dạng (dt): la forma completa

nguyên lý (dt): el principio

nguyên nhân (dt): la causa

nguyên quán (dt): el lugar de nacimiento de los padres

nguyên sơ (tt): primitivo, a; (dt), **sự nguyên sơ**: el primitivismo; (dt), **thời nguyên sơ**: el primitivismo

nguyên thủy (tt), (pt): primitivo, a; indígena; (dt), **người nguyên thủy**: el indígena, la indígena; (dt), **thời nguyên thủy**: el primitivismo

nguyền rủa (đt): maldecir, chillar; (dt), **sự nguyền rủa**: la maldición

nguyện, nguyện ước (đt): desear; (dt), **sự nguyện ước**: el deseo

nguyện vọng (dt): la petición

nguyệt kị, **ngày nguyệt kị** (dt): los días lunares 5, 14 y 23 del calendario lunar de Vietnam

nguyệt thực (dt): el eclipse de luna

ngứa (dt): el picor; (đt), **bị ngứa**: tener picores

ngừa (đt): prevenir

ngừa thai (đt): prevenir un embarazo; (dt), **sự ngừa thai**: la anticoncepción; (dt), **thuốc ngừa thai**: el anticonceptivo

ngửa, **nằm ngửa** (đt): tumbarse boca arriba

ngửa tay (đt): abrir la mano / **ngửa tay xin tiền** (abrir la mano para pedir dinero)

ngữ âm (dt): el fonema / **hệ thống ngữ âm** (el alfabeto fonético) / Hệ thống ngữ âm chứ đựng cấu trúc phát âm của phụ âm và nguyên âm. (El alfabeto fonético consiste en el sonido sistemático de los fonemas consonánticos y los fonemas vocálicos.)

ngữ điệu (dt): la entonación / ngữ điệu của câu là một trong những tính chất của hệ thống ngữ vựng. (La entonación de la frase es una de las bases de la fonética y la fonología.)

ngữ pháp (dt): la gramática
ngữ vựng (dt): el fonema, la emisión fónica de la palabra
hệ thống ngữ vựng (dt): la fonética y la fonología
ngự trị (đt): pervivir, ocupar / **Hình ảnh bất hủ của Marylin Monroe vẫn luôn ngự trị trong lòng mọi người.** (La imagen inmortal de Marilyn Monroe pervive en el corazón de la gente.) / **ngự trị trên ngai vàng** (ostentar el trono, detentar la corona)
ngự uyển, vườn ngự uyển (dt): el jardín del palacio Royal, el jardín real
ngứa (đt): picar
ngựa, con ngựa (dt): el caballo / **con ngựa trời** (el Pegaso) / **con cá ngựa** (el caballo del mar)
ngực, cái ngực, cái bộ ngực (dt): el pecho
ngưng, làm ngưng (đt): parar, interrumpir; (đt), **bị ngưng**: estar parado, estar interrumpido
ngưng đọng (đt): depositar, interrumpir, parar / **Những hạt sương ngưng đọng trên lá.** (Los rocíos se depositan en la hoja.) / **Công việc bị ngưng đọng.** (el trabajo está parado.); (dt), **sự ngưng đọng**: la parada, el deposito, la interrupción
ngưng trệ (đt): interrumpir, parar; (dt), **sự ngưng trệ**; la interrupción, la parada
ngừng (đt): parar, interrumpir; (đt), **bị ngừng**: estar parado, estar interrumpido
ngược đãi (đt): maltratar; (dt), **sự ngược đãi**: el maltrato
ngược, ngược lại (tt), (pt): al revés, al contrario; inverso, a
ngược đời (tt), (pt): anormal / **một ý kiến ngược đời** (una idea extravagante)
ngược ngạo (tt), (pt): embustero, a / **ăn nói ngược ngạo** (decir embuste); (dt), **sự ngược ngạo**: el embuste, la mentira
ngươi (đtnx): usted; (đtnx), **các ngươi**: ustedes
người, con người (dt): el hombre, la persona
người bệnh (dt): el enfermo, la enferma
người dưng (dt, tng): el desconocido, el extraño / **đối xử như người dưng** (tratar como un extraño) / **người dưng nước lã** (el desconocido)
người đẹp (dt): la guapa, la hermosura
người điên (dt): el psicópata, la psicópata; el loco, la loca
người đời (dt): la gente
người lạ (dt): el desconocido, el extraño
người mẫu (dt): el, la modelo

người nhà (dt): la parentela / **đối xử như người nhà** (tratar como la parentela)
người thân (dt): la parentela, la persona cercana
người theo đuổi (dt): el pretendiente
người tình (dt): el amante
người vượn (dt): el mono antropoide, el gibón
người xưa (dt): la gente antigua
người yêu (dt): el novio, la novia
ngưỡng, **cái ngưỡng** (dt): el umbral / **ngưỡng cửa hạnh phúc** (el umbral de la felicidad) / **ngưỡng cửa cuộc đời** (el umbral de la vida)
ngượng (tt), (pt): vergonzoso, a; avergonzado / **bị ngượng** (abochornarse; estar avergonzado) / **ngượng đỏ mặt** (ponerse colorado)
ngượng nghịu (tt), (pt): tímido, a / **cảm giác ngượng nghịu** (sentir tímido, a)
ngượng ngùng (tt), (pt): avergonzado, a; tímido, a
nha khoa (dt): la odontología
nha sĩ (dt): el dentista, la dentista; el odontólogo, la odontóloga
nhà, **cái nhà** (dt): la casa
nhà báo (dt): el periodista, la periodista
nhà bếp, **cái nhà bếp** (dt): la cocina
nhà cầu, **cái nhà cầu** (dt): el servicio
nhà chùa, **cái nhà chùa** (dt): la pagoda
nhà gái (tng): la familia de la novia / **nhà trai** (la familia del novio)
nhà giáo (tt): pedagógico, a; profesor, a / **ngành nhà giáo** (pedagogía) / **ngày nhà giáo Việt nam** (el día de los profesores vietnamitas)
nhà giam (dt): la cárcel, el internado
nhà hàng (dt): el restaurante
nhà máy (dt): la fábrica
nhà nước (dt): el Estado
nhà riêng (dt, tng): la casa, la vivienda privada, el hogar / **Anh ta đã có nhà riêng**. (Él ya tiene su propia casa) / **làm việc tại nhà riêng** (trabaja en la propia casa)
nhà rông (dt): la choza, la cabaña de paja
nhà sàn (dt): la casa de madera con dos plantas; el palafito
nhà sư (dt): el monje
nhà táng (dt): el sanatorio
nhà thơ (dt): el poeta; (dt), **nhà thơ nữ**: la poetisa

nhà thờ (dt): la iglesia / **đi nhà thờ** (ir a la misa)
nhà trai (dt): la familia del novio
nhà trẻ (dt): la guardería
nhà tu (dt): el monasterio
nhà tù (dt): la prisión, la cárcel
nhà văn (dt): el escritor; (dt), **nhà văn nữ**: la escritora
nhà văn hóa (dt): el centro cultural
nhà vệ sinh (dt): el servicio / **nhà vệ sinh công cộng** (el servicio público)
nhà xí (dt): el servicio
nhà xuất bản (dt): el editorial
nhã ý (dt): buena intención / **có nhã ý** (tener buena intención)
nhác (tt), (pt): vago, vaga / Hắn rất nhác. (Es muy vago, a.)
nhạc, âm nhạc (dt): la música / **nghe nhạc** (escuchar música) / **đi xem nhạc** (ir al concierto)
nhạc công (dt): el instrumentista, la instrumentista
nhạc cụ (dt): la percusión; los instrumentos musicales
nhạc kịch (dt): la opera
nhạc lý (dt): la musicología
nhạc sĩ (dt): el músico
nhạc sư (dt): el profesor de música
nhạc tính (tt) (pt): musical / **Đó là một bài thơ có nhạc tính.** (Es un poema que tiene música)
nhạc trưởng (dt): el director de orquesta
nhạc viện (dt): el conservatorio de música
nhai (đt): masticar
nhài, **hoa nhài** (dt): el jazmín
nhái, **con nhái** (dt): la rana
nhại (đt): parodiar
nham hiểm (tt), (pt): insidioso, a / **người nham hiểm** (la persona insidiosa, la persona intrigante); (dt), **sự nham hiểm**: la insidia
nham nhở (tt), (pt): cínico, a, indecente / **nụ cười nham nhở** (la sonrisa indecente)
nham thạch (dt): la roca
nhan đề (dt): el título
nhan sắc (dt): la belleza
nhàn hạ (tt), (pt): tranquilo, a / **cuộc sống nhàn hạ** (la vida tranquila)

nhàn rỗi (tt), (pt): ocioso, a; (dt), **sự nhàn rỗi**: el ocio
nhãn, **trái nhãn, trái nhãn lồng** (dt): el lichi
nhãn khoa (dt): la oftalmología; (dt), bác **sĩ nhãn khoa**: el oftalmólogo, la oftalmóloga
nhạn, **con chim nhạn** (dt): la golondrina
nhanh (tt), (pt): rápido, a
nhanh chóng (tt), (pt): rápido, a
nhanh gọn (tt), (pt): rápido, a
nhanh nhẹn (tt), (pt): rápido, a; ágil / **một người nhanh nhẹn** (una persona ágil); (dt), **sự nhanh nhẹn**: la rapidez
nhanh trí (tt), (pt): rápido, a / **con người nhanh trí** (una persona que piensa rápidamente); (dt), **sự nhanh trí**: la rapidez
nhánh lá (dt): la rama
nhào lộn (đt): voltear; (dt), **sự nhào lộn**: la voltereta; (dt), **nghệ sĩ nhào lộn**: el acróbata, la acróbata
nhão (tt), (pt): pastoso, a / **cơm bị nhão** (el arroz está pastoso)
nhạt (tt), (pt): insípido, a; soso, a / **canh bị lạt** (la sopa está insípida)
nhạt nhẽo (tt): insípido; soso, a / **Anh ta là một con người nhạt nhẽo.** (Él es un soso.); (dt), **sự nhạt nhẽo**: lo insípido
nhảy (đt): saltar; bailar / **nhảy lên** (saltar por encima) / **nhảy vào** (brincar, saltar sobre algo)
nháy mắt (đt): parpadear, guiñar el ojo
nhạy (tt), (pt): sensible
nhạy bén (tt), (pt): sensible; (dt), **sự nhạy bén**: la sensibilidad
nhạy cảm (tt), (pt): sensible; (dt), **sự nhạy cảm**: la sensibilidad
nhắc lại (đt): recordar
nhắc nhở (đt): recordar de manera reiterada; (dt), **sự nhắc nhở**: el recordatorio
nhắm mắt (đt): cerrar los ojos
nhăn mặt (đt): gesticular el rostro
nhắn, **lời nhắn** (dt): el recado / **để lại một lời nhắn** (dejar un recado, un mensaje)
nhắn tin (đt): enviar mensajes
nhắn nhủ (đt): aconsejar / **cha mẹ nhắn nhủ con cái** (los padres a aconsejan a los hijos); (dt), **sự nhắn nhủ**: el consejo

nhặt (đt): recoger / **chim sẻ nhặt thóc** (el gorrión recoge arroz) / **nhặt lá vàng rơi** (recoger las hojas amarillas que caen)

nhấc (đt): levantar, elevar / **nhấc cái gì đó lên** (levantar algo)

nhấm nháp (đt): saborear, paladear

nhân (tng): hombre, humano

nhân ái (tt), (pt): filantrópico, a; (dt), **lòng nhân ái**: la filantropía

nhân bánh (dt): el relleno de las empanadillas

nhân bản (tt), (pt): humano, a / **tính nhân bản** (la característica humana) / **rất là nhân bản** (es muy humano); (dt), **chủ nghĩa nhân bản**: el humanismo

nhân cách (dt): la personalidad; (đt), **nhân cách hóa**: personalizar

nhân công (dt): el trabajador, la trabajadora

nhân dân (dt): los ciudadanos

nhân dịp (tng): con motivo / **nhân dịp năm mới** (con motivo del año nuevo) / **nhân dịp giáng sinh** (con motivo de la navidad) / Nhân dịp năm mới, con viết vài dòng gởi đến mẹ những lời cầu chúc đầu năm... (con motivo del año nuevo, te escribo enviando mis deseos de año nuevo...)

nhân duyên (dt): el destino / Cuộc gặp gỡ của họ là là kết qủa của một nhân duyên. (El encuentro de ellos fue obra del destino.)

nhân đạo (tt), (pt): humanitario, a; filantrópico, a / **một tấm lòng nhân đạo** (un espíritu filantrópico); (dt), **chủ nghĩa nhân đạo**: la filantropía

nhân hậu (tt), (pt): bondadoso, a / **tấm lòng nhân hậu** (el corazón bondadoso); (dt), **sự nhân hậu**: la bondad

nhân loại (dt): la humanidad

nhân nhượng (tt), (pt): transigente, condescendiente; (đt), **nhân nhượng**: transigir, condescender / **càng nhân nhượng thì họ càng lấn tới** (cuanto más transigente, más se pasan); (dt), **sự nhân nhượng**: lo transigente, la condescendencia

nhân phẩm (dt): la dignidad

nhân qủa (dt, tng): la causa y el efecto

nhân quyền (dt): el derecho humano

nhân sinh quan (dt): la convicción, la ideología

nhân sự (dt): la persona

nhân tài (dt): la persona talentosa, el talento

nhân tạo (tt), (pt): artificial / **tơ nhân tạo** (el tejido artificial); (dt), **sự nhân tạo**: la artificiosidad

nhân tâm, **đắc nhân tâm** (tng): la filosofía del éxito, el arte de vivir

nhân tiện (đt): aprovechar / nhân tiện em đang ở gần nên ghé sang thăm anh (aprovecho que estoy cerca para pasar a verte); (dt), **sự nhân tiện**: el aprovechamiento
nhân tình (dt): el amante, la amante
nhân từ (tt), (pt): benévolo, a; benevolente; (dt), **sự nhân từ**: la benevolencia
nhân vật (dt): el personaje / **một nhân vật nổi tiếng** (el famoso, la famosa)
nhân viên (dt): los trabajadores / **một nhân viên văn phòng** (un oficinista, una oficinista) / **một nhân viên nhà nước** (un funcionario de Estado, una funcionaria de Estado)
nhẫn, **cái nhẫn** (dt): el anillo / **cái nhẫn đính hôn** (el anillo de compromiso) / **cái nhẫn cưới** (el anillo de boda)
nhẫn nhịn (đt): aguantarse, contenerse; (dt), **sự nhẫn nhịn**: el aguante
nhẫn nhục (đt): soportar una ofensa; aguantarse; (dt), **sự nhẫn nhục**: la resignación, el aguante
nhẫn tâm (tt), (pt): despiadado, a / **con người nhẫn tâm** (la persona despiadada)
nhấn, nhấn mạnh (đt): hacer hincapié, poner énfasis
nhận (đt): recibir / **người nhận** (el destinatario)
nhận chìm (đt): hundir; (dt), **sự nhận chìm**: el hundimiento
nhận dạng (đt): identificar / **nhận dạng một tên tội phạm** (identificar a un delincuente); (dt), sự nhận dạng: la identificación
nhận định (đt): considerar, conceptuar, estimar / Họ nhận định anh ta là một bác sĩ giỏi. (Le consideran un buen médico.); (dt), **sự nhận định**: la consideración, el convencimiento
nhận lỗi (đt): reconocer un error, confesar (dt), **sự nhận lỗi**: la confesión, la aceptación de un error
nhận lời (đt): aceptar / **nhận lời mời** (aceptar la invitación) / **nhận lời làm một việc gì** (aceptar hacer algo); (dt), **sự nhận lời**: la aceptación
nhận ra (đt): reconocer, descubrir / **nhận ra ai đó** (reconocer a alguien) / **nhận ra một điều gì đó** (descubrir algo)
nhận thấy (đt): notar, darse cuenta de algo, percibir
nhận thức (đt): concienciar; (dt), **sự nhận thức**: la conciencia
nhận tội (đt): confesar
nhận xét (đt): hacer un comentario; criticar, considerar; (dt), **sự nhận xét**: el comentario, la opinión / **một lời nhận xét** (un comentario)

nhấp (đt): entreabrir / **nhấp giọng** (coger la voz) / **uống nước nhấp giọng** (tomar agua para humedecer la voz) / **nhấp môi** (entreabrir los labios)

nhấp nháy (đt): agitar, sacudir / **nhấp nháy lông mi** (sacudir las pestañas, agitar las pestañas)

nhấp nhỏm (tt), (pt): intranquilo, a

nhấp nhô (đt): aparecer, asomar de manera discontinua / Những ngọn đá nhấp nhô sau sóng biển. (Las rocas asoman detrás de las olas de vez en cuando.)

nhập (đt): entrar, ingresar, unir / **nhập gia tùy tục** (adaptarse al lugar en que uno se encuentra)

nhập bọn (đt): unirse a un grupo,

nhập cảng (đt): importar; (dt), **sự nhập cảng**: la importación

nhập cảnh (đt): entrar en un país; (dt), **thị thực nhập cảnh**: el visado; (đt), **xin nhập cảnh**: pedir el visado

nhập cư (đt): habilitar, establecer; (dt), **sự nhập cư**: el establecimiento, el asentamiento

nhập học, **đăng ký nhập học** (đt): matricular, matricularse en un curso

nhập hội (đt): unirse a un grupo, incorporarse a un grupo

nhập ngũ (đt): enrolarse en el ejército, enrolarse

nhập tiền (đt): ingresar dinero

nhập viện (đt): ingresar en el hospital

nhất (mt): nhất (la más, el más, lo más) / **Cô ấy xinh nhất lớp.** (Ella es la más preciosa de la clase.); (tt): primer, primero, a / **giải nhất** (el primer premio) / **người thứ nhất** (la primera persona)

nhất định (tt, pt): insistente; (đt), **nhất định**: insistir / **nhất định làm một cái gì** (insistir en hacer algo)

nhất thiết (tt), (pt): necesario, a / **một vấn đề nhất thiết** (una cuestión necesaria) / **không nhất thiết để làm điều đó** (no es necesario hacer eso)

nhất thời (tt), (pt): temporal / **cái đó chỉ là nhất thời thôi** (eso solo es temporal)

nhất trí (đt): llegar al acuerdo; estar conforme; (dt), **sự nhất trí**: el acuerdo, la conformidad

nhật (tt): japonés, japonesa / **nước Nhật** (Japón) / **người Nhật** (los japoneses) / **một người Nhật** (un japonés, una japonesa)

nhật ký (dt): el diario

nhật thực (dt): el eclipse de sol

nhậu (đt): tomar cervezas y picotear algo

nhậu nhẹt (tt), (pt): cervecero, a / **Ông ta là một người nhậu nhẹt.** (Él es un cervecero.)
nhây (đt): alargarse; ser pesado, a / **Hắn nhây lắm.** (Es muy pesado.)
nhẹ (tt), (pt): ligero, a
nhẹ dạ (tt), (pt): crédulo, a / **người nhẹ dạ** (la persona crédula) / **hắn rất là nhẹ dạ** (es muy crédulo, a)
nhẹ nhõm (tt), (pt): ligero, a / **cảm giác nhẹ nhõm** (sentir algo ligero)
nhẹ vía (tng): energía positiva / **người nhẹ vía** (la persona que tiene energía positiva)
nhen (đt): encender / **nhen lửa** (encender el fuego)
nhen nhóm (đt): encender / **nhen nhóm tình cảm** (encender el amor)
nheo mắt (đt): entrecerrar los ojos
nhét (đt): rellenar
nhễ nhại (tt), (pt): sudoroso, a / **mồ hôi nhễ nhại** (lleno de sudor)
nhếch mép (đt): mover la comisura de los labios / **cười nhếch mép** (sonreír irónicamente)
nhếch nhác (tt), (pt): descuidado, a / **ăn mặc nhếch nhác** (vestir de manera descuidada); (đt), **sự nhếch nhác**: el descuido, la negligencia
nhi đồng (tt): infantil / **tuổi nhi đồng** (la infancia)
nhí nha nhí nhảnh (tt), (pt), (tng): alegre, alegremente / Cô bé cười nhí nha nhí nhảnh. (La niña ríe con alegría.)
nhị nguyên (dt): la dualidad / **thuyết nhị nguyên** (el dualismo)
nhiễm bệnh, **bị nhiễm bệnh** (đt): coger la enfermedad; (dt), **làm nhiễm bệnh**: contagiar la enfermedad; (dt), sự nhiễm bệnh: el contagio de la enfermedad
nhiễm độc, **bị nhiễm độc** (đt): intoxicarse; (dt), **sự nhiễm độc**: la intoxicación
nhiễm sắc thể (dt): el cromosoma / Tế bào của cơ thể con người chứa bốn mươi sáu nhiễm sắc thể. (Las células del cuerpo humano tienen cuarenta y seis cromosomas.)
nhiễm trùng, **sự nhiễm trùng** (dt): la infección / **bị nhiễm trùng** (tener infección)
nhiễm từ (tt): magnético, a; (dt), **sự nhiễm từ**: el magnetismo
nhiễm xạ, **sự nhiễm xạ** (dt): la radiación
nhiệm chức (đt): recibir el nuevo puesto
nhiệm kỳ (dt): la legislatura / **nhiệm kỳ của một tổng thống** (la legislatura de un presidente)
nhiên liệu (dt): el combustible

nhiếp ảnh, nghành nhiếp ảnh (dt): la fotografía; (dt), **nghệ sĩ nhiếp ảnh**: el fotógrafo, la fotógrafa
nhiệt (dt): el calor / **máy giữ nhiệt** (el termo)
nhiệt độ (dt): la temperatura; (dt), **cái đo nhiệt**: el termómetro
nhiệt lượng (dt): la caloría / Kẹo sô cô la có chứa nhiều nhiệt lượng. (El chocolate tiene muchas calorías.)
nhiệt liệt (pt), (tng): entusiasta / **tiếng vỗ tay nhiệt liệt** (un fuerte aplauso) / **hoan hô nhiệt liệt** (aplaudir fuerte) / **nhiệt liệt chào mừng** (vitorear, ovacionar)
nhiệt thành (tt), (pt): leal, entusiasta; (dt), **sự nhiệt thành**: el entusiasmo; la lealtad
nhiệt tình (tt), (pt): entusiasta / **đối đãi nhiệt tình** (tratar con entusiasmo); (dt), **sự nhiệt tình**: el entusiasmo
nhiêu khê (tt), (pt): complicado, a / **một vấn đề nhiêu khê** (una cuestión complicada) / **thật là nhiêu khê** (ser complicado)
nhiều (mt, pt): mucho, a / **nhiều người** (mucha gente) / **nhiều thứ** (muchas cosas) /nhiều lời (muchas excusas) / **làm việc nhiều** (trabajar mucho) / **ăn nhiều** (comer mucho)
nhiễu loạn, **làm nhiễu loạn** (đt): perturbar / **làm nhiễu loạn an ninh trật tự công cộng** (perturbar la seguridad pública)
nhím, **con nhím** (dt): el erizo
nhìn (đt): mirar
nhìn chung (dt): en general / **nhìn chung, mọi thứ đều ổn** (en general, todo va bien)
nhìn nhận (đt): reconocer; valorar, considerar / **nhìn nhận đã làm một cái gì** (reconocer haber hecho algo) / **nhìn nhận cái gì** (valorar o reconocer algo)
nhín (đt): moderar, disminuir / **nhín tiêu xài** (moderar gastar) / **nhín ăn** (comer menos)
nhịn (đt): moderar, disminuir; resistir / **nhịn để khỏi cãi** (resistir a la provocación) / **nhịn ăn nhịn mặc** (ahorrar) / **nhịn ăn** (no comer)
nhịp điệu (tt), (pt): rítmico, a / **thể dục nhịp điệu** (gimnasia rítmica); (dt), **nhịp điệu**: el ritmo / **nhịp điệu của một bản nhạc** (el ritmo de una canción)
nhịp nhàng (tt), (pt): armónico, a; (dt), **sự nhịp nhàng**: armonía
nhíu (đt): fruncir / **nhíu mày** (fruncir el entrecejo)
nho, **trái nho** (dt): la uva; (dt), **cây nho**: la vid

nho giáo (dt): el confucionismo / **một nhà nho** (un intelectual en el tiempo feudal)

nhỏ (tt), (pt): pequeño, a

nhỏ nhắn (tt), (pt): menudo / **Cô ta có một thân hình nhỏ nhắn.** (Ella tiene un cuerpo menudo.)

nhỏ nhẹ (tt), (pt): suave / **giọng nói nhỏ nhẹ** (la voz suave, dulce)

nhọ nhem (tt), (pt): sucio, a; pringoso, a / **cái mặt bị nhọ nhem** (la cara está sucia)

nhòa (tt), (pt): empañado, a; borroso, a / **nhòa trong ký ức** (estar borroso, a en la memoria)

nhọc, nhọc nhằn (tt), (pt): fatigoso, a / **bị nhọc** (estar fatigado, a) / **một công việc nhọc nhằn** (un trabajo fatigoso)

nhóm, **cái nhóm** (dt): el grupo

nhóm họp (đt): reunirse

nhón (đt): alzar, levantar / **nhón gót** (alzar los tacones) / **nhón chân lên** (levantar los pies)

nhổ (đt): arrancar / **nhổ cây** (arrancar un árbol) / **nhổ răng** (arrancar una muela)

nhồi (đt): rellenar; mezclar / **nhồi bột** (mezclar la masa)

nhộn nhịp (tt), (pt): animado, a / **đường phố nhộn nhịp** (la calle está animada)

nhộng, **con nhộng** (dt): la oruga, el gusano de seda / Những con nhộng hóa thành những con bươm bướm. (Las orugas se convierten en mariposas.)

nhốt (đt): internar / **nhốt ai đó vào nhà giam** (internar a alguien en la cárcel)

nhớp = dơ (tt), (pt): sucio, a / **cái áo bị nhớp** (la camisa está sucia)

nhờ, nhờ có (lt): gracia a / Nhờ có nghệ thuật loài người đã trở nên mơ mộng hơn. (Gracias a las Artes los seres humanos han resultado más poéticos.) / Nhờ Trời, tôi vẫn khỏe. (Gracias a Dios estoy bien)

nhờ (đt): pedir un favor / tôi muốn nhờ anh một việc (querría pedir te un

nhờ cậy đt): pedir un; (dt), **sự nhờ cậy**: la pedida del favor

nhờ vả (đt): pedir un favor / **Hắn lúc nào cũng nhờ vả.** (Siempre está pidiendo favores.); (dt), **sự nhờ vả**: la pedida del favor

nhớ (đt): recodar; echar de menos / nhớ ra cái gì (recodar algo) / **nhớ bạn** (echar de menos a un amigo, o una amiga)

nhớ lại (đt): rememorar, recodar / **nhớ lại cái gì đó đã qua** (rememorar algo que ya pasó)

nhớ nhung (đt): tener nostalgia; (dt), **sự nhớ nhung**: la nostalgia

nhợt nhạt (tt), (pt): pálido, tenue / **nét mặt nhợt nhạt** (la cara está pálida) / **ánh sáng nhợt nhạt** (la luz tenue)
nhu cầu (dt): la necesidad; (đt), **có nhu cầu**: tener necesidad
nhũ, nhũ cây (dt): la resina
nhũ hương (dt): el incienso
nhũ thông (dt): la resina de pino
nhũ tương, chất nhũ tương (dt): la emulsión
nhuần nhuyễn (tt), (pt): habilidoso, a / **làm gì đó một cách nhuần nhuyễn** (hacer algo habilidosamente); (dt), **sự nhuần nhuyễn**: la habilidad
nhuyễn (pt): pulverizado; (đt), **đâm nhuyễn**: pulverizar, machacar / **đâm nhuyễn tỏi ớt để làm nước chấm** (pulverizar ajo y picante para hacer salsa)
nhuận (tt): bisiesto / **Năm nay là năm nhuận.** (Este año es bisiesto.)
nhuận bút, **tiền nhuận bút** (dt): la paga para un escrito
nhuận tràng, **thuốc nhuận tràng** (dt): el laxante
nhục, **nỗi nhục** (dt): la deshonra, la humillación; (đt), **làm nhục**: humillar; deshonrar; (đt), **bị nhục**: sentirse deshonrado; sentirse humillado
nhúm, **một nhúm** (dt): una pequeña cantidad, una pequeña cuota
nhũn (tt), (pt): blando, a / **trái xoài bị nhũn** (el mango está blando)
nhún nhảy (đt): bailotear / **vừa đi vừa nhún nhảy** (caminar bailoteando)
nhún nhường (tt), (pt): modesto, a / **thái độ nhún nhường** (la actitud modesta); (đt), **tỏ vẻ nhún nhường**: mostrar modesto, a
nhún vai (đt): escoger los hombros
nhung (tt): terciopelo / **vải làm bằng nhung** (la tela que está hecha de terciopelo)
nhung nhúc (đt): pulular / **sâu bọ nhung nhúc** (los gusanos y los insectos pululan) / **một đống người nhung nhúc** (un montón de gente pululan)
nhúng (đt): meter; pringar / **nhúng vào** (meter adentro) / **nhúng ướt tay** (mojar la mano) / **nhúng tay vào chuyện phi pháp** (pringarse en un delito)
nhuốm bệnh (đt): enfermar
nhuộm màu (đt): teñir
nhút nhát (tt), (pt): tímido, a; (dt), **sự nhút nhát**: la timidez
nhụt chí, **làm nhụt chí** (đt): embotar, hacer perder el ánimo a alguien
nhụy, **cái nhụy hoa** (dt): el pistilo
như ai (pt): como todo, como todos / **Chị ấy cũng nói tiếng Anh như ai.** (Ella también habla inglés como todos.)
như vậy (pt): lo mismo / **Tất cả họ đều làm như vậy.** (Todos hacen lo mismo.)

như ý (pt): como desear / **Mong rằng mọi sự như ý.** (Que todo vaya como deseas.)

nhừ (tt), (pt): blando, a / **nấu cháo cho nhừ** (cocinar la sopa hasta que esté blanda)

nhựa (tt): plástico, a / **đồ làm bằng nhựa** (los utensilios de plástico) / **đồ nhựa** (el plástico)

nhựa cây (dt): la resina

nhức (đt): dolor / **Tôi bị nhức đầu.** (Tengo un dolor de cabeza)

nhức đầu, bịnh nhức đầu (dt): dolor de cabeza; (đt), **bị nhức đầu**: tener dolor de cabeza

nhức mỏi, bịnh nhức mỏi (dt): dolor de músculos; (đt), **bị nhức mỏi**: tener dolor de músculos

nhức răng, bịnh nhức răng (dt): dolor de muela; (đt), **bị nhức răng**: tener dolor de muela

nhức xương, bịnh nhức xương (dt): la enfermedad ósea, el dolor óseo; (đt), **bị nhức xương**: tener dolor óseo

nhưng (lt): pero / Họ thích vậy nhưng anh ta thì không. (A ellos le gustan así, pero a él no.)

nhưng mà (lt): pero / Cái nhà này đẹp nhưng mà mắc qúa. (Esta casa es bonita, pero es muy cara.)

những (mt): las, los / **những người** (las personas) / **những cái** (las cosas) / **những tâm hồn** (las almas) / **những vấn đề** (las cuestiones) / **những ai** (las que)

nhược điểm (dt): el defecto, el desperfecto

nhường, nhường nhịn (đt): ceder / **nhường chỗ** (ceder el asiento) / **nhường cơm xẻ áo** (compartir lo que se tiene)

nhường ngôi (đt): abdicar / Nhà vua nhường ngôi cho hoàng tử. (El rey abdicó en el príncipe.)

nhượng (đt): conceder

nhượng bộ (đt): conceder; (dt), **sự nhượng bộ**: la concesión

nhứt = nhất (mt): la más, el más, lo más

ni lông (dt): el nylon

nỉ, vải nỉ (dt): el fieltro / **cái mũ bằng nỉ** (el sombrero de fieltro)

nỉ non, tiếng nỉ non (dt): el arrullo / hát nỉ non (canturrear, tararear)

niêm phong (đt): empotrar, precintar / **niêm phong một cái cửa** (empotrar una puerta)

niềm nở (tt): hospitalario, a; acogedor, a / **đối đãi niềm nở** (tratar de manera acogedora) / **thái độ niềm nở** (la actitud acogedora); (dt), **sự niềm nở**: la hospitalidad
niềm tin (dt): la certeza, la convicción
niên bạ, sổ niên bạ (dt): la guía / **sổ niên bạ điện thoại** (la guía telefónica)
niên đại (dt): la Edad / **niên đại kim khí** (la Edad de los metales)
niên hiệu (dt): el apelativo / **niên hiệu của một ông vua** (el apelativo de un rey)
niên khóa (dt): el año académico / **niên khóa 2015-2016** (el curso de 2015-2016)
niên kỷ (dt): la Edad
niên thiếu (tt): adolescente; (dt), **thời niên thiếu**: la adolescencia
nín, nín khóc (đt): dejar de llorar
nịnh, nịnh hót (đt): adular; (dt), **sự nịnh hót**: la adulación
nịt, cái nịt (dt): el cinturón / **cái nịt vú** (el sujetador)
níu, níu kéo (đt): retener; aferrar / **níu kéo kỷ niệm** (retener los recuerdos) / **níu kéo ai đó** (aferrarse a alguien) / **níu kéo một cái gì** (aferrarse a algo)
no (tt), (pt): lleno, a / **no rồi** (estar lleno, a) / **no ấm, no đủ** (tener lo suficiente para vivir)
nỏ, cái nỏ (dt): la honda
nó (đtnx): él, ella
nọ (mt): aquel; aquello, a / **cô gái nọ** (aquella chica) / **cái phố nọ** (aquel pueblo)
nóc, cái nóc nhà (dt): el techo
nọc độc (dt): el veneno
noi gương (đt): seguir un ejemplo
nòi giống (dt): la raza
nói (đt): hablar, decir
nói chuyện (đt): conversar
nói ít (đt): hablar poco
nói chữ (đt): hablar literalmente, hablar ambiguamente
nói giỡn (đt): bromear
nói kháy (đt): ironizar
nói khéo (đt): hablar con ambigüedad
nói khoác (đt): jactarse
nói láo (đt): mentir

nói lóng (đt): hablar en argot
nói mỉa (đt): ironizar
nói ngọng (đt): tartamudear
nói ngọt (đt): hablar dulcemente, hablar tiernamente, hablar melosamente
nói nhiều (đt): hablar mucho
nói phách, nói phét (đt): alardear
nói quanh (đt): hablar con rodeos
nói riêng (đt): hablar en privado
nói thẳng (đt): decir con franqueza, hablar con franqueza
nói thầm (đt): susurrar
nói thật (đt): decir la verdad
nói toạc móng heo (tng): decir todo; hablar con franqueza sin ocultar nada
nói trạng (đt): alabarse
nói tục (đt): decir tacos
nói vòng (đt): hablar con rodeos
nói xấu (đt): hablar mal de alguien, despotricar
nói xỏ (đt): ironizar
non (tt), (pt): inexperto, a; prematuro, a / **trái non** (la fruta prematura) / **một nền công nghiệp còn non trẻ.** (una industria es principiante aún.)
non bộ, **cái hồ non bộ** (đt): el estanque rocalla
non choẹt (tt), (pt): juvenil; inexperto, a / **cái mặt non choẹt** (la cara juvenil)
non gan (tt), (pt): miedoso, a / **một người non gan** (una persona que no se atrever hacer algo)
non nớt (tt), (pt): inexperto, a; (đt), **sự non nớt**: la inexperiencia
non nước (tng): patria; (đt), **một cảnh non nước**: un paisaje
non sông (tng): país, patria / **non sông gấm vóc** (la patria próspera)
nõn nà (tt): liso, a y blancura / **da mặt nõn nà** (el cutis suave y blanco)
nón, **cái nón lá, chiếc nón lá** (đt): el sombrero cónico vietnamita / **chiếc nón bài thơ** (el sombrero cónico de Hué)
nòng cốt (đt): el armazón, el principal / **nòng cốt của cơ cấu** (el armazón de la estructura) / **vai trò nòng cốt** (el papel principal)
nóng (tt), (pt): calor / **Trời hôm nay nóng.** (Hoy hace calor.)
nóng bỏng (tt), (pt): ardiente, caliente / **một vấn đề nóng bỏng** (un asunto caliente) / **một trái tim nóng bỏng** (un corazón ardiente); (đt), **sự nóng bỏng**: el ardor
nóng bức (tt), (pt): mucho calor

nóng giận (đt): enfadarse, encolerizarse
nóng lòng (tt), (pt): impaciente / **Anh ta nóng lòng muộn gặp sếp của ông ta.** (Él estaba impaciente por ver a su jefe.)
nóng nảy (tt), (pt): impaciente
nóng nực (tt), (pt): mucho calor
nóng ruột (đt, tng): presentir; (đt), (tng) **sự nóng ruột**: el presentimiento
nóng tính, **người nóng tính** (đt): la persona con genio, fácilmente irritable
nóng vội (tt), (pt): deprisa, impaciente / **tính tình nóng vội** (el carácter impaciente)
nô bộc (đt): el sirviente, la sirvienta
nô lệ (tt): esclavo, a; (đt), **người nô lệ**: el esclavo, la esclava; (đt), **chế độ nô lệ**: la esclavitud
nổ (đt): explotar, (đt), **tiếng nổ**: la explosión; (đt), **tiếng súng nổ**: el tiro
nôi, **cái nôi** (đt): la cuna
nồi, **cái nồi** (đt): la olla; (đt), **cái nồi áp suất**: la olla a presión
nổi (đt): flotar / **nổi lên mặt nước** (flotar en el agua)
nổi bật (tt), (pt): eminente; (đt), **sự nổi bật**: la eminencia
nổi bọt, **làm nổi bọt** (đt): hacer espuma
nổi cáu (đt): enfadarse
nổi cơn (tng): entrar en crisis; encolerizarse / **nổi cơn bệnh** (subir la crisis de una **enfermedad**) / nổi cơn thịnh nộ (**montar en cólera, encolerizarse**)
nổi cơn điên (tng): estado crítico de una enfermedad mental; montar en cólera, encolerizarse
nổi dậy (đt): sublevarse; (đt), **sự nổi dậy**: la sublevación
nổi gân (đt): tener venas / **tay có gân** (una mano con venas)
nổi tiếng (tt), (pt): famoso, a / **rất nổi tiếng** (ser famoso, a); (đt), **sự nổi tiếng**: la fama; (đt), **người nổi tiếng**: el famoso, la famosa
nối (đt): unir
nối dõi, **người nối dõi** (đt): el, la descendiente / **nối dõi tông đường** (la descendencia)
nối lại (đt): reconciliar / **nối lại tình xưa** (reconciliarse con un viejo amor)
nối kết (đt): confluir; (đt), **sự nối kết**: la confluencia
nối tiếp (đt): suceder, extender; (đt), **sự nối tiếp**: la extensión
nội (đtnx): abuelo, abuela (paternal)
nội (tng): interior

nội bộ (dt): el interior de la organización

nội dung (dt): el contenido / **nội dung của một cuốn sách** (el contenido de un libro)

nội khoa (dt): la medicina interna / **khoa nội** (la sección, el departamento de medicina interna)

nội lực (dt): la fuerza interior / **dùng hết nội lực** (utilizar toda la fuerza)

nội tạng (dt): la víscera

nội thất (tt), (dt): interior, el interior del salón / trang trí nội thất (el diseño interior) / đồ dùng nội thất (el mobiliario)

nội trú (tt): interno, a/ một học sinh nội trú (un alumno interno, un interno); (dt), **trường nội trú**: el internado

nội vụ, **Bộ nội vụ** (dt): Ministerio del Interior

nôm, **chữ nôm, tiếng nôm** (dt): la lengua primitiva del Vietnam (dijeron)

nôm na (tt), (pt): más o menos / **nói một cách nôm na** (hablar de forma aproximada)

nôn, nôn mửa (đt): vomitar; (dt), **sự nôn mửa**: el vómito

nôn nao (tt), (pt): nervioso, a; agitado, a / **nôn nao trong lòng** (agitarse, estar nervioso, a)

nôn nóng (tt), (pt): impaciente

nông cạn (tt), (pt): superficial / **suy nghĩ nông cạn** (pensar superficialmente) / **kiến thức nông cạn** (el conocimiento superficial); (dt), **sự nông cạn**: lo superficial

nông dân (dt): los campesinos / **một người nông dân** (un campesino, una campesina)

nông học (dt): la agronomía; (dt), **kỹ sư nông học**: el agrónomo, la agrónoma

nông nhiệp, **ngành nông nghiệp** (dt): la agricultura

nông nổi (tt), (pt): imprudente / **tính tình nông nổi** (el carácter imprudente); (dt), **sự nông nổi**: la imprudencia

nông nỗi (tt), (pt): desfavorable / **tình cảnh nông nỗi** (la situación adversa, la adversidad)

nông thôn (dt). el campo

nồng cháy (tt), (pt): ardiente / **tình yêu nồng cháy** (el amor ardiente)

nồng độ (dt): la concentración / **nồng độ hóa học** (la concentración química) / **nồng độ phần trăm** (la concentración porcentual)

nồng hậu (tt), (pt): amable / **đối xử một cách nồng hậu** (tratar amablemente)

nồng nàn = nồng thắm = nồng cháy (tt), (pt): apasionado, a; ardiente / **một tình yêu nồng nàn, một tình yêu nồng thắm** (un amor apasionado, un amor ardiente)
nông trang (dt): la granja
nông trại (dt): la granja
nộp (đt): entregar, entregarse / **Giuđa nộp Chúa Giêsu** (Judas entregó a Jesús.) / **Tên tội phạm đã tự nộp mình.** (El delincuente se entregó.)
nộp thuế (đt): pagar el impuesto
nộp tiền học (đt): pagar la matrícula
nốt ruồi (dt): el lunar
nở (đt): eclosionar / **bột nở** (la levadura) / **trứng nở** (el huevo eclosiona)
nở hoa (đt): florecer
nở mũi (tng): sentirse halagado
nở trứng (đt): eclosionar el huevo; (dt), (dt), **sự nở trứng**: la explosión del huevo
nở nang (tt), (pt): pletórico / **một thân hình nở nang** (un cuerpo pletórico)
nợ (dt): la deuda
nơi (dt): el lugar / **một nơi nào đó** (algún lugar)
nơi ở (dt): el domicilio
nơi sinh (dt): el lugar de nacimiento
nới, nới lỏng (đt): aflojar / **nới lỏng dây nịt** (aflojar el cinturón)
nới tay (đt, tng): aflojar
nơm nớp (tt), (pt): nervioso, a; preocupado, a / **nơm nớp lo sợ** (estar nervioso, a; estar preocupado, a)
nụ, cái nụ (dt): el capullo / **cái nụ hoa** (el capullo de la flor)
núi, cái núi (dt): la montaña
núi rừng (dt): montaña y bosque
núm vú, cái núm vú (dt): el pezón
núm bình sữa, cái núm bình sữa (dt): la tetina de goma, la tetina del biberón
nung nấu (đt): mantener, alimentar / **nung nấu một ước mơ** (alimentar un sueño); (dt), **sự nung nấu**: el mantenimiento
nũng nịu (tt), (pt): mimoso, a
nuôi, nuôi dưỡng (đt): nutrir, criar, mantener; (dt), **sự nuôi dưỡng**: la nutria, la manutención
nuông chiều (đt): mimar
nuốt (đt): tragar, tragarse

nuốt giận (đt): tragarse la cólera, contener la cólera
nuốt sống (đt): engullir, devorar
nuột nà (tt), (pt): liso, a; suave / **một làn da nuột nà** (una piel suave y lisa)
núp (đt): esconder
nút, **cái nút** (dt): el botón / **cái nút áo** (el botón de la camisa) / **cái nút chai** (el corcho de la botella)
nữ (tt): femenino; (dt), **phái nữ**: el femenino
nữ bác sĩ (dt): la doctora
nữ ca sĩ (dt): la cantante
nữ diễn viên (dt): la actriz
nữ giáo viên (dt): la profesora
nữ giới (tt): femenino / **phong trào nữ giới** (el feminismo)
nữ hoàng (dt): la emperatriz / **nữ hoàng nhạc nhẹ** (la reina de pop)
nữ họa sĩ (dt): la pintora
nữ nghệ sĩ (dt): la artista
nữ nhi (dt): la niña, la joven
nữ sinh (dt): la alumna
nữ thi sĩ (dt): la poetisa
nữ tính (tt), (dt): femenino, a; el carácter femenino / **Cô ấy rất là nữ tính.** (Ella es muy femenina); (dt), sự nữ tính: la feminidad
nữ trang, **đồ nữ trang** (dt): la joya
nữ tu sĩ (dt): la asceta
nữ văn sĩ (dt): la escritora
nữ y tá (dt): la enfermera
nửa (tt): medio, a / **nửa trái cam** (media naranja); (dt), **một nửa**: la mitad
nửa chừng (pt): a medias / **làm nửa chừng** (hacer algo a medias) / **nói nửa chừng** (hablar a medias)
nửa vời (tt): mediocre / **thái độ nửa vời** (la actitud mediocre); (dt), **sự nửa vời**: la mediocridad
nữa (pt): más, todavía / không chơi nữa (no jugar más) / vẫn còn hai cái bánh nữa (quedan todavía dos pasteles)
nức nở (pt): sollozando; (dt), **tiếng nức nở**: el sollozo; (đt), **khóc nức nở**: sollozar
nực cười (tt), (pt): ridículo, a / **một câu chuyện nực cười** (un cuento ridículo); (dt), **sự nực cười**: la ridiculez; (đt), **làm nực cười**: ridiculizar
nựng nịu (đt): mimar / **nựng nịu một đứa bé** (mimar a un bebé)

nước (dt): el agua
nước (dt): el país
nước chanh (dt): la limonada
nước chấm (dt): la salsa
nước cốt dừa (dt): la leche de coco
nước dãi (dt): la baba, la saliva
nước dừa (dt): el jugo de coco
nước đá (dt): el agua con hielo
nước đái (dt): la orina
nước ép trái cây (dt): el jugo de la fruta, el zumo
nước hoa (dt): el perfume
nước khoáng (dt): agua mineral
nước lã (dt): el agua
nước lạnh (dt): el agua fría
nước lọc (dt): el agua
nước miếng (dt): la saliva
nước mắm (dt): la salsa de pescado
nước mặn (dt): el agua de sal
nước mắt (dt): la lágrima
nước mẹ (dt): el país natal
nước nhà (dt): el país
nước ngọt (dt): el agua dulce
nương, **cái nương** (dt): el canal; (đt), **đắp nương**: canalizar
nương náu (đt): refugiarse
nương bóng (đt): apoyarse / Anh ta đã nương bóng dưới quyền lực của nhà nước (Se apoyó bajo el poder estatal); (dt), **sự nương bóng**: el hecho de apoyarse en algo, o alguien
nương tựa (đt): apoyarse / **nương tựa vào nhau** (apoyarse el uno al otro); (dt), **sự nương tựa**: el hecho de apoyarse en alguien
nương nhẹ (đt): aflojar / **nương nhẹ tay** (aflojar la mano)
nương tay (đt), (tng): aflojar
nướng (đt): asar, a la plancha; (dt), **đồ nướng**: la comida asada
nứt (đt): agrietar; (dt), **vết nứt**: la fisura, la grieta

Nguyên âm thứ bảy và chữ thứ mười bảy trong bảng chữ cái
Séptima vocal y decimoséptima letra del abecedario

o (dt): la tía (la hermana menor del padre)
o bế (đt): mimar; proteger
o xi (dt): el oxígeno, (đt), **o xi hóa**: oxigenar
oai hùng (tt), (pt): heroico, a / **lịch sử oai hùng** (la historia heroica) / **đất nước oai hùng** (el país heroico); (dt), **sự oai hùng**: la heroicidad
oai nghi (tt), (pt): solemne / Buổi diễu hành quân đội đã diễn ra thật oai nghi. (El desfile militar ocurrió muy solemne.)
oai vệ (tt), (pt): imponente / **Ông ta trông rất oai vệ**. (Él es imponente a la vista.)
oái ăm (tt), (pt): desfavorable; adverso, a **/ một tình huống oái ăm** (una situación desfavorable)
oan, **bị oan** (đt): sufrir una injusticia
oan nghiệp (dt): el karma
oán thù (đt): odiar, (dt), **sự oán thù**: el odio
oanh liệt (tt), (pt): heroico, a / **chiến thắng oanh liệt** (la victoria heroica)
oanh tạc (đt): bombardear; (dt), **trận oanh tạc**: el bombardeo
oẹ, nôn oẹ (đt): vomitar; (dt), **đồ nôn oẹ**: el vómito
om sòm (tt), (pt): ruidoso, a / **cãi nhau om sòm** (discutir ruidoso)
ong, **con ong** (dt): la abeja
ong chúa, **con ong chúa** (dt): la abeja reina
ong đất, **con ong đất** (dt): la abeja tierra
óng ánh (tt), (pt): tornasolado, a; (dt), **sự óng ánh**: el tornasol
óng mượt (tt), (pt): sedoso, a / **mái tóc óng mượt** (el cabello sedoso)

Nguyên âm thứ tám và chữ thứ mười tám trong bảng chữ cái
Octava vocal y decimoctava letra del abecedario

ô danh, **bị ô danh** (đt): tener mala reputación
ô kê (tng): de acuerdo, vale
ô liu, **trái ô liu** (dt): la oliva, la aceituna; (dt), **cây ô liu**: el olivo
ô nhiễm, **làm ô nhiễm** (đt): contaminar; (đt), **bị ô nhiễm**: estar contaminado; (dt), **sự ô nhiễm**: la contaminación
ô nhục (tt), (pt): deshonroso, a; (đt), **làm ô nhục**: deshonrar; (đt), **bị ô nhục**: estar deshonrado; (dt), **điều ô nhục**: la deshonra, la infamia
ô tô, **cái xe ô tô** (dt): el coche
ô tô buýt (dt): el autobús, la guagua
ô trọc (tt), (pt): cínico, a
ô uế (tt), (pt): impuro, a; (dt), **sự ô uế**: la impureza; (đt), **làm ô uế**: mancillar
ô vuông, **cái ô vuông** (dt): el cuadrado
ồ ạt (tt), (pt): impetuoso, a; (dt), **sự ồ ạt**: el ímpetu
ổ, **cái ổ** (dt): el nido
ổ bánh mì (dt): el bocadillo
ổ bi (dt): el rodamiento de bolas
ổ cắm điện, **cái ổ cắm điện** (dt): el enchufe
ổ chuột, **khu ổ chuột** (tng): un barrio pobre
ổ gà, **cái ổ gà** (dt): el bache
ổ khóa (dt): la cerradura
ổ rơm, **cái ổ rơm** (dt): el nido de pajas
ốc, **con ốc, con ốc sên** (dt): el caracol

ôm (đt): abrazar; (dt), **cái ôm**: el abrazo / **một cái ôm thật chặt** (un abrazo muy fuerte)
ốm (tt), (pt): flaco, a; delgado, a / **Cô ấy đẹp nhưng hơi ốm.** (Ella es guapa, pero es un poco delgada)
ốm, bị ốm (đt): enfermar, ponerse enfermo / **Cô ta đã không đến dự cuộc họp vì bị ốm.** (Ella no vino a la reunión porque estaba enferma.)
ốm yếu (tt), (pt): débil; (dt), **sự ốm yếu**: la delgadez, la debilidad
ôn dịch (dt): la epidemia, la peste
ôn đới (tt): templado, a / **khí hậu ôn đới** (el clima templado)
ôn hòa (tt), (pt): pacífico, a; sosegado, a / **cử chỉ ôn hòa** (el gesto templado, pacífico); (dt), **sự ôn hoà**: lo pacífico
ôn tồn (tt), (pt) templado, a / **nói một cách ôn tồn** (hablar de manera templada); (dt), **sự ôn tồn**: la templanza
ồn (pt): ruidoso, a; (đt), **làm ồn**: hacer ruido
ồn ào (tt), (pt): ruidoso, a; (dt), **sự ồn ào**: el ruido
ổn định (tt), (pt): estable; (dt), **sự ổn định**: la estabilidad; (đt), **làm cho ổn định**: estabilizar
ổn thỏa (pt): bien, perfecto, a / **Mọi việc đã được ổn thỏa.** (Todo estuvo bien.)
ông (đtnx): usted
ông (dt): señor
ông anh (đtnx): él
ông ấy (đtnx): él
ông bà (dt): los abuelos
ông bầu (dt): el director (de un equipo de música, teatro, circo)
ông cha (dt): los antepasados / ông cha ta (nuestros antepasados)
ông cụ (dt): el anciano
ông già (dt): el viejo
ông lão (dt): el anciano
ông ngoại (dt): el abuelo (el padre de la madre)
ông nội (dt): el abuelo (el padre del padre)
ông ta (đtnx): él
ông tổ (dt): el antecesor
ông Trời (dt): el Creador, Dios, Zeus
ống, cái ống (dt): el tubo
ống dẫn khí, cái ống dẫn khí (dt): el gaseoducto
ống nhòm, cái ống nhòm (dt): prismáticos

ống khói (dt): el tubo de humo
ống máng, **cái ống máng** (dt): el canalón
ống mật (dt): la vesícula
ống quyển, **cái ống quyển** (dt): el tubo de escape
ống sáo, **cái ống sáo** (dt): la flauta
ống tiêm, cá**i ống tiêm** (dt): la jeringuilla

Nguyên âm thứ chín và chữ thứ mười chín trong bảng chữ cái
Novena vocal y decimonovena letra del abecedario

ở (đt): estar, en / Hôm qua tôi đã ở nhà chị Lan. (Ayer estuve en la casa de Lan.) / Tôi sống ở đây. (Yo resido aquí.)
ở ẩn (đt): aislarse
ở dưới (pt): debajo, bajo
ở lại (đt): quedar
ở trên (pt): encima, arriba
ở trần (tng): no llevar la camisa / **hắn đang ở trần** (él no está vestido la camisa)
ở trọ (đt): alojarse en una pensión, un hostal
ở truồng (tng): no llevar el pantalón / **hắn đang ở truồng** (él no está vestido el pantalón)
ợ, bị ợ (đt): eructar
ơn, ơn huệ (dt): el favor
ớn (đt): saturar, hartar, hastiar / **Đồ ăn có nhiều mỡ nên làm ớn**. (La comida tiene demasiada grasa, por eso está saturada.)
ớt, trái ớt (dt): el pimiento
ớt bột (dt): el pimentón
ớt trái (dt): el pimiento

Phụ âm thứ mười một và chữ thứ hai mươi của bảng chữ cái
Undécima consonante y vigésima letra del abecedario

pha chế (đt): mezclar / **pha chế chất hóa học** (mezclar sustancia química)
pha loãng (đt): diluir
pha tạp, **sự pha tạp** (dt): la mezcolanza
pha trộn (đt): mezclar; (dt), s**ự pha trộn**: la mezcla
phà, **cái phà** (dt): el barco / **qua sông bằng phà** (cruzar el río con el barco)
phà hơi (đt): exhalar, soplar
phá án, **xin phá án** (đt, tng): apelar; pedir la anulación de sentencia; (dt), **sự phá án**: la apelación / **Luật sư gởi đơn kháng cáo để xin phá án**. (El abogado interpone recurso de apelación para que se anule la sentencia.)
phá cách (đt): romper las reglas / **phá cách trong nghệ thuật** (romper las reglas en el arte); (dt), **sự phá cách**: la rebeldía
phá của (tt): pródigo, a; despilfarrador, a / **người phá của** (el pródigo); (đt), **phá của**: despilfarrar
phá hoại (đt): destrozar; (dt), **sự phá hoại**: el destrozo, la acción de destrozar
phá hủy (đt): destruir; (dt), **sự phá hủy**: la destrucción
phá rối (đt): provocar un disturbio, perturbar / **phá rối trật tự công cộng** (perturbar el bienestar social); (dt), **sự phá rối**: disturbio
phá sản, **bị phá sản** (đt): estar en la ruina; (đt), **làm cho ai đó phá sản**: arruinar a alguien; (dt), **sự phá sản**: la ruina
phá vỡ (đt): romper, destruir, zanjar / **phá vỡ một đồ vật** (romper una cosa) /
  phá vỡ một mối quan hệ (romper, destruir una relación); (dt), **sự phá vỡ**: la destrucción
phác họa (đt): esbozar, bocetar; (dt), **bản phác họa**: el esbozo, el boceto

phác thảo (đt): bocetar; (dt), **bản phác thảo**: el boceto
phách, **làm phách** (đt): jactarse
phách lác (tt), (pt): jactancioso, a / **cử chỉ phách lác** (el gesto jactancioso) / **hắn rất là phách lác** (es muy jactancioso)
phách lối (tt), (pt): jactancioso, a / **cử chỉ phách lối** (el gesto jactancioso)
phai, **bị phai** (đt): desteñirse, decolorar; (đt), làm phai: desteñir
phai màu, **bị phai màu** (đt): desteñirse, decolorar; (đt), **làm cho phai màu**: desteñir; (dt), **sự phai màu**: la perdida de color, la decoloración
phai mờ, **bị phai mờ** (đt): estar difuminado / Nó đã bị phai mờ trong tâm trí. (Está difuminado en la memoria); (đt), **làm phai mờ**: difuminar; (dt), **sự phai mờ**: la decoloración / **sự phai mờ của ký ức** (la decoloración de la memoria)
phai nhạt, **làm phai nhạt** (đt): difuminar; (đt), **bị phai nhạt**: estar difuminado; (dt), **sự phai nhạt**: la decoloración
phải (đt): tener que
phải biết (đt): hay que saber
phải cách (tt), (pt): correcto, a; correctamente / **sống phải cách** (vivir correctamente); (dt), **sự phải cách**: lo correcto
phải chăng (tt), (pt): razonable / **con người phải chăng** (la persona razonable); (dt), **sự phải chăng**: lo razonable
phải chi (lt): si / Phải chi trời nắng thì họ đã đi tắm biển. (Si hubiera habido sol, habrían ido a la playa.)
phải đạo (pt), (tng): moralmente / **sống phải đạo** (vivir moralmente)
phải giá (tng): el precio justo / **mua một cái gì đó phải giá** (comprar algo a un precio justo)
phải trái (tng): lo bueno y lo malo / **phân biệt phải trái** (distinguir lo bueno y lo malo)
phái đẹp (dt): la fémina
phái yếu (tng): la fémina
phàm (tt): mundano, a / **người phàm** (los mundanos)
phàm ăn (tt), (pt): glotón / **người phàm ăn** (el glotón)
phàm tục (tt), (pt): mundanal / **sự hoàng nhoáng phàm tục** (el lujo mundanal.); (dt), **sự phàm tục**: lo mundanal
phạm (tng): infringir; (es un apellido)
phạm pháp (đt): cometer una infracción
phạm thượng (đt): faltar al respeto a un superior; (dt), **sự phạm thượng**: el desacato

phạm vào (đt): infringir, cometer / **phạm vào nội qui** (infringir el reglamento)
phạm vi (dt): el ámbito
phản ánh (đt): reflejar; (dt), **sự phản ánh**: el reflejo / Bài viết của ông ta phản ánh một hiện thực xã hội. (Su escrito refleja una realidad social.)
phản bác (đt): refutar, rebatir; (dt), **sự phản bác**: la refutación
phản biện (đt): refutar, rebatir / **khả năng phản biện** (la capacidad de refutar); (dt), **sự phản biện**: la refutación
phản bội (đt): traicionar; (dt), **sự phản bội**: la traición; (dt), **kẻ phản bội**: el traidor, la traidora
phản chiếu (đt): reflejar / **một hình ảnh phản chiếu trên bề mặt của nước** (una imagen reflejada en la superficie del agua.); (dt), **sự phản chiếu**: el reflejo
phản chứng (đt): contraponer; (dt), **sự phản chứng**: la contraposición
phản công (đt): contraatacar; (dt), **cuộc phản công**: el contraataque, la contraofensiva
phản cung (đt): apelar, recurrir; (dt), **sự phản cung**: la apelación, el recurso
phản đối (đt): protestar; (dt), **sự phản đối**: la protesta
phản khoa học (tt): anticientífico, a / **thái độ phản khoa học** (la actitud anticientífica)
phản lực, **máy bay phản lực** (dt, tng): el avión de reacción / **một cuộc tấn công bằng phản lực** (un ataque con aviones) / **động cơ phản lực** (el motor de reacción)
phản nghịch (đt): traicionar; (dt), **sự phản nghịch**: la traición
phản quang, **sự phản quang** (dt): la contraluz
phản ứng (đt): reaccionar; (dt), sự phản ứng: la reacción
phán bảo (đt): dar orden / **cha mẹ phán bảo con cái** (los padres dan órdenes a los hijos)
phán định (đt): resolver; (dt), **sự phán định**: la resolución / **sự phán định của một chánh án** (la resolución de un juez)
phán đoán (đt): analizar, racionalizar / **khả năng phán đoán một vấn đề** (la capacidad para racionalizar un tema); (dt), **sự phán đoán**: la racionalización
phán quyết (đt): resolver; (dt), **sự phán quyết**: la resolución / **sự phán quyết của tòa án về một phiên tòa** (la resolución del tribunal sobre un juicio)
phán truyền (đt): dar mandamiento; (dt), **sự phán truyền**: el mandamiento / **lời phán truyền của Thiên Chúa** (el mandamiento de Dios)
phán xét (đt): juzgar; (dt), **sự phán xét**: el juicio

phán xử (đt): juzgar; (dt), **sự phán xử**: el juicio / **sự phán xử của tòa án** (el juicio del tribunal)

phạn, **tiếng phạn** (dt): el sanscrito

phảng phất (đt): reflejar / Hình ảnh của cô ấy luôn phảng phất trong tâm trí của anh ta. (La imagen de ella siempre se refleja en la memoria de él.); (dt), **sự phảng phất**: el reflejo

phanh (đt): frenar

phanh phui (đt): desvelar, descubrir

phao, **cái phao** (dt): el flotador

pháo, **pháo hoa** (dt): fuegos artificiales; (đt), **bắn pháo hoa**: disparar fuegos artificiales

pháp (tt): francés, francesa / **nước Pháp** (Francia) / **người Pháp** (los franceses) / **một người Pháp** (un francés, una francesa)

pháp chế (dt): la legislación

pháp danh (dt): el pseudónimo, el seudónimo / **pháp danh của một tu sĩ** (el pseudónimo de un monje)

pháp hiệu (dt): el pseudónimo, el seudónimo / **pháp hiệu của một tu sĩ** (el pseudónimo de un monje)

pháp lý (tt): jurídico, a / **hệ thống pháp lý** (el sistema jurídico); (dt), **ngành pháp lý**: la jurisdicción

pháp luật (dt): la ley, el derecho

pháp thuật (dt): la magia / **pháp thuật của một đạo sĩ** (la magia de un mago)

pháp thuộc, **thời pháp thuộc** (dt): la época colonial francesa en Vietnam

pháp trường (dt): el patíbulo

pháp văn (tt): francés; (dt), **bộ môn pháp văn**: la asignatura de francés

phát âm (đt): pronunciar; (dt), **sự phát âm**: la pronunciación

phát đạt (tt): próspero, a; (đt), **làm cho phát đạt**: prosperar; (dt), **sự phát đạt**: la prosperidad

phát giác (đt): descubrirse, enterarse; (dt), **sự phát giác**: el descubrimiento

phát hành (đt): emitir, publicar / **phát hành sách** (editar y publicar los libros) / **phát hành chương trình** (emitir el programa); (dt), **sự phát hành**: la emisión, la publicación

phát hiện (đt): descubrir; (dt), **sự phát hiện**: el descubrimiento

phát huy (đt): desarrollar / **phát huy những đức tính tốt** (desarrollar las virtudes)

phát kiến (dt): la idea nueva / Anh ta trình bày một phát kiến mới. (Él representa una idea nueva.)

phát minh (đt): inventar; (dt), **sự phát minh**: el hallazgo, la invención, el invento

phát ngôn (đt); decir, hablar / **phát ngôn bừa bãi** (decir cosa sin pensar)

phát ngôn viên (dt): el emisor, la emisora

phát nhiệt (tt), (pt): calorífico, a; (dt), **máy phát nhiệt**: la calefacción, el radiador

phát sinh, **làm phát sinh** (đt): producir; (dt), **sự phát sinh**: la producción, acción de producir

phát sốt (đt): tener fiebre

phát tài (tng): ganancia imprevista

phát thanh (đt): radiar / **phát thanh truyền hình truyền thanh** (televisar y radiar); (dt), **phát thanh viên**: el emisor, la emisora

phát triển (đt): desarrollar / **phát triển cơ thể** (desarrollar el cuerpo) / **phát triển kinh tế** (desarrollar la economía); (dt), **sự phát triển**: el desarrollo

phát xít (tt): fascista; (dt), **chủ nghĩa phát xít**: el fascismo; (dt), **tên phát xít**: el fascista, la fascista

phạt (đt): castigar / Vì cậu bé thì rớt nên bị cha mẹ phạt không cho ra đường. (Como no aprobó el examen, sus padres le castigaron con no salir.)

phạt tiền (đt): poner una multa

phạt tù (đt): penalizar, condenar a prisión

phay, **cái phay** (dt): la tabla de corta / **cái phay chặt thịt** (la tabla de cortar la carne)

phẳng lặng (tt): calma / **biển phẳng lặng** (la mar está en calma); (dt), **sự phẳng lặng**: la calma, la tranquilidad

phẳng lì (tt), (pt): liso, a; pulido, a / **một mặt phẳng phẳng lì** (una superficie pulida)

phẩm cách (dt): la dignidad

phẩm chất (dt): la personalidad

phẩm giá (dt): el honor, la dignidad

phẩm hạnh (dt): la virtud

phẩm tước (dt): el título / **Phẩm tước là tước vị vua ban cho quan lại triều đình**. (Es el título que otorga el rey a los cortesanos.)

phân (dt): la caca, el excremento

phân bón (dt): el abono / **phân bón hóa học** (el abono químico)

phân biệt (đt): distinguir; (dt), **sự phân biệt**: la distinción
phân bố (đt): distribuir; (dt), **sự phân bố**: la distribución
phân cấp (đt): definir los puestos
phân chia (đt): dividir, repartir; (dt), **sự phân chia**: la división, el reparto
phân cực (tt): polar / **phân cực ánh sáng** (la luz polarizada); (dt), **điểm phân cực**: el polar
phân điểm (dt, tng): el equinoccio, el solsticio / **đông chí** (el solsticio de invierno) / **hạ chí** (el solsticio de verano) / **thu phân** (equinoccio de otoño) / **xuân phân** (equinoccio de primavera)
phân định (đt): delimitar, limitar; (dt), **sự phân định**: la delimitación, la limitación
phân đoạn (đt): fraccionar, segmentar
phân đội (dt): el sector; (dt), **phân đội trưởng**: el jefe, el director sectorial
phân giải (đt): arbitrar; (dt), **sự phân giải**: el modo de arbitrar; (dt), **người phân giải**: el arbitro
phân giao (đt): conferir, dejar, dar / **phân giao phận sự cho người nào đó** (conferir una misión a alguien) / **phân giao một công việc** (dar una tarea)
phân khoa (đt): elegir una rama de carrera / **phân khoa chọn ngành** (elegir la carrera) / phân khoa đại học (elegir una rama de carrera de universidad)
phân ly (đt): disociar, separar; (dt), **sự phân ly**: la separación, la división
phân liệt, **bệnh thần thần phân liệt** (dt): la esquizofrenia
phân loại (đt): clasificar; (dt), **sự phân loại**: la clasificación
phân lượng (đt): descomponer / **phân lượng chất ôxi có trong nước** (descomponer el oxígeno en el agua); (dt), **sự phân lượng**: la descomposición
phân nhóm (đt): clasificar el grupo, dividir el grupo
phân phát (đt): distribuir; (dt), **sự phân phát**: la distribución
phân phối (đt): distribuir; (dt), **sự phân phối**: la distribución
phân tán (đt): dispersar; (dt), **sự phân tán**: la dispersión
phân tâm, **bị phân tâm** (đt): distraerse / Cậu bé bị phân tâm vừa học vừa chơi. (El niño se distrae jugando mientras estudia.); (đt), **làm phân tâm**: hacer distraer / Tiếng cãi cọ của hàng xóm làm cậu học trò phân tâm. (La bronca de los vecinos ha hecho distraer al alumno.); (dt), **sự phân tâm**: la distracción
phân tích (đt): analizar; (dt), **sự phân tích**: la analítica
phân tử (dt): la molécula / **phân tử hóa học** (la molécula química)
phân vân (tt), (pt): indeciso, a / **thái độ phân vân** (la actitud indecisa); (đt), **bị phân vân**: estar indeciso; (đt), phân vân: vacilar / Anh ta phân vân bởi

không biết làm gì. (Él vacilaba por no saber qué hacer.), (dt), **sự phân vân**: la indecisión

phân vùng (đt): dividir distrito; (dt), **sự phân vùng**: la división del distrito

phân xưởng (dt): el taller

phần (dt): la parte, la porción

phần đông (dt): la mayoría / **phần đông mọi người** (la mayor parte de las personas) / **phần đông họ đều nghĩ giống nhau** (la mayoría de ellos piensa igual)

phần hồn (dt): la parte del alma

phần lớn (dt): la mayoría

phần mộ (dt): la tumba

phần phụ (dt): lo secundario

phần thưởng (dt): el premio

phần trăm (dt): el porcentaje

phần tử (dt): el elemento, la parte

phản ứng (đt): reaccionar; (dt), **sự phản ứng**: la reacción

phẫn nộ (đt): indignar; (dt), **sự phẫn nộ**: la indignación

phẫn uất (đt): indignar; (dt), **sự phẫn uất**: la indignación

phấn chấn (tt), (pt): alegre; (dt), **sự phấn chấn**: la expectativa, la alegría

phấn đánh mặt (dt): el polvo de maquillar

phấn đấu (đt): esforzar; (dt), **sự phấn đấu**: el esfuerzo

phấn hoa (dt): el polen

phấn sáp (dt): el polvo de maquillar

phận sự (dt): el deber / **phận sự đối với cha mẹ** (el deber para los padres); (đt), **làm tròn phận sự**: cumplir un deber

phập phòng (đt): palpitar, dar latidos; (dt), **sự phập phồng**: el palpito; la sensación nerviosa

phất (đt): agitar / **phất cờ** (agitar la bandera) / **tự nhiên phất lên** (hacerse rico de repente)

phất phơ (tt), (pt): flotante; (đt), **phất phơ**: flotar, agitar / Những bông hoa phất phơ trong gió. (Las flores se agitan en la brisa.)

phật, Đức Phật (dt): el Buda

phật học, **đạo phật** (dt): el budismo

phật sống (tng): la persona noble como Buda; la persona hipócrita

phật ý, **làm phật ý** (đt): disgustar, descontentar; (dt), **sự phật ý**: el disgusto

phẫu thuật, **sự phẫu thuật** (dt): la cirugía; (dt), **bác sĩ phẫu thuật**: el cirujano, la cirujana; (đt), **làm phẫu thuật**: operar

phe, phe cánh (dt, tng): los seguidores / **phe cánh của ông ta** (los seguidores de él)
phe đảng (dt, tng): los seguidores / **phe đảng của Trump** (los seguidores de Trump); (tng), **phe Đảng**: del partido comunista / **người theo phe Đảng** (la persona que es partidario del gobierno comunista actual en Vietnam, o que le da al favor al comunismo)
phe phái (dt, tng): los seguidores
phe phẩy (đt): mover / **Con chó phe phẩy cái đuôi.** (El perro mueve su cola.)
phép chia (dt): la división
phép cộng (dt): la suma, la adicción
phép tắc (dt): el reglamento / **phép tắc đạo đức** (el reglamento moral) **phép thuật** (dt): el hechizo, el sortilegio / **phép thuật của Môi sê** (el hechizo de Moisés); (đt), **làm phép thuật**: hacer el hechizo
phê bình (đt): criticar; (dt), **sự phê bình**: la crítica; (dt), **nhà phê bình**: el crítico, la crítica / **nhà phê bình nghệ thuật** (el crítico del Arte, la crítica del Arte); (dt), **người hay phê bình**: el criticón, la criticona
phê chuẩn (đt): ratificar / Một dự án đã được nhà nước phê chuẩn. Un proyecto ha sido ratificar por el gobierno.; (dt), **sự phê chuẩn**: la ratificación
phê duyệt (đt): censurar / **Cuốn sách của ông ta đã được phê duyệt.** (Su libro está censurada.); (dt), **sự phê duyệt**: la censura
phê phán (đt): juzgar, criticar; (dt), **sự phê phán**: la crítica
phế bỏ (đt): abolir, anular, suprimir; (dt), **sự phế bỏ**: la anulación, la abolición / **phế bỏ một đạo luật** (abolir una ley, derogar una ley)
phế truất (đt): abolir, suprimir / **phế truất một vương quyền** (abolir una monarquía); (dt), **sự phế truất**: la abolición
phễu, cái phễu (dt): el embudo
phi (tiếp đầu ngữ, prefijo): a, in (de la negación)
phi châu (tt): africano, a / **Phi châu lục địa** (África) / **người Phi châu** (los africanos) / **một người Phi châu** (un africano, una africana)
phi chính trị (tt), (pt): apolítico, a / **một người phi chính trị** (un apolítico, una apolítica); (dt), **sự phi chính trị**. lo apolítico
phi đạo đức (tt), (pt): inmoral; (dt), **người phi đạo đức**: el inmoral, la inmoral; (dt), **sự phi đạo đức**: la inmoralidad
phi hành gia (dt): el cosmonauta, la astronauta
phi líp pin (tt) filipino, a / **nước Phi lip pin** (filipina) / **người phi líp pin** (los filipinos) / **một người phi líp pin** (un filipino, una filipina)

phi nghĩa (tt), (pt): inmoral / **một hành động phi nghĩa** (una acción inmoral); (dt), **sự phi nghĩa**: la inmoralidad

phi pháp (tt), (pt): ilegal / vụ làm ăn phi pháp (el negocio ilegal); (dt), sự phi pháp: la ilegalidad

phi tang (đt): destruir, hacer desaparecer; (dt), **sự phi tang**: lo hecho para desaparecer algo

phi thường (tt), (pt): extraordinario, a / **một hành động phi thường** (una acción extraordinaria) / **một sức mạnh phi thường** (una fuerza extraordinaria); (dt), **sự phi thường**: la extraordinaria

phi tự nhiên (tt): antinatural / **Sự làm đẹp bằng phẫu thuật là phi tự nhiên.** (La cirugía estética es antinatural.)

phi vật chất (tt): inmaterial; (dt), **sự phi vật chất**: lo inmaterial; (dt), **chủ nghĩa phi vật chất**: el inmaterialismo

phì cười (đt): sonreír

phì hơi (đt): exhalar

phì nhiêu (tt), (pt): fértil / **mảnh đất phí nhiêu** (la tierra fértil); (dt), **sự phì nhiêu**: la fertilidad

phì nộn, bị phì nộn (đt): engordar

phì phà (đt): humear / **phì phà điếu thuốc** (humear cigarrillo)

phỉ báng (đt): difamar, humillar; (dt), **sự phỉ báng**: la difamación, la humillación

phí, phí phạm (đt): malgastar; (dt), **sự phí phạm**: el malgasto, el despilfarro

phí sức (đt): desgastar; (dt), **sự phí sức**: el desgaste

phí tổn (dt): el gasto

phía (dt): el lado

phía dưới (dt): el lado inferior

phía ngoài (dt): el exterior

phía phải (dt): el lado derecho

phía trái (dt): el lado izquierdo

phía trên (dt): la parte superior

phía trong (dt): el interior

phịa (đt): mentir, inventarse algo

phiên âm (đt): hacer la transcripción fonética; (dt), **sự phiên âm**: la transcripción fonética; (dt), **bảng phiên âm**:la tabla fonética

phiên bản (dt): la reproducción / Bức tranh không phải là bức gốc, nó là một phiên bản. (Este cuadro no es original, es una reproducción.)

phiên chợ (dt): la jornada de mercado / **một phiên chợ** (una jornada de mercado)

phiên dịch (đt): traducir; (dt), **sự phiên dịch**: la traducción; (dt), **người phiên dịch**: el intérprete, la intérprete

phiền lòng, **làm phiền lòng** (đt): causar triste; (dt), **sự phiền lòng**: la preocupación, la tristeza

phiền nhiễu (đt): molestar; (dt), **sự phiền nhiễu**: la molestia

phiến (dt): el bloc / mộ**t phiến đá** (un bloc de piedra)

phiến diện (tt), (pt): superficial / **bề mặt phiến diện** (la parte superficial, la superficie) / suy **nghĩ phiến diện** (pensar superficialmente); (dt), **sự phiến diện**: lo superficial

phiến loạn (đt): rebelarse; (dt), **sự phiến loạn**: la rebelión; (dt), **những người phiến loạn**: los rebeldes

phiêu bạt (pt): errante / **sống phiêu bạt** (vivir errante)

phim, **cuốn phim** (dt): la película / **xem một cuốn phim** (ver una película)

phim ảnh, **nghệ thuật phim ảnh** (dt): la cinematografía

phình (đt): hinchar / **bụng bị phình** (la barriga está hinchada)

phỉnh (đt): engañar; (dt), **sự lừa phỉnh**: el engaño

phỉnh nịnh (đt): lisonjear, camelar; (dt), **sự phỉnh nịnh**: la lisonja, el camelo

pho (mt): el, la / **một pho tượng** (una escultura) / **pho sách** (el libro) / **một pho tự điển** (un diccionario)

pho mát (dt): el queso

phò mã (dt): el yerno del rey, el marido de la princesa

phò tá, **người phò tá** (dt): el guardaespaldas / Có hai người phó tá đi theo thủ tướng. (Hubo dos guardaespaldas acompañaban con al presidente.)

phò trợ (đt): respaldar, proteger, apoyar; (dt), **sự phò trợ**: el respaldo, el apoyo, la protección

phó (tiếp đầu ngữ, prefijo): sub, vice

phó bảng (tng): segundo grado / Anh ta được xếp loại phó bảng. (Se ha clasificado en segundo grado.)

phó giám đốc (dt): subdirector

phó mặc (đt, tng): dejarse llevar / **phó mặc cho định mệnh** (dejar en las manos del destino)

phó nữ giám đốc (dt): subdirectora

phó thác (đt, tng): dejarse llevar / **phó thác cho Chúa** (dejar en mano de Dios)

phó thủ tướng (dt): vicepresidente

phó nữ thủ tướng (dt): vicepresidenta
phó từ (dt): el adverbio
phong (tng): viento
phong ba (tt), (pt): tempestuoso, a; turbulento, a / **một cuộc đời phong ba** (una vida turbulenta) / **cơn bão táp phong ba** (la tempestad)
phong bì, **cái phong bì** (dt): el sobre / cái phong bì thư (el sobre de correo)
phong cách (dt): el estilo, el modo de ser / **người có phong cách** (la persona con estilo)
phong độ, **sự phong độ** (dt): la forma, la buena forma / Mặc dầu ở tuổi sáu mươi, ông ta còn giữ được phong độ. (Aunque tiene sesenta años, sigue en forma.)
phong kiến, **nền phong kiến**, **chế độ phong kiến** (dt): el feudalismo
phong lan, **hoa phong lan** (dt): la orquídea
phong lưu (tt), (pt): refinado, a / **một đời sống phong lưu** (una vida refinada); (dt), **sự phong lưu**: el refinamiento
phong nhã (tt), (pt): gentil / **cử chỉ phong nhã** (el gesto o la manera gentil); (dt), **sự phong nhã** (dt): la gentileza, la cortesía
phong phanh (tt), (pt): ligera / **ăn mặc phong phanh** (vestir ligera de ropa, ir ligera de ropa)
phong phú (tt), (pt): rico, a; polifacética / **một ý tưởng phong phú** (una idea polifacética) / **một ngôn ngữ phong phú** (un idioma rico)
phong sương (tt), (pt): atormentado, a / **một cuộc đời dày dặn phong sương** (una vida experimentada y atormentada)
phong tặng (đt): dar / **phong tặng một danh hiệu cho ai đó** (dar un título a alguien)
phong thái (dt): el modo de ser, el estilo / **một phong thái đĩnh đạc** (un estilo maduro)
phong thấp, **bệnh phong thấp** (dt): el reumatismo
phong thổ (dt): la energía ambiental / đất này có phong thổ tốt. (Esta tierra tiene buena atmósfera.)
phong thủy (dt): el fengshui / Họ đã trang trí nhà bằng phong thủy cách. (Decoraron la casa al modo fengshui.)
phong tình, **bệnh phong tình** (dt): la sífilis
phong tỏa (đt): bloquear; (dt), **sự phong tỏa**: el bloqueo
phong trào (dt): el movimiento, la moda, la corriente / **phong trào kháng chiến** (el movimiento de la resistencia) / **phong trào để tóc dài** (la moda del pelo largo)

phong trần (tt), (pt): atormentado, a / **một cuộc sống phong trần** (una vida atormentada)
phòng, **căn phòng** (dt): el cuarto, la habitación
phòng ăn (dt): el comedor
phòng bệnh (đt): prevenir / **phòng bệnh hơn chữa bệnh** (más vale prevenir que curar); (dt), **sự phòng bệnh**: la prevención de enfermedad
phòng đợi (dt): la sala de espera
phòng giấy (dt): la oficina
phòng giữ (đt): reservar; (dt), **sự phòng giữ**: la reserva
phòng chống (đt): prevenir / **phòng chống hỏa** (prevenir el incendio); (dt), **sự phòng chống**: la prevención
phòng học (dt): el cuarto de estudio
phòng khách (dt): el salón
phòng khi (đt, tng): prevenir / **phòng khi nạn đói** (prevenir la quiebra) / **phòng khi có lụt** (prevenir por si llegara la inundación)
phòng mổ (dt): la sala de operaciones
phòng ngủ (dt): el dormitorio
phòng ngự (đt): defender; (dt), **sự phòng ngự**: la defensa
phòng ngừa (tt), (pt): preventiva / **thuốc phòng ngừa** (la medicina preventiva) / **biện pháp phòng ngừa** (la medida preventiva); (đt), **phòng ngừa**: precaver, prevenir / **phòng ngừa bệnh tật** (prevenir la enfermedad); (dt), **sự phòng ngừa**: la prevención
phòng thân (đt): cuidar; protegerse
phòng thí nghiệm (dt): el laboratorio
phòng thương mại (dt): la oficina comercial
phòng trà (dt): la tasca / **phòng trà ca nhạc** (la tasca que tiene música viva)
phòng vệ (đt): proteger; (đt), **tự phòng vệ**: protegerse; (dt), **sự phòng vệ**: la defensa
phỏng (đt): quemar; (dt), **thuốc phỏng**: la quemadura
phỏng chừng (đt): conjeturar, suponer; (dt), **sự phỏng chừng**: la conjetura, la suposición
phỏng đoán (đt): calcular, suponer, conjeturar; (dt), **sự phỏng đoán**: el cálculo, la suposición, la conjetura
phỏng tính (đt): calcular
phỏng vấn (đt): interrogar; (dt), **sự phỏng vấn**: la interrogación

phóng (đt): agradar, ampliar / **phóng to một bức ảnh** (ampliar una foto)

phóng lao (đt): lanzar

phóng đãng (tt), (pt): pervertido, a / **những thú tiêu khiển phóng đãng** (las diversiones perversas) / **kẻ phóng đãng** (el pervertido, la pervertida); (đt), **phóng đãng**: pervertir; (dt), **sự phóng đãng**: la perversión

phóng khoáng (tt), (pt): liberal / **tính tình phóng khoáng** (el carácter liberal) / **một người phóng khoáng** (la persona liberal, generosa) / **suy nghĩ một cách phóng khoáng** (pensar liberalmente); (dt), **sự phóng khoáng**: la liberalidad

phóng sinh (đt): liberar a un animal, salvar la vida de un animal; (dt), **sự phóng sinh**: la liberación del animal, la salvación del animal

phóng sự, **chương trình phóng sự** (dt): el reportaje; (đt), **làm phóng sự**: hacer el reportaje

phóng thanh, **cái loa phóng thanh** (dt): el altavoz

phóng thích (đt): liberar a alguien / **phóng thích tù nhân** (librar prisioneros, librar carceleros); (dt), **sự phóng thích**: la liberación de los carceleros

phóng túng (tt), (pt): liberal / **Anh ta là một người phóng túng.** (Es una persona liberal.); (dt), **sự phóng túng**: la liberalidad

phóng uế (đt): hacer caca

phóng viên (dt): el reportero, la reportera; el, la periodista / **phóng viên báo chí** (el, la periodista) / **phóng viên truyền hình** (el reportero, la reportera)

phóng xạ (tt), (pt): radiactivo, a / **chất phóng xạ** (los elementos químicos radiactivos); (dt), **sự phóng xạ**: la radiación; (dt), m**áy phóng xạ**: el radiador; (dt), **khoa phóng xạ**: la radiología; (đt), **làm phóng xạ**: hacer radiografía

phô trương (tt), (pt): ostentoso, a / **một người phô trương** (la persona ostentosa); (dt): **sự phô trương**: la ostentación; (đt), **phô trương**: ostentar

phổ biến (đt): divulgar, propagar; (dt), **sự phổ biến**: la propagación, la divulgación

phổ cập (tt), (pt): general / **kiến thức phổ cập** (el conocimiento general); (dt), **sự phổ cập**: la generalidad

phổ nhạc (đt): componer música, realizar una obra musical o poética; (dt), **sự phổ nhạc**: la composición de música

phổ thông (tt), (pt): escolar / **kiến thức phổ thông** (el conocimiento escolar); (dt), **thời kỳ học phổ thông**: la escolaridad; (dt), **trường học phổ thông**: el colegio

phố xá (dt): la ciudad

phôi pha (tt), (pt): remoto, a; desteñido, a / **những hình ảnh phôi pha trong trí nhớ** (las imágenes desteñidas en la memoria, las imágenes remotas en la memoria)

phôi thai (tt), (pt): embrionario, a / **một ý tưởng phôi thai** (una idea embrionaria, una idea empieza a formarse) (dt), **sự phôi thai**: el embrión

phổi, **cái phổi** (dt): el pulmón

phối cảnh, ph**ép phối cảnh** (dt): la perspectiva

phối hợp (đt): combinar, coordinar; (dt), **sự phối hợp**; la combinación, la coordinación / **sự phối hợp những cử động** (la coordinación de movimientos)

phối nhạc (đt): componer música; (dt), **sự phối nhạc**: la composición de música

phồn hoa (tt), (pt): fastuoso, a; lujoso, a / **chốn đô thị phồn hoa** (la ciudad fastuosa); (dt), **sự phồn hoa**: el lujo, el fasto

phồn thịnh (tt), (pt): próspero, a / **một năm phồn thịnh** (un año próspero); (dt), **sự phồn thịnh**: la prosperidad; (đt), **làm cho phồn thịnh**: prosperar

phồng tôm, **bánh phồng tôm** (dt): galletas de pan de gambas

phốp pháp (tt), (pt): corpulento, a; robusto, a / **một thân hình phốp pháp** (un cuerpo corpulento, un cuerpo robusto)

phở (dt): sopa de fideos / **một tô phở** (un bol de phở)

phơi (đt): tender, secar

phơi nắng (đt): secar con el sol / **nằm phơi nắng** (tomar el sol)

phơi áo quần (đt): tender la ropa

phơi phới (tt), (pt): radiante / **nụ cười phơi phới** (la sonrisa radiante); (dt), **sự phơi phới**: lo radiante

phớt đời (đt, tng): darle a uno igual todo, no importar nada

phớt lờ (đt): disimular / **phớt lờ không nghe** (disimular no escuchar) / **phớt lờ không thấy** (disimular no ver); (dt), **sự phớt lờ**: el disimulo

phu quân (dt): el marido (palabra antigua)

phu thê (dt): la mujer (palabra antigua)

phù chú, **đọc phù chú** (đt): conjurar; (dt), **bài phù chú**: el conjuro

phù dâu (dt): la madrina de bodas, la que acompaña a la novia

phù du (tt), (pt): efímero, a / **cuộc đời phù du** (la vida efímera); (dt), **sự phù du**: el efímero

phù điêu (dt): el bajorrelieve

phù hợp (tt), (pt): adecuado, a / **mặc đồ một cách phù hợp** (vestir adecuado, a) / **một ý tưởng phù hợp với thời đại** (una idea adecuada a la época); (đt), **làm cho phù hợp**: proporcionar; (dt), sự phù hợp: la proporción

phù phép (đt): hacer un sortilegio, hechizar, hacer un hechizo
phù phiếm (tt), (pt): vanidoso, a / **một cuộc đời phù phiếm** (una vida vanidosa); (dt), **sự phù phiếm**: lo vanidoso
phù rể (dt): la madrina de bodas
phù trợ (đt): respaldar, proteger, apoyar; (dt), **sự phù trợ**: el respaldo, el apoyo, la protección
phù vân (tt): fugaz, efímero, a; (dt), **sự phù vân**: el efímero, la fugacidad
phủ (đt): cubrir, tapar
phủ đầu, **nói phủ đầu** (đt): decir con preámbulo; (dt), **sự phủ đầu**: el preámbulo
phủ định, **sự phủ định** (dt): la negativa / **câu phủ định** (la frase negativa)
phủ nhận (đt): negar; (dt), **sự phủ nhận**: la negación
phủ phục (đt): postrarse
phủ tạng (dt): la víscera
phũ phàng (tt), (pt): cruel / **một thực tế phũ phàng** (una realidad cruel); (dt), **sự phũ phàng**: la crueldad
phú (tng): rico
phú bẩm (tt): innata / **khả năng phú bẩm** (la capacidad innata)
phú gia, phú hào, phú ông (dt): el rico (palabras antiguas)
phú qúi (tt), (pt): rico, a y valioso, a / **giàu sang phú qúi** (rico, a y valioso, a)
phú thương (dt): el comerciante rico, el comerciante acaudalado (palabra antigua)
phụ (tt): subordinante / **liên từ phụ** (la conjunción subordinante) / **người phụ** (el subordinante) / **việc phụ** (el asunto subordinante)
phụ âm (dt): la consonante
phụ bạc (tt), (pt): desagradecido, a; ingrato, a: infiel / **người phụ bạc** (la persona desagradecida); (dt), **sự phụ bạc**: la infidelidad, la ingratitud / **một sự phụ bạc trong mối quan hệ vợ chồng** (una ingratitud en la relación matrimonial)
phụ huynh (dt): los padres de alumnos
phụ khoa, **ngành phụ khoa** (dt): la ginecología; (dt), **bác sĩ phụ khoa**: el ginecólogo, la ginecóloga
phụ lục (dt): el apéndice
phụ mẫu (dt): la madre (palabra antigua)
phụ nữ (dt): la fémina, la mujer
phụ thuộc (đt): depender; (dt), **sự phụ thuộc**: la dependencia

phụ tình (tt), (pt): infiel; desagradecido, a; ingrato, a / **người phụ tình** (la persona infiel, la persona desagradecida en la relación amorosa); (dt), **sự phụ tình**: la infidelidad, la ingratitud

phụ trách (đt): ocuparse, encargarse / Cô ấy đã phụ trách việc trang trí bữa tiệc. (Ella se encargó de la decoración de banquete.)

phụ trợ (tt), (pt): ayudante / **một người phụ trợ** (el, la ayudante); (dt), **sự phụ trợ**: la ayuda

phúc (tng), (tt): bienaventurado, a; (dt), **cái phúc**: el bienaventurado, la bienaventurada / **chín mối phúc thật** (las nueve bienaventuradas)

phúc âm, **sách phúc âm** (dt): el evangelio, los cuatro evangelios

phúc đáp (đt): responder; (dt), **sự phúc đáp**: la respuesta / **thư phúc đáp** (la carta de responder)

phúc đức (dt): la bienaventuranza / **phúc đức của tổ tiên để lại** (la bienaventurada que dejan los antepasados)

phúc lành (dt): la bendición, la bienaventuranza / **Xin Chúa ban phúc lành cho anh chị em**. (Que Dios les de la bendición.)

phúc lộc (dt): la prosperidad / **một năm mới đầy phúc lộc** (un año con mucha prosperidad)

phúc thẩm, **tòa phúc thẩm** (dt): el tribunal de apelación

phục (đt): admirar, adorar

phục chế (đt): restaurar, recuperar; (dt), **sự phục chế**: la restauración, la recuperación

phục chức (đt): restablecer el puesto, o el poder

phục hồi (đt): restablecer, recuperarse, restablecerse / **phục hồi một chức vụ** (restablecer un puesto) / **phục hồi bệnh** (recuperarse la enfermedad) / **phục hồi danh dự** (restablecer la reputación, la dignidad); (dt), **sự phục hồi**: el restablecimiento, la recuperación

phục hưng (tt), (pt): renacentista / **hội họa thời phục hưng** (la pintura renacentista) / thời phục hưng (la época del renacimiento); (dt), **sự phục hưng**: el renacimiento; (đt): **làm phục hưng**: renacer

phục kích (đt): emboscarse / Họ đã phục kích dưới những tán lá cây. (Se emboscaron bajo las ramas de los árboles.); (dt), **sự phục kích**: la emboscada, la celada

phục quyền (đt): restablecer el poder; (dt), **sự phục quyền**: el restablecimiento del poder

phục sinh, **sự phục sinh** (dt): la resurrección; (đt), **làm phục sinh**: resucitar; (dt), **mùa phục sinh**: la Pascua

phục thiện (đt, tng): volver a ser bueno / **người có khuynh hướng phục thiện** (la persona que puede volver a ser bueno, a pesar de cometer alguno error o delito); (dt), **sự phục thiện**: el regreso de ser bueno, el regreso de los buenos

phục thù (đt): vengar; (dt), **sự phục thù**: la venganza

phục tùng, **làm cho phục tùng** (đt): someter; (đt), **bị phục tùng**: estar sometido; (dt), **sự phục tùng**: la obediencia

phục vị (đt): restablecer el puesto; (dt), **sự phục vị**: el restablecimiento del puesto

phục vụ (đt): servir, (dt), **sự phục vụ**: el servicio

phủi (đt): frotar

phủi bụi (đt): espolvorear

phủi tay (đt): frotar las manos

p**hun nước** (đt): regar / **phun nước tưới cây** (regar las plantas)

phung phá (đt): despilfarrar; (dt), **sự phung phá**: el despilfarro

phung phí (đt): despilfarrar; (dt), **sự phung phí**: el despilfarro

phúng viếng (đt): visitar / **phúng viếng một ngôi mộ** (visitar una tumba; (dt), **sự phúng viếng**: la visita, el culto a los antepasados o a los muertos

phụng dưỡng (đt): asistir, mantener / **phụng dưỡng cha mẹ lúc tuổi già** (asistir a los padres cuando envejecen); (dt), **sự phụng dưỡng**: el mantenimiento, la asistencia

phụng sự (đt): servir / **phụng sự tổ quốc** (servir al país); (dt), **sự phụng sự**: el servicio

phụng thờ (đt): adorar; (dt), **sự phụng thờ**: la adoración

phút (dt): el minuto

phút chốc (dt): el momento / **trong một phút chốc** (en el momento)

phút giây (dt): el instante

phụt (đt): brotar/ **phụt nước** (brotar el agua)

phức (tt): compuesto, a / **câu phức** (la oración compuesta)

phức tạp (tt), (pt): complejo, a / **những ý nghĩ phức tạp** (los pensamientos complejos); (dt), **sự phức tạp**: la complejidad, la complicación; (đt), **làm cho phức tạp, phức tạp hóa**: complicar, enredar

phước (dt): la bienaventuranza

phước lành (dt): la bendición, la bienaventuranza / **xin Chúc ban phước lành** (pedir a Dios que le de la bendición)

phương hướng (dt): la orientación, la dirección
phương án (dt): el proyecto, el plan; (đt), **tạo phương án**: proyectar
phương cách (dt): el método / **phương cách làm việc** (el método del trabajo)
phương châm (dt): la meta / **Phương châm của bạn là gì?** (¿Cuál es tu meta?)
phương diện (dt): el ángulo, el aspecto / **về phương diện kinh tế** (desde el ángulo económico)
phương hại, **làm phương hại** (đt): perjudicar; (dt), **sự phương hại**: el perjuicio
phương kế (dt): la medida / **Cô ấy đã đưa ra một phương kế mới.** (Ella dio una nueva medida.)
phương pháp (dt): el método, la metodología / **Làm việc có phương pháp để đạt năng suất cao.** (Trabaja con método para obtener un buen rendimiento.)
phương phi (tt); (pt): lúcido / mộ**t vẻ mặt phương phi** (un semblante lúcido)
phương sách (dt): la medida / **tạo ra một phương sách mới** (adoptar una nueva medida)
phương tây (dt): el occidente, el Oeste; (dt), **người phương tây**: los occidentes
phương thuốc (dt): la receta médica
phương thức (dt): el modo / **phương thức sản xuất** (el modo de la producción)
phương tiện (dt): el medio / **phương tiện giao thông** (el medio de transporte)
phương trình (dt): la ecuación / phương trình đại số (la ecuación algebraica); (đt), **lập phương trình**: establecer una ecuación
phường (dt): el registro civil, (el registro civil de cada municipio)
phường chèo (dt): el grupo del teatro clásico
phường hội (dt): la asociación; (dt), **lập phường hội**: asociar
phượng, **hoa phượng** (dt): la flor de la frambuesa, la frambuesa
phượng hoàng (tt): fénix / **chim phượng hoàng** (el ave fénix, el fénix)
phượng vĩ, **hoa phượng vĩ** (dt): la flor de la frambuesa, la frambuesa

Phụ âm thứ mười hai và chữ thứ hai mươi mốt trong bảng chữ cái
Duodécima consonante y vigesimoprimera letra del abecedario

qua đời (đt): fallecer / Cha tôi đã qua đời cách đây năm năm. (Mi padre falleció hace cinco años.)
qua đường (đt): cruzar la calle / **khách qua đường** (el pasajero, la pasajera)
quà (dt): el regalo / **qùa Giáng sinh** (el regalo de Navidad) / **quà sinh nhật** (el regalo del cumpleaños / **qùa Tết** (el regalo de la fiesta de año nuevo)
quả (dt): la fruta
quả báo (dt): la Karma
quả cảm (tt): osado, a; (dt), **sự quả cảm**: la osadía, el coraje
quả dưa hấu (dt): la sandía
quả dừa (dt): el coco
quả khô (dt): la fruta seca
qủa quyết (tt), (pt): decidido, a / **tính quả quyết** (el carácter decidido); (đt), **qủa quyết**: decidir; (dt), **sự qủa quyết**: la decisión
quả thật (pt): obvio, a; evidente, obviamente / Qủa thật, lời anh nói rất là chí lý. (Obviamente, lo que dices es razonable.)
quả thu đủ (dt): la papaya
quả thực (pt): obvio, a; evidente, obviamente / **quả thực là vậy** (es obvio, es evidente)
quả tim (dt): el corazón
quá (pt): muy / **to quá cỡ** (muy grande) / **Cái áo này là quá cỡ so với tôi**. (Esta camisa es muy grande para mi.) / **quá đẹp** (es muy guapo, a) / **quá xa** (está muy lejos)
quá cảnh, **đi quá cảnh** (tng), (đt): ir a país extranjero

quá đáng (pt): excesivo

quá độ (tt), (pt): degenerado, a; excesivo, a / **thời kỳ quá độ** (la época degenerada); (dt), **sự quá độ**: la degradación, el exceso / **Sự quá độ của một nền chính trị đòi hỏi một sự chuyển tiếp mới.** (La degradación política exige una nueva transición.)

qúa giang, đi qúa giang (đt): acompañar / **đi qúa giang xe mô tô** (acompañar en una moto)

quá hạn (pt): caducado, a / **vé đã quá hạn** (el billete está caducado)

quá khứ (dt): el pasado; (dt), **thì quá khứ**: el pretérito

quá mức (pt): excesivo, a; (dt), **sự quá mức**: el exceso

quá tải (pt): demasiado, a / một chiếc xe buýt đã chở quá tải hành khách (un autobús transportaba demasiado pasajeros.)

quá trình (dt): el proceso / **quá trình tiến hóa** (el proceso revolucionario)

qụa, con qụa (dt): el cuervo

quai hàm (dt): la mandíbula

râu quai nón (dt): la barba

quái ác (tt), (pt): maligno, a / **giỡn một cách quái ác** (hacer broma de manera maligna)

quái dị (tt), (pt): raro, a; extravagante / **một người quái dị** (una persona extravagante)

quái đản (tt), (pt): raro, a; extravagante / **thật là quái đản** (es raro, es extravagante)

quái gở (tt), (pt): maligno, a / **nụ cười quái gở** (la sonrisa maligna)

quái thai, sự quái thai (dt): la malformación del feto

quái vật, con quái vật (dt): el monstruo

quan, viên quan (dt): el cortesano / **quan lại triều đình** (los cortesanos) / **quan tể tướng** (el mariscal militar)

quan âm, Phật Quan Âm (dt): la Buda Guan Yin

quan điểm (dt): la opinión; la tendencia / **quan điểm chính trị** (la tendencia política) / **phát biểu quan điểm** (expresar su opinión)

quan hệ, mối quan hệ (dt): la relación, el nexo; (đt), **tạo mối quan hệ**: relacionar

quan họ (tt), (pt): folklórico, a / **một bài hát quan họ** (una canción folclórica) / **áo quan họ** (una blusa folclórica)

quan liêu (tt), (pt): burocrático, a / **một hệ thống hành chính quan liêu bao cấp** (una administración burocrática); (dt), **sự quan liêu**: la burocracia

quan niệm (dt): el concepto, el modo de pensar
quan sát (đt): observar; (dt), **sự quan sát**: la observación
quan tâm (đt): atender; (dt), **sự quan tâm**: la atención
quan tòa, **viên quan toà** (dt): el funcionario judicial (palabra antigua)
quan trọng (tt), (pt): importante; (dt), **sự quan trọng**: la importancia
quản lý (đt): administrar; (tt), (pt): administrativo, a / **khả năng quản lý** (la capacidad administrativa) / **hệ thống quản lý** (el sistema administrativo); (dt), **sự quản lý**: la administración
quản thúc (đt): vigilar; (đt), **bị quản thúc**: estar bajo vigilancia; (dt), **sự quản thúc**: la vigilancia
quản trị (đt): administrar; (dt), **sự quản trị**: la administración / **hội đồng quản trị nhân dân** (la administración pública)
quán, **cái quán** (dt): el bar
quán cơm (dt): el bar de arroz
quán nước (dt): el bar
quán tính (dt): el instinto / **làm theo quán tính** (hacer algo con instinto)
quán triệt (đt): abarcar, dominar / **quán triệt một vấn đề** (abarcar un asunto, dominar un asunto)
quán trọ (dt): el hostal
quang cảnh (dt): el paisaje, la escena / **một quang cảnh đẹp** (un bello pasaje)
quang đãng (tt), (pt): despejado, a / **bầu trời quang đãng** (el cielo despejado); (dt), **sự quang đãng**: el despejado; (đt), **làm quang đãng**: despejar
quang học (dt): la óptica
quang phổ (dt): el espectro
quảng cáo (đt): propagar; (dt), **sự quảng cáo**: la propaganda
quảng đại (tt), (pt): generoso, a; tolerante / **một tấm lòng quảng đại** (un corazón tolerante); (dt), **sự quảng đại**: la tolerancia, la generosidad
quảng trường (dt): la plaza
quãng, **cái quãng** (dt): el intervalo musical, el espacio / **quãng đời còn lại** (el resto de la vida) / **quãng tám** (el intervalo de ocho grados, la octava)
quáng gà (tt), (pt): tartamudo / **nói quáng gà** (habla de manera tartamuda); (dt), **sự quáng gà**: la tartamudez; (đt), **bị quáng gà**: tartamudear
quanh co (tt), (pt): tortuoso, a; sinuoso, a / **con đường quanh co** (el camino tortuoso); (dt), **sự quanh co**: el disimulo
quanh năm (pt): todo el año / **làm việc quanh năm** (trabajar todo el año) / **quanh năm suốt thánh** (todo el año)

quanh quẩn (đt): quedarse pegado, pegarse a alguien / **quanh quẩn ở nhà** (quedarse pegado en casa) / **quanh quẩn bên một người nào đó** (estar pegado, a alguien)

quạnh hiu (tt), (pt): solitario, a; desértico, a; (dt), **sự quạnh hiu**: lo solitario, lo desértico

quát, quát tháo (đt): chillar, reprochar fuerte, gritar; (dt), **sự quát tháo**: la riña, los gritos

quạt, cái quạt (dt): el abanico

quạt máy (dt): el ventilador

quạt tay, cái quạt tay (dt): el abanico

quạu cọ (tt), (pt): mal humor / **vẻ mặt cạu cọ** (la cara de mal humor); (đt), **quạu cọ**: enfurruñarse, tener el mal humor; (dt), **sự cạu cọ**: el mal humor

quay (đt): asar / **thịt quay** (la carne asada) / **quay thịt** (asar la carne)

quay (đt): dar la vuelta, dar vueltas; girar

quay cuồng (pt): tormentoso, a; dando vuelta / **những ý nghĩ cứ quay cuồng ở trong đầu** (los pensamientos están dando vuelta en la cabeza) / **giông tố quay cuồng** (la tempestad tormentosa); (dt), **sự quay cuồng**: lo tormentoso

quay đầu (đt): dar la vuelta, girar cabeza

quay phim (đt): rodar película

quay quắc (pt): muchísimo / **nhớ quay quắc một người nào đó** (echar muchísimo de menos a alguien, recordar mucho a alguien)

quay tít (đt): girar rápidamente

quay vòng (đt): girar redondo

quắc thước (tt), (pt): serio y lúcido / **vẻ mặt quắc thước của một tu sĩ** (el semblante lúcido y serio de un asceta)

quăn qeo (pt): enrollado / **cuộn chỉ bị quăn qeo** (el rollo de hilo está enrolladlo)

quân bình (tt), (pt): equilibro, a / **một tinh thần quân bình** (una mente equilibrada); (dt), **sự quân bình**: el equilibro; (đt), **làm cho quân bình**: equilibrar

quân chủ, chế độ quân chủ (dt): el absolutismo; (dt), **người theo chế độ quân chủ**: el, la absolutista

quân địch (dt): el enemigo

quân đội (dt): el ejército / **quân đội quốc gia** (el ejército nacional)

quân hiệu (dt): el escudo

quân lính (dt): los soldados

quân lực (dt): las fuerzas armadas

quân nhân (dt): el soldado, el militar
quân phục, **bộ đồ quân phục** (dt): el uniforme militar
quân sự, **ngành quân sự** (dt): el militarismo; (đt), **quân sự hóa**: militarizar
quân thù (dt): el enemigo
quân tử (tt): noble / **một người quân tử** (una persona noble)
quân y, **ngành quân y** (dt): la carrera de medicina militar; (dt), **bác sĩ quân y**: el médico militar
quần, **cái quần** (dt): el pantalón
quần áo (dt): la ropa
quần bò (dt): el vaquero
quần chúng (dt): los ciudadanos
quần cộc = quần cụt = quần sọt (dt): el pantalón corto
quần đảo (dt): el archipiélago
quần lót nam (dt): el calzoncillo
quần lót nữ (dt): la braga, el tanga
quần quật (tt), (pt): incesante; duro, a / **làm việc quần quật** (trabajar incesante, trabajar duro)
quần ta, **cái quần ta** (dt): el pantalón tradicional
quần tây, **cái quần tây** (dt): el pantalón occidental
quần thể (dt): el conjunto / **một quần thể kiến trúc** (un conjunto de arquitecturas)
quấn (đt): enrollar / **quấn chỉ** (enrollar los hilos) / **quấn tã** (poner el pañal, cambiar el pañal)
quấn quýt (đt): pegarse a alguien / **em bé quấn quýt bên mẹ** (el bebé está pegado a la madre)
quận (dt): el distrito, el pueblo
quận chúa (dt): la princesa
quầng, cái quầng thâm (dt): las ojeras
quất, **trái quất** (dt): la mandarina
quất (đt): pegar (con una barra)
quật cường (tt), (pt): indomable / **tính quật cường** (el carácter indomable) / **một người quật cường** (la persona indomable); (dt), **sự quật cường**: lo indomable
quật ngã (đt): derribar / **quật ngã đối phương** (derribar a los rivales)
quây quần (đt): unirse; (dt), **sự quây quần**: la unión

quây quẩy (tt), (pt): insistente, insistentemente / **quây quẩy không chịu ăn** (negarse a comer insistentemente)
quầy báo, **cái quầy báo** (dt): el quiosco de prensa
quầy sách, **cái quầy sách** (dt): el quiosco de libros
quầy tạp hóa, **cái quầy tạp hóa** (dt): el quiosco de complementos
quẫy (đt): mover / **con cá quẫy đuôi** (el pez mueve la cola)
quấy nhiễu (đt): molestar; (dt), **sự quấy nhiễu**: la molestia
quấy rầy (đt): molestar; (dt), **sự quấy rầy**: la molestia
quấy rối (đt): acosar, alterar, perturba / **quấy rối trật tự xã hội** (alterar la seguridad pública); (dt), **sự quấy rối**: el acoso, la alteración / **sự quấy rối tình dục** (el acoso sexual)
que, **cái que** (dt): el palillo, el palo
que củi, **cái que củi** (dt): el palo de leña
que diêm, **cái que diêm** (dt): el palillo de cerilla
que tăm, **cái que tăm** (dt): el palillo de diente
què (tt), (pt): amputado / **cái chân què** (la pierna amputada)
quen (đt): conocer; (dt), **người quen**: el conocido, la conocida
quen biết (đt): conocer
quen mặt (pt): conocido, a / **quen mặt đặt hàng** (se vende mejor precio a la persona que conoce)
quen tay (pt): habiloso, a / **làm chặp quen tay** (haciendo algo varias veces se consigue la habilidad)
quen thói (pt): acostumbrado / **quen thói hư** (acostumbrado un mal vicio)
quen thuộc (tt), (pt): habitual, familiar / **một công việc quen thuộc** (un trabajo habitual) / **một gương mặt quen thuộc** (una cara familiar); (dt), **sự quen thuộc**: la costumbre, la parentela
quèn (tt), (pt): mediocre / **một nhà văn quèn** (un escrito mediocre)
quét (đt): barrer
quét dọn (đt): barrer, ordenar / **quét dọn nhà cửa** (ordenar la casa)
quê, miền quê, thôn quê (dt): el campo
quê hương (dt): el país natal
quê kệch (tt), (pt): cursi, agreste; basto, a / **một giọng văn quê kệch** (un estilo de literatura cursi)
quê mùa (tt), (pt): cursi; basto, a; (dt), **sự quê mùa**: lo cursi
quê ngoại (dt): el pueblo materno
quê người (dt): la tierra extranjera, el extranjero

quê nội (dt): el pueblo paterno
quên (đt): olvidar; (dt), **sự quên lãng**: el olvido
quên lửng (đt): olvidar absoluto
quết (đt): machacar / **quết thịt** (machacar la carne)
quốc ca, **bài quốc ca** (dt): el himno nacional
quốc doanh (dt): la asociación / **liên hiệp quốc doanh** (las asociaciones unidas)
quốc kì, **cờ quốc kỳ** (dt): la bandera, la bandera nacional
quốc lễ (dt): la fiesta nacional
quốc lộ, **đường quốc lộ** (dt): la carretera
quốc ngữ, **chữ quốc ngữ** (dt): la lengua vietnamita actual
quốc phòng, **bộ quốc phòng** (dt): el ministerio de defensa nacional
quốc tế (tt), (pt): internacional / **quan hệ quốc tế** (la relación internacional) / **văn học quốc tế** (la literatura internacional); (đt), **quốc tế hóa**: internacionalizar
quốc tịch (dt): la nacionalidad
quốc văn (dt): la literatura nacional
quở mắng (đt): reprochar, echar bronca
quở trách (đt): reprochar; (dt), **sự quở trách**: el reproche
qui cách (tt), (pt): estándar, el modo; (đt), **qui cách hóa**: estandarizar
qui củ (dt): la norma, la regla
qui định, **sự qui định** (dt): la reglamentación; (dt), **điều qui định**: el reglamento; (đt), **qui định hóa**: reglamentar
qui hoạch, **qui hoạch hóa** (đt): planificar; (dt), **sự qui hoạch**: el planeamiento, la planificación / **qui hoạch đô thị** (planeamiento urbanístico) / **qui hoạch dân số** (planificación familiar)
qui kết (đt): incluir, concluir / **qui kết một vấn đề** (concluir un asunto); (dt), **sự qui kết**: la inclusión, la conclusión
qui luật (dt): la regla, la norma / **thay đổi nhiệm kỳ là một qui luật** (cambiar la legislación es una regla) / **qui luật tự nhiên** (la regla de la naturalidad)
quy tắc (dt): la regla, la norma / **qui tắc ứng xử** (la norma de la conducta)
qui ước (dt): el convenio
quỷ, **con quỷ** (dt): el diablo, el demonio
quỷ quái (tt), (pt): diabólico, a; insidioso, a / **nụ cười quỷ quái** (la sonrisa diabólica)

quý quyệt (tt), (pt): insidioso, a; diabólico, a / **con người quý quyệt** (la persona insidiosa); (dt), **sự quý quyệt**: la insidia, la insidia

quỹ đạo, **đường quỹ đạo** (dt): la órbita / **đường qũy đạo của trái đất** (la órbita de la tierra)

quỹ tiết kiệm (dt): la caja de ahorros

qúi (tt), (pt): valioso, a / **của qúi** (objetos valiosos)

qúi cô (dt): señorita

qúi bà (dt): señora

qúi danh (dt): el nombre

qúi giá (tt), (pt): valioso, a; (dt), **sự qúi giá**: lo valioso

qúi mến (tt), (pt): estimado, a; (dt), **sự qúi mến**: el estimado

qúi nhân (dt): la persona valiosa

quý ông (dt): el señor

qúi tộc (tt), (pt): cortesano, a / **dòng họ qúi tộc** (el linaje cortesano), (dt), **người qúi tộc**: el cortesano, la cortesana

qúi trọng (tt), (pt): respetuoso, a; (dt), **sự qúi trọng**: el respeto

qùi (đt): arrodillarse; ponerse de rodillas

quyên góp (đt): recaudar, (dt), **sự quyên góp**: la recaudación

quyền (dt): el poder; el derecho

quyền lợi (dt): el derecho

quyền lực (dt): el poder / **quyền lực chính trị** (el poder político) / **quyền lực thiên nhiên** (el poder natural) / **quyền lực tôn giáo** (el poder eclesial)

quyền năng (tt), (pt): poderoso, a / Thiên Chúa quyền năng hiện hữu khắp nơi. (Dios todo poderoso y omnipresente)

quyển lịch (dt): el calendario

quyển sách (dt): el libro

quyển sổ tay (dt): la libreta de notas

quyển truyện (dt): una novela

quyển vở (dt): la libreta

quyến luyến (tt), (pt): afectuoso, a; (dt), **sự quyến luyến**: la afectividad

quyến rũ (tt), (pt): magnético, a; atractivo, a / **một khuôn mặt quyến rũ** (una cara magnética); (dt), **sự quyến rũ**: la atracción, el magnetismo; (đt), **làm quyến rũ**: atraer

quyện vào (đt): entremezclarse / **quyện vào dòng người** (entremezclarse en una multitud)

quyết chiến, **sự quyết chiến** (dt): la decisión de guerra

quyết định (đt): decidir; (dt), **sự quyết định**: la decisión

quyết đoán (tt), (pt): autoritario, a / **tính quyết đoán** (el carácter autoritario) / Anh ta là một người quyết đoán, khi đã quyết định một điều gì thì không ai thay đổi được. (Él es un autoritario, si decidía algo, no podía ser cambiado por alguien.); (dt), **sự quyết đoán**: el autoritarismo

quyết liệt (tt), (pt): decisivo, a; determinado, a / **giờ phút quyết liệt nhất của trận chiến** (el momento más decisivo del combate) / **con người quyết liệt** (la persona decisiva)

quyết nghị (dt): la resolución; (đt), ra quyết nghị: dictar la resolución

quyết tâm (đt): empeñarse / **quyết tâm làm cái gì đó** (empeñarse en hacer algo); (dt), **sự quyết tâm**: el empeño, la insistencia

quyết thắng, **sự quyết thắng** (dt): la insistencia en vencer

quýnh lên (đt): ponerse nervioso, a / **đừng có quýnh lên** (no te pongas nervioso)

quýt, **trái quýt** (dt): la mandarina; (dt), **cây quýt**: el mandarino

Phụ âm thứ mười ba và chữ thứ hai mươi hai của bảng chữ cái
Decimotercera consonante y vigesimosegunda letra del abecedario

ra (pt): más / **càng ngày càng đẹp ra** (cada día es más guapa)
ra bài tập (đt): mandar la tarea del colegio
ra nghị quyết (đt): dictar una resolución
ra sách (đt): publicar libros
ra tòa (đt): compadecer ante el juzgado
ra đời (đt): nacer / **Cậu bé đã ra đời trong một ngày nắng đẹp.** (El niño nació en un hermoso día soleado.)
ra lệnh (đt): mandar, dar una orden / **ra một cái lệnh** (publicar un mandamiento)
ra lò (pt), (tng): recién, reciente / **bánh mì vừa mới ra lò** (el pan recién salido del horno) / **một ca sĩ vừa mới ra lò** (un cantante nuevo) / **một tác phẩm nghệ thuật vừa mới ra lò** (una obra de arte acaba de públicar)
ra ngoài (pt): afuera / **đi ra ngoài** (salir afuera)
ra vẻ (pt): presumido; (đt), **làm ra vẻ**: presumir / **Anh ta lúc nào cũng làm ra vẻ ta đây.** (Él es siempre un presumido.)
ra viện (đt): dar el alta en el hospital
rà soát (đt): comprobar, verificar, ejercer un control / **Nhà nước rà soát nghiêm ngặt vì sợ chống đối.** (El estado ejerce un control severo porque teme la insurrección.) / **Làm xong cái gì rồi phải rà soát lại.** (Hay que verificar todo lo que haga una vez acabado.)
rả rích (pt): lloroso, a / **mưa rơi rả rích** (la lluvia llorosa) / **tiếng rả rích của mưa** (el repiqueteo lloroso de la lluvia)
rã đám (đt): desunir / **Họ đã bị rã đám.** (Ellos están desunido.)

rác (dt): la basura, la porquería; (đt), **đổ rác**: tirar la basura

rác rưởi, **sự rác rưởi, đồ rác rưởi** (dt): la basura, la porquería

rách, **làm rách** (đt): estropear / **làm rách áo** (estropear la camisa); (đt), **bị rách**: estar estropeado, a / **cái áo bị rách** (la camisa está estropeada)

rách rưới (tt), (pt): andrajoso, a; estropeado, a / **áo quần rách rưới** (la ropa andrajosa) / **ăn mặc rách rưới** (vestir andrajosamente); (dt), **sự rách rưới**: el andrajo

rạch, **cái rạch** (dt): el arroyo

rạch (đt): rayar; (dt), **đường rạch**: la raya

rạch ròi (tt), (pt): claro, a; preciso, a / **nói một cách rạch ròi** (hablar con precisión); (dt), **sự rạch ròi**: la claridad, la precisión

rải (đt): esparcir, dispersar / **rải truyền đơn** (esparcir octavillas)

rải rác (pt): disperso, a / **đồ vật rải rác khắp nơi** (cosas dispersas en todas partes); (đt), **làm rải rác**: dispersar; (dt), **sự rải rác**: la dispersión

rám nắng (tt), (pt): bronceado, a; (đt), **làm rám nắng**: broncear; (đt), **bị rám nắng**: estar bronceado, a

rán (đt): freír / **rán cá** (freír el pescado)

rang (đt): tostar / **rang đậu phụng** (tostar cacahuetes)

rạn, **vết rạn** (dt): la fisura

rạn nứt, **vết rạn nứt** (dt): la fisura; (dt), **sự rạn nứt**: la fisura / **giữa họ đã có một sự rạn nứt** (entre ellos había una fisura)

ràng buộc, **sự ràng buộc** (dt): el compromiso; (đt), **làm cho ràng buộc**: comprometer

ráng sức (đt): esforzarse; (dt), **sự ráng sức**: el esfuerzo

rạng danh, **làm rạng danh** (đt): resplandecer en reputación

rạng đông (dt): la aurora

ranh giới (dt): el linde, el confín

ranh, ranh mãnh (tt), (pt): astuto, a / **một người ranh mãnh** (una persona astuta); (dt), **sự ranh mãnh**: la astucia

rành mạch (tt), (pt): claro, a; preciso, a; (dt), **sự rành mạch**: la claridad; (đt), **làm cho rành mạch**: aclarar, precisar

rảnh (tt): libre / **thời gian rảnh** (el tiempo libre)

rãnh, **cái rãnh, cái rãnh nước** (dt): la acequia

rao (đt): pregonar; (dt), **tiếng rao, tiếng rao bán hàng**: el pregón; (dt), **người rao hàng = người bán hàng rong**: el pregonero, la pregonera

rào, **cái rào** (dt): la valla, la tapia; (đt), **rào lại**: cerrar, cercar / **rào miếng đất lại** (cercar, rodear la finca con vallas, tapias)

rào đón (đt): hablar con preámbulos, con rodeos; (dt), **sự rào đón**: el preámbulo

rào giậu (đt): cerrar, cercar, rodear / **rào giậu vườn tược** (rodear la finca con vallas, cercar)

rảo bước (đt): caminar, pasear

ráo (tt), (pt): seco, a / **một ngày nắng ráo** (un día soleado)

ráo hoảnh (tt), (pt): seco, a / **cặp mắt ráo hoảnh** (tng): los ojos secos, (no está llorando, no muestra emoción alguna) / Anh ta đã dự đám tang bạn với cặp mắt ráo hoảnh (Él estaba en el funeral de su amigo con los ojos secos.)

ráo riết (tt), (pt): constante, incesante / **Họ đã làm việc ráo riết.** (Ellos trabajaban constantemente.); (dt), **sự ráo riết**: la constancia

rạo rực (tt), (pt): jubiloso, a / **một cảm giác rạo rực** (una sensación jubilosa) / **một niềm vui rạo rực** (una alegría jubilosa)

ráp (đt): ensamblar, acoplar; (dt), **sự lắp ráp**: el ensamblaje

rạp, **cái rạp** (dt): la carpa

rạp chiếu bóng, **cái rạp chiếu bóng** (dt): la sala de cine

rạp hát, **cái rạp hát** (dt): el teatro

rạp xi nê, **cái rạp xi nê** (dt): la sala de cine

rạp xiếc (dt): la carpa del circo

rát (tt), (pt): quemado, a / **bị rát mặt** (está quemado por el sol)

rau (dt): la verdura

rau ngò (dt): el cilantro

rau sống (dt): la ensalada

rau thơm (dt): la hierba buena

rau xà lách (dt): la lechuga

rắc (đt): diseminar, esparcir / **rắc phấn hoa** (diseminar el polen de las flores) / **rắc bộ**t (esparcir la harina)

rắc rối (tt), (pt): lioso, a / **một vấn đề rắc rối** (un asunto lioso, un embrollo); (dt), **sự rắc rối**: el lío, el follón, el enredo, el embrollo, el problema; (đt), **làm cho rắc rối**: enredar, liar

rằm, **trăng rằm** (dt): la luna llena; (dt), **ngày rằm**: los días 14 y 15 del mes del calendario lunar

răn đe (đt): advertir; (dt), **sự răn đe**: la advertencia

rằn, **cái rằn** (dt): la raya

rằn ri, **hình rằn ri** (dt): el camuflaje / **bộ đồ rằn ri mỹ**, **bộ áo quần rằn ri** (el uniforme americano, el uniforme de camuflaje)

rắn, **con rắn** (dt): la serpiente

rắn rết, **loài rắn rết** (dt): especies de reptiles (serpientes, escorpiones, insectos de reptiles)

rắn rỏi (tt), (pt): robusto, a / **một thân hình rắn rỏi** (un cuerpo robusto); (đt), **làm cho rắn rỏi**: robustecer; (dt), **sự rắn rỏi**: el robustecimiento

rặn (đt): contraer, encogerse para expulsar

răng, **cái răng** (dt): el diente

răng cấm, **cái răng cấm** (dt): la muela

răng giả (dt): el diente de porcelana

răng sữa (dt): el diente de leche

rằng (lt): que / **nói rằng** (decir que) / **chẳng nói chẳng rằng** (no decir nada)

rặng, **cái rặng** (dt): la hilera, la cadena / **một rặng cây** (la hilera del árbol) / **một rặng núi** (la cadena montañosa)

râm, **cái bóng râm** (dt): la sombra / **kiếm một cái bóng râm để nghỉ** (buscar una sombra para descansar)

râm mát (tt): fresco, a / **chỗ râm mát** (el lugar fresco)

rầm rì (đt): susurrar; (dt), **tiếng rầm rì**: el susurro / **Tiếng rầm rì của biển.** (El susurro del mar.)

rậm rạp (tt), (pt): frondoso, a / **một khu rừng rậm rạp** (la selva frondosa); (dt), **sự rậm rạp:** la frondosidad

rận, **con rận** (dt): el piojo

rất (pt): **muy** / **rất hay** (muy interesante) / **rất đẹp** (muy guapo, a)

rất đỗi (pt): muy / **rất đỗi vui mừng** (muy alegre)

rất mực (pt): muy / **một người rất mực chính chắn** (una persona muy madura)

râu (dt): el bigote

râu quai nón (dt): la barba

râu ria (dt): el vello / **Mặt ông ta mọc đầy râu ria.** (Su rostro abunda en vello.)

rầy la (đt): reprochar / **rầy la con cái** (reprochar los hijos); (dt), **sự rầy la**: el reproche

rầy rà (pt): lentamente / **làm việc một cách rầy rà** (trabajar lentamente)

rẫy, **cái rẫy** (dt): la tierra cultivada / **cái rẫy bỏ không** (la tierra abandonada)

rẻ (tt), (pt): barato, a / **giá rẻ** (el precio barato) / **đồ rẻ mạt**, **đồ rẻ tiền** (el canalla, la canalla)

rẻ rúng (tt), (pt): desconsiderado, a; (dt), **sự rẻ rúng**: la desconsideración

ré (đt): gritar
rèm, cái rèm cửa sổ (dt): la cortina
rèn giũa (đt): corregir / **rèn giũa con cái từng ngày** (corregir a diario a los hijos)
rèn luyện (đt): entrenar, fortalecer, ejercer; (dt), **sự rèn luyện**: el entrenamiento
reo, reo hò (đt): aclamar, (dt), **sự reo hò**: la aclamación
rét (tt), (pt): frío, a / **trời rét** (el tiempo frío)
rét cóng (tt), (pt): muy frío / **bị rét cóng** (es muy frío)
rể, chú rể (dt): el novio
rễ cây (dt): la raíz del árbol
rên (đt): gemir, sollozar; (dt), **tiếng rên**: el gemido
rên la (đt): gemir fuerte; (dt), **tiếng rên la**: el gemido y grito
rên xiết (đt): gemir, sollozar; (dt), **sự rên xiết**: el sollozo
rền rĩ, tiếng rền rĩ (dt): el sollozo
rệp, con rệp (dt): la chinche
rêu, rêu phong (dt): el musgo
rì rào (đt): susurrar / **gió rì rào** (el viento susurra); (dt), **tiếng rì rào**: el susurro / **tiếng rì rào của rừng thông** (el susurro del bosque de pinos)
rì rầm (đt): susurrar; (dt), **tiếng rì rầm**: el susurro / **tiếng rì rầm của sóng biển** (el susurro de las olas del mar)
rỉ (đt): filtrar / **ống nước bị rỉ** (la tubería está filtrada) / **vết thương bị rỉ máu** (la herida sangrada)
rỉ rả (tt), (pt): incesante / **Mưa rỉ rả suốt ngày.** (La lluvia está incesante en todo el día)
rỉ tai nói nhỏ (đt): susurrar, murmurar / Anh ta rỉ tai nói nhỏ để người khác khỏi nghe (ÉL susurra para que la otra persona no escuche)
ria mép (dt): el bigote
rìa (dt): el linde, la orilla / **rìa rừng** (el linde del bosque) / **Những người thổ dân sống ở ngoài rìa rừng.** (Los aborígenes viven en el linde del bosque.) / **cho ai ra rìa** (eliminar a alguien) / **sống ngoài rìa xã hội** (vivir de forma anárquica)
riêng biệt (tt), (pt): particular / **nhà riêng** (la casa particular); (dt), **sự riêng biệt**: la particularidad
riêng lẻ (tt), (pt): aislado, a / **sống riêng lẻ** (vivir aislado, a) / **người sống riêng lẻ** (la persona aislada); (dt), **sự riêng lẻ**: el aislamiento
rình, rình mò (đt): acechar, espiar; (dt), **sự rình mò**: el acecho

rít (đt): silbar, pitar; (dt), **tiếng rít của còi tàu**: el pitido del tren, el silbido del tren

rít, **con rít** (dt): el ciempiés

rịt (đt): poner, aplicar / **rịt thuốc vào vết thương** (aplicar la pomada, la medicina en la herida)

riu riu (pt): lentamente / **đun lửa riu riu** (cocinar lentamente y con poco fuego)

rỏ, **rỏ giọt** (đt): gotear

rõ, **rõ ràng** (tt), (pt): claro, a / **làm cái gì đó một cách rõ ràng** (hacer algo claramente); (dt), **sự rõ ràng**: la claridad

rõ nét (tt), (pt): marcado, a / **Mặt anh ta rất rõ nét**. (Tiene los rasgos marcados.)

rõ rệt (pt): claramente / Cô ta đã thấy một cách rõ rệt những gì mà họ không thấy. (Ella veía claramente lo que no podían ver ellos.)

róc rách, **chảy róc rách** (đt): burbujear con el sonido crujiente / Nước suối chảy róc rách do đập vào những tảng đá. (El agua del arroyo burbujea con el sonido crujiente al contacto con las rocas.); (dt), **tiếng róc rách**: el sonido crujiente

roi (dt): la vara, la verga

roi vọt (dt): la vara, la verga / thương con cho roi cho vọt (para querer, dar la vara a los hijos)

rón rén, **đi rón rén** (đt): ir de puntillas

rong, **rong biển** (dt): el alga

rong chơi (đt): entretenerse, distraerse; (dt), **sự rong chơi**: el entretenimiento, la distracción

rong ruổi (đt): entretenerse, distraerse; (dt), **sự rong ruổi**: el entretenimiento, la distracción

rong huyết (dt): la hemorragia; (đt), **bị rong huyết**: tener hemorragia

rong kinh (dt): la menorragia; (đt), **bị rong kinh**: tener menorragia

rô bốt (dt): el robot

rồ dại (tt), (pt): bobo, a

rổ, **cái rổ** (dt): la cesta

rồi (pt): ya / **Con đã ăn rồi**. (Ya comí.)

rỗi, **rỗi rãi** (tt), (pt): ocioso, a; (dt), sự rỗi rãi: el ocio

rối loạn, **làm rối loạn** (đt): trastornar; (dt), **sự rối loạn**: el trastorno / **rối loạn tiêu hóa** (el trastorno digestivo)

rối ren, **làm rối ren** (đt): enredar, embrollar / **cứ làm rối ren cả lên** (enredarlo todo, embrollarlo todo); (dt), **sự rối ren**: el enredo, el embrollo

rối tung, làm rối tung (đt): enredar, embrollar / **cứ làm rối tung cả lên** (enredarlo todo, embrollarlo todo)

rối trí, làm rối trí (đt): embrollar la mente; (dt), **sự rối trí**: el embrollo de la mente

rôm rả (pt): animadamente / **nói chuyện một cách rôm rả** (dialogar animadamente)

rốn, cái rốn (dt): el ombligo

rồng, con rồng (dt): el dragón

rỗng (tt), (pt): vacío, a

rỗng không (tt), (pt): vacío, a / **cái túi rỗng không** (el bolsillo vacío, no queda un duro)

rỗng tuếch (tt), (pt): vacío, a / **một cái đầu rỗng tuếch** (una cabeza vacía)

rộng (tt), (pt): ancho, a; largo, a

rộng lớn (tt), (pt): inmenso, a / **một phong cảnh rộng lớn** (un paisaje inmenso); (dt), **sự rộng lớn**: la inmensidad

rộng lượng (tt), (pt): tolerante, indulgente / **tính tình rộng lượng** (el carácter tolerante); (dt), **sự rộng lượng**: la indulgencia, la tolerancia

rộng rãi (tt), (pt): generoso, a / Anh ta là một người rộng rãi, có bao nhiêu cho bấy nhiêu. (Él es una persona generosa, da todo lo que tiene.); (dt), **sự rộng rãi**: la generosidad

rốt cuộc (pt): por fin / **rốt cuộc rồi cũng xong** (por fin, está acabado) / **rốt cuộc rồi cũng tới** (por fin llegamos)

rờ mó, sự rờ mó (dt): el tocamiento

rờ rẫm, sự rờ rẫm (dt): el tocamiento

rơi (đt): caer / **mưa rơi** (la lluvia cae; llover)

rơi rụng (đt): caer / Những chiếc lá vàng rơi rụng trong khu rừng mùa thu. (Las hojas amarillas caen en el bosque otoñal.)

rơi vãi (đt): caer a puñados / Những hạt cơm rơi vãi trên nền nhà. (El arroz cae a puñados en el suelo.)

rời, rời khỏi (đt): marchar / Anh ta rời khỏi thành phố đã hai ngày. (Se marchó a la ciudad hace dos días.)

rời bỏ (đt): abandonar / Hắn đã rời bỏ tất cả để đi vào ảo mộng. (Abandonó todos para entrar el sueño.); (dt), **sự rời bỏ**: el abandono

rơm (dt): la paja / **một cọng rơm** (una paja) / **một đống rơm** (un montón de pajas) rơm rác, **đồ rơm rác** (dt): la porquería / **chỉ là đồ rơm rác** (sólo es una porquería)

rởm đời (tt), (pt): cínico, a / **thật là rởm đời** (es cínico) / **một người rởm đời** (la persona cínica, el cínico, la cínica)

rợp bóng, **làm rợp bóng** (đt): sombrear; (dt), **sự rợp bóng**: la sombra

rợp trời (pt): flotante / **cờ bay rợp trời** (las banderas vuelan flotantes)

rờn rợn (tt), (pt): escalofriante / cảm giác rờn rợn (sentir escalofriante)

rớt, **làm rớt** (đt): caer, arrojar / Gió thổi mạnh làm những trái xoài rớt xuống trần nhà. (El viento torrencial arroja los mangos al techo.); (đt), **bị rớt**: estar cayendo

ru con (đt): cantar una canción de cuna, cantar una nana

ru ma ni (tt): rumano, a / **nước Ru ma ni** (Rumania) / **người Ru ma ni** (los rumanos) / **một người Ru ma ni** (un rumano, una rumana)

ru ngủ, **làm ru ngủ** (đt): adormecer, tontear, manipular / Một nền chính trị chuyên chế độc tài làm ru ngủ xã hội. (Una política absolutista y dictatorial adormece la sociedad.); (dt), **sự ru ngủ**: la manipulación

rù rờ (tt), (pt): lento, a / **Hắn lúc nào cũng rù rờ.** (Es lento siempre.)

ru rú (pt): quieto, a / Hắn cứ ru rú ở nhà không đi ra đường. (Se quedó quieto en casa y no salió a la calle.)

rủ (đt): emplazar, citar / **Họ rủ nhau đi chơi**. (Se citan para salir.; Se emplazan para salir.)

rủ lòng, **rủ lòng thương** (đt): dar lástima

rủ rê (đt): inducir / Anh ta đã để cho bạn bè xấu rủ rê. (Ha dejado inducir por los malos amigos.); (dt), **sự rủ rê**: el hecho de inducir

rú (đt): aullar; (dt), **tiếng rú**: el aullido

rùa, **con rùa** (dt): la tortuga

rủa (đt): maldecir

rục rịch (đt): moverse

rủi ro, **sự rủi ro** (dt): la mala suerte; (đt), **bị rủi ro**: tener mala suerte

run, **run rẩy** (đt): temblar; (dt), **sự run rẩy**: el temblor

run sợ (đt): tener miedo; (đt), **làm cho run sợ**: dar miedo, (dt), **sự run sợ**: el miedo, el temor

rung (đt): agitar, remover / **gió làm rung cây** (el viento agita el árbol)

rung cảm, **bị rung cảm** (đt): vibrar; (đt), **làm rung cảm**: hacer vibrar, emocionar; (dt), **sự rung cảm**: la vibración

rung động, bị rung động (đt): vibrar; (đt), **làm rung động**: hacer vibrar, emocionar / **Sự chuyển động của biển làm rung động tâm hồn thi nhân**. (El oleaje del mar hace vibrar el alma del poeta.); (dt), **sự rung động**: la vibración

rùng mình, bị rùng mình (đt): temblar; (đt), **làm cho rùng mình**: hacer temblar; (dt), **sự rùng mình**: el temblor

rùng rợn (tt), (pt): escalofriante một cảnh rùng rợn trong phim (una escena escalofriante de la película); (đt), **làm rùng rợn**: dar escalofrío, (dt), **sự rùng rợn**: el escalofrío

rủng rỉnh, tiếng rủng rỉnh (dt): el retintín, el sonsonete / **túi quần rủng rỉnh** (el bolsillo ruidoso, tener el dinero)

rụng (đt): caer / **Hoa rụng ven sông**. (La flor cae en el linde del río.)

rụng răng, bị rụng răng (đt): caerse el diente

rụng trứng (đt): ovular; (dt), **sự rụng trứng**: la ovulación

ruốc, mắm ruốc (dt): la salsa pastosa de gambas

ruồi, con ruồi (dt): la mosca

ruồng bỏ (đt): abandonar, maltratar / **ruồng bỏ vợ con** (abandonar a la esposa y a los hijos); (dt), **sự ruồng bỏ**: el abandono, el maltrato

ruồng rẫy (đt): maltratar / **ruồng rẫy vợ con** (maltratar a la esposa y a los hijos); (dt), **sự ruồng rẫy**: el maltrato

ruộng, cái ruộng lúa (dt): el arrozal

ruộng vườn (dt): la tierra cultivada / **ruộng vườn bỏ không** (la tierra abandonada)

ruột, cái ruột (dt): el intestino

ruột già, cái ruột già (dt): el intestino grueso

ruột non, cái ruột non (dt): el intestino delgado

ruột thịt (tt), (pt); consanguíneo, a / **anh em ruột thịt** (hermanos consanguíneos) / **Họ là ruột thịt**. (Son consanguíneos); (dt), **sự ruột thịt**: la consanguinidad

rút, rút bớt (đt): disminuir, (dt), **sự rút bớt**: la disminución

rút gọn (đt): reducir; (dt), **sự rút gọn**: la reducción

rút ngắn (đt): abreviar, reducir; (dt), **sự rút ngắn**: la reducción

rút tỉa (đt): sacar la conclusión / **rút tỉa kinh nghiệm** (sacar la conclusión de la experiencia); (dt), **sự rút tỉa**: la conclusión

rụt, rụt lại (đt): retirar / **rụt ý lại** (retirar la idea) / **rụt tay lại** (retira la mano)

rụt rè (tt), (pt): tímido, a; (dt), **sự rụt rè**: la timidez

rửa, rửa dọn (đt): lavar, fregar / **rửa tay** (lavarse la mano) / **rửa chén** (fregar los platos); (dt), **sự rửa dọn**: la limpieza

rửa tội (đt): bautizar; (dt), **sự rửa tội**: el bautismo; (dt), **phép bí tích rửa tội**: el bautismo

rựa, cái rựa (dt): la hacha

rực rỡ (tt), (pt): esplendido, a / **Mặt trời mọc rực rỡ trên khắp cánh đồng.** (El sol sale esplendido en toda parte del campo.); (đt), **làm rực rỡ**: resplandecer, relucir; (dt), **sự rực rỡ**: el resplandor

rực sáng (tt), (pt): reluciente, resplandeciente / **một phong cách rực sáng** (un estilo reluciente); (đt), **làm rực sáng**: resplandecer, relucir; (dt), **sự rực sáng**: el resplandor

rưng rưng (tt), (pt): lacrimoso, a / **cặp mắt rưng rưng** (los ojos lacrimosos)

rừng (dt): el bosque

rừng rậm (dt): la selva

rước (đt): recoger / **anh đi rước em** (voy a recogerte) / **rước dâu** (recoger la novia en el día de la boda); (dt), **đám rước**: la procesión / **một đám rước dâu** (una procesión para recoger a la novia)

rước đèn (đt): llevar la lámpara / **rước đèn đi chơi** (llevar la lámpara para ir a jugar); (dt), **lễ rước đèn**: el festival de lámpara

rưỡi (tt): medio, a / **một cái rưỡi** (una y media) / **một giờ rưỡi** (una hora y media) / **một ki lô rưỡi** (un kilogramo y medio)

rưới, rưới nước (đt): salpicar / **rưới nước vào những tán lá cây** (salpicar el agua en las ramas de hojas)

rườm rà (tt), (pt): sobrecargado / **một bộ váy rườm rà** (un traje sobrecargado) / **hành lý rườm rà** (el equipaje sobrecargado); (đt), **làm cho rườm rà**: sobrecargar; (dt), **sự rườm rà**: el sobrecargo

rượu (dt): el alcohol

rứt (đt): arrancar / **rứt một sợi dây thừng** (arrancar un alambre)

rứt ruột (tt); (pt): entrañable, mucho / **những lời nói rứt ruột** (las palabras entrañables) / **buồn rứt ruột** (muy triste); (đt), **làm rứt ruột**: emocionar / **những lời anh ta nói đã làm cô ta rứt ruột.** (Sus palabras la emocionó.)

Phụ âm thứ mười bốn và chữ thứ hai mươi ba của bảng chữ cái
Decimocuarta consonante y vigesimotercera letra del abecedario

sa (đt): caer / **mưa sa** (la lluvia cae)

sa cơ (tt), (pt): carente / **lúc sa cơ, lúc sa cơ lỡ vận** (el momento carente, el momento difícil, la situación crítica); (dt), **sự sa cơ**: la carencia; (đt), **bị sa cơ**: tener el momento difícil

sa bồi, **đất sa bồi** (dt): el aluvión

sa đà (đt): sumergirse, hundirse / **sa đà vào công việc** (sumergirse en el trabajo)

sa đọa (đt): enfangarse / **Hắn đã sa đọa vào ăn chơi đàng điếm.** (Se enfangó en los vicios nocturnos.)

sa lầy, **bị sa lầy** (đt): hundirse en el lodo; hundirse en los problemas

sa mạc (dt): el desierto

sa mù (dt): la bruma

sa ngã (đt): caerse / **sa ngã vào dục vọng** (caerse en las tentaciones)

sa sầm (đt): enfurecerse / Anh ta sa sầm mặt khi phát hiện rằng đã bị họ lừa. (Se enfurió al enterarse que le habían engañado.)

sa sút, **sự sa sút** (dt): la carencia / **sự sa sút về kinh tế** (la carencia de economía) / **sự sa sút về tinh thần** (la carencia de psique); (đt), **làm cho sa sút**: producir carencia, debilitar; (đt), **bị sa sút**: decaer

sa thạch (dt): la arenisca

sa trường (dt): el campo de la pantalla

sả (dt): el lemon grass

sách (dt): el libro

sách lược (dt): la táctica, la estrategia

sách vở (dt): libros y libretas / **chuẩn bị sách vở để đi học** (preparar los libros y las libretas para ir al colegio) / **con người sách vở** (la persona estudiosa)

sạch (tt), (pt): limpio, a / **cái nhà sạch** (la casa está limpia); (đt), **làm sạch**: limpiar; (dt), **sự làm sạch**: la pulcritud, la limpieza

sạch bóng (tt), (pt): pulcro, a; (đt), **làm cho sạch bóng**: limpiar pulcramente; (dt), **sự sạch bóng**: la pulcritud

sạch sẽ (tt), (pt): limpio, a / **nhà cửa sạch sẽ** (el hogar está limpia); (đt), **làm cho sạch sẽ**: limpiar; (dt), **sự sạch sẽ**: la pulcritud, la limpieza

sạch trơn (tt), (pt): agotado, a / **sạch trơn tiền** (estar agotado de dinero)

sai, **bị sai** (đt): estar mal; equivocarse / **Cái đó bị sai.** (Eso está mal.) / **Tôi đã sai.** (Me equivoqué.)

sai bảo (đt): dar orden

sai hẹn (đt): incumplir la cita; (dt), **sự sai hẹn**: el incumplimiento de la cita

sai lầm (tt), (pt): equivocado, a; erróneo, a / **một hành động sai lầm** (una acción errónea); (dt), **sự sai lầm**: la equivocación, error; (đt), **bị sai lầm**: equivocarse, cometer un error

sai lệch (tt), (pt): aberrante; (dt), **sự sai lệch**: la aberración; (đt), **làm sai lệch**: desviar / **Ông đã làm sai lệch nội dung của vấn đề.** (Él se desvió el contenido del asunto.); (đt), **bị sai lệch**: equivocarse, cometer un error

sai sót, **sự sai sót** (dt): el fallo, el error; (đt), **bị sai sót**: tener fallos, tener errores

sài (đt): gastar / **sài tiền** (gastar el dinero)

sải (dt): la braza / **một sải đo được khoảng 1 6700 mét** (una braza mide más o menos 1,6700 metros)

sàm sỡ (tt), (pt): grosero, a / **một người sàm sỡ** (una persona grosera) / **tán tỉnh một cách sàm sỡ** (galantear de manera grosera); (dt), **sự sàm sỡ**: la grosería

sạm (tt), (pt): quemado, a / **da bị sạm** (la piel está quemada por el sol)

sạm nắng (tt), (pt): quemado, a / **da bị sạm nắng** (la piel está quemada por el sol)

san bằng (đt): aplanar, allanar, aplastar / **san bằng đất để làm nhà** (aplanar la tierra para construir la casa) / **san bằng kẻ thù** (aplastar al enemigo); (dt), **sự san bằng**: el allanamiento, el aplastamiento

san hô (dt): el coral

san sát (tt), (pt): seguido, a / **nhà cửa san sát** (las casas seguidas)

sàn nhà (dt): el suelo

sản hậu, **bịnh sản hậu** (dt): la hemorragia posparto; (đt), **bị bịnh sản hậu**: tener hemorragia posparto
sản khoa (dt): la obstetricia
sản nghiệp (dt): el dominio / **sản nghiệp gia đình** (el dominio familiar)
sản phẩm (dt): el producto
sản sinh (đt): producir; (dt), **sự sản sinh**: la producción
sản xuất (đt): producir, fabricar; (dt), **sự sản xuất**: la producción, la fabricación
sán, con sán (dt): la tenia, la lombriz
sạn, hạt sạn, hột sạn (dt): el granito de arena
sang (đt): pasar / **sang sông** (pasar por el río)
sang ngang (tng): casarse la chica
sang (đt): traspasar / **sang một cửa tiệm** (traspasar un negocio)
sang tay (đt): traspasar / **sang tay một căn nhà** (traspasar una casa, vender una casa) /
sang tên (đt): traspasar el nombre del propietario
sang, sang trọng (tt), (pt): lujoso, a; elegante; (dt), **sự sang trọng**: la elegancia; el lujo
sảng khoái (tt), (pt): despejado, a / **tinh thần sảng khoái** (la mente despejada); (dt), **sự sảng khoái**: lo despejado
sáng (tt), (pt): claro, a; luminoso, a / **màu sáng** (el color claro) / **một trí tuệ sáng** (una mente luminosa); (dt), **sự sáng**: la claridad, la luminosidad; (đt), **làm sáng**: aclarar, iluminar
sáng bóng (tt), (pt): luminoso, a / **một nền nhà sáng bóng** (un suelo luminoso); (dt), **sự sáng bóng**: la luminosidad
sáng chế (đt): inventar, (dt), **sự sáng chế**: la invención
sáng choang (tt), (pt): deslumbrante; (đt), **làm sáng choang**: deslumbrar
sáng chói (tt), (pt): deslumbrante / **mặt trời sáng chói** (el sol deslumbrante); (dt), **sự sáng chói**: el deslumbro; (đt), **làm sáng chói**: deslumbrar
sáng dạ (tt), (pt): inteligente / **một người sáng dạ** (una persona inteligente); (dt), **sự sáng dạ**: la inteligencia
sáng kiến (dt): la brillante idea
sáng lập (đt): fundar, crear; (dt), **sự sáng lập**: la fundación, la creación; (dt), **người sáng lập**: el fundador, la fundadora
sáng loáng (tt), (pt): luminoso, a; (dt), **sự sáng loáng**: la luminosidad
sáng mai (dt): el día siguiente por la mañana; mañana / **Sáng mai tụi mình sẽ gặp nhau.** (Mañana veremos.) / **một buổi sáng mai** (una mañana)

sáng mắt (tng): para que sepa, para que despierta / **La cho hắn sáng mắt ra**. (Reprocha le para que sepa.)

sáng ngời (tt), (pt): radiante; brillante / **một viễn cảnh sáng ngời** (una perspectiva brillante); (dt), **sự sáng ngời**: el resplandor; (đt), **làm cho sáng ngời**: resplandecer

sáng sớm (dt): la madrugada

sáng sủa (tt), (pt): claro, a / **đầu óc sáng sủa** (la cabeza clara, la mente clara); (dt), **sự sáng sủa**: la claridad; (đt), **làm sáng sủa**: aclarar

sáng suốt (tt), (pt): prudente; sabio, a; (dt), **sự sáng suốt**: la prudencia, la claridad

sáng tác (đt): crear; (dt), **sự sáng tác**: la creatividad / **trại hè sáng tác** (la campaña de verano de creatividad)

sáng tạo (đt): crear / **Thiên Chúa đã sáng tạo trời đất**. (Dios creía el universo.) / **nghệ thuật sáng tạo** (el arte de crear); (dt), **sự sáng tạo**: la creación

sáng tỏ (tt), (pt): claro, a / **một vấn đề sáng tỏ** (un asunto claro); (đt), **làm sáng tỏ**: aclarar / **làm sáng tỏ một vấn đề** (aclarar un asunto); (dt), **sự sáng tỏ**: la claridad

sáng trí (tt), (pt): inteligente / **người sáng trí** (la persona inteligente); (dt), **sự sáng trí**: la inteligencia

sánh bước (đt): ir juntos / **Họ cùng sánh bước bên nhau**. (Se van juntos.) / **các dân tộc cùng sánh bước** (los países juntos desarrollando); (dt), **sự sánh bước**: la compañía, el paralelismo

sánh duyên (đt), (tng): casarse

sánh đôi (đt), (tng): ir juntos, ir paralela

sành sứ, **đồ sành sứ** (dt): la porcelana

sành nghề (tt), (pt): experimentado, a / **người sành nghề** (el experto, la experta; la persona experimentada); (dt), sự sành nghề: el experimento

sảnh đường, **cái sảnh đường** (dt): la sala de recepción, donde trabajan los cortesanos (palabra antigua)

cái sẹo (dt): la cicatriz

sao, **ngôi sao** (dt): la estrella

sao (ltnv): por qué, qué / **Sao con chưa đi**? (¿Por qué no te has ido?) / **Em làm sao vậy**? (¿Qué te pasa?)

sao băng (dt): la estrella fugaz

sao biển (dt): el estrecho de mar

sao chép (đt): copiar; (dt), **sự sao chép**: el hecho de copiar

sao cho (pt): para que / **nói sao cho vừa lòng** (hablar para que se quede contenta)
sao chổi (dt): la cometa
sao Hỏa (dt): Marte
sao hôm (dt): la estrella vespertina
sao Kim (dt): Venus
sao lãng (tt), (pt): negligente: (dt), **sự sao lãng**: la negligencia
sao mai (dt): la estrella del alba, el Lucero del alba
sao Mộc (dt): Júpiter
sao Thổ (dt): Saturno
sao vàng (dt): estrella amarilla
sao vậy (ltnv): ¿por qué?
sào đất (dt): la tierra particular, la finca
sào huyệt (dt): la guarda, el refugio / **một cái sào huyệt của những tên cướp** (una guarda de los ladrones)
sảo thuật (dt): el truco; (dt), **làm sảo thuật**: hacer magia, hacer trucos
sảo trá (tt), (pt): tramposo, a; ruin / **một người sảo trá** (una persona tramposa); (dt), **sự sảo trá**: la mentira, el engaño
sáp (dt): la vela
sáp nhập (đt): incorporar; (dt), **sự sáp nhập**: la incorporación
sáp ong (dt): la cera de abeja
sạp, cái sạp (dt): el kiosco; (dt), **cái sạp tạp hóa**: el kiosco de complementos, el kiosco
sát (tt), (pt): al lado / **ở sát** (estar al lado)
sát cạnh (tt), (pt): contiguo, a; al lado / Nhà anh ta ở sát cạnh nhà cô hàng xóm. (Su casa es contigua a la de la vecina.)
sát cánh (đt): adherirse / **kề vai sát cánh** (adherirse); (dt), **sự sát cánh**: la adhesión
sát hại (đt): matar
sát khí (tt), (pt): rabioso, a; furibundo, a / **cái mặt sát khí** (el rostro furibundo)
sát nhân, kẻ sát nhân, tên sát nhân (dt): el asesino, la asesina
sát phạt (đt): maltratar / **Họ sát phạt lẫn nhau**. (Se maltratan recíprocamente.)
sát sinh (đt): matar animales; (dt), **sự sát sinh**: la matanza animal
sát trùng (tt), (pt): desinfectante; (dt), **thuốc sát trùng**: el desinfectante
sạt nghiệp, làm sạt nghiệp, làm cho sạt nghiệp (đt): arruinar, provocar una ruina; (đt), **bị sạt nghiệp**: estar en la ruina, haber quebrado

sau (pt): después / **Anh ta là người đã đến sau.** (Él es que vino después.)
sau cùng (pt): último, a / **Ai là người sau cùng**? (¿Quién es el último?)
sau đó (pt): después / Cô ta đã về nhà rồi sau đó lại đi. (Regresó a casa y se volvió a ir después.)
sau hết (pt): finalmente
sau khi (pt): después de / Sau khi ăn xong, chúng ta sẽ nói chuyện. (Después de comer, hablaremos.)
sau lưng (pt): por detrás, detrás / **nói xấu sau lưng** (criticar, hablar mal por detrás) / **phía sau lưng** (detrás)
sau này (pt): más delante / **sau này đã** (más delante)
sau rồi (pt): más delante / **sau rồi sẽ làm** (hará más delante)
sáu (tt): seis / **số sáu** (el número seis, el seis) / sáu tháng (seis meses) / **tháng sáu** (el junio) / **gấp sáu lần** (seis veces más) / **lần thứ sáu** (la sexta vez)
sáu mươi (tt): sesenta / **số sáu mươi** (el número sesenta)
say (tt), (pt): borracho, a / **bị say** (estar borracho, a)
say đắm (đt): enamorar, arrobar / **vẻ đẹp làm say đắm** (la belleza hace enamorar); (tt), (pt), **say đắm**: ardiente / **yêu say đắm** (enamorar de manera ardiente, enloquecer de amor); (dt), **sự say đắm**: el enamoramiento
sảy (dt): la roncha
sắc, sắc bén, sắc cạnh (dt): agudo, a / **cái nhìn sắc cạnh** (la mirada aguda)
sắc chỉ (dt): el decreto / **một sắc chỉ của vua** (un Real Decreto) / **vua ra một sắc chỉ** (el rey dicta un decreto.)
sắc dục (dt): la libido
sắc đẹp (dt): la belleza
sắc mặt (dt): el talante
sắc màu (dt): la tonalidad del color / **màu sắc** (el color)
sắc nước hương trời (tng): extraordinaria belleza / **người đẹp sắc nước hương trời** (una mujer muy guapa)
sắc phục, bộ sắc phục (dt): el uniforme / **mặc sắc phục** (vestir el uniforme) / **sắc phục công an** (el uniforme policial) / **sắc phục quân đội** (el informe militar)
sắc tộc (tt), (pt): étnico, a / **văn hóa sắc tộc** (la cultura étnica); (dt), **sắc tộc**: la etnia
sặc sỡ (tt), (pt): colorido / **màu sắc sặc sỡ** (el colorido) / **một cái áo sặc sỡ** (una camisa colorida)
săm hình (đt): hacer tatuaje

săm lốp xe (đt): arreglar la rueda
sắm sửa (đt): hacer la compra; comprar / **sắm sửa quần áo** (comprar ropa)
sắm vai (đt): interpretar / **anh ta sắm vai hoàng tử trong một cuốn phim** (Él interpreta el príncipe en una película.)
săn bắn (đt): cazar; (dt), **sự săn bắn**: la caza
săn đón (tt), (pt): atento, a / **chào hỏi một cách săn đón** (saludar, atender atentamente); (đt), **săn đón**: atender / **săn đón khách hàng** (entender al cliente); (dt), **sự săn đón**: la atención
săn đuổi (đt): perseguir / **săn đuổi tin tức** (perseguir a la noticia); (dt), **sự săn đuổi**: el perseguimiento
săn tin (đt): buscar la información / **Một phóng viên đang làm công việc săn tin.** (Un periodista estaba buscando información)
sẵn có (tt), (pt): disponible / **những thứ sẵn có** (las cosas disponibles)
sẵn dịp (pt): aprovechando la ocasión / **sẵn dịp ghé thăm** (visitar aprovechando la ocasión)
sẵn lòng (đt): disponer / **sẵn lòng tha thứ** (estar dispuesto a perdonar)
sẵn sàng (đt): disponer / **sẵn sàng làm việc gì đó** (disponer hacer algo); (dt), **sự sẵn sàng**: la disponibilidad
sắn, củ sắn (dt): la mandioca / **bột sắn dây** (la mandioca tapioca)
săng (dt): la gasolina
sằng sặc, cười sằng sặc (đt): carcajear; (dt), **tiếng cười sằng sặc**: la carcajada
sắp đặt (đt): ordenar, preparar / **sắp đặt công việc** (ordenar el trabajo) / **sắp đặt một cuộc gặp gỡ** (ordenar un encuentro); (dt), **sự sắp đặt**: la preparación, el ordenamiento
sắp hàng (đt): ponerse en fila
sắp sửa (pt): a punto de / **Ông ta sắp sửa xây nhà.** (Está a punto de construir una casa.) / **Ông ta sắp sửa lập gia đình.** (Está a punto de casarse.)
sắt (dt): el hierro
sắt đá (tt): firmeza / **một niềm tin sắt đá** (una certidumbre)
sắt thép (dt): hierro y acero
sắt vụn (dt): las virutas de hierro
sâm (dt): ginseng / **trà sâm** (el té ginseng)
sầm uất (tt), (pt): animado, a / **phố xá sầm uất** (la ciudad animada); (dt), **sự sầm uất**: la animación
sẫm (tt), (pt): oscuro, a / **màu sẫm** (el color oscuro) / **tóc có màu nâu sẫm** (el pelo tiene color marrón oscuro)

sấm ngôn (dt): la profecía
sấm sét (dt): el rayo
sân, **cái sân** (dt): la terraza / **sân chơi đá banh** (el campo de fútbol) / **sân chơi quần vợt** (el campo de tenis)
sần sùi (tt), (pt): riguroso, a / **da mặt sần sùi** (el cutis riguroso); (dt), **sự sần sùi**: la rugosidad / **sự sần sùi của một bề mặt** (la rugosidad de una superficie)
sấp, **nằm sấp** (đt): tumbarse boca abajo
sâu, **con sâu** (dt): el gusano
sâu bọ (dt): los pulgones
sâu đậm (tt), (pt): profundo, a; intenso, a / **một tình yêu sâu đậm** (un amor profundo)
sâu hoắm (tt), (pt): ojeroso, a / **cặp mắt sâu hoắm** (los ojos ojerosos)
sâu kín (tt), (pt): intrínseco, a / **nội tâm sâu kín** (el interior intrínseco); (dt), **sự sâu kín**: la hondura, la profundidad / **sự sâu kín của nội tâm** (la hondura interior)
sâu lắng (tt), (pt): sumergible / **ánh nhìn sâu lắng** (la mirada sumergible); (đt), **làm sâu lắng**: sumergir, (dt), **sự sâu lắng**: lo sumergible / **sự sâu lắng của tâm hồn** (lo sumergible del alma)
sâu nặng (tt), (pt): profundo, a / **tình nghĩa sâu nặng** (el afecto profundo)
sâu rộng (tt), (pt): gran, profundo, a / **kiến thức sâu rộng** (el gran conocimiento) / **hiểu biết sâu rộng** (el saber profundo)
sâu sắc (tt), (pt): profundo / **suy nghĩ một cách sâu sắc** (pensar profundamente); (dt), **sự sâu sắc**: la profundidad
sâu thẳm (tt), (pt): abismal / **tận cùng trong sâu thẳm tâm hồn** (en la hondura abismal interior); (dt), **sự sâu thẳm**: lo abismal
sâu xa (tt), (pt): profundo / **suy nghĩ sâu xa** (pensar profundamente)
sầu (tt), (pt): triste, pena; (dt), **sự sầu muộn**: la tristeza; (đt), **làm cho sầu muộn**: entristecer, apenar
sầu thảm (tt), (pt): lúgubre; (dt), **sự sầu thảm**: la pena, la pesadumbre
sầu đông (tt): lila / **cây sầu đông** (el árbol lila, la lila)
sấu, **cá sấu** (dt): el cocodrilo
sấy (đt): secar / **sấy tóc** (secar el pelo)
sẩy, **bị sẩy** (đt): perder / **bị sẩy thai** (perder un embarazo) / **bị sẩy cái túi tiền** (perder un monedero de dinero)
se lạnh (pt): poco frío / **Trời bị se lạnh.** (El tiempo está un poco frío.)

sẻ, con chim sẻ (dt): el gorrión
sẽ (tđt): la conjuración expresiva del futuro / **Ngày mai tôi sẽ đi Sài gòn.** (Mañana iré a Saigón.)
sớm (tt), (pt): pronto / **sáng sớm** (la madrugada) / **Chúng ta sẽ gặp nhau sớm.** (Nos veremos pronto.)
sen, **hoa sen** (dt): el loto
sẹo, **vết sẹo** (dt): la cicatriz; (đt), **làm cho thành sẹo**: cicatrizar
sét, **đất sét** (dt): la arcilla
sến, **con sến** (dt): la babosa
sến (tt), (pt): cursi / **nhạc sến** (la música cursi)
sểnh tay (tng): el descuido / Hắn đã sểnh tay đánh mất túi tiền. (Perdió el monedero de dinero por un descuido.)
sền sệt (tt), (pt): pastoso, a / **cháo sền sệt** (la sopa pastosa, que tiene poca agua)
sền sệt, kéo sền sệt, lôi sền sệt (đt): arrastrar / Người cao bồi lôi sền sệt kẻ thù của ông ta bằng một sợi dây thừng. (El vaquero arrastra a su enemigo con una cuerda.)
sếu, **con chim sếu** (dt): la grulla
si, **cây si** (dt): la higuera / **trồng cây si** (enamorar)
si mê (đt): enamorar, embriagarse / **si mê tình ái** (embriagarse de amor, estar loco de amor); (tt), (pt), embriagado, a / **một tình yêu si mê** (un amor embriagado); (dt), **sự si mê**: el enamoramiento
si tình, **bị si tình** (đt): embriagarse de amor, estar loco de amor; (dt), **sự si tình**: la embriaguez de amor
sỉ nhục (đt): humillar; (dt), **sự sỉ nhục**: la humillación
sĩ diện (dt): el orgullo, la dignidad / **làm mất sĩ diện ai đó** (ridiculizar a alguien) / **giữ sĩ diện** (cuidar la reputación) / **sĩ diện hão** (el ego) / **Hắn không có sĩ diện.** (No tiene orgullo, no tiene dignidad)
siểm nịnh (đt): adular; (dt), **sự siểm nịnh**: la adulación
siêng năng, **sự siêng năng** (dt): la constancia, el esfuerzo
siết chặt (đt): abrazar fuertemente, adherir / **Anh ta siết chặt cô ấy** (abraza fuertemente a ella) / **siết chặt vòng tay** (unir, adherir): **siết chặt vòng tay với các nước láng giềng**. (Unir amistosamente a los países vecinos.)
siêu (tvn, prefijo): super
siêu (tt), (pt): súper / Anh ta siêu lắm. (Él es súper.)

siêu âm (dt): la radiografía; (đt), **chụp hình siêu âm**: hacer una radiografía; (dt), **khoa siêu âm**: la radiología; (dt), **bác sĩ chụp hình siêu âm**: el radiólogo, la radióloga
siêu cường quốc (dt): supranacional
siêu hình (tt): metafísico, a / **nghệ thuật siêu hình** (el arte metafísico)
siêu hình học (dt): la metafísica
siêu phàm (tt), (pt): titánico, a / **sức lực siêu phàm** (el esfuerzo titánico)
siêu quốc gia (dt): supranacional
siêu thị (dt): supermercado
siêu thực (tt), (pt): surrealista; (dt), **sự siêu thực**: lo surrealista; (dt), **chủ nghĩa siêu thực**: el surrealismo
siêu việt (tt), (pt): sublime; (dt), **sự siêu việt**: lo sublime; (đt), **làm cho siêu việt**: sublimar
sim (tt): arándano; (dt), **cây sim**: el árbol arándano, el arándano
sinh (đt): nacer / Anh ta sinh ngày sáu tháng chín. (Nació en el día seis de septiembre.)
sinh dục (tt), (pt): sexual / **cơ quan sinh dục** (el órgano sexual) / **bộ phận sinh dục nam** (el sexo fuerte, el órgano masculino) / **bộ phận sinh dục nữ** (el sexo débil, el bello sexo, el órgano femenino)
sinh dưỡng (đt): mantener, nutrir; (dt), **sự sinh dưỡng**: la manutención, la nutrición / **công ơn sinh dưỡng của cha mẹ** (el favor de la manutención de los padres)
sinh đẻ (đt): dar la luz; (dt), **sự sinh đẻ**: la producción
sinh đôi (đt): dar la luz a dos gemelos; cặp sinh đôi: los gemelos
sinh động (tt): dinámico, a, (dt), **sự sinh động**: el dinamismo, la dinámica
sinh hoạt (dt): la actividad / **sinh hoạt gia đình** (la actividad familiar) / **sinh hoạt xã hội** (la actividad social)
sinh khí (dt): la vitalidad, la radiación
sinh mạng (dt): la vida / **Tai nạn đã lấy mất năm sinh mạng.** (El accidente se llevó cinco vidas)
sinh mệnh (dt): la propia vida / **giữ gìn sinh mệnh** (cuidar la provida vida)
sinh vật (dt): los seres vivos / **một sinh vật** (un ser vivo) / **một sinh vật sống** (un ser vivo) / **một sinh vật chết** (un ser muerto); (dt), **ngành sinh vật học**: la biología; (dt), **nhà sinh vật học**: el biólogo, la bióloga
sinh nhật, **ngày sinh nhật** (dt): el cumpleaños
sinh sản (đt): procrear, reproducir, (dt), **sự sinh sản**: la reproducción

sinh trưởng (đt): crecer; (dt), **sự sinh trưởng**: el crecimiento
sinh vật (dt): el ser vivo / **một sinh vật** (un ser vivo) / **các sinh vật** (los seres vivos) / **một sinh vật sống** (un ser vivo) / **một sinh vật chết** (un ser muerto)
sinh vật học, **ngành sinh vật học** (dt): la biología; (dt), **nhà sinh vật học**: el biólogo, la bióloga
sinh viên (dt): el estudiante / **một sinh viên nam** (un estudiante) / **một sinh viên nữ** (una estudiante) / **các sinh viên** (los estudiantes)
sình lầy, **bãi sình lầy** (dt): el fango, el lodo
sít sao (pt): justamente, estrechamente / **mặc quần áo sít sao** (vestir justamente)
sịt mũi (dt): la congestión nasal; (đt), **bị sịt mũi**: tener congestión nasal
siu (tt), (pt): podrido, a / **thức ăn bị siu** (la comida está podrida)
so đo (đt): calcular / **so đo tính toán** (calcular); (dt), **sự so đo**: el cálculo
so sánh (đt): comparar; (dt), **sự so sánh**: la comparación
soạn, soạn thảo (đt): preparar, ensayar / **soạn thảo bài vở** (preparar la tarea del colegio); (dt), **sự soạn thảo**: la preparación, el ensayo
soát (đt): verificar, controlar / **soát vé** (verificar el billete) / **soát hộ chiếu** (comprobar el pasaporte) / **soát hành lý** (verificar el equipaje)
sóc, **con sóc** (dt): la ardilla
soi bóng (đt): reflejar / **soi bóng trên mặt hồ** (reflejar en la superficie del rió)
soi rọi (đt): lucir, brillar, resplandecer; (dt), **sự soi rọi**: el lucimiento
soi sáng (đt): lucir, brillar, resplandecer; (dt), **sự soi sáng**: el lucimiento
soi xét (đt): examinar
sỏi (dt): la gravilla
sõi đời (tt), (pt): experimentado, a; listo, a / **một người sõi đời** (una persona experimentada; una persona lista)
sói, **con sói** (dt): el lobo
son, ống son, thỏi son: el pintalabios
son phấn, **đồ son phấn** (dt): el maquillaje; (tt), **son phấn**: pintada / **mặt mày son phấn** (la cara muy pintada)
son trẻ (tt), (pt): joven / **vẫn còn son trẻ** (ser joven todavía)
song âm (dt): el diptongo
song hành (tt), (pt): paralelo, a / **đi song hành** (caminar paralelamente)
song ngữ (tt), (pt): bilingüe / **một cuốn tiểu thuyết song ngữ** (una novela bilingüe)

song phương (tt), (pt): bilateral / **hợp đồng song phương** (el contrato bilateral)

song song (tt), (pt): paralelo, a / **hai đường thẳng song song** (dos líneas paralelas); (dt), **sự song song**: el paralelismo

song thân (dt): los padres

sòng bạc (dt): el casino

sòng phẳng (tt), (pt): justo, a; correcto, a / **một người sòng phẳng** (una persona justa a la hora de pagar) / trả tiền một cách sòng phẳng (pagar correctamente); (dt), **sự sòng phẳng**: lo correcto

sòng sọc (tt), (pt): brusco, a / **đi sòng sọc vào** (irrumpir)

sóng, con sóng, làn sóng (dt): la ola / **Sóng gợn**. (Las olas está ondulada.)

sóng điện tử (dt): la onda electromagnética

sóng gió (dt): los avatares / **sóng gió cuộc đời** (los avatares de la vida)

sóng sượt, nằm sóng sượt (đt): tumbarse a la bartola

sóng thần (dt): el tsunami, la ola gigante

sóng xoài, **nằm sóng xoài** (đt): tumbarse a la bartola

sót, **còn sót, bị sót** (đt): quedarse algo / **xem thử còn sót gì không** (mirar si se queda algo)

sọt, **cái sọt** (dt): la cesta / **cái sọt rau** (la cesta de verduras) / **cát sọt trái cây** (la cesta de frutas) / **cái sọt rác** (la papelera)

sô cô la (dt): el chocolate

sổ, **cuốn sổ** (dt): el cuaderno

sổ lịch, **cuốn sổ lịch** (dt): la agenda, el cuaderno de agenda

sổ lồng (tng, pt): suelto, a; sentir libre; desahogo, a / **Vừa ra khỏi nhà là ông ta đã như một con chim sổ lồng.** (Cuando sale de casa, se porta como un pájaro suelto.) / **một con chim bị sổ lồng** (un pájaro está suelto de su jaula)

sổ mũi, **bị sổ mũi** (đt): tener catarro, a

số (dt): el número

số Ả rập (dt): los números arábigos (1, 2, 3…, 9…)

số bình phương (dt): el cuadrado de un número

số chẵn (dt): el par

số đề (dt): un juego del bingo

số đơn (dt): el número único

số lẻ (dt): el impar

số La mã (dt): los números romanos (I, II, III, IV, V, VI, VII, VIII, VIIII, X…)

số lập phương (dt): el cubo de un número

số phức (dt): el número complejo
số tử vi, **lá số tử vi** (dt): la carta astral
sôi (đt): hervir / **nước sôi** (el agua hirviendo)
sôi bụng, **bị sôi bụng** (đt): tener la barriga revuelta
sôi động (tt), (pt): animado, a / **không khí sôi động** (el ambiente animado); (dt), **sự sôi động**: la animación
sôi sục (pt): odioso, a / **căm thù sôi sục** (odiar)
sông, **con sông** (dt): el río
sống (đt): vivir; (dt), **cuộc sống**: la vida
sống động (tt), (pt): dinámico, a; vivo, a / **một tinh thần sống động** (una mente dinámica) / **một con người sống động** (una persona dinámica), (dt), **sự sống động**: la vitalidad, la dinámica
sống chết (tng): vivir y morir
sống còn, **sự sống còn** (dt): la subsistencia
sống lưng, **cái sống lưng** (dt): la columna vertebral
sốt (dt): la fiebre; (đt), **bị sốt**: tener fiebre
sốt ruột (tt), (pt): impaciente; intranquilo, a / **Anh ta đã sốt ruột nói rằng: "Nhanh với chớ"**. (Le decía impacientemente: "date prisa.")
sơ đẳng (tt), (pt): básico, a; elemental / **kiến thức sơ đẳng** (el conocimiento básico); (dt), **sự sơ đẳng**: lo básico, lo elemental
sơ đồ (dt): el esquema
sơ hở (tt), (pt): descuido, a; (dt), **sự sơ hở**: el descuido
sơ khai (tt), (pt): primitivo, a / **thời đại sơ khai** (la edad primitiva, la prehistoria); (dt), **sự sơ khai**: el primitivismo
sơ khảo, **thi sơ khảo** (dt): el examen de prueba
sơ lược (đt): generalizar; (dt), **sự sơ lược**: la generalidad
sơ mi, **cái áo sơ mi** (dt): la camisa
sơ sài (tt), (pt): negligente / **làm cái gì đó một cách sơ sài** (hacer algo de forma negligente); (dt), **sự sơ sài**: la negligencia
sơ tán, **đi sơ tán** (đt): refugiarse / **Họ đã đi sơ tán để tránh bom.** (Se refugiaron para evitar la bomba); (dt), **sự sơ tán**: el hecho de refugiarse
sơ thẩm, **tòa sơ thẩm** (dt): el tribunal de primera instancia
sờ, **sờ mó**, **sờ sẫm** (đt): tocar; (dt), **sự sờ mó**: el tocamiento
sở khanh, **tên sở khanh** (dt): el donjuán
sở thích (dt): la preferencia, el gusto

sở trường (dt): la especialización / **nói đúng sở trường** (hablar justo de su preferido tema, hablar justo de su especialización)

sợ, **sợ hãi**, **sợ sệt** (đt): temer, tener miedo; (dt), **sự sợ hãi**: el miedo

sởi, **bệnh sởi** (dt): la varicela

sợi (dt): el hilo, la fibra / **sợi nhân tạo** (el cable artificial) / **sợi thủy tinh** (la fibra de vidrio)

sớm (pt): temprano, a / **Cô ấy đã đến sớm.** (Llegó temprano.) / **còn sớm** (todavía es temprano)

sớm khuya chiều tối (tng): todo el día / **làm việc từ sớm khuya chiều tối** (trabajar sin parar, todo el día)

sớm muộn (tng): tarde o temprano / **sớm muộn gì cũng xong** (tarde o temprano se termina)

sớm mai, **buổi sớm mai** (dt): la aurora

sơn (dt): la pintura; (đt) sơn: pintar / **sơn cửa** (pintar la puerta) / **sơn tường**: pintar la pared

sơn ca, **con chim sơn ca** (dt): el ruiseñor

sơn cước (tt), (pt): montañés, montañesa; (dt), **vùng sơn cước**: una región montañosa

sơn dương, **con sơn dương** (dt): la gamuza; (dt), **loài sơn dương**: los mamíferos rumiantes / **bò là một loài sơn dương vì ăn cỏ** (la vaca es un mamífero rumiante porque se alimenta de hierba)

sơn mài (dt): la laca / **tranh sơn mài** (pintura de laca)

sơn nữ, **cô sơn nữ** (dt): la doncella montañesa

sơn thủy (tng): montaña y río / **tận cùng sơn thủy** (el último límite)

sơn trà, **núi Sơn trà** (dt): la montaña Sơn Trà

sơn trại (dt): el campamento; (đt), **đóng sơn trại**: montar el campamento

sờn (pt): viejo, a / **cái áo bị sờn** (la camisa está vieja)

sờn chí, **bị sờn chí** (đt): perder el ánimo; (đt), **làm cho sờn chí**: desanimar, abatir; (dt), **sự sờn chí**: el abatimiento

sờn lòng, **bị sờn lòng** (đt): perder el ánimo; (đt), **làm cho sờn lòng**: desanimar, abatir; (dt), **sự sờn lòng**: el abatimiento

su hào (dt): el colinabo

súc miệng (đt): enjuagar; (dt), **sự súc miệng**: el enjuague

súc sinh (dt): el canalla / **đồ súc sinh!** (¡el canalla!)

súc vật (dt): el animal

sục sạo, **sục sạo tìm kiếm** (đt): rebuscar

sủi bọt (đt): burbujear / **nước sủi bọt vì sôi qúa** (el agua burbujea cuando rompe a hervir); (đt), **sủi bọt mép**: babear

sum họp (đt): reunirse; (dt), **sự sum họp**: la reunión

sum sê (tt), (pt): frondoso, a / **cây cối sum sê** (los árboles frondosos); (dt), **sự sum sê**: la frondosidad / **sự sum sê của rừng** (la frondosidad de la selva)

sung sướng (tt), (pt): complaciente / **lòng sung sướng** (el corazón complaciente) / **rất là sung sướng** (es muy complaciente); (dt), **sự sung sướng**: el placer; (đt), **làm cho sung sướng**: complacer

sún, **bị sún**, **bị sún răng** (đt): tener el diente caído

sụn xương, **bị sụn xương** (đt): tener artrosis; (dt), **bệnh sụn xương**: la artrosis

sùng bái (đt): adorar; (dt), **sự sùng bái**: la adoración

sùng kính (đt): adorar; (dt), **sự sùng kính**: la adoración

sùng đạo (tt): creyente; (dt), **người sùng đạo**: el creyente; (dt), **sự sùng đạo**: la creencia

sũng ướt, **bị sũng ướt** (đt): estar empapado, a; estar calado, a; (đt), **làm sũng ướt**: mojar

súng, **khẩu súng** (dt): la pistola

suối (dt): el arroyo / **nhặt nắng ở suối vàng** (recoger gotas de sol en el arroyo dorado)

suốt (lt): durante / **suốt bốn mươi năm** (durante cuarenta años)

suốt đời (đt): toda la vida

sụp đổ, **làm sụp đổ** (đt): derrumbar; (đt), **bị sụp đổ**: derrumbarse, estar derrumbado (dt), **sự sụp đổ**: el derrumbamiento, el desplome

sụp lạy (đt): prosternarse

sút (tt), (pt): disminuido, a; (đt), **làm sút**: disminuir, reducir; (đt), **bị sút**: estar disminuido, a

sút giảm (tt), (pt): disminuido, a; (dt), **sự sút giảm**: la disminución, la reducción

sút kém, **làm sút kém** (đt): disminuir; (đt), **bị sút kém**: estar disminuido, a; estar bajando el nivel / **học hành sút kém** (el nivel de estudio está bajando); (dt), **sự sút kém**: la disminución

sụt ký, **bị sụt ký** (đt): perder peso; (đt), **làm cho sụt ký**: hacer perder el peso

suy giảm, **làm suy giảm** (đt): disminuir, reducir, debilitar; (dt), **sự suy giảm**: la debilitación, la reducción

suy diễn (đt): deducir; (dt), **sự suy diễn**: la deducción

suy dinh dưỡng (dt): las carencias nutritivas, la desnutrición; (đt), **bị suy dinh dưỡng**: tener desnutrición
suy đồi (đt): degradar, corromper / **đạo đức suy đồi** (la ética está corrompida); (dt), **sự suy đồi**: la degradación
suy thoái (đt): degradar; (dt), **sự suy thoái**: la degradación, la degeneración / **sự suy thoái của giá trị đạo đức** (la degradación de los valores éticos) / **sự suy thoái của chính quyền nhà nước** (la corrupción de gobierno)
suy nghĩ (đt): pensar; (dt), **sự suy nghĩ**: la reflexión, el hecho de pensar / **những điều suy nghĩ** (los pensamientos)
suy ngẫm (đt): pensar mucho, reflexionar; (dt), **sự suy ngẫm**: la reflexión
suy nhược, **làm cho suy nhược** (đt): producir decadencia; (đt), **bị suy nhược**: tener decadencia; (dt), **sự suy nhược**: la decadencia, el debilitamiento
suy yếu, **làm cho suy yếu** (đt): producir decadencia; (đt), **bị suy yếu**: tener decadencia; (dt), **sự suy yếu**: la decadencia, el debilitamiento
suy sụp (đt): deprimir; (dt), **sự suy sụp**: la depresión / **sự suy sụp về tinh thần** (el debilitamiento de la psique)
suy tim, **bịnh suy tim** (dt): la enfermedad cardiovascular
suy tính (đt): calcular; (dt), **sự suy tính**: el cálculo
suy tôn (đt): elevar, idolatrar, venerar / **suy tôn một thần tượng** (elevar una persona , un ídolo; idolatrar); (dt), sự suy tôn: la elevación, la prominencia, la idolatría

suy tư (đt): pensar, reflexionar (dt), **sự suy tư**: la reflexión
suy tưởng (đt): pensar; reflexionar; (dt), **sự suy tưởng**: la reflexión
suy vong, **bị suy vong** (đt): declinar; (dt), sự suy vong: el declive / **Sự suy vong**
   của nhà Nguyễn. (El declive de la dinastía Nguyễn.)
suy xét (đt): reflexionar, calcular; (dt), **sự suy xét**: la reflexión
suyễn (đt): el asma, (đt), **bị suyễn**: tener asma
suýt nữa (pt): casi / **suýt nữa là bị té** (casi me caí, casi le cayó)
sư đoàn (dt): la división militar (de republicanos)
sư đoàn trưởng (dt): el comandante (republicano)
sư phạm (tt), (pt): pedagógico, a; (dt), **ngành sư phạm**: la pedagogía; (dt), **giáo sư ngành sư phạm**: el pedagogo, la pedagoga
sư phụ (dt): el maestro, la maestra
sư sãi (dt): los monjes
sư tử, **con sư tử** (dt): el león; (dt), **sư tử cái**: la leona / **sư tử hà đông** (una mujer dominante, una mandona

sử dụng (đt): utilizar, (dt), sự sử dụng: la utilización
sử gia (dt): el historiador, la historiadora
sử học, **ngành sử học** (dt): la carrera de Historia
sử kí, sử ký (dt): la crónica
sử liệu (dt): el documento de historia
sử lược (đt): generalizar un sumario de la historia; (dt), **cuốn sử lược**: el sumario histórico
sử thi (dt): la épica
sứ mạng (dt): la misión
sứ mệnh (dt): la misión
sự (mt): el, la
sự đời (dt): cosa de la vida
sự nghiệp (dt): el dominio, la edificación / **sự nghiệp làm việc của một người** (el domino de la carrera de una persona) / **sự nghiệp giải phóng dân tộc** (la edificación de independencia de la nación) / **sự nghiệp của một đời người** (el dominio de la carrera de una vida)
sự thể (dt): el suceso, lo que pasó / **sự thể của một vấn đề** (el suceso de un asunto)
sự tình (dt): el suceso, lo que pasó / **kể sự tình** (contar lo que pasó)
sự thật (dt): la verdad
sự vật (dt): la cosa
sự việc (dt): el asunto
sự vụ (dt): el cargo, la misión de trabajo
sửa chữa (đt): corregir, rectificar; (dt), **sự sửa chữa**: la corrección, la rectificación
sửa sai (đt): corregir el error, corregir
sửa sang (đt): arreglar, decorar / **sửa sang nhà cửa** (decorar, arreglar la casa); (dt), **sự sửa sang**: el arreglo
sữa (dt): la leche
sữa bột (dt): la leche en polvo
sữa đặc (dt): la leche condensada
sứa, **con sứa** (dt): la medusa / **món sứa trộn** (la ensalada de medusa)
sức (dt): la fuerza, el vigor
sức bật (dt): el impulso
sức bền (dt): la resistencia
sức căng (dt): la tensión / **sức căng của bề mặt** (la tensión superficial)

sức đẩy (dt): el empuje
sức ép (dt): la presión
sức hấp dẫn (dt): el magnetismo
sức học (dt): la capacidad para estudiar
sức hút (dt): la atracción
sức khỏe (dt): la salud
sức lực (dt): la fuerza, el vigor
sức mạnh (dt): la fuerza
sức sống (dt): la vitalidad
sức vóc (dt): la capacidad / **sức vóc làm việc** (la capacidad de trabajo)
sừng, cái sừng (dt): el cuerno
sừng sỏ (tt), (pt): agresivo
sừng sộ (tt), (pt): agresivo / **nổi sừng sộ** (ponerse agresivo)
sửng người (đt): quedarse helado, a; quedarse aturdido, a / **sửng người khi nghe tin** (quedarse helado por la noticia) / **sửng người khi thấy ai** (quedarse aturdido por ver alguien)
sửng sốt (pt): sorprendente; (đt), **làm cho sửng sốt**: sorprender; (dt), **sự sửng sốt**: el sorprendente
sững sờ, bị sửng sờ (đt): quedarse helado, petrificarse / **bị sửng sờ khi nghe tin** (quedarse helado por la noticia); (đt), **làm sững sờ**: petrificar, dejar tieso; (dt), **sự sững sờ**: el tieso
sườn, cái sườn (dt): el costado
sườn, thịt sườn (dt): la costilla
sương (dt): el rocío
sương đêm (dt): el rocío nocturno
sương gió (dt): el rocío y el viento
sương mai (dt): el rocío de la aurora
sương mù (dt): la niebla
sướng (đt): **recibir el placer** / **Chồng nói với vợ "Anh sướng quá."** (Dijo el marido con su mujer: "Me ha gustado mucho"); (đt), **làm cho sướng**: complacer (palabra vulgar)
sướng (tng): bien, bueno / **Chị sướng quá! đi du lịch hoài.** (¡Qué bien! te vas de viaje siempre) / **Sướng ghê hỉ!** (¡Qué bueno!)
sượng, bị sượng (đt): avergonzarse / **sượng đỏ mặt** (ponerse colorado
sượng sùng, bị sượng sùng (đt): avergonzarse; (đt), **làm cho sượng sùng**: avergonzar; (dt), **sự sượng sùng**: la vergüenza

sướt mướt (pt): lloroso, a / **Cô ta đã khóc sướt mướt cả ngày**. (Estuvo lloroso todo día.); (đt), **khóc sướt mướt**: estar lloroso

sứt (tt), (pt): mellado, a / **cái chén bị sứt** (la taza está mellada) / **đồ sứt** (la cosa mellada); (dt), **đường sứt**: la mella

sưu tập (đt): coleccionar; (dt), **sự sưu tập**: el hecho de coleccionar; (dt), **bộ sưu tập**: la colección; (dt), nhà sưu tập: el coleccionista, la coleccionista

sưu thuế (dt): el impuesto / **sưu cao thuế nặng** (el impuesto es demasiado alto)

sửu (tng), (tt): búfalo / **năm sửu** (el año del búfalo) / **giờ sửu** (las horas de 2 a 4 de la mañana)

Phụ âm thứ mười lăm và chữ thứ hai mươi bốn của bảng chữ cái
Decimoquinta consonante y vigesimocuarta letra del abecedario

ta (đtnx): yo; nosotros, as / **dân ta** (nuestro pueblo) / **nhà ta** (nuestras casas)
ta đây (tng, pt): presuntuoso, a / **làm ra vẻ ta đây** (demostrar presuntuosa) / **Cô ta lúc nào cũng làm ra vẻ ta đây.** (Ella siempre demostraba presuntuosa.)
tà, **tà áo dài** (dt): la cola del traje vietnamita
tà dâm (tt): lujurioso, a / **cái nhìn tà dâm** (la mirada lujuriosa); (dt), la lujuria
tà đạo (tt): pagano, a / **người tà đạo** (la persona pagana); (dt), el paganismo
tà khí (tt), (pt): malsano, a / **người có tà khí** (la persona con espíritu malsano) / **nơi có tà khí** (el ambiente malsano); (dt), **tà khí**: la emanación malsana
tà tâm, **sự tà tâm** (dt): la mala intención
tà thuật (dt): la hechicería, la brujería, la magia negra
tả (đt): describir / **tả cảnh** (describir el paisaje); (dt), **sự miêu tả**: la descripción
tả chân (đt): describir la realidad; (dt), **nghệ thuật tả chân**: el arte de realismo; (dt), **nghệ sĩ tả thực**: el, la artista realista
tả ngạn (dt): la ribera izquierda / **phía tả ngạn của một con sông** (el lado izquierdo de la ribera de un río)
tả thực (đt): describir la realidad; (dt), **nghệ thuật tả thực**: el arte de realismo
tả tơi (tt), (pt): roto, a; estropeado, a / **áo quần tả tơi** (la ropa muy estropeada) / **nỗi lòng tả tơi** (el sentimiento triste, roto)
tã, **cái tã** (dt): el pañal / **tã lót em bé** (el pañal)
tá, **cấp tá** (dt): el grado de coronel, el rango de coronel / **thượng tá** (el coronel) / **đại tá** (el Teniente Coronel; comandante) / **trung tá** (el coronel de división) / **thiếu tá** (el teniente coronel)
tá (dt): la docena / **một tá** (una docena)

tạ (dt): el quintal métrico / **một tạ bằng 100 ki lô** (un quintal vale 100 kilogramos)

tạ ơn (đt): agradecer / **tạ ơn Chúa** (dar gracia a Dios); (dt), **sự tạ ơn**: la gracia

tạ thế (đt): fallecer; (dt), **sự tạ thế**: el fallecimiento

tạ tội, **xin tạ tội**: pedir disculpar, disculparse / **xin tạ tội với Trời** (disculparse con Dios)

tác dụng (đt): funcionar; (dt), **sự tác dụng**: el funcionamiento

tác động (đt): influir; (dt), **sự tác động**: la influencia

tác giả (dt): el autor, la autora; (dt), **nữ tác giả**: la autora

tác hại (pt): perjudicial / **có tác hại**, **bị tác hại** (ser perjudicial); (đt), **làm cho tác hại**: perjudicar / **hút thuốc có tác hại cho sức khỏe** (fumar perjudica la salud); (dt), **sự tác hại**: el perjuicio

tác hợp (đt): colaborar; (dt), **sự tác hợp**: la colaboración

tác phẩm (dt): la obra / **một tác phẩm nghệ thuật** (una obra de arte)

tác phong (dt): la actitud, la manera de ser, el estilo / Anh ta có một tác phong công nghiệp. (Él tiene un estilo moderno; Él tiene un estilo moderno práctico.)

tạc (đt): esculpir / **tạc tượng** (esculpir una escultura)

tạc dạ (đt); inscribir, registrar / **ghi lòng tạc dạ** (inscribir en el recuerdo; registrar en el recuerdo); (dt), **sự tạc dạ**: la inscripción

tách, **cái tách** (dt): la taza / **một cái tách cà phê** (una taza de café)

tách (đt): apartarse, separarse, dividir

tách rời (đt): apartarse, separarse, dividir / **Cô ta đã tách rời khỏi đám bạn**. (Se apartó de sus amigos.); (dt), **sự tách rời**: la separación, el hecho de apartar

tách biệt (tt), (pt): aislado, a; insociable / **một cử chỉ tách biệt** (un gesto insociable) / **một đời sống tách biệt** (una vida aislada); (đt), **tách biệt**: apartar, separar, disociar, dividir; (dt), **sự tách biệt**: lo insociable, la separación

tai, **cái tai** (dt): la oreja / **đôi tai** (las orejas)

tai họa (dt): el desastre

tai ác (tt), (pt): malévolo, a / **lời nói tai ác** (la palabra malévola); (dt), **sự tai ác**: la malevolencia

tai biến (dt): la crisis / **tình trạng tai biến của bệnh** (estado crítico de la enfermedad) / Căn bệnh của bệnh nhân đã lên một cơn tai biến trầm trọng. (A la enfermedad del paciente le sucedió una crisis grande.)

tai hại (tt), (pt): malo, a / **một hậu quả tai hại** (una mala consecuencia, un mal efecto); (dt), **sự tai hại**: lo malo

tai mũi họng (tng): los oídos, la nariz y la garganta / khoa tai mũi họng (el otorrino, la otorrinolaringología)
tai nạn (dt): el accidente; (đt), **bị tai nạn**: tener accidente
tai ngược (tt), (pt): embustero, a / **lời nói tai ngược** (la palabra embustera) / **ăn nói tai ngược** (decir embustes); (dt), **sự tai ngược**: lo embustero
tai quái (tt), (pt): torvo, a / **cái nhìn tai quái** (la mirada torva)
tai tiếng (tt), (pt): escandaloso, a / **bị tai tiếng** (ser escandaloso, a; tener mala fama); (dt), **sự tai tiếng**: la mala reputación, el escándalo
tai ương (dt): el desastre, la catástrofe
tai vạ (dt): la desgracia
tài (dt): el talento, la habilidad / **có tài** (tener el talento)
tài (tng): dinero
tài ba (tt), (pt): talentoso, a / **một người tài ba** (una persona talentosa, una persona dotada); (dt), **sự tài ba**: el talento / **một người có tài** (una persona con talento)
tài cán (tt), (pt): capacitado, a / Hắn chẳng có tài cán chi. (No tiene ninguna capacidad.)
tài chính (tt): financiero, a / **công việc tài chính** (el negocio financiero) / **ngành tài chính** (la carrera financiera) / **người có tài chính** (la persona adinerada); (dt), **tài chính**: el dinero
tài đức (tt), (pt): talentoso, a y virtuoso, a / **người tài đức** (la persona talentosa y virtuosa)
tài giỏi (tt), (pt): talentoso, a; capacitado, a / **người tài giỏi** (la persona pragmática, la persona talentosa); (dt), **sự tài giỏi**: la buena capacidad, el talento
tài hoa (tt), (pt): talentoso, a; habilidoso, a / **người tài hoa** (la persona habilidosa, que puede hacer muchas cosas, la persona talentosa); (dt), **sự tài hoa**: la habilidad, el talento
tài lộc (dt): el dinero / **Năm nay có tài lộc**. (Este año tiene dinero.)
tài năng (tt), (pt): talentoso, a / **một người tài năng** (una persona talentosa); (dt), **sự tài năng**: el talento
tài nghệ (tt), (pt): mañoso, a; habiloso, a; talentoso, a / **người có tài nghệ** (la persona mañosa, una persona talentosa); (dt), **tài nghệ**: la habilidad, el talento
tài phiệt (tt), (pt): oligárquico, a; (dt), **chủ nghĩa tài phiệt**: la oligarquía
tài sản (dt): el patrimonio (la propiedad, el dinero) / **người có tài sản** (la persona que tiene propiedad, dinero) / **tài sản cá nhân** (el patrimonio privado)

tài sắc (tt), (pt): talentoso, a y bello, a / **người tài sắc** (la persona talentosa y bella)

tài tình (tt), (pt): ingenioso, a; talentoso, a / **một phát minh tài tình** (un descubrimiento ingenioso, un descubrimiento talentoso); (dt), **sự tài tình**: el ingenio

tài trí (tt), (pt): inteligente / **một người tài trí** (una persona inteligente); (dt), **sự tài trí**: la inteligencia

tài trợ (đt): subvencionar; (dt), **sự tài trợ**: la subvención

tài tử (dt): los actores y actrices; (tt), (pt), tài tử: amateur / **một phong cách tài tử** (un estilo amateur) / **tài tử giai nhân** (la gente famosa talentosa y bella)

tài xế (dt): el chófer

tải (dt): transportar / **tải hàng** (transportar la mercancía) / **chiếc xe tải** (el camión)

tái (tt), (pt): poco hecho; pálido, a / **thịt bò tái** (la carne de ternera poco hecho) / **một miếng bít tết tái** (un trozo de solomillo poco hecho) / **cái mặt bị tái** (la cara está pálida)

tái (tđn, prefijo): repetido, a

tái bản (đt): reeditar; (dt), **sự tái bản**: la reedición

tái bút, **sự tái bút** (dt): la postdata

tái diễn (đt): repetir; (dt), **sự tái diễn**: la repetición

tái giá (đt): volver a casarse la mujer

tái hiện (đt): reaparecer; (dt), **sự tái hiện**: la reaparición

tái hợp (đt): reunirse; (dt), **sự tái hợp**: la reunión

tái ngộ (đt): reencontrar, reencontrarse; (dt), **sự tái ngộ**: el reencuentro

tái phạm (đt): reincidir; (dt), **sự tái phạm**: la reincidencia

tái phát (đt): agravarse, recaer / **Căn bệnh lại tái phát một lần nữa.** (La enfermedad se agravó otra vez.); (dt), **sự tái phát**: la recaída

tái sản xuất (đt): reproducir / **tái sản xuất một vật liệu** (reproducir una materia); (dt), **sự tái sản xuất**: la reproducción

tái sinh (đt): resucltar / **Chúa Giê su tái sinh.** (Jesús resucita.); (dt), **sự tái sinh**: la resurrección

tái thế (đt): reaparecer / **Thiên Chúa đã tái thế.** (Dios reapareció.); (dt), **sự tái thế**: la reaparición

tái xanh (tt), (pt): pálido, a / **mặt bị tái xanh** (el rostro parece pálida) / **Anh ta đã tái xanh vì giật mình.** (Se quedó pálido del susto.)

tại (pt): en, por (causa) / **sinh ra tại** (nacer en) / **làm việc tại** (trabajar en) / **lỗi tại họ** (por culpa de ellos)

tại sao (ltnv): por qué / **Tại sao?** (¿Por qué?)

tại chỗ (pt): enseguida / **làm cái gì đó ngay tại chỗ** (hacer algo enseguida) / **ngay tại chỗ này** (en el mismo sitio); (tng), **tại chỗ**: con sus propios ojos / **bắt quả tang tại chỗ** (descubrir algo malo con sus propios ojos, avistar algo malo con sus propios ojos)

tại chức (tt), (pt): didáctico, a / **đại học tại chức** (la Uned) / **học tại chức** (estudiar a distancia)

tại gia (pt): en casa, a domicilio / **làm việc tại gia** (trabajar en casa)

tại nhà (pt): en casa, a domicilio / **làm việc tại nhà** (trabajar en casa) / **giao hàng tại nhà** (entregar la compra a domicilio)

tại trận (tng): con sus propios ojos / **bắt quả tang tại trận** (descubrir algo malo con sus propios ojos, avistar algo malo con sus propios ojos)

tại vì (lt): porque / **Cô ta đã không đi dạo tại vì trời mưa**. (Ella no salió a pasear porque estaba lloviendo.)

tam (tt, tng): tres

tam giác (tt), (pt): triangular; (dt), **hình tam giác**: el triángulo

tam giác cân (dt): el triángulo isósceles

tam giác đều (dt): el triángulo equilátero

tam giác vuông (dt): el triángulo rectángulo

tám (tt): ocho / **số tám** (el número ocho) / **tám người** (ocho personas) / **tám cái** (ocho sosas) / **ngày tám** (el día ocho) / **tháng tám** (el agosto)

tạm biệt (tng): hasta luego

tạm thời (tt), (pt): temporal, provisional / **bản án tạm thời** (el auto provisional) / **làm việc tạm thời** (trabajar temporalmente) / **cư trú tạm thời** (residir temporalmente); (dt), **sự tạm thời**: la provisión

tạm trú (đt): residir temporalmente, alojarse provisionalmente; (dt), **sự tạm trú**: el alojamiento temporal; (dt), **giấy phép tạm trú**: el permiso de residencia

tạm ứng (đt): adelantar, anticipar / **tạm ứng một phần tiền lương** (anticipar una parte del sueldo); (dt), **tiền tạm ứng**: el dinero por adelantado; (dt), **sự tạm ứng**: el adelanto, el anticipo

tan (đt): disolverse, disolver; (dt), **chất tan trong nước**: la disolución

tan biến (đt): desvanecerse / **tan biến trong hư vô** (desvanecerse en el espacio); (đt), **làm cho tan biến**: desvanecer, disipar; (dt), **sự tan biến**: el hecho de desvanecer

tan hoang, **bị tan hoang** (tt), (pt): devastador, a; (dt), **sự tan hoang**: el destrozo; (đt), **làm cho tan hoang**: devastar, destrozar;(đt), **bị tan hoang**: estar destrozado, destrozarse

tan rã, **bị tan rã** (đt): disgregarse / Phong trào đó đã bị tan rã bởi một vài nguyên nhân. (Aquel movimiento se disgregó por alguna causa.); (đt), **làm cho tan rã**: disgregar; (dt), **sự tan rã**: la disgregación

tan tác, **bị tan tác** (đt): disgregarse; (đt), **làm cho tan tác**: disgregar, dispersar; (dt), **sự tan tác**: la disgregación, la dispersión

tan tành, **bị tan tành** (đt): estar destrozado, a; (đt), **làm cho tan tành**: destrozar / **chiến tranh đã làm cho tan tành tất cả.** (La guerra destrozó todo.)

tan vỡ (tt), (pt): roto / **trái tim tan vỡ** (el corazón roto); (đt), **làm cho tan vỡ**: romper, destrozar; (đt), **bị tan vỡ**: estar roto; (dt), **sự tan vỡ**: el destrozo

tan xác, **bị tan xác** (đt): estar destrozado, a; (đt), **làm cho tan xác**: destrozar

tàn (tt), (pt): marchito, a; envejecido, a / **một cánh hoa tàn** (una flor marchita)

tàn ác (tt), (pt): cruel / **một hành động tàn ác** (una obra cruel) / **một người tàn ác** (una persona cruel); (dt), **sự tàn ác**: la crueldad

tàn bạo (tt), (pt): cruel; (dt), **sự tàn bạo**: la crueldad

tàn binh (dt): la hueste derrotada

tàn canh, lúc tàn canh (dt): el final de la noche

tàn hương (dt): las pecas

tàn khốc (tt), (pt): devastadora / **chiến tranh tàn khốc** (la guerra devastadora); (dt), **sự tàn khốc**: el hecho de devastar; el destrozo

tàn nhang (dt): las pecas

tàn lụi (tt), (pt): depauperado, a; (dt), **sự tàn lụi**: el declive, la decadencia / **sự tàn lụi của sắc đẹp** (la decadencia de la belleza, el declive de la belleza)

tàn nhẫn (tt), (pt): cruel; (dt), **sự tàn nhẫn**: la crueldad

tàn phá (đt): destrozar / **chiến tranh đã tàn phá tất cả** (la guerra destrozó todo); (dt), **sự tàn phá**: el destrozo

tàn phế (tt), (pt): inválido, a / **một người tàn phế** (una persona inválida; un inválido, la inválida); (dt), **sự tàn phế**: la inválida

tàn quân (dt): la hueste derrotada

tàn sát (đt): matar; (dt), **sự tàn sát**: la matanza

tàn tạ (tt), (pt): ajado, a; (dt), **sự tàn tạ**: el ajar

tàn tệ (pt): despiadado, a / **đối xử tàn tệ** (vapulear); (dt), **sự tàn tệ**: la crueldad

tàn thu (tng, tt): otoño caído / **ngày tàn thu** (el día del otoño caído)

tàn thuốc (dt): la ceniza del cigarrillo
tàn tích (dt): el rasgo / **tàn tích của chiến tranh** (el rasgo de la guerra)
tản (đt): dispersar
tản bộ (đt): pasear
tản cư (đt): desalojar / **Họ đã đi tản cư để tránh bom**. (Fueron desalojados para evitar la bomba.); (dt), **sự tản cư**: el desalojo, la evacuación
tản mạn (đt): distraer, entretener / **tản mạn triết học** (distraer con filosofía); (dt), **sự tản mạn**: la distracción
tản văn (dt): la prosa
tán (đt): cortejar, galantear
tán tỉnh (đt): cortejar, galantear; (dt), **sự tán tỉnh**: el cortejo, la galantería
tán dóc (đt): alabarse / Hắn chỉ có tài tán dóc. (Su única habilidad es alabarse.)
tán dương (đt): alabar, elogiar; (dt), **sự tán dương**: la abalanza
tán đồng (đt): acceder, consentir / **Kiến nghị của cô ấy đã được cấp trên tán đồng**. (Se ha accedido a su petición por el superior.); (dt), **sự tán đồng**: el consentimiento, la autorización
tán gái (đt): cortejar, echar los cortejos a una chica
tán gẫu (đt): tontear, decir bobadas
tán lá (dt): el sombrero de hojas / Người ăn mày ngồi dưới tán lá xanh. (El mendigo se sentó debajo del sombrero de hojas verdosas.)
tán loạn (đt): desbandarse / **chạy tán loạn** (desbandarse corriendo); (dt), sự tán loạn: la desbandada
tán phét (đt): estar de palique / **tán phét với ai đó** (estar de palique con alguien; (dt); **sự tán phét**: el palique
tán thành (đt): consentir, estar de acuerdo; (dt), **sự tán thành**: el consentimiento, de acuerdo
tán thưởng (đt): aplaudir; (dt), **sự tán thưởng**: el aplauso
tán tụng (tt), (pt): exaltado, a / **những lời lẽ tán tụng** (las palabras exaltadas); (dt), **sự tán tụng**: la exaltación
tang (dt): el luto / **nhà có tang** (la familia de luto) / **để tang** (estar de luto)
tang chế (dt): el luto / **nhà có tang chế** (la familia de luto)
tang chứng (dt): el rasgo, la prueba / Công an đang tìm kiếm tang chứng của một vụ án mạng. (La policía está buscando la prueba de un asunto asesino)
tang lễ (dt): el funeral
tang phục (dt): el traje fúnebre, el traje de luto, la indumentaria de luto
tang quyến (dt): parientes de la familia fúnebre

tang thương (tt), (pt): triste, patético, a / **một cảnh tượng tang thương** (una escena patética)
tang tóc (tt): fúnebre / **một cảnh tượng tang tóc** (una escena fúnebre); (dt), **tang tóc**: el luto / **nhà có tang tóc** (la familia de luto)
tang vật (dt): enseres de la persona fallecida, efectos de la persona fallecida
táng tận (tt), (pt): cruel / **táng tận lương tâm** (la conciencia cruel); (dt), **sự táng tận**: la crueldad
tàng (tt), (pt): chiflado, a / **bị tàng**, **bị tàng tàng** (es chiflado, a) (es chiflado, a)
tàng ẩn (tt): latente / **một bóng ma tàng ẩn** (un espectro latente); (dt), **sự tàng ẩn**: lo latente
tàng hình (tt), (pt): invisible; (dt), **sự tàng hình**: lo invisible
tàng trữ (đt): camuflar / **tàng trữ vũ khí** (camuflar el arma); (dt), **sự tàng trữ**: el camuflaje
tảng đá (dt): la roca
tảng lờ (đt): disimular; (dt), **sự tảng lờ**: el disimulo
tảng sáng (dt): la madrugada / Từ tảng sáng anh ta đã dậy. (Se despertó en la madrugada.)
tanh (tt), (pt): crudo; (dt), **mùi tanh**: el olor crudo, el pestazo
tanh bành (tt), (pt): disparatado, a / **giụt tanh bành mọi thứ** (arrojar las cosas)
tanh hôi (tt), (pt): peste / **chỗ này thật tanh hôi** (este lugar es peste); (dt), **mùi tanh hôi**: el tufo, el hedor, el vaho
tạnh (đt): cesar / tạnh mưa (cesar la lluvia) / **Trời đã tạnh mưa**. (Ha escampado; Cesar de llover)
tao (đtnx): yo (se usa de manera formal, muy amigo, familia, o con desdén)
tao đàn, **hội tao đàn** (dt): la pléyade (el grupo de artistas, intelectual)
tao ngộ (dt): el encuentro / **một cuộc tao ngộ** (un encuentro)
tao nhã (tt): gentil, cortés / **một người tao nhã** (un hombre gentil); (dt), **sự tao nhã**: la gentileza
tao phùng (dt): el encuentro / **một cuộc tao phùng** (un encuentro)
táo, **qủa táo**, **trái táo** (dt): la manzana
táo bạo (tt), (pt): atrevido, a. (dt), **sự táo bạo**. el atrevimiento
táo bón (tt), (pt): estreñido, a; (dt), **sự táo bón**: el estreñimiento; (đt), **làm cho táo bón**: estreñir; (đt), **bị táo bón**: estar estreñido, a
tạo (đt): crear, producir / **tạo thiên lập địa** (crear el mundo)
tạo dựng (đt): establecer / **tạo dựng sự nghiệp** (construir una carrera); (dt), **sự tạo dựng**: el establecimiento

tạo lập (đt): establecer / **tạo lập cơ ngơi** (establecer la vida, la carrera)
tạo phản (đt): sublevarse; (dt), **sự tạo phản**: la sublevación
tạo sắc (đt): crear la tonalidad del color, crear el tono del color; (dt), **sự tạo sắc**: la creación de la tonalidad del color
tạo vật (dt): la criatura
táp (đt): morder / **chó táp một mẩu bánh mì** (el perro muerde un trozo de pan)
tạp chất (dt): las sustancias mezcladas
tạp chí (dt): la revista / **tạp chí nghệ thuật** (la revista de arte)
tạp hóa (dt): los complementos / **cửa hàng tạp hóa** (la tienda de complementos)
tạp nham (tt), (pt): enredoso, a; (dt), **sự tạp nham**: el enredo, el jaleo
tạp nhạp (tt), (pt): enredoso, a; (dt), **sự tạp nhạp**: el enredo
tát (đt): dar una bofetada; (dt), **cái tát**: la bofetada, el bofetón
tạt (đt): penetrar, entrar / **mưa tạt vào nhà** (la lluvia penetra en la casa)
tạt qua (đt): pasar por / **tạt qua nhà ai đó** (pasar por casa de alguien)
tàu (dt): el tren
tàu (tt): chino, a / **nước Tàu** (China) / **người Tàu** (los chinos) / **một người Tàu** (un chino, una china)
tàu bay (dt): el avión
tàu điện (dt): el tranvía
tàu điện ngầm (dt): el metro
tay, cánh tay (dt): el brazo
tay áo (dt): la manga (de la camisa)
tay chơi (dt): el vividor / **một tay chơi sành sỏi** (un vividor con experiencia)
tay lái (dt): el volante
tay mặt (dt): el brazo derecho; (pt), **phía tay mặt**: al lado derecho
tay trái (dt): el brazo izquierdo; (pt), **phía tay trái**: al lado izquierdo
tay ngang (tng): amateur / **một thợ chụp ảnh tay ngang** (un fotógrafo amateur)
tay nghề (tt): profesional / **người có tay nghề giỏi** (un buen profesional)
tay phải (dt): el brazo derecho
tay sai (dt): el sirviente / **làm tay sai cho giặc** (servir para el enemigo)
tay trắng (tng): cero / **tay trắng làm nên** (desde cero) / **thành công từ hai bàn tay trắng** (llegar lejo desde cero)

tay trong (tng): apoyo / **có tay trong tay ngoài** (tener apoyo, gente fiable alrededor, tener los seguidores, tener los partidarios) / **Ông ta đã thành công nhờ có tay trong tay ngoài.** (Él ha tenido éxito por contar con los partidarios.)
tày đình (tt): grave / **tội tày đình** (el delito grave, el pecado grave)
tày trời (tt): grave / **tội ác tày trời** (el crimen grave)
tắc kè, **con tắc kè** (dt): el camaleón
tắc nghẽn, **sự tắc nghẽn** (dt): el atasco, el embotellamiento; (đt), **làm cho tắc nghẽn**: atascar
tắc xi, **xe tắc xi** (dt): el taxi; tài xế tắc xi; (dt), **người lái tắc xi**: el taxista, la taxista
tăm, **cái tăm** (dt): el palillo de diente
tăm bông gòn, **cái tăm bông gòn** (dt): el bastoncillo
tăm hơi (tng): ningún lado / **chẳng thấy tăm hơi** (no ver en ningún lado): **Đã từ lâu họ chẳng thấy tăm hơi anh ta đâu cả**. (Hace tiempo que no se le ve en ningún lado) / **biệt tích tăm hơi** (desaparecer): **Hắn đã đi biệt tích tăm hơi**. (Ha desaparecido.)
tăm tích (tng): ningún lado / **chẳng thấy tăm tích** (no ver en ningún lado)
tăm tiếng (dt): la mala reputación / **bị tăm tiếng** (tener mala reputación)
tăm tiếng (dt): la mala reputación / **bị tăm tiếng** (tener mala reputación)
tằm, **con tằm** (dt): la oruga
tắm (đt): ducharse, bañarse
tắm gội (đt): ducharse y lavarse el pelo
tắm hơi (đt): bañarse al vapor
tắm nắng (đt): tomar el sol
tắm rửa (đt): ducharse
tần tiện (tt), (pt): ahorrador, a / **một người tần tiện** (una persona ahorradora); (dt), **sự tần tiện**: el ahorro, lo ahorrador; (đt), **tần tiện**: ahorrar
tăng cường (đt): aumentar, incrementar, avivar / **tăng cường đấu tranh** (avivar el combate); (dt), **sự tăng cường**: el aumento, el incremento
tăng gia (đt): aumentar / **tăng gia sản xuất** (aumentar la producción); (dt), **sự tăng gia**: el aumento
tăng gô, **nhạc tăng gô** (dt): el tango; (dt), **điệu nhảy tăng gô**: el paso de tango
tăng lữ (dt): el clérigo, el sacerdote; (dt), **giáo phái tăng lữ**: la clerecía
tăng tiến, **làm tăng tiến** (đt): progresar, avanzar; (dt), **sự tăng tiến**: el progreso, el avance

tăng trưởng (đt): acrecer, incrementar, aumentar, acrecentar; (dt), **sự tăng trưởng**: el crecimiento, el aumento / **sự tăng trưởng của dân số** (el aumento de la población)

tặng phẩm (dt): el obsequio, el regalo

tặng thưởng (đt): recompensar, premiar; (dt), **sự tặng thưởng**: la recompensa, el premio

tặng vật (dt): el obsequio, el regalo

tắt (đt): apagar, desconectar / **tắt điện** (apagar la luz) / **tắt máy** (desconectar el aparato)

tắt kinh, **bị tắt kinh** (đt): dejar de tener la menstruación

tắt thở (đt): expirar, morir; (pt), **tắt thở**: cansado, a / **mệt tắt thở** (estar muy cansado, a)

tâm (dt), el interior / **tâm đầu ý hợp** (la coherencia ideológica, la congruencia, la comunidad ideológica)

tâm đắc (tt): preferido / **một người bạn tâm đắc** (el mejor amigo) / **một cuốn sách tâm đắc** (un libro preferido) / **điều tâm đắc** (lo preferido); (dt), **sự tâm đắc**: la referencia, la primacía

tâm địa (dt): la intención / **một tâm địa xấu** (una mala intención) / **Anh ta không có tâm địa gì cả**. (Él no tiene la intención.)

tâm điểm (dt): el punto central, el punto radial

tâm giao (tt): entreñable / **mối tâm giao** (una relación entrañable / **bạn tâm giao** (el mejor amigo)

tâm hồn (dt): el alma

tâm lý (tt), (pt): psicológico, a / **một cuốn phim tâm lý** (una película psicológica); (dt), **khoa tâm lý**: la psicología

tâm linh (tt): espiritual / **con người tâm linh** (la persona espiritual); (dt), **sự tâm linh**: la espiritualidad

tâm lực (dt): la fuerza interior, el poder de la mente

tâm nhĩ (dt): la oreja

tâm niệm (đt): desear, anhelar / Anh ta tâm niệm ngày nào đó sẽ đến nước Anh. (Él deseaba que un día irá a Inglaterra.); (dt), **điều tâm niệm**: el deseo, el anhelo

tâm phúc (tt), (pt): confidente / **một người bạn tâm phúc** (un amigo confidente); (dt), **người tâm phúc**: el confidente; (dt), **sự tâm phúc**: la confidencia

tâm phục, **làm tâm phục** (đt): admirar, conquistar / Sự cao thượng của ông ta làm tâm phục mọi người. (Su nobleza admiraba a los demás.); (đt), **bị tâm**

phục: admirarse / Mọi người đã bị tâm phục bởi những lời lẽ của ông ta. (Los demás le han admirado por sus palabras.); (dt), **sự tâm phục**: la conquista

tâm sự (đt): contar lo que pasó, desahogarse en un amigo, relatar, narrar

tâm thần, **bịnh tâm thần** (dt): la enfermedad mental / **người bị bệnh tâm thần** (la persona que tiene la enfermedad mental)

tâm tình (dt): el sentimiento íntimo / **thổ lộ tâm tình** (contar el sentimiento íntimo)

tâm tính (dt): el carácter

tâm trạng (dt): el sentimiento / **có tâm trạng buồn** (tener el sentimiento triste)

tâm tư (dt): el sentimiento / **tâm tư tình cảm** (el sentimiento y el afecto)

tầm bậy (tt), (pt): bobada / **nói tầm bậy, nói tầm bậy tầm bạ** (decir tonterías) / **tầm bậy tầm bạ** (ilógico, a; insensato, a); (dt), **sự tầm bậy**: la bobada

tầm cỡ (dt), (tng): el status / Ông ta là một người có tầm cỡ xã hội. (Él es una persona con status social); (tt), **tầm cỡ**: regular, normal, media / Một người có kích thước tầm cỡ. (Una persona que tiene la talla media.)

tầm nã (đt): buscar / **tầm nã tội phạm** (buscar la captura); (dt), **sự tầm nã**: la captura

tầm nhìn (dt): la mirada del alcance, el alcance, la visión, el instinto / **một tầm nhìn sâu rộng** (una mirada con alcance) / **một tầm nhìn thiển cận** (un corto de miras)

tầm phào (tt), (pt): bobada / **nói tầm phào** (decir tonterías); (dt), **sự tầm phào**: la bobada

tầm tã (tt), (pt): incesante / **mưa rơi tầm tã** (la lluvia incesante)

tầm tay (dt): el alcance / **ra ngoài tầm tay** (fuera del alcance): **đặt thuốc ở ngoài tầm tay của trẻ em** (deje los medicamentos fuera del alcance de los niños) / **trong tầm ta**y (estar al alcance)

tầm thước (tt), (pt): normal, regular / **Ông ta là một người tầm thước, không ốm cũng không mập.** (Él es una persona normal, ni es flaco ni gordo.)

tầm thường (tt), (pt): mediocre / **một hành động tầm thường** (una acción, obra mediocre); (dt), **sự tầm thường**: la mediocridad

tẩm quất (dt): dar masaje; (dt), **sự tẩm quất**: el masaje

tấm (dt): la pieza, el trozo / **một tấm bánh** (el trozo de pan)

tấm bé, **thuở tấm bé** (dt): la infancia / **từ thuở tấm bé** (desde la infancia)

tấm gương (dt): el ejemplo

tấm lòng (tng): el corazón, el buen sentimiento / **người có tấm lòng** (la persona de buenos sentimientos)

tấm tắc khen thầm (tng): admirar
tấm tức (pt): sollozando; (đt), **khóc tấm tức**: sollozar
tân (tng): nuevo
tân học (tng): aprender cosa nueva, especialmente la cultura occidente; (dt), **phái tân học**: el grupo partidario del político sucede en 1900-1905, que pretendió aprender la cultura francesa para la resistencia con los franceses.
tân thời (tt), (pt): liberal, abierto, a / **người có đầu óc tân thời** (la persona que tiene una mentalidad abierta)
tân ước, **sách Tân ước** (dt): el Nuevo testamento
tân xuân (tng): la nueva primavera / **Cung chúc tân xuân**. (Feliz año nuevo.) (Se escribe en la tarjeta de felicitación)
tần mẫn (tt), (pt): meticuloso, a; tacaño, a / **tính tần mẫn** (el carácter escrupuloso); (dt), **sự tần mẫn**: lo meticuloso, el tacaño
tần số (tt): gradual / **một tần số thấp** (un descenso gradual)
tấn công (đt): atacar; (dt), **sự tấn công**: el ataque
tấn phong (đt): apoderar, investir / **tấn phong một chức vụ** (apoderar un puesto); (dt), **sự tấn phong**: el apoderado; (dt), **lễ tấn phong**: la investidura / **lễ tấn phong một giám mục mới** (la consagración, la investidura de un nuevo obispo) / **lễ tấn phong một chánh án** (la investidura de un juez)
tận (pt): hasta / **đến tận nơi** (llegar hasta lugar) / **năm cùng tháng tận** (el fin de año)
tận cùng (tt): último, a / **những ngày tận cùng của một cuộc đời** (los días finales de una vida, los últimos días de una vida); (dt), **sự tận cùng**: lo último
tận dụng (đt): utilizar (usar algo para hacer algo); (dt), **sự tận dụng**: la utilización
tận hưởng (đt): disfrutar / **tận hưởng tuần trăng mật** (disfrutar la semana de luna de miel); (dt), **sự tận hưởng**: el disfrute
tận mắt (tng, pt): propios ojos / **thấy tận mắt** (ver con los propios ojos)
tận số, **sự tận số**, **ngày tận số** (dt): el apocalipsis
tận tay, **giao tận tay** (đt): entregar en mano
tận thế, **ngày tận thế** (dt): el fin del mundo, el apocalipsis
tận tình (tt), (pt): atento, a / **chăm sóc tận tình** (cuidar atentamente); (dt), **sự tận tình**: lo atento
tận tụy (tt), (pt): entregado, a / **thái độ tận tụy đối với bệnh nhân** (la conducta entregada con los pacientes); (dt), **sự tận tụy**: la entrega
tâng bốc (đt): enaltecer, ensalzar; (dt), **sự tâng bốc**: la alabanza, el elogio

tầng (dt): el piso, la planta, el escalafón, la escala / **tầng thượng** (el ático) / **tầng trệt** (piso bajo, planta baja) / **tầng hầm** (el garaje) / **nhà có nhiều tầng** (la casa de varias plantas) / **tầng nhà** (la planta)

tầng cấp (dt): el escalafón, la escala, el grado, el orden, la graduación

tầng lớp (dt): la clase / **tầng lớp xã hội** (la clase social)

tập (dt): la parte / **một cuốn sách có ba tập** (un libro que se compone de tres partes); (đt), **tập**: entrenar, practicar, ejercitar

tập đoàn (dt): un conjunto de personas, una cuadrilla / **một tập đoàn binh lính** (una cuadrilla de soldados)

tập đọc (đt): aprender a leer

tập hợp (đt): agrupar; (dt), **sự tập hợp**: la agrupación

tập huấn (đt): ejercer, entrenar / Những người lính đã tập huấn vào mỗi buổi sáng. (Los soldados se entrenan cada mañana.); (dt), **sự tập huấn**: el ejercicio, el entreno

tập luyện (đt): entrenar, ejercitar / **tập luyện võ nghệ** (entrenar el arte marcial); (dt), **sự tập luyện**: el entreno

tập quán (đt): la costumbre, el habitual

tập san (dt): la revista

tập sự (pt): en práctica / **làm tập sự** (trabajar en prácticas) / Trước khi trở thành một chuyên nghiệp, những sinh viên đại học làm việc tập sự trong thời gian ít nhất là ba tháng. (Ante de convertirse en profesionales, los estudiantes tuvieron que trabajar en prácticas los mínimos de tres meses.)

tập thể (tt), (pt): colectivo, a; común, comunitario / **nhà ăn tập thể** (el comedor comunitario) / lao động tập thể (trabajar en comunidad)

tập trung (đt): concentrar; (dt), **sự tập trung**: la concentración

tập tục (dt): la tradición; la costumbre tradicional

tất, chiếc tất (dt): el calcetín / **một chiếc tất** (un calcetín) / **một đôi tất** (los calcetines)

tất bật (tt), (pt): ocupado, a; estresante; (dt), **sự tất bật**: lo estresante

tất cả (mt): todo, toda / **tất cả chúng ta** (todos nosotros) / **tất cả mọi người** (todos ellos) / **đó là tất cả** (eso es todo)

tất nhiên (pt): por supuesto, evidentemente, claramente; (dt), **sự tất nhiên**: la evidencia

tất niên (dt) el fin de año / **bữa tiệc tất niên** (la fiesta de fin de año)

tất ta tất tưởi (dt): nervioso, a / **nói tất ta tất tưởi** (hablar nerviosamente)

tất tả (pt): precipitado, a / **làm một cách tất tả** (precipitarse); (dt), **sự tất tả**: la precipitación

tất yếu (pt), (tt): imprescindible / **một kết quả tất yếu** (un resultado imprescindible); (dt), **sự tất yếu**: lo imprescindible

tật (dt): la manía, la costumbre / **Hắn có tật hay cắn móng tay**. (Tiene la manía de morderse las uñas)

tật bẩm sinh (dt): la invalidez congénita

tật nguyền (dt): la invalidez

tật xấu (dt): el vicio

tẩu, cái tẩu (dt): la pipa / **cái tẩu thuốc lá** (la pipa de tabaco, la pipa para el tabaco)

tẩu tán (đt): dispersar, esconder, tapar / **tẩu tán đồ vật ăn cắp** (esconder los objetos robados, dispersar los objetos robados); (dt), **sự tẩu tán**: la dispersión

tây (tt): occidental / **người tây phương** (la gente occidental) / **món ăn tây** (la comida occidental; (dt), **phía tây**: el oeste

tây ban nha (tt): español, española / **nước Tây Ban Nha** (España) / **người Tây Ban Nha** (los españoles) / **một người Tây Ban Nha** (un español, una española)

tây bắc, hướng tây bắc (dt): el noroeste

tây bán cầu (dt): el hemisferio oeste

tây lịch (dt): el calendario solar, el calendario gregoriano

tây y (dt): la medicina occidental

tẩy (đt): borrar, limpiar / **tẩy một vết dơ trên áo** (limpiar una mancha de la camisa)

tẩy chay (đt): eliminar, excluir / **tẩy chay một người nào đó** (excluir alguien); (dt), **sự tẩy chay**: la eliminación, la supresión

tẩy rửa (đt): desinfectar, limpiar / **tẩy rửa một vết thương** (desinfectar una herida); (dt), **sự tẩy rửa**: lo desinfectante, la limpieza

te te, **nói te te (**đt): hablar mucho

tè ra quần (tng, đt): mearse en los pantalones

tẻ nhạt (tt), (pt): monótono, a; rutinaria / **một đời sống tẻ nhạt** (una vida monótona) / **một người tẻ nhạt** (una persona rutinaria); (dt), **sự tẻ nhạt**: la monotonía

té (đt): caer

té ra (lt): pero / Té ra con vẫn còn ở đây hở? (Pero, ¿todavía estás aquí?)

teo, bị teo (đt): encogerse, arrugarse, contraerse / **cơ bắp bị teo lại** (los músculos se contraen) / **da bị teo lại** (la piel está arrugada)

tẹt (tt), (pt): chato, a; plano, a / **một cái mũi tẹt** (la nariz achatada)

tê (dt): el entumecimiento / **tê tay** (entumecimiento manos) / **tê chân** (entumecimiento piernas); (đt), **làm tê**: entumecerse

tê bại (tt), (pt): paralítico, a / **bị tê bại** (ser paralítico, a); (đt), **làm cho tê bại** (paralizar); (dt), **sự tê bại**: la parálisis

tê cóng (tt), (pt): glacial; muy frío, a / **một cái lạnh tê cóng** (un frío cruel, un frío glacial) / **tay bị tê cóng** (la mano está muy fría)

tê lạnh (tt), (pt): glacial; muy frío, a / **tay bị tê lạnh** (la mano está muy fría)

tê, làm tê (đt): entumecerse; (dt), **tê**: el entumecimiento

tê liệt (pt), (tt): paralítico, a; (đt), **làm cho tê liệt**: paralizar; (dt), **sự tê liệt**: la parálisis

tê tái (tt), (pt): transido, a / **một nỗi buồn tê tái** (una tristeza transida) / **nỗi lòng tê tái** (el sentimiento triste) / **buồn tê tái** (entristecerse); (dt), **sự tê tái**: lo transido

tê thấp, **bịnh tê thấp** (dt): la enfermedad de los músculos

tề gia nội trợ (tng): administrar asuntos de familia / **khả năng tề gia nội trợ của một người phụ nữ** (la capacidad de administrar asuntos de familia de una mujer)

tế bào (dt): la célula

tế nhị (tt): sutil / **một đầu óc tế nhị** (un cerebro sutil); (dt), **sự tế nhị**: la sutileza

tệ (tt), (pt): mal; malo, a / **đối xử tệ** (tratar mal)

tệ nạn (dt): el vicio / **những tệ nạn xã hội** (los vicios sociales)

tên, cái tên (dt): el nombre / **họ tên** (el nombre completo) / **họ và tên** (el nombre completo) / **Tôi tên là Hoa.** (Me llamo Hoa.)

tên gọi (dt): el nombre

tên lót (dt): el segundo nombre

tết (dt): Tet / **tết Nguyên Đán** (fiesta del año nuevo lunar de Vietnam)

tếu (tt): gracioso, a; (dt), **chuyện tếu**: el chiste

tếu lâm (tt), (pt): gracioso, a / **Anh ta lúc nào cũng tếu lâm.** (Siempre está bromeando; Siempre está gracioso) / **một câu chuyện tếu lâm** (un chiste)

tếu tếu (tt), (pt): gracioso, a / **Anh ta lúc nào cũng tếu tếu.** (Siempre está bromeando; Siempre está gracioso.)

tếu táo (tt), (pt): insolente / **thái độ tếu táo** (la conducta insolente); (dt), **sự tếu táo**: lo insolente
tha (đt): absolver
tha bổng (đt): absolver; (dt), **sự tha bổng**: la absolución
tha hóa, **sự tha hóa** (dt): la degradación / **sự tha hóa về các giá trị đạo đức** (la degradación de los valores éticos); (đt), **làm cho tha hóa**: degradar
tha hương, **sống tha hương** (tng): vivir en el extranjero / **sống tha hương nơi đất khách quê người** (vivir en el extranjero) / **chốn tha hương** (la tierra extranjera)
tha lỗi (đt): perdonar; disculpar (dt), **sự tha lỗi**: la disculpa
tha phương, **sống tha phương** (tng): vivir lejos/ **sống tha phương cầu thực** (vivir lejos para buscar la vida)
tha thiết (tt), (pt): con ganas / **tha thiết muốn gặp ai đó** (con ganas de ver alguien) / **yêu tha thiết một người** (amar profundamente a una persona)
tha thứ (đt): perdonar; (dt), **sự tha thứ**: el perdón
tha thướt (tt), (pt): esbelto, a / Một người đẹp trong chiếc áo dài tha thướt. (Una chica hermosa en su traje esbelto.); (dt), **sự tha thướt**: lo esbelto
tha tội (đt): perdonar / **Xin Chúa tha tội cho con.** (Que Dios me perdone.)
thà, thà là, thà rằng (tng): preferir / **thà có hơn không** (preferir tener a no tener) / **thà là như vậy** (preferir así, mejor es así)
thả (đt): absolver, librar / **thả một tù nhân** (absolver a un reo) / **thả một con chim** (soltar un pájaro) / **thả một con mồi** (soltar un cebo)
thả cửa (tng): a discreción, sin límite / **ăn chơi thả cửa** (jugar a discreción)
thả lỏng (tt), (pt): desenfrenado, a / **tính thả lỏng** (el carácter desenfrenado); (đt), **thả lỏng**: dejar de controlar; (dt), **sự thả lỏng**: el desenfreno
thác, **cái thác nước** (dt): la cascada
thác loạn (tt), (pt): perverso, a; depravado, a / **sống thác loạn** (vivir de manera depravada); (đt), **làm cho thác loạn**: pervertir; (dt), **sự thác loạn**: la perversión
thạc sĩ (tt): máster / **bằng thạc sĩ** (el máster, el título de máster) / **lớp thạc sĩ** (el máster, el curso de máster)
thách (đt): retar, desafiar
thách thức (đt): retar, desafiar; (dt), **sự thách thức**: el reto, el desafío
thạch cao (dt): el yeso
thạch lựu (tt): granada / **trái thạch lựu** (la granada) / **cây thạch lựu** (el granado)

thạch thảo, **hoa thạch thảo** (dt): la flor aster amallus
thai (dt): la preñe, el embrazo / **có thai** (tener el embrazo, estar encinta)
thái (đt): cortar / **thái thịt** (cortar la carne)
thái (tng): alto, a
thái âm (tng): luna / **sao thái âm** (la estrella luna, la luna, de horóscopo)
thái ất, **Thái Ất dịch học** (dt): la adivinación vietnamita / **xem một quẻ Thái Ất** (ver una carta Thai At)
thái bình (tt), (pt): pacífico, a / **một thời kỳ thái bình** (un tiempo pacífico); (dt), **sự thái bình**: la paz
thái bình dương (tt): pacífico, a / **biển Thái bình dương** (océano Pacífico) / **lục địa Thái bình dương** (el continente Pacífico)
thái dương (dt): el sol / **sao thái dương** (el sol, de horóscopo)
thái độ (dt): la actitud
thái giám (dt): el eunuco
thái hậu, **hoàng thái hậu** (dt): la reina madre, la reina viuda
thái hòa (tt), (pt): pacífica, a / **đất nước thái hòa** (el país pacífico); (dt), **sự thái hòa**: la paz
thái lan (tt): tailandés, tailandesa / **nước Thái lan** (Tailandia) / **người Thái lan** (los tailandeses) / **một người Thái lan** (un tailandés, una tailandesa)
thái quá (tt), (pt): extremoso, a; exagerado, a / **hơi thái quá** (un poco exagerado); (dt), **sự thái quá**: lo extremo
thái tổ (dt): el apelativo de algunos reyes / **Lý Thái Tổ** (el rey Lý Thái Tổ) / **Lê Thái Tổ** (el rey Lê Thái Tổ) / **Mạc Thái Tổ** (el rey Mạc Thái Tổ) / **Tây Sơn thái Tổ** (el rey Tây Sơn Thái Tổ)
thải (đt): expulsar, echar a alguien
thải hồi (đt): expulsar, echar a alguien; (dt), **sự thải hồi**: la expulsión

tham (tt), (pt): codicioso, a / **tính tham** (el carácter codicioso) / **lòng tham** (el corazón codicioso)
tham ăn (tt), (pt): comilón, a / **người tham ăn**: el comilón, la comilona
tham dự (đt): participar, presenciar; (dt), **sự tham dự**: la participación, la presencia, la concurrencia / **sự tham dự của khách mời** (la presencia de los visitantes)
tham gia (đt): participar / **tham gia các hoạt động xã hội** (participar las actividades sociales); (dt), **sự tham dự**: la participación

tham khảo (đt): consultar / **tham khảo một tư liệu** (consultar un documento); (dt), **sự tham khảo**: la consulta

tham lam (tt), (pt): codicioso, a / **tính tham lam** (el carácter codicioso) / **lòng tham lam** (el corazón codicioso); (dt), **sự tham lam**: la codicia

tham mưu (tt): consejero, a / **người tham mưu** (el consejero, la consejera) / **bộ phận tham mưu** (el órgano consultor) / **Bộ tham mưu** (la Consejería)

tham nhũng, **sự tham nhũng** (dt): la corrupción

tham quan (đt): visitar / **tham quan viện bảo tàng** (visitar el museo); (dt), **sự tham quan**: la excursión

tham vọng (đt): ambicionar; (dt), **sự tham vọng**: la ambición

thảm, tấm thảm, tấm thảm trải nhà (dt): el tapiz

thảm hại (tt), (pt): lamentable / **một sự thất bại thảm hại** (un fracaso lamentable); (dt), **sự thảm hại**: el desastre

thảm họa (dt): la tragedia, la catástrofe / **thảm họa của chiến tranh** (la tragedia de la guerra)

thảm kịch (dt): la tragedia / **một thảm kịch gia đình** (una tragedia familiar)

thảm sát (đt): masacrar; (dt), **sự thảm sát**: la masacre

thảm thương (tt), (pt): lamentable / **một tình cảnh thảm thương** (una situación lamentable); (dt), **sự thảm thương**: la lamentación

thảm tình quân (dt): el kamikaze

thảm trạng (dt): la situación trágica

thám tử (dt): el detective

than (dt): el carbón / **than nấu ăn** (el carbón para cocina)

than chì (dt): el carboncillo / **một bức họa bằng than chì** (un dibujo a carboncillo)

than phiền (đt): quejarse; (dt), **sự than phiền**: la queja

than thở (đt): quejarse, lamentarse; (dt), **sự than thở**: la queja, la lamentación

than vãn (đt): quejarse, lamentarse; (dt), **sự than vãn**: la queja, la lamentación

thản nhiên (tt), (pt): impasible / **một thái độ thản nhiên** (una conducta impasible) / **thản nhiên như không** (estar permanecer impasible, como no sucediera nada); (dt), **sự thản nhiên**: lo impasible

thán phục (đt): admirar; (dt), **sự thán phục**: la admiración

thang, **cái thang** (dt): la escalera

thang máy, **cái thang máy** (dt): el ascensor

thảng thốt (tt), (pt): asustadizo, a; miedoso, a / **vẻ mặt thảng thốt** (el semblante asustadizo); (đt), **làm thảng thốt**: asustar; (dt), **sự thảng thốt**: lo asustadizo

tháng (dt): el mes
tháng ba (dt): el marzo
tháng bảy (dt): el julio
tháng chạp (dt): el diciembre del calendario lunar
tháng chín (dt): el septiembre
tháng giêng (dt): el enero del calendario lunar
tháng hai (dt): el febrero
tháng một (dt): el enero
tháng mười (dt): el octubre
tháng mười một (dt): el noviembre
tháng mười hai (dt): el diciembre
tháng năm (dt): el mayo
tháng sáu (dt): el junio
tháng tám (dt): el agosto
tháng tư (dt): el abril
thanh (dt): la barra / **một thanh sắt** (la barra de hierro) / **một thanh củi** (una leña)
thanh âm (tt): fonético, a / **hệ thống thanh âm** (el sistema fonético)
thanh bình (tt), (pt): pacífico, a / **một cuộc sống thanh bình** (una vida pacífica); (dt), **sự thanh bình**: la pacificación, lo pacífico
thanh cảnh (tt), (pt): fino, a; refinado, a / **một thân hình thanh cảnh** (un cuerpo fino, un cuerpo delicado); (dt), **sự thanh cảnh**: el refinamiento, lo fino
thanh cao (tt), (pt): elevado, a / **một tâm hồn thanh cao** (un alma elevado); (dt), **sự thanh cao**: la elevación
thanh danh (dt): la reputación
thanh đạm (tt), (pt): austero, a / **một cuộc sống thanh đạm** (una vida austera); (dt), **sự thanh đạm**: la austeridad
thanh khiết (tt), (pt): puro, a; (dt), **sự thanh khiết**: la pureza
thanh lịch (tt), (pt): refinado, a / **cách cư xử thanh lịch** (la conducta refinada); (dt), **sự thanh lịch**: el refinamiento
thanh liêm (tt), (pt): integro, a; honrado, a / **một công chức thanh liêm** (un funcionario honrado); (dt), **sự thanh liêm**: la integridad
t**hanh lọc** (đt): depurar, limpiar la suciedad / **thanh lọc nước** (depurar el agua); (dt), **sự thanh lọc**: la purificación
thanh mảnh (tt), (pt): esbelto, a / **một vẻ đẹp thanh mảnh** (una belleza esbelta), (dt), **sự thanh mảnh**: la esbeltez

thanh minh (tt), (pt): despejado, a / **thời tiết thanh minh** (el tiempo despejada)

thanh minh (đt): explicar, justificar / **tìm lý do để thanh minh** (buscar la excusa para justificar); (dt), **sự thanh minh**: la explicación, la excusa

thanh nhã (tt), (pt): refinado, a / **giọng nói thanh nhã** (la voz refinado); (dt), **sự thanh nhã**: el refinamiento

thanh nhàn (tt), (pt): tranquilo, a / **một cuộc sống thanh nhàn** (una vida tranquila); (dt), **sự thanh nhàn**: la tranquilidad

thanh niên (dt): el joven / một chàng thanh niên, một cậu thanh niên (un joven)

thanh nữ (dt): la joven

thanh quản, **ống thanh quản** (dt): la laringe / **bệnh viêm thanh quản** (la laringitis)

thanh sắc (dt): el tono agudo

thanh sơn (tng): montaña

thanh thản (tt), (pt): sereno, a / **cảm giác thanh thản** (la sensación serena) / **vẻ mặt thanh thản** (el semblante sereno); (dt), **sự thanh thản**: la serenidad

thanh thiên (dt): azulado, a; cristalino, a / **bầu trời thanh thiên** (el cielo azulado) / **giữa thanh thiên bạch nhật** (a la luz del día) / **Hắn dám ăn cắp giữa thanh thiên bạch nhật**. (Es capaz de robar a la luz del día.)

thanh thoát (tt), (pt): leve; ligero, a / Cô ấy có một dáng đi thanh thoát. (Tiene un caminar ligero.); (dt), **sự thanh thoát**: la ligereza

thanh tĩnh (tt): sedante / **nơi thanh tĩnh** (el lugar sedante)

thanh tịnh (tt): calma, sedante, sereno, a / **cảm giác thanh tịnh** (la sensación sedante); (dt), **sự thanh tịnh**: la serenidad

thanh toán (đt): ajustar, ajustarse / **thanh toán một món nợ** (ajustar una deuda); (dt), **sự thanh toán**: el ajuste

thanh tra, **viên thanh tra** (dt): el inspector, la inspectora

thanh trà, **trái thanh trà** (dt): el pomelo

thanh trừ (đt): eliminar, expulsión; (dt), **sự thanh trừ**: la eliminación, la expulsión

thanh trừng (đt): exterminar / **thanh trừng sâu bọ bằng một chất hóa học** (exterminar los pulgones con un producto químico) / **thanh trừng tận gốc** (exterminar hasta la raíz); (dt), **sự thanh trừng**: el extermino

thanh tú (tt), (pt): fino, a; refinado, a / **một gương mặt thanh tú** (una cara fina); (dt), **sự thanh tú**: el refinamiento

thanh vắng (tt), (pt): silencioso, a y poca gente; (dt), **nơi thanh vắng**: el lugar silencioso y poca gente

thanh xuân (tt): primaveral / **tuổi thanh xuân** (la edad primaveral) / **tiết thanh xuân** (el tiempo primaveral); (dt), **sự thanh xuân**: la juventud

thành, **cái cổng thành** (dt): la muralla

thành (đt), (pt): convertirse en, realizarse / **năm cái hoa bó lại thành một** (cinco flores atan se convierten en un) / **việc đã thành** (el trabajo está realizado) / **có lòng thành** (tener la buena voluntad)

thành công (đt): triunfar; (dt), **sự thành công**: el éxito, el triunfo

thành danh (đt): lograr la fama, conseguir la fama / **Anh ta đã thành danh.** (Consiguió la fama.); (dt), **sự thành danh**: el logro, la consecución de la fama

thành đạt (tt), (pt): exitoso, a / **một nghệ sĩ thành đạt** (un artista exitoso); (đt), **thành đạt**: lograr, conseguir; (dt), **sự thành đạt**: el logro, la consecución de la carrera, el éxito

thành đồng (tt): perseverante / **một thành đồng** (una persona perseverante, tiene la capacidad de aguantar, llegar de ser extraordinario)

thành hôn (đt): casarse; (dt), **sự thành hôn**: el casamiento; (dt), **lễ thành hôn**: la boda

thành kiến, **có thành kiến** (đt): tener prejuicio; (dt), **sự thành kiến**: el prejuicio

thành kính (tt), (pt): reverente / **đối đãi thành kính với cha mẹ** (tratar con reverencia a los padres); (dt), **sự thành kính**: la reverencia

thành lập (đt): fundar; (dt), **sự thành lập**: la función

thành lũy (dt): la muralla / **ngăn đắp thành lũy** (levantar la muralla)

thành niên, **tuổi thành niên**, **vị thành niên** (dt): la edad adulta, la mayoría de edad

thành nội (dt): la ciudadela

thành phần (dt): el elemento / **ô xi là một thành phần của nước** (el oxígeno es un elemento del agua)

thành phố (dt): la ciudad / **thành phố Đà nẵng** (la ciudad Da nang)

thành qủa (dt): el logro, el resultado, el fruto

thành quách (dt): la muralla

thành ra (lt): por eso / **hắn tiêu xài phung phí thành ra nghèo** (despilfarra, por eso es pobre)

thành sự (tng): lograr, disponer / **Mưu sự tại nhân, thành sự tại Thiên.** (El hombre propone y Dios dispone.)

thành tâm (tt), (pt); sincero, a / **thành tâm cầu nguyện** (rezar sinceramente); (dt), **sự thành tâm**: la sinceridad

thành thạo (tt), (pt): experimentado, a / **làm cái gì đó một cách thành thạo** (hacer algo con experiencia); (dt), **sự thành thạo**: la experimentación

thành thật (tt), (pt): sincero, a; franco, a / **một người thành thật** (una persona franca); (dt), **sự thành thật**: la sinceridad

thành thị (tt), (dt): de ciudad, la ciudad / **người thành thị** (la gente de ciudad) / **sống ở thành thị** (vivir en la ciudad)

thành thực (tt), (pt): sincero, a; franco, a; (dt), **sự thành thực**: la sinceridad

thành tích (dt): el logro, el buen resultado / **đạt được thành tích cao** (obtener un buen logro) / **đạt được điểm cao được xem như là một thành tích** (obtener unas buenas notas se considera un logro)

thành tín (tt); (pt): confiable y sinceramente / **một niềm tin thành tín** (una convicción sincera) / **thờ phượng một cách thành kính** (consagrar sinceramente); (dt), **sự thành tín**: la sinceridad de una convicción, la autenticidad de una convicción

thành trì (dt): la muralla / **một thành trì kiên cố** (una muralla fortificada)

thành tựu (dt): el logro / **một thành tựu khoa học** (un logro de la ciencia)

thành viên (dt): el miembro / **một thành viên của Đảng** (un miembro del gobierno comunista vietnamita actual) / **một thành viên của nhóm** (un miembro del grupo)

thảnh thơi (tt), (pt): descansando, a; ocioso, a / **thời gian thảnh thơi** (el tiempo ocioso) / **đầu óc thảnh thơi** (la cabeza descansa); (dt), **sự thảnh thơi**: la ociosidad, el descanso

thánh (tt): santo, a / **Chúa Thánh Thần** (el Espíritu Santo) / **một vị thánh** (un santo)

thánh ca (dt): el himno de la Iglesia / **một bài thánh ca** (un himno eclesiástico)

thánh địa (dt): la tierra santa

thánh đường (dt): la iglesia, la basílica / **bên trong thánh đường** (el interior de la iglesia) / **thánh đường công giáo** (la iglesia católica, la basílica católica) / **thánh đường hồi giáo** (la basílica musulmana) / **vương cung thánh đường công giáo** (la basílica católica) / **vương cung thánh đường thánh Phê rô ở thành phố Vatican** (la basílica de San Pedro en la ciudad del Vaticano)

thánh giá, **cái thánh giá (**dt): la cruz

thánh hóa (đt): sacralizar

thánh thể, **bí tích thánh thể** (dt): la primera comunión

thánh thót (tt), (pt): armonioso, a / **một giọng nói thánh thót** (una voz armoniosa)

thao lược (tt), (pt): estratégico, a / **người có tài thao lược** (la persona estratégica, el estratega)

thao tác (dt): el método, la técnica; la experimentación / **làm việc có thao tác** (trabajar, hacer algo con método)

thao thao (tt), (pt): incansable / **nói thao thao** (hablar incansablemente, parlotear)

thao thức, **sự thao thức** (dt): el insomnio; (đt), thao thức, **bị thao thức**: no poder dormir, tener insomnio / Cô ấy đã thao thức cả đêm. (No pudo dormir en toda la noche; Tuvo insomnio toda la noche)

thao túng (đt): manejar, dominar / **ngân hàng thao túng thị trường** (los bancos manejaban, dominaban el mercado); (dt), **sự thao túng**: el manejo, la dominación

thảo, thảo ăn (tng): generoso, a; bueno, a / **Cậu bé rất thảo, lúc nào cũng nhường cho em ăn trước**. (El niño es bueno, siempre dejaba que su hermano comiera primero.)

thảo luận (đt): dialogar, conversar / **Họ đã thảo luận về vấn đề đó một cách hòa hợp mà không cần tranh cãi, mặc dù có những ý kiến khác nhau.** (Ellos dialogaban sobre ese asunto de forma armoniosa sin llegar a discutir, aun sosteniendo ideas diferentes.); (dt), **sự thảo luận**: el diálogo, la conversación

thảo nguyên (dt): la estepa

thảo mộc (tt): vegetal; (dt), **loài thảo mộc**: la especie vegetal, la vegetación

tháo (đt): abrir, quitar / **tháo một cái mắc nút** (quitar un nudo)

tháo chạy (đt): escaparse, huirse / **lính thua tháo chạy** (los perdidos soldados se escapan); (dt), **sự tháo chạy**: la huida

tháo gỡ (đt): zanjar, solucionar, solventar / **tháo gỡ một vấn đề nan giải** (zanjar un asunto difícil); (dt), **sự tháo gỡ**: la solución, el arreglo

tháo vát (tt), (pt): habilosa / **một người phụ nữ tháo vát** (una fémina habilosa) / **tháo vát việc nhà** (hacer bien las tareas de casa); (dt), **sự tháo vát**: la habilidad

thạo đời (tt), (pt): experimentado, a (de la vida) / **Ông ta rất thạo đời.** (Él es muy experimentado en la vida)

tháp, cái tháp (dt): la torre

tháp tùng (đt): escoltar; (dt), **sự tháp tùng**: la escolta

thau, **cái thau** (dt): la palangana / **cái thau rửa mặt** (la palangana para lavarse la cara) / **cái thau rửa chén** (la jofaina para lavar los platos)

thay, **thay cho** (đt): sustituir, reemplazar, a cambio / **lấy cũ thay mới** (sustituir lo nuevo por lo viejo) / **làm cái gì đó thay cho người khác** (hacer algo a cambio para otra persona)

thay áo (đt): cambiar de blusa

thay đổi (đt): cambiar; (dt), **sự thay đổi**: el cambio

thay lòng (đt): ser infiel; traicionero, a / **thay lòng đổi dạ** (ser infiel; traicionero, a) / **người hay thay lòng đổi dạ** (la persona infiel, la persona traicionera, la persona desleal); (dt), **sự thay lòng**: el cambio de afecto

thay lời (đt): cambiar la palabra / **người hay thay lời** (la persona que no guarda su palabra, la persona desleal)

thay phiên (đt): cambiar el turno; (dt), **sự thay phiên**: el cambio de turno

thay thế (đt): sustituir, reemplazar; (dt), **sự thay thế**: el reemplazo

tháy máy (đt): meterse / **tháy máy vào đời tư của người khác** (meterse en la vida privada de otra persona; fisgonear)

thắc mắc (tt), (pt): curioso, a; có thắc mắc; (đt), **có thắc mắc**: tener curiosidad; (dt), **sự thắc mắc**: la curiosidad

thăm (đt): visitar / **thăm bạn** (visitar al amigo, la amiga)

thắm thiết (tt), (pt): afectuoso, a / **một tình bạn thắm thiết** (una amistad afectuosa); (dt), **sự thắm thiết**: la afectuosa

thằn lằn, **con thằn lằn** (dt): el lagarto

thăng (tng): volar

thăng bằng, **làm cho thăng bằng**, **giữ thăng bằng** (đt): equilibrar; (dt), **sự thăng bằng**: el equilibro

thăng chức (đt): ascender de puesto / **Họ đã thăng chức giám đốc cho ông ta**. (Le ascendieron a director.); (dt), **sự thăng chức**: la ascensión de puesto

thăng hoa (đt): sublimar; (dt), **sự thăng hoa**: la sublimación

thăng trầm (dt): los avatares / **những thăng trầm của cuộc sống** (los avatares de la vida)

thằng (đtnx): él / **thằng nớ** (él, ese tipo)

thẳng (tt), (pt): recto, a; directo, a / **một đường thẳng** (una línea recta) / **nói thẳng** (hablar directamente)

thẳng cánh (pt, tng): sin dar la vuelta / **đi thẳng cánh** (irse sin dar la vuelta) / **thẳng cánh cò bay** (irse sin dar la vuelta) thẳng đứng (tt), (pt): vertical / **đường thẳng đứng** (la línea vertical) / **tư thế thẳng đứng** (la posición vertical)

thẳng giấc, ngủ thẳng giấc (tnh): dormir profundamente
thẳng góc (tt): perpendicular, ángulo recto / **hình thẳng góc** (la forma de ángulo recto) / **hai đường thẳng góc** (dos líneas perpendiculares)
thẳng hàng (pt): alineado, a; en fila; (đt), **xếp thẳng hàng**: alinear; colocar en fila
thẳng tay (pt, tng): firmemente, sin duda / **thẳng tay trừng trị** (baquetear) / **cứ thẳng tay mà làm** (hacerlo sin duda)
thẳng tắp (tt), (pt): recto, a / **một con đường thẳng tắp** (una vía larga y recta)
thẳng thắn (tt), (pt): franco, a / **tính tình thẳng thắn** (el carácter franco); (dt), **sự thẳng thắn**: la franqueza
thẳng thừng (tt), (pt): tajante / **từ chối một cách thẳng thừng** (negar, rechazar tajantemente)
thẳng tính (tt), (pt): directo, a; franco, a / **một người thẳng tính** (una persona directa, una persona franca); (dt), **sự thẳng tính**: la franqueza, lo directo
thẳng tuột, **nói thẳng tuột** (đt): decir todo de manera directa, o brutal
thắng (đt): frenar / **thắng xe** (frenar el vehículo)
thắng (đt): vencer, ganar / **thắng đối phương** (ganar el otro) / **thắng đối thủ** (ganar el rival) / **thắng kẻ thù** (ganar el enemigo)
thắng cảnh, **một thắng cảnh** (dt): un bello paisaje
thắng địa (dt): la tierra pintoresca
thắng lợi (đt): triunfar; (dt), **sự thắng lợi**: el triunfo
thắng thế, **sự thắng thế** (dt): la ventaja / **giành thắng thế** (ocupar un lugar favorable, aventajar)
thắng trận (đt): vencer, ganar en batalla; (dt), **sự thắng trận**: la victoria
thắp (đt): encender / **thắp một bó đuốc** (encender una antorcha)
thắp lửa (đt): encender el fuego
thắp nến (đt): encender la vela
thắp sáng (đt): iluminar
thắt (đt): unir / **thắt nút** (unir un nudo)
thắt cổ (đt): estrangular
thắt chặt (đt): estrechar, apretar / **thắt chặt tình hữu nghị với các nước láng giềng** (estrechar las relaciones con los países vecinos) / **thắt chặt dây nịt** (apretar el cinturón)
thắt lưng, **cái thắt lưng** (dt): el cinturón
thâm (tt), (pt): oscuro, a / **môi thâm** (los labios se pusieron de color violeta) / **mắt thâm** (los ojos tienen ojeras)

thâm độc (tt), (pt): astuto, a; malo, a / **một người thâm độc** (una persona astuta y mala); (dt), **sự thâm độc**: la malicia, la astucia

thâm giao (tt), (pt): estrecho, a / **một tình bạn thâm giao** (una amistad estrecha); (dt), **sự thâm giao**: lo estrecho de una relación amistosa

thâm hiểm (tt), (pt): astuto, a; malo, a / **một người thâm hiểm** (una persona astuta y mala); (dt), **sự thâm hiểm**: la malicia, la astucia

thâm nhập (đt): penetrar; (dt), **sự thâm nhập**: la penetración

quầng (tt), (pt): ojeroso, a; (dt), **vết thâm quầng của mắt**: las ojeras de ojos, las ojeras

thâm tâm (dt): el interior, el interior del corazón, el interior de la mente / **trong thâm tâm** (en el interior)

thâm thù (tt), (pt): odioso, a / **một mối thâm thù** (un asunto odioso); (dt), **sự thâm thù**: el odio, el aborrecimiento

thâm tình (tt), (pt): íntimo, a / **một mối thâm tình** (una relación íntima); (dt), **sự thâm tình**: un lazo estrecho, lo estrecho de una relación

thâm trầm (tt), (pt): profundo, a; rencoroso, a / **những suy nghĩ thâm trầm** (los pensamientos profundos) / **một người thâm trầm** (una persona rencorosa)

thầm (tt), pt): mentalmente, silencioso, a / **cầu nguyện thầm** (rezar mentalmente, rezar en silencio) / **nói thầm** (murmurar) / **tự nhủ thầm** (pensar mentalmente)

thầm lặng (tt), (pt): inconfesable / **một tình yêu thầm lặng** (un amor inconfesable); (dt), **sự thầm lặng**: lo inconfesable

thẩm định, **sự thẩm định** (dt): la justificación / **sự thẩm định của ban giám khảo** (la justificación de un comité); (đt), **thẩm định**: justificar

thẩm quyền, **giới thẩm quyền** (dt): la autoridad

thẩm thấu, **sự thẩm thấu** (dt): la ósmosis

thẩm xét (đt): examinar, explorar; (dt), **sự thẩm xét**: la exploración

thấm (đt): humedecer / **thấm vào nước** (humedecer con agua)

thấm nhuần (đt): absorber; (dt), **sự thấm nhuần**: la absorción / **sự thấm nhuần một lý tưởng** (la absorción de una doctrina, una idea)

thậm chí (lt): hasta, puede que llegar hasta / **thậm chí một đứa bé cũng hiểu** (hasta un niño se entiende); **thậm tệ** (tt), (pt): mal / **đối xử thậm tệ** (tratar mal alguien)

thậm thà thậm thụt (tng): escondido, a / **nói thậm thà thậm thụt đàng sau lưng** (decir algo escondido por detrás)

thân (tng), (tt): mono, cordial / **làm thân với ai đó** (hacer amigo o amiga con alguien) / **giờ thân** (la hora del calendario vietnamita, aproximada de 15- 17 hora) / **năm thân** (el año mono)

thân ái (tt), (pt): cordial / **một lời chào thân ái** (un saludo cordial)

thân cận (tt), (pt): cercano, a; (dt), **sự thân cận**: la cercanía; người thân cận: la parentela

thân chủ (dt): el cliente / **luật sư biện hộ cho thân chủ của ông ta** (el abogado aboga para su cliente)

thân hình (dt): el cuerpo

thân hữu (dt): la persona cercana, la parentela y los amigos

thân mật (tt), (pt): cordial, afable / **đối xử một cách thân mật** (tratar con cordialidad); (dt), sự thân mật: la cordialidad

thân mẫu (dt): la madre

thân mến (tt), (pt): cordial / **Bạn thân mến**: (Querido amigo: Querida amiga:)

thân nhân (dt): la parentela

thân quyến (dt): el, la pariente

thân thế (tt, tng): poderoso, a / **một gia đình thân thế** (una familia poderosa) / **Anh ta sinh ra trong một gia đình thân thế**. (Nació en una familia poderosa.) /

thân thế và sự nghiệp (dt): la biografía

thân thể (dt): el cuerpo

thân thiện (tt), (pt): afable, cordial, cercano, a / **một thái độ thân thiện** (una conducta afable) / **đối xử một cách thân thiện** (tratar afablemente); (dt), **sự thân thiện**: la cordialidad

thân thiết (tt), (pt): entrañable / **một tình bạn thân thiết** (una amistad entrañable); (dt), **sự thân thiết**: lo entrañable

thân thương (tt), (pt): afectuoso, a / **tình cảm thân thương** (el sentimiento afectuoso)

thần (dt): lo divino, las divinidades / **phép thần** (el prodigio)

thần bí (dt): el misterio

thần chết (dt): la Muerte

thần chú (dt): el encantamiento, el hechizo / **đọc thần chú** (leer el encantamiento)

thần dân (đtnx): los súbditos

thần dược (dt): la medicina prodigiosa, el prodigio de la medicina / **Nhờ có thần dược mà ông ta khỏi bệnh**. (Gracias al prodigio de la medicina, su enfermedad se curó.)

thần đồng (dt): el genio (el ser fantástico de los cuentos foklores)
thần giao cách cảm (dt): la telepatía
thần học (dt): la teología; (dt), **nhà nghiên cứu thần học**: el teólogo, la teóloga
thần khí (dt): el espíritu divino / **có thần khí** (tener el espíritu de Dios)
thần kinh (tt), (pt): neurológico, a / **bệnh thần kinh** (la enfermedad neurológica); (dt), **khoa thần kinh**: la neurología; (dt), **bệnh loạn thần kinh**: la neurosis
thần linh (dt): la divinidad, lo divino, el ángel / có thần linh hộ mệnh (tener un ángel de la guarda)
thần lực (dt): la fuerza prodigiosa, la fuerza mágica / **thần lực của Hércule** (la fuerza hercúlea)
thần minh (dt): la divinidad khí lực thần minh (el espíritu y la fuerza divina) / **Anh ta có một khí lực thần minh.** (Tiene un espíritu y una fuerza divina.)
thần sắc (dt): el semblante
thần ra (pt): alelado, a / **Anh ta ngồi thần ra vì đọc một cái tin.** (Se quedó alelado por leer una noticia.)
thần thánh (dt): la divinidad
thần thoại (tt): mitológico, a / **truyện thần thoại** (el cuento mitológico) / **phim thần thoại** (la película mitológica); (dt), **thần thoại học**: la mitología
thần thông, **phép thần thông** (dt): el prodigio
thần tiên (dt): las hadas, las musas, los ángeles / **thế giới thần tiên** (el mundo de las hadas)
thần tình (tt), (pt): genial / **một nét vẽ thần tình** (una pincelada genial); (dt), **sự thần tình**: la genialidad
thần trí (dt): la inteligencia divina
thần tượng (dt): el ídolo
thẫn thơ (pt): extraviado, a; (đt), **thẫn thơ**: extraviarse / **thẫn thơ trong mộng tưởng** (extraviarse en la ilusión)
thẫn thờ (tt), (pt): atolondrado, a; alelado, a / **bị thẫn thờ** (estar atolondrado, a; quedarse alelado, a) / **thẫn thờ như người bị mất hồn** (estar atolondrado, a como si perdiera el alma) / **vẻ mặt thẫn thờ** (el rostro alelado); (đt), **thẫn thờ**: atolondrase, aturullarse
thận, **cái thận** (dt): el riñón
thận trọng (tt), (pt): prudente; (dt), **sự thận trọng**: la prudencia
thấp (tt), (pt): bajito, a / **Ông ta thấp và lực lưỡng.** (Él es bajito y corpulento.)
thấp kém (tt), (pt): inferior; (dt), **sự thấp kém**: la inferioridad

thấp khớp (tt): reumático, a; (dt), **bệnh thấp khớp**: el reumatismo

thấp thoáng (đt): aparecer brevemente de vez en cuando / **thấp thoáng như một bóng ma** (aparecer brevemente de vez en cuando como un espectro); (dt), **sự thấp thoáng**: la aparición fugaz de vez en cuando

thấp thỏm (tt), (pt): ansioso, a; ansiosamente / **mặt mày thấp thỏm** (el rostro ansioso) / **chờ đợi một cách thấp thỏm** (esperar ansiosamente, esperar con ansiedad); (dt), **sự thấp thỏm**: la ansiedad

thập (tng): siete

thập cẩm (tt), (pt): mixto, a / **món ăn thập cẩm** (la comida mixta); (dt), **sự thập cẩm**: la mixtura

thập kỷ (dt): la década

thập phân, **số thập thân** (dt): el número decimal

thập thò (đt): acechar / **thập thò sau cánh cửa** (acechar detrás de la puerta)

thập tự giá (dt): la cruz

thất bại, **bị thất bại** (đt): fracasar; (dt), **sự thất bại**: el fracaso

thất chí, **bị thất chí** (đt): perder la ambición; (dt), **sự thất chí**: la frustración, el desánimo

thất cơ (tt), (pt): carente / **lúc thất cơ, lúc thất cơ lỡ vận** (el momento carente, el momento difícil, la situación crítica); (dt), **sự thất cơ**: la carencia; (đt), **bị thất cơ**: tener el momento difícil; perder / **bị thất cơ trong một cuộc đấu trí** (perder en un duelo intelectual)

thất đức (tt), (pt): inmoral; (đt), **bị thất đức**: ser inmoral, no tener moralidad; (dt), **sự thất đức**: la inmoralidad

thất học (tt), (pt): analfabeto, a; (đt), **bị thất học**: ser analfabeto, a; (dt), **sự thất học**: el analfabetismo; (dt), **người thất học**: el analfabeto, la analfabeta

thất hứa (đt): incumplir la promesa; (dt), **sự thất hứa**: el incumplimiento de la promesa; (dt), **người hay thất hứa**: la persona sin palabra

thất kinh, **làm thất kinh** (đt): horrorizar, aterrar / **làm thất kinh hồn vía** (aterrar, horrorizar)

thất lạc, **bị thất lạc** (đt): perder, extraviar / **bị thất lạc tin tức của ai đó** (perder noticia de alguien); (dt), **sự thất lạc**: el extravío, la perdida

thất lễ (pt): desconsiderado / Thật là thất lễ làm cho bác phải đợi. (Es desconsiderado dejale esperar.); (dt), **sự thất lễ**: la desconsideración; el desconsiderado

thất lộc, **bị thất lộc** (tng): perder el dinero, volar el dinero/ **một năm bị thất lộc** (un año en que vuela el dinero, un año que sin suerte para el dinero)

thất nghiệp (pt): en paro; (đt), **bị thất nghiệp**: estar en paro; (dt), **sự thất nghiệp**: el paro

thất ngôn, **thơ thất ngôn bát cú (**dt): una estrofa de siete sílabas y ocho versos

thất sắc (tt), (pt): pálido, a / **vẻ mặt thất sắc** (el rostro pálido); (đt**)**, **bị thất sắc**: palidecer (ponerse pálido)

thất sủng (pt): desconsiderado / Bác ở đây ba ngày mà cháu không biết để đến thăm, cháu thật là thất sủng. (Estuve aquí tres días y no supe saludarle, fue desconsiderado por mi parte.); (dt), **sự thất sủng**: la desconsideración, el desconsiderado

thất tán, **bị thất tán** (đt): dispersarse; (dt), **sự thất tán**: la dispersión

thất thiệt, **bị thất thiệt** (đt): perjudicarse; (dt), **sự thất thiệt**: el perjuicio / một sự thất thiệt về kinh tế (un perjuicio económico)

thất thố (tt, (pt): imprudente / **bị thất thố trước đám đông** (quedarse imprudente en la multitud); (dt), **sự thất thố**: la imprudencia, la negligencia (en el modo de relacionarse)

thất thu, **bị thất thu** (đt): tener déficit; (dt), **sự thất thu**: el déficit

thất thủ, **bị thất thủ** (đt): ser ocupado / Cổng thành đã bị thất thủ bởi những kẻ tấn công. (La muralla fue ocupado por los ataques.); (dt), **sự thất thủ**: la derrota

thất thường (tt), (pt): inestable; (dt), **sự thất thường**: la inestabilidad

thất tình, **bị thất tình** (tng, đt): languidecer (languidecer por un amor no correspondido); (tng, dt), **sự thất tình**: la languidez (la languidez, producto de un amor no correspondido)

thất vọng, **làm thất vọng** (đt): decepcionar; (dt), **sự thất vọng**: la decepción

thật (tt), (pt): sincero / **nói thật** (hablar sinceramente); (dt), **sự thật**: la verdad / **nói sự thật** (decir la verdad)

thật bụng (tt), (pt): sincero, a / **nói thật bụng** (decir lo que piensa, hablar con franqueza)

thật là (pt): realmente es / **thật là đẹp** (es muy guapo, a) / **Lời bác nói thật là hay.** (Lo que dice usted es realmente interesante.)

thật lòng (tt), (pt): sincero, a; franco, a / **sống thật lòng với mọi người** (vivir francamente con los demás); (dt), **sự thật lòng**: la sinceridad

thật tâm (tt), (pt): sincero, a; franco, a

thật thà (tt), (pt): franco, a / **nói một cách thật thà** (hablar francamente); (dt), **sự thật thà**: la sinceridad

thật tình (tt), (pt): sincero, a; franco, a / **sống thật tình** (vivir sinceramente); (dt), **sự thật tình**: la sinceridad

thâu lượm (đt): recoger / **thâu lượm tin tức** (recoger la noticia)

thâu nhận (đt): recibir / **thâu nhận kiến thức** (recibir el conocimiento); (dt), **sự thâu nhận**: el recibimiento

thầu (đt): encargarse el asunto de la construcción (la construcción, la compra, la venta y los gastos) / **thầu một cái nhà** (encargarse la construcción de una casa, encargarse la edificación de una casa, e incluso la compra, la venta y los gastos)

thầu khoán (tt), (pt): constructivo, a / **một công ty thầu khoán** (una empresa de la construcción); một nhà thầu khoán (un constructor, una constructora); (dt), **sự thầu khoán**: el encargo de una construcción; (đt), **làm thầu khoán**: encargarse el asunto de la construcción

thấu đáo (pt): a fondo / **hiểu thấu đáo một vấn đề** (entender a fondo un asunto); (dt), **sự thấu đáo**: lo cuidadoso; el saber bien

thấu hiểu (đt): entender, comprender / **thấu hiểu một cách tường tận** (entender profundamente); (dt), **sự thấu hiểu**: el entendimiento, la comprensión

thấu triệt (pt): a fondo / **hiểu thấu triệt một vấn đề** (entender a fondo un asunto)

thây, **cái thây ma** (dt): el cadáver

thầy (đtnx): padre, profesor

thầy (dt): el maestro, el profesor

thầy bói (dt): el vidente, el adivino

thầy chùa (dt): el monje

thầy cô (dt): los profesores

thầy giáo (dt): el profesor

thầy lang (dt): el curandero / **một ông thầy lang** (un curandero)

thầy tu (dt): el monje

thầy thuốc (dt): el curandero / **một người thầy thuốc giỏi** (un buen curandero)

thầy tướng (dt): el fisonomista

thấy (đt): ver

thấy ra (đt): aclararse, descubrir, entender / **thấy ra cái gì đó** (aclararse algo) / **thấy ra một vấn đề mà trước đây còn mù mờ** (entender un asunto que era confuso)

the thé (tt): agudo, a / **một giọng nói the thé** (una voz aguda)

thè (đt): sacar (sacar algo fuera) / **thè lưỡi** (sacar la lengua) / **thè đầu ra ngoài cửa sổ** (asomarse la cabeza a la ventana)
thẻ, cái thẻ (dt): la tarjeta
thẻ căn cước (dt): el carné, el carnet
thẻ chứng minh thư (dt): el carnet, carné de identidad
thèm (đt): tener apetito / **thèm ăn** (tener apetito) / **thèm một ly bia** (ganarse una cerveza)
then chốt (tt), (pt): importante / **giữ một vị trí then chốt** (ocupar una posición importante, relevante) / **một bộ phận then chốt** (una sección importante, un sector importante); (dt), **sự then chốt**: lo importante
thẹn thùng (tt), (pt): tímido, a / **bị thẹn thùng** (ser tímido, a); (dt), **sự thẹn thùng**: la timidez
theo (đt): seguir, ir / **Em có theo anh không?** (¿Sigues conmigo?); (gt), **theo**: según / **theo Nietzsche** (según Nietzsche) / **theo tôi** (en mi opinión)
theo dõi (đt): espiar; (dt), **sự theo dõi**: espionaje
theo đuổi (đt): perseguir, seguir; (dt), **sự theo đuổi**: el seguimiento
theo gái (tng, đt): irse con una joven / **Anh ta đã bỏ vợ con để theo gái.** (Abandonó a su mujer y a sus hijos para irse con una joven.)
theo gương (đt): imitar a alguien, emular / **theo gương bác Hồ** (emular al tío Hò)
theo trai (tng, đt): irse con un joven, fugarse con un joven / **Cô ta đã bỏ chồng con để theo trai.** (Abandonó a su esposo y sus hijos para fugarse con un joven.)
thẹo, cái thẹo (dt): la cicatriz
thép (dt): el acero / **một sợi dây thép** (un alambre)
thét (đt): gritar, chillar; (dt), **tiếng thét**: el grito
thê lương (tt), (pt): muy triste / **tiếng khóc thê lương** (el sollozo) / **nỗi buồn thê lương** (la tristeza enorme)
thê thảm (tt), (pt): trágico, a / **một cái chết thê thảm** (una muerte trágica); (dt), **sự thê thảm**: lo trágico
thề (đt): jurar
thề nguyền (đt): maldecir; (dt), **sự thề nguyền**: la maldición
thề thốt (đt): jurar; (dt), **sự thề thốt**: el juramento
thể cách (dt): la formalidad
thể chất (dt): lo físico

thể chế (dt): la constitución / **một thể chế chính chị** (una constitución política) / **thể chế phong kiến** (la constitución monárquica)

thể hiện (đt): expresar, representar; (dt), **sự thể hiện**: la expresión, la representación

thể lệ (dt): la regla, el reglamento

thể loại (dt): el género, el tipo / **một thể loại văn xuôi** (un estilo en prosa)

thể nghiệm (pt): experimentado, a; (dt), **sự thể nghiệm**: la experimentación

thể thao (dt): el deporte

thể theo (pt): mediante / **thể theo bản án, tôi mong muốn được trình bày**... (mediante la sentencia, quisiera expresar...)

thể thống (tng): orgullo, reputación / **không có thể thống gì cả** (no tener siquiera orgullo)

thể tích (dt): el volumen, la capacidad / **thể tích của một vật** (la capacidad de un objeto; el volumen)

thể xác (dt): lo físico, el cuerpo

thế (đt): reemplazar

thế chấp (đt): hipotecar / **thế chấp một căn nhà để vay tiền** (hipotecar una casa para pedir un crédito); (dt), **sự thế chấp**: la hipoteca

thế chân (đt): reemplazar / **thế chân một người nào** (reemplazar a una persona)

thế cuộc (tng, dt): el estado de la sociedad (el estado de la sociedad en el momento, sobre todo, el estado político) / **thế cuộc đã thay đổi** (el estado de la sociedad ha cambiado)

thế gian (tng, dt): el mundo / **Thế gian muôn sự tại người**. (Los problemas en el mundo son por culpa del hombre.)

thế giới (dt): el mundo / **một thế giới quanh ta** (un mundo alrededor); (đt), **thế giới hóa:** globalizar

thế giới quan (dt): la concepción de la vida, del mundo

thế lực (dt): el poder / **dựa vào thế lực gia đình** (aprovechar la influencia de la familia); (dt), **thế lực**: el poder, la influencia

thế mạnh, **có thế mạnh** (tng): tener influencia

thế nào (ltnv): cómo / **Sức khỏe bác thế nào**? (¿Cómo está de salud?); (pt), **thế nào**: seguramente, seguro, a / **thế nào rồi cũng xong** (seguro que va a terminar) / **thế nào rồi hắn cũng tới** (seguro que va a llegar)

thế thì (lt): pues

thế thủ (dt): la posición defensa; (đt), **giữ thế thủ**: mantener una posición defensa

thế tộc (dt): la estirpe poderosa, el linaje poderoso (que tiene influencia)

thế tục (tt): secular / **một truyền thống thế tục** (una tradición secular); (dt), **sự thế tục**: lo secular

thêm (đt): añadir / **thêm muối** (añadir la sal) / **thêm muối vào cho canh** (añadir sal para la sopa)

thêm mắm thêm muối (tng): añadir detalles imaginarios / Hắn lúc nào cũng thêm mắm thêm muối khi kể chuyện gì đó, mặc dầu nó không có thực. (Solía añadir detalles cuando contaba algo, aunque no fueran reales.)

thênh thang (tt): espacioso, a / **rộng thênh thang** (la anchura espaciosa, la anchura amplia) / **một phong cảnh thênh thang** (un paisaje espacioso)

thêu (đt): bordar, tejer

thêu thùa (đt): bordar, tejer; (dt), **sự thêu thùa**: lo bordado

thêu dệt, **ngành thêu dệt** (dt): la industria textil; (tng), **người hay thêu dệt**: el chismoso, la chismosa

thều thào (tt), (pt): debilitado, a / **nói thều thào** (hablar débilmente, balbucear, musitar)

thi (dt): el concurso / **một bài thi** (un examen)

thi đậu (đt): aprobar, aprobar un examen

thì (lt): pues

thì (tng): el tiempo regulador del verbo / **thì hiện tại** (el presente)

thì giờ (dt): el tiempo

thì hiện tại (dt): el presente

thì qúa khứ (dt): pretérito

thì qúa khứ hoàn thành xác định (dt, tng): el pretérito perfecto de indicativo

thì qúa khứ không hoàn thành (dt, tng): el pretérito imperfecto

thì qúa khứ không xác định (dt): el pretérito indefinido

thì ra (pt): entonces / **thì ra là vậy** (entonces es así) / **thì ra em chưa đi hở**? (¿entonces no te has ido?)

thì thầm, **nói thì thầm** (đt): susurrar, cuchichear; (dt), **tiếng thì thầm**: el susurro

thì tương lai (dt): el futuro

thí dụ (dt): el ejemplo

thí nghiệm, **làm thí nghiệm** (đt): explorar, examinar; (dt), **sự thí nghiệm**: la exploración

thí sinh (dt): el alumno del concursante / **một thí sinh dự thi** (un concursante)

thị (tt): se añade en el nombre completo para indicar el sexo femenino, y no es apellido ni nombre

thị (đtnx): ella / **Thị ấy bây giờ giàu lắm.** (Ella ahora es muy rica.)

thị chính, **tòa thị chính** (dt): el parlamento

thị giác (tt), (pt): visual / **nghệ thuật thị giác** (el arte visual, las artes plásticas)

thị hiếu (dt): el gusto / **thị hiếu của công chúng** (el gusto del público) / **thị hiếu thời trang đã thay đổi** (el gusto por la moda ha cambiado)

thị phi, **sự thị phi** (dt): el rumor

thị thực, **giấy thị thực** (dt): la visa, el permiso para entrar en un país

thị thực visa (dt): la visa, el permiso para entrar en un país

thị trấn (dt): el pueblo

thị trường (dt): el mercado

thị trường chứng khoán (tng): la bolsa; el mercado de valores

thị trường kinh tế (tng): la economía de mercado

thị trường thế giới (tng): el mercado mundial

thị trưởng (dt): el alcalde / **ông thị trưởng** (el alcalde) / **bà thị trưởng** (la alcaldesa)

thị xã (dt): el pueblo

thị vệ (dt): el guardia

thích (đt): gustarse, gustar a alguien, gustar algo; recibir el placer / **anh ta thích cô ta** (a él le gusta ella) / **thích nhạc** (gustar la música) / **Vợ nói với chồng: "Em thích lắm."** (Dijo la mujer con su marido: "Me ha gustado mucho."; (dt), **sở thích**: el gusto; (đt), **làm cho thích**: complacer; gustar

thích chí (tt), (pt): satisfecho, a / **cười thích chí** (reírse mostrando satisfacción); (dt), **sự thích chí**: la satisfacción

thích đáng (tt), (pt): adecuado, a; correcto, a / **tiêu tiền một cách thích đáng** (gastar de manera adecuada, correcta); (dt), **sự thích đáng**: la adecuación / **thật là thích đáng mua cái áo đó** (es correcto comprar esa camisa)

thích hợp (tt), (pt): adecuado, a; apropiado, a / **một hoàn cảnh thích hợp** (una circunstancia adecuada) / **một bộ váy thích hợp** (un traje apropiado; (dt), **sự thích hợp**: la adecuación; (đt), **làm cho thích hợp**: adecuar

thích khách (dt): el sicario / **một thích khách của một phe phái chính trị** (un sicario de partido político)

thích nghi (đt): adaptarse, acomodarse / thích nghi với một hoàn cảnh mới (adaptarse a una nueva circunstancia); (dt), **sự thích nghi**: la adaptación, la acomodación

thích thời (tt), (pt): oportuno, a; (dt), **sự thích thời**: el oportunismo

thích thú (tt), (pt): complaciente / **thật là thích thú** (ser complaciente); (dt), **sự thích thú**: la complacencia; (đt), **làm cho thích thú**: complacer

thích ứng (đt): adaptarse, acomodarse; (dt), **sự thích ứng**: la adaptación, la acomodación

thích ý (tt), (pt): contento, a / **cười thích ý** (troncharse)

thiếc (dt): el estaño

thiên (tng): cielo / **thiên địa** (cielo y tierra)

thiên bẩm (tt), (pt): innato, a / **một khả năng thiên bẩm** (una capacidad innata, el don); (dt), **sự thiên bẩm**: lo innata

Thiên Chúa (dt): Dios

Thiên Chúa giáo (dt): el catolicismo

thiên cổ (tt): ancestral / **người tình thiên cổ** (el amante ancestral, el amante de la vida anterior); (dt), **người thiên cổ**: el ancestro

thiên di, cung thiên di (dt): la línea del viaje (de quiromancia)

thiên đàng (dt): el paraíso

thiên đường (dt): el paraíso / **một thiên đường ảo mộng** (un paraíso de ilusión)

thiên kỷ (dt): milenario

thiên kiến (dt): la preferencia, la parcialidad; (đt), **có thiên kiến**: tener prefrencia, tener parcialidad

thiên kiến (dt, tng): el presagio / Những Thiên kiến của Thiên Chúa mà Gia cóp đã thấy trong một giấc mơ. (El presagio de Dios que vio Jacob en un sueño.)

thiên lệch (tt): parcial, preferente / **một cái thiên lệch** (una mirada condescendiente, una mirada parcial); (dt), **sự thiên lệch**: la parcialidad, la preferencia

thiên mệnh (dt): el destino / **đường thiên mệnh = đường vận mạng = đường may mắn** (la línea del destino = la línea de la suerte) (de quiromancia)

thiên nga, con thiên nga (dt): el cisne

thiên nhiên (tt), (pt): natural / **một phong cảnh thiên nhiên** (el paisaje natural); (dt), **thiên nhiên**: la naturaleza

thiên niên kỷ (tt): milenario, a / **lịch thiên niên kỷ** (el calendario milenario) / **sử ký thiên niên vạn đại** (la historia milenaria); (dt), **thiên niên kỷ**: el milenio

thiên tai (dt): la calamidad; la catástrofe

thiên tài (dt): el genio / **một thiên tài về hội họa** (un genio de la pintura)
thiên thai (tt): hada, musa / **rừng thiên thai** (el bosque de hadas) / **sóng thiên thai** (las olas prodigiosas)
thiên thể (dt): el astro / **các vầng thiên thể** (los astros)
thiên thần (dt): los ángeles / **một thiên thần** (un ángel)
thiên thời (tng): el momento indicado, la circunstancia apropiada / **thiên thời địa lợi nhân hòa** (el momento indicado, la condición suficiente y el equipo)
thiên thu (dt): la eternidad
thiên triều (dt): la marejada (el estado del mar); el oleaje
thiên tử (dt, tng): el emperador
thiên văn, **khoa thiên văn** (dt): la astronomía; (dt), **nhà thiên văn học**: el astrónomo, la astrónoma
thiên vị (tt), (pt): parcial, preferente / **trọng tài đã thiên vị** (el árbitro fue parcial); (đt), **có thiên vị**: tener parcialidad, tener preferencia; (dt), **sự thiên vị**: la parcialidad, la preferencia
thiền (đt): meditar / **ngồi thiền** (meditar sentando); (dt), **sự thiền định**: la meditación
thiền sư (dt): el monje
thiền tông, **đạo thiền tông** (dt): el zen / **giáo phái thiền tông** (la secta zen)
thiển cận (tt), (pt): corto, a; torpe / **tầm nhìn thiển cận** (el corto de miras); (dt), **sự thiển cận**: la necedad
thiện (tt), (pt): bien / **thiện và ác** (bien y mal); (dt), **việc thiện** / **Mỗi ngày ông ta đều làm một việc thiện.** (Cada día hace una buena cosa.)
thiện cảm, **sự thiện cảm** (dt): el buen sentimiento; (đt), **có thiện cảm**: tener buen sentimiento / **có thiện cảm với một người nào đó** (tener buen sentimiento con alguien, caer bien a alguien)
thiện căn (dt): el buen karma; el karma
thiện chí (dt): la buena voluntad; (đt), **có thiện chí**: tener buena voluntad
thiện nghệ (dt): la profesión del bien, la buena profesión
thiện nhân (dt): el hombre de bien
thiện tâm (tt); (pt): bondadoso, a, / **một người thiện tâm** (una persona bondadosa); (dt), **sự thiện tâm**: la buena intención, la bondad
thiện ý (dt): la buena intención; (đt), có thiện ý: tener buena intención / **người có thiện ý** (la persona que tiene buena intención)
thiêng liêng (tt), (pt): sagrado, a / **một nghĩa vụ thiêng liêng** (una misión sagrada); (dt), **sự thiêng liêng**: la consagración

thiếp (đtnx): yo (la reina habla con el rey)

thiếp, **tấm danh thiếp** (dt): la tarjeta personal

thiếp, **ngủ thiếp** (đt): adormecer, aletargar / **ngủ thiếp đi vì mệt** (adormecer porque estar cansado, a)

thiệp, **thiệp mời** (dt): la tarjeta de invitación / **thiệp mời đám cưới** (la tarjeta de invitación a la boda) / **thiệp mời sinh nhật** (la tarjeta de invitación al cumpleaño)

thiết bị (đt): equipar, instalar; (dt), **thiết bị**: el equipamiento; la instalación

thiết đãi (đt): invitar; (dt), **sự thiết đãi**: la invitación

thiết kế (đt): proyectar, diseñar / **thiết kế thời trang** (diseñar la moda) / **thiết kế kỹ thuật** (proyectar ingeniería); (dt), **sự thiết kế**: la proyección, el diseño

thiết lập (đt): establecer, instaurar / **thiết lập một thể chế** (instaurar, establecer un imperio, levantar un imperio) / **thiết lập một giao ước** (establecer una alianza); (dt), **sự thiết lập**: el establecimiento

thiết tha (tt), (pt): entregado, a; interesado, a / **thiết tha với công việc** (estar entregado con el trabajo) / **thiết tha làm một điều gì đó** (estar interesado en hacer algo); (dt), **sự thiết tha**: la entrega, lo interesado

thiết thực (tt), (pt): crucial, urgente, necesario / **một vấn đề thiết thực** (un asunto crucial); (dt), **sự thiết thực**: lo necesario / **những đòi hỏi thiết thực** (las exigencias de lo más necesarios)

thiệt (tt), (pt): sincero, a; franco, a / **rất thiệt** (ser sincero, a)

thiệt hại, **làm thiệt hại** (đt): deteriorar; (dt), **sự thiệt hại**: el deterioro

thiệt hơn (pt): calculado, a; competido, a / Cô ấy lúc nào cũng thiệt hơn với mọi người. (Ella siempre está compitiendo con los demás.) / cân nhắc thiệt hơn để xem thử nên làm gì (pensar muchas veces, calcular muchas veces para saber qué se debe hacer); (dt), **sự thiệt hơn**: lo competitivo

thiệt mạng, **bị thiệt mạng** (đt): morir / **bị thiệt mạng trong một tai nạn** (morir en un accidente)

thiệt thân (tng): echarse a perder / **Làm nhiều chỉ có thiệt thân.** (Trabajar mucho sólo para echarse a perder.)

thiệt thòi (tt), (pt): desventajoso, a; (dt), **sự thiệt thòi**: la perdición / Chơi với họ chỉ có thiệt thòi mà thôi. (Relacionarse con ello sólo conduce la perdición.)

thiệt tình (tt), (pt): sincero, a; franco, a / **rất thiệt tình** (ser sincero); (dt), **sự thiệt tình**: la sinceridad

thiêu (đt): quemar, asar

thiêu đốt (đt): incendiar; (dt), **sự thiêu đốt**: el incendio
thiêu hủy (đt): incendiar; (dt), **sự thiêu hủy**: el incendio
thiêu xác (đt): incendiar cadáver
thiểu não (tt), (pt): muy triste / **vẻ mặt thiểu não** (un rostro afligido)
thiểu số (dt): la minoría
thiếu (đt): faltar / **thiếu cơm ăn** (faltar comida) / **thiếu tiền** (faltar dinero); (dt), **sự thiếu**: la falta
thiếu dinh dưỡng, **sự thiếu dinh dưỡng** (dt): la desnutrición / **bệnh thiếu dinh dưỡng** (la enfermedad de la desnutrición) / **bị thiếu dinh dưỡng** (estar desnutrido)
thiếu hụt, **sự thiếu hụt** (dt): el déficit
thiếu máu, **sự thiếu máu** (dt): la anemia; (đt), **bị thiếu máu**: tener anemia
thiếu nhi, **tuổi thiếu nhi** (dt): la edad de primaría (de 7 a 11 años) / **một em thiếu nhi** (un niño, una niña)
thiếu niên, **tuổi thiếu niên** (dt): la edad de la adolescencia (de 11-17 años) / **một cậu thiếu niên** (un chico adolescente) / **một cô thiếu nữ** (una chica adolescente)
thiếu phụ (dt): una mujer joven
thiếu sót, **sự thiếu sót** (dt): la negligencia
thiếu tá (dt): el teniente coronel
thiếu thốn, **sự thiếu thốn** (dt): la carencia, la falta; (đt), **bị thiếu thốn**: tener la falta, tener la carencia, faltar
thiếu thời, **tuổi thiếu thời** (dt); la adolescencia
thiếu tướng (dt): el General de brigada
thiếu úy (dt): el subteniente
thím (đtnx): tía (la mujer del tío, el hermano menor del padre)
thin thít, **im thin thít** (đt): quedarse mudo
thìn (tng): dragón / **giờ thìn** (las horas de 7 a 9 horas) / **năm thìn** (el año del dragón) / **tuổi thìn** (nació el año del dragón)
thình lình, **bất thình lình** (pt): de repente / **xuất hiện bất thình lình** (aparecer de repente)
thình thịch (tt), (pt): latido / **tim đập thình thịch** (el corazón está latiendo)
thỉnh cầu (đt): solicitar, pedir algo; (dt), **sự thỉnh cầu**: la solicitud, la petición
thỉnh giáo, **lời thỉnh giáo** (dt): la enseñanza; (đt), **nhận lời thỉnh giáo**: recibir la enseñanza (de un maestro de arte marcial, de zen...)

thỉnh kinh, đi thỉnh kinh (đt, tng): ir a buscar la enseñanza religiosa / **Tam Tạng đã đi thỉnh kinh ở Tây Trúc** (Xuanxang fue a buscar la enseñanza budista en India)

thỉnh thoảng (pt): a veces, de vez en cuando / **thỉnh thoảng đi dạo** (dar un paseo de vez en cuando)

thính (tng): ser sensible de oído, de olfato / **thính mũi** (tener buen olfato) / **thính tai** (tener buen oído)

thính giả (dt): la audiencia (los oyentes)

thính giác (dt): el oído

thịnh hành (tt), (pt), (tng): de moda, en boga / **một mẫu thời trang đang thịnh hành** (un modelo de la moda que está en boga; (dt), **sự thịnh hành**: la moda / Thể dục tập tạ là một sự thịnh hành trong thời đại của chúng ta. (El gimnasio de pesas es una moda de nuestra época.)

thịnh nộ (tt), (pt): furioso, a; (dt), **sự thịnh nộ**: la furia

thịnh soạn (tt), (pt): copioso, a / **một bữa tối thịnh soạn** (una cena copiosa); (dt), **sự thịnh soạn**: lo copioso

thịnh trị, **sự thịnh trị** (dt): la prosperidad / **sự thịnh trị của một triều đại** (la prosperidad de un imperio, de una dinastía) / **thời thịnh trị của triều đại nhà Nguyễn** (el período próspero de la dinastía de Nguyễn)

thịnh vượng (dt): la prosperidad; (tt), (pt): próspero, a / **một năm thịnh vượng** (un año próspero); (đt), **làm cho thịnh vượng**: prosperar

thịt (dt): la carne / **thịt gà** (la carne de pollo) / **thịt heo** (la carne de cerdo) / **thịt bò** (la carne de ternera)

thịt ba chỉ (dt): la costilla de cerdo (pero sin hueso, sólo la parte de carne y la grasa)

thịt bò (dt): la ternera, la carne de ternera

thịt bò tái (dt): el solomillo de ternera / món thịt bò tái: una especie de comida, ternera asada poco hecha, se come con la ensalada, galleta de arroz, y salsa

thịt mỡ (dt): la grasa

thịt nạc (dt): el solomillo de cerdo

thịt gà (dt): el pollo, la carne de pollo

thịt heo (dt): el cerdo, la carne de cerdo

thịt sườn (dt): la costilla de cerdo

thỏ, **con thỏ** (dt): el conejo

thỏ thẻ (tt), (pt): suave / **nói thỏ thẻ** (hablar suavemente) / **thỏ thẻ bên tai** (susurrar en la oreja) / **Mỗi lần muốn cái gì là cô ấy bắt đầu thỏ thẻ.** (Cuando quiere algo, empieza susurrar.)

thọ (dt): la longevidad / **sống thọ** (vivir largamente) / **một đời sống thọ** (una vida larga)

thoa (đt): poner, aplicar / **thoa kem lên mặt** (untarse crema en la cara) / **thoa kem lên người** (ponerse crema en el cuerpo)

thỏa chí (tt), (pt): satisfecho, a / **ăn chơi thỏa chí** (jugar al máximo) / **cười thỏa chí** (reírse de manera satisfecha)

thỏa đáng (tt), (pt): adecuado, a / **tiêu tiền một cách thỏa đáng** (gastar de manera adecuada); (dt), **sự thỏa đáng**: la adecuación; (đt), **làm cho thỏa đáng**: adecuar, satisfacer

thỏa hiệp (đt): ponerse de acuerdo; (dt), sự thỏa hiệp: la conformidad, el acuerdo

thỏa mãn, (đt), **làm cho thỏa mãn**: satisfacer, complacer; (dt), **sự thỏa mãn**: la satisfacción, la complacencia

thỏa nguyện (đt): satisfacer; (dt), **sự thoả nguyện**: la satisfacción

thỏa thích (tt), (pt): satisfecho, a / **ăn chơi thỏa thích** (jugar al máximo) / **cười thỏa thích** (reírse de manera satisfecha)

thỏa thuận (đt): convenir, poner acuerdo; (dt), **sự thỏa thuận**: el convenio, el acuerdo

thỏa thuê (pt): lleno, a / **ăn uống thỏa thuê** (comer y beber hasta estar lleno) / **ăn đã thỏa thuê** (estar lleno, a)

thoải mái (tt), (pt): confortable / **một cảm giác thoải mái** (una sensación confortable) / **cảm thấy thoải mái** (sentirse bien); (dt), **sự thoải mái**: la comodidad, el bienestar; (đt), **làm cho thoải mái**: hacer sentirse cómodo

thoái hóa, **bị thoái hóa** (đt): degradar; (dt), **sự thoái hóa**: la degeneración, la degradación

thoái thác (đt): negarse, rechazar, rehusar / Ông ta đã thoái thác làm việc đó. (Se negó a hacer eso.) / **viện cớ để thoái thác** (buscar una excusa parar rehusar algo); (dt), **sự thoái thác**: la negación, el rechazo

thoái vị (đt): abdicar (cede el rey); (dt), **sự thoái vị**: la renuncia, el hecho de abdicar

thoảng qua (đt): pasar rápidamente; reflejar / **thoảng qua một làn hương** (reflejar un aroma)

thoáng qua (đt): pasar rápidamente / **một hình ảnh thoáng qua** (una imagen fugaz, una imagen pasajera); (dt), **sự thoáng qua**: la fugacidad, lo efímero

thoát, **thoát khỏi** (đt): librar / **thoát khỏi nguy hiểm** (librar de un peligro)

thoát nạn (đt): librar, escapar de un peligro; (dt), **sự thoát nạn**: el escape

thoát nợ (đt): librarse de una deuda, saldar una deuda

thoát thai (đt): venir de, nacer de, renacer / **cuốn tiểu thuyết đã được thoát thai từ một ý tưởng** (la novela nació de una idea) / **thoát thai từ một giấc mơ** (salir de un sueño); (dt), **sự thoát thai**: el renacimiento, el nacimiento

thoát tục (đt): librarse de los apetitos mundanos / **Nhà tu hành tu niệm để được thoát tục.** (El asceta medita para liberarse de los apetitos de este mundo.); (dt), **sự thoát tục**: la liberación

thoạt đầu (tng): en principio, en un primer momento / **thoạt đầu thấy vậy nhưng sau đó không phải như vậy** (en principio se ve así, pero luego no es así)

thoăn thoắt (tt), (pt): rápido, a / **đi thoăn thoắt** (caminar rápidamente); (dt), **sự thoăn thoắt**: la rapidez

thóc (dt): el arroz

thọc (đt): meter / **thọc tay vào túi quần** (meter la mano en el bolsillo del pantalón) / **thọc gậy bánh xe** (separar alguien a propósito) / **thọc vào chuyện người khác** (meterse en los asuntos de otro)

thọc léc (đt): hacer cosquillas

thoi (tt): rombo / **hình thoi** (el rompo)

thoi thóp (tt), (pt): agónico, a; (dt), **sự thoi thóp**: la agonía; (đt), **làm cho thoi thóp**: agonizar

thòi, thòi ra ngoài (đt): salir algo afuera de algo / **tiền bị thòi ra ngoài túi quần** (el dinero sale afuera del bolsillo del pantalón)

thỏi (dt): el trozo, la pieza / **một thỏi sô cô la** (un trozo de chocolate) / **một thỏi vàng** (una lámina de oro)

thói đời (tng): los males habituales de la vida (la mentira, el engaño, la traición...)

thói hư (dt): el vicio / thói hư tật xấu (tng): el vicio

thói quen (dt): la costumbre, el hábito

thon (tt), (pt): fino, a / ngón tay thon (el dedo fino)

thon thả (tt), (pt): esbelto, a / **một thân hình thon thả** (un cuerpo esbelto) / **một vẻ đẹp thon thả** (una belleza esbelta); (dt), **sự thon thả**: la esbeltez

thong dong (pt): entretenido, a / Hắn ăn rồi cứ đi thong dong ngoài đường. (Siempre está entretenido en la calle.)

thong thả (tt), (pt): moderado, a / **lúc thong thả** (el tiempo libre) / **nói một cách thong** thả (hablar moderadamente) / **khi nào thong thả ta sẽ nói chuyện** (cuando esté libre nos hablaremos); (dt), **sự thong thả**: la moderación

thòng (đt): tirar abajo / **thòng sợi dây xuống** (tirar un alambre abajo)

thòng lòng (tt), (pt): sobrante / th**òi thòng lòng ra ngoài** (sobresalir) / **Cái áo của ông ta bị thòi ra ngoài.** (Su camisa se sale.)

thót (đt): encoger / **thót bụng** (encoger el vientre)

thọt, **thọt vào trong** (đt): meter dentro

thô (tt), (pt): grueso, a / **bị thô** (ser, estar grueso, a)

thô bạo (tt), (pt): violento, a; brutal / **một người thô bạo** (una persona violenta, brutal); (dt), **sự thô bạo**: la brutalidad

t**hô bỉ** (tt), (pt): grosero, a; indigno, a / **một hành động thô bỉ** (una acción indigna, el comportamiento indigno); (dt), **sự thô bỉ**: la grosería

thô kệch (tt), (pt): basto, a (poco fino, a); (dt), **sự thô kệch**: lo basto

thô lỗ (tt), (pt): basto, a; grosero, a / **ăn nói thô lỗ** (hablar groseramente); (dt), **sự thô lỗ**: la grosería

thô sơ (tt), (pt): elemental / **dụng cụ thô sơ** (el utensilio elemental, la herramienta elemental); (dt), **sự thô sơ**: lo rudimentario

thô thiển (tt), (pt): basto, a; insensible; (dt), **sự thô thiển**: lo insensible

thô tục (tt), (pt): grosero, a; (dt), **sự thô tục**: la grosería

thổ (tng): tierra / **ngũ hành tương sinh: kim thủy mộc hoả thổ** (las cinco armonías: metal, agua, madera, fuego y tierra) / **thuộc hành thổ** (de tierra) / **người thuộc hành thổ** (la persona que tiene el arco astrológico de tierra)

thổ cẩm (dt): brocado / **ngành thổ cẩm** (la carrera del brocado)

thổ dân (dt): el aborigen

thổ lộ (đt): desahogarse, contar, desvelar / **thổ lộ tâm tình với bạn thân** (desahogarse en el mejor amigo); (dt), **sự thổ lộ**: el desahogo

thổ nhĩ kỳ (tt): turco, a / **nước Thổ nhĩ kỳ** (Turquía) / **người Thổ nhĩ kỳ** (los turcos) / **một người Thổ nhĩ kỳ** (un turco, una turca)

thổ tinh (tt), (tng): de tierra / **hành Thổ tinh** (el Saturno) / **gò thổ tinh** (el palacio de la tierra)

thôi (tng): parar, bastar / **thôi, không làm nữa** (parar, no hacer más) / **chỉ ngần ấy thôi** (es sólo eso)

thôi miên, **thuật thôi miên** (dt): el hipnotismo; (đt), **làm thôi miên**: hipnotizar

thôi thúc (đt): empujar, impulsar; (dt), **sự thôi thúc**: el empujón
thổi (đt): soplar, encender / **gió thổi** (el viento sopla) / **thổi lửa** (encender el fuego)
thổi phồng (đt): exagerar; (dt), **sự thổi phồng**: la exageración
thối, **mùi thối** (dt): el mal olor
thối chí (tt), (pt): abatido, a / **bị thối chí** (estar abatido, a); (dt), **sự thối chí**: el abatimiento; (đt), **làm cho thối chí**: abatir
thối rữa (tt), (pt): podrido, a; estropeado, a / **bị thối rữa** (estar podrido, a) / **một trái cam bị thối rữa** (una naranja está podrida)
thôn dã (tt), (pt): de campo / **người dân thôn dã** (la gente de pueblo, de campo) / **nơi thôn dã** (el lugar de campo)
thôn nữ, **cô thôn nữ** (dt): la joven campesina
thôn quê (dt): el campo
thôn tính (đt): anexionar / **ảo mộng thôn tính thế giới** (la ambición de anexionarse el mundo); (dt), **sự thôn tính**: la anexión
thôn xóm (dt): la aldea
thổn thức, **tiếng thổn thức** (dt): el sollozo; (đt), **khóc thổn thức**: sollozar
thông (tt), (pt): fluido, a; (đt), **làm thông**: fluir / **nước chảy thông** (el agua fluye)
thông (tt): pino / **cây thông** (el árbol pino, el pino)
thông báo (đt): anunciar, avisar; (dt), **sự thông báo**: el aviso, el anuncio
thông cảm (tt), (pt): comprensivo, a / **một biểu hiện thông cảm** (una demostración comprensiva) / **người dễ thông cảm** (la persona que es comprensiva); (dt), **sự thông cảm**: la comprensión
thông cáo, **bản thông cáo** (dt): el anuncio
thông dâm (đt): adulterar; (dt), **sự thông dâm**: la adulteración
thông dịch (đt): traducir; (dt), **bản thông dịch**: la traducción; (dt), **thông dịch viên**: el traductor, la traductora
thông điệp, **bản thông điệp** (dt): el mensaje
thông đồng (đt): confabularse; (dt), **sự thông đồng**: la confabulación
thông gia (dt): los suegros / **mối quan hệ thông gia** (la relación con los suegros)
thông hành, **giấy thông hành**, **giấy phép thông hành** (dt): el pasaporte, el pase (el permiso parar entrar un lugar)
thông hiểu, **sự thông hiểu** (dt): la comprensión, el saber
thông hơi, **sự thông hơi** (dt): la ventilación; (dt), **máy thông hơi**: el ventilador; (đt), **làm cho thông hơi**: ventilar

thông khí, sự thông khí (dt): la ventilación; (dt), **máy thông khí**: el ventilador; (đt), **làm cho thông khí**: ventilar

thông lệ (dt): la costumbre, lo habitual

thông minh (tt), (pt): inteligente / **một người thông minh** (una persona inteligente) / **Anh ta rất là thông minh.** (Es muy inteligente.); (dt), **sự thông minh**: la inteligencia

thông ngôn, **người thông ngôn** (dt): el intérprete, la intérprete

thông qua (pt): a través de, adoptando / **nghe tin tức thông qua đài truyền hình** (escuchar la noticia a través de la televisión) / **Nhà nước cho ra luật mới thông qua luật nhân quyền thế giới.** (El Estado dicta una nueva ley adoptando el derecho internacional.)

thông suốt (tt), (pt): fluyente / **mọi việc thông suốt** (todo es fluyente) / **thông suốt nhiều thứ** (saber muchas cosas; (dt), **sự thông suốt**: la fluidez, el saber; (đt), **làm cho thông suốt**: fluir; hacer saber, entender

thông tấn xã, **cơ quan thông tấn xã** (dt): el ayuntamiento

thông thạo (tt), (pt): versado, a; experto, a / **biết thông thạo một thứ** (ser experto, a un tema) / **Anh ta rất thông thạo ngoại ngữ.** (él es versado en idiomas extranjeros); (dt), **sự thông thạo**: lo experto

thông thuộc (đt): conocer bien, saber todo / **thông thuộc đường lối** (conocer bien la calle, la ruta) / **thông thuộc đường đi nước bước của kẻ địch** (saber todo sobre la estrategia del enemigo)

thông thường (tt), (pt): normal, cotidiano, a / **ngôn ngữ thông thường** (el lenguaje cotidiano) / **một thói quen thông thường** (un habitual cotidiano), (dt), **sự thông thường**: lo habitual, lo cotidiano

thông tin (dt): la información / **ngành thông tin học** (la informática, la carrera de informática)

thông tục (dt): la costumbre, lo habitual

thống đốc (dt): el gobernador (palabra antigua)

thống kê (đt): censar; (dt), **sự thống kê**: el censo / **bảng thống kê dân số** (la estadística)

thống lãnh (đt): dirigir, gobernar / **thống lãnh một vùng** (dirigir, gobenar una zona); (dt), **sự thống lãnh**: el hecho de gobernar

thống nhất (đt): unificar; (dt), **sự thống nhất**: la unificación

thống trị (đt): dominar; (dt), **sự thống trị**: la dominación

thốt, **thốt lên** (đt): proferir, prorrumpir

thơ, thơ ca (dt): la poesía / **nàng thơ** (la musa) / **một bài thơ** (un poema, un verso) / **thể loại thơ ca** (el género de la poesía, del verso)

thơ ấu, thời thơ ấu (dt): la infancia

thơ dại (tt): candoroso, a / **còn thơ dại** (es infantil todavía, es ingenua) / **tuổi thơ thơ dại** (la infancia ingenua, la infancia candorosa); (dt), **sự thơ dại**: lo infantil, el candor

thơ mộng (tt), (pt): poético, a / **một tâm hồn thơ mộng** (un espíritu poético); (dt**), sự thơ mộng**: lo poético

thơ ngây (tt), (pt): ingenuo, a / Trẻ em rất là thơ ngây, người lớn nói gì nghe nấy. (Los niños son unos ingenuos, se creen todo lo que dicen los mayores.); (dt), **sự thơ ngây**: la ingenuidad

thơ thẩn (tt), (pt): extraviado, a; (dt), **sự thơ thẩn**: el extravío / **sự thơ thẩn của một nhà thơ** (el extravío de un poeta)

thơ thớt (tt), (pt): poco, a / chỉ có thơ thớt một vài người (tener sólo poca gente); (dt), **sự thơ thớt**: lo poco, la poca

thơ văn (dt): la poesía y la prosa, la literatura

thờ (đt): adorar / **thờ Chúa** (adorar a Dios) / **thờ Phật** (adorar a Buda) / **thờ vua** (servir al rey)

thờ phượng (đt): adorar / **thờ phượng Thiên Chúa** (adorar a Dios); (dt), **sự thờ phượng**: la adoración

thờ cúng (đt): adorar / **thờ cúng tổ tiên** (adorar a los antepasados) / **thờ cúng cha mẹ** (adorar a los padres); (dt), **sự thờ cúng**: la adoración

thở (đt): respirar; (dt), **hơi thở**: la respiración; (dt), **sự thở**: el hecho de respirar

thở dài (đt): dar un suspiro; suspirar; (dt), **tiếng thở dài**: el suspiro

thở dốc (đt): jadear; (dt), **sự thở dốc**: el jadeo

thở hắt (đt): resoplar

thớ (dt): la loncha / **một thớ thịt** (una loncha de carne)

thợ (dt): el artesano, la artesana

thợ chạm (dt): el grabador

thợ hồ (dt): el albañil

thợ khắc (dt): el tallador

thợ lặn (dt): el submarinista

thợ may (dt): el costurero, la costurera

thợ máy (dt): el mecánico

thợ mộc (dt): el carpintero

thợ nề (dt): el albañil
thợ sơn (dt): el pintor de brocha gorda
thợ sửa chìa khóa (dt): el cerrajero
thợ thủ công (dt): el artesano, la artesana
thợ vẽ (dt): el dibujante, el diseñador, la diseñadora
thời cơ (dt): la ocasión favorable
thời cuộc (dt): el estado actual de la sociedad
thời đại (dt): la época / **thời đại hoàn kim** (la edad de oro) / **thời đại sắt** (la edad de hierro)
thời điểm (dt): el momento / **thời điểm thuận lợi** (el momento favorable, el momento oportuno)
thời gian (dt): el tiempo / **thời giờ là vàng bạc** (el tiempo es oro y plata) / **thời giờ là qúi giá** (el tiempo es valioso)
thời gian biểu (dt): el horario
thời giờ (dt): el tiempo, la hora
thời hạn (dt): el plazo, el temporal
thời khắc (dt): el instante
thời khóa biểu (dt): el horario de los alumnos
thời kỳ (dt): la época, el período / **một thời kỳ lịch sử** (un período de la historia) / **một thời kỳ đáng nhớ** (una época memorable)
thời nay (dt): el período de hoy
thời sự (dt): la noticia; (dt), **phim thời sự**: el documental / **phim thời sự về chiến tranh thế giới thứ nhất** (el documental sobre la primera guerra mundial)
thời thế (dt): el estado actual de la sociedad
thời thượng (tng): en boda / **mốt thời thượng** (la moda que está en boga)
thời trang (dt): la moda
thời vụ (dt): la cosecha
thời xưa (dt): la época anterior, el tiempo anterior
thơm (tt), (pt): fragante; (dt), **mùi thơm**: el buen olor; (dt), **trái thơm**: la piña
thơm lừng (tt), (pt): fragante; Intenso, a / **một mùl hương thơm lừng** (un aroma fragante e intenso)
thơm lựng (tt), (pt): fragante; intenso, a / **một mùi hương thơm lựng** (un aroma fragante e intenso)
thơm nức (tt), (pt): fragante; intenso, a / một mùi hương thơm lừng (un aroma fragante e intenso)

thơm phức (tt), (pt): fragante e intenso, a / **một mùi hương thơm phức** (un aroma fragante e intenso)

thơm ngát (tt), (pt): fragante e intenso, a / **một mùi hương thơm ngát** (un aroma fragante e intenso)

thớt, **cái thớt** (dt): la tabla de cortar

thu (tt): otoñal / **một chiếc lá thu** (una hoja otoñal); (dt), **mùa thu**: el otoño / **một chiếc lá mùa thu** (una hoja del otoño)

thu (đt): coger, recoger

thu dọn (đt): ordenar, recoger / **thu dọn đồ đạc** (recoger cosas); (dt), **sự thu dọn**: la recogida, el ordenamiento

thu giấu (đt): esconder; (dt), **sự thu giấu**: lo oculto

thu gom (đt): recaudar / **thu gom tiền bạc** (reunir, recaudar dinero); (dt), **sự thu gom**: la recaudación

thu gọn (đt): abreviar, resumir; (dt), **sự thu gọn**: el resumen

thu góp (đt): recaudar; (dt), **sự thu góp**: la recaudación

thu hẹp (đt): estrechar, limitar / **thu hẹp một căn phòng** (estrechar una habitación) / **thu hẹp kiến thức** (limitar el conocimiento); (dt), **sự thu hẹp**: la limitación, el estrechamiento

thu hình (tt): receptor, a; (dt), **máy thu hình**: el receptor de imagen (de televisión)

thu hoạch (đt): recoger / **thu hoạch vụ mùa** (recoger la cosecha, cosechar); (dt), **sự thu hoạch**: la recogida

thu hồi (đt): retirar / **thu hồi giấy phép** (retirar el permiso); (dt), **sự thu hồi**: el retiro

thu hút (đt): atraer / **thu hút sự chú ý** (atraer la atención); (dt), **sự thu hút**: la atracción

thu lượm (đt), recoger; (dt), **sự thu lượm**: la recogida

thu mình (đt): encogerse, encerrar / **thu mình trong vỏ ốc** (encogerse en el caracol) / **thu mình trong riêng một cõi** (encerrar solo, en su mundo)

thu nạp (đt): admitir, acoger / **thâu nạp vào một đảng** (admitir a un partido); (dt), **sự thu nạp**: la admisión, la acogida

thu nhập, **sự thu nhập** (dt): el ingreso

thu nhỏ (đt): reducir, achicar, disminuir el tamaño; (dt), **sự thu nhỏ**: la reducción, la disminución

thu phân (đt): equinoccio de otoño

thu thanh (tt): receptor; (dt), **máy thu thanh**: el receptor de radio

thu vén (đt): ordenar, recoger, recaudar: thu vén đồ đạc (ordenar las cosas, recoger las cosas) / **thu vén của cải, tiền bạc** (recaudar bienes, dinero); (dt), **sự thu vén**: la recogida, la recaudación

thu xếp (đt): ordenar, arreglar, preparar / **thu xếp đồ đạc, giấy tờ** (ordenar cosas, papeles) / **thu xếp một chuyến đi** (preparar un viaje); (dt), **sự thu xếp**: la preparación, el arreglo

thù (đt): odiar

thù địch (tt), (pt): odioso, a / **thái độ thù địch** (la actitud odiosa, contrario); (dt) **sự thù địch**: lo odioso; lo contrario, a

thù ghét (đt) odiar; (dt), **sự thù ghét**: el odio

thù hiềm (đt): guardar rencor; (dt), **sự thù hiềm**: el rencor

thù lao (tt): extra / **tiền thù lao** (el dinero extra, el dinero ganado por comisión)

thù oán (đt): odiar; (dt), **sự thù oán**: el odio

thủ công (tt), (pt): manual; artesano, a; (dt), **ngành thủ công, thủ công nghệ**: la artesanía; (dt), **thợ thủ công**: el artesano, la artesana

thủ dâm (đt): masturbarse; (dt), **sự thủ dâm**: la masturbación

thủ đoạn (tt), (pt): astuto, a / **một người thủ đoạn** (una persona astuta); (dt), **sự thủ đoạn**: la astucia

thủ đô (đt): la capital

thủ khoa, **đậu thủ khoa** (tng, đt): aprobar un examen con la calefacción más alta

thủ lĩnh (dt): el líder

thủ mưu, **kẻ thủ mưu** (dt): el autor de una intriga

thủ phạm (dt): el culpable / **thủ phạm chính** (el principal culpable)

thủ pháp (dt): el truco

thủ qũy (dt): el tesorero, la tesorera

thủ thuật (dt): el truco

thủ thường, **thói thủ thường** (dt): la manía, la mala costumbre

thủ tiêu (đt): suprimir, abolir, eliminar, asesinar / **thủ tiêu một tang chứng** (eliminar una huella del crimen) / **thủ tiêu một người** (asesinar una persona); (dt), **sự thủ tiêu**: la supresión, la eliminación

thủ trưởng (dt): el jefe

thủ tục (dt): la gestión, el trámite / **thủ tục giấy tờ** (el trámite de papeleo); (đt), **làm thủ tục**: gestionar, tramitar / **làm thủ tục giấy tờ** (hacer trámites, gestionar los papeles)

thủ tướng (dt): el presidente (del partido comunista)

thủ vai (đt): interpretar un personaje, jugar un papel / **thủ vai chính** (interpretar la protagonista)

thủ xướng (tt), (pt): abanderado, a / **người thủ xướng của phong trào** (el abanderado del movimiento); (dt), **sự thủ xướng**: lo abanderado; (đt), **thủ xướng**: abanderar

thú, **cái thú** (dt): la afición, el hobby / **thú chơi tranh** (la afición de coleccionar la pintura)

thú tiêu khiển (dt): el hobby

thú, **con thú** (dt): el animal, la bestial

thú tính (tt), (pt): bestial, animal / **bản năng thú tính** (el instinto animal); (dt), **sự thú tính**: la bestialidad, la ferocidad

thú vật (dt): el animal / **đồ thú vật = đồ súc sinh** (tng): el canalla / **bản năng thú vật** (el instinto animal)

thú vị (tt), (pt): interesante / **một người thú vị** (una persona interesante); (dt), **sự thú vị**: lo interesante

thú y (tt), (pt): veterinario, a; (dt), **bác sĩ thú y**: el veterinario, el veterinario; (dt), **ngành thú y**: la veterinaria

thụ giới, **sự thụ giới** (dt): hecho de dejar todo para ser monje, monja en un convento

thụ phấn (đt): polinizar; (dt), **sự thụ phấn**: la polinización

thụ phong (tng): ordenación sacerdotal / **lễ thụ phong một linh mục** (la ordenación de un sacerdote)

thụ thai (đt): fecundar; (dt), **sự thụ thai**: la fecundación

thụ tinh (đt): inseminar; (dt), **sự thụ tinh**: la inseminación

thua (đt): perder; (dt), **sự thua**: la derrota, la perdida

thua bạc (tng): perder el dinero en el casino

thua kém, **bị thua kém** (đt): ser inferior; (dt), **sự thua kém**: la inferioridad

thua kiện (đt): perder el juicio; (dt), **sự thua kiện**: la pérdida del juicio

thua thiệt (đt): ser inferior; (dt), **sự thua thiệt**: la inferioridad

thua trận (đt): perder en el combate; (dt), **sự thua trận**: la derrota en el combate; las pérdidas en el combate

thuần chất (tt), (pt): puro, a; (dt), **sự thuần chất**: la pureza

thuần chủng (tt), (pt): híbrido, a; mestizo, a / **một con vật thuần chủng** (un híbrido); (dt), **sự thuần chủng**: el mestizaje (de raza); (đt), **làm cho thuần chủng**: mestizar

thuần tính (tt), (pt): manso, sumiso / **một con ngựa thuần tính** (un caballo manso); (dt), **sự thuần tính**: la mansedumbre

thuần hóa (đt): domesticar / **thuần hóa động vật** (domesticar animales)

thuần khiết (tt), (pt): puro, a; (dt), **sự thuần khiết**: la pureza

thuần nhất (tt), (pt): homogéneo, a / **một tổng thể thuần nhất** (un conjunto homogéneo); (dt), **sự thuần nhất**: la homogeneidad

thuần phác (tt), (pt): simple; franco, a / **tính tình thuần phác** (el carácter simple) / **một người thuần phác** (la persona simple, franca); (dt), **sự thuần phác**: la simplicidad

thuần phong mỹ tục (tng): la bella tradición

thuần thục (tt), (pt): experimentado, a / **làm cái gì đó một cách thuần thục** (hacer algo de forma experimental); (dt), **sự thuần thục**: la experimentación

thuần túy (tt), (pt): puro, a; purista / **khoa học thuần túy** (la ciencia pura) / **sự thuần túy của ngôn ngữ** (el purista de la lengua)

thuận (tt), (pt): favorable / **gió thuận** (el viento favorable)

thuận buồm xuôi gió (tng): (el barco en la misma dirección del viento); favorable, sano y salvo / **chúc một chuyến đi thuận buồm xuôi gió** (desear un buen viaje)

thuận lợi (tt), (pt): favorable / **một thời điểm thuận lợi** (un momento favorable); (dt), **sự thuận lợi**: lo favorable

thuận nghịch (tt), (pt): reversible / **sự chuyển động thuận nghịch** (el movimiento reversible); (dt), **sự thuận nghịch**: lo reversible

thuận tai (tng): razonable / **nói nghe thuận tai** (lo que dice es razonable, es aceptable)

thuận tay phải (tt): diestro, a; (dt), **người thuận tay phải**: el diestro, la diestra

thuận tay trái (tt): zurdo, a; (dt), **người thuận tay trái**: el zurdo, la zurda

thuận tiện (tt), (pt): conveniente, favorable / **hoàn cảnh thuận tiện** (la circunstancia conveniente, favorable); (dt), **sự thuận tiện**: lo conveniente, lo favorable

thuận tình (đt): consentir; (dt), **sự thuận tình**: el consentimiento

thuật ngữ (dt): el término, la palabra que contiene una noción abstracta

thuật sĩ (dt): el mago

thuật số (dt): la numerología

thúc (đt): empujar, impulsar

thúc bách (tt), (pt): urgente / **một đòi hỏi cấp bách**, **một yêu cầu cấp bách** (una exigencia urgente); (dt), **sự thúc bách**: la urgencia

thúc đẩy (đt): empujar, impulsar; (dt), **sự thúc đẩy**: el empuje

thúc giục (đt): empujar, impulsar; (dt), **sự thúc giục**: el empuje

thúc nợ (một người nào đó) (đt): presionar por una deuda (a alguien); (dt), **sự thúc nợ**: la presión de la deuda

thục mạng (pt): rápidamente / **chạy thục mạng** (correr rápidamente)

thục nữ (tt), (pt): obediente, buena / **một cô thục nữ** (una chica obediente, una chica buena)

thuê, **cho thuê** (đt): arrendar, alquilar; (dt), **người cho thuê**: el arrendador, la arrendadora; (dt), **người thuê**: el inquilino, la inquilina

thuế (dt): el impuesto

thuế hải quan (dt): el impuesto aduanero

thuế môn bài (dt): el impuesto sobre patentes

thuế thân (dt): el impuesto personal

thui (đt): asar, quemar / **một con bê thui** (una vaca asada)

thui thủi (tt), (pt): aislado, a; solitario, a / **sống thui thủi một mình** (vivir solitario, a)

thung lũng (dt): el valle

thủng thẳng (tt), (pt): tranquilo, a / **làm gì đó một cách thủng thẳng** (hacer algo tranquilamente)

thùng, **cái thùng** (dt): la caja / **một cái thùng giấy cạc tông** (una caja de cartón)

thùng thình (pt): holgado, a / **cái áo rộng thùng thình** (la camisa es ancha y holgada)

thủng, **cái lỗ thủng** (dt): la brecha, el agujero

thúng, **cái thúng** (dt): la cesta / **cái thúng gạo** (la cesta de arroz)

thuốc (dt): el tabaco, el cigarrillo / **thuốc lạng sơn** (el tabaco de Lạng Sơn, parece tabaco de pipa)

thuốc mê (dt): la anestesia

thuốc ngủ (dt): el narcótico, el somnífero

thuốc nhuận tràng (dt): el laxante

thuốc nhỏ mắt (dt): el colirio

thuốc nhuộm (dt): la tintura

thuốc tây (dt): la medicina occidental

thuốc thang (dt): el medicamento, fármacos / **chữa bịnh bằng thuốc thang** (curar la enfermedad con fármacos)

thuốc trừ sâu (dt): el insecticida

thuốc xổ (dt): la purga, la medicina purgante

thuộc, thuộc về (gt): de / **tài sản thuộc về một người nào đó** (los bienes de alguien)

thuộc, học thuộc (đt): memorizar

thuộc địa (tt), (pt): colonial / **nước thuộc địa** (el país colonial) / **vùng thuộc địa** (la región colonial) / **ngôn ngữ thuộc địa** (el idioma colonial); (dt), **sự thuộc địa**: la colonia

thuộc làu (pt): memorizado, a / **học thuộc làu** (estudiar de memoria) / **đã thuộc làu** (estar memorizado)

thuộc lòng (pt): memorizado, a / **học thuộc lòng** (estudiar de memoria) / **đã thuộc lòng** (estar memorizado)

thuộc tính (dt): el atributo / **Bản tính vui vẻ là một thuộc tính của cô ta.** (El carácter alegre es un atributo de ella.)

thuồng luồng, con thuồng luồng (dt): el dinosaurio acuático

thuở (dt): la época, el período / **thuở ấy khi họ còn là những đứa bé** (aquel tiempo en que eran niños) / **một thuở** (una época, un período / **thuở xưa** (antaño, antiguamente) / **Từ thuở xưa, con người đã biết gieo trồng.** (Antaño el hombre ya sabía cosechar.)

thút thít (tt), (pt): lloroso / **khóc thút thít** (estar lloroso) / **Đứa bé khóc thút thít vì mẹ không cho kẹo.** (El niño está lloroso porque su madre no le da el caramelo.)

thụt, thụt cái gì đó vào trong (đt): meter algo adentro / **con rùa thụt cái đầu vào trong** (la tortuga se mete la cabeza adentro)

thụt két (đt): robar / **Anh ta đã thụt két của nhà nước.** (Robó dinero de Estado.); (dt), sự thụt két: el robo

thụt lui (đt): retirar / **Hắn đã thụt lui không chơi nữa.** (Se hace tirado y no juega más.)

thụt lùi (đt): ir hacia detrás (la acción), retroceder (de categórica); (dt), **sự thụt lùi**: el retroceso

thùy dương, cây thùy dương (dt): el sauce llorón

thùy mị (tt), (pt): templado, a / **một cô gái thùy mị** (una chica buena, educada) / **ăn nói thùy mị** (hablar de modo moderado); (dt), **sự thùy mị**: la templanza, la moderación

thủy (tng): agua

thủy binh (dt): el marino republicano / **thủy binh lục chiến** (la marina republicana)

thủy chiến (dt): el combate naval

thủy chung, **sự thủy chung** (dt): la fidelidad

thủy cung (dt): el palacio bajo el mar, el palacio de Neptuno

thủy đậu, **bệnh thủy đậu** (dt): la varicela

thủy địa (tt): hidrográfico, a / **ngành thủy địa chất** (la hidrografía)

thủy điện (tt), (pt): hidroeléctrico, a / **một nhà máy thủy điện** (una fábrica hidroeléctrica) / **năng lượng thủy điện** (la energía hidroeléctrica); (dt), **ngành thủy điện**: la hidroeléctrica

thủy lợi (tt), (pt): hidráulico, a / **một công trình thủy lợi** (una obra hidráulica) / **làm thủy lợi** (obrar hidráulico); (dt), **ngành thủy lợi**: la hidráulica

thủy lực (tt), (pt): hidráulico, a / **động cơ thủy lực** (el motor hidráulico); (dt), **ngành thủy lực học**: la hidráulica

thủy mặc, **tranh thủy mặc** (dt): el dibujo monocromático en tinta

thủy ngân (dt): el mercurio (el azogue)

thủy phủ (dt): el interior de palacio de Neptuno, el interior de pabellón bajo el mar

thủy quái (dt): el monstruo acuático

thủy quân (tng): la marina

thủy sản (dt): el producto del mar; (dt), **ngành thủy sản**: la pesca

thủy tạ, **thần thủy tạ** (dt): el gigante del mar / Giữa biển bao la, tự nhiên hiện ra một vị thần thủy tạ. (En la mar inmensa de repente apareció un gigante del mar.)

thủy táng (đt): oficiar el funeral en alta mar; (dt), **sự thủy táng**: el funeral hecho en alta mar

thủy thần (dt): el Dios del mar

thủy thủ (dt): el marinero

thủy tinh (tt): vidrioso, a; cristalino, a / **màu thủy tinh** (el color vidrioso); (dt), **thủy tinh thể**: el cristalino, el vidrioso; (dt), Thủy Tinh: nombre de un Dios de mar en el cuento foklore vietnamita

thủy triều (dt): la marea

thụy du (tt), (tng): sonámbulo, a / **khúc thụy du** (la canción sonámbula)

thụy miên (tng): el sueño profundo, el delirio de un sueño

thụy sĩ (tt): suizo, a / **nước Thụy sĩ** (Suiza) / **người Thụy sĩ** (los suizos) / **một người Thụy sĩ** (un suizo, una suiza)

thuyên chuyển (đt): desplazar, trasladar; (dt), **sự thuyên chuyển**: el traslado, el desplazamiento

thuyên giảm (đt): disminuir, reducir; (dt), **sự thuyên giảm**: la reducción, la disminución
thuyền, **cái thuyền, con thuyền** (dt): la barca
thuyền buồm (dt): el velero
thuyền chài (dt): los barcos de pescar
thuyền trưởng (dt): el capitán (de un barco)
thuyết, **học thuyết** (dt): la teoría, la versión
thuyết giáo (đt): predicar; (dt), **sự thuyết giáo**: la predicación
thuyết minh (đt): interpretar, traducir / **thuyết minh một cuốn phim** (interpretar, traducir una película); (dt), **sự thuyết minh**: la interpretación, la traducción; (dt), **bài thuyết minh**: la interpretación, la traducción / Bài thuyết minh của cuốn phim này là hay, mặc dầu bộ phim thì bình thường. (La traducción de esta película es buena, aunque la película es regular.); (dt), **người thuyết minh**: el intérprete, la intérprete
thuyết pháp (đt): disertar, predicar; (dt), **sự thuyết pháp**: la disertación, la predicación
thuyết phục (đt): convencer, persuadir; (dt), **sự thuyết phục**: la persuasión
thuyết trình (đt): disertar, conferenciar; (dt), **sự thuyết trình**: la disertación
thư, **lá thư, bức thư** (dt): la carta; (đt), **viết thư**: escribir la carta; (tng), **thư một người nào đó**: hacer brujería contra alguien, hechizar
thư ký (dt): el secretario; (dt), **nữ thư ký**: la secretaria
thư mục (dt): el directorio / **thư mục diễn giải** (el directorio)
thư sinh (tt), (pt): estudiante (palabra antigua) / **có vẻ thư sinh** (tener pinta de estudiante)
thư thả (tt), (pt): libre; moderado, a / **lúc thư thả** (el tiempo libre) / **nói một cách thư thả** (hablar moderadamente) / khi nào thư thả ta sẽ nói chuyện (cuando esté libre nos hablaremos); (dt), **sự thư thả**: la moderación
thư tín, bức thư tín (dt): el telegrama
thư viện (dt): la biblioteca; (dt), **nhân viên bưu điện**: el bibliotecario, la bibliotecaria
thử (tt), (pt): alelado, a / **ngồi thừ ra, bị thừ ra** (quedarse alelado, a)
thử (đt): probar, comprobar
thử hỏi (đt): preguntarse / Tôi thử hỏi tại sao tôi làm điều đó. (Me pregunto por qué hice eso.)
thử nghiệm (đt): examinar, testar, comprobar, probar; (dt), **sự thử nghiệm**: la comprobación, el examen, la prueba

thử thách (đt): probar, comprobar; (dt), **sự thử thách**: la comprobación, la prueba

thứ (dt): la cosa, el objeto / **những thứ** (las cosas) / **vứt những thứ đó đi** (tirar porquerías)

thứ (mtcđ): el, la / **thứ nhất** (la primera) ... / **ngày thứ nhất** (el primer día)

thứ (tt), (pt): secundario, a; subordinante / **vợ thứ** (la segunda mujer) / **con gái thứ** (la hija menor) / **con trai thứ** (el hijo menor) / **mẹ thứ** (la madrastra)

thứ lỗi (đt): disculpar, perdonar; (dt), **sự thứ lỗi**: la disculpa, el perdón

thứ mẫu = **mẹ thứ** (dt): la madrastra, la segunda madre (palabra antigua)

thứ nam = **con trai thứ** (dt): el hijo menor (palabra antigua)

thứ nữ = **con gái thứ** (dt): la hija menor (palabra antigua)

thứ phi (dt): la concubina real / **những thứ phi khác** (las otras concubinas)

thứ trưởng (dt): el viceministro / **thứ trưởng Bộ ngoại giao** (el viceministro del Ministerio de Asuntos Exteriores)

thứ tự (dt): el orden / **sắp xếp theo thứ tự** (organizar según un orden) / **sắp xếp đồ đạc có thứ tự** (ordenar las cosas ordenadamente)

thứ yếu (tt), (pt): secundario, a / **một vấn đề thứ yếu** (un asunto secundario) / **một vấn đề chính yếu** (un asunto de la primera importancia); (dt), **sự thứ yếu**: lo secundario

thưa (tt): estimado / **thưa anh** (estimado señor) / **thưa chị** (estimada señora) / **thưa thầy** (estimado profesor)

thưa chuyện (đt): conversar / Hôm nay, tôi đến để thưa chuyện với anh về cái vấn đề của hôm trước. (Hoy, vengo para conversar con usted sobre el asunto de anteayer.)

thưa gửi (đt): saludar (la palabra expresa el saludo con reverencia); (dt), **sự thưa gửi**: el saludo

thưa trình (đt): saludar (la palabra expresa el saludo con reverencia); (dt), **sự thưa trình**: el saludo

thừa (tt): sobrante; superfluo, a / **đồ thừa** (el resto, la cosa que sobra) / **bị thừa** (ser sobrante)

thừa cơ (đt): aprovechar la ocasión

thừa dịp (đt): aprovechar la ocasión

thừa hưởng (đt): heredar, suceder / **thừa hưởng gia tài** (recibir la herencia) / **thừa hưởng một đặc điểm di truyền** (heredar un rasgo genético); (dt), **sự thừa hưởng**: la sucesión; (dt), **người thừa hưởng**: el heredero, la heredera

thừa kế (đt): heredar, suceder; (dt), **sự thừa kế**: la sucesión; (dt), **người thừa kế**: el heredero, la heredera, el sucesor, la sucesora

thừa nhận (đt): admitir, aceptar / **thừa nhận có lỗi** (reconocerse culpable) / **thừa nhận một người nào đó có khả năng** (admitir que alguien tiene capacidad); (dt), **sự thừa nhận**: la aceptación, el reconocimiento

thừa sức (đt): sobrar la capacidad / **thừa sức để làm cái gì đó** (tener capacidad de sobra para hacer algo)

thừa thãi (tt), (pt): superfluo, a; sobrante; (dt), **sự thừa thãi**: la sobra, lo superfluo, el resto

thừa thắng (đt): aprovechar la victoria / **thừa thắng xông lên** (aprovechar la victoria para atacar más)

thừa tự (đt): heredar, suceder; (dt), **sự thừa tự**: la sucesión; (dt), **người thừa tự**: el heredero, la heredera, el sucesor, la sucesora

thức (đt): despertar, despertarse / **thức ai đó dậy** (despertar a alguien) / **Tiếng động đã đánh thức ông ta.** (El ruido le despertó.) / **thức dậy** (despertarse) / Ông ta thường thức dậy vào lúc năm giờ sáng. (Él solía despertarse a las cinco horas de la mañana)

thức ăn (dt): la comida

thức giấc (tt), (pt): despierto; (dt), **sự thức giấc**: lo despierto; (đt), **làm thức giấc**: despertar a alguien / Tiếng động đã làm thức giấc ông ta. (El ruido le despertó.)

thức tỉnh (đt): despertarse, revelarse; (dt), **sự thức tỉnh**: el estado de vigilia, la consciencia vigilante / **sự thức tỉnh của nhận thức** (la vigilia de la conciencia)

thức uống (dt): la bebida

thực (tt), (pt): verdad; real / **nói thực** (decir la verdad); (dt), **sự thực**: la verdad / **có thực** (ser real)

thực bụng (tt), (pt): sincero, a / **nói thực bụng** (hablar lo que piensa, decir algo sinceramente)

thực chất (tt), (pt): esencial, fundamental / **một vấn đề thực chất** (una cuestión esencial); (dt), **sự thực chất**: lo esencial, el fundamento / **thực chất của một vấn đề** (lo esencial de una cuestión)

thực dân (tt), (pt): fascista / **một tên thực dân** (un fascista) / chủ nghĩa thực dân (el fascismo)

thực đơn (dt): el menú

thực hành (đt): practicar; (dt), **sự thực hành**: la práctica

thực hiện (đt): realizar / **thực hiện điều mơ ước** (realizar un deseo, un sueño); (dt), **sự thực hiện**: la realización

thực là (pt): realmente es

thực lòng (tt), (pt): sincero; franco, a

thực nghiệm (tt), (pt): experimental / **khoa học thực nghiệm** (la ciencia experimental); (đt), **làm cho thực nghiệm**: experimentar; (dt), **sự thực nghiệm**: la experimentación

thực phẩm (dt): los comestibles, los alimentos, la comida

thực quyền (dt): el poder verdadero / **có thực quyền** (tener poder verdadero)

thực ra (pt), (lt): de veras, realmente, de verdad que

thực tài (dt): el talento verdadero; (đt), **có thực tài**: tener el talento verdadero

thực tại (dt): la realidad

thực tâm (tt), (pt): sincero, a; franco, a

thực tập (pt): en práctica / **sinh viên thực tập** (los estudiantes en prácticas); (đt), **thực tập**: practicar / **thực tập hàng ngày** (practicar a diario); (dt), **sự thực tập**: la práctica

thực tế (dt): la realidad

thực thà (tt), (pt): franco, a / **nói một cách thực thà** (hablar francamente); (dt), **sự thực thà**: la sinceridad

thực thể (dt): la entidad, la sustancia

thực thi (đt): ejecutar, efectuar / **thực thi một bản án** (ejecutar una sentencia); (dt), **sự thực thi**: la ejecución

thực thụ (tt), (pt): experimental; experimentado, a / **một chuyên nghiệp thực thụ** (un profesional con experiencia); (dt), **sự thực thụ**: lo experimental

thực tiễn (dt): la realidad / **một thực tiễn xã hội** (una realidad social)

thực trạng (dt): la situación / **một thực trạng xã hội** (la situación social)

thực vật (tt); (dt): vegetal, plantas / **một loại thực vật** (una especie vegetal); (dt), **ngành thực vật học**: la botánica; (dt), **nhà thực vật học**: la botánica, el botánico

thừng, **sợi dây thừng** (dt): la cuerda

thước, **cái thước**, **cái thước kẻ** (dt): la regla

thước dây (dt): el metro / **cái thước dây để đo kích thước** (el metro para medir la talla)

thương (đt): querer, tener afecto; (dt), **tình thương**: la afección

thương binh (dt): el inválido comunista por la guerra

thương phế binh (dt): el inválido republicano (por la guerra)

thương cảm (đt): tener compasión; (dt), **sự thương cảm**: la compasión
thương đau, **nỗi niềm thương đau** (dt): la aflicción
thương gia (dt): el comerciante
thương hại (đt): dar lástima; (dt), **sự thương hại**: la lástima
thương hàn (tt): tifoidea / sốt huyết thương hàn (la fiebre tifoidea)
thương khách (dt): el turista comerciante
thương lượng (đt): negociar; (dt), **sự thương lượng**: la negociación
thương mại (tt), (dt): comercial, el comercio / **ngành thương mại** (el comercio)
thương nghiệp (tt), (dt): comercial, el comercio / **công thương nghiệp** (la industria comercial)
thương nhớ (đt): añorar; echar de menos; (dt), **sự thương nhớ**: la reminiscencia, la añoranza
thương số (dt): el cociente
thương thuyền (dt): el barco comerciante
thương thuyết (đt): negociar; (dt), **sự thương thuyết**: la negociación
thương tiếc (đt): añorar; (dt), **sự thương tiếc**: la reminiscencia, la añoranza
thương tình (đt): tener compasión, dar lástima; (dt), **sự thương tình**: la compasión, la lástima
thương tổn (tt), (pt): herida / **bị thương tổn** (ser ofendido); (dt), **sự thương tổn**: la herida (de ser ofendido, a); (dt), **làm thương tổn**: ofender
thương trường (dt): el mundo de los negocios / **chốn thương trường** (lugar donde hay los mercados)
thương vong (tt), (pt): lesionado, a / **bị thương vong** (ser lesionado, a; lesionar)
thương vụ (dt): el asunto comercial
thương xót (đt): tener compasión, dar lástima; (dt), **sự thương xót**: la compasión, la lástima
thương yêu (đt) querer, tener afecto; (dt), **tình thương yêu**: la afección
thường (tt), (pt): normal
thường khi (tt), (pt): de vez en cuando, a veces
thường tình (tt), (pt): a menudo, ordinario, a; habitual, normal; (dt), **sự thường tình**: la normalidad
thường kỳ (tt), (pt): permanente / **hội nghị thường kỳ** (la asamblea permanente); (dt), **sự thường kỳ**: la permanencia

thường lệ (tt), (pt): costumbre, habitual / **thói quen thường lệ** (la costumbre, lo habitual); (dt), **sự thường lệ**: lo habitual, lo ordinario

thường ngày (tt), (pt): diario, a / **món ăn hàng ngày** (la comida diaria); (dt), **sự thường ngày**: lo diario

thường nhật (tt), (pt): diario, a / **báo chí thường nhật** (periódicos diarios); (dt), **sự thường nhật**: lo diario

thường niên (tt), (pt): anual / **một bữa tiệc thường niên** (una fiesta anual); (dt), **sự thường niên**: lo anual

thường phục (dt): el uniforme diario

thường tình (tt), (pt): ordinario, a; corriente, habitual, normal; (dt), **sự thường tình**: la normalidad

thường trú (đt): habitar, residir; (dt), **sự thường trú**: la residencia

thường trực (tt), (pt): permanente; (dt), **sự thường trực**: la permanencia; (đt), **làm thường trực**: permanecer / **làm thường trực cả đêm** (permanecer toda la noche)

thường xuyên (tt), (pt): habitual / **thói quen thường xuyên** (la costumbre, lo habitual); (dt), **sự thường xuyên**: lo habitual, lo ordinario

thưởng (đt): recompensar, premiar; (dt), **sự khen thưởng**: la recompensa, la compensación; (dt), **giải thưởng**: el premio

thưởng ngoạn (đt), (tng): deleitar contemplando; (dt), **sự thưởng ngoạn**: el disfrute de la contemplación

thưởng thức (đt): disfrutar, deleitar; (dt), **sự thưởng thức**: el disfrute

thượng, **người thượng, người thượng cổ** (dt): la gente indígena

thượng (tt): altísimo, a / **tầng thượng** (la planta más alta, la azotea)

thượng (tng): lo altísimo, lo superior

thượng cấp (dt): la autoridad suprema

thượng du, **miền thượng du** (dt): la región alta (el lugar donde viven las gentes indígenas)

thượng đẳng, **sự thượng đẳng** (dt): la élite, lo sublime

thượng đế (dt): Dios

thượng đỉnh (dt): la cumbre más alta

thượng hạng (dt): la primera categoría, la mejor categoría

thượng hoàng (dt): el rey

thượng lộ bình an (tng): sano y salvo / **chúc thượng lộ bình an** (desear un buen viaje, sano y salvo)

thượng lưu, **giới thượng lưu** (dt): la clase alta

thượng nghị sĩ (dt): el senador / **ông thượng nghị sĩ** (el senador) / **bà thượng nghị sĩ** (la senadora)

thượng nguồn (tng): río arriba

thượng sách (tng), (tt), (dt): lo mejor / **phương kế mới là một thượng sách** (la nueva medida es la mejor) / **một phương kế thượng sách** (la mejor medida)

thượng sĩ (dt): el cabo

thượng tá (dt): el coronel

thượng tầng kiến trúc (dt, tng): la superestructura

thượng thọ, **sự thượng thọ** (dt): la longevidad

thượng thư, **quan thượng thư** (dt): el cortesano cuyo grado equivale a ministro

thượng tướng (dt): el Capitán General

thượng úy (dt): el teniente coronel

thượng uyển, **vườn thượng uyển** (dt): el jardín real

thướt tha (tt), (pt): esbelta / **dáng đi yểu điệu thướt tha** (caminar de manera esbelta); (dt), **sự thướt tha**: lo esbelto

ti gôn, **hoa ti gôn** (dt): la flor ti gôn

ti hí (tt): rasgado, a; (dt), **mắt ti hí**: los ojos rasgados

ti tiện (tt), (pt): mezquino, a / **một hành động ti tiện** (una obra mezquina); (dt), **sự ti tiện**: la mezquindad

tì, **vết tì** (dt): una marca sucia, una mancha / **một vết tì trên áo** (una mancha en la camisa); (đt), **tì**: apoyar, meter / **tì tay lên bàn** (meter, apoyar el brazo en la mesa)

tì bà, **đàn tì bà** (dt): la cítara asiática

tì thiếp (dt): las concubinas

tỉ (dt): billón / **một tỉ** (un billón)

tỉ đối, **giá tỉ đối** (dt): la cotización / **giá tỉ đối của đô la** (la cotización del dólar)

tỉ lệ (dt): proporcional / **tỉ lệ thuận** (directamente proporcional) / **tỉ lệ nghịch** (inversamente proporcional); (dt), **tỉ lệ tương ứng**: la proporción

tỉ lệ phần trăm (dt): el porcentaje / **chín mươi phần trăm** (90%)

tỉ mỉ (tt), (pt): meticuloso, a / **làm cái gì đó một cách tỉ mỉ** (hacer algo meticulosamente); (dt), **sự tỉ mỉ**: lo meticuloso

tỉ phú (tt): billonario, a / **một nhà tỉ phú**, **một ông tỉ phú** (un billonario) / **một bà tỉ phú** (una billonaria)

tỉ số (dt): la puntuación / **tỉ số của một trận đá bóng** (la puntuación de un partido de fútbol)

tỉ xuất (dt): la tasa / **tỉ suất hối đoái** (la tasa de cambio, el tipo de cambio)

tí (tng): rata / **giờ tí** (de 23 a 1 hora) / **năm tí** (el año de rata)

tí, **nhỏ tí** (tt), (pt): pequeñito, a

tí hon (tt), (pt): enano, a / **một người tí hon** (un enano, una enana)

tí nữa (pt): en un momento / **đợi tí nữa đi** (espere un momento)

tí tách (tt), (pt): crujiente; (dt), **tiếng tí tách**: el sonido crujiente / **mưa rơi từng giọt tí tách** (la lluvia salpica crujiente)

tí xíu, **bé tí xíu** (tt): pequeñito / **đợi tí xíu** (espere un momento)

tị (tng): serpiente / **giờ tị** (de 9 a 11 hora) / **năm tị** (el año de serpiente)

tị hiềm, **sự tị hiềm** (dt): la antipatía, la envidia

tị nạn (tt), (pt): refugiado, a; (dt), **sự tị nạn**: lo refugiado; (dt), **những người tị nạn**: los refugios

tia (dt): el rayo / **tia nắng** (el rayo del sol) / **tia cực tím** (rayos ultravioletas) / **tia hồng ngoại** (rayos infrarrojos) / **tia x quang** (el rayo láser)

tỉa (đt): cortar / **tỉa tóc** (cortar las puntillas de pelo) / **tỉa cây** (cortar árboles)

tích cực (tt), (pt): activo, a; positivo, a / **làm việc một cách tích cực** (trabajar con muchas ganas, trabjar activamente) / **thái độ tích cực** (una actitud positiva); (dt), **sự tích cực**: lo positivo, lo activo

tích đức, **tu thân tích đức** (tng): meditar

tích lũy (đt): acumular, amontonar / **tích lũy kiến thức** (hacer acopio de conocimiento); (dt), **sự tích lũy**: la acumulación

tích tắc, **tiếng tích tắc** (dt): tic tac, el sonido del reloj

tích trữ (dt): acumular, almacenar, amontonar/ **tích trữ của cải** (acumular los bienes, el dinero); (dt), **sự tích trữ**: el almacenamiento, la acumulación

tịch liêu (tt), (pt): desértico, a; aislado, a / **chốn tịch liêu** (el lugar desértico); (dt), **sự tịch liêu**: la desolación

tiếc (đt): lamentar, arrepentirse

tiếc nuối (đt): añorar; (dt), **sự tiếc nuối**: la añoranza

tiếc sức, **làm không tiếc sức** (tng): trabajar sin descansa

tiếc thương (đt): añorar

tiệc (dt): la fiesta, el festín / **một bữa tiệc** (una fiesta, un banquete) / **Đời là tiệc.** (La vida es un festín.)

tiệc tùng (tt), (tng): fiesta / **Hắn cứ tiệc tùng cả ngày.** (Está de fiesta todo el día.)

tiêm (đt): inyectar, pinchar / **tiêm thuốc tiêm chủng** (inyectar una vacuna)
tiêm chủng (dt): la vacuna
tiêm nhiễm (đt): contagiar / **tiêm nhiễm thói hư tật xấu** (contagiar un vicio, la mala costumbre); (dt), **sự tiêm nhiễm**: el contagio
tiềm ẩn (tt), (pt): latente, oculto / **một khả năng tiềm ẩn** (una capacidad oculta); (dt), **sự tiềm ẩn**: lo latente
tiềm lực (dt): la potencia oculta
tiềm năng (dt): la potencia, la capacidad, la riqueza oculta
tiềm tàng (tt), (pt): latente, oculta / **một năng lực tiềm tàng** (una potencia, una capacidad oculta)
tiềm thức (dt): la subsconciencia
tiềm vọng, kính tiềm vọng (dt): el periscopio
tiệm, cái tiệm, cửa tiệm (dt): la tienda / **mở một cửa tiệm** (abrir una tienda)
tiệm ăn (dt): el bar para comer / **đi ăn tiệm** (comer a un restaurante)
tiên (dt): la hada / **con rồng cháu tiên** (los hijos del dragón y nietos de las hadas) / **nguồn gốc thần thoại con rồng cháu tiên của dân tộc Việt** (la raíz legendaria de dragón y hada de la nación vietnamita)
tiên đề (dt): el axioma
tiên cảnh (dt): el paisaje de hadas
tiên đoán (đt): predecir, profetizar; (dt), **sự tiên đoán**: la profecía
tiên kiến (đt): prever; (dt), **sự tiên kiến**: la revisión
tiên liệu đt): prever; (dt), **sự tiên kiến**: la revisión
tiên nghiệm (đt): transcender; (dt), **sự tiên nghiệm**: la transcendencia
tiên nữ (dt): el hada
tiên phong (tt), (pt): abanderado, a / **một người tiên phong** (una persona abanderado, un abanderado, la abanderada); (dt), **sự tiên phong**: lo abanderado; (đt), **làm tiên phong**: abanderar
tiên sinh (đtnx): usted / **Tôi đến để xin tiên sinh chỉ giáo.** (Vengo parar pedirle una explicación) ()
tiên sư (dt): el ancestro
tiên tiến (tt), (pt): notable / **một học sinh tiên tiến** (un alumno notable, una alumna notable)
tiên tri (dt): el profeta, la profetisa; (dt), **lời tiên tri, sự tiên tri**: la profecía
tiền (dt): el dinero
tiền án (dt): el antecedente
tiền án tiền sự (tng): antecedente penal

tiền bạc (dt): el dinero
tiền bối, **bậc tiền bối** (dt): el antecesor, el predecesor
tiền cá cược (dt): la apuesta (la suma de una apuesta)
tiền cảnh (dt): el primer panorama
tiền công (dt): el salario
tiền chuộc (dt): el dinero del desempeño
tiền cược, **tiền đặt cược** (dt): la paga y señal, la garantía
tiền đề (dt): la premisa
tiền định (tt), (pt): predestinado, a / **duyên tiền định** (el encuentro predestinado); (dt), **sự tiền định**: lo predestinado, la predestinación
tiền giấy (dt): el dinero del billete
tiền kiếp (dt): la vida anterior
tiền lẻ (dt): la moneda, dinero de bolsillo
tiền mặt (tt), (pt), (tng): en efectivo, en metálico / **trả bằng tiền mặt** (pagar en efectivo, pagar en metálico)
tiền nong (dt): el dinero
tiền phong (tt): pionero, a / **chi đội tiền phong** (una agrupación joven de la clase de primaria)
tiền sử (dt): la prehistoria
tiền sự (tng): penal
tiền nợ (dt): la deuda
tiền tệ (dt): la moneda, el dinero / **tiền tệ ngân hàng** (los billetes de banco)
tiền thưởng (dt): la prima (cantidad de dinero que se concede como suplemento de un pago)
tiền trạm (dt): el acuartelamiento principal, el campamento militar principal
tiền vận (tng): la primera de las tres edades de la vida humana
tiền vệ (tt): aperturista / **lính tiền vệ** (militar aperturista); (dt), **sự tiền vệ**: el aperturismo
tiếng (tt), (dt): palabra; idioma; hora / **tiếng mẹ đẻ** (el idioma materno) / **một tiếng** (una hora) / **hai tiếng** (dos horas)
tiếng động (dt): el ruido
tiếng dội (dt): percusión
tiếng đồn (dt): el rumor
tiếng động (dt): el ruido
tiếng lành (dt): la buena fama / **tiếng lành đồn xa** (la buena fama se esparce)

tiếng nói (dt): el lenguaje / **tiếng nói của trái tim** (el lenguaje del corazón) / **tiếng nói của lý trí** (el lenguaje de la razón, o de la mente)

tiếng tăm (dt): la fama / **tiếng tăm lừng lẫy** (la fama muy extendida)

tiếng thơm (dt): la buena reputación

tiếng vang (dt): el eco

tiếng vọng (dt): la resonancia / **tiếng vọng của âm vang** (la resonancia del eco)

tiếng xấu (dt): la mala reputación

tiếp (tt), (pt): seguido, a; continuo, a / **làm tiếp** (continuar)

tiếp cận (đt): acceder / **tiếp cận với phương tiện kỹ thuật** (acceder a la tecnología); (dt), **sự tiếp cận**: el acceso, la llegada

tiếp chuyện (đt): charlar / **hôm nay không tôi rãnh để tiếp chuyện** (hoy no estoy disponible para charlar)

tiếp diễn (tt), (pt): continua / **mọi việc vẫn tiếp diễn** (la cosa continúa); (dt), **sự tiếp diễn**: la continuidad

tiếp đãi (đt): tratar; (dt), **sự tiếp đãi**: el trato

tiếp đầu ngữ (dt): el prefijo

tiếp điểm (dt): el punto de contacto

tiếp đón (đt): recibir, acoger, tratar / **tiếp đón niềm nở** (tratar con amabilidad); (dt), **sự tiếp đón**: el recibimiento, la recepción

tiếp khách (đt): chalar con los visitantes, charlar con los invitados / **ba đang bận tiếp khách** (padre está ocupada chalando con su visita)

tiếp kiến (đt): recibir una reunión (con alguien en una forma solemne); (dt), **sự tiếp kiến**: el encuentro, la reunión

tiếp nhận (đt): recibir, acoger; (dt), **sự tiếp nhận**: el recibimiento, la acogida

tiếp nối (tt), (pt): continua; seguido, a; (dt), **sự tiếp nối**: la continuidad

tiếp sức (đt): fortalecer / **tiêm thuốc bổ để tiếp sức** (inyectarse vitaminas para fortalecer)

tiếp tân, **sự tiếp tân** (dt): la recepción; (dt), **tiếp đãi viên**: el, la recepcionista

tiếp tế (đt): aprovisionar, abastecer, proveer / **tiếp tế lương thực** (abastecer de alimentos, abastecer de provisiones); (dt), **sự tiếp tế**: el aprovisionamiento, el abastecimiento

tiếp theo (tt), (pt): siguiente / **những ngày tiếp theo** (los días siguientes); (dt), **sự tiếp theo**: lo siguiente

tiếp thu (đt): entender, comprender / **tiếp thu bài giảng** (entender la explicación); (dt), **sự tiếp thu**: el entendimiento

tiếp tục (tt), (pt): seguido; continuo, a; (dt), **sự tiếp tục**: la continuidad

tiếp tuyến (tt): tangente; (dt), **đường tiếp tuyến**: la línea tangente

tiếp ứng (đt): aprovisionar, abastecer / **tiếp ứng lương thực** (abastecer la alimentación); (dt), **sự tiếp ứng**: el aprovisionamiento, el abastecimiento

tiếp vận (đt): aprovisionar, proveer; (dt), **sự tiếp vận**: el aprovisionamiento, el abastecimiento

tiếp vị ngữ (dt): el sufijo

tiếp viện (đt): aprovisionar, abastecer, proveer

tiếp xúc (đt): relacionar, contactar / **tiếp xúc với mọi người** (relacionarse con la gente); (dt), **sự tiếp xúc**: la relación, el contacto

tiệp khắc (tt): checo, a / **nước Tiệp khắc** (república Checa) / **người Tiệp Khắc** (los checos) / **một người Tiệp khắc** (un checo, una checa)

tiết (tng): el tiempo / **tiết xuân** (el período primaveral) / **tiết thanh minh** (el tiempo primaveral)

tiết canh, **món tiết canh** (dt): una especie de comida

tiết chế (đt): moderar, abstener; (dt), **sự tiết chế**: la moderación, la abstención, la abstinencia

tiết dục (đt): abstenerse; (dt), **sự tiết dục**: la abstinencia

tiết kiệm (đt): ahorrar

tiết lộ (đt): revelarse, mostrarse / **tiết lộ bí mật** (revelarse el secreto, revelar su secreto); (dt), **sự tiết lộ**: la revelación

tiết mục (dt): la sesión / **tiết mục của chương trình** (una sesión de un programa) / **danh sách những tiết mục** (la lista de la sesión) (de cine, música...)

tiệt chủng (đt): extirpar; estilizar; (dt), **sự tiệt chủng**: la esterilización, extirpación

tiệt sản (đt): esterilizar / **bị tiệt sản** (ser estéril); (dt), **sự tiệt sản**: la esterilidad

tiệt trùng (đt): esterilizar, desinfectar; (dt), **sự tiệt trùng**: lo desinfectante, la esterilización

tiêu biểu (tt), (pt): peculiar / **đặc điểm tiêu biểu** (el rasgo peculiar, la peculiaridad); (dt), **sự tiêu biểu**: la peculiaridad

tiêu chảy (dt): diarrea; (đt), **bị tiêu chảy**: tener diarrea

tiêu chuẩn (dt): estándar

tiêu cực (tt), (pt): negativo, a / **thái độ tiêu cực** (la actitud negativa) / **một người tiêu cực** (una persona negativa); (dt), **sự tiêu cực**: lo negativo

tiêu diệt (đt): destruir, extinguir; (dt), **sự tiêu diệt**: el exterminio, la extinción

tiêu đề (dt): el nombre, el título / **tiêu đề của cuộc họp** (el título de la reunión)

tiêu điểm (dt): el punto central, el foco

tiêu điều (tt), (pt): desolado, a / **một phong cảnh tiêu điều** (un paisaje desolado); (dt), **sự tiêu điều**: la desolación
tiêu độc, **làm tiêu độc** (đt): desintoxicar; (dt), **sự tiêu độc**: la desintoxicación
tiêu hao, **làm tiêu hao** (đt): desgastar / **làm tiêu hao năng lượng** (desgastar la energía); (dt), **sự tiêu hao**: el desgaste
tiêu hóa (đt): digerir / **tiêu hóa thực ăn** (digerir la comida); (dt), **sự tiêu hóa**: la digestión
tiêu hủy (đt): desaparecer, eliminar / **tiêu hủy một cái xác chết** (desaparecer un cadáver) / **tiêu hủy thức ăn** (digerir, exprimir la comida); (dt), **sự tiêu hủy**: la destrucción
tiêu khiển (đt): distraer, entretener, divertir; (dt), **sự tiêu khiển**: la distracción, la diversión; (dt), thú tiêu khiển: el hobby
tiêu thụ (đt): consumir; (dt), **sự tiêu thụ**: el consumo, la consumición
tiêu xài (đt): gastar / **tiêu xài hoang phí** (malgastar, gastar mucho); (dt), **sự tiêu xài**: el hecho de gastar
tiều tụy (tt), (pt): fatigo, a / **có vẻ mặt tiều tụy** (tener la cara fatiga); (dt), **sự tiều tụy**: la consecuencia del agotamiento
tiểu, **chú tiểu** (dt): el niño monje; (đt), **đi tiểu**: hacer pis, orinar; (tng), **tiểu**: pequeño, a
tiểu bang (dt): la zona / **tiểu bang California** (la zona California)
tiểu công nghiệp (dt): la pequeña industria
tiểu học (tt), (pt): primaria / **lớp tiểu học** (la clase de primaria) / **trường tiểu học** (el colegio de primaria)
tiểu luận (dt): el ensayo breve, el escrito breve
tiểu nhân (dt): el mezquino, la mezquina
tiểu nông nghiệp (dt): la agricultura primaria
tiểu sử (dt): la biografía
tiểu thuyết (dt): la novela
tiểu thương (dt): los pequeños comerciantes
tiểu tư sản (tt), (pt): burgués, a / **một tiểu tư sản** (un burgués, un pequeño capitalista); (dt), **giai cấp tiểu tư sản**: la burguesía
tiểu vương (dt): el principado; (dt), **một tiểu vương quốc**: un pequeño reino
tiểu xảo (dt): la destreza; el truco, o una pequeña trampa
tiểu yêu (dt): el pequeño diablo, la pequeña diablesa
tiếu lâm, **truyện tiếu lâm** (dt): el chisme
tim, **trái tim** (dt): el corazón

tim đèn (dt): la mecha de una lámpara de queroseno
tim mạch (tt), (pt): cardíaco, a / **bệnh tim mạch** (la enfermedad cardíaca)
tìm (đt): buscar
tìm cách (đt): buscar manera
tìm hiểu (đt): conocer a alguien, examinar / **họ đang tìm hiểu nhau** (estar conociendo) / **tìm hiểu một vấn đề** (examinar un tema); (dt), **sự tìm hiểu**: el hecho de examinar, de conocer
tìm kiếm (đt): buscar; (dt), **sự tìm kiếm**: la búsqueda
tìm ra (đt): encontrar, descubrir / **tìm ra mấu chốt của một vấn đề** (descubrir el meollo de un asunto)
tìm thấy (đt): encontrar, descubrir
tím (tt): violeta; (dt), **màu tím**: el color violeta
tin, **tin cậy**, **tin tưởng** (đt): confiar; (dt), **sự tin cậy**, **sự tin tưởng**: la confianza
tin đồn (dt): el rumor
tin học (dt): la informática
tin lành (dt): la buena noticia
tin lành (tt), (pt): protestante / **đạo tin lành** (el protestantismo)
tin mừng (dt): la buena noticia; (dt), **sách Tin mừng**: el Evangelio según san Juan, Mateo, Luca, Juan
tin tức (dt): la noticia
tin vặt (tng): la cosa variada, las tonterías / **ba cái tin vặt** (son tonterías) / **mục tin vặt trên báo**: el anuncio en el periódico, cosas variadas
tin vịt (dt): la noticia falsa
tín dụng, **thẻ tín dụng** (dt): la tarjeta de crédito
tín đồ (tt): creyente / **một tín đồ Thiên Chúa giáo** (un católico) / **một tín đồ Tin lành** (un protestante) / **một tín đồ tôn giáo** (un creyente)
tín nhiệm (đt): confiar; (dt), **sự tín nhiệm**: la confianza
tín ngưỡng (dt): la creencia, la convicción / **tín ngưỡng tôn giáo** (la creencia religiosa)
tín vật (dt): el objeto de la garantía
tinh (tt), (pt): listo, a; rápido, a / **hắn tinh lắm** (es muy listo, a)
tinh anh (tt), (pt): lúcido, a; (dt), **sự tinh anh**: la lucidez
tinh bột (dt): el almidón
tinh chất (dt): la esencia
tinh chế (đt): extraer; (dt), **sự tinh chế**: la extracción
tinh dầu (dt): la resina de óleo

tinh dịch (dt): el semen
tinh giản (đt): simplificar; (dt), **sự tinh giản**: la simplicidad
tinh hoa (dt): la quintaesencia / **tinh hoa của một dân tộc** (la quintaesencia de una nación)
tinh hoàn (dt): el testículo
tinh khiết (tt), (pt): puro, a; (dt), **sự tinh khiết**: la pureza
tinh khôn (tt), (pt). listo, a; (dt), **sự tinh khôn**: lo listo
tinh luyện (đt): refinar; (dt), **sự tinh luyện**: el refino
tinh lực (dt): la energía virtual
tinh mơ (tt), (pt): temprano, a; (dt), **buổi sáng tinh mơ**: el amanecer, la madrugada, el alba
tin mừng (dt): alegre noticia
tinh nhuệ (tt), (pt): experimental; experimentado, a / **một đội quân tinh nhuệ** (un ejército experimentado); (dt), sự tinh nhuệ: lo experimental
tinh quái (tt), (pt): atravesada / **ánh nhìn tinh quái** (la mirada atravesada)
tinh ranh (tt), (pt): malicioso, a / **một người tinh ranh** (una persona maliciosa); (dt), **sự tinh ranh**: lo malicioso
tinh sương (tt), (pt) temprano, a; (dt), **buổi sáng tinh sương**: el amanecer
tinh tế (tt), (pt): sutil / **nhìn nhận vấn đề một cách tinh tế** (ver el asunto sutilmente); (dt), **sự tinh tế**: la sutileza
tinh thạch (dt): el meteoro
tinh thạo (tt), (pt): experimentado, a / **làm cái gì đó một cách tinh thạo** (hacer algo experimentalmente); (dt), **sự tinh thạo**: lo experimentado
tinh thần (dt): el espíritu
tinh thể (dt): el cristal líquido
tinh thông (tt), (pt): experto, a / **Ông ta rất tinh thông trong lĩnh vực khoa học.** (Él es experto en teoría de la ciencia.); (dt), **sự tinh thông**: lo experto
tinh thục tt), (pt): experimentado, a / **làm cái gì đó một cách tinh thục** (hacer algo experimentalmente); (dt), **sự tinh thục**: lo experimentado
tinh trùng (dt): el espermatozoide
tinh tường (tt), (pt): experto, a; (dt), **sự tinh tường**: lo experto
tinh vân (dt): la nebulosa
tinh vi (tt), (pt): exacto, a; sutil / **làm cái gì đó một cách tinh vi** (hacer algo de manera sutil, o exacto); (dt), **sự tinh vi**: la exactitud; la sutileza
tình (dt): el amor

tình ái (dt): el amor; (tt), (pt), **tình ái**: amoroso, a / **đời sống tình ái** (la vida amorosa)

tình bạn (dt): la amistad

tình báo, **nghề tình báo** (dt): la espía / **một nhân viên tình báo** (un espía); (dt), **một nữ tình báo** (una espía); (dt), **cục tình báo**: el servicio de Inteligencia

tình cảm (dt): la efectividad, el efecto

tình cảnh (dt): la situación / **tình cảnh gia đình** (la situación familiar)

tình cờ (tt), (pt): casual / **một cuộc gặp tình cờ** (un encuentro casual); (dt), **sự tình cờ**: la casualidad

tình duyên (dt): el amor; (tt), (pt), **tình duyên**: amoroso, a / **cuộc đời tình duyên** (la vida amorosa); (dt), **đường tình duyên**: la línea amorosa, la línea de amor (en quiromancia)

tình đầu (dt): el primer amor

tình địch (dt): el rival

tình hình (dt): la situación / **tình hình thế giới** (la situación mundial) / **tình hình tài chính** (la situación financiera)

tình huống (dt): la situación / **trong mọi tình huống** (en toda situación)

tình lang (dt): el amante (palabra anticuada)

tình nghĩa (tt), (pt): responsable; afectuoso, a / **người tình nghĩa** (la persona afectuosa y es responsable con los seres queridos); (dt), **sự tình nghĩa**: lo afectuoso y lo responsable

tình nguyện (tt), (pt): voluntario, a / **làm cái gì đó một cách tình nguyện** (hacer algo de manera voluntaria); (dt), **sự tình nguyện**: la voluntad

tình nhân (dt): el, la amante

tình nương (dt): la amante (palabra anticuada)

tình si (tt), (pt): apasionado, a / **một mối tình si** (un amor apasionado)

tình sử (dt): historia de amor / **một thiên tình sử** (una gran historia de amor)

tình thân (tt), (pt): amistoso, a / **một mối tình thân** (una relación amistosa)

tình thế (dt): la situación

tình tiết (tt), (pt): detallado, a; detalladamente / **kể một cách tình tiết** (contar detalladamente); (dt), **sự tình tiết**: lo detallado

tình trạng (dt): el estado / **tình trạng sức khỏe** (el estado de salud)

tình trường (dt): el ámbito del amor

tình tứ (tt), (pt): amoroso, a / **cái nhìn tình tứ** (la mirada seductora); (dt), **sự tình tứ**: lo amoroso, lo seductor

tình tự (tt), (pt): amoroso, a / **lời tình tự** (la palabra amorosa)

tình ý (dt): la intención, atención a alguien; (đt), **có tình ý**: tener la intención, caer bien a alguien
tình yêu (dt): el amor
tỉnh (dt): la provincia
tỉnh bơ (tt), (pt): impasible / **vẫn tỉnh bơ** (quedarse impasible); (dt), **sự tỉnh bơ**: lo impasible
tỉnh dậy (đt): despertarse; (dt), **sự tỉnh dậy**: el despierto (de un sueño, de un delirio)
tỉnh giấc (đt): despertarse; (dt), **sự tỉnh giấc**: el despierto del dormir
tỉnh khô (tt), (pt): impasible / **vẫn tỉnh khô** (quedarse impasible); (dt), **sự tỉnh khô**: lo impasible
tỉnh lược (đt): abreviar, reducir, acortar; (dt), **sự tỉnh lược**: la reducción, la disminución
tỉnh ngộ (đt): desvelarse, despertarse / Sau một thời gian chiêm nghiệm, ông ta đã tỉnh ngộ. (Después de un tiempo de meditación, se desveló.); (dt), **sự tỉnh ngộ**: el despierto, el hecho de desvelarse
tỉnh ngủ (tt), (pt): despierto, a / **người tỉnh ngủ** (la persona despierta); (dt), **sự tỉnh ngủ**: lo despierto, la vigilia
tỉnh táo (tt), (pt): despejado, a / **đầu óc tỉnh táo** (la cabeza despejada); (dt), **sự tỉnh táo**: lo despierto
tỉnh thành (tt), (pt): urbano, a / **người tỉnh thành** (la gente urbana); (dt), **tỉnh thành**: el urbano
tỉnh trưởng (dt): el jefe de la provincia; (dt), **nữ tỉnh trưởng**: la jefa de la provincia
tĩnh (tt), (pt): calma; despierto, a
tĩnh mạch (dt): la vena
tĩnh tại (tt), (pt): sedentario, a / **một thái độ tĩnh tại** (una conducta sedentaria); (dt), **sự tĩnh tại**: lo sedentario
tĩnh tâm (tt), (pt): tranquilo, a; recogedor, a; (dt), **sự tĩnh tâm**: el recogimiento (de un monje); la tranquilidad
tĩnh từ (dt): el adjetivo
tĩnh trí (tt), (pt): despierto, a; (dt), **sự tĩnh trí**: la calma mental; lo despierto mental
tính, cái tính, tính cách, tính tình (dt): el carácter
tính (đt): calcular, proyectar
tính chất (dt): la característica (de un asunto, de una sustancia, de carácter)

tính dục (dt): el carácter sexual / **bản năng tính dục** (el instinto sexual)
tính hạnh (dt): el temperamento, el carácter
tính mệnh (dt): la vida / Căn bệnh trầm trọng đã lấy đi tính mệnh của ông ta. (A causa de una enfermedad grave se ha quitado su vida.)
tính nhẩm (đt): calcular mentalmente
tính toán (đt): calcular; (dt), **sự tính toán**: el cálculo
tính từ (dt): el adjetivo
tít mắt, **cười tít mắt** (tng): desternillarse
to (tt), (pt): grande
to chuyện, **làm to chuyện** (tng): agradar el asunto
to tiếng, **nói to tiếng** (đt): hablar en voz alta, pelear; (dt), **sự to tiếng**: la discusión
tòa án (dt): el tribunal
tòa báo (dt): la redacción
tòa thánh Va-ti-can (dt): el Vaticano
tỏa ngát (đt): aromatizar / **tỏa ngát hương thơm** (aromatizar la fragancia)
tỏa nhiệt, **sự tỏa nhiệt** (dt): la radiación; (dt), **máy tỏa nhiệt**: el radiador
tỏa sáng (đt): iluminar, resplandecer; (dt), **sự tỏa sáng**: la iluminación, el resplandor
tọa đàm (đt): conferenciar, conversar; (dt), sự tọa đàm: la conferencia, la conversación
tọa độ (dt): la coordenada / **tọa độ của tâm điểm** (las coordenadas de un punto)
toại nguyện (tt), (pt): contento, a; satisfecho, a (dt) **sự toại nguyện**: la satisfacción; (đt), **làm cho toại nguyện**: satisfacer
toan tính (đt): planear, planearse; (dt), **sự toan tính**: el planteamiento
toàn (mt): todo / **toàn cảnh** (todo paisaje, todo panorama) / **toàn là như vậy** (todo es así)
toàn bộ (mtxđ): todo, todos / **toàn bộ tài sản** (todos los bienes)
toàn cầu (tt), (pt): global / **văn hóa toàn cầu** (la cultura global); (dt), **sự toàn cầu**: la gbalización; (đt), **toàn cầu hóa**: globalizar
toàn cục (tt), (pt): total / **một bình diện toàn cục** (un aspecto total); (dt), **sự toàn cục**: la totalidad
toàn diện (tt), (pt): completo, a; completamente / **phân tích toàn diện vấn đề** (analizar completamente un asunto); (dt), **sự toàn diện**: lo completo

toàn năng (tt), (pt): omnipotente / **Thiên Chúa toàn năng** (Dios es omnipotente); (dt), **sự toàn năng**: lo omnipotencia
toàn phần (tt), (pt): completo, a; (dt), **sự toàn phần**: lo completo
toàn quốc (dt): todo el país
toàn quyền (dt): el poder absoluto; (đt), **có toàn quyền**: tener el poder absoluto
toàn tập (tng): las obras completas / **tuyển tập toàn tập** (la colección de obras completas (de un escritor)
toàn thắng, **sự toàn thắng** (dt): la victoria completa
toàn thân (dt): el cuerpo entero
toàn vẹn (tt), (pt): integral; completo, a; perfecto, a / **toàn vẹn về mọi mặt** (lo integral en todo aspecto); (dt), **sự toàn vẹn**: lo integral, la perfección, lo completo
toán (dt): las matemáticas
tóc (dt): el pelo / **dựng tóc gáy** (tng): poner pelo de punta
tóc giả (dt): la peluca
tóc mai (dt): la patilla
tóc thề (dt): el pelo hasta los hombros; (đt), **để tóc thề**: dejar el pelo hasta los hombros; (tng), **để tóc thề**: jurar esperar a alguien amorosamente
tòe loe, **cười toe loe**, **cười toe loe toét loét** (tng): reírse alegremente
toi đời rồi (tng): iba mal
toi mạng (pt): muerto / **đánh cho toi mạng** (golpear hasta matar) / **bị toi mạng** (está muerto)
tỏi (dt): ajo
tóm (đt): coger, aprovechar / **tóm lấy thời cơ** (aprovechar la oportunidad) / **tóm nó lại** (cogerle)
tóm lại (pt): en resumen
tóm tắt (đt): resumir; (dt), **sự tóm tắt**: el resumen
ton hót (đt): adular; (dt), **sự ton hót**: la adulación
tòn ten (pt): balanceado, a; (đt), **treo tòn ten**: colgar balanceándose, balancear
tóp model (dt): la moda, un diseño de moda
tóp mỡ (dt): las grasas fritas
tóp tép (pt): ruidoso, a; (đt), **nhai tóp tép**: masticar ruidosamente
tọp, **gầy tọp** (tt), (pt): muy flaco, a; delgado, a / **bị gầy tọp** (estar muy flaco)
tót, **nhảy tót** (đt): saltar de súpito

tọt, **chạy tọt vào**, **đi tọt vào** (tng): entrar bruscamente, irrumpir
tô, **cái tô** (dt): el bol
tô màu (đt): colorear
tô son (đt): pintar los labios / **tô son điểm phấn** (embellecer, maquillar)
tổ (dt): el grupo de clase / **một lớp cấp hai chia làm bốn tổ** (una clase de primaria se divide en cuatro grupos) / **tổ dân phố** (el barrio)
tổ tiên (dt): el antepasado
tổ ấm (dt): la familia
tổ chim, **cái tổ chim** (dt): el nido de pájaro
tổ chức (dt): la organización
tổ hợp (dt): la cooperativa
tổ mẫu (dt): la antepasada
tổ nghiệp (dt): el patrimonio del antepasado
tổ ong (dt): el enjambre, la colmena
tổ ông (dt): el antepasado
tổ phó (dt): el subjefe de un grupo
tổ sư (dt): el precursor (de una secta, una religión, o de arte marcial)
tổ tiên (dt): los antepasados
tổ viên (dt): el miembro de un grupo
tố cáo (đt): denunciar, aclamar; (dt), **sự tố cáo**: la denuncia, la aclamación
tố chất (dt): la característica, la sustancia, la naturaleza / **tố chất tự nhiên** (la naturaleza innata) / **tố chất của một con người** (la naturaleza de una persona, la sustancia de una persona)
tố nga = **tố nữ** (tng, dt): la doncella, la chica bella / **một cô tố nga, một cô tố nữ** (una doncella, una chica bella)
tố tụng (đt): procesar; (dt), **sự tố tụng**: el procesamiento
tốc độ (dt): la velocidad; (tt), (pt): rápido, a; rápidamente / **làm cái gì đó một cách tốc độ** (hacer algo rápidamente)
tốc ký (đt): taquigrafiar; (dt), **sự tốc ký**: la taquigrafía
tốc lực (dt): la velocidad y el esfuerzo / **dùng hết tốc lực để làm cái gì đó** (utilizar toda la velocidad y con máximo esfuerzo para hacer algo)
tộc (dt): la tribu
tôi (đtnx): yo / **cái tôi** (el ego)
tôi mọi (tt), (pt): esclavo, a / **làm tôi mọi** (ser esclavo, a); (dt), **một kẻ tôi mọi**: el esclavo, la esclava; (dt), **sự tôi mọi**: la esclavitud

tôi tớ (tt), (pt): sirviente / **làm tôi tớ** (ser sirviente); (dt), **người tôi tớ** (el, la sirviente); (dt), **sự tôi tớ**: lo sirviente
tồi (tt), (pt): mal; mezquino, a / **chơi tồi** (jugar mal, jugar sucio)
tồi tàn (tt), (pt): andrajoso, a / **ăn mặc tồi tàn** (vestir andrajosamente); (dt), **sự tồi tàn**: la miseria, lo andrajoso
tồi tệ (tt), (pt): mal; desgraciadamente / **đối xử một cách tồi tệ** (tratar mal); (dt), **sự tồi tệ**: la desgracia, lo mal hecho
tối, **buổi tối** (dt): la noche; (dt), **bóng tối**: la sombra, la oscuridad
tối cao (tt), (pt): supremo, a / **tòa án tối cao** (el tribunal supremo) / **Đấng tối cao** (Dios); (dt), **sự tối cao**: lo supremo
tối dạ (tt), (pt): tonto, a / **người tối dạ** (la persona poco inteligente)
tối đen (tt), (pt): oscuro, a; (dt), **sự tối đen**: lo oscuro, la oscuridad
tối hậu thư (dt): el ultimátum
tối kỵ, **điều tối kỵ** (dt), (tng): el tabú, lo más sagrado
tối om (tt), (pt): muy oscuro, a / **trời tối om** (ya es atardecer, ya es de noche) / **căn phòng tối om** (la habitación es muy oscura)
tối sầm (tt), (pt): muy oscuro, a / **trời tối sầm** (ya es atardecer, ya es de noche)
tối thiểu (tt), (pt): mínimo; a / **con số tối thiểu** (la cantidad mínima); (dt), **sự tối thiểu**: lo mínimo, la minoría
tối thượng (tt), (pt): supremo, a / **tòa án tối thượng** (el tribunal supremo); (dt), **sự tối thượng**: lo supremo
tội (dt): el delito
tội ác (dt): el crimen
tội lỗi (dt): el pecado
tội nghiệp (đt): dar lástima; (dt), **sự tội nghiệp**: la lástima
tội nhân (dt): el reo
tội phạm (dt): el reo
tội tình (dt): la culpa / **Tôi có tội tình chi**? (¿Qué culpa tengo?)
tội trạng (dt): la sustancia del delito, la esencia del delito / **xem xét tội trạng để xét xử** (examinar la esencia del delito para resolver)
tôm, **con tôm lớn** (dt): el langostino; (dt), **con tôm nhỏ**: la gamba
tôm hùm, **con tôm hùm nhỏ** (dt): la langosta; (dt), **con tôm hùm lớn**: el bogavante
tôn, **mái tôn** (dt): la chapa
tôn giáo (dt): la religión
tôn kính (đt): honrar; (dt), **sự tôn kính**: lo honorable

tôn nghiêm (tt), (pt): solemne / **cuộc hành lễ tôn nghiêm** (la ceremonia solemne) / **thái độ tôn nghiêm** (la actitud solemne); (dt), **sự tôn nghiêm**: la solemnidad

tôn qúi (tt), (pt): admirable; (đt), **tôn qúi**: admirar; (dt), **sự tôn qúi**: la admiración (una persona)

tôn sùng (tt), (pt): venerable; (đt), **tôn sùng**: venerar / **tôn sùng tổ tiên** (venerar a los antepasados); (dt), **sự tôn sùng**: la veneración

tôn sư (đt): honrar a los monjes, maestros; (tng), **tôn sư trọng đạo**: honrar a los monjes y respetar la moral)

tôn thờ (tt), (pt): adorable; (đt), **tôn thờ**: adorar (Dios, Santos); (dt), **sự tôn thờ**: la adoración

tôn trọng (tt), (pt): respetable; (đt), **tôn trọng**: respetar; (dt), **sự tôn trọng**: el respeto

tồn (tt), (pt): depositado, a; sobrante / **hàng tồn** (la mercancía sobrante)

tồn đọng (tt), (pt): depositado, a; sobrante / **đồ tồn đọng** (el resto, el poso) / **hàng tồn đọng** (la mercancía sobrante)

tồn kho (tt), (pt): sobrante en al almacén; (dt), **hàng tồn kho**: la mercancía sobrante en el almacén

tồn tại (đt): subsistir, mantenerse; (dt), **sự tồn tại**: la subsistencia, el sustento

tổn hại, **làm tổn hại** (đt): perjudicar; ofender; (dt), **sự tổn hại**: el perjuicio, la ofensa

tổn phí (dt): el gasto; (đt), **làm tổn phí**: crear el gasto; (đt), **bị tổn phí**: tener gastos

tổn thất, **sự tổn thất** (dt): la pérdida, el perjuicio / **một sự tổn thất về tiền bạc**, **một sự tổn thất văn hóa** (una pérdida económica, una pérdida cultural); (đt), **làm cho tổn thất**: perjudicar, perder; (đt), **bị tổn thất**: perjudicarse, estar perjudicado, a; ser perdido, a

tổn thọ, **làm tổn thọ** (đt): abreviar, acortar la vida; (dt), **sự tổn thọ**: el perjuicio de salud, o la vida

tổn thương, **làm tổn thương** (đt): herir, ofender; (đt), **bị tổn thương**: sentirse herido (dt), **sự tổn thương**: la herida, el trauma

tốn kém, **làm tốn kém** (đt): crear el gasto; (đt), **bị tốn kém**: tener gastos; (dt), **sự tốn kém**: el gasto

tông đồ, **thánh tông đồ** (dt): el apóstol, el discípulo de Jesús / **các thánh tông đồ** (los apóstoles)

tông tích (dt): la huella, el rasgo (de delincuente); el origen, el procedimiento / **tìm kiếm tông tích của một tội phạm** (buscar la huella de un delincuente) / **biết rõ tông tích mới giao thiệp** (conocer con claridad el procedimiento para relacionarse)

tổng, ông tổng, ông tổng trấn (dt): el jefe del cantón (la palabra antigua)

tổng (tng, tđn): general, central

tổng bí thư (dt): el secretario general

tổng biên tập (dt): la redacción; (dt), **ông tổng biên tập**: el redactor; (dt), **bà tổng biên tập**: la redactora

tổng chỉ huy (dt): el alto mando

tổng công ty (dt): la empresa principal

tổng cộng (đt): sumar, resumen, total / **tổng cộng lại** (en resumen); (dt), **tổng cộng**: la suma, la totalidad / **tổng cộng tất cả là 100** (la suma de todo asciende a 100)

tổng cục (dt): la oficina central / **tổng cục đường sắt** (la oficina central del ferrocarril, la estación central, la terminal del ferrocarril)

tổng diễn tập (dt): la exhibición / **một cuộc tổng diễn tập của quân đội** (un desfile del ejército nacional)

tổng dợt, cuộc tổng dợt (dt): el ensayo de una exhibición

tổng duyệt, cuộc tổng duyệt (dt): el ensayo de una exhibición

tổng giám đốc (dt): el director general; (dt), **bà tổng giám đốc**: la directora general

tổng giám mục (dt): el obispado

tổng hòa (đt): armonizar; (dt), **sự tổng hòa**: la armonía / la armonía entre el hombre y la naturaleza

tổng hợp (tt), (pt): sintético, a / **vải tổng hợp** (la tela sintética); (đt), **tổng hợp**: sintetizar / **tổng hợp tư liệu** (sintetizar documentos); (dt), **sự tổng hợp**: la síntesis

tổng kết (đt): resumir, recapitular; (dt), **sự tổng kết**: la recapitulación, el resumen

tổng kho (dt): el almacén general

tổng khởi nghĩa (dt): la insurrección

tổng lãnh sứ quán (dt): el consulado general

tổng sản phẩm (dt): todos los productos

tổng số (pt): en resumen; (dt), el resumen, la suma

tổng tham mưu, Bộ tổng tham mưu (dt): Consejo de Ministros; (dt), **tổng tham mưu trưởng**: el Primer Ministro

tổng thống (dt): el presidente (del partido republicano)

tổng thư ký (dt): el secretario general; (dt), **bà tổng thư ký**: la secretaria general

tổng tiến công (dt): la ofensiva general

tổng tư lệnh (dt): el comandante en jefe

tổng vệ sinh (dt): la limpieza general; (đt), **làm cuộc tổng vệ sinh**: limpiar en general

tống (đt): dar, expulsar / **tống một quả đấm** (dar un puñetazo) / **tống ra khỏi cửa** (expulsar de la puerta)

tống biệt hành (dt), (tng): la gran despedida antes de un viaje

tống giam (đt): encarcelar; (dt), **sự tống giam**: el encarcelamiento

tống khứ (đt): desembarcar, deshacerse de alguien

tống tiền (đt): amenazar sacando dinero; (dt), **sự tống tiền**: la amenaza para sacarle dinero

tốp (dt): el grupo; (dt), **tốp ca**: el conjunto coral

tốt (tt): bueno, a / **việc tốt** (cosa buena) / **làm việc tốt** (hacer el bien); **người tốt** (la gente buena)

tốt bụng (tt), (pt): amable; (dt), **sự tốt bụng**: la amabilidad

tốt đẹp (tt), (pt): bien, favorable, bueno, a / **mọi sự đều tốt đẹp** (todo va bien) / **tình cảm tốt đẹp** (el efecto bueno, la buena afección); (dt), **sự tốt đẹp**: el bien, lo favorable

tốt lành (tt), (pt): bien, favorable, bueno, a / **chúc mọi sự tốt lành** (desear que todo vaya bien)

tốt nghiệp (đt): terminar, finalizar (secundario, bachillerato, universitario) / **đã tốt nghiệp cấp ba** (estar concluido el bachillerato, tener concluido el bachillerato); (dt), **bằng tốt nghiệp**: el diploma

tốt tướng (tng): el buen rasgo fisonómico; (dt), **người tốt tướng**: la persona con un buen rasgo de fisonómico

tột bậc (tt), (pt): supremo, a; (dt), **sự tột bậc**: lo supremo

tột đỉnh (dt): la cima / **tột đỉnh danh vọng** (la cima de la fama)

tột độ (tt), (pt): extremo, a / **một cảm giác tột độ** (una sensación extrema)

tơ, sợi tơ (dt): la fibra (de seda), el hilo / **sợi tơ mỏng** (la fibra fina, la fibra fina) / **một sợ tơ trời** (un hilacho de nube) / **một sợi tơ hồng** (una fibra rosada) / **sợi tơ lòng** (la fibra sentimental)

tơ tưởng (đt): pensar en alguien, echar de menos a alguien; (dt), **sự tơ tưởng**: el recuerdo de alguien

tờ (dt): la hoja / **tờ giấy** (la hoja de papel)

tờ đơn (dt): la solicitud

tờ khai (dt): la aclamación

tờ mờ (tt), (pt): temprano, a, oscuro, a / **sáng tờ mờ** (la madrugada temprana) / **trời vẫn còn tờ mờ** (el cielo todavía oscuro)

tớ (đtnx): yo

tơi bời, **đánh tơi bời** (đt): pegar muchas y repetidas veces

tơi tả (tt), (pt): roto, a; estropeado, a

tới (đt): llegar; (dt), **sự tới**: la llegada

tới cùng (tng): hasta fin, hasta el final / **làm tới cùng** (hacer hasta el final)

tới đích (tng), (đt): llegar a la meta

tới tấp, **đánh tới tấp** (đt): pegar muchas y repetidas veces

tởm, tởm lợm (tt), (pt): asco; (dt), **sự tởm lợm**: el asco; (đt), **làm tởm lợm**: dar asco

tởn (đt): temer, alejar; (tng), **tởn tới già**: alejarse para siempre, temer para siempre

tợn (tt), (pt): furioso, a / **mặt có vẻ tợn** (tener el rostro encendido en cólera)

tớp (đt): morder / **con chó tớp một miếng thịt** (el perro muerde una pieza de carne)

tra cứu (đt): consultar, informarse; (dt), **sự tra cứu**: el consultorio

tra khảo (đt): consultar, informarse; (dt), **sự tra khảo**: el consultorio

tra hỏi (đt): interrogar; (dt), **sự tra hỏi**: la interrogación, el interrogatorio

tra xét (đt): interrogar; (dt), **sự tra xét**: la interrogación, el interrogatorio

tra vấn (đt): interrogar; (dt), **sự tra vấn**: la interrogación, el interrogatorio

trà (dt): el té

trà trộn (đt): mezclarse / **trà trộn vào đám đông** (mezclarse entre la multitud)

trả (đt): pagar, devolver / **trả cái gì đó đã mượn** (devolver algo prestado; restituir)

trả tiền (đt): pagar dinero

trả giá (đt): negociar el precio, negociar bajando el precio; (dt), **sự trả giá**: la negociación del precio

trả lời (đt): responder, contestar; (dt), **sự trả lời**: la contestación

trả miếng (tt), (pt): vengativo, a / **tính hay trả miếng** (el carácter vengativo) / **người hay trả miếng** (la persona vengativa); (đt), **trả miếng**: competir con las palabras; (tng), **ăn miếng trả miếng**: la competición con las palabras
trả nợ (đt): pagar la deuda; pagar algo prestado
trả thù (đt): vengar; (dt), **sự trả thù**: la venganza
trác táng (tt), (pt): corrompido; pervertido / **người trác táng** (el crápula) / **ăn chơi trác táng** (corromper, pervertir); (dt), **sự trác táng**: lo corrompido
trải lòng (đt): abrirse / **trải lòng với người thân** (abrirse con los seres queridos, estar abierta con los seres queridos); (dt), **sự trải lòng**: lo abierto
trải qua (đt): pasar / **trải qua một thời kỳ** (pasar una época) / **trải qua kinh nghiệm** (tener experiencia); (dt), **sự trải qua**: la experiencia
trái, **trái cây** (dt): la fruta / **một trái nho** (una uva)
trái bơ (dt): el aguacate
trái đất (dt): la tierra
trái khoáy, **sự trái khoáy** (dt): el contradictorio
trái mắt, **làm trái mắt** (đt): disgustar, molestar a la vista / **cái kiểu đó chỉ làm trái mắt mọi người** (aquel estilo sólo molesta a los demás)
trái mùa, **sự trái mùa** (dt): el contratiempo
trái ngược (tt), (pt): contradictorio, a / **một ý kiến trái ngược** (una opinión contradictoria); (dt), **sự trái ngược**: la contradicción
trái phép (tt), (pt): ilegal / **buôn bán trái phép** (negociar ilegal); (dt), **sự trái phép**: lo ilegal
trái tim (dt): el corazón
trái vụ (tng): la contra cosecha
trái xoan (tt), (pt): ovalado, a / **hình trái xoan** (la forma ovalada, el óvalo) / **khuôn mặt trái xoan** (el rostro ovalado)
trái ý, **làm trái ý** (đt): disgustar, descontentar; (dt), **sự trái ý**: la idea contradictoria
trại giam (đt): la cárcel
trại tù (dt): la prisión
trại hè (dt): el campamento de verano
trại lính (dt): el cuartel
trại tập trung (dt): el campo de concentración
trại tế bần (dt): el centro de acogida
tràm, **dầu tràm** (dt): el aceite para resfriados, el aceite para el dolor del vientre

trảm, **xử trảm** (đt): decapitar, degollar; (dt), **sự xử trảm**: la decapitación
trám (đt): empastar / **trám nền nhà** (empastar el suelo) / **trám tường** (empastar la pared)
trạm (dt): el cuartel, el campamento
trạm thư (dt): el correo
trạm xăng (dt): la gasolina
tràn (đt): desbordar
tràn đầy (tt), (pt): rebosante / **tình cảm tràn đầy** (la afección rebosante); (đt), **làm cho tràn đầy**: rebosar; (dt), **sự tràn đầy**: lo rebosante
tràn lan (tt), (pt): desbordante / **niềm vui tràn lan** (la alegría desbordante); (dt), sự tràn lan: el desbordamiento
tràn ngập (tt), (pt): desbordante / **niềm vui tràn ngập** (la alegría desbordante); (dt), **sự tràn ngập**: lo desbordante
tràn trề (tt), (pt): efusivo, a / **hy vọng tràn trề** (la ilusión; la expectativa); (dt), **sự tràn trề**: la efusión
trán, **cái trán** (dt): el frente
trang (dt): la hoja / **một trang giấy** (una hoja de papel)
trang bị (đt): equipar; (dt), **sự trang bị**: el equipamiento
trang điểm (đt): maquillar; (dt), **sự trang điểm**: el maquillaje
trang hoàng (đt): adornar, decorar, ornamentar; (dt), **sự trang hoàng**: la decoración, la ornamentación
trang nghiêm (tt), (pt): solemne / **một không khí trang nghiêm** (una atmósfera solemne); (dt), **sự trang nghiêm**: la solemnidad
trang nhã (tt), (pt): refinado, a; cortés / **phong thái trang nhã** (la conducta refinada); (dt), **sự trang nhã**: lo refinado, el refinamiento
trang thiết bị (dt): el equipo
trang trải (đt): arreglar / **trang trải nợ nần** (arreglar una deuda, zanjar una deuda); (dt), **sự trang trải**: el arreglo
trang trí (đt): adornar, decorar, ornamentar; (dt), **sự trang hoàng**: la decoración, la ornamentación
trang trọng (tt), (pt): solemne / **buổi lễ trang trọng** (la ceremonia solemne); (dt), **sự trang trọng**: la solemnidad
tràng (dt): la ovación, un ramo / **một tràng pháo tay** (una ovación de palmas) / **một tràng hoa** (un ramo de flores)
tráng (đt): empastar, rellenar

tráng kiện (tt), (pt): robusto, a; duro, a / **một thân hình tráng kiện** (un cuerpo robusto); (dt), **sự tráng kiện**: el robustecimiento; (đt), **làm cho tráng kiện**: robustecer

tráng lệ (tt), (pt): fastuoso, a / **một kiến trúc tráng lệ** (una arquitectura fastuosa); (dt), **sự tráng lệ**: lo fastuoso, el fasto

tráng men (đt): empastar la porcelana; (dt), **sự tráng men**: el empaste

trám răng (đt): empastar el diente; (dt), **sự trám răng**: el empaste

tráng sĩ (dt): el caballero

trạng (dt): el humorista sarcástico con el rey y la feudad según los cuentos folclóricos / **nói trạng** (jactarse, presumir)

trạng nguyên (dt): la persona que gana el premio laureado del rey; (dt), **giải trạng nguyên**: el premio laureado del rey

trạng thái (dt): el estado / **trạng thái hưng phấn** (el estado eufórico)

trạng từ (dt): el adverbio

tranh (dt): el cuadro

tranh ảnh (dt): cuadros y fotos / **nhà có treo tranh ảnh** (la casa tiene cuadros y fotos colgados)

tranh cãi (đt): discutir, pelear; (dt), **sự tranh cãi**: la discusión

tranh chấp (đt): disputar, discutir / **tranh chấp tài sản** (disputar la herencia, pelear por la herencia); (dt), **sự tranh chấp**: el desacuerdo, la disputa

tranh cử, **ra tranh cử**; (đt), **tranh chấp**: presentarse candidato, a / **ra tranh cử tổng thống** (presentarse candidato, a); (dt), sự tranh cử: la disputa

tranh đấu (tt), (pt): luchador, a / **một người tranh đấu** (una persona luchadora, un luchador); (dt), **sự tranh đấu**: la lucha; (đt), **tranh đấu**: luchar

tranh đua (đt): competir; (dt), **sự tranh đua**: la competición; (đt), **tranh đua**: competir

tranh luận (đt): discutir; (dt), **sự tranh luận**: la discusión

tranh thủ (tt), (pt): aprovechado, a / **thái độ tranh thủ** (la actitud aprovechada); (đt), aprovechar / **tranh thủ cơ hội** (aprovechar la oportunidad); (dt), **sự tranh thủ**: el aprovechamiento

tranh tường (dt): la pintura mural

tránh (đt): evitar, esquivar, eludir / **tránh bàn luận** (eludir comentarios) / **tránh làm một cái gì đó** (eludir hacer algo)

tránh mặt (đt): esquivar, esquivar a alguien

tránh né (tt), (pt): esquivo, a / **thái độ tránh né** (la actitud esquiva); (đt), **tránh né**: evitar, eludir

tránh tiếng (đt): evitar comentarios, eludir comentarios
trao (đt): dar / **trao giải thưởng** (dar el premio, premiar)
trao đổi (đt): cambiar; (dt), **sự trao đổi**: el cambio
trao tặng (đt): obsequiar; (dt), **sự trao tặng**: el obsequio
trao trả (đt): devolver; (dt), **sự trao trả**: la devolución
trào, **trào ra** (đt): desbordar
trào lộng (tt), (pt): satírico, a; (dt), **sự trào lộng**: la sátira
trào lưu (dt): el movimiento / **trào lưu văn nghệ** (el movimiento artístico)
tráo trở (tt), (pt): cambiante, farsante / **người tráo trở** (la persona farsante, la persona sin palabra); (dt), **sự tráo trở**: lo farsante; (đt), **tráo trở**: ser farsante, cambiar la palabra
trau chuốt (tt), (pt): cuidadoso, a / **vẻ bề ngoài trau chuốt** (la apariencia cuidadosa); (dt), **sự trau chuốt**: lo cuidadoso
trảy (đt): recoger / **trảy quả** (recoger la fruta)
trắc nghiệm (đt): testar; (dt), **sự trắc nghiệm**: el test
trắc trở, **sự trắc trở** (dt): el obstáculo; (đt), **bị trắc trở**: presentar obstáculos / **công việc bị trắc trở** (el trabajo presenta obstáculos); (đt), **làm trắc trở**: obstaculizar
trăm (dt): cien, ciento, a / **trăm ngàn** (cien mil)
trăm năm (dt): cien años / **hạnh phúc trăm năm** (una felicidad de cien años) / **trăm năm hạnh phúc** (cien años de felicidad)
trăm sự (dt), (tng): cien cosas, todas las cosas
trăm tuổi (dt): cien años de edad
trăm việc (dt), (tng): cien cosas, todas las cosas
trăn, **con trăn** (dt): el pitón
trăn trở (đt): darle vueltas / **trăn trở một vấn đề** (dar la vuelta un asunto); (dt), **sự trăn trở**: lo pensativo
trằn trọc (đt): darle vueltas / **Anh ta đã trằn trọc cả đêm không ngủ được.** (Le dio vueltas en toda la noche y no pudo dormir.); (dt), **sự trằn trọc**: lo pensativo
trăng (dt): la luna
trăng hoa (tt), (pt): mujeriego / **thói trăng hoa** (el carácter mujeriego) / **người có thói trăng hoa** (el mujeriego)
trăng lưỡi liềm (dt): la luna creciente
trăng khuyết (dt): la luna menguante
trăng mật (dt): la luna de miel / **tuần trăng mật** (la semana de luna de miel)

trăng tròn (dt): la luna llena
trắng (tt), (pt): blanco, a; (dt), **màu trắng**: el color blanco
trắng án, **làm trắng án** (đt): absolver; (dt), **sự trắng án**: la absolución (por ser declarado no culpable)
trắng bạch (tt), (pt): muy blanco
trắng bệch (tt), (pt): pálido, a / **một vẻ mặt bị trắng bệch** (un rostro pálido); (dt), **sự trắng bệch**: lo pálido, la palidez
trắng đen (tt), (pt): blanco y negro / **màu trắng đen** (los colores blanco y negro)
trắng mắt (tng): el desengaño / **làm cho trắng mắt ra** (hacer desengaño, desengañar)
trắng muốt, **trắng phau**, **trắng toát**, **trắng tinh** (tt), (pt): muy blanco, a
trắng tay, **bị trắng tay** (tng): estar en la ruina; (đt), **làm trắng tay**: blanquear, arruinar; (dt), **sự trắng tay**: el blanqueo, la ruina
trắng toát (tt), (pt): muy blanco, blanquea / **một cái áo trắng toát** (la camisa blanquea); (dt), **màu trắng toát**: el color muy blanco
trắng trợn (tt), (pt): desvergonzado, a; (dt), **sự trắng trợn**: la desvergüenza
trắng xóa (tt), (pt): blanqueo, a / **sóng vỗ vào bờ trắng xóa** (las olas penetraban en la orilla blanqueada)
trâm, **cái trâm**, **cái trâm cài tóc** (dt): la horquilla
trầm cảm, **bị trầm cảm** (đt): deprimir; (dt), **sự trầm cảm**: la depresión
trầm hương (dt): el incienso
trầm lắng (tt), (pt): silencioso, a / **giây phút trầm lắng** (el momento silencioso y solemne, el momento en silencio); (dt), **sự trầm lắng**: lo sedante, lo silencioso
trầm lặng (tt), (pt): silencioso, a y pensativo, a; (dt), **sự trầm lặng**: lo pensativo silencioso
trầm luân, **bể ải trầm luân** (tng): la vida oscilante
trầm ngâm (tt), (pt): pensativo, a; (dt), **sự trầm ngâm**: lo pensativo
trầm tĩnh (tt), (pt): calma, sedante; (dt), **sự trầm tĩnh**: la tranquilidad, lo sedante
trầm trọng (tt), (pt): grave; serio, a / **căn bệnh trầm trọng** (la enfermedad grave); (dt), **sự trầm trọng**: la gravedad
trầm tư (tt), (pt): pensativo, a / **vẻ mặt trầm tư** (el semblante pensativo, el semblante reflexivo) / **đang trầm tư** (estar pensativo, a) / **trầm tư suy nghĩ** (estar pensando, a)
trầm uất (đt): deprimir; (dt), **sự trầm uất**: la depresión

trẫm (dt): yo (rey)
trận (dt): el combate
trân châu (dt): la perla
trân trọng (tt), (pt): respetuoso, a / **thái độ trân trọng** (la actitud respetuosa); (đt): respetar; (dt), **sự trân trọng**: el respeto
trần, **cái trần nhà** (dt): el techo; (dt), **cái quạt trần**: el ventilador de techo; (đt), **ở trần**: estar sin camisa; (tng), **trần như nhộng**: desnudarse
trần đời (dt): la vida
trần giới (dt): la tierra (el mundo de los vivos) / **dưới trần giới** (en la tierra, bajo el cielo)
trần thuật (tt), (pt): narrativo, a / **thể văn trần thuật** (el estilo del género narrativo); (đt), **trần thuật**: relatar, describir, narrar; (dt), **sự trần thuật**: la narración
trần tình (đt): narrar, relatar; (dt), **sự trần tình**: el relato, la narración
trần truồng (tt), (pt): desnudo, a / **thân thể trần truồng** (el cuerpo desnudo); (dt), **sự trần truồng**: la desnudez; (đt), **bị trần truồng**: desnudarse
trần tục (tt), (pt): mundano, a / **thú vui trần tục** (el placer mundano); (dt), **sự trần tục**: lo mundano
trấn, **thị trấn** (dt): el pueblo pequeño, la aldea
trấn an (đt): calmar, tranquilizar; (dt), **sự trấn an**: lo calmante, lo tranquilizante
trấn áp (đt): dominar, obligar; (dt), **sự trấn áp**: la obligación, la dominación
trấn át (đt): dominar
trấn giữ (đt): detener; (dt), **sự trấn giữ**: la detención
trấn lột (đt): quitar, robar, usurpar, despojar; (dt), **sự trấn lột**: el despojo
trấn thủ (đt): ocupar / **trấn thủ nội thành** (ocupar la ciudadela); (dt), **sự trấn thủ**: la ocupación
trấn tĩnh (đt): tranquilizar a alguien, calmar; (đt), **tự trấn tĩnh**: tranquilizarse, calmarse; (dt), **sự trấn tĩnh**: el autocontrol
trận bão (dt): la tormenta
trận chiến (dt): el combate, la pantalla
trận đá bóng (dt): el partido de fútbol
trận đấu (dt): el combate, la pantalla
trận đồ (dt): el plan estratégico
trận tuyến (dt): la guerra de fronteras
trâng tráo (tt), (pt): cínico, a; (dt), **sự trâng tráo**: lo cínico

trập trùng (tt), (pt): rugoso, a; animado, a / **trập trùng phố xá đông vui** (la ciudad está animada y alegre) / **con đường khúc khủy trập trùng** (el camino rugoso, tortuoso)

trật (tt), (pt): descolocado, a / **bị trật** (ser descolocado, a) / **bánh xe bị trật** (la rueda está descolocada)

trật đường ray xe lửa (đt): descarrilar; (dt), **sự trật đường ray**: el descarrilamiento

trật tự (dt): el orden / **trật tự công cộng** (la seguridad de público)

trâu, con trâu (dt): el búfalo

trâu bò (dt): búfalos y vacas

trầu, trái trầu (tt), (dt): la nuez de betel; (dt), **cây trầu**: la palma del betel

trấu (dt): la paja de cereales

trây ra, **làm trây ra** (đt): ensuciar, desordenar

trầy, trầy trật (tt), (pt): desfavorable; (dt), **sự trầy trật**: lo desfavorable

trẩy hội, **đi trẩy hội** (đt): visitar una pagoda

tre, **cây tre** (dt): el bambú

trẻ (tt), (pt): joven / **còn trẻ** (ser joven) / **một người trẻ** (una persona joven) / **một chàng trai trẻ** (un joven) / **một cô gái trẻ** (una chica joven)

tuổi trẻ (dt): la juventud

trẻ con (tt), (pt): juvenil / **tính tình trẻ con** (el carácter juvenil / **giận hờn trẻ con** (el enfado pueril)

trẻ em (dt): los niños

trẻ măng (tt), (pt): joven / **vẫn còn trẻ măng** (ser joven todavía)

trẻ trung (tt), (pt): jovial, joven / **tâm hồn trẻ trung** (el espíritu joven) / **một người trẻ trung yêu đời** (una persona joven y positiva); (dt), **sự trẻ trung**: lo jovial

treo (đt): colgar, tender, izar / **treo cờ** (izar una bandera) / **treo áo quần** (tender la ropa)

trèo (đt): trepar / **trèo cây** (trepar el árbol) / **trèo núi** (subir la montaña)

tréo, **tréo chân** (đt): estar cruzando de piernas; (đt), **ngồi tréo chân**: sentarse cruzando las piernas

trẹo cổ (dt): el tortícolis; (đt), **bị trẹo cổ**: sufrir tortícolis

trẹo xương (dt): la luxación; (đt), **bị trẹo xương**: sufrir una luxación

trễ (tt), (pt): tarde / **đến trễ** (llegar tarde)

trệch (đt): desviar / **bị trệch đường, bị trệch hướng** (desviarse el camino); (dt), **sự trệch hướng**: la desviación

trên (tt), (pt): encima, superior, sobre, arriba / **phía trên** (la parte superior) / **cấp trên** (el, la que tiene el puesto superior) / **đặt trên bàn** (poner sobre la mesa) / **tầng trên** (la planta alta)

trét (đt): poner / **trét kem** (poner crema) / **trét phấn** (poner polvo) / **trét sơn** (poner pintura)

trệt (tt), (pt): bajo / **tầng trệt** (la planta baja) / **nhà trệt** (la casa terrera)

trêu (đt): burlar, irritar

trêu chọc (đt): burlar, irritar; (dt), **sự trêu chọc**: la irritación, la burla

trêu tức (đt): burlar, irritar; (dt), **sự trêu tức**: la irritación, la burla

tri âm (tt), (pt): amigable, pasajero, a / **một mối quan hệ tri âm** (una relación amigable); **bạn tri âm** (dt): los amigos, amigos pasajeros; (dt), **sự tri âm**: lo amigable, lo pasajero

tri kỷ tt), (pt): íntimo, a; (dt), **bạn tri kỷ**: el amigo íntimo, la amiga íntima; (dt), **sự tri kỷ**: lo íntimo

tri thức (dt): el conocimiento

trì hoãn (đt): retrasar / **làm trì hoãn công việc** (retrasar el trabajo) / **công việc bị trì hoãn** (el trabajo se estar retrasando); (dt), **sự trì hoãn**: el retraso

trì trệ (tt), (pt): lento, a / **thái độ trì trệ** (la actitud lenta); (đt), **làm trì trệ**: retrasar, demorar; (đt), **bị trì trệ**: demorarse; (dt), **sự trì trệ**: la demora, el retraso

trĩ, bệnh trĩ (dt): la hemorroide, las hemorroides

trí, cái trí (dt): la mente / **trí anh ta thấp lắm** (su mente es torpe) / **trí anh ta rất cao** (su mente es inteligente)

trí thông minh (dt): la inteligencia

trí lực (dt): la potencia mental

trí năng (dt): el intelecto

trí óc (dt): la mente / **một trí óc linh hoạt** (una mente ágil)

trí thức (tt), (pt): intelectual / **một người trí thức** (una persona intelectual, un intelectual); (dt), **giới trí thức**: los intelectuales

trí tuệ (dt): la inteligencia

trị bệnh (đt): curar / **phương thuốc trị bệnh** (la medicina terapéutica); (dt), **sự trị bệnh**: la terapeuta

trị giá (đt): valorar; (dt), **sự trị giá**: la valoración

trị tội (đt): castigar; (dt), **sự trị tội**: el castigo

trích, trích dẫn (đt): extraer; (dt), **sự trích dẫn**: la extracción; (dt), **đoạn trích, đoạn trích dẫn**: el extracto

trịch thượng (tt), (pt): presuntuoso, a / **một thái độ trịch thượng** (una actitud presuntuosa); (dt), **sự trịch thượng**: la presunción

triền miên (tt), (pt): incesante; interrumpido, a / **mưa triền miên** (lluvia incesante) / **một cơn mưa triền miên** (una lluvia incesante); (dt), **sự triền miên**: lo incesante, lo interrumpido

triển khai (đt): desplegar; (dt), **sự triển khai**: el despliegue

triển vọng (dt): la buena perspectiva; (đt), **có triển vọng**: tener una buena perspectiva

triển lãm, **cuộc trển lãm** (dt): la exposición / **trưng bày triển lãm = làm một cuộc triển lãm**: hacer una exposición, montar una exposición

triết, **triết học** (dt): la filosofía

triết lý (tt), (pt): filosófico, a / **tính triết lý** (el carácter filosófico) / **hắn hay triết lý lắm** (es muy filosófico, a); (dt), **sự triết lý**: lo razonable, lo filosófico

triệt, **triệt hạ**, **triệt tiêu** (đt): eliminar, destruir; (dt), **sự triệt tiêu**: la eliminación, la destrucción

triều chính (dt): el régimen monárquico

triều đại (dt): el reinado

triều đình (dt): la dinastía / **triều đình nhà Nguyễn** (la dinastía de Nguyễn)

triều tiên (tt), (pt): coreano, coreana / **nước Triều tiên** (Corea) / **người Triều tiên** (los coreanos) / **một người Triều tiên** (un coreano, una coreana) / **bắc Triều tiên** (Corea del norte) / **nam Triều tiên** (Corea del sur)

triệu chứng (dt): el síntoma / **triệu chứng của bệnh** (el síntoma de la enfermedad)

triệu hồi (đt): ordenar la presencia, ordenar la comparecencia, emplazar a una persona; (dt), **sự triệu hồi**: el llamamiento / **thư triệu hồi** (la cédula de la citación)

triệu phú (dt): el millonario

triệu tập (đt): emplazar, convocar; (dt), **sự triệu tập**: el emplazamiento; la convocatoria (de muchas personas, de una pluralidad de personas)

trinh sát, **chiến sĩ trinh sát** (dt): el espía comunista, la espía comunista

trinh thám (tt), (pt): policial / **tiểu thuyết trinh thám** (la novela policial)

trình bày (đt): representar, manifestar, decorar, presentar / **trình bày một ý tưởng** (representar una idea) / **trình bày một cuốn sách** (ilustrar un libro); (dt), **sự trình bày**: la representación, la decoración, la presentación

trình diễn (dt): actuar, interpretar / **một buổi trình diễn ca nhạc** (una actuación musical); (dt), **sự trình diễn**: la actuación, el espectáculo

trình diễn (đt): actuar (en la escena); (dt), **sự trình diễn**: el espectáculo
trình độ (dt): el nivel, el grado / **trình độ học vấn** (el grado de estudio) / **trình độ văn hóa** (el nivel cultural)
trình tự (dt): el orden / **theo trình tự thời gian** (según el orden cronológico) / **theo trình tự lớn nhỏ** (según el tamaño del grande al pequeño)
trịnh trọng (tt), (pt): solemne; presuntuoso, a / **một buổi tiệc trịnh trọng** (una fiesta solemne) / **một thái độ trịnh trọng** (la conducta presuntuosa); (dt), **sự trịnh trọng**: la presunción, la solemnidad
trít (đt): obstruir, taponar
trìu mến (tt), (pt): cariñoso, a / **thái độ trìu mến** (la actitud cariñosa); (dt), **sự trìu mến**: el cariño
trĩu trịt (tt), (pt): desgarrado, a / **bánh xe kéo trĩu trịt** (la rueda se arrastra desgarradamente)
tro, **tro bụi**, **tro tàn** (dt): la ceniza
trò chơi (dt): el juego
trò lừa đảo (dt): la estafa
trò chuyện (đt): conversar, dialogar; (dt), **sự trò chuyện**: el diálogo, la conversación
tróc, **tróc da** (đt): mudar la piel
tróc vảy cá (đt): escamar; (dt), **sự tróc vảy**: la escama
trọc (tt), (pt): calvo, a / **cái đầu trọc** (la cabeza calva); (đt), **cạo trọc**: rapar el pelo
trói (đt): atar / **trói một con vật** (atar un animal) / **trói một người** (atar a una persona)
trói buộc (tt), (pt): encerrado, a / **bị trói buộc vào tình cảm** (estar encerrado en un afecto) / **bị trói buộc vào công việc** (estar absorto en el trabajo); (dt), **sự trói buộc**: el encierro
tròn (tt), (pt): redondo, a; completo, a; entero, a / **hình tròn** (el círculo) / **một cái bàn tròn** (la mesa redonda) / **tròn năm** (el año completo) / **tròn tháng** (el mes completo)
tròn trịa, **tròn trĩnh** (tt), (pt): regordete / **một thân hình tròn trịa** (un cuerpo regordete) / **một khuôn mặt tròn trĩnh** (una cara regordeta); (dt), **sự tròn trịa**, **sự tròn trĩnh**: lo regordete
trọn (tt), (pt): entero, a; completo, a / **trọn đời**, **trọn kiếp** (toda la vida) / **trọn một năm** (un año entero) / **trọn tháng** (el mes entero) / **một tháng trọn** (un mes entero)

trọn vẹn (tt), (pt): completo, a; total; (dt), **sự trọn vẹn**: la totalidad, lo completo

trong (tt), (pt): claro, a; limpio, a / **bầu trời trong** (el cielo claro) / **nước trong** (el agua limpia)

trong (tt), (pt): interior, dentro / **trong một chốc nữa** (dentro de un momento) / **bên trong** (el interior)

trong khi (pt): mientras

trong khoảng (pt): dentro / **trong khoảng năm ngày nữa** (dentro de cinco días)

trong lành (tt), (pt): puro, a / **không khí trong lành** (el aire puro); (dt), **sự trong lành**: la pureza, lo límpido

trong sáng (tt), (pt): limpia / **một tâm hồn trong sáng lành mạnh** (un alma limpia y sana) ;(dt), sự **trong sáng**: la inocencia

trong suốt (lt): a lo largo, durante / **Trong suốt cuộc đời, chúng ta đã thâu nhận rất nhiều.** (A lo largo de la vida, hemos recibido mucho)

trong trẻo, trong veo, trong vắt (tt), (pt): límpido, a; claro, a; (dt), **sự trong trẻo**: lo límpido, la pureza

tròng mắt, **cái tròng mắt** (dt): el iris y la esclerótica

tròng đen (dt): el iris con la pupila

tròng trắng (dt): la esclerótica

trọng (đt): respetar

trọng án (dt): el juicio grave, el juicio severo

trọng âm (dt): el acento agudo

trọng bệnh (dt): la enfermedad grave

trọng đãi (đt): privilegiar (tratar a alguien de forma preferente y respetuosa); (dt), **sự trọng đãi**: el privilegio

trọng tài (đt): arbitrar; (dt), **người làm trọng tài**: el árbitro

trọng thương (dt): la lesión grave / **bị trọng thương** (tener la lesión grave)

trọng thưởng (đt): compensar, premiar; (dt), **sự trọng thưởng**: la buena compensación / **một sự trọng thưởng** (una buena compensación)

trọng tội (dt): el delito grave

trọng trách, **một trọng trách** (dt): una grave responsabilidad

trọng yếu (tt), (pt): crucial / **một vấn đề trọng yếu** (un asunto importante)

trót lọt (tt), (pt): escapado, a

trót dại (tng): cometer un error / **Cô ta đã trót dại nghe theo những lời dụ dỗ của một tên sở khanh.** (Ha cometido un error escuchando las palabras engañosas de un don Juan.)

trổ (đt): abrir / **trổ cửa cái** (abrir una puerta)
trổ hoa (đt): florecer; (dt), **sự trổ hoa**: el florecimiento
trổ tài (đt): demostrar el talento / **người thích trổ tài** (la persona que gusta de presumir de talento); (dt), **sự trổ tài**: la demostración de talento
trổ trời (tt), (pt), (tng): juguetón, a / **Hắn trổ trời lắm.** (Es muy juguetón.)
trôi (đt): flotar, mover / **thuyền trôi trên sông** (la barca se mueve en el río) / **bèo trôi trên sông** (las lentejas están flotando en el río)
trôi chảy (tt), (pt): fluido, a / **công việc trôi chảy** (el trabajo es fluido); (dt), **làm cho trôi chảy**: fluir; (dt), **sự trôi chảy**: la fluidez
trôi dạt (đt): arrastrar / **Một cánh hoa bị trôi dạt ven sông.** (Una flor se arrastra al borde del río.)
trôi qua (đt): pasar / **ngày tháng trôi qua** (el tiempo pasa)
trối trăn (đt): testar, otorgar testamento; (dt), **sự trối trăn**: lo testamentario, la testamentaría
trộm, trộm cắp (đt): robar; (dt), **sự trộm cắp**: el robo; (dt), **vật trộm cắp**: el objeto del robo; (dt), **tên trộm**: el ladrón, la ladrona
trốn (đt): huir
trốn tránh (tt) (pt): esquivo, a / **một thái độ trốn tránh** (una actitud esquiva); (đt), **trốn tránh**: esquivar, rehuir, eludir / **trốn tránh trách nhiệm** (eludir la responsabilidad) / **trốn tránh sự tìm kiếm** (rehuir la búsqueda)
trộn (đt): mezclar / **trộn rau sống** (mezclar la ensalada); (dt), **sự trộn**: la mezcla
trông (đt): esperar a alguien
trông cậy (đt): esperar el apoyo, apoyarse / **trông cậy vào sự giúp đỡ của gia đình** (esperar el apoyo de la familia); (dt), **sự trông cậy**: la espera de apoyo, el hecho de apoyarse en alguien
trông coi (đt): cuidar a alguien
trông đợi (đt): esperar a alguien; (dt), **sự trông đợi**: la espera
trông thấy (đt): ver
trông mong (đt): esperar a alguien; (dt), **sự trông đợi**: la espera
trồng cây (đt): plantar un árbol
trồng cấy (đt): cultivar, plantar; (dt), **sự trồng cấy**: el cultivo, la plantación
trồng cây chuối (tng): dar plantón, dejar a alguien plantado
trồng răng (đt): implantar un diente
trồng trọt (đt): cultivar, plantar; (dt), **sự trồng trọt**: el cultivo, la plantación
trống, cái trống (dt): el tambor, el gongo / **cái trống đồng** (el gong de bronce)

trống không (tt), (pt): no hay nada / **nói trống không** (hablar en vano); (dt), **sự trống không**: lo vano

trống gió (tt, tng): no hay viento / **nơi trống gió** (donde no hay viento) / **lựa một nơi trống gió để ngồi** (escoger un lugar sin viento para sentarse)

trống rỗng (tt), (pt): vano, a; aburrido, a / **cảm giác trống rỗng** (la sensación vacía, la sensación de vacío); (dt), **sự trống rỗng**: lo vano, el aburrimiento, la vanidad

trơ mặt (tt), (pt): sin vergüenza

trơ tráo (tt), (pt): cínico, a; (dt), **sự trơ tráo**: lo cínico

trơ trụi (tt), (pt): no queda nada; vacío, a / **một cành cây trơ trụi lá** (una rama sin hojas) / **một thành phố trơ trụi** (una ciudad desierta)

trở (đt): remover / **trở qua trở lại** (dar la vuelta un lado al otro, remover) / **trở lên trở xuống** (remover de arriba a abajo)

trở dạ, **bụng trở dạ** (tng): llegar el momento del parto

trở giọng, **trở mặt**, **trở quẻ** (tt), (pt): cambiante / **người hay trở mặt** (la persona hipócrita); (dt), sự **trở mặt**: la falsedad

trở lại (đt): retornar, regresar; (dt), **sự trở lại**: el retorno, el regreso

trở lui, **quay trở lui** (đt): volver / Anh ta quay trở lui vì bỏ quên cái áo khoác ở nhà. (Volvió la casa porque olvidó la chaqueta.)

trở mình (đt): remover / **trở mình trên giường** (removerse en la cama)

trở nên (đt): convertirse en algo, en alguien

trở ngại, **sự trở ngại** (dt): el obstáculo; (đt), **làm trở ngại**: obstaculizar; (đt), **bị trở ngại**: presentar obstáculos

trở tay (đt): agitar la mano / **trở tay không kịp** (no llegar a defenderse por ser descuidado, a)

trở thành (đt): convertirse en algo, en alguien

trớ, **nói trớ** (đt): desviar la conversación / **trớ qua chuyện khác** (desviar al otro tema)

trớ trêu (tt), (pt): desagradable / **thật là trớ trêu** (ser desagradable); (dt), **sự trớ trêu**: lo desagradable

trợ cấp (đt): subvencionar; (dt), **sự trợ cấp**: la subvención; (dt), **tiền trợ cấp**: la subvención

trợ chiến (đt): reforzar el ejército en combate con la ayuda de otro ejército; (dt), **sự trợ chiến**: el reforzamiento, la ayuda de reforzamiento de un ejército perdiendo con el otro ejército

trợ động từ (dt): el adverbio

trợ giúp (đt): ayudar; (dt), **sự trợ giúp**: la ayuda
trợ lực (đt): fortalecer; (dt), **sự trợ lực**: la fortaleza
trợ tá (tt), (pt): ayudante; (dt), **người trợ tá**: el ayudante, la ayudante; (dt), **sự trợ tá**: lo ayudante
trợ tim (tt): cardiovascular; (dt), **thuốc trợ tim**: la medicina cardiovascular
trời (dt): el cielo / **cái vòm trời** (el firmamento) / **ông trời** (Dios)
trời đất (dt): el cielo y la tierra
trơn (tt), (pt): liso, a / **cái nền nhà trơn tuột** (el suelo deslizante, el suelo resbaloso, el suelo pulido); (đt), **làm trơn**: alisar
trù, **trù dập** (đt): maltratar; maldecir
trù tính (đt): proyectar, proyectar hacer algo; (dt), **sự trù tính**: el proyecto, la intención de hacer algo
trú, **trú ẩn** (đt): refugiarse, esconderse; (dt), **sự trú ẩn**: lo refugiado
trú ngụ (đt): habitar, residir; (dt), **sự trú ngụ**: lo residente; nơi trú ngụ; (dt), **nơi trú ngụ**: la residencia
trú quán (dt): el domicilio
trụ, **cái trụ**, **cái cột trụ** (dt): el pilar
trụ cột (dt): el sostenimiento, el sostén / **Anh ta là trụ cột của một gia đình.** (Él es el sostén de una familia.); (đt), **làm trụ cột**: sostener
trụ sinh (tt), (pt): antibiótico, a / **thuốc trụ sinh** (el fármaco antibiótico, el antibiótico)
trụ sở (dt): la oficina
trụ trì (đt): dirigir / **trụ trì một ngôi chùa** (dirigir un monasterio, una pagoda) / **thầy trụ trì** (el abad)
truất ngôi vua (đt): destronar; (dt), **sự truất ngôi**: el destronamiento
truất phế (đt): destituir, abolir; (dt), **sự truất phế**: la destitución, la abolición
truất quyền (đt): quitar el poder, abolir, destituir, defenestrar, hacer caer
trúc (dt): el bambú
trục, **cái trục** (dt): el eje
trục lợi (tt), (pt): interesado, a / **người trục lợi** (la persona interesada; (dt), **sự trục lợi**: lo interesado
trục trặc (tt), (pt): obstáculo, a; (dt), **sự trục trặc**: el obstáculo; (đt), **làm cho trục trặc**: obstaculizar
trui nhũi (pt): escondido, a; (đt), **sống trui nhũi**: vivir escondiéndose, huyendo / **sống trui nhũi trong rừng** (vivir escondido en el bosque)
trụi, **làm trụi** (đt): vaciar

trụi lủi (tt), (pt): vació, a / **một cành cây trụi lá** (una rama sin hojas)
trùm, ông trùm (dt): el jefe mafioso
trun, con trun (dt): la tenia
trung (tt), (pt): mediano, a; medio, a
trung bình (tt), (pt): medio, a; mediano, a / **điểm trung bình** (la nota mediana)
trung điểm (dt): el punto central
trung đoàn (dt): el regimiento / **trung đoàn trưởng** (el teniente en jefe) / **trung đoàn phó** (el subteniente)
trung gian (tt), (pt): mediador, a / **người trung gian** (el mediador, la mediadora); (đt), **làm trung gian**: intermediar
trung gian hòa giải, **làm trung gian hòa giải** (đt): intermediar; (dt), **người làm trung gian hòa giải**: el mediador, la mediadora
trung hậu (tt), (pt): noble / **người trung hậu** (la persona noble)
trung hiếu (tt), (pt): fiel / **người trung hiếu** (la persona fiel); (dt), **sự trung hiếu**: la fidelidad
trung hòa (tt), (pt): neutral; (dt), **sự trung hòa**: la neutralidad
trung học (tt), (pt): secundario, a / **trường trung học** (el colegio de secundaria) / **lớp trung học** (la clase de secundaria)
trung kỳ (tt), (pt): medio, a / **thuộc về trung kỳ** (forma parte de la zona media) / **ba tỉnh trung kỳ** (las tres ciudades colonizadas de Vietnam en la época francesa)
trung lập (tt), (pt): neutral / **đứng trung lập** (ser neutral); (dt), **sự trung lập**: la neutralidad
trung nghĩa (tt), (pt): fiel, responsable; (dt), **sự trung nghĩa**: la fidelidad y responsabilidad
trung quốc (tt): chino, a / **nước Trung Quốc** (China) / **người Trung Quốc** (los chinos) / **một người Trung Quốc** (un chino, una china)
trung tá (dt): el coronel de división
trung tâm (tt), (pt): central / **khu vực trung tâm** (la zona central); (dt), **trung tâm**: el centro / **trung tâm thành phố** (el centro de la ciudad)
trung thành (tt), (pt): fiel; (dt), **sự trung thành**: la fidelidad
trung thực (tt), (pt): sincero, a / **người trung thực** (la persona sincera); (dt), **sự trung thực**: la sinceridad
trung thu (tt), (pt): otoño / **tết trung thu** (la fiesta del otoño, 15 de agosto según el calendario lunar)
trung tín (tt), (pt): fiel; (dt), **sự trung tín**: la fidelidad

trung tuyến (tt), (pt): medio, a / **đường trung tuyến** (la línea media)
trung tướng (dt): el General de división
trung úy (dt): el teniente de división
trung ương (tt), (pt): central / **cơ quan trung ương** (la organización central)
trùng dương (dt): el océano / **trùng dương dậy sóng** (el océano desencadena el oleaje; la naturaleza se enfurece)
trùng điệp (tt), (pt): inmenso, a / **núi rừng trùng điệp** (montañas y bosques inmensos; el paisaje inmenso); (dt), **sự trùng điệp**: la inmensidad
trùng hợp, **sự trùng hợp** (dt): la coincidencia
trùng khơi (tt), (pt): remoto, a / **nơi xa tít trùng khơi** (un lugar remoto)
trùng lặp (tt), (pt): repetido, a; (dt), **sự trùng lặp**: lo repetido, la repetición
trùng phùng (đt): reencontrar; (dt), **sự trùng phùng**: el reencuentro / **một cuộc trùng phùng**: un reencuentro
trùng trình (tt), (pt): rasgado, a / **kéo theo trùng trình** (llevar muy rasgado)
trùng tu (đt): restaurar; (dt), **sự trùng tu**: la restauración
trũng, **chỗ trũng** (dt): el hueco
trúng (pt): acertamente / **đoán trúng** (acertar, adivinar con acierto) / **đoán sai** (no acertar)
trúng kế, **bị trúng kế** (đt): caer en la trampa, la intriga; (đt), **đoán trúng kế**: desenmascarar la intriga
trúng số (đt): tocar la lotería, ganar la lotería
trúng tủ (tng): estar en su salsa, en un entorno cómodo / **thi trúng tủ** (tocar en el examen un tema que se sabe) / **nói trúng tủ** (hablar un tema que se sabe, estar en un entorno cómodo)
trúng ý, **đoán trúng ý** (đt): acertar
trút (đt): desahogarse, exhalar, descargar / **trút giận cho người khác** (descargar en otra persona, desahogarse en otro) / **trút hơi thở cuối cùng** (exhalar el último aliento) / **mưa như trút nước** (lluvia torrencial)
truy tìm (đt): buscar / **truy tìm thủ phạm** (buscar el culpable); (dt), **sự truy tìm**: la pesquisa, la batida
truy lùng (đt): buscar / **truy lùng thủ phạm** (buscar el culpable); (dt), **sự truy lùng**: la pesquisa, la batida
trụy lạc (tt), (pt): corrompido, a / **người ăn chơi trụy lạc** (un crápula); (dt), **sự trụy lạc**: lo corrompido
truyền bá (đt): prodigar, dispensar / **truyền bá tư tưởng** (dispensar las ideas); (dt), **sự truyền bá**: la dispersión

truyền cảm (tt), (pt): magnético, a / **một giọng văn truyền cảm** (un estilo de literatura magnético) / **một vẻ đẹp truyền cảm** (una belleza magnética); (dt), **sự truyền cảm**: lo magnético
truyền đạo (đt): predicar; (dt), **sự truyền đạo**: la predicación
truyền đạt (đt): expresar, manifestar/ **truyền đạt một ý tưởng** (expresar, manifestar una idea); (dt), **sự truyền đạt**: la expresión, manifestación)
truyền điện (đt): descargar electricidad; (dt), **sự truyền điện**: la descarga eléctrica
truyền đơn, **tờ truyền đơn** (dt): la octavilla; (đt), **rải truyền đơn**: repartir las octavillas
truyền giáo (đt): predicar; (dt), **sự truyền giáo**: la predicación
truyền giống (đt): engendrar, procrear; (dt), **sự truyền giống**: la reproducción, la procreación
truyền khẩu (đt): transmitir oralmente, propagar oralmente; (dt), **sự truyền khẩu**: la transmisión oral
truyền hình, **đài truyền hình** (dt): la televisión
truyền kiếp (đt): perpetuar; (dt), **sự truyền kiếp**: la perpetuidad
truyền lệnh (đt): dar orden, dar una orden, mandar; (dt), **sự truyền lệnh**: el mandamiento
truyền lực (đt): transmitir la fuerza
truyền miệng (đt): transmitir oralmente, propagar oralmente; (dt), **sự truyền miệng**: la transmisión oral
truyền nhiễm (tt), (pt): contagioso, a / **bệnh truyền nhiễm** (la enfermedad contagiosa); (đt): contagiar; (dt), **sự truyền nhiễm**: el contagio
truyền thanh (dt): la radio / **truyền thanh truyền hình** (radio televisión)
truyền thông (đt): comunicar; (dt), **sự truyền thông**: la comunicación
truyền thống (dt): la tradición / **truyền thống gia đình** (la tradición familiar) / **truyền thống dân tộc** (la tradición nacional)
truyền thụ (đt): transmitir, enseñar, heredar; (dt), **sự truyền thụ**: la transmisión
truyền thuyết (dt): la leyenda
truyện (dt): la novela, el cuento
truyện dài (dt): la novela larga
truyện ngắn (dt): el relato corto, la novela corta, el cuento corto
truyện phim (dt): un guión cinematográfico
trừ (đt): rectar; (dt), **phép trừ**: la recta

trừ khi (pt): excepto cuando / **Anh ta đi du lịch hàng tháng, trừ khi không có tiền**. (Él iba de viaje todos los meses, excepto cuando no tenía dinero.)

trừ tà (đt): exorcizar; (dt), **sự trừ tà**: el exorcismo; (dt), **người trừ tà**: el exorcista

trữ tình (tt), (pt): lírico, a / **văn thơ trữ tình** (la literatura lírica, la lírica); (dt), **sự trữ tình**: lo lírico, lo poético

trứ danh (tt), (pt): célebre / **một người trứ danh** (una persona célebre)

trưa, **buổi trưa** (dt): el mediodía

trực (đt): estar de guardia / **trực đêm** (estar de guardia por la noche) / **một ca trực đêm** (una guardia nocturna) / **có một ca trực đêm** (tener una guardia nocturna)

trực cảm (dt): la intuición

trực diện (tt), (pt): frente; directo, a / **ngồi trực diện** (sentar frente) / **nói trực diện** (hablar en persona, directo, a); (dt), **sự trực diện**: lo directo

trực giác (dt): la intuición

trực thuộc (tt), (pt): forma parte / **trực thuộc cơ quan trung ương** (forma parte de la organización central)

trực tiếp (tt): directo, a; directamente; (dt), **sự trực tiếp**: lo directo

trưng bày (đt): exponer, demostrar; (dt), **sự trưng bày**: la exposición, la demostración

trưng cầu (đt): consultar / **trưng cầu dân ý** (someter algo a plebiscito)

trừng phạt (đt): castigar; (dt), **sự trừng phạt**: el castigo

trứng (dt): el huevo

trứng gà (dt): el huevo de gallina

trứng vịt (dt); el huevo de pato

trứng vịt lộn (dt): el balut, el huevo de pato fertilizado con su embrión dentro que se cuece al igual que un huevo cocido.

trước (tt), (pt): antes, anterior / **báo trước** (avisar con antelación) / **đi trước** (ir antes) / **nói trước** (hablar con antelación) / **ngày trước** (el día anterior) / **tháng trước** (mes anterior); (dt), trước, **cái trước**: la antelación, la anterioridad

trước đây (tt), (pt): anterior / **năm trước đây** (el año anterior) / **ngày trước đây** (el día anterior) / **tháng trước đây** (el mes anterior); (dt), **sự trước đây**: la anterioridad

trước hết = **trước nhất** = **trước tiên** (pt): el primer lugar, lo primero

trước khi (pt): antes de / **trước khi** *xảy ra* **việc gì đó** (antes de ocurrir algo) / **trước khi nhà nước ban hành pháp luật mới** (antes de que el Estado dictara una nueva ley)

trước mắt (pt): delante de los ojos / **trước mắt anh ta là một phong cảnh lớn** (ante él se alza un gran paisaje) / **việc trước mắt** (el primer asunto, la cosa urgente, la urgencia)

trước sau gì (tng): tarde o temprano / **trước sau gì cô ấy cũng đến** (tarde o temprano vendrá) / **trước sau gì cũng xong** (tarde o temprano se terminará)

trương lực (tt), (pt): entonado, a / **ông ta uống say rồi trương lực.** (Él bebía y luego quedó entonado); (đt), **trương lực**: entonar

trường, **ngôi trường** (dt): la escuela, el colegio

trường cửu (tt), (pt): durable; eterno; (dt), **sự trường cửu**: la eternidad

trường đấu (dt): el campo, el estadio

trường đua (dt): el campo, el estadio

trường học, **cái trường học** (dt): la escuela

trường hợp (dt): el caso, la circunstancia / **trường hợp của một người nào đó** (el caso de alguien) / **một trường hợp đặc biệt** (un caso especial)

trường kỳ (tt), (pt): durable; prolongado, a / **một cuộc kháng chiến trường kỳ** (una resistencia perdurable, prolongada); (dt), **sự trường kỳ**: la prolongación

trường phái (dt): el estilo / **trường phái nghệ thuật** (el estilo artístico)

trường quay (dt): el estudio de vídeo, el plató / **trường quay phim** (la escuela cinematográfica; el plató)

trường sinh, **sự trường sinh** (dt): la longevidad

trường thọ, **sự trường thọ** (dt): la longevidad

trường tồn (tt), (pt): pesistente / **một giai thoại trường tồn** (una anécdota persistente); (dt), **sự trường tồn**: la persistencia / **sự trường tồn của trí nhớ** (la persistencia de la memoria)

trưởng (dt): jefe, jefa / **tộc trưởng** (el jefe de una tribu); (tt), (pt), **trưởng**: mayor / **là anh trưởng** (ser hermano mayor) / **con gái trưởng** (la hija mayor, la primogénita) / **con trai trưởng** (el hijo mayor, el primogénito)

trưởng giả (tt), (pt): presuntuoso, a / **thái độ trưởng giả** (la conducta presuntuosa); (dt), **sự trưởng giả**: la presunción

trưởng lão, **bậc trưởng lão** (dt): el anciano

trưởng nam (dt): el hijo mayor, el primogénito

trưởng nữ (dt): la hija mayor, la primogénita

trưởng phòng (dt): el jefe, la jefa de la oficina

trưởng thành (tt), (pt): maduro, a; (dt), **sự trưởng thành**: la madurez
trưởng thôn (dt): el jefe de una aldea
trưởng tộc (dt): el jefe de una tribu
trượng phu (tt), (pt): gentil / **thái độ trượng phu** (la conducta gentil) / **bậc trượng phu** (el gentilhombre); (dt), **sự trượng phu**: la gentileza
trượt (đt): deslizarse
trượt chân (đt): deslizarse la pierna
trượt tuyết (đt): patinar
trừu tượng (tt), (pt): abstracto, a / **tranh trừu tượng** (la pintura abstracta); (dt), **sự trừu tượng**: la abstracción; (đt), **trừu tượng hóa**: abstraer
tu (đt): meditar; (dt), **thầy tu**: el monje; (dt), **sự tu hành**: la meditación
tu bổ (đt): nutrir; (dt), **sự tu bổ**: la nutrición
tu chỉnh (đt): corregir; (dt), **sự tu chỉnh**: la corrección
tu hành (đt): meditar; (dt), **sự tu hành**: la meditación
tu hú, **con tu hú** (dt): un pájaro; (tng), **tu hú**: un falso monje / **hắn chỉ có tài tu hú** (es sólo un mentiroso)
tu luyện (đt): meditar, entrenar; (dt), **sự tu luyện**: la meditación, el entrenamiento
tu sửa (đt): corregir, reparar; (dt), **sự tu sửa**: la corrección, la reparación
tu tạo (đt): construir / **tu tạo sự nghiệp** (construir la vida, hacer la carrera), (dt), **sự tu tạo**: la construcción (la carrera, la vida)
tu thân, tu thân tích đức (tng): meditar
tu tỉnh, **sự tu tỉnh** (dt): la auto- corrección
tu từ (tt), (pt): retórico, a / **một kiểu văn phong tu từ** (un estilo literario retórico); (dt), **sự tu từ**: la retórica
tu viện (dt): el monasterio
tù, **bị tù** (đt): recibir condena, estar en la cárcel
tù chung thân (dt): la cadena perpetua
tù đày, **bị tù đày** (đt): recibir condena; (dt), **sự tù đày**: la condena
tù khổ sai (dt): la condena del esclavo / **bị tù khổ sai** (tener la condena del esclavo, la condena perpetua) / **một người tù khổ sai** (el prisionero esclavo)
tù nhân (dt): el prisionero, la prisionera
tù treo (dt): la remisión condicional, la libertad condicional; (đt), **bị tù treo**: recibir la remisión condicional
tù trưởng (dt): el jefe de una tribu

tù túng (tt), (pt): agobiante, insuficiente / **bị tù túng** (ser agobiante) / **tiền bạc tù túng** (el dinero insuficiente); (dt), **sự tù túng**: lo agobiante, la insuficiencia

tù và, **cái tù và** (dt): la trompa

tủ, **cái tủ** (dt): el armario

tủ đứng, **cái tủ đứng** (dt): el armario

tủ gương, **cái tủ gương** (dt): el armario con espejo

tủ kính, **cái tủ kính** (dt): la vitrina

tủ lạnh, **cái tủ lạnh** (dt): la nevera

tủ sách, **cái tủ sách** (dt): la estantería de libro

tú tài (tt), (pt): bachillerato / **bằng tú tài**: el diploma en bachillerato (la época republicana) = **bằng cấp ba** (ahora)

tụ điểm (dt): el punto de encuentro; la concentración

tụ họp (đt): reunir; (dt), **cuộc họp**: la reunión; (dt), **sự tập họp**: la agrupación

tụ tập (đt): reunir, agrupar; (dt), **sự tụ tập**: la agrupación, la aglomeración

tua, **cái dây tua** (dt): la borla

tua tủa, **chạy tua tủa ra** (tng, đt): esparcir / **Họ chạy tua tủa ra đường.** (Se esparzan en la calle.)

túa, **đổ túa ra** (tng, đt): esparcir / **Họ đổ túa ra đường.** (Se esparzan en la calle.)

tuân hành (đt): obedecer, ejecutar; (dt), **sự tuân hành**: la obediencia (del orden)

tuân thủ (đt): obedecer (el reglamento); (dt), **sự tuân thủ**: la obediencia

tuần lễ (dt): la semana

tuần hoàn (đt): circular; (dt), **sự tuần hoàn**: la circulación

tuần phiên, **đi tuần phiên** (đt): patrullar; (dt), **sự tuần phiên**: la patrulla

tuần tự (tt), (pt): gradual; progresivo, a / **tuần tự theo thời gian** (ser progresivo, a según el tiempo); (dt), **sự tuần tự**: lo gradual, lo progresivo

tuấn tú (tt), (pt): despejado, lúcido / **Anh ta có một gương mặt tuấn tú.** (Él tiene el rostro despejado.; Él tiene una cara inteligente) (la palabra se emplea en masculino, no para el femenino); (dt), **sự tuấn tú**: lo despejado

tuất (tt), (tng): perro / **giờ tuất** (el intervalo entre las 19 y las 21 horas) / **năm tuất** (el año del perro)

túc chí (tt), (pt): concentrado, a / **túc chí làm ăn** (concentrarse en el trabajo); (dt), **sự túc chí**: las ganas de trabajar, la concentración en el trabajo

túc duyên, **một mối túc duyên** (dt): un amor predestinado

tục (tt), (pt): grosero, a; obsceno, a / **nói tục** (hablar palabrota); (dt), **sự tục tiểu**: la obscenidad

tục danh (dt): el apodo
tục lệ (dt): la costumbre
tục lụy (tt), (pt): miserable / Đời sống là tục lụy. (La vida es miserable.); (dt), **sự tục lụy**: la miseria
tục ngữ (dt): el refrán, el proverbio
tục tiểu (tt), (pt): obsceno, a / **ý nghĩ tục tiểu** (el pensamiento obsceno); (dt), **sự tục tiểu**: la obscenidad
tục truyền (dt): el cuento folklore, folclore
tuế cống (dt): el impuesto anual (palabra antigua)
tuệ nhãn (dt), (tng): el tercero ojo, lo patente, la capacidad de ver lo que no ver
tuệ tâm (dt), (tng): lo patente; la bondad
tuyệch toạc (tt), (pt): tosco, a / **ăn nói tuyệch toạc** (hablar descuidadamente, habla de manera tosca); (dt), **sự tuyệch toạc**: lo tosco, lo inconsiderado
tủi hổ (tt), (pt): vergonzoso, a / **cảm giác tủi hổ** (sentirse vergonzoso, a); (dt), **sự tủi hổ**: la vergüenza
tủi nhục (tt), (pt): humillado, a / **cảm giác tủi nhục** (sentirse humillado, a); (dt), **sự tủi nhục**: la humillación
tủi phận (tt), (pt): lamentable / **cảm giác tủi phận** (sentirse lamentable); (đt), **tủi phận**: lamentarse, deplorar
tủi thân (tt), (pt): lamentable / **cảm giác tủi thân** (sentirse lamentable); (đt), **tủi thân**: lamentarse, deplorar; (dt), **sự tủi thân**: la lamentación
túi, cái túi (dt): el bolsillo / **cái túi áo** (el bolsillo de camisa) / **cái túi quần** (el bolsillo del pantalón)
túi bụi (tt), (pt): repetido, a / **đánh túi bụi** (pegar repetidamente, golpear)
túi du lịch (dt): la bolsa de viaje
túi xách (dt): la mochila, el bolso
túi mật (dt): la vesícula biliar
tùm hum, ngồi tùm hum (đt): encogerse
tùm lum (tt), (pt): disperso, a; desordenado, a / **đồ đạc vất tùm lum** (las cosas están tiradas)
tủm tỉm (tt), (pt): sonriente / **cười tủm tỉm** (sonreír)
túm (đt): coger, tirar / **túm áo** (coger, tirar la camisa de alguien)
tụm (đt): reunir / **tụ năm tụm bảy** (reunirse varias personas, congregarse)
tủn mụn (tt), (pt): mezquino, a / **tính tình tủn mủn** (el carácter mezquino, la personalidad mezquina); (dt), **sự tủn mủn**: la mezquindad

tuôn (đt): brotar / **tuôn nước** (brotar el agua)

tuôn chảy (tt), (pt): fluye / **dòng nước tuôn chảy** (el agua fluye); (dt), **sự tuôn chảy**: la fluidez; (đt), **làm tuôn chảy**: fluir

tuồn (đt): meter / **tuồn tay vào túi quần** (meter la mano en el bolsillo del pantalón)

tuồng luông, **tuồng luông tuồng la** (tng): desordenado, a / **nhà cửa tuồng luông tuồng la** (la casa está desordenada)

tuốt (đt): trillar

tuốt lúa (dt): trillar arroz; (dt), **sự tuốt lúa**: la trilla del arroz

tuốt tuột (pt): todo, absolutamente / **thấy tuốt tuột từ trong ra ngoài** (ver todo de dentro a fuera)

tuột (đt): resbalar, deslizarse / **tuột xuống dưới** (resbalar cuesta abajo, deslizarse)

tùy, **còn tùy**, **còn tùy vào** (tng): depender de

tùy bút (tt), (pt): discrecional / **viết tùy bút** (escribir de manera discrecional, escribir como quiera)

tùy cơ (đt): depender, esperar una fortuna ocasional / **tùy cơ ứng biến** (depender de una buena ocasión para actuar); (dt), **sự tùy cơ**: la dependencia de la buena ocasión

tùy hứng, **sự tùy hứng** (dt): la inspiración repentina

tùy nghi (tt), (pt): discrecional / **tùy nghi lựa chọn** (elegir de manera discrecional); (dt), **sự tùy nghi**: lo discrecional

tùy tâm (đt): depender de la voluntad; (dt), **sự tùy tâm**: la dependencia de la voluntad

tùy thân (tt), (pt): personal / **giấy tờ tùy thân** (los papeles personales: pasaporte, din, nie)

tùy thích (tng): como quiera

tùy thời (đt): depender de una buena ocasión

tùy thuộc (tt), (pt): dependiente; (đt), **tùy thuộc**: depender; (dt), **sự tùy thuộc**: la dependencia

tùy tiện (tt), (pt): arbitrario, a / **thái độ tùy tiện** (la conducta arbitraria) / **làm việc một cách tùy tiện** (trabajar de manera arbitraria); (dt), **sự tùy tiện**: lo arbitrario

tùy tùng (tt), (pt): guardia, vigilante / (dt), **người tùy tùng**: el guardián

tùy ý (pt): como quiera / **làm việc tùy ý** (trabajar como quiera)

tủy, cái **tủy xương** (dt): la médula

tủy xương sống, cái **tủy xương sống** (dt): la médula espinal
tủy tạng, **cái tủy tạng** (dt): el páncreas
tuyên án (đt): dictar la sentencia; (dt), **sự tuyên án**: el dictado la sentencia
tuyên bố (đt): proclamar; (dt), **sự tuyên bố**: la proclamación
tuyên cáo (đt): declarar pública; (dt), **sự tuyên cáo**: la declaración pública
tuyên dương (đt): elogiar; (dt), **sự tuyên dương**: el elogio (del buen resultado de alguien)
tuyên ngôn (đt): declarar / **tuyên ngôn độc lập** (declarar la independencia); (dt), **sự tuyên ngôn**: la declaración; (dt), **bản tuyên ngôn độc lập**: la declaración de la independencia
tuyên thệ (đt): jurar; (dt), **sự tuyên thệ**: el juramento
tuyên truyền (đt): propagar; (dt), **sự tuyên truyền**: la propagación
tuyên úy (dt): el teniente / **cha tuyên úy** (el capellán, un sacerdote del ejército)
tuyền (tt), (pt): liso, a / **màu đen tuyền** (như nhung) / **el color negro liso** (como el terciopelo)
tuyển, **tuyển chọn** (đt): seleccionar; (dt), **sự tuyển chọn**: la selección
tuyển cử (đt): elegir / **đã được tuyển cử** (ser elegido, a); (dt), **sự tuyển cử**: lo electo
tuyển dụng (đt): reclutar, contratar, seleccionar / **tuyển dụng binh lính** (reclutar militar) / **tuyển dụng nhân công** (seleccionar los trabajadores, contratar los trabajadores); (dt), **sự tuyển dụng**; la contratación, la selección; (dt), **người được tuyển dụng**: el recluta, la recluta
tuyển lựa (đt): seleccionar; (dt), **sự tuyển lựa**: la selección
tuyển mộ (đt): seleccionar, reclutar / **tuyển mộ quân lính** (reclutar militar); (dt), **sự tuyển mộ**: la selección
tuyển quân (đt): reclutar militar; (dt), **sự tuyển quân**: la contratación militar
tuyển sinh (đt): convocar alumnos, estudiantes; (dt), **sự tuyển sinh**: la convocatoria de alumnos, estudiantes
tuyển tập (dt): la compilación / **một tuyển tập thơ** (una compilación de poemas)
tuyến (dt): la línea / **một tuyến xe buýt** (una ruta de autobús) / **một tuyến tàu** (una ruta de tren, una ruta de ferrocarril)
tuyến đường bay (dt): el vuelo
tuyến giáp (dt): la glándula / **tuyến giáp trạng** (la glándula tiroides) / **tuyến giáp động mạch** (la glándula)

tuyết (dt): la nieve

tuyệt (tt), (pt): maravilloso, a

tuyệt bút (dt): el último escrito (antes de morir)

tuyệt chủng, **làm cho tuyệt chủng** (đt): desaparecer una raza, extinguir una raza; (đt), **bị tuyệt chủng**: extinguirse una raza; (dt), **sự tuyệt chủng**: la desaparición de una raza, la extinción una raza

tuyệt cú mèo (tng): excelente, maravilloso, a

tuyệt diệu (tt), (pt): maravilloso, a; (dt), **sự tuyệt diệu**: la maravilla, lo maravilloso

tuyệt thực (đt): hacer huelga de hambre / **Anh ta đã tuyệt thực.** (Hizo huelga de hambre.); (dt), **sự tuyệt thực**: la huelga de hambre

tuyệt đỉnh (tt), (pt): máximo, a / **tuyệt đỉnh danh vọng** (la cima de la fama); (dt), **sự tuyệt đỉnh**: la cúspide, la cumbre, la cima

tuyệt đối (tt), (pt): absoluto, a / **một niềm tin tuyệt đối** (la certeza absoluta); (dt), **sự tuyệt đối**: lo absoluto; (dt), **chủ nghĩa tuyệt đối**: el absolutismo; (dt), **người theo chủ nghĩa tuyệt đối**: el, la absolutista

tuyệt giao (đt): cortar, terminar, romper la relación; (dt), **sự tuyệt giao**: el final de la relación, el fin de la relación

tuyệt giống, **làm cho tuyệt giống** (đt): desaparecer una raza, extinguir una raza; (đt), **bị tuyệt giống**: extinguirse una raza; (dt), **sự tuyệt giống**: la desaparición de una raza, la extinción de una raza

tuyệt hảo (tt), (pt): excelente; (dt), **sự tuyệt hảo**: la excelencia

tuyệt kinh, **bị tuyệt kinh** (đt): tener la menopausia; (dt), **sự tuyệt kinh**: la menopausia

tuyệt mệnh, **thư tuyệt mệnh** (dt): la escritura de testamento, el último escrito

tuyệt mỹ (tt), (pt): hermoso, a / **một tác phẩm tuyệt mỹ** (una obra hermosa): (dt), **sự tuyệt mỹ**: la hermosura, la belleza excepcional

tuyệt nhiên (tng): ser absolutamente / Anh ta tuyệt nhiên không hay biết gì cả. (Es absolutamente no enterarse de nada.)

tuyệt sắc (tt), (pt): extraordinaria belleza / **một giai nhân tuyệt sắc** (una belleza extraordinaria); (dt), **sự tuyệt sắc**: la extraordinaria belleza

tuyệt tác (tt), (pt): extraordinario, a; maravilloso, a / **một bức tranh tuyệt tác** (un cuadro extraordinario); (dt), **sự tuyệt tác**: lo extraordinario, lo maravilloso

tuyệt trần (tt), (pt): excepcional, eminente / **một vẻ đẹp tuyệt trần** (la belleza excepcional, eminente); (dt), **sự tuyệt trần**: la eminencia belleza

tuyệt tự, **bị tuyệt tự** (đt), (tng): extinguirse, no tener hijos para continuar el linaje; (dt), **sự tuyệt tự**: la extinción del linaje

tuyệt vọng (tt), (pt): desesperado, a / **cảm giác tuyệt vọng** (sentir desesperado, a); (dt), **sự tuyệt vọng**: lo desesperado

tuyệt vời (tt), (pt): maravilloso, a; (dt), **sự tuyệt vời**: la maravilla, lo maravilloso / **trên cả tuyệt vời** (muy maravilloso)

tư bản (tt), (pt): capitalista; (dt), một nhà tư bản: un capitalista; (dt), chủ nghĩa tư bản: el capitalismo

tư cách (dt): la personalidad

tư chất (dt): la esencia personal, la naturalidad personal / **người có một tư chất thông minh** (la persona que tiene una naturalidad inteligente)

tư duy (dt): el intelecto / **tư duy cá nhân** (el intelecto del individuo)

tư hữu (tt), (pt): particular / **thuộc về tư hữu** (ser particular)

tư lợi (tt), (pt): interesado, a; (dt), **sự tư lợi**: el interés personal

tư nhân (tt), (pt): particular / **thuộc về tư nhân** (ser particular)

tư pháp, **Sở tư pháp** (dt): el Ministerio de justicia

tư sản (tt), (pt): capitalista / **một nhà tư sản** (un capitalista)

tư thất (dt): la casa particular

tư thế (dt): la posición / **tư thế đứng** (la posición de pie) / **tư thế nằm** (la posición de tumbarse) / **tư thế ngồi** (la posición de sentarse)

tư thông (đt): juntarse, confabularse / Họ đã tư thông với nhau để làm chuyện xấu. (Se juntaron para hacer cosa mala.); (dt), **sự tư thông**: la confabulación

tư thù, **mối tư thù** (dt): el odio personal

tư tưởng (dt): el pensamiento personal

tư vấn (tt), (pt): consejero, a; (dt), **sự tư vấn**: la consulta, lo consejero; (dt), **văn phòng tư vấn**: la oficina gestora, la gestoría

từ (dt): la palabra

từ (đt): cortar, terminar / **Cô ấy đã từ anh ta.** (Se terminó con él.)

từ ái (tt), (pt): misericordioso, a / một tấm lòng từ ái (un corazón misericordioso); (dt), **sự từ ái**: la misericordia

từ biệt (đt): despedir; (dt), **sự từ biệt**: la despedida

từ bỏ (đt): abandonar; (dt), **sự từ bỏ**: el abandono

từ chối (đt): rechazar; (dt), **sự từ chối**: la rechazo

từ đệm (dt): la palabra añadida

từ ghép (dt): la palabra compuesta

từ giã (đt): despedir; (dt), **sự từ giã**: la despedida

từ khi (pt): desde / **từ khi còn nhỏ** (desde era niño, a)
từ khước (đt): negar; (dt), **sự từ khước**: la negación
từ láy (dt): la palabra repetida, reduplicada
từ lâu, đã từ lâu (pt): hace mucho / **Đã từ lâu tôi đã không gặp cô ấy.** (Hace mucho que no la veo.)
từ lúc (pt): desde, a partir de / **từ lúc ấy** (a partir de ese momento, desde ese momento) / **Từ lúc cô ta ra đi, tôi đã không gặp lại cô ấy.** (Desde se fue, no la he vuelto a ver.)
từ ngữ (dt): el término
từ tâm (tt), (pt): misericordioso, a, (dt), **sự từ tâm**: la misericordia
từ thuở (pt): desde / **từ thuở ấu thơ** (desde la infancia)
từ tốn (tt), (pt): modesto, a / **ăn nói từ tốn** (hablar de manera modesta) / **thái độ từ tốn** (la actitud modesta)
từ từ (pt): poca poco; lentamente / **làm cái gì đó một cách từ từ** (hacer algo lentamente) / **từ từ rồi cũng xong** (poca poco se terminará)
từ vựng (dt): el vocabulario
tử (đt): morir
tử cung (dt): el útero; (dt), **bệnh tử cung**: la enfermedad del útero
tử khí (dt): la emanación mortífera
tử ngoại (tt): ultravioleta; (dt), **tia tử ngoại**: el rayo ultravioleta
tử trận (đt): morir en la batalla
tử vi (tt), (pt): astrológico, a; (dt), **khoa tử vi**: la astrología; (dt), **lá số tử vi**: la carta astral
tử vong, sự tử vong (dt): la mortalidad; (dt), **tỉ lệ tử vong**: la tasa de mortalidad
tứ (tt): cuatro / **bộ tứ** (el conjunto de cuatro)
tứ giác (tt), (pt): cuadrilátero, a / **hình tứ giác** (la forma cuadrilátera, el cuadrilátero)
tứ xứ (tng): el mundo / **đi khắp tứ xứ** (ir a todos los sitios, viajar por todo el mundo)
tự (tt), (pt): autónomo, a
tự ái (tt), (pt): susceptible / **tính hay tự ái** (el carácter solía susceptible); (dt), **sự tự ái**: la susceptibilidad
tự biên tự diễn (tng): componerse y representarse; hacerse y elogiarse
tự chủ (tt), (pt): autoestimado, a; independiente; autonómico, a / **một chính quyền tự chủ** (un gobierno independiente) / **một tính cách tự chủ** (una per-

sonalidad con autoestima) / **một công ty tự chủ** (una empresa autonómica); (dt), **sự tự chủ**: la autoestima; la independencia, la autonomía

tự do (tt), (pt): libre / **một tinh thần tự do** (una psique libre); (dt), **sự tự do**: la libertad

tự điển, cuốn tự điển, pho tự điển (dt): el diccionario

tự điển bách khoa toàn thư (dt): la enciclopedia, el diccionario

tự động (tt), (pt): automático, a / **máy tự động** (el aparato automático); (dt), **sự tự động**: lo automático

tự giác (tt), (pt): consciente / **ý thức tự giác** (la autoconsciencia); (dt), **sự tự giác**: el autoconsciente, la autoconsciencia

tự hào (tt), (pt): orgulloso, a; satisfecho, a; (dt), **sự tự hào**: el orgullo, la satisfecha

tự họa (đt): autorretratar; (dt), **bức chân dung tự họa**: el autorretrato

tự học (tt), (pt): autodidacto, a / **là tự học** (ser autodidacto, a); (dt), **người tự học**: el autodidacto, la autodidacta

tự khắc (pt): enseguida / **tự khắc sẽ biết** (se enterará enseguida)

tự khẳng định (đt): afirmarse; (dt), **sự tự khẳng định**: la autoafirmación

tự kiêu (tt), (pt): orgulloso, a; soberbio, a / **tính tự kiêu** (el carácter soberbio); (dt), **sự tự kiêu**: la soberbia, el orgullo

tự lập (tt), (pt): independiente / **tính tự lập** (el carácter independiente); (dt), **sự tự lập**: la independencia

tự lượng sức (đt): conocer la propia capacidad

tự nhiên (tt), (pt): natural / **vẻ bề ngoài tự nhiên** (la apariencia natural); (dt), **sự tự nhiên**: la naturalidad; (dt), **chủ nghĩa tự nhiên**: el naturalismo

tự phê bình (đt): autocriticar; (dt), **sự tự phê bình**: la autocrítica

tự phong (đt): afirmarse, ponerse en sí mismo, a / **tự phong làm bác sĩ** (afirmarse ser médico)

tự phụ (tt), (pt): pretencioso, a / **tính cách tự phụ** (el carácter pretencioso); (dt), **sự tự phụ**: lo pretencioso

tự quản (tt), (pt): autónomo, a; (dt), **sự tự quản**: la autonomía

tự sát (đt): suicidar; (dt), **sự tự sát**: el suicido

tự tại (tt), (pt): inmanente, inherente; (dt), **sự tự tại**: la inherencia

tự tạo (tt), (pt): artificial / **một thái độ tự tạo** (una conducta artificial, innatural); (dt), **sự tự tạo**: lo artificial; hecho artificial, innatural

tự thú (đt): revelarse; (dt), **sự tự thú**: la revelación

tự thuật (đt): escribir la autobiografía; (dt), **sự tự thuật**: la redacción de autobiografía

tự tiện (tt), (pt): atrevido, a / **thái độ tự tiện (không xin phép để lấy cái gì đó)**: la conducta atrevida (no se pedir permiso para coger algo); (dt), **sự tự tiện**: lo atrevido

tự tin (tt), (pt): seguro, a / **một người tự tin** (una persona segura en sí misma); (dt), **sự tự tin**: la seguridad en sí misma

tự tình (tt), (pt): amoroso, a / **lời tự tình của mùa xuân** (la palabra amorosa de la primavera)

tự ti, tự ti mặc cảm (đt): sentirse inferior

tự trọng, sự tự trọng (dt): la dignidad

tự truyện (đt): escribir la autobiografía; (dt), **sự tự truyện**: la autobiografía

tự túc (tt), (pt): independiente / **sống tự túc** (vivir independiente); (dt), **sự tự túc**: lo independiente

tự tử (đt): suicidar; (dt), **sự tự tử**: el suicido

tựa, lời tựa (dt): el prólogo, prefacio

tựa (đt): apoyar; (dt, tng), **điểm tựa, chỗ tựa**: el apoyo

tựa đề (dt): el título / **tựa đề của một cuốn sách, bài hát, túy bút...** (el título de un libro, canción, ensayo...)

tựa hồ (đt): parecer/ **tựa hồ như không biết** (parece no saber)

tức, tức bực; bị tức (đt): estar enfadado, a; enfadarse (đt), **chọc tức, làm cho tức**: enfadar, provocar

tức bực, bị tức bực (đt): estar enfadado, a; enfadarse; (đt), **chọc tức, làm cho tức**: enfadar, provocar; (dt), **sự tức bực**: el cabreo, el enfado

tức cười, làm tức cười (đt): dar risa

tức cảnh (đt): inspirar el paisaje

tức giận, bị tức giận (đt): enfadarse, estar enfadado, a; (đt), **làm cho tức giận**: enfadar, provocar; (dt), **sự tức giận**: el enfado

tức khắc, ngay tức khắc (pt): en un instante, enseguida / **làm ngay tức khắc** (hacer enseguida)

tức thì, ngay tức thì (pt): enseguida / **làm cái gì đó ngay tức thì** (hacer algo enseguida)

tưng bừng (tt), (pt): animado, a / **không khí tưng bừng của ngày hội** (el ambiente alegre, animado de un día de fiesta); (dt), **sự tưng bừng**: la animación

từng (mt): cada / **từng giờ** (cada hora) / **từng người** (cada persona) / **từng li từng tí** (tng): detalladamente

từng trải (tt), (pt): experimentado, a / **người từng trải** (la persona que tiene experiencia de la vida); (dt), **sự từng trải**: lo experimentado de la vida

tước đoạt (đt): despojar; (dt), **sự tước đoạt**: el despojo

tươi (tt), (pt): fresco, a; crudo, a

tươi cười (tt), (pt): sonriente / **một vẻ mặt tươi cười** (el rostro alegre, sonriente); (dt), **sự tươi cười**: la alegría

tươi đẹp (tt), (pt): bella / **vẻ tươi đẹp của một cô gái** (el rasgo bello de una chica); (dt), **sự tươi đẹp**: la belleza

tươi mát (tt), (pt): fresco, a / **một làn da tươi mát** (una piel fresca) / **một thân hình tươi** mát (un cuerpo fresco)

tươi rói (tt), (pt): muy alegre / la cara muy alegre

tươi sáng (tt), (pt): luciente / **một vẻ mặt tươi sáng** (la cara luciente), (dt), **sự tươi sáng**: lo luciente

tươi sống (tt), (pt): fresco y crudo / **cá còn tươi sống** (el pescado está fresco y crudo)

tươi tắn (tt), (pt): alegre, fresca / **vẻ mặt tươi tắn của một cô gái** (el rostro alegre, fresco de una chica); (dt), **sự tươi tắn**: la frescura

tươi thắm (tt), (pt): fresco, a / **một bông hoa tươi thắm** (una flor fresca) / **một tình yêu mặn nồng tươi thắm** (un amor intenso y fresco); (dt), **sự tươi thắm**: la frescura

tươi tỉnh (tt), (pt): alegre / **vẻ mặt tươi tỉnh** (el rostro alegre)

tươi vui (tt), (pt): alegre, alegremente

tưới (đt): regar / **tưới cây** (regar el árbol) / **tưới cây cảnh** (regar la planta)

tươm tất (tt), (pt): arreglado, a / **ăn mặc tươm tất** (ir arreglado, vestir bien); (dt), **sự tươm tất**: lo arreglado, lo bien arreglado

tương, **nước tương** (dt): la salsa de soja

tương đối (tt), (pt): relativo, a / **tính chất tương đối của vật** (el carácter relativo del objeto, de la materia) / **sự chuyển động tương đối** (el movimiento relativo); (dt), **sự tương đối**: la relatividad; (dt), **thuyết tương đối**: la teoría de la relatividad

tương đồng (tt), (pt): análogo, a / **một ý tưởng tương đồng** (una idea análoga); (dt), **sự tương đồng**: la analogía

tương đương (tt), (pt): equivalente; (dt), **sự tương đương**: la equivalencia

tương giao, **sự tương giao**, **mối tương giao** (dt): la relación equivalente

tương hỗ (tt), (pt): recíproco, a / **một mối quan hệ tương hỗ** (una relación recíproca) / **màu sắc tương hỗ** (el color afín); (dt), **sự tương hỗ**: la reciprocidad

tương hợp (tt), (pt): compatible; (dt), sự tương hợp: lo compatible
tương kế tựu kế (tng): jugar a la misma estrategia que el enemigo
tương khắc (tt), (pt): incompatible; contradictorio, a; (dt), **sự tương khắc**: lo incompatible, lo contradictorio
tương lai (dt): el futuro
tương phản (tt), (pt): contrario, a; opuesto, a / **màu sắc tương phản** (el color opuesto); (dt), **sự tương phản**: lo contrario, el contraste / **sự hòa hợp của sự tương phản** (la armonía de los contrarios)" Heráclito
tương phùng, **cuộc tương phùng** (dt): el encuentro recíproco
tương quan (tt), (pt): recíproco, a / **một mối quan hệ tương quan** (una relación recíproca); (dt), **sự tương quan**: la reciprocidad
tương thân tương ái (tng, tt): amistoso, a mutuamente; recíproco, a / **một mối quan hệ cộng đồng tương thân tương ái** (una relación de comunidad recíproca); (dt), **sự tương thân tương ái**: la reciprocidad
tương tri (đt): entender recíproco, a; (dt), **sự tương tri**: el entendimiento recíproco
tương trợ (đt): ayudarse mutuamente; (dt), **sự tương trợ**: la ayuda mutua
tương truyền (đt): contar, relatar de generación en generación (los cuentos, las leyendas); (dt), **sự tương truyền**: el relato de generación en generación
tương tư (tt), (pt): melancólico, a / **bị tương tư** (estar melancólico, a); (dt), **sự tương tư**: la melancolía
tương tự (tt), (pt): semejante / **giống tương tự** (parecer semejante); (dt), **sự tương tự**: lo semejante
tương ứng (tt), (pt): proporcional / **tỉ số tương ứng** (el porcentaje proporcional); (dt), **sự tương ứng**: la proporción
tương xứng (tt), (pt): proporcionado, a; adecuado, a / **một cặp tương xứng** (un dúo adecuado, una pareja adecuada); (dt), **sự tương xứng**: la proporción
tường, **cái tường** (dt): la pared
tường tận (pt): a fondo; detalle, detalladamente / **biết một cách tường tận** (saber a fondo, detalladamente); (dt), sự tường tận: el saber a fondo
tường thuật (đt): describir; (dt), **sự tường thuật**: la descripción
tường trình (đt): declarar, testificar; (dt), **sự tường trình**: la declaración, la testificación; (dt), **bản tường trình**: el acta de declaración
tường vi, **hoa tường vi** (dt): la rosa multiflora
tưởng chừng (đt): parecer

tưởng là (đt): pensaba / **tưởng là như vậy nhưng không phải như vậy** (lo pensaba así, pero no era así)
tưởng nhớ (đt): rememorar; (dt), **sự tưởng nhớ**: la memoria, la conmemoración
tưởng niệm (đt): conmemorar; (dt), **sự tưởng niệm**: la conmemoración, el réquiem; (dt), **lễ tưởng niệm**: la ceremonia de réquiem, la misa del réquiem
tưởng rằng (đt): pensaba / **tưởng rằng như vậy nhưng không phải như vậy** (lo pensaba así, pero no era así)
tưởng tượng (đt): imaginar; (dt), sự tưởng tượng: la imaginación
tướng, **cấp tướng** (dt): el grado General / **thượng tướng** (el Capitán General) - **đại tướng** (General de Ejército, Teniente General) - **trung tướng** (General de división) - **thiếu tướng** (General de brigada) / **một vị tướng** (un General) / **đại tướng Võ Nguyên Giáp** (General de Ejército Võ Nguyên Giáp); ng**ười ưa làm tướng**, **làm tá** (tng): el mandón, la madona
tướng cướp, **tên tướng cướp** (dt): el bandido
tướng số (dt): la fisonomía
tướng thuật (dt): la fisonomía
tượng, **bức tượng** (dt): la escultura
tượng đài (dt): el monumento
tượng trưng (tt), (pt): simbólico, a / **một hình ảnh tượng trưng** (una imagen simbólica); **(dt), sự tượng trưng**: la simbología, el simbolismo; **(dt), nghệ thuật tượng trưng**: el simbolismo
tửu điếm (dt): el prostíbulo
tửu lượng (dt): la cantidad de alcohol que pueda tomar cada uno
tửu quán (dt): la tasca (palabra antigua)
tửu sắc (tt), (pt): laberíntico, a / **người ưa tửu sắc** (la persona laberíntica, que le gusta alcohol y mujeres)
tựu trường, **ngày tựu trường** (dt): el primer día del curso académico

Nguyên âm thứ mười và chữ thứ hai mươi lăm của bảng chữ cái
Décima vocal y vigesimoquinta letra del abecedario

u, **cục u** (dt): el chichón / **cục u trêntrán** (el chichón en el frente); (dt), **khối u**: el tumor
u ám (tt), (pt): oscuro, a; (dt), **sự u ám**: el sombrío
u ẩn (tt), (pt): triste; oculto, a; (dt), **sự u ẩn**, **điều u ẩn**: la tristeza, el embrollo
u hoài (tt), (pt): melancólico, a / **một dĩ vãng u hoài** (un pasado melancólico); (dt), **sự u hoài**: le melancolía
u linh (tt): fantasmal; (dt), **chốn u linh**: el lugar fantasmal
u mê (tt), (pt) oscuro, a; (dt), **sự u mê**: la oscuridad, la ignorancia; (đt), **làm u mê**: tontear, adormecer
u minh (tt), (pt): oscuro, a / **rừng U Minh** (la selva U Minh)
u sầu (tt), (pt): triste; (dt), **sự u sầu**: la tristeza
u tối (tt), (pt): oscuro, a; (dt), **sự u tối**: la oscuridad; la ignorancia; (đt), **làm u tối**: tontear, adormecer
ủ rũ (tt), (pt): triste, deprimido, a / **một cái mặt ủ rũ** (una cara deprimida); (dt), **sự ủ rũ**: lo deprimido
ùa (đt): arrojarse, juntarse / **ùa ra đường** (arrojarse a la calle) / **ùa theo đám đông** (juntarse con la multitud)
úa (tt), (pt): marchito, a / **chiếc lá úa** (la hoja marchita); (đt), **bị úa**: marchitarse / **chiếc lá đã bị úa** (la hoja se marchitó); (đt), **làm cho úa**: marchitar
ụa (đt): vomitar
uẩn khúc, **sự uẩn khúc**, **điều uẩn khúc** (dt): el embrollo, el enredo
uất hận (tt), (pt): indignado, a; implacable / **bị uất hận** (estar indignado, a; indignarse); (đt), **làm uất hận**: indignar; (dt), **sự uất ức**: la indignación

uất ức (tt), (pt): indignado, a / **bị uất ức** (estar indignado, a; indignarse); (đt), **làm cho uất ức**: indignar; (dt), **sự uất ức**: la indignación

uể oải (tt), (pt): fatigado, a; cansino, a; (dt), **sự uể oải**: el cansancio, la fatiga

úc (tt): australiano, a / **nước Úc** (Australia) / **người Úc** (los australianos) / **một người Úc** (un australiano, una australiana)

um sùm (tt), (pt): ruidoso, a / **cãi cọ um sùm** (pelear ruidosamente); (dt), **sự um sùm**: lo ruidoso

ung dung (tt), (pt): tranquilo, a; pausado, a; (dt), **sự ung dung**: la tranquilidad

ung nhọt, **cái ung nhọt** (dt): el grano, el bulto

ung thư, **bịnh ung thư** (dt): el cáncer, el tumor / **ung thư độc tính** (el tumor maligno) / **ung thư lành tính** (el tumor benigno); (đt), **bị ung thư**: tener cáncer; (đt), **làm cho ung thư**: producir cáncer

ủng hộ (đt): apoyar; (dt), **sự ủng hộ**: el apoyo

uốn (đt): curvar

uốn éo (tt), (pt): indirecto, a; incertidumbre, mimoso, a / **tính tình uốn éo** (el carácter indirecto, incertidumbre, mimoso, a); (dt), **sự uốn éo**: el rodeo, lo indirecto

uốn khúc, **làm uốn khúc** (đt): curvar; (đt), **bị uốn khúc**: curvarse

uốn lượn (tt), (pt): ondulado, a / **tóc uốn lượn** (el pelo está ondulado); (đt), **uốn lượn**: serpentear / **con đường uốn lượn** (la carrera serpentea); (dt), **sự uốn lượn**: lo curvado, lo ondulado

uốn nắn (đt): enderezar, dirigir hacia lo correcto / **uốn nắn con cái** (enderezar a los hijos); (dt), **sự uốn nắn**: el hecho de enderezar

uốn tóc (đt): ondular el pelo

uống (đt): beber; (dt), **thức uống**: la bebida

uống nước (đt): beber el agua

ướt, **làm ướt** (đt): mojar; (đt), **bị ướt**: estar mojado

ướt sũng, **làm ướt sũng** (đt): mojar; (đt), **bị ướt sũng**: estar mojado

úp (đt): poner al revés / **úp cái ly lại** (poner el vaso al revés) / **úp nắp nồi lại** (cerrar la tapa de la olla)

úy, **cấp úy** (dt): el grado de teniente / **thượng úy** (Teniente Coronel) / **đại úy** (teniente general) / **trung úy** (teniente de división) / **thiếu úy** (subteniente)

úp mở (pt): a medias / **nói úp mở** (hablar a medias)

út (tt), (pt): menor / **con út** (el benjamín) / **ngón tay út** (el meñique)

uy (tt), (pt): respetable; (đt), **có uy**: ser respetable

uy danh (dt): la reputación vigorosa; (đt), **có uy danh**: tener la reputación vigorosa

uy hiếp (đt): oprimir, amenazar, intimidar; (dt), **sự uy hiếp**: la opresión, la amenaza

uy lực (dt): el ascendiente, la gran potencia, la gran influencia; (đt), **có uy lực**: tener una gran potencia, tener una gran influencia, tener ascendiente

uy quyền (dt): la gran potencia; (đt), **có uy quyền**: tener una gran potencia

uy phong (tt), (pt): majestuoso, a; imponente; (dt), **sự uy phong**: la majestuosidad, la solemnidad

uy thế (dt): la gran influencia, el ascendiente; (đt), **có uy thế**: tener ascendiente

uy tín (tt), (pt): de palabra / người có uy tín (la persona de palabra); (đt), **giữ uy tín**: guardar la promesa, cumplir la promesa; (dt), **sự uy tín**: el cumplimiento de la promesa; la prestigiosa

ủy ban (dt): la delegación / **ủy ban mặt trận dân tộc** (la delegación del ejército nacional) / **ủy ban nhân dân** (la delegación de los ciudadanos, la delegación de los pueblos)

ủy mị (tt), (pt): pusilánime / **tính tình ủy mị** (el carácter pusilánime) / **một người ủy mị** (un pusilánime, una pusilánime); (dt), **sự ủy mị**: la pusilanimidad

ủy nhiệm (đt): acreditar; (dt), **sự ủy nhiệm**: la acreditación

ủy quyền (đt): apoderar, delegar / **ủy quyền cho ai làm việc gì đó** (apoderar a alguien para hacer algo); (dt), **sự ủy quyền**: la delegación

ủy thác (đt): delegar / **ủy thác nhiệm vụ** (delegar un cometido, delegar una función); (dt), **sự ủy thác**: la delegación

ủy viên (dt): el miembro

uyên bác (tt), (pt): erudito, a / **một kiến thức uyên bác** (un saber erudito); (dt), **sự uyên bác**: la erudición

uyên thâm (tt), (pt): erudito y profundo / **một đầu óc uyên thâm** (un cerebro erudito y profundo); (dt), **sự uyên thâm**: la erudición y la profundidad

Nguyên âm thứ mười một và chữ thứ hai mươi sáu của bảng chữ cái
Undécima vocal y vigesimosexta letra del abecedario

ừ, **ừ hữ**: la expresión de acuerdo con algo

ứ hơi, làm ứ hơi (đt): sofocar / **bụng bị ứ hơi** (el vientre está sofocado); (dt), **sự ứ hơi**: el sofoco

ứ máu, **bị ứ máu** (đt): estar ensangrentada / **chỗ té bị ứ máu** (la zona que se cayó está ensangrentada)

ứ trệ (tt), (pt): acumulado, a / **bị ứ trệ** (estar acumulado, a); (dt), **sự ứ trệ**: la acumulación

ưa, **ưa ai đó** (đt): gustar alguien

ưa chuộng (đt): gustarse, gustar, querer / **ưa chuộng thời trang** (gustar la moda); (dt), **sự ưa chuộng**: el gusto; (đt), **làm cho ưa chuộng**: gustar

ưa thích (đt): gustarse, gustar, querer (algo, alguien); (dt), **sự ưa thích**: el gusto; (đt), **làm cho ưa thích**: gustar, complacer

ức bách (đt): oprimir; (dt), **sự ức bách**: la opresión

ức chế, **làm ức chế** (đt): inhibir, refrenar; (đt), **bị ức chế**: inhibirse / **bị ức chế tình dục** (inhibirse el sexo); (dt), **sự ức chế**: la inhibición

ức hiếp (đt): oprimir; (dt), **sự ức hiếp**: la opresión

ưng, **ưng ý** (đt): gustarse, satisfacerse, estar satisfecho; (đt), **làm cho ưng ý**: satisfacer, gustar; (dt), **sự ưng** ý: lo gusto, el satisfecho

ưng thuận (đt): consentir; (dt), **sự ưng thuận**: el consentimiento

ửng hồng (tt), (pt): colorado, a / **mặt ửng hồng** (la cara se pone colorada); (đt), **bị ửng hồng**: se pone rosa, se pone colorada

ửng đỏ (tt), (pt): colorado, a / **mặt bị ửng đỏ** (la cara se poner colorada); (đt), **bị ửng đỏ**: se pone rojo, se pone colorado, a

ứng biến (đt): improvisar; (dt), **sự ứng biến**: la improvisación
ứng cử, **ra ứng cử** (đt): presentarse candidato
ứng cử viên (dt): el candidato, la candidata
ứng dụng (đt): aplicar; (dt), **sự ứng dụng**: la aplicación
ứng đáp (đt); improvisar respondiendo; (dt), **sự ứng đáp**: la improvisación de la respuesta
ứng khẩu (đt): improvisar dialogar; (dt), **sự ứng khẩu**: la improvisación del diálogo
ứng nghiệm (đt): funcionar, verificarse/ **nó đã ứng nghiệm** (funcionó); (dt), **sự ứng nghiệm**: la verificación
ứng phó (đt): enfrentarse / **ứng phó trước nguy hiểm** (enfrentarse al peligro, afrontar); (dt), **sự ứng phó**: el enfrentamiento
ứng tác (đt): improvisar / **ứng tác trong khi giao tiếp** (improvisar en las relaciones); (dt), **sự ứng tác**: la improvisación de la acción
ứng tạm (đt): anticipar, adelantar / **ứng tạm tiền** (anticipar el dinero)
ứng trước (đt): adelantar, anticipar / **ứng trước tiền** (anticipar el dinero); (dt), **sự ứng trước**: el adelanto, el anticipo del dinero
ứng xử (đt): comportarse; (dt), **sự ứng xử**: el comportamiento, la conducta
ước (đt): soñar algo, desear algo
ước chừng (đt): conjeturar, **calcular aproximadamente**; (dt), **sự ước chừng**: el cálculo aproximado
ước đoán (đt): conjeturar; (dt), **sự ước đoán**: la conjetura
ước hẹn (đt): convenir; (dt), **sự ước hẹn**: la convención
ước lược (đt): conjeturar; conjeturar y reducir; (dt), **sự ước lược**: la conjetura; la conjetura y la reducción
ước lượng (đt): valorar; (dt), **sự ước lượng**: la valoración
ước mong (đt): esperar, desear / **ước mong gặp mặt một người nào** (desear, esperar ver a alguien); (dt), **sự ước mong**: la esperanza, el deseo
ước nguyện (đt): tener el deseo, jurar algo que está relacionado con el deseo / **Hắn đã ước nguyện sẽ cắt tóc nếu thi đậu.** (Juró que se cortaría el pelo si aprobaba el examen); (dt), **sự ước nguyện**: el deseo, la promesa junto con el deseo
ước số (dt): el divisor; (dt), **ước số chung**: el común divisor
ước tính (đt): calcular, valorar; (dt), **sự ước tính**: el cálculo, la valoración
ước vọng (đt): tener anhelo; desear / **ước vọng hòa bình** (desear la paz); (dt), **sự ước vọng**: el anhelo, el deseo

ướm, ướm thử (đt): probar / **ướm thử một cái áo** (probarse una camisa)
ướm lời, nói ướm lời (đt, tng): decir algo antes que otra persona con la intención de hacer coger la misma idea
ươn hèn (tt), (pt): cobarde; (dt), **sự ươn hèn**: la cobardía
ương bướng (tt), (pt): tenaz / **tính tình ương bướng** (el carácter tenaz); (dt), **sự ương bướng**: la tenacidad
ướp (đt): aromatizar / **ướp đồ ăn** (aromatizar la comida)
ướp đá (đt): congelar; (dt), **sự ướp đá**: la congelación
ướp lạnh (đt): congelar; (dt), **sự ướp lạnh**: la congelación
ướp xác (đt): perfumar un cadáver; (dt), **sự ướp xác**: hecho de perfumar un cadáver
ướt, làm ướt (đt): mojar; (đt), **bị ướt**: estar mojado, a
ướt át (tt), (pt): lánguido, a / **một tâm hồn ướt át** (un alma lánguida); (đt), **làm ướt át**: languidecer; (dt), **sự ướt át**: la languidez
ướt nhèm (tt), (pt): empapado, a / **bị ướt nhèm** (estar empapado, a) / **cái áo ướt nhèm** (la camisa está empapada); (đt), **làm cho ướt nhèm**: empapar
ướt sũng (tt), (pt): empapado, a / **bị ướt sũng** (estar empapado, a) / **cái áo ướt sũng** (la camisa está empapada); (đt), **làm cho ướt sũng**: empapar
ưu, điểm ưu (dt): la calificación académica "notable"
ưu điểm (dt): el punto positivo / **ưu điểm của một người** (el punto positivo de una persona)
ưu đãi (tt), (pt): privilegiado, a / **được ưu đãi** (ser privilegiado); (dt), **sự ưu đãi**: el privilegio; (đt), **ưu đãi**: privilegiar
ưu phiền (tt), (pt): triste, preocupado, a; (đt), **làm cho ưu phiền**: entristecer, afligir; bị **ưu phiền** (đt): estar entristecido, a; estar afligido, a; (dt), **sự ưu phiền**: la aflicción
ưu thế (dt): la influencia; (đt), **có ưu thế**: tener influencia
ưu tiên (dt): la prioridad; (đt), **được ưu tiên**: tener prioridad
ưu tú (tt), (pt): eminente; meritorio, a / **một học sinh ưu tú** (un alumno eminente); (dt), **sự ưu tú**: la eminencia, el mérito
ưu tư (tt), (pt): pensativo, a / **vẻ mặt ưu tư** (el rasgo pensativo); (dt), **sự ưu tư**: la preocupación
ưu việt (tt), (pt): preeminente / **một nền văn hóa ưu việt** (una cultura preeminente); (dt), **sự ưu việt**: la preeminencia

Phụ âm thứ mười sáu và chữ thứ hai mươi bảy của bảng chữ cái
Decimosexta consonante y vigesimoctava letra del abecedario

va chạm (đt): chocar
vả, **trái vả** (dt): la fruta que parece higo
vả (đt): abofetear, dar bofetón
vả lại (lt): pero
vá, **cái vá** (dt): la cuchara grande
vá, **vá áo** (đt): coser
vạ, **ăn vạ**, **nằm vạ** (đt) pedir recompensar algo; (đt), **phạt vạ**: dar multa
vác (đt): poner / **vác bao gạo lên vai** (ponerse el saco de arroz en el hombro)
vác mặt đến, **vác mặt tới** (đt): venir a un sitio imprudentemente
vạc, **cái vạc** (dt): el pilón; (dt), **cái vạc đồng**: el pilón de bronce
vách, **cái vách đá** (dt): el acantilado; (dt), **cái vách tường**: la pared
vạch (đt): rayar; (dt), **cái vạch**: la raya / **tự vạch áo cho người xem lưng** (revelarse un secreto, desvelarse un secreto)
vạch mặt (đt): desenmascarar, desenmascararse
vạch trần (đt): desvelar, desenmascarar; (dt), **sự vạch trần**: el desvelo
vai, **cái vai** (dt): el hombro; (dt), **đôi vai**: los hombros
vai trò (dt): el papel / **vai trò của một người nào đó** (el papel de alguien) / **vai trò làm mẹ** (el papel de madre)
vai vế (dt): la influencia; (đt), **có vai vế**: tener influencia
vài (mt): alguno, a / **vài người** (alguna persona) / **vài việc** (alguna cosa)
vải, **trái vải** (dt): el lichi
vải (dt): la tela
vải ren (dt): el encaje

vái (đt): rezar
vái lạy (đt): prosternarse
vàng (tt): amarillo, a; màu vàng (dt): el color amarillo
vàng son (tt), (pt): dorado, a; lujoso, a; **thời vàng son** (una época dorada, lujosa)
vàng vọt (tt), (pt): pálido, a / **da vàng vọt** (la piel pálida, amarilla, el síntoma de una enfermedad del hígado)
vãng cảnh (đt): visitar un lugar
vãng lai (tt), (pt): transeúnte / **cảnh vãng lai** (el paisaje transeúnte); (dt), **khách vãng lai**: los transeúntes / **một người khách vãng lai** (un transeúnte)
vành, **cái vành đai** (dt): el cerco / **đứng trước vành móng ngựa**: enfrentarse a la justicia / **cái vành mũi** (la aleta de la nariz) / **cái vành tai** (la orilla de la oreja)
vào (đt): entrar / **bắt tay vào một việc** (comenzar hacer una cosa)
vào khoảng (tt) (pt): aproximado, a; aproximadamente; más o menos
vạt, **cái vạt áo** (dt): la parte de la camisa
vay, **cho vay** (đt): prestar; (đt), **đi vay**: prestarse
vay trả lãi (tng, đt): prestar con interés
vảy (dt); la cascarilla
vảy cá (dt): la escama del pez
vảy cám (dt): la mascarilla de cereales
văn: se añade en el nombre completo para indicar el sexo masculino, y no es apellido
văn (dt): la prosa
văn bản (dt): el acta; (đt), **lập văn bản**: escribir, levantar acta
văn bằng (dt): el diploma
văn chương (dt): la literatura
văn công, **đoàn văn công** (dt): el coro
văn đàn, **nhóm Tự Lực văn đàn** (dt): un grupo de escritores (que se llama Tự Lực văn đàn)
văn hào (dt): el gran escrito, (dt), **nữ văn hào**: la gran escritora
văn hoa (tt), (pt): retórico, a / **ăn nói văn hoa** (hablar retóricamente); (dt), **sự văn hoa**: la retórica
văn hóa (dt): la cultura
văn hóa phẩm (dt): el producto cultural
văn học (dt): la literatura
văn khoa, **ngành văn khoa** (dt): la facultad de letras

văn kiện (dt): el documento, los documentos

văn miếu (dt): el templo

văn minh (dt): la civilización / **một nền văn minh La mã** (una civilización romana) / **một nền văn minh Ai cập** (una civilización egipcia) / **một nền văn minh Ấn độ** (una civilización hindú) / **văn minh phương đông** (la civilización oriental); (đt), **văn minh hóa**: civilizar

văn nghệ sĩ (dt): los artistas

văn phạm (dt): la gramática

văn phong (dt): el estilo literario / **văn phong của một người** (el estilo literario de una persona) / **văn phong của một nhà văn** (el estilo literario de un escritor)

văn phòng (dt): la oficina, el despacho / **văn phòng làm việc** (la oficina del trabajo) / **văn phòng bán vé máy bay** (agencia de viajes) / **văn phòng luật sư** (el despacho de abogado)

văn tế (dt): la oración fúnebre

văn thơ (dt): la literatura (la prosa y la poesía)

văn vẻ (tt), (pt): retórico, a / **ăn nói văn vẻ** (hablar retóricamente); (dt), **sự văn vẻ**: la retórica

văn xuôi (dt): la prosa

vằn (dt): raya, rayas / **một cái áo có vằn** (una camisa a rayas)

vằn vện (dt): raya, rayas / **một cái áo vằn vện** (una camisa a rayas)

vặn (đt): atornillar / **vặn tụt đầu vít** (atornillar)

vặn hỏi (đt): interrogar

văng tục (đt): soltar palabrotas; decir palabrotas

vắng (đt): estar ausente

vắng bóng (đt): desaparecer (estar ausente) / **vắng bóng trên mạng xã hội** (desaparecer en la red social); (dt), **sự vắng bóng**: la ausencia, la desaparición

vắng mặt (tt), (pt): ausente / **người vắng mặt** (la persona ausente); (đt), **vắng mặt**: estar ausente; (dt), **sự vắng mặt**: la ausencia

vắng vẻ (tt), (pt): desértico, a (poca gente, y silencioso, a) / **một nơi vắng vẻ** (un lugar desértico); (dt), **sự vắng vẻ**: lo desértico, lo poblado, lo desierto

vắt (đt): exprimir, escurrir, bordar / **vắt một trái chanh** (exprimir un limón) / **vắt quần áo** (escurrir las ropas); **vắt sổ** (bordar el borde de la ropa)

vắt véo (tt), (pt): colgado, a / **ngồi vắt véo trên cành cây** (sentarse colgado en la rama de un árbol)

vặt (tt), (pt): insignificante; menudo, a / **chuyện vặt** (la cosa insignificante)

vặt vãnh (tt), (pt): cotidiano, a / **chuyện vặt vãnh hàng ngày** (la insignificante cotidiana); (dt), **sự vặt vãnh**: lo insiginficante, lo cotidiano

vân gỗ, **cái vân gỗ** (dt): el rayado en la madera

vân tay, **cái vân tay** (dt): la huella de la mano

vân vê (đt): tocar / **vân vê tà áo** (tocar parte de la camisa)

vần (dt): la sílaba / **từ tiếng Việt là một vần** (el vocablo vietnamita es monosilábico); (đt), **đánh vần**: deletrear

vần thơ (dt): la rima del verso

vẩn đục (tt), (pt): sucio, a; impuro, a / **nước vẩn đục** (el agua sucia); (dt), **sự vẩn đục**: lo sucio

vẩn vơ (tt), (pt): vano, a / **suy nghĩ vẩn vơ** (pensar en vano); (dt), **sự vẩn vơ**: lo vano

vấn đề (dt): el asunto, el problema; (đt), **có vấn đề**: tener problema / **Tôi có một vấn đề phải giải quyết.** (Tengo un asunto hay que solucionar.) / **Em có vấn đề gì không?** (¿Tienes problema?)

vẫn còn (pt): todavía / **vẫn còn như xưa** (todavía como era, sigue como era)

vận mạng (dt): el destino / **vận mạng của một người trong năm** (el destino de una persona en un año) / **vận mạng của một đời người** (el destino de la vida de una persona)

vận mệnh (dt): el destino / **vận mệnh của người tuổi tí** (el destino de la persona que nació en el año de rata)

vậy đó (tng): es cierto (es una afirmación en diálogo) / **vậy đó mà** (es así, es seguro)

vầng, **cái vầng** (dt): el halo

vầng dương (dt): el halo de sol

vầng đông (dt): el halo de la aurora

vầng nguyệt (dt): el halo de la luna

vất vả (tt), (pt): duro, a; difícil / **một cuộc sống vất vả** (una vida difícil); (dt), **sự vất vả**: lo difícil, lo duro

vật, **con vật** (dt): el animal

vật chất (tt), (pt): material / **rất vật chất** (ser material) / **chủ nghĩa vật chất** (el materialismo); (dt), **vật chất**: la materia

vật dụng (dt): el objeto útil

vật liệu (dt): la materia

vật lộn (đt): luchar / **hai người vật lộn nhau** (dos personas en reñida lucha) / **vật lộn với sóng gió cuộc đời** (luchar contra la pleamar de la vida, luchar contra el oleaje de la vida); (dt), **sự vật lộn**: la lucha

vật lý (dt): la física

vật tư (dt): la materia

vây bắt (đt): rodear para capturar; (dt), **sự vây bắt**: el acoso, el envolvimiento, el acordonamiento

vây cánh (tng): los seguidores; la camarilla

vây hãm (đt): asediar; (dt), **sự vây hãm**: el asedio

vây quanh (đt): rodear; (dt), **sự vây quanh**: el rodeo

vẫy (đt): removerse, agitarse / **vẫy đuôi** (removerse la cola) / **vẫy tay** (agitar la mano)

vẫy vùng (tt), (pt): aventurero, a / **một cuộc sống vẫy vùng** (una vida aventurera); (đt): remover, agitar / **con cá vẫy vùng trong nước** (el pez remueve en el agua); (dt), **sự vẫy vùng**: la agitación

vậy thì (lt), (pt): pues, entonces

ve, con ve (dt): la cigarra

ve vãn (đt): cortejar; (dt), **sự ve vãn**: el cortejo

ve vuốt (đt): acariciar / **ve vuốt bằng lời** (acariciar por las palabras); (dt), **sự ve vuốt**: la caricia

vẻ mặt (dt): la pinta, el aspecto

vẻ ngoài (dt): la apariencia

vẻ vang (tt), (pt): (tt), (pt): glorioso, a / **danh tiếng vẻ vang** (la fama gloriosa); (dt), **sự vẻ vang**: la gloria; (đt), **làm vẻ vang**: glorificar

vẽ chuyện (tng): complicar la cosa / **thôi đừng vẽ chuyện nữa** (dejar de complicar la cosa)

vé (dt): el billete

véc ni (dt): el barniz; (đt), **đánh véc ni**: barnizar

ven (dt): el borde, la orilla / **ven sông** (la orilla del río, la ribera)

ven bờ (dt): la ribera, el ribereño

vén (đt): remangar / **vén màn** (remangar la cortina)

vèo (tt), (đt): rápido, a / **bay cái vèo** (volar rápidamente)

véo (đt): pellizcar

véo von (tt), (pt): melodioso, a / **chim sơn ca hót véo von** (la alondra canta melodiosamente)

vẹo tt), (pt): torcido, a; deformado, a / **bị vẹo cổ** (estar torcido, a el cuello)

vét (đt): escarbar / **vét đồ trong nồi** (escarbar los restos en la olla)
về (đt): regresar, volver
về hưu (đt): jubilar
về quê (đt): regresar al pueblo; ir al campo
về nhà (đt): regresar a casa, volver a casa
về vườn (đt): retirar
vệ sĩ (dt): el guardia, el vigilante
vệ sinh (tt): higiénico, a / **giấy vệ sinh** (el papel higiénico); (dt), **sự vệ sinh**: la higiene
vênh mặt (tt), (pt): presuntuoso, a / **lúc nào cũng hay vênh mặt** (siempre es presuntuoso, a)
vênh váo (đt): pavonearse
vểnh (đt): levantar / **vểnh tai để nghe** (levantar la oreja para escuchar)
vết, **cái vết dơ** (dt): la mancha
vết bỏng (dt): la quemadura
vết thương (dt): la herida, la lesión / **một vết thương nơi cánh tay** (una herida en el brazo) / **một vết thương lòng** (una herida del corazón)
vết tích (dt): el vestigio, la huella
vết xe (dt): la surco
vệt (dt): el reguero / **vệt máu** (el reguero de sangre) / **vệt phấn** (el reguero de tiza)
vi cảnh, **phạt vi cảnh** (dt): la multa de tráfico
vi khuẩn (dt): la bacteria; (dt), **vi khuẩn học**: la bacteriología
vi la, **cái vi la** (dt): la villa, el chalé (palabra extranjera)
vi ta min (dt): la vitamina
vi trùng (dt): el microbio
vì, **vì là**, **vì vậy** (lt): porque
vĩ đại (tt), (pt): gran / **một sự thành công vĩ đại** (un gran éxito) / **một thiên tài vĩ đại** (un gran genio)
vĩ nhân (dt): el genio / **một bậc vĩ nhân** (un genio) (la persona cuya obra se considera patrimonio de la humanidad)
vĩ mô (tt), (pt): macroscópico, a / **thuộc về vĩ mô** (es macroscópico); (dt), kính vĩ mô: **el microscopio** (de lentes)
vĩ tuyến, **đường vĩ tuyến** (dt): el paralelo, la paralela
ví, **cái ví tiền** (dt): el monedero
ví như (lt): si / **ví như tôi có tiền tôi sẽ đi du lịch** (si tuviera dinero viajaría)

ví von (tt), (pt): alegórico, a / **hát ví von** (cantar alegórico); (dt), **sự ví von**: la alegoría

vị (dt): el sabor

vị giác (dt): el gusto

vị lai (dt): el futuro; (dt), **chủ nghĩa vị lai**: el futurismo

vị lợi (tt), (pt): interesado, a; (dt), **sự vị lợi**: lo interesado

vị nể, **sự vị nể** (dt): el respeto

vị tha (tt), (pt): tolerante / **tính tình vị tha** (el carácter tolerante, fácil de perdona); (dt), **sự vị tha**: la tolerancia

vị thành niên (tt), (pt): adolescente; (dt), **tuổi vị thành niên**: la adolescencia

vị trí (dt): la posición; (đt), **đặt vị trí**: situar, ubicar

việc (dt): la casa, el trabajo

việc nhà (dt): el trabajo doméstico

việc nước (dt): cosa del país

việc làm (dt): el trabajo

viên chức (dt): el funcionario

viên mãn (tt), (pt): perfecto, a; maduro, a; (dt), **sự viên mãn**: la madurez, la perfección / **đạt đến sự viên mãn** (llegar a la perfección de la madurez)

viên bi (dt): la canica

viên thuốc (dt): la pastilla

viên kẹo (dt): el caramelo

viền, **cái viền** (dt): el borde, el dobladillo / **cái viền quần** (el dobladillo del pantalón)

viễn vông (tt), (pt): ilusorio, a / **suy nghĩ viễn vông** (pensar ilusoriamente)

viễn cảnh (dt): la perspectiva (de futuro)

viễn chinh, **cuộc viễn chinh** (dt): la expedición, la expedición militar / **cuộc viễn chinh của Napoleón** (la expedición militar de Napoleón)

viễn thị (tt): hipermétrope / **kính viễn thị** (la gafa hipermétrope); (dt), **sự viễn thị**: la hipermetropía, la miopía

viễn tưởng (dt): la ficción

viện bảo tàng (dt): el museo

viện trợ (đt): ayudar, subvencionar; (dt), **sự viện trợ**: la ayuda, la subvención

vinh hiển (tt), (pt): honorable, glorioso, a; (dt), **sự vinh hiển**: lo honorable, la gloria

vinh hoa (tt), (pt): lujoso, a; (dt), **sự vinh hoa**: lo lujoso, el fasto, la opulencia / vinh hoa **phú qúi** (la opulencia, lo lujoso)

vinh quang (tt), (pt): glorioso, a; (dt), **sự vinh quang**: la gloria
vĩnh biệt (đt): adiós / **đã vĩnh biệt trần gian** (estar fallecido, a); (dt), **sự vĩnh biệt**: la despedida
vĩnh cửu (tt), (pt): eterno, a / **một tình yêu vĩnh cửu** (un amor eterno); (dt), **sự vĩnh cửu**: la eternidad
vĩnh hằng (tt), (pt): eterno, a / **một đời sống vĩnh hằng** (una vida eterna); (dt), sự vĩnh hằng: la eternidad
vĩnh viễn (tt), (pt): perpetuo, a; (dt), **sự vĩnh viễn**: la perpetuidad
vịnh (đt): apoyar / **vịnh tay lên thành tường** (apoyar la mano en la parel); (dt), **cái vịnh**: la bahía
vít, **tụt đầu vít** (dt): el tornillo
vị, **con vịt** (dt): el pato
vo tròn (đt): enrollar algo
vò đầu (đt): despeinar, revolver el pelo
vỏ, **cái vỏ** (dt): la cáscara / **vỏ trái cây** (la cáscara de la fruta)
võ (dt): el arte marcial / **võ đạo Việt** (el arte marcial vietnamita)
võ biền (dt): el soldado (del tiempo feudad)
võ đài (dt): el ring
võ lực (dt): el poder, la violencia / cái gì cũng đem võ lực ra (para cualquiera cosa se emplea la violencia)
võ sĩ (dt): el luchador de arte marcial, el boxeador
võ tướng (dt): el capitán (de un ejército monárquico)
vó, **cái vó ngựa** (dt): el casco del caballo / **tiếng vó ngựa** (el sonido del casco del caballo)
voan, **khăn voan** (dt): el velo, la vela
vóc dáng (dt): la silueta, la figura / **cô ta có một vóc dáng đẹp** (ella tiene una bella figura)
vọc (đt): meter / **vọc vào nước** (meter la mano en el agua)
voi, **con voi** (dt): el elefante
vòi, **cái vòi, cái vòi nước** (dt): la manguera; el grifo
vòm, **cái vòm trời** (dt): el firmamento
vong ân (pt) desagradecido, a; ingrato, a; (dt), **sự vong ân**: la ingratitud
vong ân bội nghĩa (pt) desagradecido, a; ingrato, a / **Hắn rất là vong ân bội nghĩa**. (Es desagradecido.); (dt), **sự vong ân bội nghĩa**: la ingratitud
vong hồn (dt): el espíritu del muerto
vong thân, **bị vong thân** (tng): morir

vòng, cái vòng (dt): la pulsera / **cái vòng đeo tay** (la pulsera)
vòng cung (dt): el arco / **một kiến trúc vòng cung** (un arco- arquitectónico)
vòng hoa (dt): la guirnalda; la corona
vòng kiền (tt), (pt): arqueado, a; (dt), **chân vòng kiền**: las piernas arqueadas
vòng quanh (đt): rodear
vòng quay, **cái vòng quay** (dt): la rotación
vòng tròn, **cái vòng tròn** (dt): el círculo
vòng vèo (tt), (pt): rodeando, a / **nói vòng vèo** (hablar con rodeos); (dt), **sự vòng vèo**: el rodeo
võng, **cái võng** (dt): la hamaca
vọng (đt): repercutir; (dt), **tiếng vọng**: la repercusión, la resonancia
vọng cổ (dt): la canción folklórica, la música teatral
vọng nguyệt (tng): contemplar la luna; (dt), **lầu vọng nguyệt**: el castillo Vọng Nguyệt
vọng phu (tng): esperar al marido / **hòn Vọng Phu** (la roca Vọng Phu)
vọng tộc (dt): la familia cortesana y honorable
vọng tưởng (tt), (pt): ilusorio, a; (dt), **sự vọng tưởng**: lo ilusorio
vọp bẻ (dt): el calambre; (đt), bị vọp bẻ: tener un calambre
vọt, **nhảy vọt** (đt): saltar / một bước nhảy vọt (un salto) / **giá nhảy vọt** (los precios suben)
vô (tng): zero; (tt), (pt), **vô**: no
vô (đt): entrar / **vô nhà** (entrar en la casa)
vô can (tt), (pt): no estar implicado, a; inocente; (dt), **sự vô can**: lo inocente
vô căn cứ (tt), (pt): irrazonable, sin sentido / **nói vô căn cứ** (hablar sin sentido)
vô chính phủ (tt), (pt): anarquista / **người vô chính phủ (**la persona anarquista); (dt), **chủ nghĩa vô chính phủ**: la anarquía
vô chính trị (tt), (pt): apolítico, a / **người vô chính trị** (el apolítico, la apolítica)
vô chủ (tng): no tener jefe
vô chừng mực (tt), (pt): sin control, irrelativo, a / **ăn uống vô chừng mực** (comer y beber sin control); (dt), **sự vô chừng**: lo no regulativo
vô công rồi nghề (tt), (pt): ocioso, a; (dt), **sự vô công rồi nghề**: la ociosidad
vô cớ (tt), (pt): **sin sentido** / **vô cớ đánh nhau** (se pelea sin sentido)
vô cùng tận (tt), (pt): sin fin, infinito; (dt), **sự vô cùng tận**: lo infinito
vô danh (tt), (pt): anónimo, a; (dt), **sự vô danh**: lo anónimo
vô dụng (tt), (pt): inútil; (dt), **sự vô dụng**: la inutilidad
vô đạo (tt), (pt): inmoral; (dt), **sự vô đạo**: la inmoralidad

vô địch (tt), (pt): invencible; (dt), **sự vô địch**: la invencibilidad
vô gia cư (tng): no tener hogar / **người vô gia cư** (la persona que no tiene nada, ni hogar ni abolengo)
vô gia đình (tng): no tener familiar / **người vô gia đình** (la persona que no tiene familiar)
vô hạn (tt), (pt): infinito, a; (dt), **sự vô hạn**: lo infinito
vô mục đích, sự vô mục đích (dt): **la no finalidad / Sự "vô mục đích" của nghệ thuật là không đồng nghĩa với "sự vô dụng"**. ("La no finalidad" del Arte no es sinónimo de "la inutilidad".)
vô nghĩa (tt), (pt): insignificante; (dt), **sự vô nghĩa**: la insignificancia, la ausencia de significación
vô ơn (tt), (pt): desagradecido, a; ingrato, a / **một người vô ơn** (una persona desagradecida); (dt), **sự vô ơn**: la ingratitud
vô phúc (tt), (pt): desafortunado, a; (dt), **sự vô phúc**: el desafortunado
vô phước (tt), (pt): desafortunado, a; (dt), **sự vô phước**: el desafortunado
vô phương cứu chữa (tng): no tener remedio; no poder curar
vô sắc (tt), (pt): acromático, a; (dt), **sự vô sắc**: lo acromático; (tng), **vô sắc**: no tener belleza
vô sinh (tt), (pt): estéril / **người vô sinh** (la persona estéril); (dt), sự vô sinh: la esterilidad
vô số (dt): la infinidad / **nhận được một vô số quà tặng** (recibir una infinidad de regalos)
vô sự (tt), (pt): indemne / **bình an vô sự** (sano y salvo)
vô tâm (tt), (pt): desatento, a; limpio, a / **người vô tâm** (la persona desatenta; la persona ingenua); (dt), **sự vô tâm**: lo desatento, la ingenuidad
vô tận (tt), (pt): infinito, a / **một không gian vô tận** (un espacio infinito); (dt), **sự vô tận**: la infinidad
vô thần (tt), (pt): ateo, a / **người vô thần** (la persona atea; el ateo, la atea)
vô thời hạn (tt), (pt): permanente; (dt), (dt), **sự vô thời hạn**: la permanencia
vô tình (tt), (pt): indiferente; distante / **người vô tình** (la persona indiferente); (dt), **sự vô tình**: la indiferencia
vô tính dục (tt), (pt): asexual
vô tổ chức (tt), (pt): desorganizado, a / **thật là vô tổ chức** (es desorganizado); (dt), **sự vô tổ chức: la desorganización**
vô tội (tt), (pt): inocente, no culpable; (dt), **sự vô tội**: la inocencia, la no culpable

vô trách nhiệm (tt), (pt): irresponsable / **người vô trách nhiệm** (la persona irresponsable; el, la irresponsable); (dt), **sự vô trách nhiệm**: la irresponsabilidad

vô tri vô giác (tng): no tener sentimientos

vô tuyến truyền hình (dt): la radiotelevisión

vô tuyến truyền thanh (dt): la radiodifusión, radiodifusión

vô tư (tt), (pt): inocente; ingenuo, a; (dt), **sự vô tư**: la ingenuidad

vô vị (tt), (pt): soso, a / **một người vô vị** (un soso, una sosa)

vô ý (tt), (pt): distraído, a; desatento, a; (dt), **sự vô ý**: lo desatento

vồ (đt): coger, agarrar

vồ vập (tt), (pt): agarrado, a / **chào một cách vồ vập** (saludar muy estrechamente, saludar con efusión)

vỗ sóng, làm vỗ sóng (đt): esparcir las olas / **sóng vỗ vào bờ** (las olas tocan la orilla)

vỗ tay (đt): aplaudir; (dt), **sự vỗ tay**: el aplauso

vôi (dt): la cal

vội vàng (tt), (pt): deprisa / **làm cái gì một cách vội vàng** (hacer algo deprisa); (dt), **sự vội vàng**: la prisa; (đt), **làm vội vàng**: dar prisa, apresurar

vốn, cái vốn (dt): la recaudación

vốn là (đt): era / **nó vốn là như vậy** (eso era así)

vốn liếng (dt): la recaudación / **vốn liếng dành dụm** (la recaudación)

vốn sống (dt): la experiencia de la vida

vồng, cái cầu vồng (dt): el arco / **cầu vồng bảy sắc** (el arco iris)

vơ (đt): coger (algo) / **vơ đũa** (coger los palillos) / **vơ đũa cả nắm** (echarse culpa a todos)

vờ, giả vờ (đt): disimular

vờ vĩnh, sự vờ vĩnh (dt): el disimulo

vở, quyển vở (dt): la libreta

vỡ (đt): romper

vỡ bụng, cười vỡ bụng (tng): descuajaringarse, desternillarse

vỡ hoang, đất vỡ hoang (dt): el erial

vỡ lòng, lớp vỡ lòng (dt): la clase de primaria

vỡ mộng (đt): desilusionar; (dt), sự vỡ mộng: la desilusión

vỡ tiếng (tt), (pt): afónico, a / bị vỡ tiếng (estar afónico, a)

vợ (dt): la esposa

vợ cả (dt): la primera esposa

vợ nhỏ (dt): la segunda esposa; la última esposa
vợ chưa cưới (dt): la prometida
vơi (đt): disminuir / **vơi nỗi buồn** (disminuir la tristeza)
vời vợi (tt), (pt): lejano, a / **ánh nhìn vời vợi** (la mirada lejana)
với (lt): con
với lại (lt): y más
với nhau (pt): junto, a / **làm việc với nhau** (trabajar juntos)
vớ (đt): coger; (dt), **cái vớ**: el calcetín
vu khống (đt): calumniar, difamar; (dt), **sự vu khống**: la calumnia; (dt), **kẻ vu khống**: la persona calumniadora; el calumniador, el difamador
vu oan (đt): calumniar, difamar; (dt), **sự vu oan**: la calumnia
vu qui, **lễ vu qui** (dt): la boda
vù (tt), (pt): rápido, a / **bay vù** (volar rápido) / **bay vù mất tiêu** (desaparecer, abandonar)
vũ (đt): danzar; (dt), **điệu vũ**: la danza
vũ bão (tt), (pt): impetuoso, a; (dt), **sự vũ bão**: el ímpetu
vũ dũng (tt), (pt): intrépido, a; (dt), **sự vũ dũng**: la audaz
vũ khí (dt): el arma
vũ khúc (dt): la canción de danza
vũ nữ (dt): la bailarina
vũ trang (dt): el armamento / **có trang bị vũ trang** (armar, tener el armamento) / **lực lượng quân đội vũ trang** (las fuerzas armadas)
vũ trụ (dt): el cosmo; người du hành vũ trụ (dt): el cosmonauta; la cosmonauta
vũ trụ học (dt): cosmografía
vũ trụ luận (dt): cosmología
vũ trụ quan (dt): la concepción del mundo
vũ trường (dt): la sala de baile
vú, **cái vú** (dt): el pecho
vú em (dt): la niñera
vú sữa, **trái vú sữa** (dt): el caimito
vụ (dt): el asunto, la cuestión
vụ lợi (tt), (pt): interesado, a; (dt), **sự vụ lợi**: lo interesado
vụ mùa (dt): la cosecha
vụ việc (dt): el asunto, la cuestión
vua (dt): el rey
vua quan (dt): el rey y los cortesanos

vui (tt), (pt): alegre; (dt), **niềm vui**: el gozo, la alegría
vui mừng (tt), (pt): contento, a; satisfecho, a; (dt), **sự vui mừng**: la alegría, la satisfacción
vui thích, **làm cho vui thích** (đt): alegrar; (dt), **sự vui thích**: el gusto, el placer
vui tính (tt), (pt): jovial, alegre / **một người vui tính** (una persona jovial, alegre); (dt), **sự vui tính**: la jovialidad
vui tươi (tt), (pt): alegre / **vẻ mặt tươi vui** (el rostro alegre); (dt), **sự tươi vui**: la alegría
vùi đầu (tt), (pt): forzado, a / vùi đầu làm việc (trabajar forzadamente)
vun đắp (đt): construir, colaborar; (dt), **sự vun đắp**: la construcción, la colaboración
vun trồng (đt): cultivar; (dt), **sự vun trồng**: la cultivación
vun xới (đt): cultivar, construir, colaborar; (dt), **sự vun xới**: la cultivación
vung vãi (đt): dispersar, esparcir / **vung vãi khắp nơi** (esparcir en todo sitio); (dt), **sự vung vãi**: el esparcimiento, la dispersión
vùng (dt): la zona
vùng dậy (đt): levantarse; (dt), **sự vùng dậy**: la rebeldía, el levante
vùng biển, **một vùng biển** (dt): una región marítima
vùng trời, **một vùng trời** (dt): un área del cielo, una región del cielo
vùng vằng (tt), (pt): enfadado, a / **hắn vùng vằng bỏ đi** (se fue enfadado, a)
vùng vẫy (đt): moverse, agitarse; (dt), **sự vùng vẫy**: lo movido, la agitación
vũng, **cái vũng nước** (dt): el charco de agua, el charco
vũng bùn, **cái vũng bùn** (dt): la ciénaga
vũng lầy, **cái vũng lầy** (dt): la ciénaga
vũng tàu, **thị trấn Vũng Tàu** (dt): el distrito Vũng Tàu; (dt), **bãi biển Vũng Tàu**: la playa Vũng Tàu
vụng dại (tt), (pt): bobo, boba; (dt), **sự vụng dại**: la bobada
vụng trộm (tt), (pt): escondido, a / **làm cái gì đó vụng trộm** (hacer algo a escondidas); (dt), **sự vụng trộm**: lo escondido
vụng về (tt), (pt): torpe; (dt), **sự vụng về**: la torpeza
vuông (tt), (pt): cuadrado, a; (dt), **hình vuông**: la forma cuadrada, el cuadrado
vuông góc (tt), (pt): perpendicular; (dt), **sự vuông góc**: la perpendicular
vuông vắn (tt), (pt): cuadrado, a; justo, a; adecuado, a; (dt), **sự vuông vức**: la adecuación
vuông vức (tt), (pt): cuadrado, a; justo, a; adecuado, a; (dt), **sự vuông vức**: la adecuación

vuốt (đt): tocar / **vuốt tóc** (tocar el pelo)
vuốt giận, **làm vuốt giận** (đt): aplacar la cólera, apaciguar
vuốt ve (đt): acariciar; (dt), **sự vuốt ve**: la caricia
vút (pt): alto / **bay vút lên** (volar alto y rápido)
vụt (pt): rápidamente / **bay vụt mất** (volar rápido)
vừa (tt), (pt): justo, a; (đt), **làm cho vừa**: ajustarse; (dt), **sự vừa vặn**: lo justo, la adecuación
vừa mới (tt), (pt): acabar de, recién / **vừa mới làm xong** (acabar de terminar) / **vừa mới quen** (recién conocer)
vừa phải (tt), (pt): moderado, a; (dt), **sự vừa phải**: la moderación
vừa tầm (tt), (pt): asequible; (dt), **sự vừa tầm**: lo asequible, el alcance
vừa vặn (tt), (pt): justo, a / **mặc đồ vừa vặn** (llevar la ropa justa, adecuada); (dt), **sự vừa vặn**: lo justo, la adecuación
vực, **vực thẳm** (dt): el abismo
vững (tt), (pt): durable; sólido, a
vững bền (tt), (pt): durable; sólido, a; (dt), **sự vững bền**: lo durable
vững chãi (tt), (pt): experimentado, a; (dt), **sự vững chãi**: la experimentación, lo experimentado
vững chắc (tt), (pt): durable; sólido, a; (dt), sự vững bền: lo durable
vững vàng (tt), (pt): sólido, a; (dt): sự vững vàng: la solidez
vươn (đt): estirar, lanzar
vươn lên (đt): echarse para delante; superar
vươn tới (đt): lanzarse
vươn vai (đt): estirarse los hombros
vườn (dt): el jardín
vườn bách thảo (dt): el jardín botánico
vườn bách thú (dt): el parque zoológico
vườn hoa (dt): el jardín de flores, el vergel
vườn quốc gia (dt): el parque nacional
vườn rau (dt): el huerto
vượn, **con vượn** (dt): el chimpancé
vương (tng): rey
vương giả (tt), (pt): fastuoso, a / **đời sống vương giả** (la vida fastuosa); (dt), sự vương giả: la fastuosidad
vương hầu (dt): el aristócrata / **một vương hầu** (un aristócrata) / **một nữ vương hầu** (una aristócrata)

vương miện (dt): la corona
vương nghiệp (dt): la realeza
vương phi (dt): la reina
vương phủ (dt): el palacio de los príncipes
vương quốc (dt): el reino
vương quyền (dt): la monarquía
vương triều (dt): la dinastía
vương vấn, **bị vương vấn** (đt): no dejar de pensar en alguien; (dt), **sự vương vấn**: el hecho de no dejar de pensar en algo, o en alguien
vướng, **bị vướng** (đt): estar liado, a; estar implicado en algo
vướng mắc, **bị vướng mắc** (đt): estar liado, a; estar implicado en algo
vượng khí (tt), (pt): augurio; (dt), **sự vượng khí**: el augurio
vượt qua (đt): superar; (dt), **sự vượt qua**: la superación, la resiliencia
vượt bậc (tt), (pt): sobresaliente; (dt), **sự vượt bậc**: lo sobresaliente
vượt mức (đt): sobrepasar, exceder
vứt (đt): tirar
vứt bỏ (đt): dejar, abandonar / **vứt bỏ một mối quan hệ** (abandonar una relación) / **vứt bỏ đồ vật** (tirar las cosas)

Phụ âm thứ mười bảy và chữ thứ hai mươi tám của bảng chữ cái
Decimoséptimo consonante y vigesimoctava letra del abecedario

x quang, **tia x quang** (dt): la radiación
xa (tt), (pt): lejos / **đường xa** (el camino a lo lejano)
xa cách (đt): separar; (dt), **sự xa cách**: la distancia
xa giá (dt): el carroza real / **nhà vua xa giá** (el rey paseaba en carroza)
xa hoa (tt), (pt): lujoso, a; (dt), **sự xa hoa**: lo lujoso, el lujo
xa lạ (tt), (pt): extraño, a / **một người xa lạ** (un extraño); (dt), **sự xa lạ**: lo extraño
xa lánh (đt): alejarse, apartarse / **xa lánh bạn bè** (alejarse de los amigos, distanciarse a los amigos); (đt), **làm cho xa lánh**: alejar, apartar; (dt), **sự xa lánh**: el alejamiento
xa lìa (tt), (pt): separado, a; (dt), **sự xa lìa**: la separación, la distancia; (đt), **xa lìa**: separar
xa vắng (tt), (pt): aislado, a / **một hòn đảo xa vắng** (una isla aislada)
xa xăm (tt), (pt): lejano, a / **một cõi xa xăm** (un lugar lejano)
xa xôi (tt), (pt): remoto, a / **chốn xa xôi** (el lugar remoto)
xa xưa (tt), (pt): lejano, a / **thời xa xưa** (el tiempo lejano, anterior); (dt), **sự xa xưa**: la anterioridad
xà phòng (dt): el jabón
xà bông (dt): el champú
xã hội (dt): la sociedad; (dt), **chủ nghĩa xã hội**: el socialismo
xã hội học (dt): la sociología / **một nhà xã hội học** (un sociólogo, una socióloga)
xã trưởng (dt): el jefe de un distrito

xạ hương, **chất xạ hương** (dt): el almizcle

xác, **cái xác** (dt): el físico, el cuerpo, el cadáver / chỉ còn cái xác không (no tener nada, sino lo puesto)

xác chết, **cái xác chết** (dt): el cadáver

xác đáng (tt), (pt): correcto, a; con sentido / **làm điều gì đó một cách xác đáng** (hacer algo con sentido); (dt), **sự xác đáng**: lo correcto, lo lógico

xác định (đt): determinar; (dt), sự xác định: **la determinación**

xác lập (đt): establecer; (dt), **sự xác lập**: el establecimiento

xác minh (đt): verificar, comprobar; (dt), **sự xác minh**: la verificación, la comprobación

xác nhận (đt): confirmar; (dt), **sự xác nhận**: la confirmación

xác xuất, **sự xác suất** (dt): la probabilidad

xác thịt (tt), (pt): físico / **thú vui xác thịt** (el placer físico)

xác thực (tt), (pt): tangible, evidente / **tính xác thực** (la cualidad tangible); (dt), **sự xác thực**: la evidencia

xách (đt): llevar, poner algo; (dt), **cái xách**: el bolso

xài (đt): gastar

xám (tt), (pt): gris; pálido, a / **màu xám** (el color gris)

xám mặt, **bị xám mặt** (đt): estar pálido

xám xịt (tt), (pt): oscuro, a / **một bầu trời xám xịt** (un cielo oscuro)

xanh (tt): azul; (dt), **màu xanh**: el color azul / **màu xanh biếc, xanh da trời** (el azulado) / **màu xanh rin, xanh nước biển** (el azul marino) / **xanh phỉ thúy** (el azul verdoso)

xanh mặt, **bị xanh mặt** (đt): estar pálida la cara, estar lívido el rostro

xanh tươi (tt), (pt): verdoso, a / **một cánh đồng xanh tươi** (un campo verdoso); (dt), **sự xanh tươi**: la frescura, lo verdoso, lo verde

xao động (tt), (pt): agitado, a; (đt), **bị xao động**: estar agitado, a; (dt), **sự xao động**: la agitación; (đt), **làm cho xao động**: agitar

xao nhãng (tt), (pt): negligente / **một thái độ xao nhãng** (la actitud negligente); (đt), **xao nhãng**: quedar abandonado, a / **sao nhãng công việc** (quedar abandonado, a el trabajo); (dt), **sự xao nhãng**: la negligencia

xảo quyệt (tt), (pt): astuto, a; (dt), **sự xảo quyệt**: la astucia

xảo trá (tt), (pt): engañoso, a; (dt), **sự xảo trá**: lo engañoso, la falsedad

xáo động (tt), (pt): agitado, a; (đt), **bị xáo động**: estar agitado, a; (dt), **sự xáo động**: la agitación; (đt), **làm cho xáo động**: agitar

xáo trộn, **làm xáo trộn** (đt): alterar; trastornar, agitar; (đt), **bị xáo trộn**: estar alterado, a; estar trastornado, a / **hệ thống tiêu hóa bị xáo trộn** (la digestión está alterada); (dt), **sự xáo trộn**: la alteración, la agitación, el trastorno / **một sự xáo trộn trong suy nghĩ** (una agitación en el pensamiento)
xạo (đt): mentir
xáp, **xáp lại gần** (đt): acercarse
xáp lá cà (tng): cuerpo a cuerpo
xáp mặt (tng): cara a cara
xát (đt): restregar (algo con algo)
xạu, **xạu mặt** (đt): enfurruñarse la cara
xăm (đt): tatuar; (dt), **hình xăm**: el tatuaje
xăm hình (đt): tatuar
xăn, **xăn chắc** (tt), (pt): duro, a / **bắp thịt săn chắc** (el musculo duro); (dt), **sự săn chắc**: lo duro
xẳng, **xẳng giọng** (đt): irritar la voz
xắt (đt): cortar / **xắt thịt** (cortar la carne)
xấc láo (tt), (pt): insolente; (dt), **sự xấc láo**: la insolencia
xâm chiếm (đt): ocupar; (dt), **sự xâm chiếm**: la ocupación
xâm lăng (đt): invadir; (dt), **sự xâm lăng**: la invasión
xâm nhập (đt): invadir, penetrar; (dt), **sự xâm nhập**: la invasión, la penetración
xâm phạm (đt): violar / **xâm phạm đời sống riêng tư** (violar la privacidad) / **xâm phạm quyền sở hữu cá nhân** (violar el derecho de la posesión privado); (dt), **sự xâm phạm**: la violación
xấp xỉ (tt), (pt): aproximado, a; aproximadamente; (dt), **sự xấp xỉ**: la aproximación
xâu kim (đt): agujerear
xâu xé lẫn nhau (tng): maltratarse
xấu (tt), (pt): feo, a / **người xấu** (la persona fea) / **sự xấu** (la cosa fea, el asunto feo)
xấu hổ (tt), (pt): avergonzado, a; (dt), **sự xấu hổ**: la vergüenza; (đt), **làm xấu hổ**: avergonzar
xấu số (tng): malogrado, a / **người xấu số** (la persona malograda; el malogrado, la malograda)
xấu tính (tt), (pt): malo, a; (dt), **sự xấu tính**: el mal carácter
xấu xa (tt), (pt): malvado, a; (dt), **sự xấu xa**: la malicia

xây, xây dựng (đt): construir, contribuir; (dt), **sự xây dựng**: la construcción, la contribución
xây lắp (đt): construir, montar; (dt), **sự xây lắp**: la construcción, la colocación
xe buýt (dt); el autobús, la guagua
xe đạp (dt): la bicicleta
xe máy (dt): la motocicleta
xe honda (dt): la motocicleta
xe hơi (dt): el coche
xe chữa cháy (dt): el coche de bombero
xe cứu thương (dt): la ambulancia
xe du lịch (dt): el coche turista
xe máy (dt): la motocicleta
xe mô tô (dt): la motocicleta
xe vận tải (dt): el camión
xe xích lô (dt): el el bicitaxi
xẻ (đt): cortar, partir / **xẻ bánh** (cortar la tarta)
xem (đt): mirar / **xem phim** (ver la película) / **xem tivi** (ver la tele) / **xem mặt bắt hình dong** (ver la cara saber la persona)
xem tướng, **thuật xem tướng** (dt): la fisonomía; (dt), **thầy xem tướng**: el fisonomista; (đt), **xem tướng**: mirar la fisonomía / **xem tướng cho một người** (mirar la filosofía para una persona)
xem xét (đt): examinar, pensar; (dt), **sự xem xét**: el examen
xen kẽ (đt): intercalar, insertar, combinar, alternarse con algo; (dt), **sự xen kẽ**: la alternancia, la combinación
xen lẫn (đt): entremezclarse; (dt), **sự xen lẫn**: la entremezcla
xén (đt): cortar / **xén giấy** (cortar el papel)
xèo, bánh xèo (dt): la crepe
xẹo xiên (đt): indirecto, a; picadura
xẹp, **làm xẹp** (đt): aplastar
xét đoán (đt): tener prejuicio; (dt), **sự xét đoán**: el prejuicio
xét xử (đt): juzgar, arbitrar; (dt), **sự xét xử**: el arbitraje
xê, xê dịch (đt): mover / **xê dịch bàn ghế** (mover la mesa y las sillas) / **xê dịch chỗ ngồi** (mover, desplazar el asiento)
xế bóng (tt), (pt): atardecer / **tuổi xế bóng** (la edad avanzada) / **mặt trời đã xế bóng** (el sol está atardecer)

xế chiều (tt), (pt): atardecer / **lúc xế chiều** (el atardecer, el crepúsculo) / **buổi xế chiều** (la edad de envejecimiento)
xếp hàng (đt): alinear
xếp, xếp đặt (đt): ordenar, disponer, colocar; (dt), **sự xếp đặt**: la colocación
xếp hạng (đt): clasificar; (dt), **sự xếp hạng**: la clasificación
xếp xó (tng): dejar, tener abandonado, a / **xếp xó một góc** (dejar abandonado, a; tener abandonado, a)
xi giày (đt): frotar el betún al zapato
xi măng (dt): el cemento
xì, xì hơi (đt): desinflar
xì gà (dt): el cigarrillo de pipa
xì ke (dt): la droga; (dt), **người hút xì ke**: el droguero
xì xào (đt): susurrar; (dt), **tiếng xì xào**: el susurro
xì xầm, sự xì xầm, tếng xì xầm (đt): el rumor
xỉ vả (đt): injuriar; (dt), **sự xỉ vả**: la injuria
xí nghiệp (dt): la fábrica / liên doanh xí nghiệp nhà nước (las asociaciones de empresas Estatales)
xía, **nói xía vô** (đt): hablar metomentodo; interrumpir la conversación
xích đạo, đường xích đạo (dt): el ecuador
xích mích, **sự xích mích** (dt): la riña, el enfado, la pelea; (đt), **có xích mích, bị xích mích với ai đó**: tener la riña, estar peleando con alguien
xiên, **bị xiên** (đt): estar inclinado, a
xiên xẹo tt), (pt): inclinado, a; embustero, a / **đi xiên xẹo vì say** (deambular inclinado por estar ebrio / **ăn nói xiên xẹo** (decir embustes)
xiểng liểng (tt), (pt): debilitado, a / **mệt xiểng liểng** (estar debilitado, a; cansarse mucho; fatigarse)
xiêu lòng, **làm xiêu lòng** (đt): suavizar, calmar el corazón
xiêu vẹo (tt), (pt): inclinado, a; destrozo, a / **đi xiêu vẹo vì say** (caminar inclinado porque estaba borracha) / **nhà cửa xiêu vẹo vì giông bão** (las casas destrozadas por la tormenta, las casas derribadas por la tormenta.)
xin (đt): pedir
xin phép (đt): pedir permiso
xin lỗi (đt): pedir perdón
xin xỏ (tt), (pt): pidiendo, a / **Hắn lúc nào cũng xin xỏ**. (Siempre está pidiendo)
xinh đẹp (tt), (pt): guapa / **một cô gái, phụ nữ xinh đẹp** (una chica, una mujer guapa)

xinh xắn (tt), (pt): mona / **một cô gái xinh xắn** (una chica mona)
xịt nước (đt): desaguar, achicar el agua / **xịt nước bằng cái vòi** (desaguar, achicar el agua con un tubo)
xỏ (đt): enfilar, perforar / **xỏ lỗ tai** (perforar la oreja) / **xỏ kim** (enfilar el agujero)
xoa, **xoa bóp** (đt): hacer masaje; (dt), **sự xoa bóp**: el masaje
xóa (đt): borrar
xóa nhòa (đt): borrar
xoài, **trái xoài** (dt): la fruta mango, el mango; (dt), **cây xoài**: el árbol del mango
xoan (tt), (pt): ovalado, a / **hình xoan** (la forma ovalada) / **một gương mặt hình xoan** (la cara tiene la forma ovalada)
xoàn, hột xoàn (dt): el diamante
xoàng (tt), (pt): desconsiderado, a / **đồ xoàng** (cosa, persona desconsiderada)
xoàng xĩnh (tt), (pt): desconsiderado, a / **đồ xoàng xĩnh** (cosa, persona desconsiderada); (dt), **sự xoàng xĩnh**: la desconsideración
xoay (đt) dar la vuelta / **xoay lưng** (volver la espalda) / **xoay lưng lại với tất cả** (pasar, abandonar a todos)
xoay xở (đt): moverse; (dt), **sự xoay xở**: la manera de moverse, de arreglar un asunto
xoáy (đt): girar hacia adentro, o hasta el hondo; (dt), **gió xoáy**: el remolino / **vùng gió xoáy** (la zona de remolino)
xoăn, **làm xoăn** (đt): rizar; (dt), **tóc xoăn**: el pelo rizado
xoắn lại (đt): torcer; (dt), **tóc xoắn**: el pelo rizado
xoắn ốc (tt): espiral; (dt), **hình xoắn ốc**: la espiral / **một cái cầu thang xoắn ốc** (una escalera espiral)
xọc (tt), (pt): rayado, a
xòe tay (đt): abrir la mano
xoèn xoẹt (tt), (pt): arrastrado, a / **đi đứng xoèn xoẹt** (caminar de manera descuidada, arrastrado los pies) / **ăn nói xoèn xoẹt** (hablar descuidadamente)
xoi mói (tt), (pt): metomentodo / **người hay soi mói** (el meticón, el, la metomentodo); (dt), **sự soi mói**: el metomentodo
xói mòn (đt): erosionar; (dt), **sự sói mòn**: la erosión
xóm giềng (dt): los vecinos
xóm làng (dt): el pueblo, la aldea
xót thương (tt), (pt): misericordioso, a; (dt), **sự xót thương, lòng xót thương**: la misericordia

xót xa (tt), (pt): lamentable; (đt), **xót xa** (cho ai đó): lamentar (para alguien); (đt), **xót xa cho mình**: lamentarse; (dt), **sự xót xa**: la lamentación

xô, **cái xô** (dt): el cubo / **cái xô nước** (el cubo de agua)

xô bồ (tt), (pt): alborotador, a / **ăn nói xô bồ** (hablar de manera alborotadora) / **một đám đông xô bồ** (una multitud alborotadora); (dt), **sự xô bồ**: el alboroto

xô đẩy (đt): empujar; (dt), **sự xô đẩy**: el empuje

xô ngã (đt): caer a alguien (empujar a alguien para se cae al suelo)

xô viết (dt): la Unión Soviética

xổ ra (đt): soltar algo / **khi hắn tức lên, hắn xổ ra hết** (cuando se enfada, suelta todo lo que piensa)

xổ ruột (đt): purgar, lavar el estómago, limpiar el estómago

xổ số (dt): la lotería; (đt), **chơi xổ số**: jugar a la lotería

xốc, **bị xốc** (đt): estar conmovido, a; conmoverse; (đt), **làm cho xốc**: conmover

xốc xáo (đt): fisgar, hurgar, remover algo; (dt), **sự xốc xáo**: el fisgón

xộc, **xộc vào** (đt): irrumpir

xôi (dt): el arroz pegajoso cocinado

xối, **xối nước** (đt): tirar el agua

xối xả (tt), (pt): abundante / **một cơn mưa xối xả** (una lluvia abundante, una lluvia copiosa)

xôn xao (tt), (pt): tumultuoso, a / **lớp học xôn xao** (la clase está tumultuosa)

xông hơi (đt): exhalar el vapor; (dt), **sự xông hơi**: la exhalación de vapor

xông vào (đt): lanzar / **xông vào nguy hiểm** (arrojarse al peligro)

xông xáo (tt), (pt): lanzado, a / **một người xông xáo** (una persona lanzada); (dt), **sự xông xáo**: el lanzamiento; (đt), **xông xáo**: lanzar

xốp, **miếng xốp** (dt): la esponja; (tt), (pt), **xốp**: esponjoso, a

xơ, **chất xơ** (dt): la fibra

xơ cứng (dt): esclerosis, (đt), **bị sơ cứng**: tener esclerosis

xơ xác (tt), (pt): destrozado, a / **thành phố đìu hiu xơ xác** (la ciudad está destrozada)

xơi nước (đt): beber el agua (palabra vernácula del Norte)

xờm ngựa, **cái xờm ngựa** (dt): la cola de caballo

xu (dt): el céntimo

xu chiêng, **cái xu chiêng** (dt): el sujetador

xu hướng (dt): la tendencia

xu thế (dt): la tendencia

xu thời (tt), (pt): oportuno, a / người xu thời (la persona oportuna)

xù (đt): correr, huir
xua đuổi (đt): echar
xua tay (đt): remover la mano, sacudir la mano
xuân, **mùa xuân** (dt): la primavera
xuân phân (dt): equinoccio de primavera
xuất bản (đt): editar; (dt), **nhà xuất bản**: el editorial; (dt), **giám đốc nhà xuất bản**: el editor; (dt), **nữ giám đốc nhà xuất bản**: la editora
xuất cảng (đt): exportar; (dt), **sự xuất cảng**: la exportación
xuất cảnh (đt): salir al extranjero; (dt), **giấy phép xuất cảnh**: la visa
xuất giá (đt): casarse (la mujer)
xuất giá tòng phu (tng): cuando una mujer se casa, ha de vivir donde vive el marido
xuất chúng (tt), (pt): eminente, extraordinario, a; (dt); **sự xuất chúng**: la eminencia
xuất hành (đt): partir, salir; (dt), **sự xuất hành**: la salida, la partida
xuất hiện (đt): aparecer, presenciar / **xuất hiện trước công chúng** (aparecer al público, hacerse presente al público); (dt), **sự xuất hiện**: la aparición, la presentación personal
xuất xắc (tt), (pt): sobresaliente; (dt), **sự xuất sắc**: lo sobresaliente
xúi giục (đt): convencer, persuadir / **xúi giục ai làm gì** (persuadir a alguien para hacer algo)
xung đột (tt), (pt): chocante, contradictorio, a; (dt), **sự xung đột**: lo chocante, lo contradictorio
xung khắc (tt), (pt): incompatible; (dt), **sự xung khắc**: lo incompatible
xung phong (tt), (pt): voluntario, a / **xung phong làm việc** (trabajar voluntariamente); (dt), **sự xung phong**: el voluntario
xuôi theo (đt): ir por, dejar llevarse / **xuôi theo ý ai đó** (ir por la misma idea de alguien) / **xuôi theo dòng đời** (dejar llevarse por la vida)
xuôi chiều (dt): la misma dirección; (đt), **đi xuôi chiều**: ir por la misma dirección
xuồng, **cái xuồng** (dt): la barca
xuống (đt): bajar, descender
xuống cấp (đt): degradar; (dt), **sự xuống cấp**: la degeneración, la degradación
xuống giọng (đt): bajar el tono de voz
xuống lỗ (tng): morir
xuyên (đt): atravesar
xuyên quốc gia (đt): transnacional

xuýt nữa (pt): casi
xử án (đt): juzgar el procedimiento; (dt), **sự xử án**: el procedimiento
xử bắn (đt): fusilar; (dt), **sự xử bắn**: el fusilamiento
xử hòa (đt): conciliar juzgando; (dt), **sự xử hòa**: el procedimiento de conciliación
xử lý (đt): arreglar; (dt), **sự xử lý**: el arreglo
xử phạt (đt): multar; (dt), **sự xử phạt**: la multa
xử trảm (đt): decapitar, degollar; (dt), **sự xử trảm**: el degüello
xứ (dt): el sitio, el lugar
xưa, xưa kia (tt), (pt): anterior, anteriormente
xưa nay (tng): antes y ahora / **xưa nay vẫn vậy** (siempre ha sido así)
xức, xức dầu (đt): poner aceite
xức nước hoa (đt): perfumarse, ponerse un perfume
xưng hô (đt): nombrar; (dt), sự xưng hô: lo apelativo
xưng tên (đt): nombrar, apelar a alguien
xưng tội (đt): confesar; (dt), **sự xưng tội**: la confesión católica
xừng cồ, **nổi xừng cồ** (đt): cabrearse
xứng (đt): / họ xứng với nhau (ellos coinciden) / **xứng đôi vừa lứa** (la pareja coincide)
xứng đáng (đt): merecerse / **Cô ấy đã xứng đáng được nhận phần thưởng.** (Se mereció recibir el premio.); (dt), **sự xứng đáng**: el merecimiento
xương (dt): el hueso
xương bả vai (dt): el omóplato, el omoplato
xương chậu (dt): el hueso coxal
xương cốt (dt): los huesos
xương cụt (dt): el coxis
xương đòn (dt): la clavícula
xương đùi (dt): el fémur
xương sọ (dt): el cráneo
xương sống (dt): la columna vertebral
xương xẩu (tt), (pt): delgado, a; flaco, a / **trông anh ta xương xẩu qúa** (le parece demasiado delgado)
xướng ca (đt): cantar; (dt), **người xướng ca**: el cantautor, la cantautora
xướng xuất (đt): adelantar, proponer / **xướng xuất một ý tưởng, xướng xuất một giải pháp** (adelantar una idea, adelantar una solución); (dt), **sự xướng xuất**: la proposición

Phụ âm thứ mười tám và chữ thứ hai mươi chín của bảng chữ cái
Decimoctava consonante y vigesimonovena letra del abecedario

y án (tt), (pt): igual / **vẫn y án** (el juicio sigue igual)
y khoa (tt), (pt): medicina / **thuộc về y khoa** (de medicina); (dt), **ngành y khoa**: la carrera de medicina
y nguyen (pt), (tt): igual / **vẫn y nguyên** (es igual)
y như (tt), (pt): perece / **giống y như** (es parece)
y như vậy (pt): lo mismo, a / **hắn cũng y như vậy** (es lo mismo, a)
y phục (dt): la ropa, el traje / **mặc y phục thường dân** (vestir la ropa normal) / **bộ y phục truyền thống** (el traje típico)
y sĩ (dt): el farmacéutico
y tá (dt): la enfermera
y tế, **bộ y tế** (dt): la auxiliar de medicina
ỷ, **ỷ lại** (đt): acostumbrarse a depender de alguien / **tính ỷ lại** (la personalidad sumisa) / **quen thói ỷ lại** (estar acostumbrado a que alguien le eche una mano); (dt), **sự ỷ lại**: la sumisión
ỷ quyền (đt): abusar del poder; (dt), **sự ỷ quyền**: el abuso de poder
ý, **cái ý** (dt): la idea, el significado/ **vừa nảy ra một** ý (acaba de salir una idea) / **Bài viết không có ý.** (El escrito no tiene contenido.)
ý (tt): italiano, a / **nước Ý** (Italia) / **người Ý** (los italianos) / một người Ý (un italiano, una italiana)
ý chí (dt): la voluntad, las ganas de hacer
ý định (dt): la intención
ý đồ (dt): la mala intención
ý kiến (dt): la opinión

ý muốn (dt): el deseo, la voluntad
ý nghĩa (dt): la significación
ý nguyện (dt): el deseo
ý thích (dt): el gusto
ý thức (dt): la conciencia, la consciencia / **không có ý thức gì cả** (no tener nada de conciencia); (dt), **sự ý thức**: la conciencia, la consciencia
ý thức hệ (dt): la ideología
ý trung nhân (dt): el pretendiente
ý tưởng (dt): la idea / **có ý tưởng** (tener creatividad, tener buenas ideas)
yểm, **yểm bùa** (đt): hechizar, hacer un hechizo
yểm hộ (đt): apoyar, sostener (dt), **sự yểm hộ**: el sostenimiento
yểm trợ (đt): apoyar, sostener (dt), **sự yểm trợ**: el sostenimiento
yểm, **áo yếm** (dt): el top abierto a la espalda
yếm thế (tt), (pt): bloqueado, a; misántropo, a; (đt), **bị yếm thế**: estar bloqueado, estar aislado / **một đội quân bị yếm thế** (un ejército está boqueado) / **Vì bị yếm thế nên đội quân phải rút lui.** (Por haber sido bloqueado, el ejército tuvo que retirarse.); (dt), **sự yếm thế**: el bloqueo, la misantropía
yên (tt): tranquilo, a; pacífico, a
yên ả (tt), (pt): silencioso, a; tranquilo, a; pacífico, a; (dt), **sự yên ả**: la tranquilidad, el silencio, lo pacífico
yên bình (tt), (pt): pacífico, a / **một đời sống yên bình** (una vida pacífica); (dt), **sự yên bình**: la paz
yên cương (dt): el adorno; (đt), **thắng yên cương ngựa**: enjaezar el caballo
yên giấc, **ngủ yên giấc** (đt): dormir tranquilo, a; (tng), **yên giấc ngàn thu**: morir, descansar en paz
yên lành (tt), (pt): pacífico, a / **một đời sống yên lành** (una vida pacífica); (dt), **sự yên lành**: la paz
yên tĩnh (tt), (pt): sedante; (dt), **sự yên tĩnh**: lo sedante
yên vui (tt), (pt): tranquilo, y alegre / **một đời sống yên vui** (una vida tranquila y alegre); (dt), **sự yên vui**: la tranquilidad y la alegría
yến tiệc (dt): el banquete
yêu (đt): amar; (dt), **tình yêu**: el amor
yêu cầu (đt): exigir; (dt), **sự yêu cầu**: la exigencia
yêu chuộng (đt): gustar algo, querer a alguien; (dt), sự yêu chuộng: el gusto
yêu dấu (tt): querida / **em yêu dấu** (mi querida)

yêu đời (đt): amar la vida / **người yêu đời** (una persona positiva); (dt), **sự yêu đời**: lo positivo, el amor de la vida

yêu đương (đt): amar; (tt), **yêu đương**: amoroso, a / **những lời lẽ yêu đương** (las palabras amorosas); (dt), **sự yêu đương**: lo amoroso

yêu kiều (tt), (pt): preciosa / **một vẻ đẹp yêu kiều** (una belleza preciosa); (dt), **sự yêu kiều**: la preciosidad

yêu mến (đt): querer

yêu nước (đt): amar el país, (dt), **lòng yêu nước, tình yêu nước**: el amor del país

Bảng sơ lược từ vựng Tây Ban Nha - Việt nam
Selección general de los vocablos español - vietnamita

- Bảng sơ lược từ vựng Tây Ban Nha- Việt nam được chọn lựa từ cuốn tự điển này theo thứ tự chữ cái. Phần lớn những danh từ không thể đi cùng với mạo từ tương ứng của nó và nó sẽ là không đúng trong chức vụ của một danh từ. Chính vì vậy lời gợi ý hữu ích là nên chuyển xem những từ có quan hệ họ hàng và những ví dụ điển hình từ mẫu tự gốc của cuốn tự điển để có thể phân biệt sự khác nhau của những từ tiếng Việt có cùng một nghĩa trong một từ của tiếngTây Ban Nha. Ví dụ:

Tìm ngược từ:
- **explicar**: diễn giải [lliễn] [yải]; giải thích [yải] [thí: ch]; lý giải [lí] [yải]
  - diễn giải (đt): explicar; (dt), sự diễn giải: la explicación
  - giải thích (đt): explicar; (dt), sự giải thích: la explicación
  - lý giải (đt): interpretar, explicar; (dt), sự lý giải: la explicación, el intérprete
- **femenino**: nữ [nữ]; nữ giới [nữ] [yới]; nữ tính [nữ] [tí: nh]
  - nữ (tt): femenino; (dt), phái nữ: el femenino / phong trào nữ giới (el feminismo)
  - nữ giới (tt): femenino
  - nữ tính (tt), (dt): femenino, a; el carácter femenino / Cô ấy rất là nữ tính. (Ella es muy femenina)
- **grabar**: chạm trổ [chạm] [trổ]; ghi âm [gi:] [âm], ghi băng [gi:] [băng]
  - chạm trổ (đt): grabar, tallar; (dt): sự chạm trổ: el grabado / nghệ thuật trạm trổ (el grabado, el arte de grabar imágenes)
  - ghi âm (đt): grabar, grabar sonidos; (dt), sự ghi âm: la grabación
  - ghi băng (đt): grabar, copiar un disco; (dt), sự ghi băng: la grabación

BẢNG CHUYỂN GIẢI PHIÊN ÂM TƯƠNG ỨNG TIẾNG VIỆT SANG TÂY BAN NHA

• Selección general de los vocablos español – vietnamita de este diccionario ordenados alfabéticamente. La mayoría de los sustantivos no pueden demostrarse en esta selección con el artículo que les corresponde, y no sería correcto prescindir de ellos, por lo que se recomienda ver los vocablos familiares de una palabra con su ejemplo en los vocablos vietnamitas del diccionario para poder distinguir las diferencias de significado contenidas en un mismo vocablo español. Por ejemplo:
Buscar las palabras de forma inversa:
• **explicar**: diễn giải [lliễn] [yải]; giải thích [yải] [thí: ch]; lý giải [lí] [yải]
 - diễn giải (đt): explicar; (dt), sự diễn giải: la explicación
 - giải thích (đt): explicar; (dt), sự giải thích: la explicación
 - lý giải (đt): interpretar, explicar; (dt), sự lý giải: la explicación, el intérprete
• **femenino**: nữ [nữ]; nữ giới [nữ] [yới]; nữ tính [nữ] [tí: nh]
 - nữ (tt): femenino; (dt), phái nữ: el femenino / phong trào nữ giới (el feminismo)
 - nữ giới (tt): femenino
 - nữ tính (tt), (dt): femenino, a; el carácter femenino / Cô ấy rất là nữ tính. (Ella es muy femenina)
• **grabar**: chạm trổ [chạm] [trở]; ghi âm [gi:] [âm], ghi băng [gi:] [băng]
 - chạm trổ (đt): grabar, tallar; (dt): sự chạm trổ: el grabado / nghệ thuật trạm trổ (el grabado, el arte de grabar imágenes)
 - ghi âm (đt): grabar, grabar sonidos; (dt), sự ghi âm: la grabación
 - ghi băng (đt): grabar, copiar un disco; (dt), sự ghi băng: la grabación

Primera letra del abecedario y primera vocal
Nguyên âm đầu tiên và chữ thứ nhất của bảng chữ cái

a discreción: thả cửa [thả] [kửa]
a fondo: thấu đáo [thấu] [dá: o]; thấu triệt [thấu] [triệt]; tường tận [tường] [tận]
a lo largo: trong suốt [tro: ng] [suót]
a medias: nửa chừng [nửa] [chừng]; úp mở [úp] [mở]
a menudo: thường tình [thường] [tì: nh]
a punto de: sắp sửa [sắp] [sửa]
a tiempo: đúng giờ [dúng] [yờ]; kịp thời [kịp] [thời]
a través de: thông qua [thong] [qua]
a veces: lâu lâu [lâu] [lâu]; thỉnh thoảng [thỉ: nh] [tho: ảng]
abajo: dưới [llưới]
abalanzarse: bu lại [bu] [lại]
abanderado, a: thủ xướng [thủ] [xướng]; tiên phong [ti: en] [fo: ng]
abandonar: bỏ rơi [bỏ:] [rơi], buông bỏ [buong] [bỏ:]; giũ bỏ [yũ] [bỏ:]; rời bỏ [rời] [bỏ:]; từ bỏ [từ] [bỏ:]
abandonar los estudios: bỏ học [bỏ:] [họ: c]
abanico: quạt, cái quạt [kái] [quạt]; quạt tay, cái quạt tay [kái] [quạt] [tay]
abarcar: quán triệt [quán] [triệt]
abarcar: đa mang [da] [mang]; đèo bồng [dè: o] [bò:ng
abarrotado, a: đầy llẫy [dầy] [rẫy]
abastecer: cấp dưỡng [kấp] [llưỡng]
abastecer: cung cấp [kung] [kấp]
abstracto, a: trừu tượng [trừu] [tượng]

abatido, a: thối chí [thói] [chí:]
abdicar: nhường ngôi [ñường] [ngoi]; thoái vị [thoái] [vị:]
abdomen: bụng dưới [bụng] [llưới]
abecedario: mẫu tự, bảng mẫu tự [bảng] [mẫu] [tự], bảng chữ cái [bảng] [chữ] [kái]
abeja: ong, con ong [ko: n] [o: ng]
abeja reina: ong chúa, con ong chúa: [ko: n] [o: ng] [chúa]
abeja tierra: ong đất, con ong đất [ko: n] [o: ng] [dất]
aberrante: lệch lạc [lệch] [lạc]; lầm lạc [lầm] [lạc]; sai lệch [sai] [lệch]
abierto, a: cởi mở [kởi] [mở]
abigarrado, a: lòe loẹt [lò: e] [lo: ẹt]
abismal: sâu thẳm [sâu] [thẳm]
abismar: chìm ngập [chì: m] [ngập]
abismo: vực [vực], vực thẳm [vực] [thẳm]
abocetar: khắc họa [jắc] [họ: a]
abofetear: vả [vả]
abogado: luật sư [luật] [sư]
abogar: bào chữa [bà: o] [chữa]
abolir: phế bỏ [fé] [bỏ:]; phế truất [fé] [truất]
abonar: bón phân [bó: n] [fân]
abono: phân bón [fân] [bó: n]
aborigen: bản xứ [bản] [xứ]; thổ dân [thổ] [llân]
aborrecer: căm ghét [kăm] [gét]
abortar: nạo thai [nạ: o] [thai]
abrazar: ôm [om]
abrazar fuerte: siết chặt [siét] [chặt]
abreviar: giản lược [yản] [lược]; rút ngắn [rút] [ngắn]; thu gọn [thu] [gọ: n]; tỉnh lược [tỉ: nh] [lược]; tổn thọ, làm tổn thọ [làm] [tòn] [thất]
abril: tháng tư [tháng] [tư]
abrir: giở [yớ]; gỡ [gỡ]; trổ [trổ]
abrir la mano: ngửa tay [ngửa] [tay]; xòe tay [xò: e] [tay]
abrirse: trải lòng [trải] [lò: ng]
absolver: tha [tha], tha bổng [tha] [bỏng]; thả [thả]; trắng án, làm trắng án [làm] [trắng] [án]
absolutismo: chuyên chế, chế độ chuyên chế độc tài [ché] [dọ] [chuen] [ché] [dọc] [tài]; quân chủ, chế độ quân chủ [ché] [dọ] [quân] [chủ]

absoluto, a: tuyệt đối [tuệt] [dói]
absorber: hấp thụ [hấp] [thụ]; thấm nhuần [thấm] [ñuần]
abstenerse: kiêng [kieng], kiêng cữ [kieng] [kữ]; tiết dục [tiết] [llục]
abuela: bà ngoại [bà] [ngo: ại]; bà nội [bà] [nội]; ngoại [ngo: ại]; nội [nội]
abuelo: nội [nội]; ông ngoại [ong] [ngo: ại]; ông nội [ong] [nội]
abuelos: ông bà [ong] [bà]
abundante: dồi dào [llòi] [llà: o]; lênh láng [lenh] [láng]; xối xả [xói] [xả]
aburrir: ngao ngán [nga: o] [ngán]
aburrirse: chán [chán]
abusar: [lợi] [llụng]
abusar de poder: lạm quyền [lạm] [quèn]; lộng quyền [lọng] [quèn]; cậy thế [kậy] [thé]; **ý quyền** [î:] [quèn]
abusar sexualmente: cưỡng dâm [kưỡng] [llâm]
abyecto, a: đê hèn [de] [hè: n]
académico, a: hàn lâm [hàn] [lâm]
acantilado: vách, cái vách đá [kái] [vách] [dá]
acantonar: đóng quân [dó:ng] [quân]
acaparador, a: lũng đoạn [lũng] [doạn]
acariciar: mơn trớn [mơn] [trớn]; ve vuốt [ve:] [vuót]; vuốt ve [vuót] [ve:]
acaudillar: dẫn đầu [llẫn] [dầu]
acceder: tán đồng [tán] [dò: ng]; tiếp cận [tiếp] [cận]
accidente: tai nạn [tai] [nạn]
aceite: dầu [llầu]
aceite para resfriados: tràm, dầu tràm [llầu] [tràm]
acechar: rình [rì: nh], rình mò [rì: nh] [mò:]; thập thò [thập] [thò:]
acelerado, a: dồn dập [llòn] [llập]
acento agudo: trọng âm [trọ: ng] [âm]
aceptar: chấp nhận [chấp] [nhận]; nhận lời [ñận] [lời]
acequia: mương, cái mương [kái] [mương]; rãnh, cái rãnh nước [kái] [rãnh] [nước]
acera: lề đường, cái lề đường [kái] [lè] [dường]
acero: thép [thé: p]
acercar: liệu chừng [liệu] [chừng]
acercarse: lân la [lân] [la]; xáp, xáp lại gần [xáp] [lại] [gần]
acertar: trúng ý, đoán trúng ý [do: án] [trúng] [í:]
acertamente: trúng [trúng]

ácido, a: chua [chua]
aclamación: tờ khai [tờ] [jai]
aclamar la justicia: kêu oan [keu] [o: an]
aclamar: hò reo [hò:] [re: o]; reo [re: o], reo hò [re: o] [hò:]
aclararse: thấy ra [thấy] [ra]
acertar el pensamiento íntimo: đoán trúng tim đen [do: án] [trúng] [ti: m] [de: n]
acoger: dung nạp [llung] [nạp]
a**comodado**: khá giả [já] [yả]
acompañar: đồng hành [dòng] [hành]; qúa giang, đi qúa giang [di] [qúa] [yang]
aconsejar: cố vấn [kó] [vấn]; dặn [llặn], dặn dò [llặn] [llò:]; khuyên [juen]; khuyên giải [juen] [yải]; khuyên nhủ [juen] [ñũ], khuyên lơn [juen] [lơn]; khuyên răn [juen] [răn]; nhắn nhủ [ñắn] [ñũ]
acortar la vida: giảm thọ [yảm] [thọ:]
acosar: quấy rối [quấy] [rối]
acostumbrado, a: quen thói [que: n] [thó: i]
acostumbrarse depender de alguien: ỷ [î:], ỷ lại [î:] [lại]
acrecer: tăng trưởng [tăng] [trưởng]
acreditar: ủy nhiệm [ủy] [ñiệm]
acreedor: chủ nợ [chủ] [nợ]
acromático, a: vô sắc [vo] [sắc]
acta: văn bản [văn] [bản]
actitud: tác phong [tác] [fo: ng]; thái độ [thái] [dọ]
activar: hoạt động [ho: ạt] [dọng]
actividad: sinh hoạt [si: nh] [ho: ạt]
activo, a: hăng hái [hăng] [hái]; tích cực [tí: ch] [kực]
actor: diễn viên [diễn] [vien]
actores y actrices: tài tử [tài] [tử]
actriz: diễn viên [diễn] [vien]; nữ diễn viên [nữ] [lliễn] [vien]
actualidad: hiện thời [hiện] [thời]
actuar: biểu diễn [biểu] [diễn]; hành động[hành] [dọng]; trình diễn [trì: nh] [lliễn];
trình diễn [trì: nh] [lliễn]
acuarela: màu nước [màu] [nước]
acuartelamiento principal: tiền trạm [tiền] [trạm]
acumulador: ứ trệ [ứ] [trệ]

acumular: chứa chất [chứa] [chất]; gom [go: m], gom góp [go: m] [gó: p]; tích lũy [tí: ch] [lũy]; tích trữ [tí: ch] [trữ]

acusar: buộc tội [buộc] [tọi]

adaptarse: chan hòa [chan] [hòa]; đáp ứng [dáp] [ứng]; thích nghi [thí: ch] [ngi:]

adecuado, a: hợp thời [hợp] [thời]; phù hợp [fù] [hợp]; thích đáng [thí: ch] [dáng]; thích ứng [thí: ch] [ứng]; thỏa đáng [thỏ: a] [dáng]; thích hợp [thí: ch] [hợp]

adelantar: tạm ứng [tạm] [ứng]; ứng trước [ứng] [trước]; xướng xuất [xướng] [xuất]

además: lại nữa [lại] [nữa]

adjetivo, a: tĩnh từ [tĩnh] [từ]; tính từ [tí: nh] [từ]

adherirse: đoàn kết [do: àn] [két]; sát cánh [sát] [kánh]; siết chặt [siét] [chặt]

adiós: vĩnh biệt [vĩ: nh] [biệt]

adivinar: bói [bó: i]; đoán [do: án]

adjuntar: kèm, kèm theo [kèm] [the: o]

administrar: quản lý [quản] [lý]; quản trị [quản] [trị]

administrar asuntos de familia: tề gia nội trợ [tè] [ya] [nọi] [trợ]

administrativo, a: hành chính [hành] [chí: nh]

admirable: tôn qúi [to: n] [qúi]

admirar: cảm phục [kảm] [fục]; hâm mộ [hâm] [mọ]; khâm phục [jâm] [fục]; kính phục [kí: nh]; phục [fục]; tâm phục, làm tâm phục [làm] [tâm] [fục]; tấm tắc khen thầm [tấm] [tắc] [je: n] [thầm]; thán phục [thán] [fục]; mến phục [mến] [fục] [fục]

admitir: công nhận [kong] [ñận]; thu nạp [thu] [nạp]

adolescencia: thiếu thời, tuổi thiếu thời [tuổi] [thiếu] [thời]

adolescente: niên thiếu [nien] [thiếu]; vị thành niên [vị:] [thành] [nien]

adorable: tôn thờ [to: n] [thờ]

adorar: phụng thờ [fụng] [thờ]; sùng bái [sùng] [bái]; sùng kính [sùng] kính]; thờ [thờ]; thờ cúng [thờ] [kúng]; thờ phượng [thờ] [fượng]

adormecer: ru ngủ, làm ru ngủ [làm] [ru] [ngủ]; thiếp [thiép], ngủ thiếp [ngủ] [thiép]

adornar: trang hoàng [trang] [ho: àng]; trang trí [trang] [trí]

adorno: yên cương [i: en] [kương]

aduanero, a: hải quan [hải] [quan]

adulador, a: luồn cúi [luòn] [kúi]

adular: nịnh [nị: nh], nịnh hót [nị: nh] [hó: t]; siểm nịnh [siểm] [nị: nh]; ton hót [to: n] [hó: t]
adulterar: thông dâm [thong] [llâm]
adverbio: phó từ [fó:] [từ]; trạng từ [trạng] [từ]; trợ động từ [trợ] [dọng] [từ]
adversidad: nghịch cảnh [ngị: ch] [kảnh]
advertir: cảnh cáo [kảnh] [káo]; răn đe [răn] [de:]
aeronáutico, a: hàng không [hàng] [jong]
afable: hòa nhã [hò: a] [ñã]; thân thiện [thân] [thiẹn]
aferrarse: níu [níu], níu kéo [níu] [ké: o]
afectuoso, a: quyến luyến [quén] [luén]; thắm thiết [thắm] [thiét]; thân thương [thân] [thương]
aficionado, a: không chuyên [jong] [chuen]
afilar: gọt [gọ: t]
afirmar: khẳng định [jẳng] [dị: nh]
afirmarse: tự khẳng định [tự] [jẳng] [di: nh]; tự phong [tự] [fo: ng]
aflicción: thương đau, nỗi niềm thương đau [nõi] [nièm] [thương] [dau]
afligirse: đứt ruột, đứt ruột đau lòng [dứt] [ruọt] [dau] [lò: ng]
aflojar: nới [nới], nới lỏng [nới] [lỏ: ng]; nới tay [nới] [tay]; nương nhẹ [nương] [ñẹ:]; nương tay [nương] [tay]
afónico, a: vỡ tiếng [vỡ] [tiéng]
aforismo: châm ngôn [châm] [ngon]
afrentar el combate: nghênh chiến [ngenh] [chién]; nghinh chiến [ngi: nh] [chién]
africano, a: phi châu [fi:] [châu]
afrodisíaco, a: kích dục [kí: ch] [llục]
afuera: ngoài [ngo: ài]; ra ngoài [ra] [ngo: ài]
agarrado, a: vồ vập [vò] [vập]
agarrarse: bấu víu [bấu] [víu]; chộp [chọp]
agazaparse: nép [né: p]
agenda: sổ lịch, cuốn sổ lịch [kuốn] [sỏ] [lị: ch]
ágil: lanh [lanh], lanh lẹ [lanh] [lẹ], lanh lợi [lanh] [lợi]
agitado, a: xao động [xa: o] [dọng]
agitar: khuấy động [juấy] [dọng]; lay động [lay] [dọng]; lung lay [lung] [lay]; lắc [lắc]; nhấp nháy [ñấp] [náy]; phất [fất]; rung [rung]
agitar la mano: trở tay [trở] [tay]
agobiante: tù túng [tù] [túng]

agónico, a: thoi thóp [tho: i] [thó: p]
agosto: tháng tám [tháng] [tám]
agotado, a: kiệt lực [kiệt] [lực], kiệt sức [kiệt] [sức]; sạch trơn [sạch] [trơn]
agradable: khoan khoái [jo: an] [jo: ái]
agradar el asunto: to chuyện, làm to chuyện [làm] [to:] [chuẹn]
agradecer: báo đáp [bá: o] [dáp]; biết ơn [biét] [ơn]; đền đáp [dèn] [dáp], đền ơn [dèn] [ơn]; tạ ơn [tạ] [ơn]
agradecimiento: cám ơn, sự cám ơn [sự'] [kám] [ơn]
agresivo: sừng sỏ [sừng] [sỏ:]; sừng sộ [sừng] [sộ]
agricultura: nông nhiệp [nong] [ngiẹp]
agricultura primaria: tiểu nông nghiệp [tiẻu] [nong] [ngiẹp]
agrietada: chai tay [chai] [tay]
agrietar: nứt [nứt]
agronomía: nông học [nong] [họ: c]
agrupar: tập hợp [tập] [hợp]
agua: nước [nước]; nước lã [nước] [lã]; nước lọc [nước] [lọ: c]; thủy [thủy]
agua con hielo: nước đá [nước] [dá]
agua de sal: nước mặn [nước] [mặn]
agua dulce: nước ngọt [nước] [ngọ: t]
agua fría: nước lạnh [nước] [lạnh]
agua mineral: nước khoáng [nước] [jo: áng]
agua subterránea: mạch nước ngầm [mạch] [nước] [ngầm]
aguacate: trái bơ [trái] [bơ]
aguantarse: chịu đựng [chịu] [dựng]; chịu khó [chịu] [jó:]; nhẫn nhịn [ñẫn] [ñị: n]; nhẫn nhục [ñẫn] [ñục]
agudo, a: sắc [sắc], sắc bén [sắc] [bé: n], sắc cạnh [sắc] [kạnh]; the thé [the:] [thé:]
agujerear: khoét [jo: ét]; xâu kim [xâu] [ki: m]
agujero: kim, cái kim [kái] [kim]
agujero nasal: lỗ mũi, cái lỗ mũi [kái] [lõ] [mũi]
ahora: bây giờ [bây] [yờ]
ahorrador, a: tần tiện [tần] [tiện]
ahorrar: dành dụm [llành] [llụm]; tiết kiệm [tiết] [kiệm]
ahorrativo, a: cần kiệm [kần] [kiệm]
ahuecar: khơi [jơi]
aire: không khí [jong] [jí:]

aislado, a: cách biệt [kách] [biệt]; chênh vênh [chenh] [venh]; chơ vơ [chơ] [vơ]; đìu hiu [dìu] [hiu]; đơn độc [dơn] [dọc]; hẻo lánh [hẻ: o] [lánh]; hiu hắt [hiu] [hắt], hiu quạnh [hiu] [quạnh]; lạc loài [lạc] [lo: ài]; lạc lõng [lạc] [lõng]; riêng lẻ [rieng] [lẻ:]; tách biệt [tách] [biệt]; xa vắng [xa] [vắng]; thui thủi [thui] [thủi]
aislarse: ở ẩn [ở] [ẩn]
ajado: tàn tạ [tàn] [tạ]
ajedrez: cờ tướng [kờ] [tướng]
ajenjo: ngải, cây ngải [kây] [ngải]
ajetreado, a: lu bù [lù] [bù]
ajo: tỏi [tỏ: i]
ajustar: thanh toán [thanh] [to: án]
al lado: bên cạnh [ben] [kạnh]; gần bên [gần] [ben]; gần kề [gần] [kè]; kế bên [ké] [ben], kế cận [ké] [kận]; sát [sát]
al revés: ngược [ngược], ngược lại [ngược] [lại]
ala de pájaro: cánh chim [kánh] [chim]
ala: cánh [kánh]
alabar: tán dóc [tán] [lló: c]; tán dương [tán] [llương]
alabarse: nói trạng [nó: i] [trạng]
alambre: kẽm, dây kẽm [llây] [kẽ: m]
alardear: nói phách [nó: i] [fách], nói phét [nó: i] [fé: t]
alargarse: nhây [ñây]
albañil: thợ hồ [thợ] [hồ]; thợ nề [thợ] [nè]
alborotador, a: xô bồ [xo] [bò]
alcance: tầm tay [tầm] [tay]
alcalde: thị trưởng [thị:] [trưởng]
alcohol: rượu [rượu]
aldea: làng mạc [làng] [mạc]; thôn xóm [thon] [xó: m]
alemán, a: đức [dức]
alegato: luận cứ [luận] [cứ]
alejarse: lánh xa [lánh] [xa]; xa lánh [xa] [lánh]
alegórico, a: ví von [ví:] [vo: n]
alegrar: mừng [mừng]; vui thích, làm cho vui thích [làm] [cho:] [vui] [thí: ch]
alegrar mucho: mừng quýnh [mừng] [quýnh]; mừng rỡ [mừng] [rỡ]
alegre: hoan hỉ [ho: an] [hỉ:]; hớn hở [hớn] [hở]; nhí nha nhí nhảnh [ñí:] [ña] [ñí:] [ñãnh]; phấn chấn [fấn] [chấn]; tươi rói [tươi] [ró: i]; tươi tắn [tươi] [tắn]; tươi tỉnh [tươi] [tỉ: nh]; vui [vui]; vui tươi [vui] [tươi]; tươi vui [tươi] [vui]

alelado, a: ngẩn ngơ [ngẩn] [ngơ]; ngẩn người [ngẩn] [người]; thần ra [thần] [ra]; thừ [thừ]
alertar: cảnh báo
alga: rong [ro: ng], rong biển [ro: ng] [biển]
alguno, a: một vài [mọt] [vài]; mươi [mươi]; vài [vài]
aliarse: giao kết [ya: o] [két]; giao ước [ya: o] [ước]
alimentar: nung nấu [nung] [nấu]
alineado, a: thẳng hàng [thẳng] [hàng]
alinear: xếp hàng [xếp] [hàng]
allá: kia kìa [kia] [kìa]
alma: tâm hồn [tâm] [hòn]
almeja: hến, con hến [ko: n] [hén]
almidón: tinh bột [ti: nh] [bọt]
alojarse en una pensión: ở trọ [ở] [trọ:]
almacén: tổng kho [tòng] [jo:]
almizcle: xạ hương, chất xạ hương [chất] [xạ] [hương]
alrededor, a: chung quanh [chung] [quanh]
altar: bàn thờ [bàn] [thờ]
altavoz: phóng thanh, cái loa phóng thanh [kái] [lo: a] [fó: ng] [thanh]
alterar: xáo trộn, làm xáo trộn [làm] [xá: o] [trọn]
altiplanicie: cao nguyen [ka: o] [nguen]
altísimo: thượng [thượng]
altitud: độ cao [dọ] [ka: o]
alto, a: thái [thái]; cao [ka: o]; vút [vút]
alto mando: tổng chỉ huy [tòng] [chỉ] [huy]
altura: bề cao [bè] [ka: o]
altura: chiều cao [chiều] [ka: o]; dọc, chiều dọc [chiều] [dọ: c]
alzar: nhón [ñó: n]
alumna: nữ sinh [nữ] [si: nh]
alumno: nam sinh [nam] [si: nh]
alumno del concursante: thí sinh [thí:] [si: nh]
alumno, a: học sinh [họ: c] [si: nh], học trò [họ: c] [trò:]
aluvión: sa bồi, đất sa bồi [dất] [sa] [bòi]
amable: hiền [hiền], hiền hậu [hiền] [hậu], hiền lành [hiền] [lành]; nồng hậu [nòng] [hậu]; tốt bụng [tót] [bụng]

amante: người tình [người] [tì: nh]; nhân tình [ñân] [tì: nh]; tình lang [tì: nh] [lang]; tình nhân [tì: nh] [ñân]; tình nương [tì: nh] [nương]
amar: yêu [i: eu]; yêu đương [i: eu] [dương]
amar el país: ái quốc [ái] [quóc]
amar la vida: yêu đời [ieu] [dời]
amargado, a: cay đắng [kay] [dắng]
amargo, a: đắng [dắng]
amarillo, a: vàng [vàng]
amateur: nghiệp dư [ngiẹp] [dư]; tay ngang [tay] [ngang]
ambicionar: tham vọng [tham] [vọ: ng]
ambiente: môi trường [moi] [trường]; ngoại cảnh [ngo: ại] [kảnh]
ambiente de paz: hòa khí [hò: a] [jí:]
ambiguo, a: lấp lửng [lấp] [lửng]
ámbito: phạm vi [fạm] [vi:]
ámbito del amor: tình trường [tì: nh] [trường]
ambos, as: cả hai [cả] [hai]
ambulancia: cứu thương, xe cứu thương [xe] [kứu] [thương]
amenazar: dọa [llọ: a], dọa dẫm [llọ: a] [llẫm]; dọa nạt [llọ: a] [nạt]; đe dọa [de:] [llọ: a]; hăm dọa [hăm] [dọ: a]; hù [hù], hù dọa [hù] [llọ: a]
amenazar sacando dinero: tống tiền [tóng] [tiền]
amigo, a: bạn; thân hữu [thân] [hữu]
americano, a: hoa kỳ [ho: a] [kì:]; mỹ [mĩ:]
amigable: tri âm [tri:] [âm]
amistad: tình bạn [tì: nh] [bạn]
amistoso, a: êm thấm [em] [thấm]; tình thân [tì: nh] [thân]; tương thân tương ái [tương] [thân] [tương] [ái]
amonestar: đay, đay nghiến [day] [ngién]
amor: ái tình; mối tình [mói] [tì: nh]; tình [tì: nh]; tình ái [tì: nh] [ái]; tình duyên [tì: nh] [lluen]; tình yêu [tì: nh] [i: eu]
amor predestinado: túc duyên, một mối túc duyên [mọt] [mói] [túc] [lluen]
amorío: mối tình hời [mói] [tì: nh]
amoroso, a: tình tứ [tì: nh] [tứ]; tình tự [tì: nh] [tự]; tự tình [tự] [tin]
amortajar: khâm liệm [jâm] [liệm]
ampliar: phóng [fó: ng]
amputado: què [què:]
analfabetismo: mù chữ [mù] [chữ]

analfabeto, a: thất học [thất] [họ: c]
analizar: phân tích [fân] [tí: ch]
análogo, a: tương đồng [tương] [dòng]
anarquista: vô chính phủ [vo] [chí: nh] [fủ]
anatomía: giải phẫu học [yải] [fẩu] [họ: c]
ancestral: cổ nhân [kỏ] [ñân]; cổ xưa [kỏ] [xưa]; thiên cổ [thien] [kỏ]
ancestro: tiên sư [ti: en] [sư]
ancho, a: rộng [rọng]
anchura: bề rộng
anchura: chiều ngang [chiều] [ngang]
anciano, a: cụ [kụ], cụ ông [kụ] [o: ng], cụ bà [kụ] [bà]; ông cụ [ong] [kụ]; ông già [ong] [yà];
ông lão [ong] [lã: o]; trưởng lão, bậc trưởng lão [bậc] [trưởng] [lã: o]
andar: đi
andén: bến, cái bến [kái] [bén]
andrajoso, a: lam lũ [lam] [lũ]; rách rưới [rách] [rưới]; tồi tàn [tòi] [tàn]
andrógino, a: lưỡng tính [lưỡng] [tí: nh]
anécdota: giai thoại [yai] [tho: ại]: anécdota
anemia: thiếu máu, sự thiếu máu [sự] [thiếu] [máu]
anestesia: thuốc mê [thuóc] [me]
anestesiar: đánh thuốc mê [dánh] [thuóc] [me]; gây mê [gây] [me]
anexionar: thôn tính [thon] [tí: nh]
ángel: thiên thần [thien] [thần]
ángel de la guarda: hộ mệnh, thần hộ mệnh [thần] [họ] [mệnh]
anguila: lươn, con lươn [ko: n] [lươn]
ángulo: góc [gó:c]; góc độ [gó: c] [dọ]; khía cạnh [jía] [kạnh]; phương diện [fương] [lliện]
anhelo: hoài bão [ho: ài] [bã: o]
anillo: nhẫn, cái nhẫn [kái] [ñẫn]
animadamente: rôm rả [rom] [rả]
animado, a: hào hứng [hà: o] [hứng]; náo nhiệt [ná: o] [ñiệt]; nhộn nhịp [ñọn] [ñị: p]; sầm uất [sầm] [uất]; sôi động [soi] [dọng]; tưng bừng [tưng] [bừng]
animal: súc vật [súc] [vật]; thú, con thú [ko: n] [thú]; thú vật, con thú vật [ko: n] [thú] [vật]; vật, **con vật** [ko: n] [vật]
animales: muông thú [muông] [thú]
aniversario: giỗ [yõ], giỗ tổ [yõ] [tỏ]; ngày giỗ [ngày] [giỗ]

ánodo: cực dương [kực] [llương]
anónimo: không tên [jong] [tên]; khuyết danh [juét] [llanh]; vô danh [vo] [llanh]
anormal: dị thường [lli:] [thường]; khác thường [jác] [thường]; không bình thường [jong] [bình] [thường]; ngược đời [ngược] [đời]
anotar: ghi [gi:], ghi chép [gi:] [ché: p], ghi chú [gi:] [chú]
ansioso, a: khắc khoải [jắc] [jo: ải]; thấp thỏm [thấp] [thỏ: m]
antecedente: tiền án [tiền] [án]
antecedente penal: tiền án tiền sự [tiền] [sự]
antecesor: ông tổ [ong] [tỏ]; tiền bối, bậc tiền bối [bậc] [tiền] [bói]
antepasada: tổ mẫu [tỏ] [mẫu]
antepasado: tổ tiên [tỏ] [tien]; tổ ông [tỏ] [o: ng]
antepasados: ông cha [ong] [cha]; tổ tiên [tỏ] [tien]
anterior: trước đây [trước] [dây]; trước đây [trước] [dây]; xưa [xưa], xưa kia [xưa] [kia]
antes: khi trước [ji:] [trước]; trước [trước]; trước [trước]
antes de: trước khi [trước] [ji:]
antibiótico: kháng sinh, chất kháng sinh [chất] [jáng] [si: nh], thuốc kháng sinh [thuóc] [jáng] [si: nh]; trụ sinh [trụ] [si: nh]
anticientífico, a: phản khoa học [jo: a] [họ: c]
anticipar: ứng tạm [ứng] [tạm]
anticuado, a: lỗi thời [lỗi] [thời]
antigüedad: đồ cổ [dò] [kỏ]
antiguo Testamento: cựu ước, sách Cựu Ước [sách] [kựu] [ước]
antinatural: phi tự nhiên [fi:] [tự] [ñien]
antipatía: tị hiềm, sự tị hiềm [sự] [tị:] [hièm]
antipático, a: dễ ghét [llễ] [gé: t]; đáng ghét [dáng] [gé: t]; khó chịu [jó:] [chịu]; khó thương [jó:] [thương]
antorcha: đuốc [duóc], bó đuốc [bó:] [duóc]
anual: thường niên [thường] [nien]
anudar: kết [két]
anular: hủy [hủy], hủy bỏ [hủy] [bỏ:]
anunciar: thông báo [thong] [bá: o]
anuncio: thông cáo, bản thông cáo [bản] [thong] [ká: o]
añadir: bổ sung [bỏ] [sung]; thêm [them]
añadir detalles imaginarios: thêm mắm thêm muối [them] [mắm] [them] [muói]

año: năm [năm]
año académico: niên khóa [nien] [jó: a]
año pasado: năm ngoái [năm] [ngo: ái]
añorar: hối tiếc [hói] [tiếc]; thương nhớ [thương] [ñớ]; thương tiếc [thương] [tiếc];
tiếc nuối [tiếc] [nuói]; tiếc thương [tiếc] [thương]
apacible: đằm, đằm thắm [dằm] [thắm]; êm, êm ả [em] [ả]
apadrinar: đỡ đầu [dỡ] [dầu]
apagar: dập, dập tắt [llập] [tắt]; tắt [tắt]
aparear: gán [gán], gán ghép [gán] [gé: p]; ghép đôi [gé: p] [doi]
aparecer: xuất hiện [xuất] [hiện]
aparecer brevemente de vez en cuando: thấp thoáng [thấp] [thoáng]
aparecer en forma: hiện hình [hiện] [hì: nh]
aparecer en la tierra: giáng trần [yáng] [trần]
aparecer en sueños: báo mộng [báo:] [mọng]
apariencia: hình thức [hình] [thức]; vẻ ngoài [vẻ:] [ngo: ài]
apartamento: căn hộ [kăn] [họ]
apartarse: tách [tách], tách rời [tách] [rời]
apasionado, a: tình si [tì: nh] [si]
apátrida: không quốc tịch [jong] [quốc] [tịch]
apelar: kháng án [jáng] [án]; phá án [fá] [án]; phản cung [fản] [kung]
apelativo: niên hiệu [nien] [hiệu]
apelativo de algunos reyes: thái tổ [thái] [tổ]
apellido: họ [họ:]
apéndice: phụ lục [fụ] [lục]
aperturista: tiền vệ [tiền] [vệ]
apesadumbrado, a: hắc ám [hắc] [ám]
aplacar la cólera: vuốt giận, làm vuốt giận [làm] [vuót] [yận]
aplanar: san bằng [san] [bằng]
aplastar: đè [dè:], đè bẹp [dè:] [bẹ: p]; xẹp, làm xẹp [làm] [xẹ: p]
aplaudir: hoan nghênh [ho: an] [ngenh]; tán thưởng [tán] [thưởng]; vỗ tay [võ] [tay]
aplazar la deuda: hoãn nợ [ho: ãn] [nợ]
aplazar: hòa hoãn [hò: a] [ho: ãn]; hoãn [ho: ãn]
aplicar: rịt [rịt]; ứng dụng [ứng] [llụng]

apocalipsis: tận số, sự tận số [sự'] [tận] [số], ngày tận số [ngày] [tận] [só]; tận thế, ngày **tận thế** [ngày] [tận] [thé]
apoderar: tấn phong [tấn] [fo: ng]; ủy quyền [ủy] [quèn]
apodo: mệnh danh [mẹnh] [danh]; tục danh [tục] [llanh]
apolítico, a: phi chính trị [fi:] [chí: nh] [trị:]; vô chính trị [vo] [chí: nh] [trị:]
apoyar: hậu thuẫn [hậu] [thuẫn]; kê [ke]; nâng đỡ [nâng] [dỡ]; tựa [tựa]; ủng hộ [ủng] [họ];
vịnh [vị: nh]; yểm hộ [i: ểm] [họ], yểm trợ [i: ểm] [trợ]
apoyarse: dựa [llựa]; nương bóng [nương] [bó: ng]; nương tựa [nương] [tựa]
apoyo: chỗ dựa [chỗ] [llựa]
aprender: học hỏi [họ: c] [hỏi]
aprender a leer: tập đọc [tập] [dọ: c]
aprender cosa nueva: tân học [tân] [họ: c]
apresurado, a: khẩn trương [jẩn] [trương]
apresurar: giục [yục]; giục giã [yục] [yã]
apretar la mano (saludar): bắt tay [bắt] [tay]
apretar: bóp [bó: p]; thắt chặt [thắt] [chặt]
aprobar: đậu [dậu]; thi đậu [thi:] [dậu]
aprobar un examen con la calefacción más alta: thủ khoa, đậu thủ khoa [dậu] [thủ] [jo: a]
apropiado, a: đích đáng [dí:ch] [dáng]
aprovechado, a: dựa dẫm [lựa] [llẫm]; tranh thủ [tranh] [thủ]
aprovechando la ocasión: sẵn dịp [sẵn] [llị: p]
aprovechar: nhân tiện [ñân] [tiện]
aprovisionar: tiếp tế [tiếp] [té]; tiếp ứng [tiếp] [ứng]; tiếp viện [tiếp] [viện]
aproximado, a: vào khoảng [và: o] [jo: ảng]; xấp xỉ [xấp] [xỉ:]
aproximadamente: độ [dọ], độ chừng [dọ] [chừng], độ khoảng [dọ] [jo: ảng]
aptitud: kỹ năng [kĩ:] [năng]
apóstol: tông đồ, thánh tông đồ [thánh] [tong] [dò]
apuesta: tiền cá cược [tiền] [ká] [kược]
apuñalar: đâm [dâm]
aquel; aquello, a: nọ [nọ:]
aquel momento: lúc đó [lúc] [dó:]
arándano: sim [si: m]
arbitrar: phân giải [fan] [yải]; trọng tài [trọ: ng] [tài]
arbitrario, a: tùy tiện [tùy] [tiện]

árbol: cây, cái cây [kái] [kây]
árboles: cây cối [kây] [kói]
archipiélago: quần đảo [quần] [dả: o]
arcilla: sét, đất sét [dất] [sé: t]
arco: cung, cái cung [kái] [kung]; vòng cung [vò: ng]; vồng, cái cầu vồng [kái] [kầu] [vòng]
ardiente: nóng bỏng [nó: ng] [bỏ: ng]; nồng cháy [nòng] [cháy]; nồng nàn [nòng] [nàn]; nồng thắm [nòng] [thắm]; nồng cháy [nòng] [cháy]
ardilla: sóc, con sóc [ko: n] [só: c]
área del cielo: vùng trời, một vùng trời [một] [vùng] [trời]
areca catechu: cau, cây cau [kây] [kau]
arena: đất [dất]; hạt cát [hạt] [kát]
arengar: hô hào [ho] [hà: o]
arenisca: sa thạch [sa] [thạch]
argot: lóng, tiếng lóng [tiếng] [lóng]
argumento: lập luận [lập] [luận]; luận chứng [luận] [chứng]
aristócrata: vương hầu [vương] [hầu]
arma: vũ khí [vũ] [jí:]
armadura: giáp, cái áo giáp [kái] [á: o] [yáp]
armamento: vũ trang [vũ] [trang]
armario: tủ, cái tủ [kái] [tủ]; tủ đứng, cái tủ đứng [kái] [tủ] [dứng]
armario con espejo: tủ gương, cái tủ gương [kái] [tủ] [gương]
armazón: nòng cốt [nò: ng] [kót]
armonía: hòa âm, sự hòa âm [sự] [hò: a] [âm]
armónico, a: nhịp nhàng [ñip] [ñàng]
armonioso, a: thánh thót [thánh] [thó: t]
armonizar: chan hòa [chan] [hòa], dung hòa [llung] [hòa]; điều hoà [dièu] [hò: a]; hòa hợp [hò: a] [hợp]; tổng hòa [tỏng] [hò: a]
aroma: hương [hương]; mùi hương [mùi] [hương]
aromatizar: ngát [ngát], tỏa ngát [tỏ: a] [ngát]; ướp [ướp]
arqueado, a: vòng kiền [vò: ng] [kièn]
arqueológico, a: khảo cổ [jả: o] [kỏ]
arquitecto, a: kiến trúc sư [kién] [trúc] [sư]
arquitectura: kiến trúc [kién] [trúc]
arrancar: cạy [kạy]; nhổ [ñỏ]; rứt [rứt]
arrastrado, a: xoèn xoẹt [xo: èn] [xo: ẹt]

arrastrar: bò lê [bò:] [le]; giạt [yạt]; kéo lê [ké: o] [le]; lôi [loi]; sền sệt, kéo sền sệt [ké: o] [sền] [sệt]; lôi sền sệt [lôi] [sền] [sệt]; trôi dạt [troi] [lḷạt]
arrebatar: cướp bóc [kướp] [bó: c]
arreglado, a: diện [lḷiện], ăn diện [ăn] [lḷiện]; tươm tất [tươm] [tất]
arreglar: sửa sang [sửa] [sang]; trang trải [trang] [trải]; xử lý [xử] [lí:]
arreglar la rueda: săm lốp xe [săm] [lóp] [xe:]
arrendar: thuê [thue], cho thuê [cho:] [thue]
arrepentirse: hồi tâm [hòi] [tâm]
arriesgado, a: cả gan [kả] [gan]
arrinconar: bắt bí [bắt] [bí:]
arrodillarse: qùi [kùi]; qùi [qùi]
arrogante: cao ngạo [ka: o] [ngạ: o]; hống hách [hóng] [hách]; ngạo nghễ [ngạ: o] [ngễ]
arrojar: liệng [liệng]
arrojarse: ùa [ùa]
arroyo: rạch, cái rạch [kái] [rạch]; suối [suói]
arroz: gạo [gạ: o]; lúa, cây lúa [kây] [lúa]; thóc [thó: c]
arroz cocinado: cơm [kơm]
arroz pegajoso: gạo nếp [gạ: o] [nép]
arroz pegajoso cocinado: xôi [xoi]
arrozal: ruộng, cái ruộng lúa [kái] [ruộng] [lúa]
arruga: nếp nhăn [nếp] [ñăn]
arruinar: lụn bại, làm lụn bại [làm] [lụn] [bại]; sạt nghiệp, làm sạt nghiệp [làm] [sạt] [ngiệp]
arrullo: nỉ non, tiếng nỉ non [tiéng] [nỉ:] [no: n]
arte: nghệ thuật [ngệ] [thuật]
arte marcial: võ [võ:]
artesanía: mỹ nghệ [mỹ] [ngẹ]
artesano, a: thợ [thợ]; thợ thủ công [thợ] [thủ] [kong]
ártico: bắc băng dương [băc] [băng] [lḷương]
articulación: khớp xương [jớp] [xương]
artículo: điều khoản [dièu] [jo: ản]
artificial: giả tạo [yả] [tạ: o]; nhân tạo [ñân] [tạ: o]; tự tạo [tự] [tạ: o]
artificioso, a: hào nhoáng [hà: o] [ño: áng]
artista: nghệ sĩ [ngệ] [sĩ:]; nữ nghệ sĩ [nữ] [ngẹ] [sĩ:]; văn nghệ sĩ [văn] [ngẹ] [sĩ:]
asar: nướng [nướng]; quay [quay]; thui [thui]

ascender: đắc đạo [dắc] [dạ: o]; ngộ [ngọ]
ascender de puesto: thăng chức [thăng] [chức]
ascendiente: uy lực [uy] [lực]; uy thế [uy] [thé]
ascensional: ngộ [ngọ]
ascensor: thang **máy**, cái thang máy [kái] [thang] [máy]
asceta: nữ tu sĩ [nữ] [tu] [sĩ:]
ascético, a: khổ hạnh [jò] [hạnh]
asco: tởm [tởm], tởm lợm [tởm] [lợm]
asediar: vây hãm [vây] [hãm]
asegurar: cam đoan [kam] [do: an]
asentir: gật [gật], gật đầu [gật] [dầu]
asequible: vừa tầm [vừa] [tầm]
asesinar: ám sát [ám] [sát]; giết người [yiét] [người]
asesino, a: hung thủ [hung] [thủ]; sát nhân, kẻ sát nhân [kẻ:] [sát] [ñân], tên sát nhân [ten] [sát] [ñân]; án mạng [án] [mạng]
asestar: giáng đòn [yáng] [dòn]
asexual: vô tình [vo] [tì: nh]
asfixiante: ngạt thở [ngạt] [thở]; nghẹt thở [ngẹt] [thở]
asiento: chỗ ngồi [chõ] [ngòi]
asignatura: bộ môn [bọ] [mon]; môn học [mon] [họ: c]
asimilar: đồng hóa [dòng] [hó: a]
aster amallus: thạch thảo, hoa thạch thảo [ho: a] [thạch] [thả: o]
asistir: phụng dưỡng [fụng] [llưỡng]
asistir el parto: đỡ đẻ [dỡ] [dẻ:]
asistir: cứu trợ [kứu] [trợ]
asma: suyễn [suẽn]
asociación: hội, hội đoàn [họi] [do: àn]; phường hội [fường] [họi]; quốc doanh [quóc] [llo: anh]
asociación popular: hợp tác xã [hợp] [tác] [xã]
asociarse: liên ngành [lien] [ngành]; liên minh [lien] [mi: nh]
asomar: ló, ló dạng [ló] [dạng]; nhấp nhô [ñấp] [ño]
aspecto: diện mạo [llien] [mạ: o]
aspirar el polvo: hút bụi [hút] [bụi]
astro: thiên thể [thien] [thẻ]
astrológico, a: chiêm tinh; tử vi [tử] [vi:]
astronomía: thiên văn, khoa thiên văn [jo: a] [thien] [văn]

astuto, a: lươn lẹo [lươn] [lẹ: o]; ranh [ranh], ranh mãnh [ranh] [mãnh]; thâm độc [thâm] [dọc]; thâm hiểm [thâm] [hiểm]; thủ đoạn [thủ] [do: ạn]; xảo quyệt [xả: o] [quẹt]
asumir: đảm nhận
asunto: sự việc [sự] [việc]; vụ [vụ]; vấn đề [vấn] [dè]; vụ việc [vụ] [việc]
asunto comercial: thương vụ [thương] [vụ]
asustadizo, a: thảng thốt [thảng] [thót]
asustarse: giật mình [yật] [mình]; hết hồn [hét] [hòn]; hoảng hồn [ho: ảng] [hòn];
atacar: tấn công [tấn] [kong]
ataque improvisto: đột kích, cuộc đột kích [kuộc] [dọt] [kí: ch]
atar: bó [bó:]; cột [kọt]; trói [tró: i]
atardecer: hoàng hôn [ho: àng] [hon]; xế bóng [xé] [bó: ng]
atasco: tắc nghẽn, sự tắc nghẽn [sự] [tắn] [ngẽ: n]
ataúd: hòm, cái hòm [kái] [hò: m]
ateo, a: vô thần [vo] [thần]
atención: lưu ý, sự lưu ý [sự] [lưu] [í:]
atender: quan tâm [quan] [tâm]
atento, a: đon [do: n] đả [dả]; săn đón [săn] [dó: n]; tận tình [tận] [tì: nh]
aterrizar: hạ cánh [hạ] [kánh]
atlántico, a: đại tây dương [dại] [tây] [llương]
atmósfera: [jí:] [quyẻn]
atolondrado, a: thẫn thờ [thẫn] [thờ]
atormentado, a: phong trần [fo: ng] [trần]
atornillar: vặn [vặn]
atracar: cập bến [kập] [bén]
atracción: sức hút [sức] [hút]
atractiva: duyên dáng [lluyen] [lláng]
atractivo, a: hấp dẫn [hấp] [llẫn]; quyến rũ [quén] [rũ]
atraer: cuốn hút [kuón] [hút]; hút [hút]; thu hút [thu] [hút]
atragantarse una espina: hóc xương, bị hóc xương [bị:] [hó: c] [xương]
atravesada: tinh quái [ti: nh] [quái]
atravesar: chắn [chắn]; lọt, lọt vào [lọ: t] [và: o]; xuyên [xuen]
atrevido, a: dám [llám]; dạn [llạn], dạn dĩ [llạn] [llĩ:]; liều mạng [liều] [mạng]; liều lĩnh [liều] [lĩnh]; mạnh bạo [mạnh] [bạ: o]; mạnh dạn [mạnh] [dạn]; ngang tàng [ngang] [tàng]; táo bạo [tá: o] [bạ: o]; tự tiện [tự] [tiện]

atributo: thuộc tính [thuộc] [tí: nh]
audaz: gan dạ [gan] [llạ]
audiencia: thính giả [thí: nh] [yả]
augurio: vượng khí, sự vượng khí [sự] [vượng] [jí:]
aullar: rú [rú]
aullido: hú, tiếng hú [tiéng] [hú]
aumentar: tăng cường [tăng] [kường]; tăng gia [tăng] [ya]
aún no: chưa [chưa]
aún quedar: còn [kò: n], còn lại [kò: n] [lại]
aunque: mặc dầu [mặc] [dầu]
aurora: bình minh [bì: nh] [mi: nh]; rạng đông [rạng] [dong]; sớm mai, buổi sớm mai [muỏi] [sớm] [mai]
ausente: vắng mặt [vắng] [mặt]
austera: chân phương [chân] [fương]
austero, a: thanh đạm [thanh] [dạm]
australiano, a: úc [úc]
austríaco, a: áo [á: o]
autenticidad: chân lý [chân] [lí:]
auto-corrección: tu tỉnh, sự tu tỉnh [sự] [tu] [tỉ: nh]
autobús: ô tô buýt [o] [to] [buýt]; xe buýt [xe:] [buít]
autoconocimiento: [biét]
autodidacto, a: tự học [tự] [họ: c]
autoestimado, a: tự chủ [tự] [chủ]
automático, a: tự động [tự] [dọ: ng]
autónomo, a: tự [tự]; tự quản [tự] [quản]
autor: tác giả [tác] [yả]
autor de una intriga: thủ mưu, kẻ thủ mưu [kẻ:] [thủ] [mưu]
autocriticar: tự phê bình [tự] [fe] [bì: nh]
autoridad: chức quyền, giới chức quyền [yới] [chức] [quèn]; thẩm quyền, giới thẩm quyền [yới] [thẩm] [quèn]
autoridad suprema: thượng cấp [thượng] [kấp]
autoritario, a: hà khắc [hà] [jắc]; khắt khe [jắt] [je:]; quyết đoán [quét] [do: án]
autorretratar: tự họa [tự] [họ: a]
auxiliar de medicina: y tế, bộ y tế [bọ] [i:] [té]
avance: bước nhảy vọt [bước] [ñảy] [vọ: t]
avatares: sóng gió [só: ng] [yó:]; thăng trầm [thăng] [trầm]

aventurero, a: lãng du [lãng] [llu]; lãng tử [lãng] [tử]; vẫy vùng [vẫy] [vùng]
avergonzado, a: ê chề [e] [chè]; ngượng [ngượng]; xấu hổ [xấu] [hỏ]
avergonzarse: sượng [sượng], sượng sùng [sượng] [sùng], bị sượng [bị:] [sượng], bị sượng sùng [bị:] [sượng] [sùng]
averiguar: giải [yải], giải mã [yải] [mã]
avión: máy bay [máy] [bay]; tàu bay [tàu] [bay]
avión de reacción: phản lực [fản] [lực], máy bay phản lực [máy] [bay] [fản] [lực]
axila: nách, cái nách [kái] [nách]
axioma: tiên đề [tien] [dè]
ayudante: phụ trợ [fụ] [trợ]; trợ tá [trợ] [tá]
ayudar: giúp [yúp]; trợ giúp [trợ] [yúp]; viện trợ [viện] [trợ]
ayudarse multuamente: tương trợ [tương] [trợ]
ayuntamiento: thông tấn xã, cơ quan thông tấn xã [thong] [tấn] [xã]
azúcar: đường [dường]
azul: lam [lam]; xanh [xanh]
azulado, a: thanh thiên [thanh] [thien]
azulejo: gạch hoa [gạch] [ho: a]

Segunda letra del abecedario y primera consonante
Phụ âm đầu tiên và chữ thứ hai của bảng chữ cái

bandido: côn đồ [ten] [kon] [dò]; tướng cướp [ten] [tướng] [cướp]
banquete: yến tiệc [i: én]
bañarse al vapor: tắm hơi [tắm] [hơi]
bañera: bồn tắm, cái bồn tắm [kái] [bòn] [tắm]
bar: quán, cái quán [kái] [quán]; quán nước [quán] [nước]
bar de arroz: quán cơm [quán] [kơm]
bar para comer: tiệm ăn [tiệm] [ăn]
barato, a: rẻ [rẻ:]
barba: râu quai nón [râu] [quai] [nó: n]; râu quai nón [râu] [quai] [nón]
barca: đò, cái đò [kái] [dò:]; ghe, cái ghe [kái] [ge:]; thuyền, cái thuyền [kaí] [thuền], con thuyền [ko: n] [thuền]; xuồng, cái xuồng [kái] [xuòng]
barco: phà, cái phà [kái] [fà]
barco comerciante: thương thuyền [thương] [thuèn]
barcos de pescar: thuyền chài [thuèn] [chài]
barniz: véc ni [vé: c] [ni:]
barra: thanh [thanh]
barrer: quét [qué: t]
barriga: bụng, cái bụng [kái] [bụng]
barrigón: bụng phệ, cái bụng phệ [kái] [bụng] [fẹ]
barrio pobre: ổ chuột, khu ổ chuột [ju] [ổ] [chuọt]
basar: căn cứ [kăn] [kứ]; dựa [llưa]
base: cơ sở [kơ] [sở]
básico, a: sơ đẳng [sơ] [dẳng]

basílica: thánh đường [thánh] [đường]
bastante: đầy đủ [dầy] [dủ]; đủ [dủ]
basto, a: thô kệch [tho] [kệch]; thô lỗ [tho] [lõ]; thô thiển [tho] [thiển]
bastoncillo: tăm bông gòn [kái] [tăm] [bong] [gòn]
basura: rác [rác]
bautizar: giải tội [yải] [tọi]; rửa tội [rửa] [tọi]
bebé: em bé [e: m] [bé:]; hài nhi [hài] [ñi:]
beber: uống [uóng]
beber el agua: uống nước [uóng] [nước]; xơi nước [xơi] [nước]
bebida: uống, thức uống [thức] [uóng]
beca: học bổng [họ: c] [bổng]
belén: máng cỏ, cái máng cỏ [kái] [máng] [kỏ]
belga: bỉ [bỉ:]
bella tradición: thuần phong mỹ tục [thuần] [fo: ng] [mĩ:] [tục]; tươi đẹp [tươi] [dẹ: p]
bellaco: khốn khiếp [jón] [jiép], khốn nạn [jón] [nạn]
Bellas Artes: mỹ thuật [mĩ:] [thuật]
belleza: nhan sắc [ñan] [sắc]; sắc đẹp [sắc] [dẹ: p]
belleza y sexo: sắc dục [sắc] [llục]
bello, a: đẹp [dẹ: p]
bello paisaje: thắng cảnh, một thắng cảnh [mọt] [thắng] [kảnh]
bendición: hồng phúc [hòng] [fúc]
beneficiar: giúp ích [yúp] [í: ch]
beneficio: hoa lợi [ho: a] [lợi]; lợi lộc [lợi] [lọc]; lợi ích [lợi] [í: ch]; mối lợi [mói] [lợi]
benévolo, a: nhân từ [ñân] [từ]
benigno, a: lành tính [lành] [tính]
benjamín: con út [ko: n] [út]
berenjena: cà tím, trái cà tím [trái] [kà] [tím]
besar: hôn [hon]
bestial: thú tính [thú] [tí: nh]
betón: bê tông [be] [tong]
biblia: kinh thánh [ki: nh] [thánh]
biblioteca: thư viện [thư] [viện]
bibliotecario, a: thủ thư [thủ] [thư]
bicicleta: xe đạp [xe:] [dạp]

bicitaxi: xe xích lô [xe:] [xí: ch] [lo]
bien: hay [hay]; lành lặn [lành] [lặn]; sướng [sướng]; thiện [thiện]; tốt đẹp [tót] [dẹ: p]
bienaventuranza: phúc [fúc]; phúc đức [fúc] [dức]; phúc lành [fúc] [lành]; phước [fước]; phước lành [fước] [lành]
bienestar: khấm khá [jấm] [já]
bienes invisibles: của chìm [kủa] [chìm]
bienes privados: của riêng [kủa] [rieng]
bienes visibles: của nổi [kủa] [nỏi]
bienvenida: chào mừng [chà: o] [mừng]; đón chào [dó: n] [chà: o]
bigote: râu [râu]; ria mép [ria] [mé: p]
bilateral: song phương [so: ng] [fương]
bilingüe: song ngữ [so: ng] [ngữ]
billete ida y vuelta: khứ hồi, vé khứ hồi [vé:] [jứ] [hòi]; vé [vé:]
billón: tỉ [tỉ:]
billonario: tỉ phú [tỉ:] [fú]
biografía: thân thế và sự nghiệp [thân] [thé] [và] [sự] [ngiẹp]; tiểu sử [tiểu] [sử]
biología: sinh vật học [si: nh] [vật] [họ: c]
bisiesto, a: nhuận [ñuận]
blanco, a: trắng, màu trắng [màu] [trắng]; trắng [trắng]; trắng bạch [trắng] [bạch]; trắng muột [trắng] [muọt], trắng phau [trắng] [fau], trắng toát [trắng] [to: át], trắng tinh [trắng] [ti: nh]; trắng toát
blanco y negro: trắng đen [trắng] [de: n]
blando, a: nhũn [ñũn]; nhừ [ñừ]
blanqueado, a: trắng xóa [trắng] [xó: a]
bloc: phiến [fién]
bloqueado, a: yếm thế [i: ém] [thé]
bloquear: phong tỏa [fo: ng] [tỏ: a]
blusa: cái áo [kái] [á: o]
bobada: tầm bậy [tầm] [bậy]; tầm phào [tầm] [fà: o]
bobo, a: dại [llại]; khờ dại [jờ] [llại], khờ khạo [jờ] [ja: o]; rồ dại [rò] [llại]; vụng dại [vụng] [llại]
boca: miệng, cái miệng [kái] [miệng]
boca de la pistola: họng súng [họ: ng] [súng]
bocadillo: ổ bánh mì [ổ] [bánh] [mì:]

bocetar: phác thảo (đt): [fác] [thả: o]
boceto: họa đồ, bản họa đồ [bản] [họ: a] [dò]
bocio: bứu, cái bứu cổ [kái] [bứu] [kò]
boda: đám cưới [dám] [kưới]; lễ cưới [lễ] [kưới]; lễ kết hôn [lễ] [két] [hon]; lễ thành hôn [lễ] [thành] [hon]; vu qui, lễ vu qui [lễ] [vu] [qui]
bodega: hầm rượu [hầm] [rượu]
bogavante: tôm hùm, con tôm hùm lớn [ko: n] [to: m] [hùm] [lớn]
bol: tô, cái tô [kái] [to]
bolsa: bao, cái bao [kái] [ba: o]
bolsa de viaje: túi du lịch [túi] [llu] [lị: ch]
bolsillo: túi, cái túi [kái] [túi]
bomba: bom [bo: m]; lựu đạn [trái] [lựu] [đạn]; mìn, qủa mìn [qủa] [mìn]
bombardear: oanh tạc [o: anh] [tạc]
bondadoso, a: đôn hậu [don] [hậu]; hảo tâm [hả: o] [tâm]; lương thiện [lương] [thiện]; nhân hậu [ñân] [hậu]; thiện tâm [thiện] [tâm]
bordar: thêu thùa [theu] [thùa]
borde: bờ, cái bờ [kái] [bờ]; ven [ve: n]; viền, cái viền [kái] [viền]
borla: tua, cái dây tua [kái] [llây] [tua]
borracho, a: say [say]
borrar: tẩy [tẩy]; xóa [xó: a]; xóa nhòa [xó: a] [ñò: a]
borroso, a: loáng thoáng [loáng] [tho: áng]; nhòa [ñò: a]
bosque: rừng [rừng]
bostezar: ngáp [ngáp]
bota: giày bốt [yày] [bót]
bote: lọ, cái lọ [kái] [lọ:]
botella: chai, cái chai [kái] [chai]
botón: nút, cái nút [kái] [nút]
braga: quần lót nữ [quần] [ló: t] [nữ]
brahmanismo: bà la môn [bà] [la] [mon]
braza: sải [sải]
brazo: cánh tay [kánh] [tay]; tay, cánh tay [kánh] [tay]
brazo derecho: tay mặt [tay] [mặt]; tay phải [tay] [fải]
brazo izquierdo: tay trái [tay] [trái]
brecha: lỗ, cái lỗ hổng [kái] [lỗ] [hỏng]; thủng, cái lỗ thủng [kái] [lỗ] [thủng]
brillante: hiền hách [hiền] [hách]; long lanh [lo: ng] [lanh]; lung linh [lung] [tung]; sáng kiến [sáng] [kién]

brillar: lấp lánh [lấp] [lánh]
brindar: cụng [kụng], cụng ly [kụng] [li:]
brizna de hierba: cọng cỏ [kọ: ng] [kỏ]
brocado: thổ cẩm [thổ] [kẩm]
bromear: bông đùa [bong] [dùa]; bông lơn [bong] [lơn]; chọc [chọ: c], chọc ghẹo [chọ: c] [gẹo]; đùa [dùa]; giỡn [yỡn]; nói giỡn [nói] [yỡn]
bronceado: rám nắng [rám] [nắng]
brotar: đâm bông [dâm] [bong]; đâm chồi [dâm] [chòi]; mọc [mọ: c]; phụt [fụt]; tuôn [tuon]
brújula: kim chỉ nam [kim] [chỉ:] [nam]; la bàn, cái la bàn [kái] [la] [bàn]
bruma: sa mù [sa] [mù]
brusco, a: sòng sọc [sò: ng] [sọ: c]
budismo: đạo phật [dạ: o] [fật]
buen karma: thiện căn [thiện] [kẩm]
buen rasgo fisonómico: tốt tướng [tót] [tướng]
buen sentimiento: thiện cảm [thiện] [kảm]
buena fama: tiếng lành [tiéng] [lành]
buena intención: nhã ý [ñã] [í:]; thiện ý [thiện] [í:]
buena noticia: tin lành [tin] [lành]; tin mừng [tin] [mừng]
buena perspectiva: triển vọng [triển] [vọ: ng]
buena reputación: tiếng thơm [tiéng] [thơm]
buena volunta: thiện chí [thiện] [chí:]
bueno, a: dịu hiền [llị: u] [hièn]; hảo hạng [hả: o] [hạng]; lành [lành]; ngoan [ngo: an]; **ngon** [ngo: n]; tốt [tót]
bueno y malo: phải trái [fải] [trái]
Buda: phật, Đức Phật [dức] [fật]
Buda Guan Yin: quan âm, Phật Quan Âm [fật] [quan] [âm]
bufanda: khăn quàng cổ [jăn] [quàng] [kỏ]
búfalo: sửu [sửu]; trâu, con trâu [ko: n] [trâu]
búfalos y vacas: trâu bò [trâu] [bò:]
burlar: chế nhạo [ché] [ña: o]; đùa bỡn [dùa] [bỡn]; trêu [treu], trêu chọc [treu] [chọ: c]; trêu tức [treu] [tức]
bup: hộp đêm [họp] [dem]
burbujear: sủi bọt [sủi] [bọ: t]
burbujear con el sonido crujiente: róc rách, chảy róc rách [chảy] [ró: c] [rách]
burgués: tiểu tư sản [tiểu] [tư] [sản]

burocrático, a: quan liêu [quan] [lieu]
burro: lừa, con lừa [ko: n] [lừa]
buscar: dò dẫm [llò:] [llẫm]; kiếm [kiém]; lục tìm [lục] [tìm]; tầm nã [tầm] [nã]; tìm [tì: m];
tìm kiếm [tì: m] [ki: ém]; truy tìm [truy] [tì: m], truy lùng [truy] [lù: ng]
buscar la información: săn tin [săn] [tin]
buscar la razón: kiếm cớ [kiém] [kớ]
buscar el benificio: kiếm chác [kiém] [chác], kiếm lời [kiém] [lời]
buscar manera: tìm cách [tì: m] [kách]
buscarse la vida: chạy bữa [chạy] [bữa]; kiếm ăn [kiém] [ăn]; kiếm sống [kiém] [sóng]
buzón de correo: hòm thư [hò: m] [thư]; hộp thư: [họp] [thư]

Tercera letra del abecedario y segunda consonante
Chữ thứ ba của bảng chữ cái và phụ âm thứ hai

caballero: hiệp sĩ [hiệp] [sĩ:]; kỵ sĩ [kị:] [sĩ:]; tráng sĩ [tráng] [sĩ:]
caballete: giá vẽ [yá] [vẽ]
caballo: ngựa, con ngựa [kon] [ngựa]
cabaña: chòi, cái chòi [kái] [chò: i]; lều [lèu], cái lều [kái] [lèu]
cabeza: đầu, cái đầu [kái] [dầu]
cable: dây, sợi dây [sợi] [llây]; dây cáp [llây] [káp]
cable eléctrico: dây điện [llây] [diện]
cabo: thượng sĩ [thượng] [sĩ:]
cabra: cừu, con cừu [ko: n] [kừu]; dê, con dê [ko: n] [lle]
cabrearse: xửng cồ, nổi xừng cồ [nổi] [xừng] [kò]
caca: cứt [kứt]; phân [fân]
cacahuete: đậu phộng [dậu] [fụng], đậu phụng [dậu] [fụng]
cacao: ca cao ka] [ka: o]
cada: cứ [kứ]; hằng [hằng]; mỗi [mõi]; một [mọt]
cadáver: thây, cái thây ma [kái] [thây] [ma]; xác chết, cái xác chết [kái] [xác] [chét]
cadena perpetua: tù chung thân [tù] [chung] [thân]
cadera: hông, cái hông [kái] [hong]
caducado, a: quá hạn [qúa] [hạn]
caer: rơi [rơi]; rơi rụng [rơi] [rụng]; rớt, làm rớt [làm] [rớt]; rụng [rụng]; sa [sa]; té [té:]; ào xuống [à: o] [xuóng]
caer a alguien: xô ngã [xo] [ngã]
caer a puñados: rơi vãi [rơi] [vãi]

caer en la desgracia: lâm nạn, bị lâm nạn [bị] [lâm] [nạn]
caer en la trampa: trúng kế, bị trúng kế [bị] [trúng] [ké]
caer fuera: lòi, bị lòi ra [bị] [lò: i] [ra]
caerse: ngã [ngã]; sa ngã [sa] [ngã]
caerse el diente: rụng răng, bị rụng răng [bị:] [rụng] [răng]
caimito: vú sữa [trái] [vú] [sữa]
caja: hộp, cái hộp [kái] [họp]; thùng, cái thùng [kái] [thùng]
caja de ahorros: quỹ tiết kiệm [qũy] [tiét] [kiẹm]
caja del dinero: két, két tiền [ké: t] [tièn]
cajón: ngăn, cái ngăn kéo [kái] [ngăn] [ké: o]
cal: vôi [voi]
calamar: mực, con mực [ko: n] [mực]
calambre: vọp bẻ [vọ: p] [bẻ:]
calamidad: thiên tai [thien] [tai]
calar: ướt sũng, làm ướt sũng [làm] [ướt] [sũng]
calificación académica "notable": ưu, điểm ưu [diẻm] [ưu]
calcetín: tất, chiếc tất [chiéc] [tát]
calculado, a: thiệt hơn [thiẹt] [họn]
calculadora: máy tính [máy] [tính]
calcular: đong [do: ng], đong đếm [do: ng] [dém]; phỏng tính [fỏ: ng] [tí: nh]; so đo [so:] [do:]; tính [tí: nh]; tính toán [tí: nh] [to: án]; ước tính [ước] [tí: nh]
cálcular mentalmente: tính nhẩm [tí: nh] [ñảm]
cálculo: suy tính [suy] [tí: nh]
calendario: lịch [lịch]; quyển lịch [quẻn] [lịch]
calendario solar: tây lịch [tây] [lị: ch]
calentar: hâm [hâm]
caliente: ấm áp [ấm] [áp]
caligrafía: nét, nét chữ [nét] [chữ]
cáliz de una flor: đài hoa [dài] [ho: a]
callad: im mồm [im] [mòm]
calle: đường, con đường [kɔ: n] [dường]
callejón: đường hẻm [dường] [hẻ: m]; ngõ hẻm [ngỏ:] [hẻ: m]
callejón sin salida: ngõ cụt [ngỏ:] [kụt]
callejón estrecho: ngỏ ngách [ngỏ:] [ngách]
calma: bình lặng [bì: nh] [lặng]; phẳng lặng [fảng] [lặng]; thanh tịnh [thanh] [tị: nh]; tĩnh [tĩ: nh]; trầm tĩnh [trầm] [tĩ: nh]; trấn an [trấn] [an]

calmar: dịu, làm dịu [làm] [lli: u]; làm dịu [làm] [lliu]
calor: nhiệt [ñiệt]; nóng [nó: ng]; nóng bức [nóng] [bức]; nóng nực [nóng] [nực]
caloría: nhiệt lượng [ñiệt] [lượng]
calorífico, a: phát nhiệt [fát] [ñiệt]
calumnia: vu khống [vu] [jóng]; vu oan [vu] [o: an]
calvo, a: trọc [trọ: c]
calzoncillo: quần lót nam [quần] [ló: t] [nam]
cama: giường [yường]
camaleón: tắc kè, con tắc kè [ko: n] [tắc] [kè:]
cámara: máy ảnh [máy] [ảnh]
camarada: đồng chí [dòng] [chí:]
cambiante: tráo trở [trá: o] [trở]; trở giọng [trở] [yọ: ng], trở mặt [trở] [mặt], trở quẻ [trở] [quẻ:]
cambiar: đổi thay [dòi] [thay]; thay đổi [thay] [dỏi]; trao đổi [tra: o] [dòi]
cambiar de blusa: thay áo [thay] [á: o]
cambiar de idea: đổi ý [dòi] [ý]
cambiar el turno: thay phiên [thay] [fien]
cambiar la palabra: thay lời [thay] [lời]
cambio de afecto: thay lòng [thay] [lò: ng]
camboyano, a: camphuchia [kam] [fu] [chia]
camelar: dỗ [llõ], dỗ dành [llõ] [llành]
caminante: lữ hành, người lữ hành [người] [lữ] [hành]
caminar: đi [di:]; rảo bước [rà: o] [bước]
camión: xe vận tải [xe:] [vận] [tải]
camisa: cái áo, cái áo sơ mi [kái] [á: o] [sơ] [mi:]; sơ mi, cái áo sơ mi [kái] [á: o] [sơ] [mi:]
campamento: doanh trại [llo: anh] [trại]; sơn trại [sơn] [trại]
campamento de verano: trại hè [trại] [hè:]
campesino: nông dân [nong] [llân]
campo: đồng quê [dòng] [que]: nông thôn [nong] [thon]; quê [que], miền quê [miền] [que], thôn quê [thon] [que], thôn dã [thon] [llã]; thôn quê [thon] [que]; trường đấu [trường] [dấu];
trường đua [trường] [dua]
campo de concentración: trại tập trung [trại] [tập] [trung]
campo de pantalla: sa trường [sa] [trường]
camuflaje: rằn ri, hình rằn ri [hì: nh] [rằn] [ri:]

camuflar: cất giấu [kất] [yấu]; tàng trữ [tàng] [trữ]
canal: kênh, cái kênh lạch [kái] [kenh] [lạch]; nương, cái nương [kái] [nương]
canalla: đốn mạt [dón] [mạt]; súc sinh [súc] [si: nh]
canallesco, a: lưu manh [lưu] [manh]
canalón: ống máng [óng] [máng]
cáncer: ung thư [ung] [thư]
canción: ca khúc [ka] [júc]; điệu hát [diệu] [hát]
canción de danza: vũ khúc [vũ] [júc]
canción folklórica: vọng cổ [vọ: ng] [kỏ]
candelabro: đèn cầy [dè: n] [kầy]
candidato elegido: đắc cử, người đắc cử [người] [dắc] [kử]; ứng cử viên [ứng] [kử] [vien]
candoroso, a: thơ dại [thơ] [llại]
cangrejo de mar: con còng [kon] [kò: ng]; ghẹ, con ghẹ [ko: n] [gẹ:]
canoso, a: hoa râm [ho: a] [râm]
canica: hòn bi [hò: n] [bi:]; viên bi [vien] [bi:]
cansar: mệt [mẹt]
cantante: ca sĩ [ka] [sĩ]; nữ ca sĩ [nữ] [ka] [sĩ]
cantar: ca hát [ka] [hát]; hát [hát]; xướng ca [xướng] [ka]
cantar folklore: ca cải lương [ka] [kải] [lương]; ca vọng cổ [ka] [vọ: ng] [kỏ]; hát bội [hát] [bọi], hát tuồng [hát] [tuòng]
cantar los pájaros: hót [hó: t]
cantar una nana: ru con [ru] [ko: n]
cantidad: liều lượng [lièu] [lượng]; lượng, số lượng [số] [lượng]; hàm lượng [hàm] [lượng]
cantidad de alcohol que pueda tomar cada uno: tửu lượng [tửu] [lượng]
capacidad: khả năng [jả] [năng]; năng lực [năng] [lực]; sức vóc [sức] [vó: c]; dung lượng [dung] [lượng]
caótico, a: bát nháo [bát] [ñá: o]; hỗn mang [hõn] [mang]; loạn [hõn] [lo: ạn]
capacidad para estudiar: sức học [sức] [họ: c]
capacitado, a: giỏi, giỏi giang [yỏi] [yang]; tài cán [tài] [kán]
capital: kinh đô [ki: nh] [do]; thủ đô [thủ] [do]
capitalista: tư bản [tư] [bản]; tư sản [tư] [sản]
capitán: thuyền trưởng [thuèn] [trưởng]; võ tướng [võ:] [tướng]
capítulo: chương [chương]
caprichoso, a: đua đòi [dua] [dò: i]; học đòi [họ: c] [dò: i]

captar la idea: biết ý [biét] [í:]
capturar: bắt [bắt]; lùng bắt [lùng] [bắt]
capullo: nụ, cái nụ [kái] [nụ], cái nụ hoa [kái] [nụ] [ho: a]
cara: gương mặt [gương] [mặt]; khuôn mặt [juon] [mặt]; mặt, cái mặt [kái] [mặt]
cara a cara: giáp mặt [yáp] [mặt]; xáp mặt [xáp] [mặt]
caracol: ốc, con ốc [ko: n] [óc]
carácter: bản tính [bản] [tí: nh]; cá tính [ká] [tí: nh]; đặc tính [dặc] [tí: nh]; tâm tính [tâm] [tí: nh]; tính, cái tính [kái] [tí: nh], tính cách [tí: nh] [kách], tính tình [tí: nh] [tì: nh]; tính hạnh [tí: nh] [hạ: nh]
carácter del yang: dương tính [llương] [tí: nh]
carácter del yin: âm tính [âm] [tí: nh]
carácter innato: bẩm tính [bẩm] [tí: nh]
carácter sexual: tính dục [tí: nh] [llục]
característica: tính chất [tí: nh] [chất]
caramelo: kẹo [kẹ: o]; viên kẹo [vien] [kẹ: o]
carbón: than [than]
carboncillo: than chì [than] [chì:]
cardíaco, a: tim mạch [ti: m] [mạch]
cardiovascular: trợ tim [trợ] [ti: m]
cárcel: nhà giam [ñà] [yam]; trại giam [trại] [yam]
carcelero, a: gông cùm [gong] [kùm]
carcoma: mọt, con mọt [ko: n] [mọ: t]
carencia: sa sút [sa] [sút]; thiếu thốn [thiéu] [thón]
carente: nguy ngập [nguy] [ngập]; sa cơ [sa] [kơ]; thất cơ [thất] [kơ] (
cargar: gánh [gánh]
cargo: sự vụ [sự] [vụ]
carlinga: khoang, cái khoang [kái] [jo: ang]
carne: thịt [thị: t]
carne magra: nạc, thịt nạc [thịt] [nạc]
carné: giấy chứng minh nhân dân [yấy] [chứng] [mi: nh] [ñân] [llân]; giấy thông hành [yấy] [thong] [hành]; thẻ căn cước [thẻ:] [kăn] [kước]; thẻ chứng minh thư [thẻ:] [chứng] [mi: nh] [thư]; thẻ căn cước [thẻ:] [kăn] [kước]
carnet: thẻ chứng minh thư [thẻ:] [chứng] [mi: nh] [thư]
carnívoro, a: ăn thịt [ăn] [thị: t]
caro, a: đắt [dắt], đắt đỏ [dắt] [dỏ:]; mắc [mắc]
carpa: rạp, cái rạp [kái] [rạp]

carpa del circo: rạp xiếc [rạp] [xiếc]
carpintero: thợ mộc [thợ] [mộc]
carrera: ngành [ngành], ngành nghề [ngành] [ngề]
carrera de Historia: sử học, ngành sử học [ngành] [sử] [họ: c]
carrera de medicina militar: quân y, ngành quân y [ngành] [quân] [i:]
carretera: đường cái [dường] [kái]; đường giao thông [dường] [ya: o] [thong]; quốc lộ, **đường quốc lộ** [dường] [quốc] [lọ]
carril de sentido contrario: đường hai chiều [dường] [hai] [chiều]
carroza real: xa giá [xa] [yá]
carcajear: sằng sặc, cười sằng sặc [kười] [sằng] [sặc]
carta: lá bài [lá] [bài]
carta astral: số tử vi, lá số tử vi [lá] [só] [tử] [vi:]
casa: nhà [ñà], cái nhà [kái] [ñà]; việc [việc]
casa particular: tư thất [tư] [thất]
casa que tiene dos o más plantas: lầu, nhà lầu [ñà] [lầu]
casado, a: gia thất [ya] [thất]
casamentera: mai mối, người mai mối [người] [mai] [mói]
casarse: cưới [kưới]; kết duyên [két] [lluen]; sánh duyên [sánh] [lluen]; thành hôn [thành] [hon]; xuất giá [xuất]
casarse con el marido: lấy chồng [lấy] [chòng]
casarse la chica: sang ngang [sang] [ngang]
casarse con una mujer: lấy vợ [lấy] [vợ]
cascada: thác, cái thác nước [kái] [thác] [nước]
cáscara: vỏ, cái vỏ [kái] [vỏ:]
cascarilla: vảy [vảy]
casco de caballo: vó, cái vó ngựa [kái] [vó:] [ngựa]
casi: suýt nữa [suít] [nữa]; xuýt nữa [xuýt] [nữa]
casi llegar: gần đến [gần] [dén]
casino: sòng bạc [sò: ng] [bạc]
caso: trường hợp [trường] [hợp]
castigar: phạt [fạt]; trị tội [trị:] [tọi]; trừng phạt [trừng] [fạt]
castigo: hình phạt [hình] [fạt]
casual: tình cờ [tì: nh] [kờ]
casualidad: ngẫu nhiên [ngẫu] [nhiên]
catástrofe: tai ương [tai] [ương]
categoría: hạng [hạng]

catequesis: giáo lý [yá: o] [lí:]
catorce: mười bốn [mười] [bốn]
cátodo: cực âm [kực] [âm]
católico, a: công giáo, người công giáo [người] [kong] [yá: o]; giáo dân [yá: o] [llân]
catolicismo: đạo kitô giáo [dạ: o] [kito] [yá: o]; Thiên Chúa giáo [thien] [chúa] [yá: o]
causa: nguyên nhân [nguen] [nhân]
causa y efecto: nhân qủa [ñân] [qủa]
causar triste: phiền lòng, làm phiền lòng [làm] [fièn] [lò: ng]
cauteloso, a: cảnh tỉnh [kảnh] [tỉnh]; cảnh giác [kảnh] [yác]; dè chừng [llè:] [chừng]
cavar: cuốc [kuóc], cuốc đất [kuóc] [dất]
cavidad de una roca: hốc, cái hốc đá [kái] [hóc] [dá]
cazar: săn bắn [săn] [bắn]
cebo: mồi, con mồi [ko: n] [mòi]
cebolla: hành tây [hành] [tây]
cebolleta: hành lá [hành] [lá]
ceder: nhường [ñường], nhường nhịn [ñường] [ñịn]
celebrar: cử hành [kử] [hành]
célebre: lẫy lừng [lẫy] [lừng]; trứ danh [trứ] [llanh]
celo, estar en celo: động đực [dọng] [dực]
celoso, a: ghen [ge: n]
célula: tế bào [té] [bà: o]
cemento: xi măng [xi:] [măng]
cenicero: gạt tàn, cái gạt tàn thuốc [kái] [gạt] [tàn] [thuóc]
ceniza: hài cốt [hài] [kót]; tro [tro:], tro bụi [tro:] [bụi], tro tàn [tro:] [tàn]
ceniza del cigarrillo: tàn thuốc [tàn] [thuóc]
ceñudo, a: cau có [kau] [kó:]
censar: kiểm kê [kiểm] [kê]; thống kê [thóng] [ke]
censurar: kiểm duyệt [kiểm] [duẹt]; phê duyệt [fe] [lluẹt]
céntimo: xu [xu]
centinela: lính gác [lí: nh] [gác]; lính canh [lí: nh] [kanh]
central: trung tâm [trung] [tâm]; trung ương [trung] [ương]
centro clínico de la maternidad: hộ sinh, nhà hộ sinh [ñà] [họ] [si: nh]
centro cultural: nhà văn hóa [ñà] [v ăn] [hó: a]

centro de acogida: trại tế bần [trại] [té] [bần]
cera de abeja: sáp ong [sáp] [o: ng]
cerámica: gốm [góm]: cerámica
cerca: gần [gần]
cercano, a: gần gũi [gần] [gũi]; lân cận [lân] [kận]; thân cận [thân] [kận]
cercar: cận
cerco: vành, cái vành đai [kái] [vành] [dai]
cerdo: thịt heo [thịt] [he: o]
cereal: ngũ cốc [ngũ] [kóc]
cerebro: não bộ, cái não bộ [kái] [nã: o] [bọ]
cerilla: diêm, que diêm [que:] [lliem]
cero: không; số không [só] [jong]; tay trắng [tay] [trắng]
cerradura: ổ khóa [ổ] [jó: a]
cerrajero: thợ sửa chìa khóa [thợ] [sửa] [sắc] [màu]
cerrar: đóng; khép [jé: p]; khóa [jó: a]
cerrar la frontera: bế quan tỏa cảng [bé] [quan] [tỏ: a] [kảng]
certeza: niềm tin [nièm] [ti: n]
certificado: chứng chỉ, giấy chứng chỉ [yấy] [chứng] [chỉ:]; chứng nhận, giấy chứng nhận [yấy] [chứng] [ñận]
certificado de defunción: giấy khai tử [yấy] [jai] [tử]
certificado de matrimonio: giấy giá thú [yấy] [yá] [thú], giấy hôn thú [yấy] [hon] [thú]
cervecero, a: nhậu nhẹt [ñậu] [ñẹ: t]
cerveza: bia [bia]
certificado de nacimiento: giấy khai sinh [yấy] [jai] [si: nh]
cesar: tạnh [tạnh]
cesta: giỏ, cái giỏ [kái] [yỏ:]; rỗ, cái rỗ [kái] [rõ]; sọt, cái sọt [cái] [sọ: t]; thúng, cái thúng [kái] [thúng]
chalar: tiếp chuyện [tiép] [chuẹn]
chalar con los visitantes: tiếp khách [tiép] [jách]
chalota: hành, củ hành [kủ] [hành]
champa: chàm [chàm]
champiñón: nấm, trái nấm [trái] [nấm]
champú: xà bông [xà] [bong]
chapa: tôn, mái tôn [mái] [to: n]
charco: vũng, cái vũng nước [kái] [vũng] [nước]

chasquido: lạch cạch, tiếng lạch cạch [tiếng] [lạch] [kạch]
chato, a: tẹt [tẹ:t]
checo, a: tiệp khắc [tiệp] [jắc]; tiệp khắc [tiệp] [jắc]
cheque: ngân phiếu [ngân] [fiéu]
chica: cô gái [ko] [gái]
chichón: u, cục u [kục] [u]
chico: chàng trai [chàng] [trai]; nam nhi [nam] [nhi]
chiflado, a: khùng [jùng]; tàng [tàng]
chimenea: lò sưởi [lò:] [sưởi]
chimpancé: vượn, con vượn [ko: n] [vượn]
china: hán [hán]
chinche: rệp, con rệp [ko: n] [rệp]
chino, a: tàu [tàu]; trung quốc [trung] [quốc]
chirimoya: mãng cầu, trái mãng cầu [trái] [mãng] [kầu]
chisme: tiếu lâm, truyện tiếu lâm [truyện] [téu] [lâm]
chiste: khôi hài, chuyện khôi hài [chuyện] [joi] [hài]
chivar: mách lẻo [mách] [lẻ: o]
chocar: va chạm [va] [chạm]
chocolate: sô cô la [so] [ko] [la]
chocante: xung đột [xung] [dọt]
chófer: tài xế [tài] [xé]
choza: nhà rông [ña] [rong]
chupar: mút [mút]
chupar la sangre: hút máu [hút] [máu]
chuchería: lặt vặt [lặt] [vặt], đồ lặt vặt [dò] [lặt] [vặt], chuyện lặt vặt [chuyện] [lặt] [vặt]
cicatriz: cái sẹo [kái] [sẹ: o]; sẹo, vết sẹo [vét] [sẹ: o]; thẹo, cái thẹo [kái] [thẹ: o]
ciclo: đợt [dợt]
cigarrillo de pipa: xì gà [xì:] [gà]
ciego: đui [dui]; mù [mù], người mù [người] [mù]
cielo: bầu trời [bầu] [trời]; thiên [thien]; trời [trời]
cielo y tierra: trời đất [trời] [dất]
ciempiés: rít, con rít [ko: n] [rí: t]
cien: trăm [trăm]
cien años: trăm năm [trăm] [năm]

cien años de edad: trăm tuổi [trăm] [tuổi]
ciencia: khoa học [jo: a] [họ: c]
ciénaga: vũng bùn [vũng] [bùn]; vũng lầy [vũng] [lầy]
ciervo: hươu [ko: n] [hươu]; nai, con nai [ko: n] [nai]
cigarrillo: điếu, điếu thuốc [diéu] [thuóc]
cigarra: ve, con ve [ko: n] [ve:]
cigüeña: cò, con cò [ko: n] [kò:]
cilantro: ngò [ngò:], rau ngò [rau] [ngò:];
cima: đỉnh, đỉnh cao [dỉ: nh] [ka: o]; ngọn [ngọ: n]; tột đỉnh [tọt] [dỉ: nh]; tột đỉnh [tọt] [dỉ: nh]
cine: chiếu bóng [chiéu] [bóng]; điện ảnh [diện ảnh]
cinco: năm [năm]
cinco colores: ngũ sắc [ngũ] [sắc]
cinco especias: ngũ vị hương [ngũ] [vị] [hương]
cinco sentidos: ngũ quan [ngũ] [quan]
cinco vísceras: ngũ tạng [ngũ] [tạng]
cinematografía: phim ảnh [fi: m] [ảnh], nghệ thuật phim ảnh [ngẹ] [thuật] [fi: m] [ảnh]
cínico, a: hợm hĩnh [hợm] [hĩ: nh]; nham nhở [ñam] [ñở]; ô trọc [o] [trọ: c]; rờm [rờm], rờm đời [rờm] [dời]; trâng tráo [trâng] [trá: o]; trơ tráo [trơ] [trá: o]
cintura: eo [e: o]
cinturón: dây nịt, sợi dây nịt [sợi] [llây] [nị:t]; nịt, cái nịt [kái] [nị: t]; thắt lưng, cái thắt lưng [kái] [thắt] [lưng]
circulación: luân chuyển, sự luân chuyển [sự] [luân] [chuển]
circulación vial: giao thông [ya: o] [thong]
circular: lưu động [lưu] [dọng]; tuần hoàn [tuần] [ho: àn]
circulatorio: lưu thông [lưu] [thong]
círculo: hình tròn [hình] [tròn]; vòng tròn [vò: ng] [trò: n]
cirugía: phẫu thuật [fầu] [thuật]
cisne: thiên nga [ko: n] [thien] [nga]
cilindro: hình tròn [hình] [tròn]
citar: hẹn [hẹ: n]; hẹn hò [hẹ: n] [hò:]; hò hẹn [hò:] [hẹ: n]
cítara asiática: tì bà, đàn tì bà [dàn] [tì:] [bà]
ciudad: phố xá [fó] [xá]; thành phố [thành] [fó]; thành thị [thành] [thị:]
ciudad Vũng Tàu: thành phố Vũng Tàu [thị:] [trấn] [vũng] [tàu]

ciudadano, a: công dân [kong] [llân]; dân [llân], người dân [người] [llân]; nhân dân [nhân] [llân]; đồng bào [dòng] [bà: o]; quần chúng [quần] [chúng]
ciudadela: thành nội [thành] [nội]; đại nội [dại] [nọi]
civilización: văn minh [văn] [mi: nh]
civilizado, a: dân sự [llân] [sự]
civilizar: khai hóa [jai] [hó: a]
clara: lòng trắng [lò: ng] [trắng]
claramente: rõ rệt [rõ:] [rệt]
claro, a: rõ [rõ:], rõ ràng [rõ:] [ràng]; sáng [sáng]; sáng sủa [sáng] [sủa]; sáng tỏ [sáng] [tỏ:]; trong [tro: ng]
clase: lớp [lớp]; tầng lớp [tầng]
clase alta: thượng lưu [thượng] [lưu]
clase de primaria: vỡ lòng [vỡ] [lò: ng]
clase social: đẳng cấp [dẳng] [kấp]; giai cấp, giai cấp xã hội [yai] [kấp] [xã] [họi]
clasificar: phân loại [fân] [lo: ại]; xếp hạng [xép] [hàng]
clasificar el grupo: phân nhóm [fân] [ñó: m]
cláusula: mệnh đề [mẹnh] [dè]
clavar: đóng đinh [dó: ng] [di: nh]
clavícula: xương đòn [xương] [dòn]
clavo: đinh, cái đinh [kái] [di: nh]
clérigo: tăng lữ [tăng] [lữ]
cliente: khách hàng [jách] [hàng]; thân chủ [thân] [chủ]
clima: khí hậu [jí:] [hậu]
cobarde: bạc nhược [bạc] [ñược]; hèn [hè: n]; ươn hèn [ươn] [hè: n]
cobista: khúm núm [júm] [núm]
coche: ô tô, cái xe ô tô [kái] [xe:] [o] [to]; xe hơi [xe:] [hơi]
coche de bombero: xe chữa cháy [xe:] [chữa] [cháy]
coche turista: xe du lịch [xe:] [llu] [lị: ch]
cociente: thương số [thương] [só]
cocina: bếp [bép]; lò, cái bếp lò [kái] [bép] [lò:]; nhà bếp [ñà] [bép]
cocinar: luộc [luọc]; nấu [nấu], nấu nướng [nấu] [nướng]; nấu ăn [nấu] [ăn]
cocinar al vapor: hấp (đt)
coco: dừa, trái dừa [trái] [llừa]; quả dừa [qủa] [llừa]
cocodrilo: sấu, cá sấu [ká] [sấu]
codiciar: hám của [hám] [kủa], hám lợi [hám] [lợi]
codicioso, a: tham [tham]; tham lam [tham] [lam]

código: mã [mã], mã số [mã] [số], mật mã [mật] [mã]
código civil: bộ luật dân sự [bọ] [luật] [llân] [sự]; luật dân sự [luật] [llân] [sự]
código de derecho: bộ luật [bọ] [luật]
código penal: bộ luật hình sự [bọ] [luật] [hình] [sự]; luật hình sự [luật] [hình] [sự]
condimento: gia vị [ya] [vi]
codo: khủy, cái khủy tay [kái] [jủy] [tay]
codo a codo: cắm cổ [kắm] [kỏ]
codorniz: cút, con chim cút [ko: n] [chim] [kút]
coger: bốc; chụp [bóc] [chụp]; hái [hái]; múc [múc]; thu [thu]; tóm [tó: m]; túm [túm]; vồ [vò]; vơ [vơ]
coger la enfermedad: nhiễm bệnh [ñiễm] [bẹnh]
cohete: hoả tiễn [hỏ: a] [tiễn]
coincidencia: trùng hợp [trùng] [hợp]
colchón: nệm, cái nệm [cái] [nệm]
cojín: gối, cái gối [kái] [gói]
cojo, a: cà thọt [kà] [thọ: t]
cola: đuôi, cái đuôi [kái] [duoi]
cola de caballo: xờm, cái xờm ngựa [kái] [xờm] [ngựa]
cola del traje vietnamita: tà áo dài [tà] [á: o] [llài]
colaborador, a: cộng sự [kọng] [sự]
colaborar: cộng tác [kọng] [tác]; tác hợp [tác] [hợp]
colchón: đệm, cái đệm [kái] [dẹm]
coleccionar: sưu tập [sưu] [tập]
colectivo, a: tập thể [tập] [thẻ]
colega: bằng hữu [bằng] [hữu]; đồng bạn [dòng] [bạn]
colirio: thuốc nhỏ mắt [thuốc] [ñỏ] [mắt]
colgado, a: vắt véo [vắt] [vé: o]
colgar: treo [tre: o]
colorado, a: ửng hồng [ửng] [hòng]; ửng đỏ [ửng] [dỏ:]
colorear: tô màu [to] [màu]
colina: đồi, cái đồi [kái] [dòi]
colinabo: su hào [su] [hà: o]
colonial: thuộc địa [thuộc] [dịa]
color: màu [màu], màu sắc [màu] [sắc]
colorido, a: sặc sỡ [sặc] [sỡ]

colosal: khổng lồ [jòng] [lò]
columna: cột, cái cột [kái] [kọt]
columna vertebral: sống lưng, cái sống lưng [kái] [sóng] [lưng]; xương sống [xương] [sống]
conmemorar: tưởng niệm [tưởng] [niệm]
comandante: sư đoàn trưởng [sư] [do: àn] [trưởng]
comandante en jefe: tổng tư lệnh [tổng] [tư] [lệnh]
comandar: điều binh [dièu] [bi: nh]
combate: cuộc đấu [cuộc] [dấu]: trận đấu [trận] [dấu], trận chiến [trận] [chién]
combate en la guerra: chiến trận [chién] [trận]
combate naval: thủy chiến [thủy] [chién]
combatir: đánh giặc [dánh] [yặc]; đấu [dấu], đấu đá [dấu] [dá]; giành giật [yành] [yật]; giao chiến [ya: o] [chién]; giao tranh [ya: o] [tranh]
combinar: xen kẻ [xe: n] [kẻ:]
combinar los acordes: hòa nhịp [hò: a] [nhị: p]
combustible: nhiên liệu [ñien] [lieu]
comedia: hài kịch [hài] [kị: ch]
comedor: phòng ăn [fò: ng] [ăn]
comentar: bình luận [bì: nh] [luận]
comenzar: bắt đầu [bắt] [dầu]; khởi công [jởi] [kong]; khởi công [jởi] [kong]
comer: lót dạ [ló: t] [llạ]
comercial: thương mại [thương] [mại]; thương nghiệp [thương] [ngiẹp]
comerciante: doanh nghiệp [llo: anh] [ngiẹp]; thương gia [thương] [ya]
comerciante rico: phú thương [fú] [thương]
comerciar: buôn [buon], buôn bán [buon] [bán]
comerciar ilegal: buôn lậu [buon] [lậu]: lậu [lậu]
comestible: thực phẩm [thực] [fẩm]
cometa: sao chổi [sa: o] [chỏi]
cometer un error: trót dại [tró: t] [llại]
cometer una infracción: phạm pháp [fạm] [fáp]
comida: ẩm thực [ẩm] [thực]; đồ ăn [dò] [ăn]; thức ăn [thức] [ăn]
comienzo: bước đầu [bước] [dầu]
comillas: ngoặc kép, dấu ngoặc kép [llấu] [ngoặc] [kép]
comisura: khóe, cái khóe [kái] [jó: e:]
comisura de los labios: mép, cái mép môi [kái] [mép] [moi]
compatible: tương hợp [tương] [hợp]

comparecer ante el juzgado: ra tòa [ra] [tò: a]
comparar: so sánh [so:] [sánh]
compasivo, a: đồng cảm [dòng] [kảm]
compatriota: đồng hương [dòng] [hương]
compensar: trọng thưởng [trọ: ng] [thưởng]
competente: hiếu chiến [hiếu] [chiến]
competir: cạnh tranh [kạnh] [tranh]; ganh, ganh đua [ganh] [dua]; tranh đua [tranh] [dua]
competir con la inteligencia: đấu trí [dấu] [trí]
competir: lấn lướt [lấn] [lướt]
compilación: tuyển tập [tuển] [tập]
complacer: sung sướng, làm cho sung sướng [làm] [cho:] [sung] [sướng]
complacer a los humanos: đắc nhân tâm [dắc] [nhân] [tâm]
complaciente: sung sướng [sung] [sướng]; thích thú [thí: ch] [thú]
complaciente: cả nể [kả] [nể]
complejo, a: phức tạp [fức] [tạp]
complementar: bổ nghĩa [bỏ] [ngĩa]
complemento: tạp hóa [tạp] [hó: a]
completo, a: đông đủ [dong] [dủ]; hẳn hoi [hẳn] [ho: i]; hoàn toàn [ho: àn] [to: àn]; toàn diện [to: àn] [lIien]; toàn phần [to: àn] [fần]; trọn vẹn [trọ: n] [vẹ: n]
complicado, a: gay cấn [gay] [kấn], gay go [gay] [go:]; hóc búa [hó: c] [búa]; nhiêu khê [ñieu] [je]
complicar la cosa: vẽ chuyện [vẽ:] [chuện]
cómplice: đồng bọn [dòng] [bọ: n]
componente: kết cấu [kết] [kấu]
componer música: phổ nhạc [fỏ] [ñạc]; phối nhạc [fói] [ñạc]
comportarse: ứng xử [ứng] [xử]
comprensible: dễ hiểu [lIẽ] [hiểu]
comprensión: thông hiểu, sự thông hiểu [sự] [thong] [hiểu]
comprensivo: thông cảm [thong] [kảm]
compromiso: ràng buộc, sự ràng buộc [sự] [ràng] [buộc]
compuesto, a: phức [fức]; phức tạp [fức] [tạp]
cómo: thế nào [thé] [nà: o]
como desear: như ý [ñư] [í:]
como quiera: tùy thích [tùy] [thí: ch]; tùy ý [tùy] [í]; tùy ý [tùy] [í:]
como todo: như ai [ñư] [ai]

común: chung [chung]
comunicar de forma agradable: khéo nói [jé: o] [nó: i]; truyền thông [truèn] [thong]
comunidad: cộng đồng [kọng] [dòng]
comunista: cộng sản [kọng] [sản]
comunista caído: liệt sĩ [liẹt] [sĩ]
comunismo: chủ nghĩa cộng sản [chủ] [ngĩa] [cọng] [sản]
con: cùng [kùng], cùng với [kùng với]; với [với]
con ganas: tha thiết [tha] [thiét]
con sus propios ojos: tại trận [tại] [trận]
con todo el corazón: hết dạ [hét] [llạ], hết lòng [hét] [lò: ng]
cóncavo, a: lõm [lõ: m]
consecuencia: hậu quả [hậu] [kuả]
conceder: nhượng [ñượng], nhượng bộ [ñượng] [bọ]
concentración: nồng độ [nòng] [dọ]
concentrado, a: túc chí [túc] [chí:]
concentrar: định tâm [dị: nh] [tâm], định thần [dị: nh] [thần]; tập trung [tập] [trung]
concéntrico, a: đồng tâm [dòng] [tâm]
concepción: thế giới quan [thé] [yói] [quan]
concepción del mundo: vũ trụ quan [vũ] [trụ] [quan]
concepto: quan niệm [quan] [niẹm]
coincidente: xứng [xứng]
conciencia: lương tâm [lương] [tâm]; ý thức [í:] [thức]
concienciar: nhận thức [ñận] [thức]
concierto: hòa nhạc, buổi hòa nhạc [buổi] [hò: a] [ñạc]
conciliar juzgando: xử hòa [xử] [hò: a]
concluir: đúc kết [dúc] [két]; qui kết [qui] [két]
concordar: đồng điệu, làm cho đồng điệu [làm] [cho:] [dò:ng] [diệu]
concubina real: thứ phi [thứ] [fi:]
concubinas: cung nữ [kung] [nữ]; cung phi [kung] [phi:]; tì thiếp [tì:] [thiép]
concurso: thi [thi:]
condena: khổ hình [jỏ] [hì: nh]
condena del esclavo: tù khổ sai [tù] [jỏ] [sai]
condenación: đày đọa, sự đày đọa [sự] [dày] [dọ: a]
condenar: ghép tội [ghé: p] [tọi]

condescendiente: khoan nhượng [jo: an] [ñượng]
condición: điều kiện [dièu] [kiện]
conducir: lái [lái], lái xe [lái] [xe:]
conducta: hành vi [hành] [vi:]; hạnh kiểm [hạnh] [kiểm]
conejo: thỏ, con thỏ [ko: n] [thỏ:]
confabularse: cấu kết [kấu] [két]; thông đồng [thong] [dòng]
conferencia: hội nghị [họi] [ngị:], hội thảo [họi] [thả: o]; tọa đàm [tọ: a] [dàm]
conferencia de prensa: họp báo, cuộc họp báo: [kuọc] [họ: p] [bá: o]
conferir: phân giao [fân] [ya: o]
confesar: nhận lỗi [ñận] [lỗi]; nhận tội [ñận] [tọi]; xưng tội [xưng] [tọi]
confiable y sinceramente: thành tín [thành] [tín]
confiar: tin [tin], tin cậy [tin] [kậy], tin tưởng [tin] [tưởng]; tín nhiệm [tín] [ñiệm]
confiar una misión: gửi gắm [gửi] [gắm]
confidente: tâm phúc [tâm] [fúc]
confirmar: xác nhận [xác] [ñận]
conformar: bằng lòng [bằng] [lò: ng]; đồng tình [dòng] [tì: nh]
conformista: cam phận [kam] [fận]
confortable: khang trang [jang] [trang]; thoải mái [tho: ải] [mái]
confrontar: đối chiếu [dói] [chiéu], đối chứng [dói] [chứng]
confucionismo: khổng giáo [jổng] [yáo]; nho giáo [ño:] [yá: o]
confundir: lẫn lộn [lẫn] [lọn]
confuso, a: lờ mờ [lờ] [mờ]
congeniar: hợp ý [họp] [í:]
congelador: máy đông lạnh [máy] [dong] [lạnh]
congelado, a: lạnh giá [lạnh] [yá]; lạnh toát [lạnh] [to: át]
congelar: đông lạnh, làm đông lạnh [làm] [dong] [lạnh]; ướp đá [ướp] [dá]; ướp lạnh [ướp] [lạnh]
coger: cầm [kầm]; vớ [vớ]
congestión nasal: nghẹt mũi [ngẹ: t]; sịt mũi [sịt] [mũi]
conjuración expresiva del futuro: sẽ [sẽ:]
confluir: kết nối [két] [nói]; nối kết [nói] [két]
conjeturar: phỏng chừng [fỏ: ng] [chừng]; phỏng đoán [fỏ. ng] [do: án]; ước chừng [ước] [chừng]; ước đoán [ước] [do: án]; ước lược [ước] [lượng]
conjugación: liên từ [lien] [từ]
conjunto: quần thể [quần] [thể]
conjunto del traje: bộ đồ [bọ] [dò]

conjurar: phù chú, đọc phù chú [dọ: c] [fù] [chú]
conmoción: động lòng, sự động lòng [sự] [dọng] [lò: ng]; mủi lòng [mủi] [lò: ng]
conmover: chuyển biến, làm chuyển biến [làm] [chuển] [bién]
conmoverse: chạnh lòng [chạnh] [lò: ng]; xốc, bị xốc [bị:] [sốc]
cono: hình nón [hình] [nó: n]
conocer: quen [que: n]; quen biết [que: n] [biét]
conocer a alguien: tìm hiểu [tì: m] [hiểu]
conocer bien: thông thuộc [thong] [thuộc]
conocer la propia capacidad: tự lượng sức [tự] [lượng] [sức]
conocido, a: quen biết [que: n] [biét]
conocimiento: kiến thức [kién] [thức]; tri thức [tri:] [thức]
conquistar: chinh phục [chi: nh] [fục]
consanguíneo, a: huyết thống [huét] [thóng]; huyết tộc [huét] [tọc]; ruột thịt [ruột] [thịt]
consciente: tự giác [tự] [yác]
consejero, a: tham mưu [tham] [mưu]; tư vấn [tư] [vấn]
Consejo de ministros: tổng tham mưu trưởng: tổng tham mưu, Bộ tổng tham mưu [bọ] [tỏng] [tham] [mưu]
consentir: tán thành [tán] [thành]; thuận tình [thuận] [tì: nh]; ưng thuận [ưng] [thuận]
conservar: bảo toàn [bả: o] [to: àn]; giữ gìn [yữ] [yìn]; lưu trữ [lưu] [trữ]
conservatorio de música: nhạc viện [ñạc] [viện]
considerado, a: cả nể [kả] [nẻ]; nể [nẻ], nể nang [nẻ] [nang]
considerar: nhận định [ñận] [dị: nh]
consolar: an ủi
consonante: phụ âm [fụ] [âm]
constancia: siêng năng, sự siêng năng [sự] [sieng] [năng]
constante: chăm, chăm chỉ [chăm] [chỉ]; ráo riết [rá: o] [riét]
constiparse: ngạt mũi, bị ngạt mũi [bị] [ngạt] [mũi]
constitución: hiến pháp [hién] [fáp]; thể chế [thẻ] [ché]
constructivo, a: thầu khoán [thầu] [jo: án]
construir: gây dựng [gây] [llựng]; tu tạo [tu] [tạ: o]; vun đắp [vun] [dắp]; xây [xây], xây dựng [xây] [llựng]: xây lắp [xây] [lắp]
consulado: lãnh sứ quán [lãnh] [sứ] [quán]
consulado general: tổng lãnh sứ quán [tỏng] [lãnh] [sứ] [quán]

consultar: tham khảo [tham] [jả: o]; tra cứu [tra] [kứu]; tra khảo [tra] [jả: o]; trưng cầu [trưng] [kầu]
consumir: tiêu thụ [tieu] [thụ]
contagiar: tiêm nhiễm [tiem] [ñiễm]
contagioso, a: lây [lây]; truyền nhiễm [truền] [ñiễm]
contaminar: ô nhiễm, làm ô nhiễm [làm] [o] [ñiễm]
contar: kể [kẻ]
contar lo que pasó: tâm sự [tâm] [sự]
contemplar: chiêm ngưỡng [chiem] [ngưỡng]; hóng [hó: ng]; ngắm [ngắm], ngắm nghía [ngắm] [ngía]
contemplar la luna: vọng nguyệt [vọ: ng] [nguẹt]
contemporáneo, a: đương thời [dương] [thời]
contener: chứa [chứa], chứa đựng [chứa] [dựng]
contenerse: chế ngự [ché] [ngự]; đành, đành lòng [dành] [lò: ng]; ghìm [gì: m], ghìm lại [gì: m] [lại]
contenerse sentimientos: cầm lòng [kầm] [lò: ng]
contenido: nội dung [nọi] [llung]
contento, a: khoái chí [jo: ái] [chí:]; khoái trá [jo: ái] [trá]; thích ý [thí: ch] [í:]; toại nguyện [to: ại] [nguẹn]; vui mừng [vui] [mừng]
contestar: đáp [dáp]
contiguo, a: sát cạnh [sát] [kạnh]
continua: tiếp diễn [tiép] [lliễn]; tiếp nối [tiép] [nói]
continente: châu, châu lục [châu] [lục]; lục địa [lục] [dịa]
continuo, a: liên tục [lien] [tục]
contra cosecha: trái vụ [trái] [vụ]
contraatacar: phản công [fản] [kong]
contracción: co giãn, sự co giãn [sự] [ko:] [yãn]
contradictorio, a: mâu thuẫn [mâu] [thuẫn]; trái khoáy, sự trái khoáy [sự] [trái] [jo: áy]; trái ngược [trái] [ngược]
contraer: rặn [rặn]
contraluz: phản quang [fản] [quang]
contraponer: phản chứng [fản] [chứng]
contrario, a: đối kháng [dó: i] [jáng]; đối lập [dói] [lập], đối nghịch [dói] [ngị: ch]; tương phản [tương] [fản]
contratiempo: trái mùa, sự trái mùa [sự] [trái] [mùa]
contribuir: đóng góp [dó: ng] [gó: p]

controlar: kiểm soát [kiềm] [so: át]
controlarse: kiềm chế [kièm] [ché]
convencer: giục [yục]; thuyết phục [thuét] [fục]; xúi giục [xúi] [yục]
conveniente: thuận tiện [thuận] [tiện]
convenio: qui ước [qui] [ước]
convenir: thỏa thuận [thỏ: a] [thuận]; ước hẹn [ước] [hẹ: n]
converger: hội tụ [họi] [tụ]
conversar: đàm luận [dàm] [luận]; đàm thoại [dàm] [tho: ại]; hội thoại [họi] [tho: ại]; nói chuyện [nó: i] [chuẹn]; thảo luận [thả: o] [luận]; thưa chuyện [thưa] [chuẹn]; trò chuyện [trò:] [chuẹn]
conversar por internet: chát [chát]
convertirse en algo, en alguien: thành [thành]; trở nên [trở] [nen]; trở thành [trở] [thành]
convicción: nhân sinh quan [ñân] [si: nh] [quan]
convivir: chung đụng [chung] [dụng], sống chung [sóng] [chung]
convocar alumno: tuyển sinh [tuển] [si: nh]
convulso, a: co giật [ko:] [yật]
cooperar: hợp lực [hợp] [lực]; hợp tác [hợp] [tác]
cooperativa: tổ hợp [tỏ] [hợp]
coordenada: tọa độ [tọ: a] [dọ]
coordinar: phối hợp [fói] [hợp]
copia: bản sao [bản] [sa: o]
copiar: bắt chước [bắt] [chước]; chép lại [chép] [lại]; sao chép [sa: o] [ché: p]
copioso, a: thịnh soạn [thị: nh] [so: ạn]
coqueto, a: ăn diện [ăn] [lliện]; đỏm dáng [dỏ: m] [lláng]
coraje: dũng cảm [llũng] [kảm]
coral: san hô [san] [ho]
corazón: quả tim [qủa] [tim]; tấm lòng [tấm] [lò: ng]; tim, trái tim [trái] [ti: m]; trái tim [trái] [ti: m]
corbata: ca vát, cái ca vát [kái] [kà] [vát]
cordel: dây đàn
cordial: hữu nghị [hữu] [ngị:]; thân [thân]; thân ái [thân] [ái]; thân mật [thân] [mật]; thân mến [thân] [mén]
coreano, a: đại hàn [dại] [hàn]; triều tiên [triều] [tien]
coro: văn công, đoàn văn công [do: àn] [văn] [kong]
corona: vương miện [vương] [miện]

coronel: thượng tá [thượng] [tá]; thượng tá [thượng] [tá]
coronel, Teniente Coronel: đại tá [dại] [tá]
coronel de división: trung tá [trung] [tá]
corpulento, a: phốp pháp [fóp] [fáp]
correcto, a: đúng [dúng]; sòng phẳng [sò: ng] [fẳng]; xác đáng [xác] [dáng]
correctamente: phải cách [fải] [kách]
corregir: điều chỉnh [dièu] [chỉ: nh]; rèn giũa [rè: n] [yũa]; sửa chữa [sửa] [chữa]; sửa sai [sửa] [sai]; tu chỉnh [tu] [chỉ: nh]; tu sửa [tu] [sửa]
correo: trạm thư [trạm] [thư]
correr: chạy; xù [xù]
corrida de toros: đấu bò tót [dấu] [bò] [tót]
corriente: dòng chảy [dò: ng] [chảy]; luồng [luòng]
corriente eléctrica: dòng điện [dò: ng] [diện]
corromper: suy đồi [suy] [dòi]
corrompido: trác táng [trác] [táng]; trụy lạc [trụy] [lạc]
cortar: cắt [kắt], cắt bỏ [kắt] [bỏ:]; chém [ché: m]; đốn [dón]; thái [thái]; tỉa [tỉa]; tuyệt giao [tuẹt] [ya: o]; từ [từ]; xắt [xắt]; xẻ [xẻ:]; xén [xén]
cortar el pelo: cúp, cúp tóc [kúp] [tó: c]; hớt tóc [hớt] [tó: c]
cortar el sueldo: cúp lương [kúp] [lương]
cortarse: đứt, bị đứt [bị] [dứt]
cortejar: tán [tán], tán tỉnh [tán] [tỉ: nh]; tán gái [tán] [gái]; ve vãn [ve] [vãn]
cortesano, a: hoàng tộc [ho: àng] [tọc]; quan, viên quan [vien] [quan]; qúi tộc [qúi] [tọc]
cortesano cuyo grado equivale a ministro: thượng thư, quan thượng thư [quan]
cortés: lịch sự [lị: ch] [sự]
cortina: màn, cái màn cửa [kái] [màn] [kửa]; rèm, cái rèm cửa [kái] [rè: m] [kửa]
corto, a: ngắn [ngắn]; thiển cận [thiển] [kận]
cosa: điều [dièu]; đồ, đồ vật [dò] [vật]; sự vật [sự] [vật]; thứ [thứ]
cosa de la vida: sự đời [sự] [dời]
cosa del país: việc nước [việc] [nước]
cosa variada: tin vặt [tin] [vặt]
cosecha: thời vụ [thời] [vụ]; vụ mùa [vụ] [mùa]
coser: khâu [jâu], khâu vá [jâu] [vá]; may [may]; vá [vá], vá áo [vá] [á: o]
cosmos: vũ trụ [vũ] [trụ]
cosmografía: vũ trụ học [vũ] [trụ] [họ: c]

cosmología: vũ trụ luận [vũ] [trụ] [luận]
cosmonauta: phi hành gia [fi] [hành] [ya]
costado: sườn, cái sườn [kái] [sườn]
costilla: sườn, thịt sườn [thịt] [sườn]
costilla de cerdo: thịt ba chỉ [thị: t] [ba] [chỉ:]; thịt sườn [thị: t]
costillear: lẻo mép [lẻ: o] [mé: p]
costumbre: lề lối [lè] [lói]; lễ nghi [lẽ] [ngi:], lễ nghĩa [lẽ] [ngĩa]; tập quán [tập] [quán]; thói quen [thó: i] [que: n]; thông lệ [thong] [lệ]; thông tục [thong] [tục]; thường lệ [thường] [lệ]; tục lệ [tục] [lệ]
costurero, a: thợ may [thợ] [may]
cotidiano, a: vặt vãnh [vặt] [vãnh]
cotillear: dòm ngó [dò: m] [ngó:]
cotización: tỉ đối, giá tỉ đối [yá] [tỉ] [dói]
coxis: xương cụt [xương] [kụt]
cráneo: xương sọ [xương] [xọ:]
crear el gasto: tốn kém, làm tốn kém [làm] [tón] [ké: m]
crear la tonalidad de color: tạo sắc [tạ: o] [sắc]
Creador: đấng tạo hóa [dấng] [tạ: o] [hó: a]; ông Trời [ong] [trời]
crear: sáng tác [sáng] [tác]; sáng tạo [sáng] [tạ: o]; tạo [tạ: o]
crecer: lớn mạnh [lớn] [mạnh]; sinh trưởng [sinh] [trưởng]
crédulo, a: cả tin [kả] [tin]; nhẹ dạ [ṇẹ:] [lla]
creencia: tín ngưỡng [tín] [ngưỡng]
crema: kem [ke: m]
crema para la cara: kem đánh mặt [ke: m] [dánh] [mặt]
crema hidratante: kem dưỡng da [ke: m] [llưỡng] [lla]
crema solar: kem chống nắng [ke: m] [chóng] [nắng]
crepe: xèo, bánh xèo [bánh] [xè: o]
crepuscular: chạng vạng [chạng] [vạng]; chập choạng [chập] [cho: ạng]
cresta: mồng gà, cái mồng gà [kái] [mồng] [gà]
creyente: sùng đạo [sùng] [dạ: o]; tín đồ [tín] [dò]
criatura: tạo vật [tạ: o] [vật]
crimen: tội ác [tọi] [ác]
crisis: khủng hoảng [jủng] [hoảng]; tai biến [tai] [bién]
cristal líquido: tinh thể [ti: nh] [thể]
cristalino, a: cơ đốc giáo [kơ] [dóc] [yá: o]

cristianismo: đạo Thiên Chúa giáo [dạ: o] [thien] [chúa] [yá: o]
criticar: chê, chê bai [che] [bai]; chỉ trích [chỉ] [trí: ch]; lên án [len] [án]; phê bình [fe] [bì: nh]
cromosoma: nhiễm sắc thể [ñiễm] [sắc] [thề]
crónica: sử kí [sử] [kí:], sử ký [sử] [kí:]
crucial: chính yếu [chí: nh] [i: éu]; đặc thù [dặc] [thù]; đặc trưng [dặc] [trưng]; thiết thực [thiét] [thực]; trọng yếu [trọ: ng] [i: éu]
crudo: tanh [tanh]
cruel: ác độc [ác] [dọc]; dã man [llã] [man]; gian ác [yan] [ác]; hiểm ác [hiểm] [ác], hiểm độc [hiểm] [dọ: c]; hung ác [hung] [ác]; phũ phàng [fũ] [fàng]; tàn ác [tàn] [ác]; tàn bạo [tàn] [bạ: o]; tàn nhẫn [tàn] [ñẫn]; táng tận [táng] [tận]
crujiente: giòn [yòn]: crujiente; giòn giã [yò: n] [yã]
cruz: ngã, cái ngã ba đường [kái] [ngã] [ba] [dường]; thánh giá, cái thánh giá [kái] [thánh] [yá]; thập tự giá [thập] [tự] [yá]
cruzar: qua đường [qua] [dường]
cruzar los brazos: khoanh tay [jo: anh] [tay]
cuaderno: sổ, cuốn sổ [kuón] [sổ]
cuadrado: hình vuông [hì: nh] [vuong]; ô vuông, cái ô vuông [kái] [o] [vuong]; vuông vắn [vuong] [vắn]; vuông vức [vuong] [vức]
cuadrado, a: cổ hữu [kỏ] [hữu]; gò bó [gò:] [bó:]; vuông [vuong]
cuadrilátero, a: tứ giác [tứ] [yác]
cuadrado de un número: số bình phương [só] [bì: nh] [fương]
cuadrilla: tập đoàn [tập] [do: àn]
cuadro: tranh [tranh]
cuadros y fotos: tranh ảnh [tranh] [ảnh]
cuando: bao giờ [ba: o] [yờ], khi nào [ji:] [nà: o]; khi [ji:]
cuando una mujer se casa, ha de vivir donde vive el marido: xuất giá tòng phu [xuất] [yá] [tò: ng] [fu]
¿cuándo?: bao giờ [ba: o] [yờ]; chừng nào [chừng] [nà: o]; khi nào [ji:] [nà: o]; khi nào [ji:] [nà: o]
cualidad: chất lượng [chất] [lượng]
cuantificar: định lượng [dị: nh] [lượng]
cuanto más: càng [kàng]; hơn [hơn]
cuánto: bao nhiêu [ba: o] [ñieu]
cuartel: trại hè [trại] [hè:]; trạm [trạm]
cuarto: buồng, cái buồng [kái] [buồng]; phòng, căn phòng [căn] [fo: ng]

cuarto de baño: buồng tắm [buồng] [tắm]
cuarto de estudio: phòng học [fò: ng] [họ: c]
cuatro: bốn [bón]; tứ [tứ]; tứ [tứ]
cubano, a: cuba [ku] [ba]
cubo: hình hộp [hì: nh] [họp]; hình lập phương [hì: nh] [lập] [fương]; xô, cái xô [kái] [xo]
cubo de un número: số lập phương [só] [lập] [fương]
cubrir: bao phủ [ba: o] [fủ]; che kín [che:] [kín], che lấp [che:] [lấp]; đắp [dắp]; đậy [dậy]; lấp [lấp]; phủ [fủ]
cucaracha: gián, con gián [ko: n] [yán];
cuchara: muỗng, cái muỗng [kái] [muỗng]
cuchara grande: vá, cái vá [kái] [vá]
cuchillo: dao, con dao [kon] [da: o], cái dao [kái] [lla: o]
cuenca: lưu vực [lưu] [vực]
cuento: câu chuyện [kâu] [chuyện]; chuyện [chuyện], chuyện kể [chuyện] [kẻ]
cuento floklore: tục truyền [tục] [truèn]
cuerda: dây đàn, sợi dây đàn [sợi] [llây] [dàn]; thừng, sợi dây thừng [sợi] [llây] [thừng]
cuerda del arco: dây cung, sợi dây cung [sợi] [dây] [kung]
cuerno: sừng, cái sừng [kái] [sừng]
cuerpo: thân hình [thân] [hì: nh]; thân thể [thân] [thẻ]
cuerpo a cuerpo: xáp lá cà [xáp] [lá] [kà]
cuerpo entero: toàn thân [to: àn] [thân]
cuerva: động, cái động [kái] [dọng]; hang, cái hang [kái] [hang]
cuervo: quạ, con quạ [ko: n] [quạ]
cuestión: điều [dièu]
cueva refugiada: hầm trú ẩn [hầm] [trú] [ẩn]
cuidado: coi chừng [ko: i] [chừng]
cuidadoso, a: cẩn thận [kẩn] [thận]; chu đáo [chu] [llá: o]; trau chuốt [trau] [chuót]
cuidar: chăm sóc [chăm] [só: c]; gìn giữ [yìn] [yữ]
cuidar a alguien: trông coi [trong] [ko: i]
cuidarse: chăm sóc bản thân [chăm] [só: c] [bản] [thân]; phòng thân [fò: ng] [thân]
culo: đít, cái đít [kái] [dít]; mông, cái mông
culpa: tội tình [tọi] [tì: nh]

551

culpable: đắc tội [dắc] [tọi]; thủ phạm [thủ] [fạm]
culpar: đổ lỗi [dỏ] [lỗi]
cultivar: cày bừa [kày] [bừa]; trồng cấy [tròng] [kấy]; trồng trọt [tròng] [trọt]; **vun trồng** [vun] [tròng]; vun xới [vun] [xới]
cultura: văn hóa [văn] hó: a]
cumbre más alta: thượng đỉnh [thượng] [đỉnh]
cumpleaños: sinh nhật, ngày sinh nhật [ngày] [si: nh] [ñật]
cumplir: chu toàn [chu] [to: àn]; hoàn thành [ho: àn] [thành]
cumplir la promesa: giữ lời [yữ] [lời]
cumplir una misión: lập công [lập] [kong]
cuna: nôi, cái nôi [kái] [noi]
cuñado: anh chồng [anh] [chò: ng]; anh vợ [anh] [vợ]; em chồng [e: m] [chòng]; em vợ [e: m]
cuñada: chị chồng [chị:] [chòng]; chị dâu [chị] [llâu]; chị vợ [chị:] [vợ]; em chồng [e: m] [chòng]; em dâu [e: m] [llâu]; em vợ [e: m]
cura: linh mục [li: nh] [mục]
curandero, a: lương y [lương] [i:]; thầy lang [thầy] [lang]; thầy thuốc [thầy] [thuóc]
curar: chữa, chữa bệnh [chữa] [bệnh]; điều trị [dièu] [trị:]; trị bệnh [trị:] [bệnh]
curioso, a: thắc mắc [thắc] [mắc]
currado, a: cần cù [kần] [kù]
curry: ca ri
cursi: quê kệch [que] [kệch]; quê mùa [que] [mùa]; sến [sén]
curso: khóa học [jó: a] [họ: c]
curvar: uốn [uón]; uốn khúc, làm uốn khúc [làm] [uón] [júc]

Cuarta letra del abecedario y tercera consonante
Chữ thứ tư của bảng chữ cái và phụ âm thứ ba

darle vueltas: trằn trọc [trằn] [trọ: c]
dar: tống [tóng]; trao [tra: o]
dar la luz: sinh đẻ [si: nh] [dẻ:]
dar la vuelta: xoay [xo: ay]
dar lástima: tội nghiệp [tọi] [ngiệp]
dar la luz a dos gemelos: sinh đôi [si: nh] [doi]
dar el altar en el hospital: ra viện [ra] [viện]
dar risa: tức cười, làm tức cười [làm] [tức] [kười]
darle a uno igual todo: phớt đời [fớt] [dời]
darle vueltas: trăn trở [trăn] [trở]
danés, a: đan mạch [dan] [mạch]
danza: điệu múa [diệu] [múa]; vũ [vũ]
danza nocturna: dạ hội [llạ] [họi]
danzar: múa [múa]
dañar alguien: làm hại [làm] [hại]
dar: đưa [dưa]; giúi [yúi]; phong tặng [fo: ng] [tặng]
dar clase particular: dạy kèm [llạy] [kè: m]
dar bienvenido, a: nghênh tiếp [ngenh] [tiếp]; nghinh tiếp [ngi: nh] [tiếp]
dar dinero de forma solapada: giúi tiền [yúi] [tiền]
dar ejemplo: làm gương [làm] [gương]
dar lástima: rủ lòng [rủ] [lò: ng], rủ lòng thương [rủ] [lò: ng] [thương]; thương hại [thương] [hại]
dar mandamiento: phán truyền [fán] [truèn]

dar masajes: đấm bóp [dấm] [bó: p]; tẩm quất [tẩm] [quất]
dar orden: phán bảo [fán] [bả: o]; sai bảo [sai] [bả: o]; truyền lệnh [truyền] [lệnh]
dar pánico de oído: inh tai, làm inh tai [làm] [i: nh] [tai]
dar patada: đá [dá]; đạp [dạp]
dar permiso: cho phép [cho:] [fé: p]
dar plantón: trồng cây chuối [tròng] [kây] [chuói]
dar un puñetazo: đấm [dấm]
dar un suspiro: thở dài [thở] [thài]
dar una bofetada: tát [tát]
de: của [kủa]; thuộc [thuọc], thuộc về [thuọc] [vè]
de lejos: đàng xa [dằng] [xa]; đằng xa [dằng] [xa]
de moda: thịnh hành [thị: nh] [hành]
de palabra: uy tín [uy] [tín]
de pie: đứng [dứng]
de repente: thình lình, bất thình lình [bất] [thì: nh] [lì: nh]
de veras: thực ra [thực] [ra]
de vez en cuando: thường khi [thường] [ji:]
deambular: lang bang [lang] [bang]; lang bạt [lang] [bang]
debajo: bên dưới [ben] [llưới]; dưới [llưới]; ở dưới [ở] [llưới]
deber: nên [nên]
deber: phận sự [fận] [sự]
deber hacer: nên làm [nen] [làm]
deber saber: nên biết [nen] [biét]
débil: ốm yếu [óm] [i: éu]
debilitado, a: hết sức [hét] [sức]; thều thào [thèu] [thà: o]; xiểng liểng [xiểng] [liểng]
debilitar: đuối sức, làm đuối sức [làm] [duói] [sức]
debilitar la razón: đuối lý, đuối sức, làm đuối sức [làm] [duói] [lí:]
decapitar: trảm, xử trảm [xử] [trảm]; xử trảm [xử] [trảm]
decepcionar: thất vọng, làm thất vọng [làm] [thất] [vo: ng]
decidido, a: kiên quyết [kien] [quét]; qủa quyết [qủa] [quét]
decidir: định đoạt [di: nh] [do: ạt]; quyết định [quét] [dị: nh]
década: thập kỷ [thập] [kỉ:]
decir: nói [nó: i]
decir algo al oído: ghé tai, ghé tai nói nhỏ [gé:] [tai] [nó: i] [ñỏ:]

decir algo antes que otra persona con la intención de hacer coger la misma idea: ướm lời [ướm] [lời]
decir con franqueza: nói thẳng [nó: i] [thẳng]; nói toạc móng heo [nó: i] [to: ạc] [mó: ng] [he: o]
decir con preámbulo: phủ đầu, nói phủ đầu [nói] [fù] [dầu]
decir el nombre: đích danh [dí: ch] [danh]
decir detractores: dèm pha [llè: m] [fa]
decir la verdad: nói thật [nó: i] [thật]
decir tacos: nói tục [nó: i] [tục]
decir todo de manera directa, o brutal: thẳng tuột, nói thẳng tuột [nó: i] [thẳng] [tuột]
decisión de guerra: quyết chiến, sự quyết chiến [sự] [quét] [chién]
decisivo, a: quyết liệt [quét] [liệt]
declaración: lời khai [lời] [jai]
declarar: khai báo [jai] [bá: o]; tuyên ngôn [tuen] [ngon]; tường trình [tường] [trình]
declarar pública: tuyên cáo [tuen] [ká: o]
declinar: ngả [ngả]; suy vong, bị suy vong [bị:] [suy] [vo: ng]
declive: độ dốc [dọ] [dó: c]
decreto: sắc chỉ [sắc] [chỉ:]
dedicar: đề tặng [dè] [tặng]
dedo: ngón tay [ngón] [tay]
dedo anular: ngón áp út [ngó: n] [áp] [út]
dedo corazón: ngón giữa [ngó: n] [yữa]
dedo índice: ngón trỏ [ngó: n] [trỏ:]
deducir: suy diễn [suy] [lliẽn]
defender: phòng ngự [fò: ng] [ngự]
defecto: khuyết điểm [juét] [diềm]; nhược điểm [ñược] [diềm]
déficit: thiếu hụt, sự thiếu hụt [sự] [thiếu] [hụt]
definir los puestos: phân cấp [fân] [kấp]
deformado, a: méo [mé: o], méo mó [mé: o] [mó]
degenerado, a: quá độ [qúa] [dọ]
degradación: tha hóa, sự tha hóa [sự] [tha] [hó: a]
degradante: đồi trụy [dòi] [trụy]
degradar: suy thoái [suy] [thoái]; thoái hóa, bị thoái hóa [bị:] [tho: ái] [hó: a]; xuống cấp [xuóng] [kấp]

dejar: bỏ [bỏ:]; chừa [chừa], chừa bỏ [chừa] [bỏ:]; dẹp [llẹ: p]; để [dẻ]; **vứt bỏ** [vứt] [bỏ:]; xếp xó [xép] [xó:]
dejar de hacer algo: dừng [dừng]; khỏi [jò: i]
dejar de llorar: nín [nín], nín khóc [nín] [jó: c]
dejar de tener la menstruación: tắt kinh, bị tắt kinh [bị:] [tắt] [ki: nh]
dejarse llevar: phó mặc [fó:] [mặc]; phó thác [fó:] [thác]
delante: đàng trước [dằng] [trước]
delante de los ojos: trước mắt [trước] [mắt]
delegación: ủy ban [ủy] [ban]
delegar: ủy thác [ủy] [thác]
deleitar comtemplado: thưởng ngoạn [thưởng] [ngo: ạn]
delito: tội [tọi]
delito grave: trọng tội [trọ: ng] [tọi]
delgado, a: khẳng khiu [jẳng] [jiu]; xương xẩu [xương] [xẩu]
delimitar: phân định [fân] [dị: nh]
delirar: mê sảng [me] [sảng]
delirio: mê, cơn mê [kơn] [me]
demasiado, a: quá tải [qúa] [tải]
democracia: dân chủ [llân] [chủ]
demorar: khất lần [jất] [lần]
demorar la deuda: khất nợ [jất] [nợ]
demostrar: chứng tỏ [chứng] [tỏ:]; dẫn chứng [llẫn] [chứng]
demostrar el talento: trổ tài [trở] [tài]
denunciar: kiện [kiện]; tố cáo [tó] [ká: o]
densidad: mật độ [mật] [dọ]
denso, a: dày đặc [llày] [dặc]; đông đặc [dong] [dặc]
dentro: đàng trong [dàng] [tro: ng]; trong khoảng [tro: ng] [jo: ảng]
dentro de poco: chẳng bao lâu nữa [chẳng] [ba: o] [lâu] [nữa]
depauperado, a: tàn lụi [tàn] [lụi]
depender: lệ thuộc [lẹ] [thuộc]; phụ thuộc [fụ] [thuộc]; tùy cơ [tùy] [kơ]; tùy cơ [tùy] [kơ]
depender de: tùy [tùy], còn tùy [kò: n], còn tùy vào [kò: n] [tùy] [và: o]
depender de la voluntad: tùy tâm [tùy] [tâm]
depender de una buena ocasión: tùy thời [tùy] [thời]
dependiente: tùy thuộc [tùy] [thuộc]
deporte: thể thao [thẻ] [tha: o]

depositado: tồn [tòn]; tồn đọng [tòn] [dọ: ng]
depositarse: đọng [dọ: ng], bị đọng [bị] [dọ: ng]
deposito: kho, kho chứa đồ [jo:] [chứa] [dò]
depurar: thanh lọc [thanh] [lọ: c]
derechista: cánh hữu [kánh] [hữu]
derecho, a: hữu [hữu]
derecho: luật [luật]; quyền lợi [quèn] [lợi]
derecho humano: nhân quyền [ñân] [quèn]
derribar: lật đổ [lật] [dò]; quật ngã [quật] [ngã]
derrochador, a: hoang phí [ho: ang] [fí:]
derrotar: chiến bại [chién] [bại]
derrumbar: sụp đổ, làm sụp đổ [làm] [sụp] [dò]
desacuerdo: bất hoà, sự bất hòa [sự] [bất] [hò: a]
desafortunado, a: lận đận [lận] [dận]; lỡ vận [lỡ] [vận]; vô phúc [vo] [fúc], vô phước [vo] [fước]
desafiar: bắp chấp [bắp] [chấp]
desafilado, a: cùn [kùn]
desagradable: trớ trêu [trớ] [treu]
desagradecido, a: phụ bạc [fụ] [bạc]; phụ tình [fụ] [tình]; vong ân [vo: ng] [ân], vong ân **bội nghĩa** [vo: ng] [ân]; vô ơn [vo] [ơn]
desaguar: xịt nước [xịt] [nước]
desahogarse: thổ lộ [thỏ] [lọ]; trút [trút]; trút [trút]
desaliñado, a: lem nhem [le: m] [ne: m], lem luốc [le: m] [luốc]; lôi thôi [loi] [thoi]
desanimado, a: lờ đờ [lờ] [dờ]
desaparecer: tiêu hủy [tieu] [hủy]
desaparecer una raza: tuyệt giống, làm cho tuyệt giống [làm] [cho:] [tuẹt] [yóng]
desarrollar: khai triển [jai] [triển]; phát huy [fát] [huy]; phát triển [fát] [triển]
desarrollar intelectualmente: khai trí [jai] [trí:]
desastre: tai họa [tai] [họ: a]
desatento, a: vô tâm [vo] [tâm]
desbandarse: tán loạn [tán] [lo: ạn]
desbloquear: giải tỏa [yải] [tỏ: a]
desbordante: tràn lan [tràn] [lan]; tràn ngập [tràn] [ngập]
desbordar: tràn [tràn]; trào, trào ra [trà: o] [ra]

desbrozar: khai hoang [jai] [ho: ang]
descansando, a: thảnh thơi [thảnh] [thơi]
descansar: nghỉ [ngỉ], nghỉ ngơi [ngỉ:] [ngơi]
descargar la electricidad: truyền điện [truèn] [diẹn]
descarrilar: trật đường rây xe lửa [trật] [dường] [rây xe:] [lửa]
descendiente: cháu chắt [cháu] [chắt]; nối dõi, người nối dõi [người] [nó: i] [llõ: i]
descender: giáng cấp [yáng] [kấp], giáng chức [yáng] [chức]
desengaño: trắng mắt [trắng] [mắt]
descolocado, a: trật [trật]
descomponer: phân lượng [fân] [lượng]
desconcertante: hoang mang [ho: ang] [mang]
desconficado, a: đa nghi [da] [ngi:]
desconocido, a: người dưng [người] [llưng], người lạ [người] [lạ]
desconsiderado, a: rẻ rúng [rẻ:] [rúng]; thất lễ [thất] [lễ]; thất sủng [thất] [sủng]; xoàng [xo: àng], xoàng xĩnh [xo: àng] [xĩ: nh]
descontrolado, a: hoảng loạn [ho: ảng] [lo: ạn]
descuajaringarse: vỡ bụng, cười vỡ bụng [kười] [vỡ] [bụng]
describir: lột tả [lọt] [tả]; miêu tả [miêu] [tả], mô tả [mo] [tả]; tả [tả]; tường thuật [tường] [thuật]
describir la realidad: tả chân [tả] [chân]
describir la verdad: tả thực [tả] [thực]
descubrir: khám phá [jám] [fá]; phát giác [fát] [yác]; phát hiện [fát] [hiện]
descuidado, a: lòa xòa [lò: a] [xò: a]; bất cẩn [bất] [kẩn]; cẩu thả [kẩu] [thả]; nhếch nhác [ñéch] [ñác]
descuido, a: sểnh tay [sểnh] [tay]; sơ hở [sơ] [hở]
desde: từ lúc [từ] [lúc]; từ thuở [từ] [thuở]
desdeñoso, a: khinh người [jinh] [người]
desdicha: bất hạnh, sự bất hạnh [sự] [bất] [hạnh]
desdichado, a: bất hạnh [bất] [hạnh]
descar: ham muốn [ham] [muốn]; khao khát [ja: o] [ját]; khát khao [játo] [ja: o]; nguyện [nguện], nguyện ước [nguện] [ước]; mơ [mơ]
desembarcar: tống khứ [tóng] [jứ]
desembocar: khai thông [jai] [thong]
desempeñar: chuộc [chuộc], chuộc lại [chuộc] [lại]
desenfrenado, a: thả lỏng [thả] [lỏ: ng]

desenmascarar: lật tẩy [lật] [tẩy]; vạch mặt [vạch] [mặt]
deseo: ý muốn [í:] [muốn]; ý nguyện [í:] [nguện]
desértico, a: hoang sơ [ho: ang] [sơ]; hoang vắng [ho: ang] [vắng]; hoang vu [ho: ang] [vu]; tịch liêu [tị: ch] [lieu]; vắng vẻ [vắng] [vẻ:]
desesperado, a: tuyệt vọng [tuẹt] [vọ: ng]
desfavorable: nông nỗi [nong] [nõi]; oái ăm [o: ái] [ăm]; trầy [trầy], trầy trật [trầy] [trật]
desgarrado, a: trĩu trịt [trĩ: u] [trị: t]
desgastar: bỏ phí [bỏ:] [fí:]; phí sức [fí:] [sức]; tiêu hao, làm tiêu hao [làm] [tieu] [ha: o]
desgastarse: hao [ha: o], hao hụt [ha: o] [tón]
desganar: chùn bước [chùn] [bước]
desgracia: tai vạ [tai] [vạ]
desgraciado, a: bất hiếu [bất] [hiếu]
desgraciadamente: khốn nỗi [jón] [nõi]
desfilar: diễu hành [diễu] [hành]
desherbar: làm cỏ [làm] [kỏ:]
deshonroso, a: hoen, hoen ố [ho: en] [ó]; ô nhục [o] [ñục]
desierto: sa mạc [sa] [mạc]
desigual: chênh lệch [chenh] [lệnh]
desigualdad: bất bình đẳng [bất] [bì: nh] [dẳng]
desilusionar: vỡ mộng [vỡ] [mọng]
desinfectante: khử trùng [jử] [trùng]; sát trùng [sát] [trùng]
desinfectar: tẩy rửa [tẩy] [rửa]
desinflar: xì [xì:], xì hơi [xì:] [hơi]
desintoxicar: giải độc [yải] [dọc]
desintoxicar: tiêu độc, làm tiêu độc [làm] [tieu] [dọc]
desleal: bất nghĩa [bất] [ngĩa]; bất tín [bất] [tí: n]; lật lọng [lật] [lọ: ng]
deslizarse: lách [lách]; trượt [trượt]; trượt chân [trượt] [chân]
deslumbrado: chói [chó: i], bị chói [bị:] [chó: i]
deslumbrante: chói lòa [chó: i] [lò: a]; sáng choang [sáng] [cho: ang]; sáng chói [sáng] [chó: i]
desmayarse: bất tỉnh [bất] [tỉ: nh]
desmesurado, a: khốc liệt [jóc] [liệt]
desnudo, a: khỏa thân [jỏ: a] [thân]; trần truồng [trần] [truồng]

desnutrición: suy dinh dưỡng [suy] [llinh] [llưỡng]; thiếu dinh dưỡng, sự thiếu dinh dưỡng [sự] [thiếu] [lli: nh] [llưỡng]

desolado, a: tiêu điều [tieu] [dièu]

desordenado, a: hỗn độn [hỗn] [dọn]; loạn xạ [lo: ạn] [xạ]; lộn xộn [lọn] [xọn]; tuồng luông [tuồng] [luong], tuồng luông tuồng la [tuòng] [luong] [tuòng] [la]

desorientar: lạc hướng, làm lạc hướng [làm] [lạc] [hướng]

desorientarse: lạc đường, bị lạc đường [bị] [lạc] [dường]

desorniganizado, a: vô tổ chức [vo] [tỏ] [chức]

despatarrarse: giạng chân [yạng] [chân]

despedir: từ biệt [từ] [biệt]; từ giã [từ] [yã]

despejado, a: quang đãng [quang] [dãng]; sảng khoái [sảng] [jo: ái]; thanh minh [thanh] [mi: nh]; tỉnh táo [tỉ: nh] [tá: o]; tuấn tú [tuấn] [tú]

despertar: thức [thức]

despertarse: thức tỉnh [thức] [tỉ: nh]; tỉnh dậy [tỉ: nh] [llậy]; tỉnh giấc [tỉ: nh] [yấc]

despiadado, a: nhẫn tâm [ñẫn] [tâm]; tàn tệ [tàn] [tẹ]

despilfarrar: phung phá [fung] [fá]; phung phí [fung] [fí:]

desplazar: chuyển hướng [chuển] [hướng]; di chuyển [lli:] [chuển]; thuyên chuyển [thuen] [chuển]

desplegar: triển khai [triển] [jai]

despojar: chiếm đoạt [chiếm] [do: ạt]; cướp bóc [cướp] [bó: c]; tước đoạt [tước] [do: ạt]

despojar del poder: đoạt quyền [do: ạt] [quèn]

despotricar: nói xấu [nó: i] [xấu]

despreciar: coi thường [ko: i] [thường]; dè bỉu [llè:] [biểu]; khinh [ji: nh], khinh dễ [ji: nh] [llẽ], khinh thường [ji: nh] [thường], khinh miệt [ji: nh] [miệt]

deprimir: suy sụp [suy] [sụp]; trầm cảm [trầm] [kảm], bị trầm cảm [bị:] [trầm] [kảm];

trầm uất [trầm] [uất]

deprisa: vội vàng [vọi] [vàng]

desalojar: tản cư [tản] [kư]

desaparecer: mất tích [mất] [tí: ch]; vắng bóng [vắng] [bó: ng]

desear: tâm niệm [tâm] [niệm]

desde: từ khi [từ] [ji:]

despeinar: vò đầu [vò:] [dầu]

despierto: thức giấc [thức] [yấc]; tỉnh ngủ [tỉ: nh] [ngủ]; tĩnh trí [tĩ: nh] [trí:]

después: sau [sau]; sau đó [sau] [dó:]; sau khi [sau] [ji:]
desternillarse: tít mắt, cười tít mắt [kười] [tít] [mắt]
desteñido, a: phôi pha [foi] [fa]
desteñirse: phai, bị phai [bị:] [fai]; phai màu [fai] [màu]
destino: nhân duyên [ñân] [lluen], thiên mệnh [thien] [mệnh]; vận mạng [vận] [mạng]; **vận mệnh** [vận] [mệnh]
destituir: truất phế [truất] [fé]
destreza: tiểu xảo [tiểu] [xả: o]
destronar: truất ngôi vua [truất] [ngoi] [vua]
destrozado, a: tan tành, bị tan tành [bị:] [tan] [tành]; tan xác, bị tan xác [bị:] [tan] [xác];
xơ xác [xơ] [xác]
destrozar: phá hoại [fá] [ho: ại]; tàn phá [tàn] [fá]
destruir: phá hủy [fá] [hủy]; tiêu diệt [tieu] [lliệt]
desunir: rã đám [rã] [dám]
desvanecerse: tan biến [tan] [bién]
desvatador, a: hoang tàn [ho: ang] [tàn]; tan hoang, bị tan hoang [bị:] [tan] [ho: ang]; tàn khốc [tàn] [jóc]
desvelar: phanh phui [fanh] [fui]; vạch trần [vạch] [trần]
desvelarse: giác ngộ [yác] [ngọ]; tỉnh ngộ [tỉ: nh] [ngọ]
desventajoso, a: thiệt thòi [thiệt] [thò: i]
desvergonzado, a: desvergonzado, a: trắng trợn [trắng] [trợn]
desviar: trệch [trệch]
desviar la convesación: trớ, nói trớ [nó: i] [trớ]
detallado, a: tình tiết [tì: nh] [tiết]
detalladamente: công phu [kong] [fu]
detalle: chi tiết [chi:] [tiét]
detective: thám tử [thám] [tử]
detener: bắt [bắt]; giam giữ [yam] [yữ]; trấn giữ [trấn] [yữ]
detener la hemorragia: cầm máu [kầm] [máu]
deteriorar: thiệt hại, làm thiệt hại [làm] [thiệt] [hại]
determinar: xác định [xác] [dị: nh]
detestar: ghét [gé: t]
detrás: đàng, đàng sau [dàng] [sau]
deuda: nợ [nợ]
devolver: hồi, hồi lại [hòi] [lại]; trao trả [tra: o] [trả]

devorar: gặm [gặm], gặm nhấm [gặm] [ñấm]
de repente: bất thình lình [bất] [thì: nh] [lì: nh]
día: ngày [ngày]
días lunares 5, 14 y 23 del calendario lunar de Vietnam: nguyệt kị, ngày nguyệt kị [ngày] [nguệt] [kị]
diablo: ma qủi [ma] [qủi]; quỷ [qủi], con quỷ [ko: n] [qủi]
dialéctica: biện chứng [biện] [chứng]
dialogar: đối đáp [dói] [dá: p]
diamante: hột xoàn [họt] [xo: àn]; kim cương [kim] [kương]; xoàn, hột xoàn [họt] [xo: àn]
diagonal: chèo [chè: o]
diagnosticar: khám, khám bệnh [jám] [bệnh]
diario: bút ký [bút] [kí:]; nhật ký [ñật] [kí:]
diario, a: thường ngày [thường] [ngày]; thường nhật [thường] [ñật]
diarrea: ỉa chảy [ỉa] [chảy];
dibujante: thợ vẽ [thợ] [vẽ:]
dibujar: họa [họ: a]
dibujo monocromático en tinta: thủy mặc, tranh thủy mặc [tranh] [thủy] [mặc]
diccionario: tự điển [tự] [diển]
diciembre: tháng mười hai [tháng] [mười] [hai]
diciembre del calendario lunar: tháng chạp [tháng] [chạp]
dicho: châm ngôn, câu châm ngôn [kâu] [châm] [ngon]
dictador, a: độc tài, người độc tài [người] [dọc] [tài]
dictar una resolución: ra nghị quyết [ra] [ngị:] [quét]
dictar el orden: chỉ thị, ra chỉ thị [ra] [chỉ:] [thị:]
dictar la sentencia: tuyên án [tuen] [án]
didáctico, a: tại chức [tại] [chức]
diente: răng, cái răng [kái] [răng]
diente alíneado: khềnh, cái răng khềnh [kái] [răng] [jềnh]
diente de leche: răng sữa [răng] [sữa]
diente de porcelana: răng giả [răng] [yả]
diestro, a: thuận tay phải [thuận] [tay] [fải]
diez: mười [mười]
diecinueve: mười chín [mười] [chín]
dieciocho: mười tám [mười] [tám]
dieciséis: mười sáu [mười] [sáu]

diecisiete: mười bảy [mười] [bảy]
difamar: phỉ báng [fỉ:] [báng]
diferente: khác [ják], khác nhau [ják] [ñau]; lạ [lạ]; lạ mắt [lạ] [mắt]
difícil: gai góc [gai] [gó: c]; gian truân [yan] [truân]; kham khổ [jam] [jờ]; khắc khổ [jắc] [jờ]; khó khăn [jó:] [jăn]
difícil de educar: khó dạy [jó:] [llạy]
difícil de explicar: khó nói [jó:] [nó: i]
difrutar: tận hưởng [tận] [hưởng]
difundir: khuyếch tán [juéch] [tán]
difuminar: lẫn [lẫn]; phai mờ, làm phai mờ [làm] [fai] [mờ]; phai nhạt, làm phai nhạt [làm] [fai] [ñạt]
digerir: tiêu hóa [tieu] [hó: a]
dignatario: giới chức sắc [yới] [chức] [sắc]
dignidad: nhân phẩm [ñân] [fẩm]; phẩm cách [fẩm] [kách]; phẩm giá [fẩm] yá]; tự trọng, sự tự trọng [sự] [tự] [trọ: ng]
dilatación: giản nở, sự giản nở [sự] [yản] [nở]
dilatar: lan toả [lan] [tỏ: a]; lan truyền [lan] [truền]
diluir: loãng, làm loãng [làm] [lo: ãng]; pha loãng [fa] [lo: ãng]
diluvio: hồng thủy [hòng] [thủy]; lụt [lụt]
dimensión: kích thước [kí: ch] [thước]
dinámico, a: hiếu động [hiếu] [dọng]; linh hoạt [li: nh] [hoạt]; năng động [năng] [dọng]; sinh động [si: nh] [dọng]; sống động [sóng] [dọng]
dinastía: triều đình [trièu] [dì: nh]; vương triều [vương] [trièu]
dinero: tài [tài]; tài lộc [tài] [lọc]; tiền [ti: èn]; tiền bạc [tièn] [bạc]; tiền nong [tièn] [no: ng]
dinero del billete: tiền giấy [tièn] [yấy]
dinero del desempeño: tiền chuộc [tièn] [chuọc]
dinero que se envía desde el extranjero por los vietnamitas a Vietnam: kiều hối [kiều] [hói]
dinosaurio acuático: thuồng luồng, con thuồng luồng [ko: n] [thuò: ng] [luò: ng]
Dios: Chúa [chúa]; Thiên Chúa [thien] [chúa]; thượng đế [thượng] [dảng]
Dios del mar: thủy thần [thủy] [thần]
diploma: bằng cấp [bằng] [kấp]; văn bằng [văn] [bằng]
diplomático, a: khâm sứ [jâm] [sứ]; khoa bảng [jo: a] [bảng]; ngoại giao [ngoại] [ya: o]

diptongo: song âm [so: ng] [âm]
dique: đê, cái đê [kái] [de]
dirección: địa chỉ [địa] [chỉ:]; hướng [hướng]
directo, a: trực tiếp [trực] [tiép]
director: giám đốc [yám] [dóc]
director general: tổng giám đốc [tổng] [yám] [dóc]
director del colegio: hiệu trưởng [hiệu] [trưởng]
director de orquesta: nhạc trưởng [ñạc] [trưởng]
director de un equipo de música, teatro, circo: ông bầu [ong] [bầu]
dirigir: chỉ huy [chỉ] [huy]; dẫn dắt [llẫn] [llắt]; lãnh đạo [lãnh] [dạ: o]; thống lãnh [thóng] [lãnh]; trụ trì [trụ] [trì:]
disciplina: khuôn phép [juon] [fé: p]; kỷ cương [kỉ:] [kương]; nề nếp [nề] [nếp]
discontinuar: gián đoạn, làm gián đoạn [làm] [yán] [do: ạn]
discontinuo: dang dở [llang] [llở]
discordante: lạc điệu [lạc] [diệu]
discrecional: tùy bút [tùy] [bút]; tùy nghi [tùy] [ngi:]
discreto, a: dè dặt [llè:] [llặt]
disculpar: miễn thứ [miễn] [thứ]; thứ lỗi [thứ] [lõi]
discurso: diễn văn, bài diễn văn [bài] [lliễn] [văn]; nghị luận [ngi:] [luận]
discutir: bàn cãi [bàn] [kãi], bàn luận [bàn] [luận]; cãi cọ [kãi] [kọ]; tranh cãi [tranh] [kãi]; **tranh luận** [tranh] [luận]
diseminar: rắc [rắc]
disentería: kiết [kiét]
disertación: luận thuyết [luận] [thuét]
disertar: luận bàn [luận] [bàn]; thuyết pháp [thuét] [mi: nh]; thuyết trình [thuét] [trì: nh]
disfrazar: giả dạng [yả] [llạng]; giả trang [yả] [trang]; hóa trang [hó: a] [trang]
disfrutar: thưởng thức [thưởng] [thức]
disgregarse: tan rã, bị tan rã [bị:] [tan] [rã]; tan tác, bị tan tác [bị:] [tan] [tác]
disgustar: phật ý, làm phật ý [làm] [fật] [í:]; trái mắt, làm trái mắt [làm] [trái] [mắt];
trái ý, làm trái ý [làm] [trái] [í:]
disminuido, a: sút [sút], sút giảm [sút] [yảm]
disimular: giả bộ [yả] [bọ]; giả vờ [yả] [vờ]; làm bộ [làm] [bọ]; làm lơ [làm] [lơ]; lảng tránh [lảng] [tránh]; ngụy tạo [ngụy] [tạo]; phớt lờ [fớt] [lờ]; tảng lờ [tảng] [lờ]; vờ [vờ], giả vờ [yả] [vờ]

disimulo: vờ vĩnh, sự vờ vĩnh [sự] [vờ] [vĩ: nh]
disipar: gột, gột rửa [gọt] [rửa]
disminuir: bỏ bớt [bỏ:] [bớt]; bớt [bớt]; giảm [yảm], giảm bớt [yảm] [bớt]; rút [rút], rút bớt [rút] [bớt]; sút kém, làm sút kém [làm] [sút] [ké: m]; suy [suy], suy giảm [suy] [yảm], làm suy giảm [làm] [suy] [yảm]; thuyên giảm [thuen] [yảm]; vơi [vơi]
disminuir el dolor: đỡ đau, làm đỡ đau [làm] [dỡ] [dau]
disolvente: dung môi, chất dung môi [chất] [dung] [moi]
disolver: hoà tan [hò: a] [tan]
disolverse: tan [tan]
disociar: phân ly [fân] [ly]
disparar: bắn [bắn]
disparatado, a: tanh bành [tanh] [bành]
dispersar: phân tán [fân] [tán]; tản [tản]; vung vãi [vung] [vãi]
dispersarse: thất tán, bị thất tán [bị] [thất] [tán]
disperso, a: rải rác [rải] [rác]; tùm lum [tù: m] [lu: m]
disponer: sẵn sàng [sẵn] [sàng]
disponible: sẵn có [sẵn] [kó:]
disputar: giằng co [yằng] [ko:]; tranh chấp [tranh] [chấp]
distancia: cách xa, sự cách xa [sự] [kách] [xa]; khoảng cách [jo: ảng] [kách]
distante: lạnh nhạt [lạnh] [ñạt]
distinguir: phân biệt [fân] [biệt]
distraer: giải buồn [yải] [buồn]; giải khuây [yải] [juây]; khuây khoả, làm cho khuyây khoả [làm] [cho:] [juây] [jo: ả]; tản mạn [tản] [mạn]; tiêu khiển [tieu] [jiền]
distraído, a: lẩn thẩn [lẩn] [thẩn]; lơ đãng [lơ] [dãng]; vô ý [vo] [ý]
distraerse: chi phối, bị chi phối [bị] [chi:] [fói]; phân tâm, bị phân tâm [bị] [fân] [tâm]
distribución: sự ban phát [sự] [ban] [fát]
distribuir: ban phát [ban] [fát]; phân bố [fân] [bó]; phân phát [fân] [fát]; phân phối [fân] [fói]
distrito: quận [quận]
disuadir: can ngăn [kan] [ngăn]
divergente: bất đồng [bất] [dòng]
dividir: chia, chia cắt [chia] [kắt]; phân chia [fân] [chia]
dividir distrito: phân vùng [fân] [vùng]

divinidad: thần linh [thần] [li: nh]; thần minh [thần] [mi: nh]; thần thánh [thần] [thánh]
divino: thần [thần]
división: phép chia [fé: p] [chia]
división militar: sư đoàn [sư] [do: àn]
divisor: ước số [ước] [só]
divorciar: li dị [li:] [lli:]; ly hôn [li] [hon]
divulgar: phổ biến [fồ] [bién]
doblar: gấp [gấp]
doble: kép [ké: p]
docena: tá [tá]
doctora: nữ bác sĩ [nữ] [bác] [sĩ]
documento: dữ liệu [dữ] [liệu]; văn kiện [văn] [kiện]
documento de historia: sử liệu [sử] [liệu]
documento demostrativo: chứng từ [chứng] [từ]
dogmático, a: độc đoán [dọc] [do: án]; giáo điều [yá: o] [dièu]
dolor: đau [dau]; nhức [ñức]
dolor de cabeza: đau đầu [dau] [dầu]; nhức đầu [ñức] [dầu]
dolor de estómago: đau bụng [dau] [bụng]
dolor de los dientes: đau răng [dau] [răng]; nhức răng [ñức] [răng]
dolor de músculo: đau nhức [dau] [ñức]; nhức mỏi [ñức] [mỏ: i]
dolor óseo: nhức xương [ñức] [xương]
dolor de vientre: đau bụng dưới [dau] [bụng] [lluới]
domesticar: thuần hóa [thuần] [hó: a]
dominar: thống trị [thóng] [trị:]; trấn áp [trấn] [an]; trấn át [trấn] [át]
dominar el mundo: bá chủ hoàn cầu [bá] [chủ] [ho: àn] [kầu]
domingo: chủ nhật [chủ] [ñật]
dominio: sản nghiệp [sản] [ngiẹp]; sự nghiệp [sự] [ngiẹp]
dominio familiar: gia nghiệp [ya] [ngiẹp]
don: khiếu [jiéu]; năng khiếu [năng] [jiéu]
donar: cho máu [cho:] [máu]
doncella: tố nga [tó] [nga], tố nữ [tó] [nữ]
doncella montañesa: sơn nữ, cô sơn nữ [ko] [sơn] [nữ]
dónde: đâu [dâu]
donjuán: điếm, thằng điếm [thằng] [diém]; sở khanh, tên sở khanh [ten] [sở] [janh]

dorado, a: vàng son [vàng] [so: n]
hoàng kim [ho: àng] [ki: m]
domicilio: chỗ ở [chõ] [ở]; trú quán [trú] [quán]
dormida: giấc ngủ [yấc] [ngủ]
dormilón: mê ngủ, người mê ngủ [người] [me] [ngủ]
dormir: ngủ [ngủ]; nằm ngủ [nằm] [ngủ]
dormir, **reciente dormir**: chợp [chợp], chợp mắt [chợp] [mắt]
dormir profundamente: thẳng giấc, ngủ thẳng giấc [ngủ] [thẳng] [yấc]
dormir tranquilo: yên giấc, ngủ yên giấc [ngủ] [i: en] [yấc]
dormitorio: phòng ngủ [fò: ng] [ngủ]
dos: hai [hai]
dote: của hồi môn [kủa] [hòi] [mon]
doctrina: học thuyết [họ: c] [thuét]
dragón: rồng, con rồng [ko: n] [ròng]; thìn [thì: n]
dramático: kịch tính [kị: c h] [tí: nh]
droga: ma túy [ma] [túy]; xì ke [xì:] [ke:]
dualidad: nhị nguyên [ñị:] [nguen]
ducharse: tắm [tắm]; tắm rửa [tắm] [rửa]
ducharse y lavarse: tắm gội [tắm] [gội]
dudar: hiềm nghi [hièm] [ngi:]
dulce: bánh ngọt [bánh] [ngọ: t] ngọt [ngọ:t]
dúo: cặp, một cặp [mọt] [kặp]; đôi, một đôi [mọt] [doi]
durable: lâu bền [lâu] [bèn]; trường cửu [trường] [kửu]; trường kỳ [trường] [kì:]; vững [vững]; vững bền [vững] [bèn]; vững chắc [vững] [chắc]
durante: suốt [suốt]
duradero, a: lâu, lâu dài [lâu] [llài]
duro, a: cứng [kứng]; dai [llai]; khổ công [jỏ] [kong]; vất vả [vất] [và]; xăn [xăn], xăn chắc [xăn] [chắc]

Quinta letra del abecedario y segunda vocal
Chữ thứ năm của bảng chữ cái và nguyên âm thứ hai

ebrio, a: đắm đuối [dắm] [duối]
echar: đổ [dỏ]; đuổi [duởi]; hất [hất]; xua đuổi [xua] [duởi]
echar bronca: cằn nhằn [kằn] [ñằn]; quở mắng [quỏ] [mắng]
echar de menos: nhớ [ñớ]
echar leña: đun củi
echar raíces: cắm rễ [kắm] [rẽ]
echar un vistazo: lướt qua [lướt] [qua]
echar una ojeada: liếc [liéc], liếc mắt [liéc] [mắt]
echarse a perder: thiệt thân [thiệt] [thân]
eclipsado, a: lép vế [lé: p] [vé]
eclipsar: che khuất [che:] [juất]; lu mờ [lu] [mờ]
eclipse de lunar: nguyệt thực
eclipse de sol: nhật thực [ñật] [thực]
eclosionar: nở [nở]; nở trứng [nở] [trứng]
excluir: hất cẳng [hất] [kẳng]
eco: dư âm [llư] [âm]; tiếng vang [tiéng] [vang]
economía de mercado: thị trường kinh tế [thị:] [trường] [ki: nh] [té]
económico, a: kinh tế [ki: nh] [té]
ecuación: phương trình [fương] [trình]
ecuador: xích đạo, đường xích đạo [dường] [xí: ch] [dạ: o]
edad de primaría: thiếu nhi, tuổi thiếu nhi [tuởi] [thiéu] [ñi:]
Edad: niên đại [nien] [dại]; niên kỷ [nien] [kỉ:]

edad adulta: thành niên, tuổi thành niên [tuổi] [thành] [nien], vị thành niên [vị:] [thành] [nien]
edad de la adolescencia: thiếu niên, tuổi thiếu niên [tuổi] [thiếu] [nien]
Edad Moderna: cận đại, thời cận đại [thời] [kận] [dại]
edificar: dựng [llựng]
edificio: dinh thự [llinh] [thự]
editar: xuất bản [xuất] [bản]
editor: xuất bản [xuất] [bản]
editorial: nhà xuất bản [ñà] [xuất] [bản]
educar: dạy dỗ [llạy] [llỗ], dạy bảo [llạy] [bả: o]
efectividad: tình cảm [tì: nh] [kảm]
eficaz: hiệu lực [hiệu] [lực]
efímero, a: [chớp] [ñoáng]; phù du [fù] [llu]
efusivo, a: dạt dào [llạt] [llà: o]; tràn trề [tràn] [trè]
eje: trục, cái trục [kái] [trục]
ejecutar: thực thi [thực] [thi:]
ejecer: tập huấn [tập] [huấn]
ejercer un control: rà soát [rà] [soát]
ejercitar: diễn tập [lliễn] [tập]
ejecutar la pena de muerte: hành hình [hành] [hì: nh]; hành quyết [hành] [quét]
ejemplo: điển hình [diển] [hì: nh]; gương mẫu [gương] [mẫu]; mẫu, cái mẫu [kái] [mẫu]; **tấm gương** [tấm] [gương]; thí dụ [thí:] [llụ]
ejército: đạo binh [dạ: o] [bi: nh]; quân đội [quân] [dọi]
el, la: con [kon]; củ [kủ]; cục [kục]; cuốn [kuón]; hắn [hắn]; nó [nó:]; pho [fo:]; sự [sự];
thứ [thứ]
él: anh ta [anh] [ta], ông anh [ong] anh]; ông ấy [ong] [ấy], ông ta [ong] [ta]; thằng [thằng]
elástico, a: dẻo [llẻ: o]
electricidad: điện [diện]
electrónica industrial: điện công nghiệp [diện] [kong] [ngiệp]
elefante: voi, con voi [ko: n] [vọ: c]
elegante: sang [sang], sang trọng [sang] [trọ: ng]
elegir: chọn lựa [chọ: n] [lựa]; tuyển cử [tuển] [kử]
elegir la carrera: chọn ngành [chọ: n] [ngành]

elegir una rama de carrera: phân khoa [fân] [jo: a]
elemental: thô sơ [tho] [sơ]
elevado, a: cao cả [ka: o] [kả]; cao qúi [ka: o] [qúi]; lên cao [len] [ka: o]; thanh cao [thanh] [ka: o]
ego: bản ngã [bản] [ngã]
egoísta: ích kỷ [í: ch] [kỉ:]
elemento: phần tử [fần] [tử]; thành phần [thành] [fần]
eliminar: khử [jử]; ly khai [li] [jai]; tẩy chay [tẩy] [chay]; thanh trừ [thanh] [trừ]; triệt [triệt], triệt hạ [triệt] [hạ], triệt tiêu [triệt] [tieu]
eliminar rebeldes: dẹp loạn [llẹ: p] [lo: ạn]
élite: thượng đẳng, sự thượng đẳng [sự] [thượng] [dẳng]
ella: cô ấy [ko] [ấy]; cô ta [ko] [ta], thị [thị:]
ellos, as: chúng nó [chúng] [nó:]; họ [họ:]
elocuente: hùng biện [hùng] [biện]; hùng hồn [hùng] [hòn]
elogiar: ca ngợi [ka] [ngợi]; khen thưởng [je: n] [thưởng]; tuyên dương [tuen] [llương]
él: anh ấy [anh] [ấy]; anh ta [anh] [ta]; hắn [hắn]
emanciparse: giải phóng [yải] [fó: ng]: emanciparse
emanación mortífera: tử khí [tử] [jí:]
embajada: đại sứ quán [dại] [sứ] [quán]
embrazo: bầu [bầu]; chửa [chửa]; thai [thai]
embestir: húc [húc]
emblema: huân chương [huân] [chương]
emboscarse: phục kích [fục] [kí: ch]
embotar: nhụt chí, làm nhụt chí [làm] [ñụt] [chí:]
embriagarse de amor: si tình, bị si tình [bị:] [si:] [tì: nh]
embrionario, a: phôi thai [foi] [thai]
embrollar: rối tung, làm rối tung [làm] [rói] [tung]
embrollar la mente: rối trí, làm rối trí [làm] [rói] [trí:]
embrollo: uẩn khúc, sự uẩn khúc [sự] [uẩn] [júc], điều uẩn khúc [dièu] [uẩn] [júc]
embudo: phễu, cái phễu [kái] [fễu]
embujar: thôi thúc [thoi] [thúc]
embustero, a: ngược ngạo [ngược] [ngạ: o]; tai ngược [tai] [ngược]
empresa: hãng [hãng]
emigrar: di cư [lli] [kư], di dân [lli] [llân]

eminente: nổi bật [nổi] [bật]; ưu tú [ưu] [tú]; xuất chúng [xuất] [chúng]
emisor, a: phát ngôn viên [fát] [ngon] [vien]
emoción: cảm xúc [kảm] [xúc]
emocional: cảm động [kảm] [dọng]
empapado, a: giàn giụa [yàn] [yụa]; ướt nhèm [ướt] [ñè: m]; ướt sũng [ướt] [sũng]
empaquetado: gói [gó: i]
empastar: tráng [tráng]
empastar la porcelana: tráng men [tráng] [me: n]
empastar el diente: trám răng [trám] [răng]
empeñado, a: khư khư [jư] [jư]
empeñar: cầm đồ [kầm] [dò]
empeñarse: cố tâm [kó] [tâm]; nằng nặc [nằng] [nặc]; quyết tâm [quét] [tâm]
emperador: thiên tử [thien] [tử]
emperatriz: nữ hoàng [nữ] [ho: àng]
emplazar: rủ [rủ]; triệu tập [triệu] [tập]
emponzoñar: đầu độc [dầu] [dọc]
empotrar: niêm phong [niem] [fo: ng]
empresa principal: tổng công ty [tỏng] [kong] [ti:]
empujar: chen lấn [che: n] [lấn]; đẩy [dẩy]; đùn [dùn], đùn đẩy [dùn] [dẩy]; lấn [lấn]; thúc [thúc]; thúc đẩy [thúc] [dẩy]; thúc giục [thúc] [yục]; xô đẩy [xo] [dẩy]
empujar delante: vươn lên [vươn] [len]
empujar la cabeza (de alguien): dúi đầu [llúi] [dầu]
empuje: sức đẩy [sức] [dẩy]
emular: theo gương [the: o]
emulsión: nhũ tương [ñũ] [tương]
en: tại [tại]
en boga: thời thượng [thời] [thượng]
en casa: tại gia [tại] [ya]
en efectivo: tiền mặt [tièn] [mặt]
en el aire: không trung, trên không trung [tren] [jong] [trung]
en el mismo tiempo: cùng lúc [kùng] [lúc]
en general: nhìn chung [ñìn] [chung]
en paro: thất nghiệp [thất] [ngiẹp]
en principio: thoạt đầu [tho: ạt] [dầu]
en silencio: lặng lẽ [lặng] [lẽ:]

en virgo: hiện hành [hiện] [hành]
en práctica: tập sự [tập] [sự]; thực tập [thực] [tập]
en público: công khai [kong] [jai]
en resumen: tổng số [tổng] [só]
en un momento: tí nữa [tí:] [nữa]
enciclopedia: bách khoa toàn thư [bách] [jo: a] [to: àn] [thư]
enaltecer: tâng bốc [tâng] [bóc]
enamoramiento: luyến ái [luén] [ái]
enamorar: say đắm [say] [dắm]; si mê [si:] [me]
enano, a: lùn, người lùn [người] [lùn]; tí hon [tí:] [ho: n]
encaje: vải ren [vải] re: n]
encantado, a: hân hạnh [hân] [hạnh]
encantador, a: đáng yêu [dáng] [i: eu]
encantamiento: thần chú [thần] [chú]
encanto: duyên [lluyen]
encarcelar: bỏ tù, cầm tù [bỏ:] [tù]; tống giam [tóng] [yam]
encargar: giao phó [ya: o] [fó:]
encargar una fiesta: đặt tiệc [dặt] [tiệc]
encargarse: phụ trách [fụ] [trách]
encargarse el asunto de la construcción: thầu [thầu]
encéfalo: bộ não [bọ] [nã: o], cái bộ não [kái] [bọ] [nã: o]
encender: nhen [ñen]; nhen nhóm [ñe: n] [ñó: m]; thắp [thắp]
encender la luz: bật đèn [bật] [dè: n]; bật điện [bật] [diện]
encender la vela: thắp nến [thắp] [nén]
encender el fuego: châm lửa [châm] [lửa]; thắp lửa [thắp] [lửa]
encerrado, a: trói buộc [tró: i] [buộc]
encerrar: giam [yam]
enchufar: cắm điện [kắm] [diện]
enchufe: ổ cắm điện, cái ổ cắm điện [kái] [ổ] [kắm] [diện]
encima: ở trên [ở] [trên]; trên [tren]
enciclopedia: tự điển bách khoa toàn thư [tự] [diển] [bách] [jo: a] [to: àn] [thư]
encogerse: co [ko:]; co ro [ko:] [ro:]; teo, bị teo [bị:] [te: o]; thót [thó: t]; thu mình [thu] [mì: nh]; tùm hum, ngồi tùm hum [ngòi] [tùm] [hum]
encolerizarse: nóng giận [nóng] [yận]
encontrar: gặp [gặp]; tìm ra [tì: m] [ra]; tìm thấy [tì: m] [thấy]

encuentro recíproco: tương phùng, cuộc tương phùng [kuộc] [tương] [fùng]; tương phùng, cuộc tương phùng [kuộc] [tương] [fùng]
encuadrar: đóng khung [dó: ng] [jung]
encubrimiento: sự bao bọc [sự] [ba: o] [bọ: c]
encubrir: bao bọc [ba: o] [bọ: c]; chấp chứa [chấp] [chứa]; chứa chấp [chứa] [chấp]
encuentro: hạnh ngộ, cuộc hạnh ngộ [kuộc] [hạnh] [ngọ]; hội ngộ, cuộc hội ngộ [kuộc] [họi] [ngọ]; tao ngộ [ta: o] [dàn]; tao phùng [ta: o] [fùng]
enderezar: uốn nắn [uón] [nắn]
enemigo: quân địch [quân] [dị: ch]; quân thù [quân] [thù]
enemigo del país: địch [di: ch], kẻ địch [kẻ:] [dị: ch]; giặc [yặc]
energía: khí [jí:]; khí chất [jí:] [chất]; năng lượng [năng] [lượng]
energía ambiental: phong thổ [fo: ng] [thỏ]
energía eléctrica: điện năng [diẹn] [năng]
energía positiva: nhẹ vía [ñẹ:] [vía]
energía virtual: tinh lực [ti: nh] [lực]
enero: tháng một [tháng] [một]
enero del calendario lunar: tháng giêng [tháng] [yieng]
enfadarse: giận [yận], giận dỗi [yận] [llõi], giận hờn [yận] [hờn]; nổi cáu [nổi] [káu]; tức giận, làm cho tức giận [làm] [cho:] [tức] [yận]
enfadado, a: hằn học [hằn] [họ: c]; vùng vằng [vùng] [vằng]
enfangarse: sa đọa [sa] [dọ: a]
enfermar: nhuốm bệnh [ñuóm] [bệnh]
enfermedad: bệnh [bệnh], bịnh [bị: nh]; ốm, bị ốm [bị:] [óm]
enfermedad cardiovascular: suy tim, bịnh suy tim [bị: nh] [ti: m]
enfermedad del colon: đau ruột, bịnh đau ruột [bị: nh] [dau] [ruọt]
enfermedad del corazón: đau tim, bịnh đau tim [bị: nh] [dau] [tim]
enfermedad del hígado: đau gan, bịnh gan [bị: nh] [gan]
enfermedad de los músculos: tê thấp, bịnh tê thấp [bị: nh] [te] [thấp]
enfermedad grave: trọng bệnh [trọ: ng] [bệnh]
enfermedad mental: tâm thần, bịnh tâm thần [bị: nh] [tâm] [thần]
enfermo, a: người bệnh [người] [bệnh]; y tá [i:] [tá]
enfermera: nữ y tá [nữ] [y] [tá]
enfilar: xỏ [xỏ:]
enfrentar: đối chất [dói] [chất]
enfrentarse: chạm mặt [chạm] [mặt]; khắc phục [jắc] [fục]; ứng phó [ứng] [fó:]

enfriar: làm lạnh [làm] [lạnh]
enfurecerse: sa sầm [sa] [sầm]
enfurruñado, a: càu nhàu [kàu] [ñàu]
enfurruñarse: lẩy [lẩy]
enfurruñarse la cara: xạu [xạu], xạu mặt [xạu] [mặt]
engañar: gạ [gạ], gạ gẫm [gạ] [gẫm]; lừa bịp [lừa] [bịp], lừa dối [lừa] [dói], lừa gạt [lừa] [gạt], phỉnh [fỉ: nh]
lường [lường], lường gạt [lường] [gạt]
engañoso, a: xảo trá [xả: o] [trá]
engendrar: truyền giống [truèn] [yóng]
engordar: phì nộn, bị phì nộn [bị:] [fì:] [nọn]
engullir: nuốt sống [nuót] [sóng]; nuốt trửng [nuót] [trửng]
enjambre: tổ ong [tỏ] [o: ng]
enjuagar: súc miệng [súc] [miệng]
enmarcar: đóng khung [đó: ng] [jung]
enmascarar: ngụy trang [ngụy] [trang]
equidad: công bằng, sự công bằng [sự] [kong] [bằng]
enredadera: giàn, cái giàn hoa [kái] [yàn] [ho: a]
enredar: rối ren, làm rối ren [làm] [rói] [ren]
enredoso, a: lằng nhằng [lằng] [ñằng]; tạp nham [tạp] [ñam]; tạp nhạp [tạp] [ñạp]
enrollado: quăn qeo [quăn] [qe: o]
enrolarse: nhập ngũ [ñập] [ngũ]
enrollar: quấn [quấn]; vo tròn [vo:] [trò: n]
ensalada: rau sống [rau] [sóng]
ensamblar: ráp [ráp]
ensayo breve: tiểu luận [tiểu] [luận]
ensayo de una exhibición: tổng dợt, cuộc tổng dợt [kuọc] [tỏng] [llợt]
ensayo de una exhibición: tổng duyệt, cuộc tổng duyệt [kuọc] [tỏng] [lluẹt]
enseguida: tự khắc [tự] [jắc]; tức khắc, ngay tức khắc [ngay] [tức] [jắc]; tức thì, ngay **tức thì** [ngay] [tức] [thì:]
enseñanza: thỉnh giáo, lời thỉnh giáo [lời] [thỉ: nh] [yá: o]
enseñar: chỉ bảo [chỉ] [bả: o]; chỉ vẽ [chỉ] [vẽ:]; dạy [llạy], dạy học [llạy] [họ: c]; giảng dạy [yảng] [llạy]
enseñar el camino: dẫn đường [llẫn] [dường]
enseres de la persona fallecida: tang vật [tang] [vật]

ensombrecido: khuất bóng [juất] [bó: ng]
ensoñado, a: lãng đãng [lãng] [đãng];
ensuciar: trây ra, làm trây ra [làm] [trây] [ra]
entender: am hiểu [am] [hìểu]; cảm thông [kảm] [thong]; hiểu [hiểu]; thấu hiểu [thấu] [hiểu]
entero, a: trọn [trọ: n]
tiếp thu [tiếp] [thu]
entender mal: hiểu lầm [hiểu] [lầm]
entender recíproco: tương tri [tương] [tri:]
entereza: nghị lực [ngi:] [lực]
enterrar: chôn [chon], chôn cất [chon] [kất]; mai táng [mai] [táng]
entidad: thực thể [thực] [thể]
entonación: ngữ điệu [ngữ] [điệu]
entonado, a: trương lực [trương] [lực]
entonces: thì ra [thì:] [ra]
entrañable: rứt ruột [rứt] [ruọt]; tâm giao [tâm] [ya: o]
entrada: lối vào [lói] [và: o]
entrar: bước vào [bước] [và: o]; lội vào [lọi] [và: o]; vào [và: o]; vô [vo]
entrar de forma sigilosa: lẻn [lẻ: n]
entrar en crisis: nổi cơn [nỏi] [kơn]
entrar en un país: nhập cảnh [ñập] [kảnh]
entrar forzadamente: len lỏi [le: n] [lỏ: i]
entre: giữa [yữa]
entreabrir: hé [hé:]; nhấp [ñấp]
entrecerrar: lim dim [lim] [llim]; nheo mắt [ñe: o] [mắt]
entregado, a: tận tụy [tận] [tụy]; thiết tha [thiết] [tha]
entregar: bàn giao [bàn] [ya: o]; dâng, dâng tặng [llâng] [tặng]; nộp [nọp]
entregar en mano: tận tay, giao tận tay [ya: o] [tận] [tay]
entremezclarse: quyện vào [quẹn] [và: o]; xen lẫn [xe: n] [lẫn]
entrenar: huấn luyện [huấn] [luẹn]; luyện [luẹn], luyên tập [luẹn] [tập]; rèn luyện [rè: n] [luẹn]; tập luyện [tập] [luẹn]
entrañable: thân thiết [thân] [thiét]
entrepiso: gác, cái gác lửng [kái] [gác] [lửng]
entretenerse: giong ruỗi [llo: ng] [ruỗi]; rong chơi [ro: ng] [chơi]
entretenido, a: thong dong [tho: ng] [yo: ng]
entrevistarse: hội kiến [họi] [kién]

entronizar: đăng quang [dăng] [quoang]
entumesimiento: tê [te]
entusiasmar: đam mê [dam] [me]; hăng say [hăng] [say]
entusiasta: nhiệt liệt [niệt] [liệt]; nhiệt thành [ñiệt] [thành]; nhiệt tình [ñiệt] [tì: nh]
envejecer: lão hóa [lã: o] [hó: a]
envenenar: đánh thuốc độc [dánh] [thuóc] [dọc]; đầu độc [dầu] [dọc]
enviado, a: đặc sứ [dặc] [sứ]
enviar: gởi [gởi]; gửi [gửi]
enviar mensajes: nhắn tin [ñắn] [tin]
envidiar: ganh tị [ganh] [tị]
envolver: bọc [bọ: c]
épica: sử thi [sử] [thi:]
epidemia: ôn dịch [on] [llị: ch]
epilepsia: động kinh, bệnh động kinh [bệnh] [dọng] [ki: nh]
época: thời đại [thời] [dại]; thời kỳ [thời] [kì:]; thuở [thuở]
época anterior: thời xưa [thời] [xưa]
época colonial francesa en Vietnam: pháp thuộc, thời pháp thuộc [thời] [fáp] [thuộc]
equilibrado, a: đúng mực [dúng] [mực]
equilibrar: cân bằng [kân] [bằng]; thăng bằng, làm cho thăng bằng [làm] [cho:] [thăng] [bằng], giữ thăng bằng [yữ] [thăng] [bằng]
equilibro: quân bình [quân] [bì: nh]
equinoccio: phân điểm [fân] [diểm]; thu phân [thu] [fân]
equinoccio de primavera: xuân phân [xuân] [fân]
equipaje: hành trang [hành] [trang]
equipar: trang bị [trang] [bị:]
equipo: đội ngũ [dọi] [ngũ]
equipo militar: đội quân [dọi] [quân]
equivalente: tương đương [tương] [dương]
equivocación: sai lầm, sự sai lầm [sự] [sai] [lầm]
equivocadamente: lỡ lời [lỡ] [lời]
equivocarse: lầm [lầm], lầm lẫn [lầm] [lẫn]; bị lầm lẫn [bị] [lầm] [lạc]; sai [sai], bị sai [bị] [sai]
equivocarse de tema, confundir el contenido: lạc đề, bị lạc đề [bị] [lạc] [dè]
era: vốn là [vón] [là]

erguirse: ngẩng đầu [ngẩng] [dầu]; ngẩng mặt [ngẩng] [mặt]
erial: đất hoang [dất] [ho: ang]; vỡ hoang, đất vỡ hoang [dất] [vỡ] [ho: ang]
erizar: lăn tăn [lăn] [tăn]
erizo: nhím, con nhím [ko: n] [ñí: m]
erosionar: bào mòn [bà: o] [mò: n]; xói mòn [xó: i] [mòn]
errante: lang thang [lang] [thang]: phiêu bạt [fieu] [bạt]
eructar: ợ [ợ]
erudito: học giả [họ: c] [yả]
erudicto, a: uyên bác [uen] [bác]
erudicto y profundo: uyên thâm [uen] [thâm]
es cierto: vậy đó [vậy] [dó:]
esbelto, a: lả lướt [lả] [lướt]; tha thướt [tha] [thướt]; thanh mảnh [thanh] [mảnh];
thon thả [tho: n] [thả]; thướt tha [thướt] [tha]
esbozar: phác họa (đt): [fác] [họ: a]
escalera: thang, cái thang [kái] [thang]
escalofriante: rờn rợn [rờn] [rợn]; rùng rợn [rùng] [rợn]
escamar: tróc vảy cá [tró: c] [vảy] [ká]
escamar del pez: vảy cá [vảy] [ká]
escandaloso, a: tai tiếng [tai] [tiếng]
escaparse: bỏ chạy [bỏ:] [chạy]; tháo chạy [thá: o] [chạy]
escarchar: giã [yã]
escaso, a: chật vật [chật] [vật]; hiếm, hiếm hoi [hiếm] [ho: i], khan hiếm [jan] [hiếm]
escena: cảnh [kảnh]; cảnh tượng [kảnh] [tượng]; khung cảnh [jung] [cảnh]
escena de crimen, o de accidente: hiện trường
escuela: trường [trường], ngôi trường [ngoi] [trường]; trường học, cái trường học [kái] [trường] [họ: c]
escultura: tượng, bức tượng [bức] [tượng]
ese momento: khi ấy [ji:] [ấy]
esencia: bản chất [bản] [chất]; tinh chất [ti: nh] [chất]
esencia del delito: tội trạng [tọi] [trạng]
escenificar: dàn cảnh [llàn] [kảnh]; dàn dựng [llàn] [llựng]
escéptico, a: hoài nghi [ho: ài] [ngi:]
esclavo, a: khổ sai [jỏ] [sai]; nô lệ [no] [lệ]; tôi mọi [toi] [mọi]
esclerosis: xơ cứng [xơ] [kứng]

esclerótica: tròng trắng [trò: ng] [trắng]
escoger los hombros: nhún vai [ñún] vai]
escolar: phổ thông [fỏ] [thong]
escoltar: tháp tùng [tháp] [tùng]
escondido, a: trui nhũi [trui] [ñũi]
esconder: giấu, giấu giếm [yấu] [yiém]; nấp [nấp]; núp [núp]; tẩu tán [tẩu] [tán]; thu giấu [thu] [yấu]
esconder en la sombra: hóng mát
esconderse: lần [lần]; lần trốn [lần] [trón]
escondido, a: thậm thà thậm thụt [thậm] [thà] [thậm] [thụt]; vụng trộm [vụng] [trọm]
escotado: hở hang [hở] [hang]; lộ liễu [lọ] [liễu]
escribir como quiera: tùy bút [tùy] [bút]
escribir la autobiografía: tự thuật [tự] [thuật]; tự truyện [tự] [truẹn]
escritor: nhà văn [ñà] [văn]
escritora: nữ văn sĩ [nữ] [văn] [sĩ:]
escritura de testamento: tuyệt mệnh, thư tuyệt mệnh [thư] [tuẹt] [mẹnh]
escuchar: lắng [lắng]; lắng nghe [lắng] [nge:]
escudo: quân hiệu [quân] [hiệu]
escupir: khạc nhổ [jạc] [ñổ]
esculpir: điêu khắc [dieu] [jắc]; tạc [tạc]
esencial: nguyên [nguen]; nguyên chất [nguen] [chất]; thực chất [thực] [chất]
esforzarse: cố sức [kó] [sức], dốc lòng [llóc] [lò: ng]; gắng [gắng], gắng sức [gắng] [sức]; **phấn đấu** [fấn] [dấu]; ráng sức [ráng] [sức]
esgrimir: đấu kiếm [dấu] [kiém]
eslogan: biểu ngữ [biểu] [ngữ]; khẩu hiệu [jầu] [hiệu]
esmeralda: ngọc bích [ngọc] [bí:ch]
eso, a: kia, cái kia [kái] [kia]
escapado, a: trót lọt [tró: t] [lọ: t]
escarbar: vét [vé: t]
esquivar: né [né]; né tránh [né] [tránh]; tránh mặt [tránh] [mặt]
esquivo, a: tránh né [tránh] [né:]; trốn tránh [trón] [tránh]
espacio: khoảng không [jo: ảng] [jong]; khoảng trống [jo: ảng] [tróng]; không gian [jong] [yan]
espacioso, a: thênh thang [thenh] [thang]
espada: gươm [gươm]

espada y verduguillo: gươm đao [gươm] [da: o]
espagueti: mì [mì:]
espalda: lưng, cái lưng [kái] [lưng]
espantapájaros: hình nộm [hình] [nộm]
español, a: tây ban nha [tây] [ban] [ña]
esparcir: rải [rải]; tua tủa, chạy tua tủa ra [chạy] [tua] [tủa] [ra]; túa, đổ túa ra [dỏ] [túa] [ra];
vỡ sóng, làm vỡ sóng [làm] [võ] [sóng]
especialista: chuyên [chuen], chuyên biệt [chuyen] [biệt], chuyên khoa [chuen] [jo: a], **chuyên môn** [chuen] [mon], chuyên ngành [chuen] [ngành]
especialización: sở trường [sở] [trường]
especie: giới [yới]; loại [loại]
especie de comida: tiết canh, món tiết canh [mó: n] [tiét] [kanh]
especies de retiples: rắn rết, loài rắn rết [lo: ài] [rắn] [rét]
espectador: khán giả [ján] [yả]
espejismo: ảo ảnh [ả: o] [ảnh]
espejo: gương [gương]
esperar: đợi [dợi], đợi chờ [dợi] [chờ]; mong đợi [mo: ng] [dợi]; mong mỏi [mo: ng] [mỏ: i];
ngóng [ngó: ng], ngóng chờ [ngó: ng] [chờ], ngóng đợi [ngó: ng] [dợi];
ước mong [ước] [mo: ng]
esperar a alguien: trông [trong]; trông đợi [trong] [dợi]; trông mong [trong] [mo: ng]
esperar al marido: vọng phu [vọ: ng] [fu]
esperar el apoyo: trông cậy [trong] [kậy]
esperanza: hy vọng, sự hy vọng [sự] [hi:] [vọ: ng], niềm hy vọng [nièm] [hi:] [vọ: ng]
espinaca: mồng tơi, rau mồng tơi [rau] [mòng] [tơi]
espía: điệp viên [diệp] [vien]; gián điệp [yán] [diệp]; tình báo, nghề tình báo [ngè] [tì: nh] [bá: o]
espía comunista: trinh sát, chiến sĩ trinh sát [chién] [sĩ:] [tri· nh] [sát]
espiar: dò, dò thám [llò:] [thám]; mật thám [mật] [thám]; theo dõi [espiar]
espina: gai [gai]
espinoso, a: gai góc [gai] [gó: c]
espiral: xoắn ốc [xo: ắn] [óc]
espiritista: đồng bóng [dòng] [bó: ng]

espíritu divino: thần khí [thần] [jí:]
espíritu del muerto: vong hồn [vo: ng] [hòn]
espiritual: tâm linh [tâm] [li: nh]; tâm linh [tâm] [li: nh]
espiritual: duy tâm [lluy] [tâm]
espléndido, a: hoa lệ [ho: a] [lẹ]; rực rỡ [rực] [rỡ]
esplendoroso, a: huy hoàng [huy] [ho: àng]
espolvorear: phủi bụi [fủi] [bụi]
esponja: xốp, miếng xốp [miéng]
espontáneo, a: hồn nhiên [hòn] [ñien]
esporádico, a: lai rai [lai] [rai]
esposa: phu thê [fu] [the]; vợ [vợ]
esposas: còng, cái còng [kái] [kò: ng]; gông, cái gông [kái] [kò: ng]
esquema: sơ đồ [sơ] [dò]
esquipar: thiết bị [thiét] [bị:]
esquizofrenia: phân liệt, bệnh thần kinh phân liệt [bệnh] [thần] [ki: nh] [fân] [liệt]
estable: ổn định [ỏn] [dị: nh]
establecer: lập [lập]; nhập cư [ñập] [kư']; tạo dựng [tạ: o] [llựng]; tạo lập [tạ: o] [lập]; **thiết lập** [thiét] [lập]; xác lập [xác] [lập]
establecerse: lập nghiệp [lập] [ngiẹp]
estación: mùa [mùa]
estación de tren: bến tàu; ga, nhà ga [ñà] [ga]
estación de autobuses: bến xe [bén] [xe:]
estado: tình trạng [tì: nh] [trạng]; trạng thái [trạng] [thái]
Estado: nhà nước [ñà] [nước]
estado de la ciudad: thế cuộc [thé] [kuọc]
estallido: bùng nổ, sự bùng nổ [sự] [bùng] [nỏ]
estándar: qui cách [qui] [kách]; tiêu chuẩn [tieu] [chuẩn]
estanque: ao, cái ao [kái] [a: o]; hồ cá, cái hồ cá [kái] [hò] [ká]
estanque rocalla: non bộ, cái hồ non bộ [kái] [hò] [no: n] [bọ]
estantería: kệ, cái kệ [kái] [kẹ]
estantería de libro: tủ sách, cái tủ sách [kái] [tủ] [sách]
estaño: thiếc [thiéc]
estar acabado: hết đời [hét] [dời]
estar ausente: vắng [vắng]
estar cruzado de piernas: tréo [tré: o], tréo chân [tré: o] [chân]

estar de guardia: trực [trực]
estar de luto: để tang [dẻ] [tang]
estar de palique: tán phét [tán] [fé: t]
estar empapado, a: sũng ướt, bị sũng ướt [bị] [sũng] [ướt]
estar en la ruina: trắng tay, bị trắng tay [bị:] [trắng] [tay]
estar en su salsa: trúng tủ [túng] [tủ]
estar en: ở [ở]
estar en la ruina: phá sản, bị phá sản [bị] [fá] [sản]
estar enfadado, a: tức [tức], tức bực [tức] [bực]; bị tức [bị:] [tức], bị tức bực [bị:] [tức] [bực]
estar ensangrentada: ứ máu, bị ứ máu [bị:] [ứ] [máu]
estar inclinado, a: xiên, bị xiên [bị:] [xien]
estar liado, a: vướng [vướng], vướng mắc [vướng] [mắc], bị vướng [bị:] [vướng], bị **vướng mắc** [bị:] [vướng] [mắc]
estar revelado: lộ, bị lộ [bị] [lọ]
estar pálida le cara: xanh mặt, bị xanh mặt [bị] [xanh] [mặt]
estar pendiente: kèm cặp [kè: m] [kặp]
estado actual de la sociedad: thời cuộc [thời] [kuọc]; thời thế [thời] [thé]
estafa: trò lừa đảo [trò:] [lừa] [dả: o]
Este: đông, phía đông [fía] [dong]
este momento: lúc này [lúc] [này]
estepa: thảo nguyên [thả: o] [nguen]
estéril: hiếm hoi [hiềm] [hó: i]; vô sinh [vo] [si: nh]
esterilla de bambú: chiếu, cái chiếu [kái] [chiếu]
esterilizar: tiệt sản [tiẹt] [sản]; tiệt trùng [tiẹt] [trùng]
estilizar: cách điệu hóa [kách] [diẹu] [hó: a]
estilo: kiểu [kiều]; phong cách [fo: ng] [kách]; phong thái [fo: ng] [thái]; trường phái [trường] [fái]
estilo literario: giọng văn [yọ: ng] [văn]; văn phong [văn] [fo: ng]
estimado, a: qúi mến [qúi] [mén]; thưa [thưa]
estimular: động viên [dọng] [vien]; khuyến khích [juén] [jí: ch]
estirar: căng [kăng]; vươn [vươn] [len]
estirarse: duỗi [lluõi]
estirarse los hombros: vươn vai [vươn] [vai]
estirpe: gia tộc [ya] [tọc]
estirpe poderosa: thế tộc [thé] [tọc]

estómago: bao tử [ba: o] [tử]
estorbar: kềnh càng [kềnh] [kàng]
estornudar: hắt, hắt hơi [hắt] [hơi]
estrábico, a: lác [lác]
estrangular: bóp cổ [bó: p] [kỏ]; thắt cổ [thất] [kỏ]
estraño, a: là lạ [là] [lạ]
estrategia: chiến lược [chiến] [lược]
estratégico, a: mưu lược [mưu] [lược]; thao lược [tha: o] [lược]
estrechar: thắt chặt [thất] [chặt]; thu hẹp [thu] [hẹ: p]
estrecho de mar: eo biển [e: o] [biền]
estrecho, a: chật [chật]; thâm giao [thâm] [ya: o]
estrella: sao, ngôi sao [ngoi] [sa: o]
estrella amarilla: sao vàng [sa: o] [vàng]
estrello de mar: eo biển [e: o] [biền]
estrella de mar: sao biển [sa: o] [biền]
estrella fugaz: sao băng [sa: o] [băng]
estrella vespertina: sao hôm [sa: o] [hom]
estreñido, a: táo bón [tá: o] [bó: n]
estricto, a: nghiêm khắc [ngiem] [jắc]; nghiêm ngặt [ngiem] [ngặt]
estrofa de siete sílabas y ocho versos: thất ngôn, thơ thất ngôn bát cú [thất] [ngon] [bát] [kú]
estropeado, a: hỏng [hỏ: ng]; hư [hư]
estructura: cấu trúc [kấu] [trúc]; cơ cấu [kơ] [kấu]
estudiante: sinh viên [si: nh] [vien]; thư sinh [thư] [si: nh]
estudiar: học
estudio: học vấn [họ: c] [vấn]
estudioso, a: hiếu học [hiếu] [học]
eternidad: bất diệt [bất] [diệt]; thiên thu [thien] [thu]
eterno, a: ngàn thu [ngàn] [thu]; nghìn thu [ngìn] [thu]; vĩnh cửu [vĩ: nh]; vĩnh cửu [vĩ: nh]; vĩnh hằng [vĩ: nh] [hằng]
ética: đạo đức [dạ: o] [dức]
étnia: sắc tộc [sắc] [tộc]
eufórico, a: hân hoan [hân] [ho: an]; hoan lạc [ho: an] [lạc]
eunuco: thái giám [thái] [yám]
evangelio: phúc âm, sách phúc âm [sách] [fúc] [âm]
evidente: dĩ nhiên [Ilĩ] [ñien]; hiển nhiên [hiền] [ñien]

evitar: tránh [tránh]
evitar comentarios: tránh tiếng
exacto, a: tinh vi [ti: nh] [vi:]
exagerado, a: hàm hồ [hàm] [hò]
exagerar: khuyếch đại [juéch] [dại]; thổi phồng [thỏi] [fòng]
exaltado, a: tán tụng [tán] [tụng]
exaltar: kích động [kí: ch] [dọng]
examen de prueba: sơ khảo, thi sơ khảo [chấm] [thi:] [sơ] [jả: o]
examinar: giám khảo [yám] [jả: o]; khám nghiệm [jám] [ngiệm]; khảo sát [jả: o] [sát]; kiểm nghiệm [kiểm] [ngiệm]; nghiên cứu [ngien] [kứu]; soi xét [so: i] [xé: t]; thẩm xét [thẩm] [xé: t];
thử nghiệm [thử] [ngiệm]; xem xét [xe: m] xé: t]
excavar: bới [bới], đào bới [dà: o] [bới]; đào [dà: o], đào xới [dà: o] [xới]
excavar canales: khơi mương [jơi] [mương]
excesivo, a: quá đáng [qúa] [dáng]; quá mức [qúa] [mức]
excepto cuando: trừ khi [trừ] [ji:]
excelente: tuyệt cú mèo [tuẹt] [kú] [mè: o]; tuyệt hảo [tuẹt] [hả: o]
excepcional: tuyệt trần [tuẹt] [trần]
excitante: kích thích [kí: ch] [thí: ch]
excitar: khiêu dâm [jieu] [llâm]
exclusivamente: ngoài ra [ngo: ài] [ra]
exculpar: minh oan [mi: nh] [o: an]
excusa: cớ, cái cớ [kớ] [kái] [kớ]
excusar: bào chữa [bà: o] [chữa]
excusión: du ngoạn [llu] [ngo: ạn]
exhalar: phà hơi [fà] [hơi]; phì hơi [fì:] [hơi]
exhalar el vapor: xông hơi [xong] [hơi]
exhibición: tổng diễn tập [tổng] [lliễn] [tập]
exigente: khó tính [jó:] [tí: nh]
exigir: đòi hỏi; yêu cầu [ieu] [kầu]
exiliado, a: đày ải [dày] [ải]
exiliar: lưu vong [lưu] [vo: ng]
experimental: thực nghiệm [thực] [ngiệm]; thực thụ [thực] [thụ]; tinh nhuệ [ti: nh] [ñuẹ]
existir: hiện hữu [hiện] [hữu]
exitoso, a: thành đạt [thành] [dạt]

exorcizar: trừ tà [trừ] [tà]
expansionar: bành trướng [bành] [trướng]
expecto, a: tinh thông [ti: nh] [thong]; tinh tường [ti: nh] [tường]
expedición: viễn chinh, cuộc viễn chinh [kuọc] [viễn] [chi: nh]
experiencia: kinh nghiệm [ki: nh] [ngiẹm]; vốn sống [vón] [sóng]
escalafón: tầng [tầng], tầng cấp [tầng] [kấp]
espermatozoide: tinh trùng [ti: nh] [trùng]
experimentado, a: lành nghề [lành] [ngè]; lọc lõi [lọ: c] [lõ: i]; sành nghề [sành] [ngè]; sõi đời [sõ: i] [dời]; thành thạo [thành] [thạ: o]; thạo đời [thạ: o] [dời]; thể nghiệm [thẻ] [ngiẹm];
thuần thục [thuần] [fục]; tinh thạo [ti: nh] [thong]; tinh thục [ti: nh] [thục]; từng trải [từng] [trải]; vững chãi [vững] [chãi]
expirar: tắt thở [tắt] [thở]
expirar el aire: hà hơi [hà] [hơi]
explicar: diễn giải [lliẽn] [yải]; giải thích [yải] [thí: ch]; lý giải [lí] [yải]; thanh minh [thanh] [mi: nh]
explorar: thí nghiệm, làm thí nghiệm [làm] [thí:] [ngiẹm]
explotar: khai thác [jai] [thác]; nổ [nỏ]
explotar una mina: khai mỏ [jai] [mỏ:]
expoliar: cướp đoạt [kướp] [do: ạt]
exponer: trưng bày [trưng] [bày]
exportar: xuất cảng [xuất] [kảng]
exposición: triển lãm, cuộc trển lãm [kuọc] [triẽn] [lãm]
expresar: diễn đạt [lliẽn] [dạt]; ngỏ lời [ngỏ:] [lời]; thể hiện [thẻ] [hiẹn]; truyền đạt [truền] [dạt]
exprimir: ép trái cây [é: p] [trái] [kây]; vắt [vắt]
expulsar: thải [thải], thải hồi [thải] [hòi]
extender: khuyếch trương [juéch] [trương]; mở rộng [mở] [rọng]
exterior: bên ngoài [ben] [ngo: ài]; ngoài [ngo: ài]; ngoại [ngo: ại]; phía ngoài [fía] [ngo: ài]
exterminar: diệt [lliẹt], hủy diệt [hủy] [lliẹt]; thanh trừng [thanh] [trừng]
extinguir una raza: tuyệt chủng, làm cho tuyệt chủng [làm] [cho:] [tuẹt] [chủng]
extinguirse: tuyệt tự, bị tuyệt tự [bị:] [tuẹt] [tự]
extirpar: tiệt chủng [tiẹt] [chủng]
extra: thù lao [thù] [la: o]
extraer: tinh chế [ti: nh] [ché]; trích [trí: ch], trích dẫn [trí: ch] [llẫn]

extranjero, a: hải ngoại [hải] [ngo: ại]; ngoại quốc [ngoại] [quóc]
extraño, a: lạ lùng [lạ] [lùng]; xa lạ [xa] [lạ]
extraordinario, a: kiệt xuất [kiệt] [xuất]; lạ thường [lạ] [thường]; phi thường [fi:] [thường]; tuyệt tác [tuẹt] [tác]
extraordinaria belleza: sắc nước hương trời; tuyệt sắc [tuẹt] [sắc]
extravagante: kỳ lạ [kỳ] [lạ]; quái dị [quái] [lli]
extraviado, a: thần thơ [thẫn] [thơ]; thơ thần [thơ] [thẫn]
extraviar: lạc [lạc]
extremista: cực đoan [kực] [do: an]
extremo: tột độ [tọt] [dọ]
extremoso, a: thái qúa [thái] [qúa]

Sexta letra del abecedario y cuarta consonante
Chữ thứ sáu của bảng chữ cái và phụ âm thứ tư

fábrica: nhà máy [ñà] [máy]; xí nghiệp [xí:] [ngiẹp]
fabricar: chế tạo [ché] [tạ: o]; sản xuất [sản] [xuất]
fabricar dinero: đúc tiền [dúc] [tièn]
facción: nét mặt [nét] [mặt]
fácil: dễ [llẽ]
factor: dữ kiện [llữ] [kiẹn]
factura: lệ phí [lẹ] [fí:]
facultad: kỹ năng [kĩ:] [năng]
facultad de letra: văn khoa, ngành văn khoa [ngành] [văn] [jo: a]
fallecer: băng hà [băng] [hà]; qua đời [qua][dời]; tạ thế [tạ] [thé]
fallo: lỗi [lõi]
falsificar: giả mạo [yả] [mạ: o]; mạo nhận [mạ: o] [ñận]
falsificar el nombre: giả danh [yả] [llanh]
falso, a: dởm [llởm]; giả [yả]; giả dối [yả] [llói]
falta: thiếu [thiếu]
faltar a la cita: lỗi hẹn [lõi] [hẹ: n]
faltar al respeto a un superior: phạm thượng [fạm] [thượng]
fatalismo: định mệnh, thuyết định mệnh [thuét] [dị: nh] [mẹnh]
fama: công danh [kong] [llanh], danh tiếng [llanh] [tiéng], danh vọng [llanh] [vọ: ng];
tiếng tăm [tiéng] [tăm]
familia: gia, gia đình [ya] [dình]; tổ ấm [tỏ] [ấm]
familia cortesana y honorable: vọng tộc [vọ: ng] [tọc]

familia de la novia: nhà gái [ñà] [gái]
familia del novio: nhà trai [ñà] [trai]
familia maternal: họ ngoại [họ:] [ngo: ại]
familia partenal: họ nội [họ:] [nọi]
famoso, a: nổi tiếng [nỏi] [tiéng]
fango: bùn [bùn], bùn lầy [bùn] [lầy]; sình lầy, bãi sình lầy [bãi] [sì: nh] [lầy]
fantasear: hoang tưởng [ho: ang] [tưởng]
fantasma: ma [ma], con ma [ko: n] [ma]; u linh [u] [li: nh]
farmacéutico, a: dược sĩ [llược] [sĩ:]; y sĩ [i:] [sĩ:]
farmacología: dược khoa [llược] [jo: a]
faro: hải đăng, ngọn hải đăng [ngọ: n] [hải] [dăng]
farsante: man trá [man] [trá]
fascista: phát xít [fát] [xí:t]; thực dân [thực] [llân]
fastidiado, a: hoành hành [ho: ành] [hành]
fastidiado por la preocupación: lao tâm [la: o] [tâm]
fastuoso, a: phồn hoa [fòn] [ho: a]; tráng lệ [tráng] [lẹ]; vương giả [vương] [yả]
fatigado, a: uể oải [uẻ] [o: ải]
fatigoso, a: nhọc [ñọ: c], nhọc nhằn [ñọ: c] [ñằn]
fatigo, a: tiều tụy [tièu] [tụy]
favor: công ơn [kong] [ơn]; ơn [ơn]; ơn huệ [ơn] [huẹ]
favorable: khả quan [jả] [quan]; thuận [thuận]; thuận buồm xuôi gió [thuận] [buòm] [xuoi] [yó:]; thuận lợi [thuận] [lợi]
fe: đức tin [dức] [tin]
febrero: tháng hai [tháng] [hai]
fecundar: thụ thai [thụ] [thai]
felicidad: hạnh phúc [hạnh] [fúc]
fémina: phái đẹp [fái] [dẹ: p]; phái yếu [fái] [yéu]
fémur: xương đùi [xương] [dùi]
fúnebre: tang tóc [tang] [tó: c]
fengshui: phong thủy [fo: ng] [thủy]
fénix: phượng hoàng [fượng] [hoàng]
femenino: nữ [nữ]; nữ giới [nữ] [yói]; nữ tính [nữ] [tí: nh]
fenómeno: hiện tượng [hiẹn] [tượng]
feo: xấu [xấu]
fermento: men [men], chất lên men [chất] [len] [me: n]
feroz: mãnh thú [mãnh] [thú]

fértil: phì nhiêu [fì:] [ñieu]
festival: ngày hội [ngày] [họi]; ngày lễ [ngày] [lẽ]
festival de lámpara: rước đèn, lễ rước đèn [lẽ] [rướć] [dè: n]
feudalismo: phong kiến, nền phong kiến [nèn] [fo: ng] [kién], chế độ phong kiến [ché] [dọ] [fo: ng] [kién]
fiable: khí khái [jí:] [jái]
fibra: tơ, sợi tơ [sợi] [tơ]; xơ, chất xơ [chất] [xơ]
ficción: ảo tưởng [ả: o] [tưởng]; viễn tưởng [viễn] [tưởng]
fidelidad: thủy chung, sự thủy chung [sự] [thủy] [chung]
fideo: bún [bún]
fiebre: sốt [sót]
fiel: chung thủy [chung] [thủy]; trung hiếu [trung] [hiéu]; trung nghĩa [trung] [lập];
trung thành [trung] [thành]; trung tín [trung] [tí: n]
fieltro: nỉ [nỉ:], vải nỉ [vải] [ñỉ:]
fiesta: cuộc vui [kuọc] [vui]; tiệc [tiẹc]; tiệc tùng [tiẹc] [tùng]
fiesta de petición de mano: lễ dạm hỏi [lẽ] [llạm] [hỏ: i]
fiesta nacional: quốc lễ [quóc] [lẽ]
figura: dáng [lláng], dáng dấp [lláng] [llấp], dáng vóc [lláng] [vó: c]; hình dáng [hình] [lláng]
figurativo, a: hữu hình [hữu] [hì: nh]
figura en relieve: hình nổi [hình] [nỏi]
fijado, a: chăm chú [chăm] [chú]
fijarse: chú ý [chú] [í:]; để tâm [dẻ] [tâm]; để ý [dẻ] [í:]; đoái hoài [do: ái] [ho: ài]
filantrópico, a: bác ái [bác] [ái], nhân ái [nhân] [ái]; nhân đạo [ñân] [dạ: o]
filipino, a: phi líp pin [fi:] [lí: p] [pi: n]
filoso, a: lảnh lót [lảnh] [lót]
filosofía del éxito: nhân tâm, đắc nhân tâm [dắc] [ñân] [tâm]
filosófico, a: triết lý [triét] [lí:]
filtrar: lọc [lọ: c]; rỉ [rỉ:]
fin de curso: mãn khóa [mãn] [jó: a]
fin de año: tất niên [tất] [nien]
final: cuối cùng [kuói] [kùng]; hậu [hậu]; kết cục [két] [kục]
final de noche: tàn canh, lúc tàn canh [lúc] [tàn] [kanh]
finalidad: mục đích [mục] [dí: ch]

finalizar: tốt nghiệp [tót] [ngiệp]
finalmente: sau hết [sau] [hét]
financiero, a: tài chính [tài] [chí: nh]
finca: sào đất [sà: o] [đất]
fino, a: mỏng [mỏ: ng]; thanh cảnh [thanh] [kảnh]; thanh tú [thanh] [tú]; thon [tho: n]
firmamento: vòm, cái vòm trời [kái] [vò: m] [trời]
firmar: ký tên [kí:] [ten]
firme: kiên định [kien] [dị: nh]
firmemente: thẳng tay [thẳng] [tay]
firmeza: sắt đá [sắt] [dá]
fiscalizar: kiểm sát [kiểm] [sát]
fisgar: dòm ngó [llò: m] [ngó:]; xốc xáo [xóc] [xá: o]
física: vật lý [vật] [lý]
físico: ngoại hình [ngoại] [hì: nh]; thể chất [thể] [chất]; thể xác [thể] [xác]; xác, cái xác [kái] [xác]; xác thịt [xác] [thị: t]
fisonomía: tướng số [tướng] [só]; tướng thuật [tướng] [thuật]; xem tướng, thuật xem tướng [thuật] [xe: m] [tướng]
fisonomista: thầy tướng [thầy] [tướng]
fisura: đường nứt [dường] [nứt]; kẽ [kẽ:], kẽ hở [kẽ:] [hở], kẽ nứt [kẽ:] [nứt]; rạn, vết rạn [vét];
rạn, vết rạn [vét] [rạn] [rạn]; rạn nứt [rạn] [nứt], vết rạn nứt [vét] [rạn] [nứt], sự rạn nứt [sự] [rạn] [nứt]
flaco, a: gầy [gầy]; ốm [óm]; tọp, gầy tọp [gầy] [tọ: p]
flauta: ống sáo, cái ống sáo [kái] [óng] [sá: o]
flojo, a: èo là [è: o] [là]
flor: bông, cái bông [kái] [bong]; hoa, cái hoa[kái] [ho: a]
flor tigon: ti gôn, hoa ti gôn [ho: a] [ti:] [gon]
florecer: nở hoa [nở] [ho: a]; trổ hoa [trổ] [ho: a]
flotador: phao, cái phao [kái] [fa: o]
flotante: phất phơ [fất] [fơ]: rợp trời [rợp] [trời]
flotar: lềnh bềnh [lềnh] [bềnh], nổi lềnh bềnh [nổi] [lềnh] [bềnh]; nổi [nổi]; trôi [troi]
fluctuar: biến động [bién] [dọ: ng]
fluido, a: luân lưu [luân] [lưu]; thông [thong]; trôi chảy [troi] [chảy]
fluir: chảy [chảy]

fluye: tuôn chảy [tuon] [chảy]
fluyente: thông suốt [thong] [suót]
folklórico, a: quan họ [quan] [họ:]
fondo: đáy [dáy]
fondo del seno: đáy lòng [dáy] [lò: ng]
fonema: ngữ âm [ngữ] [âm]; ngữ vựng [ngữ] [vựng]
fonético, a: thanh âm [thanh] [âm]
fonética y fonología: hệ thống ngữ vựng [hệ] [thóng] [ngữ] [vựng]
forestal: kiểm lâm [kiểm] [lâm]
forma: dạng, hình dạng [hình] [llạng]; phong độ [fo: ng] [dọ]
forma completa: nguyên dạng [nguen] [llạng]
forma de caminar: dáng đi [lláng] [di:]
forma de la cara: khuôn mặt [juon] [mặt]
formalidad: thể cách [thể] [kách]
formar: cấu tạo [kấu] [tạ: o]; hình thành [hình] [thành]
forma parte: trực thuộc [trực] [thuộc]
fórmula: công thức [kong] [thức]
follar: đéo [dé: o]; đụ [dụ]
follar tu madre: đéo mẹ [dé: o] [mẹ:], đéo mẹ mày [dé: o] [mẹ:] [mày]; đụ má [dụ] [má]; đụ mẹ [dụ] [mẹ:]; đụ mẹ mày [dụ] [mẹ] [mày]
fortalecer: tiếp sức [tiép] [sức]; trợ lực [trợ] [lực]
forzado, a: vùi đầu [vùi] [dầu]
forzar: cố gắng [kó] [gắng]
foto: bức ảnh [bức] [ảnh]
fotografía: nhiếp ảnh, nghành nhiếp ảnh [ngành] [ñiếp] [ảnh]
fotografiar: chụp ảnh [chụp] [ảnh]
fracasar: thất bại, bị thất bại [bị:] [thất] [bại]
fraccionar: phân đoạn [fân] [doạn]
fragancia: hương thơm [hương] [thơm]
fragante: thơm [thơm]
fragante e intenso: thơm lừng [thơm] [lừng]; thơm lựng [thơm] [lựng]; thơm nức [thơm] [nức]; thơm phức [thơm] [fức]; thơm ngát [thơm] [ngát]
frágil: mong manh [mo: ng] [manh]
fragmentar: đứt đoạn, làm đứt đoạn [làm] [dứt] [doạn]
fragmento: đoạn [do: ạn]; mảnh [mảnh], cái mảnh [kái] [mảnh]

frambuesa: phượng, hoa phượng [ho: a] [fượng]; phượng vĩ, hoa phượng vĩ [ho: a] [fượng] [vĩ]
francés, a: pháp [fáp]
franco, a: thành thực [thành] [thực]; thẳng thắn [thẳng] [thắn]; thẳng tính [thẳng] [tính]; thật thà [thật] [thà]; thực thà [thực] [tài]
franja de pared: diềm tường, cái diềm tường [kái] [lliềm] [tường]
frase: câu [kâu]; câu nói [kâu] [nói]
freír: rán [rán]
frenar: hãm, kìm hãm [kìm] [hãm]; phanh [fanh]; thắng [thắng]
frente: đối diện [dói] [lliện]; trán, cái trán [kái] [trán]; trực diện [trực] [lliện]
fresa: dâu [llâu], dâu tây [llâu] [tây], trái dâu [trái] [llâu], trái dâu tây [trái] [llâu] [tây]
fresco, a: mát [mát], mát mẻ [mát] [mẻ], mát rượi [mát] [rượi]; mơn mởn [mơn] [mởn];
râm mát [râm] [mát]; tươi [tươi]; tươi mát [tươi] [mát]; tươi thắm [tươi] thắm]
fresco y crudo: tươi sống [tươi] [sóng]
frigidez: lãnh cảm, bị lãnh cảm [bị] [lãnh] [kảm]
frío, a: lạnh [lạnh]; lạnh lùng [lạnh] [lùng]; lạnh ngắt [lạnh] [ngắt]; rét [ré: t]; rét cóng [ré: t] [kó: ng]; se lạnh [se:] [lạnh]
frondoso, a: rậm rạp [rập] [rạp]; sum sê [sum] [se]
frontera: biên giới [bien] [yới]
frotar: phủi [fủi]
frotar el betún al zapato: xi giày [xi:] [yày]
frotar las manos: phủi tay [fủi] [tay]
frugal: đạm bạc [dạm] [bạc]
fruncir: nhíu [ñíu]
fruta: quả [qủa]; trái, trái cây [trái] [kây]
fruta que parece higo: vả, trái vả [trái] [vả]
fruta seca: quả khô [qủa] [jo]
fuego: lửa [lửa]; hỏa [hỏ: a]
fuegos artificiales: pháo [fá: o], pháo hoa [fá: o] [ho: a]
fuente: nguồn [nguòn]
fuerte: mạnh [mạnh], mạnh mẽ [mạnh] [mẽ]
fuertemente: ào ào [à: o] [à: o]
fuerza: lực [lực]; sức [sức]; sức lực [sức] [lực]; sức mạnh [sức] [mạnh]
fuerzas armadas: quân lực [quân] [lực]

fuerza interior: nội lực [nội] [lực]; tâm lực [tâm] [lực]
fuerza prodigiosa: thần lực [thần] [lực]
fugaz: phù vân [fù] [vân]
fugarse: bỏ trốn [bỏ:] [trón]
fumar: hút thuốc [hút] [thuóc]
funcional: hiệu nghiệm [hiệu] [ngiệm]; linh nghiệm [li: nh] [ngiệm]
funcionar: tác dụng [tác] [llụng]; ứng nghiệm [ứng] [ngiệm]
funcionario judicial: quan tòa, viên quan toà [vien] [quan] [tò: a]; viên chức [vien] chức]
fundamental: chủ yếu [chủ] [i: éu]
fundamento: cơ bản, điều cơ bản [dièu] [kơ] [bản]; nền tảng [nèn] [tảng]
fundar: khai mở [jai] [mở]; khai sinh [jai] [si: nh]; sáng lập [sáng] [lập]; thành lập [thành] [lập]
fundar una profesión: khai nghiệp [jai] [ngiệp]
funeral: đám tang [dám] [tang]; lễ tang [lẽ] [tang]; tang lễ [tang] [lẽ]
furioso, a: giận dữ [yận] [llữ]; hung [hung], hung dữ [hung] [llữ]; thịnh nộ [thị: nh] [nọ]; tợn [tợn]
fusilar: xử bắn [xử] [bắn]
fútbol: bóng đá [bó: ng] [dá]
futuro: thì tương lai [thì:] [tương] [lai]; tương lai [tương] [lai]; vị lai [vị:] [lai]

Séptima letra del abecedario y quinta consonante
Chữ thứ bảy của bảng chữ cái và phụ âm thứ năm

gabardina: măng tô, cái áo măng tô [kái] [á: o] [măng] [to]
gafas: kính, kính mắt [kí: nh] [mắt]; kính cận [kí: nh] [kận]
gafas de ancianas: kính lão [kí: nh] [lã: o]
gafas de sol: kính nắng [kí: nh] [nắng]
galante: bay bướm [bay] [bướm]
galletas de pan de gambas: phồng tôm, bánh phồng tôm [bánh] fòng] [tom]
gallina: gà mái, con gà mái [kon] [gà] [mái]
gallinero: chuồng gà, cái chuồng gà [kái] [chuồng] [gà]
gallo: gà, con gà [ko: n] [gà]; gà trống, con gà trống [ko: n] [gà] [tróng]
gamuza: sơn dương, con sơn dương [ko: n] [sơn] [llương]
ganancia: lãi [lãi], lời lãi [lời] [lãi]
ganancia improvista: phát tài [fát] [tài]
ganar: được [dược]
ganar en batalla: thắng trận [thắng] [trận]
ganar un dinero improvisto: hoạnh tài [hoạnh] [tài]
garantizar: bảo đảm [bả: o] [dảm]; đảm bảo [dảm] [bả: o]
garganta: cuống họng [kuóng] [họ: ng]; họng, cái họng [kái] [họ: ng]
garra: nanh vuốt, cái nanh vuốt [kái] [nanh] [vuốt]
gas: khí [jí:]; khí nổ [jí:] [nổ]
gaseoducto: ống dẫn khí, cái ống dẫn khí [kái] [óng] [llẫn] [jí:]
gasolina: săng [săng]; trạm xăng [trạm] [xăng]
gastar: sài [sài]; tiêu xài [tieu] [xài]; xài [xài]
gasto: chi phí, sự chi phí [sự] [chi:] [fí:]; phí tổn [fí:] [tỏn]; tổn phí [tỏn] [fí:]

gasto y recibo: chi thu, sự chi thu [sự] [chi:] [thu]
gastroenteritis: đau dạ dày [dau] [llạ] [llày]
gatear: bò
gato: mèo, con mèo [ko: n] [mè: o]
gemir: rên [ren]; rên la [ren] [la]; rên xiết [ren] [xiét]
general: đa khoa [da] [jo: a]; phổ cập [general]; tổng [tổng]
General, Capitán General: thượng tướng [thượng] [tướng]
General de brigada: thiếu tướng [thiếu] [tướng]
General de división: trung tướng [trung] [tướng]
General de ejército: đại tướng [dại] [tướng]
generalidad: đại cương [dại] [kương]; đại ý [dại] [í:]
generalizar: bao quát [ba: o] [quát]; khái lược [jái] [lược], khái quát [jái] [quát]; sơ lược [sơ]
generar un sumario de la historia: sử lược [sử] [lược]
género: giống [yóng]; giới tính [yói] [tí: nh]; thể loại [thể] [lo: ại]
generoso: hào phóng [hà: o] [fó: ng]; rộng rãi [rộng] [rãi]; thảo [thả: o], thảo ăn [thả: o] [ăn]
genial: cừ, cừ khôi [kừ] [joi]; thần tình [thần] [tì: nh]
genio: thần đồng [thần] [dòng]: thiên tài [thien] [tài]; vĩ nhân, một bậc vĩ nhân [mọt] [bậc] [vĩ:] [ñân]
gente: người đời [người] [dời]
gente antigua: người xưa [người] [xưa]
gente indígena: thượng, người thượng [người] [thượng], người thượng cổ [người] [thượng] [kỏ]
gentil: lịch duyệt [lị: ch] [duyệt]; phong nhã [fo: ng] [ñã]; tao nhã [ta: o] [ñã]
gentuza: kẻ [kẻ:]; trượng phu [trượng] [fu]
geografía: địa lí học [dịa] [lí:] [họ: c]
geometría: dựng hình, phép dựng hình [fé: p] [llựng] [hì: nh]; hình học [hình] [họ: c]
gesticular: nhăn mặt [ñăn] [mặt]
gestión: thủ tục [thủ] [tục]
gesto: điệu, điệu bộ [diệu] [bọ]
gibón: người vượn [người] [vượn]
gigante del mar: thủy tạ, thần thủy tạ [thần] [thủy] [tạ]
ginecología: phụ khoa, ngành phụ khoa [ngành] [fụ] [jo: a]
ginseng: sâm [sâm]

girar: ngoặc [ngo: ặc]; quay [quay]
girar cabeza: quay đầu [quay] [đầu]
girar hacia adentro, o hasta el hondo: xoáy [xo: áy]
girar rápidamente: quay tít [quay] [tít]
girar redondo: quay vòng [quay] [vò: ng]
girasol: hướng dương, hoa hướng dương [ho: a] [hướng] [llương]
glacial: tê cóng [te] [kó: ng]; tê lạnh [te] [lạnh]
glándula: tuyến giáp [tuén] [yáp]
global: toàn cầu [to: àn] [kầu]
globo: lồng đèn, cái lồng đèn [kái] [lòng] [dè: n]
glorioso, a: vẻ vang [vẻ:] [vang]; vinh quang [vi: nh] [quang]
glotón: phàm ăn [fàm] [ăn]
gobernador: thống đốc [thóng] [dóc]
golondrina: nhạn, con chim nhạn [ko: n] [chim] [ñạn]
golpe: cú, cú đánh [kú] [dánh]
golpe de Estado: đảo chính [dả: o] [chí: nh]
golpetear: nện [nện]
gordo, a: bự [bự]
gorrión: sẻ, con chim sẻ [ko: n] [chi: m] [sẻ:]
gota: giọt [yọ: t]
gotear: rỏ [rỏ:], rỏ giọt [rỏ:] [yọt]
goteo: lấm tấm [lấm] [tấm]
gozar: hưởng lạc [hưởng] [lạc]
gorra: mũ, cái mũ [kái] [mũ]
grabadora: máy ghi âm [máy] [gi:] [âm]
grabar: chạm trổ [chạm] [trỏ]; ghi âm [gi:] [âm], ghi băng [gi:] [băng]
gracia a: nhờ có [ñờ] [kó:]
gracioso, a: ngộ [ngọ]; tếu [téu]; tếu lâm [téu] [lâm]; tếu tếu [téu] [téu]
grado de teniente: úy, cấp úy [kấp] [úy]
grado General: tướng, cấp tướng [kấp] [tướng]
gradual: học vị [họ: c] [vị:]; tần số [tần] [só]; tuần tự
gráfico: họa đồ, bản họa đồ [bản] [họ: a] [dò]
gráfico, a: hình hoạ [hình] [họa]
gramática: ngữ pháp [ngữ] [fáp]; văn phạm [văn] [fạm]
gran: đại; vĩ đại [vĩ:] [dại]
gran despedida antes de un viaje: tống biệt hành [tóng] [biệt] [hành]

gran escrito: văn hào [văn] [hà: o]
gran potencia: uy quyền [uy] [quền]
grande: đồ sộ [dò] [sọ]; lớn [lớn]; to [to:]
granada: lựu, trái lựu [trái] [lựu]; thạch lựu [thạch] [lựu]
granito de arena: sạn [sạn], hạt sạn [hạt] [sạn], hột sạn [họt] [sạn]
granja: nông trang [nong] [trại]; nông trại [nong] [trại]
grano: hột [họt]; mụn [mụn]; ung nhọt, cái ung nhọt [kái] [ung] [ño: t]
grasa: mỡ [mỡ]; thịt mỡ [thị: t] [mỡ]
gras fritas: tóp mỡ [tó: p] [mỡ]
grosero: sàm sỡ [sàm] [sỡ]; thô bỉ [tho] [bỉ:]; tục [tục]
gratitud: hiếu, hiếu nghĩa [hiếu] [nghĩa]; hiếu thảo [hiếu] [thảo]
gratuito, a: miễn phí [miễn] [fí:]
grave: nan y [nan] [i:]; nghiêm trọng [ngiem] [trọng]; nguy biến [nguy] [bién]; tày đình [tày] [dình]; tày trời [tày] [trời]; trầm trọng [trầm] [trọ: ng]
grave responsabilidad: trọng trách, một trọng trách [mọt] [trọ: ng] [trách]
gravilla: sỏi [sỏ: i]
gris: xám [xám]
gritar: hét [hé: t]; hò hét [hò:] [hé: t]; la hét [la] [hé: t]; la làng [la] [làng]; quát [quát], quát tháo [quát] [thá: o]; ré [ré:]; thét [thé: t]
grueso, a: dày, dày cộm [llày] [kọm]; thô [tho]
grulla: sếu, con chim sếu [ko: n] [chi: m] [séu]
gruñir: gầm gừ [gầm] [gừ]
grupo: đảng [dảng]; đoàn [doàn]; nhóm [nhóm]; tốp [tóp]
grupo de clase: tổ [tỏ]
grupo de escritores: văn đàn, nhóm văn đàn [ñó: m] [văn] [dàn]
grupo del teatro clásico: phường chèo [fường] [chè: o]
grupo religioso: giáo đoàn [yá: o] [do: àn]
guante: găng, cái găng tay [kái] [găng] [tay]
guapo: đẹp trai [dẹ: p] [trai]
guapa: người đẹp [người] [dẹ: p]; đẹp gái [dẹ: p] [gái]; xinh đẹp [xi: nh] [dẹ: p]
guarda: sào huyệt [sà: o] [huẹt]
guardaespaldas: hộ vệ, người hộ vệ [người] [họ] [vẹ]; phò tá, người phò tá [người] [fò:] [tá]
guardar: giữ [yữ]
guardar rencor: thù hiềm [thù] [hièm]

guardería: mầm non, trường mầm non [trường] [mầm] [no: n]; nhà trẻ [ñà] [trẻ:]
guardia: thị vệ [thị:] [vẹ]; tùy tùng [tùy] [tùng]; tùy tùng [tùy] [tùng]; vệ sĩ [vẹ] [sĩ:]
guerra: chiến tranh [chién] [tranh]
guerra de frontera: trận tuyến [trận] [tuén]
guía: niên bạ, sổ niên bạ [sỏ] [nien] [bạ]
guiar: chỉ dẫn [chỉ] [llẫn]; đưa đường [dưa] [dường]; hướng dẫn [hướng] [llẫn]
guión: kịch bản [kị: ch] [bản]
guiñol: múa rối [múa] [rói]
guirnalda: vòng hoa [vò: ng] [ho: a]
guitarra: đàn, cái đàn ghi ta [kái] [đàn] [gi:] [ta]
gusano: giòi, con giòi [ko: n] [yò: i]; sâu, con sâu [ko: n] [sâu]
gustarse: ham thích [ham] [thí: ch]; ưa chuộng [ưa] [chuọng]; ưa thích [ưa] [thí: ch]; ưng [ưng], ưng ý [ưng] [í:]
gustar algo: yêu chuộng [ieu] [chuọng]
gustar alguien: ưa, ưa ai đó [ưa] [ai] [dó:]
gusto: sở thích; thị hiếu [thị:] [hiéu]; vị giác [vị:] [yác]; ý thích [í:] [thí: ch]

Octava letra del abecedario y sexta consonante
Chữ thứ tám của bảng chữ cái và phụ âm thứ sáu

haba roja: đậu đỏ [dậu] [dỏ:]
haba verde: đậu xanh [dậu] [xanh]
habilidad: điêu luyện, sự điêu luyện [sự] [dieu] [luẹn]
habilidoso, a: khéo [jé: o]; nhuần nhuyễn [ñuần] [ñuẽn]; quen tay [quen] [tay]
habilosa: đảm đang [dảm] [dang]; tháo vát [thá: o] [vát]
habitual: quen thuộc [que: n] [thuọc]; thường xuyên [thường] [xuen]
habitar: thường trú [thường] [trú]; trú ngụ [trú] [ngụ]
hábito: nếp sống [nếp] [sóng]
hablar: nói [nó: i]; phát ngôn [fát] [ngon]
hablar bajito: lí nhí, nói lí nhí [nó: i] [lí] [ñí]
hablar con ambigüedad: nói khéo [nó: i] [jé: o]
hablar con rodeos: nói quanh [nó: i] [quanh]; nói vòng [nó: i] [vò: ng]; rào đón [rà: o] [dó: n]
hablar en voz alta, pelear: to tiếng, nói to tiếng [nó: i] [to:] [tiéng]
hablar en argot: nói lóng [nó: i] [ló: ng]
hablar en privado: nói riêng [nó: i] [rieng]
hablar literalmente: nói chữ [nó: i] [chữ]
hablar poco: ít nói [ít] [nó: i]; nói ít [nó: i] [í: t]
hablar metomentodo: xía, nói xía vô [nó: i] [xía] [vo]
hablar mucho: lia lịa [lia] [lịa], nói lia lịa [nó: i] [lia] [lịa]; nói nhiều [nó: i] [ñi: èu]; te te, **nói te te** [nó: i] [te:] [te:]
hablar tiernamente: nói ngọt [nó: i] [ngọ: t]
hace tiempo: lâu nay [lâu] [nay]; lâu ngày [lâu] [ngày]

hace mucho: từ lâu, đã từ lâu [dã] [từ] [lâu]
hace un rato: khi nãy [ji:] [nãy]
hacer: làm [làm]
hacer algo con imprudencia: làm liều [làm] [liều]
hacer amigos: làm bạn [làm] [bạn]
hacer amor: làm tình [làm] [tình]
hacer bien: làm đúng [làm] [dúng]
hacer cosquillas: thọc léc [thọ: c] [lé: c]
hacer daño: làm đau [làm] [dau]
hacer desaparecer: phi tang [fi:] [tang]
hacer el favor: làm ơn [làm] [ơn]; châm chước [châm] [chước]
hacer el papel: đóng vai trò [dó: ng] [vai] [trò]
hacer la compra: sắm sửa [sắm] [sửa]
hacer la transcripción fonética: phiên âm [fien] [âm]
hacer los deberes: làm bài [làm] [bài]
hacer amigo: kết bạn [két] [bạn]
hacer caca: ỉa [ìa]; phóng uế [fó: ng] [ué]
hacer el círculo: khoanh tròn [jo: anh] [trò: n]
hacer croquis: ký họa [kí:] [họ: a]
hacer espuma: nổi bọt [nổi] [bọ: t], làm nổi bọt [làm] [nổi] [bọ: t]
hacer huelga de hambre: tuyệt thực [tuệt] [thực]
hacer mal: làm sai [làm] [sai]
hacer masaje: xoa [xo: a], xoa bóp [xo: a] [bó: p]
hacer reír: hề, làm hề [làm] [hè]
hacer surfing: lướt ván [lướt] [ván]
hacer teatro: đóng kịch [dóng] [kị: ch]; diễn kịch [lliẽn] [kị: ch]
hacer tiempo: khi xưa [ji:] [xưa]
hacer una petición: kiến nghị [kién] [ng kiến nghị:]
hacer una señal: làm dấu [làm] [llấu]
hacer un comentario: nhận xét [ñận] [xét]
hacerse jardinero: làm vườn [làm] [vườn]
hacerse maestro: làm thầy [làm] [thầy]
hacerse mimar: làm nũng [làm] [nũng]
hacer sufrir: làm khổ [làm] [jò]
hacerse sufrir: khổ thân, làm khổ thân [làm] [jò] [thân], tự làm khổ thân [tự] [làm] [jò] [thân]

hacerse rico: làm giàu [làm] [yàu]
hacerse traidor: làm giặc [làm] [yặc]
hacerse y elogiarse: tự biên tự diễn [tự] [bien] [tự] [lliễn]
hacer tatuaje: săm hình [săm] [hì: nh]
haciendo: đang [dang]
hacha: rựa, cái rựa [kái] [rựa]
hada: nàng tiên [nàng] [tien]; thần tiên [thần] [tien]; thiên thai [thien] [thai]; tiên [ti: en]; tiên nữ [ti: en] [nữ]
halo: vầng, cái vầng [kái] [vầng]
halo de la aurora: vầng đông [vầng] [dong]
halo de la luna: vầng nguyệt [vầng] [nguẹt]
halo de sol: vầng dương [vầng] [lluơng]
hay que saber: phải biết [fải] [biét]
hamaca: võng, cái võng [kái] [võ: ng]
harina: bột
harina de arroz: bột gạo [bọt] [gạ: o]
harina de pan: bột mì [bọt] [mì:]
hachís: cần sa [kần] [sa]
hartar: ngán [ngán]
hasta: ngay cả [ngay] [kả]; tận [tận]; thậm chí [thậm] [chí:]
hasta el final: đến cùng [dén] [kùng]; tới cùng [tới] [kùng]
hasta luego: tạm biệt [tạm] [biẹt]
hechicería: tà thuật [tà] [thuật]
hechizar: phù phép [fù] [fé: p]; yểm [i: ểm] [bùa], yểm bùa [i: ểm] [bùa]
hechizo: phép thuật [fé: p] [thuật]
hecho: hecho de dejar todo para ser monje, monja en un convento: thụ giới, sự thụ giới [sự] [thụ] [yới]
helado: kem [ke: m]
helar: đóng băng [dóng] [băng]
helecho: dương xỉ, cây dương xỉ [kây] [lluơng] [xỉ]
hemisfero oeste: tây bán cầu [tây] [bán] [kầu]
hemisferio sur: nam bán cầu [nam] [bán] [kầu]
hemorragia: rong huyết [ro: ng] [huét]
hemorragia nasal: hộc máu, hộc máu mũi [học] [máu] [mũi]
hemorragia posparto: sản hậu, bịnh sản hậu [bị: nh] [sản] [hậu]
hemorroide: trĩ, bệnh trĩ [bẹnh] [trĩ:]

heredar: hưởng [hưởng]; thừa tự [thừa] [tự]
hereditario, a: gia truyền [ya] [truền]
herencia: gia tài [ya] [tài]
herida: thương tổn [thương] [tồn]; vết thương [vét] [thương]
herir: tổn thương, làm tổn thương [làm] [tồn] [thương]
hermanas: chị em [chị:] [e: m]
hermana: chị gái [chị] [gái]; chị ruột [chị] [ruột]; em ruột [e: m] [ruột]
hermano: anh ruột [anh] [ruột]; anh trai [anh] [trai]; em ruột [e: m] [ruột]
hermanos: anh em [anh] [em]; huynh đệ [hui: nh] [dẹ]
hermoso, a: tuyệt mỹ [tuẹt] [mĩ:]
hermosura: diễm lệ [lliễm] [lẹ]; mỹ nhân [mĩ:] [ñân]
hermosura historia del amor: diễm tình, thiên diễm tình [thien] [diễm] [tì: nh]
heroico, a: oai hùng [o: ai] [hùng]; oanh liệt [o: anh] [liẹt]
hervir: nấu sôi [nấu] [soi]; sôi [so: i]
hexágono: lục giác, hình lục giác [hình] [lục] [yác]
híbrido, a: thuần chủng [thuần] [chủng]
hidráutico, a: thủy lợi [thủy] [lợi]; thủy lực [thủy] [lực]
hidroeléctrico, a: thủy điện [thủy] [diện]
hidrográfico, a: thủy địa [thủy] [dịa]
hielo: đá [dá]
hierba: cỏ [kỏ:]; ngọn cỏ [ngọn] [kỏ:]
hierba buena: rau thơm [rau] [thơm]
hierro: sắt [sắt]
hierro y acero: sắt thép [sắt] [thé: p]
hígado: gan, cái gan [kái] [gan]
higiénico: vệ sinh [vẹ] [si: nh]
higuera: si, cây si [kay] [si:]
hija: con gái [ko: n] [gái]
hija mayor: trưởng nữ [trưởng] [nữ]
hija menor: con gái thứ [ko: n] [gái] [thứ]; thứ nữ [thứ] [nữ]
hijo: con trai [ko: n] [trai]
hijo adoptado, hija adoptada: con nuôi [ko: n] [nuoi]
hijo mayor: trưởng nam [trưởng] [nam]
hijo menor: con trai thứ [ko: n] [trai] [thứ]; thứ nam [thứ] [nam]
hijos: con cái [ko: n] [kái]
hilera: rặng, cái rặng [kái] [rặng]

hilo: dây chỉ [llây] [chỉ:]; sợi chỉ [sợi] [chỉ]; sợi [sợi]
himno eclesiástico: thánh ca [thánh] [ka]
himno nacional: quốc ca [quốc] [ka]
hinchar: phình [fì: nh]
hindú: ấn độ [ấn] [dọ]
hiperespacio: siêu không gian [sieu] [jo: ng] [yan]
hipermétrope: viễn thị [viễn] [thị:]
hipnotismo: thôi miên [thoi] [mien], thuật thôi miên [thuật] [thôi] [mien]
hippy: híp pi [híp] [pi]
hipo: nấc cụt [nấc] [kụt]
hipotecar: cầm cố [kầm] [kố]; thế chấp [thế] [chấp]
hipótesis: giả thiết [yả] [thiết]
historia: lịch sử [lị: ch] [sử]
historia de amor: tình sử [tì: nh] [sử]
historia personal: lai lịch [lai] [lịch]
historiador, a: sử gia [sử] [ya]
hobby: thú, cái thú [kái] [thú]; thú tiêu khiển [thú] [tieu] [jiển]
hogar: mái ấm [mái] [ấm]
hoja: chiếc lá [chiếc] [lá]; tờ [tờ]; trang [trang]
hoja de lenteja: cánh bèo [kánh] [bè: o]
hoja de loto: cánh sen [kánh] [se: n]
holgado, a: thùng thình [thùng] [thì: nh]
hombre: đàn ông [dàn] [ong]
hombre de bien: thiện nhân [thiện] [ñân]
hombro: vai, cái vai [kái] [vai]
homogéneo, a: thuần nhất [thuần] [ñất]
homólogo, a: đồng đẳng [dòng] [dẳng]
homosexual: gay [gay]
honda: ná, cái ná [kái] [ná]; nỏ, cái nỏ [kái] [nỏ:]
honesto, a: lương thiện [lương] [thiện]
honor: danh dự [llanh] [llự]
honorable: vinh hiển [vi: nh] [hiển]
honrar a los monjes: tôn sư [to: n] [sư]
hora: giờ [yờ]
horario: giờ giấc [yờ] [yấc]; thời gian biểu [thời] [yan] [biểu]
horario de los alumnos: thời khóa biểu [thời] [jó: a] [biểu]

horizonte: chân trời [chân] [trời]
hormiga: kiến, con kiến [ko: n] [kién]
horquilla: trâm, cái trâm cài tóc [kái] [trầm] [kài] [tó: c]
horror ghê rợn [ge] [rợn]
horrorizar: thất kinh, làm thất kinh [làm] [thất] [ki: nh]
hospital: bệnh viện [bệnh] [viện]
hospitalario, a: hiếu khách [hiéu] [jách]; niềm nở [nièm] [nở]
hostal: quán trọ [quán] [trọ:]
hoyo: hố, cái hố [kái] [hó]
hoyuelo: lúm, cái má lúm đồng tiền [kái] [má] [lúm] [dòng] [tièn]
hoz: lưỡi liềm [lưỡi] [lièm]
hueco: trũng, chỗ trũng [chỗ] [trũng]
huelga: bãi công [bãi] [kong]; đình công [dì: nh] [kong]
huella: tông tích [tong] [tí: ch]
huella de la mano: vân tay, cái vân tay [kái] [vân] [tay]
huerto: vườn rau [vườn] [rau]
hueso: xương [xương]; xương cốt [xương] [kót]
hueso coxal: xương chậu [xương] [chậu]
hueste derrotada: tàn binh [tàn] [bi: nh]; tàn quân [tàn] [quân]
huevo: trứng [trứng]
huevo de gallina: trứng gà [trứng] [gà]
huevo de pato: trứng vịt
huir: chạy trốn [chạy] [trón]; trốn [trón]
huir de un problema: lánh nạn [lánh] [nạn]
humanidad: nhân loại [ñân] [lo: ại]
humano: nhân [ñân]; nhân bản [ñân] [bản]
humear: phì phà [fì:] [fà]
húmedo, a: ẩm [ẩm], ẩm ướt [ẩm] [ướt]
humilde: khiêm tốn [jiem] [tón]
humillación: nhục, nỗi nhục [nỗi] [ñục]
humillado, a: tủi nhục [tủi] [ñục]
humillar: bôi bác [boi] [bác]; khổ nhục, làm cho khổ nhục [làm] [cho:] [jỏ] [ñục]; làm nhục [làm] [ñục], thảm hại [thảm] [hại]
humor: khói [jó: i]
humorista sarcástico con el rey y la feudad: trạng [trạng]
humorista: hài hước [hài] [hước]

hundido, a: độn thổ [dọn] [thổ]
hundir: dìm, dìm xuống [llìm] [xuống]; nhận chìm [ñận] [chìm]
hundirse: chìm, bị chìm [bị:] [chìm]; đắm, bị đắm [bị] [dắm]; lún, bị lún xuống [bị] [lún] [xuống]
hundirse en el lodo: sa lầy, bị sa lầy [bị:] [sa] [lầy]´
húngaro, a: hung ga ri [hung] [ga] [ri:]
hurgar: lục [lục], lục lọi [lục] [lọi]

Novena letra del abecedario y tercera vocal
Chữ thứ chín của bảng chữ cái và nguyên âm thứ ba

I ching: kinh dịch [ki: nh] [IIị: ch]
Iba mal: toi đời rồi [to: i] [đời] [ròi]
idea: ý, cái ý [kái] [í:]; ý tưởng [í:] [tưởng]
idea nueva: phát kiến [fát] [kién]
ideal: lí tưởng [lí] [tưởng], lý tưởng [lí] [tưởng]
identidad: bản sắc [bản] [sắc]; danh tánh [llanh] [tánh]
identificar: nhận dạng [ñận] [llạng]; nhận diện [ñận] [lliện]
idioma: ngôn ngữ [ngon] [ngữ]
idioma chino: hán ngữ [hán] [ngữ]
idolatrar: suy tôn [suy] [ton]
ídolo: thần tượng [thần] [tượng]
Iglesia: giáo hội [yá: o] [họi]; nhà thờ [ñà] [thờ]
igual: bằng [bằng]; cũng vậy [kũng] [vậy]; đều, đều nhau [đều] [nhau]; y án [i:] [án]
y nguyen [i:] [nguen]
igualar: ngang bằng [ngang] [bằng]
igualdad: bình đẳng [bình] [dẳng]
ilegal: bất chính [bất] [chí: nh]; phi pháp [fi:] [fáp]; trái phép [trái] [fé: p]
iluminar: thắp sáng [thắp] [sáng]; tỏa sáng [tỏ: ả] [sáng]
ilusión: ảo mộng [ả: o] [mọng], ảo tưởng [ả: o] [tưởng]
ilusionar: mộng tưởng [mọng] [tưởng]
ilusorio, a: hão huyền [hã: o] [huền]; viễn vông [viễn] [vong]
ilusorio, a: vọng tưởng [vọ: ng] [tưởng]

ilustrar: minh họa [mi: nh] [họ: a]
imagen: hình, hình ảnh [hình] [ảnh]; hình tượng [hình] [tượng]
imaginar: hình dung [hình] [llung]; mường tượng [mường] [tượng]; tưởng tượng [tưởng] [tượng]
imán: nam châm [nam] [châm]
imitar: bắt chước; mô phỏng [mo] [fỏ: ng]
impaciente: nóng lòng [nó: ng] [lò: ng]; nóng nảy [nó: ng] [nảy]; nóng vội [nó: ng] [vọi]; nôn nóng [non] [nó: ng]; sốt ruột [sót] [ruột]
impactante: giật gân [yật] [gân]
impasible: thản nhiên [thản] [ñien]; tỉnh bơ [tỉ: nh] [bơ]; tỉnh khô [tỉ: nh] [jo]
impar: số lẻ [só] [lẻ:]
impedir: ngăn chận [ngăn] [chận]
imperialismo: đế quốc, chủ nghĩa đế quốc [chủ] [ngĩa] [dế] [quóc]
impetuoso, a: ồ ạt [ò] [ạt]; vũ bão [vũ] [bão]
ímpio, a: lăng loàn [lăng] [lo: àn]
implantar un diente: trồng răng [tròng] [răng]
implicado: dính dáng [llính] [lláng], dính dấp [llính] [llấp], dính líu [llính] [líu]
implicar: liên can [lien] [kan]; liên quan [lien] [kuan], có liên quan [kó:] [lien] [kuan]
imponente: oai vệ [o: ai] [vẹ]
imponer el impuesto: đánh thuế [dánh] [thuế]
importante: quan trọng [quan] [trọ: ng]; then chốt [the: n] [chốt]
importar: nhập cảng [ñập] [kảng]; nhập khẩu [ñập] [jầu]
impotente: bất lực [bất] [lực]; liệt dương [liệt] [llương]
imprescindible: tất yếu [tất] [i: éu]
impresionable: ấn tượng [ấn] [tượng]
imprimir: in [in]
improvisar: ứng biến [ứng] [bién]; ứng tác [ứng] [tác]
improvisar dialogar: ứng khẩu [ứng] [jầu]
improvisar respondiendo: ứng đáp [ứng] [dáp]
imprudente: bồng bột [bòng] [bọt]; nông nổi [nong] [nổi]; thất thố [thất] [thó]
impuesto: sưu thuế [sưu] [thuế]: thuế [thuế]
impuesto anual: tuế cống [tué] [kóng]
impuesto aduanero: thuế hải quan [thuế] [hải] [quan]
impuesto personal: thuế thân [thuế] [thân]

impuesto sobre patente: impuesto sobre patentes: thuế môn bài [thuế] [mon] [bài]
impulsivo, a: bốc đồng [bóc] [dòng]
impulso: sức bật [sức] [bật]
impuro, a: ô uế [o] [ué]
inaugurar: khai mạc [jai] [mạc]; khai trương [jai] [trương]
incansable: thao thao [tha: o] [tha: o]
incapacitado, a: kém cõi [ké: m] [kõ: i]
incapaz: bất tài [bất] [tài]
incendiar: đốt [dót]; thiêu đốt [thieu] [dót], thiêu hủy [thieu] [hủy]
incendiar cadáver: thiêu xác [thieu] [xác]
incensario: nén, cái nén thắp hương [kái] [nén] [thắp] [hương]
incesante: dai dẳng [llai] [llẳng]; lâm dâm [lâm] [llâm]; quần quật [quần] [quật]; rỉ rả [rỉ:] [rả]; tầm tã [tầm] [tã]; triền miên [trièn] [mien]
incienso: hương trầm [hương] [trầm]; nhũ hương [ñũ] [hương]; trầm hương [trầm] [hương]
incinerar: hỏa táng [hỏ: a] [táng]
inclinación: độ lệch [dọ] [lệch]; độ nghiêng [dọ] [ngieng]
inclinación ética: hướng đạo, sự hướng đạo [sự] [hướng] [dạ: o]
inclinado, a: xiên xẹo [xien] [xẹ: o]; xiêu vẹo [xieu] [vẹ: o]
inclinar: lệch [lệch]; nghiêng [ngieng]
incluir: bao gồm [ba: o] [gòm]; gồm [gòm]; gộp [gộp]
incompatible: tương khắc [tương] [jắc]; xung khắc [xung] [jắc]
incompleto, a: dở chừng [llở] [chừng]; khuyết [juét]
incompresible: khó hiểu [jó:] [hièu]
inconfesable: thầm lặng [thầm] [lặng]
incorporar: sáp nhập [sáp] [ñập]
incorporarse a un grupo: nhập hội [ñập] [họi]
incorrupto, a: liêm chính [liem] [chính]; liêm khiết [liem] [jiét]
incumplir la citar: sai hẹn [sai] [hẹ: n]
incumplir la promesa: thất hứa [thất] [hứa]
indeciso, a: do dự [llo:] [llự]; dùng dằng [llùng] [llằng]; đắn đo [dắn] [do:]; lần lữa [lần] [lữa]; phân vân [fân] [vân]; lưỡng lự [lưỡng] [lự]
indefinido: bất định [bất] [dị: nh]
indemne: vô sự [vo] [sự]
ideología: ý thức hệ [í:] [thức] [hẹ]

independiente: tự lập [tự] [lập]; tự túc [tự] [túc]
indicar: chỉ định [chỉ:] [dị: nh]
indicar el plazo: gia hạn [ya] [hạn]
indico: ấn độ dương [ấn] [dọ] [llương]
indiferente: hờ, hờ hững [hờ] [hững]; hững hờ [hững] [hờ]; lãnh đạm [lãnh] [dạm]; vô tình [vo] [tì: nh]; bàng quan [bàng] [quan]
indígena, o: bản xứ [bản] [xứ]
indigente: đói rách [dó: i] [rách]
indigestible: khó tiêu [jó:] [tieu]
indignado, a: uất hận [uất] [hận]; uất ức [uất] [ức]
indignar: phẫn nộ [fẫn] [nọ]; phẫn uất [fẫn] [uất]
indigno, a: bất bình [bất] [bì: nh]
indio: mọi, người mọi [người] [mọi]
indirecto: gián tiếp [yán] [tiếp]; uốn éo [uốn] [é: o]; xẹo xiên [xẹ: o] [xien]
industria comercial: công thương nghiệp [kong] [thương] [ngiẹp]
industria textil: thêu dệt, ngành thêu dệt [ngành] [theu] [llẹt]
individuo: cá thể [ká] [thể]
indomable: bất khuất [bất] [juất]; kiên cường [kien] [kường]; quật cường [quật] [kường]
indonesio, a: in đô nê xi a [in] [do] [ne] [xi] [a]
inducir: lôi kéo [loi] [ké: o]; rủ rê [rủ] [rê]
indultar: đặc xá [dặc] [xá]; khoan hồng [jo: an] [hòng]
industria: công nghiệp [kong] [ngiẹp]
inerte: bất động [bất] [dọng]; ì [ì:], ì ra [ì:] [ra]
inesperado, a: đột biến [dọt] [bién]; không ngờ [jong] [ngờ]
inestable: lênh đênh [lenh] [denh]; thất thường [thất] [thường]
infancia: tấm bé, thuở tấm bé [thuở] [tấm] [bé:]; thơ ấu, thời thơ ấu [thời] [thơ] [ấu]
infección: nhiễm trùng, sự nhiễm trùng [sự] [ñiễm] [trùng]
infeccioso, a: lở loét [lở] [lo: ét]
inferior: hạ [hạ]; thấp kém [thấp] [kém]
infiel: đoạn tình [do: ạn] [tì: nh]; không chung thủy [jong] [chung] [thủy]; phụ tình [fụ] [tì: nh]
infierno: địa ngục [dịa] [ngục]; hỏa ngục [hỏ: a] [ngục]
infinidad: vô số [vo] [só]
infinito: vô hạn [vo] [hạn]; vô tận [vo] [tận]

inflamación: lạm phát, sự lạm phát [sự] [lạm] [fát]
infligir: giáng họa [yáng] [họ: a]
influencia: ưu thế [ưu] [thế]; vai vế [vai] [vé]
influenciar: ảnh hưởng [ảnh] [hưởng]
influir: tác động [tác] [dọng]
información: thông tin [thong] [ti: n]
informática: tin học [tin] [học]
informar: định hình [dị: nh] [hì: nh]
informático, a: điện tử [diện] [tử]
infraestructura: hạ tầng, hạ tầng cơ sở [hạ] [tầng] [kơ] [sở]
infringir: phạm [fạm], phạm vào [fạm] [và: o]
ingenuo, a: thơ ngây [thơ] [ngây]
inglés, a: anh [anh]
ingresar: nhập [ñập]
ingresar dinero: nhập tiền [ñập] [tiền]
ingresar en el hospital: nhập viện [ñập] [viện]
ingreso: doanh thu [do: anh] [thu]; thu nhập, sự thu nhập [sự] [thu] [ñập]
ignorante: dốt [llót], dốt nát [llót] [nát]
inherente: tự tại [tự] [tại]
inhibir: ức chế, làm ức chế [làm] [ức] [ché]
inhumano: bất nhân [bất] [ñân]
iniciación: ban đầu [ban] [dầu]
iniciar: chủ động [chủ] [dọng]; khởi đầu [jởi] [dầu]
injenioso, a: tài tình [tài] [tì: nh]
injuria: xỉ vả [xỉ:] [vả]
injusto, a: bất công [bất] [kong]
materia: vật liệu [vật] [liệu]; vật tư [vật] [tư]
inmaterial: phi vật chất, sự phi vật chất [sự] [fi:] [vật] [chất]
không chung thủy (tt), (pt): infiel / người không chung thủy (la persona infiel)
inmenso, a: bao la [ba: o] [la]; bạt ngàn [bạt] [ngàn]; hoành tráng [ho: ành] [tráng]; **hùng vĩ** [hùng] [vĩ:]; mênh mông [menh] [mong]; rộng lớn [rọng] [lớn]; trùng điệp [trùng] [diệp]
inmoral: phi đạo đức [fi:] [dạ: o] [dức]; phi nghĩa [fi:] [ngĩ: a]; thất đức [thất] [đức]; vô đạo [vo] [dạ: o]
inmortal: bất hủ [bất] [hủ]
inmueble: bất động sản [bất] [dọng] [sản]

innato, a: bẩm sinh [bẩm] [sinh]; phú bẩm [fú] [bẩm]; thiên bẩm [thien] [bẩm]
innovar: cải tiến [kải] [tién]
inocente: vô tội [vo] [tọi]; vô tư [vo] [tư]
inquieto, a: lăng xăng [lăng] [xăng]
inquietante: chột dạ [chọt] [llạ]
inscribir: tạc dạ [tạc] [llạ]
insecticida: thuốc trừ sâu [thuóc] [trừ] [sâu]
insecto: côn trùng [kon] [trùng]
inseguro, a: gượng gạo [gượng] [gạ: o]
inseminar: thụ tinh [inseminar]
insidioso, a: nham hiểm [ñam] [hiểm]; quỷ quái [qủi] [quái]; quỷ quyệt [qủi] [quyẹt]
insignia: huy hiệu [huy] [hiệu]
insignificante: không đáng kể [jong] [dáng] [kẻ]; vặt [vặt]; vô nghĩa [vo] [ngĩa]
insípido, a: lạt [lạt]; nhạt [ñạt]
insistencia de vencer: quyết thắng, sự quyết thắng [sự] [quét] [thắng]
insistente: khăng khăng [jăng] [jăng]; khẩn khoản [jẩn] [Jo: àn];
quây quẩy [quây] [quẩy]
insistir: cương quyết [kương] [quét]; đinh ninh [di: nh] [ni: nh]; nhất định [ñất] [dị: nh]
insistir algo: kèo nài [kè: o] [nài]
insistir preguntando: gạn [gạn], gạn hỏi [gạn] [hỏ: i]
insociable: khó chơi [jó:] [chơi]
insolente: hỗn [hõn], hỗn hào [hõn] [hà: o], hỗn xược [hõn] [xược], hỗn láo [hõn] [lá: o]; lắc cắc [lắc] [kắc], lắc xắc [lắc] [xắc]; lếu [léu], lếu láo [léu] [lá: o]; ngạo mạn [ngạ: o] [mạn]; láo [lá: o], láo lếu [lá: o] [léu], láo xược [lá: o] [xược]; tếu táo [téu] [tá: o]; xấc láo [xấc] [lá: o]
insomnio: thao thức, sự thao thức [sự] [tha: o] [thức]
insoportable: giờ chứng [yở] [chứng]
inspector, a: thanh tra, viên thanh tra [vien] [thanh] [tra]
inspiración: cảm hứng [kảm] [hứng]
inspiración repentina: tùy hứng, sự tùy hứng [sự] [tùy] [hứng]
inspirado, a: cao hứng [ka: o] [hứng]
inspirar el paisaje: tức cảnh [tức] [kảnh]
instante: giây phút [yây] [fút]; khoảnh khắc [jo: ảnh] [jắc]; thời khắc [thời] [jắc]
instinto: bản năng [bản] [năng]; quán tính [quán] [tí: nh]

instituto: học viện [họ: c] [viện]
instrumentista: nhạc công [ñạc] [kong]
instrumento: dụng cụ [llụng] [kụ]
instrumento de música: đàn, cái đàn [kái] [dàn]
insultar: chửi [chửi], chửi mắng [chửi] [mắng], chửi rủa [chửi] [rủa]; lăng mạ [lăng] [mạ]; mắng [mắng], mắng chửi [mắng] [chửi]
insurrección: tổng khởi nghĩa [tổng] [jởi] [ngĩa]
integro, a: thanh liêm [thanh] [liem]
intelecto: trí năng [trí:] [năng]; tư duy [tư] [lluy]
intelectual: trí thức [trí:] [thức]
inteligencia: trí tuệ [trí:] [tuẹ]
inteligencia divina: thần trí [thần] [trí:]
inteligente: mưu trí [mưu] [trí]; sáng dạ [sáng] [llạ]; sáng trí [sáng] [trí:]; tài trí [tài] [trí:];
thông minh [thong] [mi: nh]; trí thông minh [trí:] [thong] [mi: nh]
integral: toàn vẹn [to: àn] [vẹ: n]
intención: tâm địa [tâm] [dịa]; tình ý [tì: nh] [í:]; ý định [í:] [dị: nh]
intencionado, a: cố ý [hữu] [í:]; dụng ý [llụng] [í:]; dụng tâm [llụng] [tâm]
intensamente: mãnh liệt [mãnh] [liệt]
intensidad: cường độ [kường] [dọ]
intenso, a: dữ dội [llữ] [llọi]; đậm [dậm], sâu đậm [sâu] [dậm]
intercambiar: đổi [dỏi], đổi chác [dỏi] [chác]; đối lưu [dói] [lưu]
interceder: bào chữa [bào:] [chữa]
intermediar: trung gian hòa giải, làm trung gian hòa giải [làm] [trung] [yan] [hò: a] [yải]
internado: nội trú, trường nội trú [trường] [nội] [trú]
intérprete: thông ngôn, người thông ngôn [người] [thong] [ngon]
interés: lãi xuất [lãi] [xuất]
interés público: công lợi [cong] [lợi]
interesado, a: trục lợi [trục] [lợi]; tư lợi [tư] [lợi]; vị lợi [vị:] [lợi]; vụ lợi [vụ] [lợi]
interesante: thú vị [thú] [vị:]
interior: bên trong [ben] [tro: ng]; nội [nọi]; trong [tro: ng]; nội thất [nọi] [tnất]; phía trong [fí: a] [tro: ng]; tâm [tâm]; thâm tâm [thâm] [tâm]; trong [tro: ng]
interior de la organización: nội bộ [nọi] [bọ]
interior de pabellón bajo el mar: thủy phủ [thủy] [fủ]
intermitente: chớp [chớp]; lập lòe [lập] [lò: e]

internacional: quốc tế [quóc] [té]
internar: cải tạo [kải] [tạ: o]; nhốt [ñót]
interrogante: nghi vấn [ngi:] [vấn]
interpretar: đóng vai [dó: ng] [vai]; kiến giải [kién] [yải]; lý giải [lí] [yải]; luận giải [luận] [yải]; sắm vai [sắm] [vai]; thủ vai [thủ] [vai]
interrogación: (?) chấm hỏi [chấm] [hỏ: i], dấu chấm hỏi [llấu] [chấm] [hỏ: i]
interrogar: chất vấn [chất] [vấn]; hạch hỏi [hạch] [hỏ: i], hạch sách [hạch] [sách]; hỏi cung [hỏ: i]; [kung]; phỏng vấn [fỏ: ng] [vấn]; tra hỏi [tra] [hỏ: i]; tra xét [tra] [hỏ: i]; tra vấn [tra] [vấn];
vặn hỏi [vặn] [hỏ: i]
interrumpido, a: dang dở [llang] [llở]
interrumpir: bỏ lửng [bỏ:] [lửng]; cắt lời [kắt] [lời]; ngắt [ngắt]
interruptor: công tắc điện [kong] [tắc] [diện]
intervalo: khoảng, cái khoảng [kái] [jo: ảng]; khoảng giữa, cái khoảng giữa [kái] [jo: ảng] [yữa]; quãng, cái quãng [kái] [quãng]
intervenir: can thiệp [kan] [thiệp]
intestino: ruột, cái ruột [kái] [ruột]
intestino grueso: ruột già, cái ruột già [kái] [ruột] [yà]
intestino delgado: ruột non, cái ruột non [kái] [ruột] [no: n]
intoxicarse: ngộ độc [ngọ] [dọc]; nhiễm độc [ñiễm] [dọc]
intranquilo, a: nhấp nhỏm [ñấp] [ñõ: m]
intrépido, a: vũ dũng [vũ] [llũng]
intriga: kế, cái kế [kái] [ké]; mánh khóe [mánh] [kho: é]; mưu, cái mưu [kái] [mưu]
intriga insidiosa: độc kế [dọc] [ké]
intrigante: đa mưu [da] [mưu]; mưu mô [mưu] [mo]
intrincado, a: nan giải [nan] [yải]
intrínseco, a: sâu kín [sâu] [kín]
introducir: khai mào [jai] [mà: o]
intuición: trực cảm [trực] [kảm]; trực giác [trực] [yác]
inundado, a: ngùn ngụt [ngùn] [ngụt]
inútil: vô dụng [vo] [llụng]
inundar: ngập [ngập]
invadir: xâm lăng [xâm] [lăng]; xâm nhập [xâm] [ñập]
inválido: tàn phế [tàn] [fé]
inválido comunista por la guerra: thương binh [thương] [bi: nh]

inválido republicano de guerra: thương phế binh [thương] [bi: nh]
invalidez: tật nguyền [tật] [nguèn]
invalidez congénita: tật bẩm sinh [tật] [bẩm] [si: nh]
invariable: không đổi [jong] [dỏi]
inverosímil: huyền hoặc [huèn] [ho: ạc]
invencible: vô địch [vo] [dị: ch]
inventar: phát minh [fát] [mi: nh]; sáng chế [sáng] [ché]
inventarse la patraña: bịa [bịa], bịa đặt [bịa] [dặt]; đặt chuyện [dặt] [chuẹn]
invernal: lập đông [lập] [dong]
invertir: đảo ngược [dảo] [ngược]; đầu tư [dầu] [tư]
investigar: điều tra [dièu] [tra]
investir: tấn phong [tấn] [fo: ng]
invierno: mùa đông [mùa] [dong]
invisible: tàng hình [tàng] [hì: nh]
invitar: đãi [dãi], chiêu đãi [chieu] [dãi]; khao [ja: o]; mời [mời]; thiết đãi [thiét] [dãi]
invocar el espíritu: gọi hồn [gọ: i] [hòn]
inyectar: tiêm [tiem]
íntimo, a: thâm tình [thâm] [tì: nh]; tri kỷ [tri:] [kỉ:]
ir a buscar la enseñanza: thỉnh kinh, đi thỉnh kinh [di:] [thỉ: nh] [ki: nh]
ir a país extranjero: quá cảnh, đi quá cảnh [di:] [qúa] [kảnh]
ir a un examen: đi thi [di:] [thi:]
ir atrás: lui, đi lui [di] [lui]; lùi, đi lùi [di] [lùi]
ir de un lugar a otra: lặn lội [lặn] [lọi]
ir al mercado: đi chợ [di] [chợ]
ir hacia detrás: thụt lùi [thụt] [lùi]
ir por: xuôi theo [xuoi] [the: o]
iracundo, a: dữ tợn [llữ] [tợn]
irascible: dữ [llữ], dữ dằn [llữ] [llằn]
ironizar: nói kháy [nó: i] [jáy]; nói mỉa [nó: i] [mỉa]; nói xỏ [nó: i] [xỏ:]
iris con la pupila: tròng đen [trò: ng] [de: n]
iris y la esclerótica: tròng mắt, cái tròng mắt [kái] [trò: ng] [mắt]
irrazonable: vô căn cứ [vo] [kăn] [kứ]
irrepetible: độc đáo [dọc] [dá: o]; độc nhất [dọc] [ñất]
irreverente: bất kính [bất] [kí: nh]
irritar: bực tức [bực] [tức]

irritar la voz: xằng [xằng], xằng giọng [xằng] [yọ: ng]
irrumpir: tọt, chạy tọt vào [chạy] [tọ: t] [và: o], đi tọt vào [di:] [tọt] [và: o]; xộc [xọc], xộc vào [xọc] [và: o]
ir al colegio: đi học [di:] [họ: c]
ir de puntillas: rón rén, đi rón rén [di:] [ró: n] [ré: n]
ir delante: đi thẳng [di:] [thẳng]
ir de vacaciones: đi nghỉ [di:] [ngỉ:]
ir juntos: sánh bước [sánh] [bước]; sánh đôi [sánh] [doi]
irresponsable: vô trách nhiệm [vo] [trách] [ñiẹm]
irse a la ruina: đi đời [di:] [dời]
irse con un joven: theo trai [the: o]
irse para siempre: đi luôn [di:] [luon]
isla: đảo [dả: o]; hải đảo [hải] [dảo]; hòn đảo [hò: n] [dả: o]
islámico, a: hồi giáo [hòi] [yá: o]
islota: cù lao [kù] [la: o]
italiano, a: ý [í:]
izquierdista: cánh tả [kánh] [tả]
índice: mục lục [mục] [lục]

Décima letra del abecedario y séptima consonante
Chữ thứ mười của bảng chữ cái và phụ âm thứ chín

jactancioso, a: huyênh hoang [huenh] [ho: ang]; phách lác [fách] [lác], phách lối [fách] [lói]
jactarse: dốc, nói dốc [nó: i] [llóc]; khoe khoang [joe:] [jo: ang]; nói khoác [nó: i] [jo: ác];
phách, làm phách [làm] [fách]
jabón: xà phòng [xà] [fò: ng]
jade: ngọc thạch [ngọc] [thạch]
jadear: thở dốc [thở] [llóc]
jamás: chẳng bao giờ [chẳng] [ba: o] [yờ]
jamón: chả, chả lụa [chả] [luạ]
japonés, a: nhật [ñật]
jardín: vườn [vườn]
jardín botánico: vườn bách thảo [vườn] [bách] [thả: o]
jardín de flores: vườn hoa [vườn] [ho: a]
jardín real: thượng uyển, vườn thượng uyển [vườn] [thượng] [uển]
jardín del palacio Royal: ngự uyển, vườn ngự uyển [vườn] [ngự] [uển]
jardinería: điền viên [dièn] [bien]
jazmín: lài, hoa lài [ho: a] [lài]; nhài, hoa nhài [ho: a] [ñài]
jaula: chuồng, cái chuồng [kái] [chuòng]; lồng, cái lồng [kái] [lòng]; chuồng chim, cái chuồng chim [kái] [chuòng] chim]
jefe, a: chủ; trưởng phòng [trưởng] [fò: ng]; thủ trưởng [thủ] [trưởng]; trưởng [trưởng]
jefe de una aldea: trưởng thôn [trưởng] [thon]

jefe de un distrito: xã trưởng [xã] [trưởng]
jefe del cantón: tổng, ông tổng [ong] [tổng]; ông tổng trấn [ong] [tổng] [trấn]
jefe de la provincia: tỉnh trưởng [tỉ: nh] [trưởng]
jefe de una tribu: trưởng tộc [trưởng] [tộc]; tù trưởng [tù] [trưởng]
jefe delincuente: đầu sỏ, tên đầu sỏ [ten] [dầu] [xỏ:]
jeje del equipo: đội trưởng [dọi] [trưởng]
jefe mafioso: trùm; ông trùm [ong] [trùm]
jeringuilla: ống tiêm [óng] [tiem]
jornada: ngày công [ngày] [kong]
jornada de mercado: phiên chợ [fien] [chợ]
joroba: lưng còm, cái lưng còm [kái] [lưng] [kò: m]
jorobado, a: lom khom [lo: m] [jo: m]
joven: non choẹt [no: n] [choẹ: t]; nữ nhi [nữ] [ñi:]; son trẻ [so: n] [trẻ:]; thanh niên [thanh] [nien]; thanh nữ [thanh] [nữ]; trẻ [trẻ:]; trẻ măng [trẻ:] [măng]
joven campesina: thôn nữ, cô thôn nữ [ko] [thon] [nữ]
jovial: trẻ trung [trẻ:] [trung]; vui tính [vui] [tí: nh]
joya: nữ trang, đồ nữ trang [dò] [nữ] [trang]
joyería: kim hoàn, tiệm kim hoàn, [tiệm] [kim] [ho: àn] tiệm vàng [tiệm] [vàng]
jubilación: hưu trí, sự hưu trí [sự] [hưu] [trí:]
jubilar: về hưu [vè] [hưu]
jubiloso, a: rạo rực [rạ: o] [rực]
jurar: thề [thè]; thề thốt [thè] [thót]; tuyên thệ [tuen] [thệ]
juribundo, a: sát khí [sát] [jí:]
judía: đậu
judío: do thái, người Do Thái [người] [llo:] [thái]
juego: trò chơi [trò:] [chơi]
juego del bingo: số đề [só] [dè]
jugador, a: cầu thủ [kầu] [thủ]
jugar: chơi [chơi]
jugar a la misma estrategia que el enemigo: tương kế tựu kế [tương] [ké] [tựu] [kć]
jugar con las palabras: chơi chữ [chơi] [chữ]
jugar el ajedrez: đánh cờ [dánh] [kờ]
jugar el casino: đánh bạc [dánh] [bạc]
jugar la carta: đánh bài [dánh] [bài]
jugo de coco: nước dừa [nước] [llừa]

juguetón, a: trổ trời [trổ] [trời]
juicio: trọng án [trọ: ng] [án]
julio: tháng bảy [tháng] [bảy]
juncos: lau sậy [lau] [sậy]
junio: tháng sáu [tháng] [sáu]
juntarse: tư thông [tư] [thong]
junto, a: cùng nhau [kùng] [nhau]; với nhau [với] [ñau]
Júpiter: mộc tinh [mọc] [ti: nh]; sao mộc [sa: o] [mọc]
justamente: sít sao [sí: t] [sa: o]
justicia: công lý [kong lí:]
justificación: thẩm định, sự thẩm định [sự] [thẩm] [dị: nh]
justificar: chứng minh [chứng] [mi: nh]
justo, a: công bằng [kong] [bằng]; đúng [dúng]; vừa [vừa]; vừa vặn [vừa] [vặn]
justo el momento: đúng lúc [dúng] [lúc]
jurídico, a: pháp lý [fáp] [lí:]
juvenil: trẻ con [trẻ:] [ko: n]
juventud: tuổi trẻ [tuổi] [trẻ:]
juzgar: phán xét [fán] [xét]; phán xử [fán] [xử]; phê phán [fe] [fán]; xét xử [xé: t] [xử]
juzgar el procedimiento: xử án [xử] [án]

Undécima letra del abecedario y octava consonante
Chữ thứ mười một của bảng chữ cái và phụ âm thứ mười

kamikaze: thảm tình quân [thảm] [tì. nh] [quân]
karma: nghiệp chướng [ngiẹp] [chướng]; oan nghiệp [o: an] [ngiẹp]; quả báo [qủa] [bá: o]
kilogramo: ki lô gram [ki:] [lo] [gram]
kiosco: sạp, cái sạp tạp hóa [kái] [sạp] [tạp] [hó: a]

Duodécima letra del abecedario y novena consonante
Chữ thứ mười hai của bảng chữ cái và phụ âm thứ chín

la: cái [kái]
la más, el más, lo más: nhất [ñất]; nhứt[ñứt]
laberíntico, a: tửu sắc [tửu] [sắc]
laberinto: mê cung [me] [kung]
labios: môi, đôi môi [doi] [moi]
laboratorio: phòng thí nghiệm [fò: ng] [thí] [ngiệm] (dt): el laboratorio
laca: sơn mài [sơn] [mài]
lacrimoso, a: rưng rưng [rưng] [rưng]
lado: bên [ben]; phía [fía]
lado derecho: bên trái [ben] [trái]; phía phải [fía] [fải]
lado de la costilla: cạnh sườn [kạnh] [sườn]
lado inferior: bên dưới [ben] [llưới]; phía dưới [fía] [llưới]
lado izquierdo: bên phải [ben] [fải]; phía trái [fía] [trái]
ladrillo: gạch, cục gạch [kục] [gạch]
lagenaria siceraria: bầu, trái bầu [trái] [bầu]
lagarto: thằn lằn, con thằn lằn [ko: n] [thằn] [lằn]
lago: hồ [hò], cái hồ [kái] [hò]
lágrima: nước mắt [nước] [mắt]
lamentable: thảm thương [thảm] [thương]; tủi phận [tủi] [fận]; tủi phận [tủi] [fận]; tủi thân [tủi] [thân]; xót xa [xó: t] [xa]
lamentar: tiếc [tiéc]
lamer: liếm [liém]
lámpara: bóng đèn, cái bóng đèn [kái] [bó: ng] [dè: n]

lámpara de queroseno: đèn dầu, cái đèn dầu [kái] [dè: n] [llầu]
lana: len [le: n]
langosta: tôm hùm, con tôm hùm nhỏ [ko: n] [to: m] [hù: m] [ñỏ:]
langostino: tôm, con tôm lớn [ko: n] [to: m] [lớn]
languidecer: thất tình, bị thất tình [bị] [thất] [tì: nh]
lánguido, a: ướt át [ướt] [át]
lanza: lao, cái lao [kái] [la: o]
lanzado, a: xông xáo [xong] [xá: o]
lanzar: dấn, dấn thân [llấn] [thân]; lăn xả [lan] [xả]; phóng lao [fó: ng] [la: o]; xông [xong], xông vào [xong] [và: o]
lanzarse: vươn tới [vươn] [tới]
laosiano, a: lào [là: o] [xà: o]
lápiz: bút chì [bút] [chì:]
largo, a: dài [llài]
laringe: thanh quản, ống thanh quản [ónh] [thanh] [quản]
las, los: những [ñững]
lata: lon, cái lon [kái] [lo: n]
latente: tàng ẩn [tàng] [ẩn]; tiềm ẩn [tiềm] [ẩn]; tiềm tàng [tiềm] [tàng]
latido: thình thịch [thì: nh] [thị: ch]
latigazo: lằn [lằn], vết lằn [vét] [lằn]
latir: đập [dập]
latino, a: la tinh [la] [ti: nh]
lavar: giặt [ỵặt]; rửa [rửa], rửa dọn [rửa] [llọ: n]
laxante: nhuận tràng, thuốc nhuận tràng [thuốc] [ñuận] [tràng]; thuốc nhuận tràng [thuóc] [ñuận] [tràng]
lección: bài học [bài] [họ: c]
leche: sữa [sữa]
leche condensada: sữa đặc [sữa] [dặc]
leche de coco: nước cốt dừa [nước] [cót] [llừa]
leche en polvo: sữa bột [sữa] [bọt]
lechuga: rau xà lách [rau] [xà] [lách]
leer: đọc [dọ: c]
legendario, a: huyền thoại [huèn] [tho: ại]
legislación: pháp chế [fáp] [ché]
legislatura: nhiệm kỳ [ñiệm] [kì:]
legítimo, a: chính thức [chí: nh] [thức]; hợp pháp [hợp] [fáp]

legua: dặm [llặm]
lejano, a: vời vợi [vời] [vợi]; xa xăm [xa] [xăm]; xa xưa [xa] [xưa]
lemon grass: sả [sả]
lengua: lưỡi, cái lưỡi [kái] [lưỡi]
lengua primitiva de Vietnam: nôm, chữ nôm [chữ] [nom], tiếng nôm [tiéng] [nom]
lengua vietnamita: quốc ngữ, chữ quốc ngữ [chữ] [quóc] [ngữ]
lenguaje: tiếng nói [tiéng] [nó: i]
lentamente: rầy rà [rầy] [rà]; riu riu [riu] [riu]
lento, a: chậm [chậm], chậm chạp [chậm] [chạp]; lề mề [lè] [mè]; rù rờ [rù] [rờ]; trì trệ [trì:] [trệ]
leña: củi [kủi]
león: sư tử, con sư tử [ko: n] [sư] [tử]
lepra: cùi, bệnh cùi [bệnh] [cùi]
lesión grave: trọng thương [trọ: ng] [thương]
lesionado, a: thương vong [thương] [vo: ng]
letra: chữ [chữ]
levadura: bột nổi [bọt] [nổi]
levantar: giơ [yơ]; nâng [nâng]; nhấc [nhấc]: vểnh [vểnh]
levantarse: đứng dậy [dứng] [llậy], đứng lên [dứng] [len]; vùng dậy [vùng] [llậy]
ley: luật pháp [luật] [fáp]; pháp luật [fáp] [luật]
leyenda: truyền thuyết [truèn] [thuét]
libélula: chuồn chuồn, con chuồn chuồn [ko: n] [chuòn] [chuòn]
liberal: khoáng đạt [jo: áng] [dạt]; phóng khoáng [fó: ng] [jo: áng]; phóng túng [fó: ng] [túng]; tân thời [tân] [thời]
liberar: dung tha [llung] [tha]
liberar a alguien: phóng thích [fó: ng] [thí: ch]
liberar a un animal: phóng sinh [fó: ng] [si: nh]
libido: dâm, sự dâm dục [sự] [llâm] [llục], sự dâm đãng [sự] [llâm] [dãng]; hoang dâm [ho: ang] [llâm]
librar: buông tha [buong] [tha]; giải thoát [yải] [tho: át]; thoát [tho: át], thoát khỏi [tho: át] [jỏ: i]; thoát nạn [tho: át] [nạn]
librarse de una deuda: thoát nợ [tho: át] [nợ]
librarse de los apetitos mundanos: thoát tục [tho: át] [tục]
libre: rảnh [rảnh]; thư thả [thư] [thả]; tự do [tự] [llo:]
librería: hiệu sách [hiệu] [sách]

libreta: quyển vở [quển] [vở]; vở, quyển vở [quển] [vở]
libreta de notas: quyển sổ tay [quển] [sỏ] [tay]
libro: quyển sách [quển] [sách]; sách [sách]
libro escolar: giáo khoa, sách giáo khoa [sách] [yá: o] [jo: a]
libro de la nota de escuela: học bạ, sổ học bạ [sỏ] [họ: c] [bạ]
libro de familia: hộ khẩu, sổ hộ khẩu [sỏ] [họ] [jẩu]
libros y libretas: sách vở [sách] [vở]
licenciatura: bằng cấp [bằng] [kấp]
lichi: vải, trái vải [trái] [vải]
líder: lãnh tụ [lãnh] [tụ]; thủ lĩnh [thủ] [lĩ: nh]
liderar: điều khiển [dièu] [jiển]
ligero, a: nhẹ [ñẹ:]; nhẹ nhõm [ñẹ:] [ñõ: m]; phong phanh [fo: ng] [fanh]; thanh thoát [thanh] [thoát]
lija: giấy nhám [yấy] [ñám]
lila: sầu đông [sầu] [dong]
limar: giũa [yũa]
límitado, a: hẹp hòi [hẹ: p] [hò: i]; hữu hạn [hữu] [hạn]
limitar: định mức [dị: nh] [mức]
límite: giới hạn [yiới] [hạn]; khuôn khổ [juon] [jỏ]
limonada: nước chanh [nước] [chanh]
limpiar: dọn [llọ: n], dọn dẹp [dọ: n] [dẹ: p]: lau chùi [lau] [chùi]
limpieza general: tổng vệ sinh [tỏng] [vẹ] [si: nh]
límpido, a: khoáng đãng [joáng] [dãng]; trong sáng [tro: ng] [sáng]; trong trẻo [tro: ng] [trẻ: o], trong veo [tro: ng] [ve: o], trong vắt [tro: ng] [vắt]
líquido: lỏng, chất lỏng [chất] [lỏng]
limpio, a: sạch [sạch]; sạch sẽ [sạch] [sẽ:]
linaje: dòng họ [llò: ng] [họ:]
linde: ranh giới [ranh] [yới]; rìa [rìa]
línea: dòng [llò: ng]; đường nét [dường] [né: t]; tuyến [tuén]
línea curva: đường cong [dường] [ko: ng]
línea del viaje: thiên di, cung thiên di [kung] [thien] [di·]
línea quebrada: đường gấp khúc [dường] [gấp] [júc]
línea recta: đường thẳng [dường] [thẳng]
lingüístico, a: ngôn ngữ học [ngon] [ngữ] [họ: c]
linterna: đèn pin [dè: n] [fin]
lioso, a: rắc rối [rắc] [rối]

lírico, a: trữ tình [trữ] [tì: nh]
lirio: huệ, hoa huệ [ho: a] [huệ]
liso, a: mịn [mịn]; nõn nà [nõ: n] [nà]; nuột nà [nuọt] [nà]; phẳng lì [fẳng] [lì:]; trơn [trơn]; tuyền [tuèn]
lisonjear: phỉnh nịnh [fỉ: nh] [nị: nh]
lista: danh sách [llanh] [sách]
listo, a: khôn vặt [jon] [vặt]; láu, láu cá [láu] [ká]; láu lỉnh [lá: u] [lĩ: nh]; lém [lé: m], lém lỉnh [lé: m] [lĩ: nh]; tinh [ti: nh]; tinh khôn [ti: nh] [jon]
literatura: thơ văn [thơ] [văn]; văn chương [văn] [chương]; văn học [văn] [họ: c]; văn thơ [văn] [thơ]
literatura nacional: quốc văn [quóc] [văn]
lo mejor: thượng sách [thượng] [sách]
lo mismo: như vậy [ñư] [vậy]
local: mặt bằng, cái mặt bằng [kái] [mặt] [bằng]
localizar: khoanh vùng [jo: anh] [vùng]
logro: thành quả [thành] [quả]; thành tích [thành] [tí: ch]
llamar: gọi [gọ: i]; kêu [keu]
llano, a: bằng phẳng [bằng] [fẳng]
llanura: đồng bằng [dòng] [bằng]
lleno, a: đầy [dầy]; no [no:]; thỏa thuê [thỏ: a] [thue]
llegar: tới [tới]
llegar a la clase: lên lớp [len] [lớp]
llegar a la meta: tới đích [tới] [dí: ch]
llegar al acuerdo: nhất trí [ñất] [trí:]
llegar el momento del parto: trở dạ, bụng trở dạ [bụ: ng] [trở] [llạ]
llegar la hora: đến giờ [dén] [yờ]
llevar: đem, đem theo [de: m] [the: o]; đeo [de: o]; khiêng [jieng]; mang [mang]; xách [xáxh]
llorar: khóc [jó: c]; nấc [nấc]
lloroso, a: rả rích [rả] [rí: ch]; sướt mướt [sướt] [mướt]; thút thít [thút] [thí: t]
llovizna: mưa phùn [mưa] [fùn]
lluvia: mưa [mưa]
lobo: sói, con sói [ko: n] [só: i]
localidad: địa phương [dịa] [fương]
localismo: cục bộ [kục] [bọ]
loco, a: điên [dien]; man [man]; mất trí [mất] [trí]

lodo: bùn [bùn], bùn lầy [bùn] [lầy]
lograr: thành sự [thành] [sự]
lograr la fama: thành danh [thành] [llanh]
lombriz: giun [yun], con giun [ko: n] [yun]
loncha: lát [lát]; thớ [thớ]
longevidad: thọ [thọ:]; thượng thọ, sự thượng thọ [sự] [thượng] [thọ:]; trường sinh, sự trường sinh [sự] [trường] [si: nh]; trường thọ, sự trường thọ [sự] [trường] [thọ:]
longitud: bề dài [bè] [llài]; dọc, chiều dọc [chièu] [dọ: c]
lotería: xổ số [xổ] [só]
loto: sen, hoa sen [ho: a] [se: n]
Lucero del alba: sao mai [sa: o] [mai]
luchador, a: tranh đấu [tranh] [dấu]
luchador de arte marcial: võ sĩ [võ:] [sĩ:] (
luchar: chiến đấu [chién] [dấu]; đấu tranh [dấu] [tranh]; kháng chiến [jáng] [chién]; vật **lộn** [vật] [lọn]
luchar de arte marcial: đấu võ [dấu] [võ:]
luchar intelectual: đấu trí [dấu] [trí:]
lúcido: phương phi [fương] [fi:]; quắc thước [quắc] [thước]; tinh anh [ti: nh] [anh]
luciente: tươi sáng [tươi] [sáng]
luciérnaga: đom đóm, con đom đóm [kon] [do:m] [dó: m]
lucir: soi rọi [so: i] [rọ: i], soi sáng [so: i] [sáng]
luego: chút nữa [chút] [nữa]
lugar: nơi [nơi]
lugar de los muertos: cõi âm [kõ: i] [âm]
lugar de nacimiento: nơi sinh [nơi] [si: nh]
lugar del nacimiento de los padres: nguyên quán [nguen] [quán]
lúgubre: sầu thảm [sầu] [thảm]
lujoso, a: cao sang [ka: o] [sang]; vinh hoa [vi: nh]; xa hoa [xa] [ho: a]
lujurioso, a: tà dâm [tà] [llâm]
luminoso, a: sáng [sáng]; sáng bóng [sáng] [bó: ng]; sáng loáng [sáng] [lo: áng]
luna: cung trăng [kung] [trăng]; mặt trăng [mặt] [trăng]; thái âm [thái] [âm]; trăng [trăng]
luna creciente: trăng lưỡi liềm [trăng] [lưỡi] [liềm]
luna menguante: trăng khuyết [trăng] [juét]

luna de miel: trăng mật [trăng] [mật]
luna llena: rằm, trăng rằm [trăng] [rằm]; trăng tròn [trăng] [trò: n]
lunar: nốt ruồi [nót] [ruòi]
lunático, a: đồng bóng [dòng] [bó: ng]
luto: tang [tang]; tang chế [tang] [ché]
luxación: trẹo xương [trẹ: o] [xương]
luz: ánh sáng [ánh] [sáng

Decimotercera letra del abecedario y décima consonante
Chữ thứ mười ba của bảng chữ cái và phụ âm thứ mười

macerar: ngâm [ngâm]
maceta: chậu, cái chậu cây cảnh [kái] [chậu] [kây] [kảnh]
machacar: chày [chày]; quết [quét]
madera: gỗ [gõ]; mộc [mọc]
madrastra: mẹ kế [mẹ:] [ké]; mẹ thứ [mẹ:] [thứ]; thứ mẫu [thứ] [mẫu]
madre: má [má]; mạ [mạ]; mẫu thân [mẫu] [thân]; mẹ [mẹ:]; phụ mẫu [fụ] [mẫu]; thân mẫu [thân] [mẫu]
madrina de bodas: phù dâu [fù] [llâu]
maduro, a: chín [chín]; chính chắn [chí: nh] [chắn]; chững chạc [chững] [chạc]; đĩnh đạc [đĩ: nh] [đạc]; trưởng thành [trưởng] [thành]
maestría: giáo chức [yá: o] [chức]
maestro, a: bậc thầy [bậc] [thầy]; sư phụ [sư] [fụ]
margarita: cúc, hoa cúc [ho: a] [kúc]
magia: pháp thuật [fáp] [thuật]
mágico, a: huyền ảo [huèn] [ả: o]; huyền diệu [huèn] [llieụ];
magnético, a: ma lực [ma] [lực]; nhiễm từ [ñiễm] [từ]; truyền cảm [truèn] [kảm]
magnetismo: sức hấp dẫn [sức] [hấp] [llẫn]
magnífico, a: hùng tráng [hùng] [tráng]
magnolia: mộc lan, hoa mộc lan [ho: a] [mọc] [lan]
mago: thuật sĩ [thuật] [sĩ:]
majestuoso, a: lẫm liệt [lẫm] [liệt]; uy phong [uy] [fo: ng]
mal: dở [llở]; kém [ké: m]; tệ [tẹ]; tồi [tòi]; tồi tệ [tòi] [tẹ]
mal aspecto: hốc hác [hóc] [hác]

mal humor: cáu gắt [káu] [gắt]; gắt gỏng [gắt] [gỏ: ng]; quạu cọ [quạu] [kọ:]
mal olor: hôi, hôi thối [hoi] [thói]; thối, mùi thối [mùi] [thói]
mala fama: khét tiếng [jét] [tiéng]
mala intención: ác ý [ác] [í:]; ý đồ [í:] [dò]
mala noticia: hung tin [hung] [tin]
mala racha: hoạn nạn [hoạn] [nạn]
mala reputación: tăm tiếng [tăm] [tiéng]; tiếng xấu [tiéng] [xấu]
mala suerte: rủi ro, sự rủi ro [sự] [rủi] [ro:]
malayo, a: mã lai [ma] [lai]
maldecir: nguyền rủa [nguèn] [rủa]; rủa [rủa]; thề nguyền [thè] [nguèn]
males habituales de la vida: thói đời [thó: i] [dòi]
malévolo, a: tai ác [tai] [ác]
malformación: dị hình [llị:] [hì: nh]
malformación de feto: quái thai [quái] [thai]
malgastar: phí [fí:], phí phạm [fí:] [fạm]
malhumorado, a: cáu gắt [káu] [gắt]
malicio: tinh ranh [ti: nh] [anh]
maligno, a: quái ác [quái] [ác]; quái gở [quái] [gở]
malo, a: tai hại [tai] [hại]; xấu tính [xấu] [tí: nh]
malogrado, a: bạc mệnh [bạc] [mệnh], đoản mệnh [do: ản] [mệnh]; xấu số [xấu] [só]
malsano, a: tà khí [tà] [jí:]
maltratar: hành hạ [hành] [hạ]; hắt hủi [hắt] [hủi]; ngược đãi [ngược] [dãi]; ruồng rẫy [ruòng]; [rẫy]; ruồng bỏ [ruòng] [bỏ]; sát phạt [sát] [fạt]; trù [trù], trù dập [trù] [llập]
maltratarse: xâu xé lẫn nhau [xâu] xé:] [lẫn] [ñau]
malvado, a: điểm lác [diém] [lác]; xấu xa [xấu] [xa]
manada: đàn [dàn], một đàn [mọt] [dàn]
mancha: vết, cái vết dơ [kái] [vét] [llơ]
mancha de carbón: lọ nghẹ [lọ] [nghẹ]
mandar: ra lệnh [ra] [lệnh]
mandar la tarea del colegio: ra bài tập [ra] [bài] [tập]
mandarina: quất, trái quất [trái] [quất]; quýt, trái quýt [trái] [quýt]
mandíbula: quai hàm [quai] [hàm]
manejar: lèo lái [lè: o] [lái]; thao túng [tha: o] [túng]
manejo del dinero: chi tiêu, sự chi tiêu [sự] [chi:] [tieu]

manera: cách [kách], cái cách [kái] [kách]
manga: tay áo [tay] [á: o]
manguera: vòi, cái vòi [kái] [vò: i], cái vòi nước [kái] [vò: i] nước]
mango: xoài, trái xoài [trái] [xo: ài]
manía: tật [tật]; thủ thường, thói thủ thường [thó: i] [thủ] [thường]
manifestar: biểu hiện [biểu] [hiện]
maniobrar: bốc vác [bóc] [vác]
manipular mercancía: khiêng vác [jieng] [vác]
manita: hoa tay [ho: a] [tay]
mano: bàn tay [bàn] [tay]
manosear: mân mê [mân] [me]
manso: thuần tính [thuần] [tí: nh]
mantel: khăn bàn [jăn] [bàn]
mantener: dưỡng dục [llưỡng] [llục]; nuôi [nuoi], nuôi dưỡng [nuoi] [llưỡng]; sinh dưỡng [si: nh] [llưỡng]
mantener la boca cerrada: giữ miệng [yữ] [miệng]
mantener la distancia: giữ kẻ [yữ] [kẻ:]
mantener firme: giữ vững [yữ] [vững]
mantequilla: bơ [bơ]
manual: thủ công [thủ] [công]
manuscrito: bản thảo [bản] [thả: o]
manzana: táo [tá: o], qủa táo [qủa] [tá: o], trái táo [trái] [tá: o]
mañana: buổi sáng [buổi] [sáng]; mai [mai], ngày mai [ngày] [mai]; sáng mai [sáng] [mai]
mañoso: khéo tay [jé: o] [tay]
mapa: bản đồ [bản] [dò]
maquillaje: son phấn, đồ son phấn [dò] [so: n] [fấn]
maquillar: trang điểm [trang] [diềm]
máquina: máy, cái máy [kái] [máy]
máquina de coser: máy may [máy] [may]
mar: biển, cái biển [kái] [biển]
maravilla: kì quan [kì:] [quan], kỳ quan [kỳ] [quan]
maravilloso, a: kỳ diệu [kì:] [llieu]; tuyệt [tuẹt]; tuyệt diệu [tuẹt] [llieu]; tuyệt vời [tuẹt] [vời]
marca: hàng hiệu [hàng] [hiệu]; mã hiệu [mã] [hiệu]
marcado, a: đậm đà [dậm] [dà]; rõ nét [rõ:] [né: t]

marcar: ngắn [ngắn]
marchar: rời, rời khỏi [rời] [jở: i]
marchito, a: héo [hé: o]; khô héo [jo] [hé: o]; tàn [tàn]; úa, bị úa [bị:] [úa]
marea: thủy triều [thủy] [triều]
mareado, a: chóng mặt [chó: ng] [mặt]; hoa mắt [ho: a] [mắt]
marejada: thiên triều [thien] [triều]
margarita: hoa cúc [ho: a] [kúc]
marido: chồng [chòng]; phu quân [fu] [quân]
marina: hải quân [hải] [quân]; thủy quân [thủy] [quân]
marina de guerra: lục chiến, tàu hải quân lục chiến [tàu] [hải] [quân] [lục] [chién]
marinero: thủy thủ [thủy] [thủ]
marino repúblicano: thủy binh [thủy] [bi: nh]
mariposa: bươm bướm [bươm] [bướm]; con bươm bướm [ko: n] [bươm] [bướm]; bướm, **con bướm** [ko: n] [bướm]
marítimo: đường hàng hải [dường] [hàng] [hải]
mármol: cẩm thạch, đá cẩm thạch [dá] [kẩm] [thạch]
marroquí: ma rốc [ma] [róc]
marrón: nâu [nâu]
Marte: sao Hỏa [sa: o] [hỏ: a]
marzo: tháng ba [tháng] [ba]
masturbarse: thủ dâm [thủ] [llâm]
madrugada: sáng sớm [sáng] [sớm]; tảng sáng [tảng] [sáng]
mancha: tì, vết tì [vét] [tì:]
Marxista-Leninista: chủ nghĩa Các mác- Lê nin [chủ] [ngĩa] [kác] [mác] [le] [nin]
más: nữa [nữa]; ra [ra]
más delante: sau này [sau] [này]; sau rồi [sau] [ròi]
más o menos: chừng cỡ [chừng] [kỡ]; khoảng chừng [jo: ảng] [chừng]; nôm na [nom] [na]
masa: đồng loạt, sự đồng loạt [sự] [dòng] [lo: ạt]; khối lượng [jói] [lượng]
masacrar: chém giết [chém] [yiét]; thảm sát [thảm] [sát]
masaje: xoa bóp, sự xoa bóp [sự] [xo: a] [bó: p]
masajear: nắn bóp [nắn] [bó: p]
máscara: mặt nạ, cái mặt nạ [kái] [mặt] [nạ]
mascarilla de cereales: vảy cám [vảy] [kám]
macroscópico, a: vĩ mô [vĩ:] [mo]

masculino: đực, giống đực [yóng] [dực]; nam [nam]; nam giới [nam] [yới]; nam tính [nam] [tí: nh]
máster: thạc sĩ [thạc] [sĩ:]
masticar: nhai [ñai]
matar: giết [yiét]; sát hại [sát] [hại]; tàn sát [tàn] [sát]
matar animales: sát sinh [sát] [si: nh]
matemática: toán [to: án]
material: vật chất [vật] [chất]
materialismo: duy vật, thuyết duy vật [thuét] [lluy] [vật]
maternal: bên ngoại [ben] [ngo: ại]
maternidad: hộ sinh, nhà hộ sinh [ñà] [họ] [si: nh]
matrícula: học phí [họ: c] [fí:]
matricular: đăng kí [dăng] [kí]; ghi danh [gi:] [llanh], ghi tên [gi:] [ten]; nhập học [ñập] [họ: c]
matrimonio: hôn nhân [hon] [ñân]
máximo: cực điểm [kực] [diểm], cực độ [kực] [dọ]; tuyệt đỉnh [tuẹt] [dỉ: nh]
mayo: tháng năm [tháng] [năm]
mayoría: phần đông [fần] [dong]; phần lớn [fần] [lớn]
mearse en los pantalones: tè ra quần [tè:] [ra] [quần]
mecánico: thợ máy [thợ] [máy]
mecanismo: cơ giới, ngành cơ giới [ngành] [kơ] [yới]; cơ khí, ngành cơ khí [ngành] [kơ] [jí:]
mecha de una lámpara de queroseno: tim đèn [ti: m] [dè: n]
mechero: bật lửa [bật] [lửa]
mechón: lọn, lọn tóc [lọ: n] [tó: c]
medalla: huy chương [huy] [chương]
mediano, a: trung [trung]; trung bình [trung] [bì: nh]
mediador: trung gian [trung] [yan]
mediante: thể theo [thể] [tha: o]
medicamento: thuốc thang [thuóc] [thang]
medicina: y khoa [i:] [jo: a]
medicina externa: ngoại khoa [ngo: ại] [jo: a]
medicina interna: nội khoa [nọi] [jo: a]
medicina occidental: tây y [tây] [y]; thuốc tây [thuóc] [tay]
medicina oriental: đông dược [dong] [llược], đông y [dong] [i:]
médico: bác sĩ [bác] [sĩ]

medida: đường lối [dường] [lói]; phương kế [fương] [ké]; phương sách [fương] [sách]

medio: phương tiện [fương] [tiẹn]

medio, a: nửa [nửa]; rưỡi [rưỡi]; trung kỳ [trung] [kì:]; trung tuyến [trung] [tuén]

mediocre: quèn [què: n]; tầm thường [tầm] [thường]

mediodía: buổi trưa [buổi] [trưa]; trưa, buổi trưa [buổi] [trưa]

medir: đo, đo đạc [do:] [dạc]; đo lường [do:] [lường]

medir las fuerzas: đọ, đọ sức [dọ:] [sức]

meditar: chiêm nghiệm [chiem] [ngiệm]; nghiền ngẫm [ngièn] [ngẫm]; thiền [thièn]; tích đức, tu thân tích đức [tu] [thân] [tí: ch] [dức]; tu [tu]; tu hành [tu] [hành]; tu luyện [tu] [luẹn]; tu thân [tu] [thân], tu thân tích đức [tu] [thân] [tí: ch] [dức]

mediterráneo, a: địa trung hải [dịa] [trung] [hải]

médium: đồng bóng [dòng] [bó: ng]

médula: tủy, cái tủy xương [kái] [tủy] [xương]; tủy xương sống, cái tủy xương sống [kái] [tủy] [xương] [sóng]

medusa: sứa, con sứa [ko: n] [sứa]

mejilla: má, cái má [kái] [má]

mejor estrategia: cao tay [ka: o] [tay]

melancólico, a: hoài cảm [ho: ài] [kảm]; tương tư [tương] [tư]; u hoài [u] [ho: ài]

melena: mái tóc [mái] [tó: c]

mellado, a: sứt [sứt]

melodía: giai điệu [yai] [diệu]

melodía de noche: dạ khúc [llạ] [júc]

melodioso, a: du dương [llu] [llương]; êm tai [em] [tai]; véo von [vé: o] [vo: n]

melón: dưa hồng, trái dưa hồng [trái] [llưa] [hòng]

meloso, a: êm ái [em] [ái]; mềm dẻo [mèm] [llẻ: o]

memoria: hồi kí [hòi] [kí:]; hồi ức [hòi] [ức]

memorizado: thuộc làu [thuọc] [làu]

mcmorizar: ghi nhớ [gi:] [ñớ]; hoài niệm [ho: ài] [niẹm]; thuộc [thuọc], học thuộc [họ: c] [thuọc]

mencionar: đề cập [dè] [kập]

menear: nguây nguẩy [nguây] [nguẩy]

menguar: giảm dần [yảm] [llần]

menor: út [út]

menorragia: rong kinh [ro: ng] [ki: nh]
menos que: ít hơn [ít] [hơn]; kém hơn [ké: m] [hơn]
menopausia: mãn kinh, tuổi mãn kinh [tuởi] [mãn] [ki: nh], sự mãn kinh [sự] [mãn] [ki: nh]
mensaje: thông điệp, bản thông điệp [bản] [thong] [diẹp]
mensaje oficial: công văn [kong] [văn]
mentalmente: thầm [thầm]
mente: trí, cái trí [kái] [trí:]; trí óc [trí:] [ó: c]
mentir: dối [llói], nói dối [nó: i] [llói]; nói láo [nó: i] [lá: o]; phịa [fịa]; xạo [xạ: o]
mentiroso, a: gian dối [yan] [llói]; láo toét [lá: o] [to: ét]
menú: thực đơn [thực] [dơn]
menudo: nhỏ nhắn [ñỏ:] [ñắn]
meñique: ngón út [ngó: n] [út]
menstruación: kinh nguyệt [ki: nh] [nguẹt]
meollo: mấu chốt [mấu] [chót]
mercado: chợ [chợ]; thị trường [thị:] [trường]
mercado de valores: thị trường chứng khoán [thị:] [trường] [chứng] [jo: án]
mercado mundial: thị trường thế giới [thị:] [trường] [ki: nh] [té]
mercancía que se vende en un mercado: hàng chợ [hàng] [chợ]
mercancía: hàng hóa [hàng] [hó: a]
mercurio: thủy ngân [thủy] [ngân]
merecerse: xứng đáng [xứng] [dáng]
mes: tháng [tháng]
mesa: bàn
mestizaje: đồng chủng, sự đồng chủng [sự] [dòng] [chủng]; lai; sự lai [sự] [lai]
meta: đích, cái đích[kái] [dí:ch], chủ đích [chủ] [dí:ch]; phương châm [fương] [châm]
metafísica: siêu hình học [sieu] [hình] [họ: c]
metafísico, a: siêu hình [sieu] [hì: nh]
metal: kim [ki: m]; kim loại [ki: m] [lo: ại]
meteoro: tinh thạch [ti: nh] [thạch]
meteorología: đài khí tượng [dài] [jí:] [tượng]
meter: đút [dút]; nhúng [ñúng]; thọc [thọ: c]; tuồn [tuồn]; vọc [vọ: c]
meter dentro: thọt [thọ: t], thọt vào trong [thọ: t] [và: o] [tro: ng]
meter algo adentro: thụt [thụt], thụt cái gì đó vào trong [thụt] [kái] [yì:] [dó:] [và: o] [tro: ng]

meterse: tháy máy [tháy] [máy]
meticuloso, a: kỹ càng [kĩ:] [kàng], kỹ lưỡng [kĩ:] [lưỡng]; tần mẫn [tần] [mẫn]; tỉ mỉ [tỉ:] [mỉ:]
método: phương cách [fương] [kách]; phương pháp [fương] [fáp]; thao tác [tha: o] [tác]
metomentodo, a: xoi mói [xo: i] [mó: i]
metro: tàu điện ngầm [tàu] [diẹn] [ngầm]; thước dây [thước] [llây]
mezclar: pha chế [fa] [ché]; pha trộn [fa] [trọn]; trộn [trọn]
mezclarse: trà trộn [trà] [trọn]
mezcolanza: lai căng, sự lai căng [sự] [lai] [kăng]; pha tạp, sự pha tạp [sự] [fa] [tạp]
mezquino, a: ti tiện [ti:] [tiẹn]; tiểu nhân [tiểu] [ñân]; tủn mụn [tủn] [mụn]
miasmas: chướng khí [chướng] [jí:]
microbio: vi trùng [vi:] [trùng]
microscópico, a: hiển vi [hiển] [vi:]
miedoso, a: non gan [no: n] [gań]
miembro: hội viên [họi] [vien]; thành viên [thành] [vien]; ủy viên [ủy] [vien]
miembro de un grupo: tổ viên [tỏ] [vien]
miembro de grupo del colegio de la primaria: đội viên [dọi] [vien]
mientras: trong khi [tro: ng] [ji:]
mil: ngàn [ngàn]
milagro: mầu nhiệm, sự mầu nhiệm [sự] [mầu] [nhiệm]
milenario, a: thiên kỷ [thien] [kỉ:]; thiên niên kỷ [thien] [nien] [kỉ:]
milímetro: li [li:]
militarismo: quân sự, ngành quân sự [ngành] [quân] [sự]
millonario, a: triệu phú [triệu] [fú]
mimar: cưng chiều [kưng] [chiều]; nuông chiều [nuong] [chiều]; nựng nịu [nựng] [nịu]; o bế [o:] [bé]
mímica: kịch câm [kị: ch] [kâm]
mimoso, a: nũng nịu [nũng] [nịu]
mina: hầm mỏ [hầm] [mỏ:]; mỏ lộ thiên [mỏ:] [lọ] [thien]; mỏ quặng [mỏ:] [guặng]
mineral: khoáng chất [jo: áng] [chất]
mínimo: tối thiểu [tói] [thiểu]
ministerio de defensa nacional: quốc phòng, bộ quốc phòng [bọ] [quóc] [fò: ng]

ministerio del Interior: nội vụ, Bộ nội vụ [bọ] [nọi] [vụ]
ministerio de Justicia: tư pháp, Sở tư pháp [sở] [tư [fáp]
ministro exterior: bộ ngoại vụ [bọ] [ngo: ại] [vụ]
ministro interior: bộ nội vụ [bọ] [nọi] [vụ]
minoría: thiểu số [thiểu] [só]
minuto: giây [yây]; phút [fút]
mío, a: của, của tôi [của] [toi]
miope: cận thị [kận] [thị:]
mirada del alcance: tầm nhìn [tầm] [ñìn]
mirar: coi [koi], dòm [dò: m]; nhìn [ñì: n]; xem [xe: m]
mirra: mộc hương [mọc] [hương]
misa: lễ [lẽ]
miserable: bần cùng [bần] [kùng]; cực [kực], cực khổ [kực] [jờ]; khốn cùng [jón] kùng], khốn khó [jón] [jó:], khốn khổ [jón] [jó:]; lao khổ [la: o] [jờ]; tục lụy [tục] [lụy]
miseria: đói khổ, sự đói khổ [sự] [dó: i] [jờ]
misericordioso, a: từ ái [từ] [ái]; từ tâm [từ] [tâm]; xót thương [xó: t] [thương]
misión: đặc nhiệm [dặc] [nhiệm]; sứ mạng [sứ] [mạng]; sứ mệnh [sứ] [mệnh]
misma dirección: xuôi chiều [xuoi] [chiều]
mismo, a: y như vậy [i:] [ñư] [vậy]
mismo partido: đồng đảng [dòng] [dảng]
miss: hoa hậu [ho: a] [hậu]
misterio: bí hiểm, sự bí hiểm [sự] [bí:] [hiểm]; thần bí [thần] [bí:]
misrerioso, a: bí hiểm [bí:] [hiểm]
místico, a: huyền bí [huền] [bí:]
mitológico, a: thần thoại [thần] [tho: ại]
mixto, a: thập cẩm [thập] [kẩm]
mixtura: lai giống, sự lai giống [sự] [lai] [yóng]
mochila: túi xách [túi] [xách]
moco: đờm [dờm]
moda: thời trang [thời] [trang]; tóp model [tó: p] [mo: del]
modelo: người mẫu [người] [mẫu]
modelo del ejemplo: hình mẫu [hình] [mẫu]; khuôn mẫu [juon] [mẫu]; kiểu mẫu [kiểu] [mẫu]
modelar: nặn [nặn], nặn tượng [nặn] [tượng]
morder: cắn, táp [táp]; tớp [tớp]

moderado, a: chừng mực [chừng] [mực]; điều độ [dièu] [dọ]; thong thả [thong] [thả]; **thư thả** [thư] [thả]; vừa phải [vừa] [fải]
moderar: nhín [ñí: n]; nhịn [ñị: n]; tiết chế [tiét] [ché]
moderno, a: hiện đại [hiện] [dại]
modesto, a: khiêm nhường [jiem] [ñường]; mực thước [mực] [thước]; nhún nhường [ñún] [ñường]; từ tốn [từ] [tốn]
modificar: chuyển đổi [chuẻn] [dỏi]
modo: cách thức [kách] [thức]; phương thức [fương] [thuóc]
moneda: đồng [dòng]; tiền lẻ [tièn] [lẻ:]; tiền tệ [tièn] [tẹ]
moneda de un céntimo: đồng su [dòng] [su]
mofa: chế nhạo, sự chế nhạo [sự] [ché] [ña: o]
mojar: nhúng [ñúng]; ướt, làm ướt [làm] [ướt]
khuôn, **cái khuôn đổ bánh** [kái] [juon] [dỏ] [bánh]
moldear: đổ khuôn [dỏ] [khuôn]
molécula: phân tử [fân] [tử]
moler: đúc [dúc]; nghiền [ngièn]
molestado, a: lộm cộm [lọm] [kọm]
molestar: làm phiền [làm] [fièn]; phiền nhiễu [fièn] [ñiẽu]; quấy nhiễu [quấy] [ñiẽu]; quấy rầy [quấy] [rầy]
molestar a la vista: chướng mắt, làm chướng mắt [làm] [chướng] [mắt]
molestar al oído: chướng tai, làm chướng tai [làm] [chướng] [tai]
momento: chốc, chốc lát [chốc] [lát]; một chốc [mọt] [chóc], một chút [mọt] [chút]; phút chốc [fút] [chóc]; thời điểm [thời] [diẻm]
momento anterior: lúc nãy [lúc] [nãy]
momento indicado: thiên thời [thien] [thời]
mona: xinh xắn [xi: nh] [xắn]
monarquía: vương quyền [vương] [quèn]
monasterio: nhà tu [ñà] [tu]; tu viện [tu] [viện]
monedero: bóp, cái bóp [kái] [bó: p]; ví, cái ví tiền [kái] [ví:] [tièn]
monja: ma sơ [ma] [sơ]
monje: hoà thượng [hò: a] [thượng]; nhà sư [ñà] [sư]; sư sãi [sư] [sãi]; thầy chùa [thầy] [chùa]; thầy tu [thầy] [tu]; thiền sư [thièn] [sư]
mongol, a: mông cổ [mông] [kỏ]
mono: khỉ, con khỉ [ko: n] [jỉ:];
mono, a: kháu khỉnh [jáu] [jỉ: nh]
monólogo: độc thoại, sự độc thoại [sự] [dọc] [tho: ại]

monopolio: độc quyền, sự độc quyền [sự] [dọc] [quyền]
monosílabo, a: độc vần, sự độc vần [sự] [dọc] [vần]
monoteísmo: độc thần, chủ nghĩa độc thần [chủ] [ngĩa] [dọc] [thần]
monótono, a: đơn điệu [dơn] [dieụ]; tẻ nhạt [tẻ:] [ñạt]
monstruo: quái vật, con quái vật [ko: n] [quái] [vật]
monstruo acuático: thủy quái [thủy] [quái]
montaña: núi [núi], cái núi [kái] [núi]; thanh sơn [thanh] [sơn]
montaña y bosque: núi rừng [núi] [rừng]
montaña y río: sơn thủy [sơn] [thủy]
montaña Sơn Trà: sơn trà, núi Sơn trà [núi] [sơn] [trà]
montañés, as: sơn cước [sơn] [kước]
montar: cưỡi; lắp [lắp], lắp ghép [lắp] [gé: p], lắp ráp [lắp] [ráp]
montar al caballo: cưỡi ngựa [kưỡi] [ngựa]
montar el teatro: dàn kịck [llàn] [kịch]
montículo: gò, cái gò [kái] [gò:]
montón: đống [dóng], cái đống [kái] [dóng]
monumento: đài kỉ niệm [dài] [kỉ:] [nieṃ]; lăng [lăng], lăng tẩm [lăng] [tẩm]; tượng đài [tượng] [dài]
moño: búi tóc [búi] [tó: c]
moralidad: đạo [dạo]; đạo lý [dạo] [lí]; đạo nghĩa [dạo] [ngĩa]
moralmente: phải đạo [fài] [dạ: o]
morfológico, a: hình thái [hình] [thái]
morir: băng hà [băng] [hà]; chết [chét]; thiệt mạng, bị thiệt mạng [bị:] [thiệt] [mạng]; tử [tử]; vong thân, bị vong thân [bị] [vo: ng] [thân]; xuống lỗ [xuống] [lỗ]
morir en la batalla: tử trận [tử] [trận]
mortalidad: tử vong, sự tử vong [sự] [tử] [vo: ng]
mortero: chày cối [chày] [kói]
mosca: ruồi, con ruồi [ko: n] [ruồi]
mosquito: muỗi, con muỗi [ko: n] [muỗi]
mostrar barrigona: ễnh, ễnh bụng [ễnh] [bụng]
moteado, a: lốm đốm [lóm] [dóm]
motivo: động cơ [dọng] [kơ]; lý do [lí] [do:]
moto: hon đa, xe hon đa [xe] [ho: n] [da]; mô tô, xe mô tô [xe:] [mo] [to]
motocicleta: xe máy [xe:] [máy]; xe honda [xe:] [ho: n] [da]; xe máy [xe:] [máy]; xe mô tô [xe:] [mo] [to]

mover: cử động [kử] [dọng]; di động [lli] [dọng]; lay [lay], lay chuyển [lay] [chuển]; cựa quậy [kựa] [quậy]; động đậy [dọng] [dậy]; ngọ nguậy [ngọ:] [nguậy]; phe phẩy [fe:] [fẩy]; quẩy [quẩy]; xê [xe], xê dịch [xe] [lli: ch]
mover la comisura de los labios: nhếch mép [ñéch] [mé: p]
moverse: chạy vạy [chạy] [vạy]; lăn lộn [lăn] [lọn]; rục rịch [rục] [rị: ch]; vùng vẫy [vùng] [vẫy]; xoay xở [xo: ay] [xở]
movimiento: phong trào [fo: ng] [trà: o]; trào lưu [trà: o] [lưu]
muchedumbre: đám, đám đông [dám] [dong]
muchas cosas: đủ điều [dủ] [dièu]
mucho, a: nhiều [ñièu]; muôn [muon]; muôn vàn [muon] [vàn]; quay quắc [quay] [quắc]
muchos años: lâu năm [lâu] [năm]
mudar la piel: tróc, tróc da [tró: c] [lla]
muela: răng cấm, cái răng cấm [kái] [răng] [kấm]
muelle: bến phà [bén] [fà]
muerte: chết, cái chết [kái] [chét]; sự chết [sự] [chét]
Muerte: thần chết [thần] [chét]
muerto: toi mạng [to: i] [mạng]
muestra: hàng mẫu [hàng] [mẫu]; chứng cứ [chứng] [kứ]
mujer: phụ nữ [fụ] [nữ]
mujer joven: thiếu phụ [thiếu] [fụ]
mujeriego: mê gái, người mê gái [người] [me] [gái]; trăng hoa [trăng] [ho: a]
muleta: nạng, cái nạng [kái] [nạng]
multa de tráfico: vi cảnh, phạt vi cảnh [fạt] [vi:] [kảnh]
multar: xử phạt [xử] [fạt]
multitud: đám đông [dám] [dong]
murmurar: làm nhàm [làm] [ñàm]; làm nhẩm [làm] [ñẩm]; lầm bầm [lầm] [bầm]; lẩm bẩm [lẩm] [bẩm]; lẩm nhẩm [lẩm] [ñẩm]
mundanal: phàm tục [fàm] [tục]
mundano, a: phàm [fàm]; trần tục [trần] [tục]
mundo: thế giới [thé] [yới]; tứ xứ [tứ] [xứ]; thế gian [thé] [yan]
mundo de los negocios: thương trường [thương] [trường]
muralla: cửa đại [kửa] [dại]; lũy, cái thành lũy [kái] [thành] [lũy]; thành lũy [thành] [lũy]; thành quách [thành] [quách]; thành trì [thành] [trì:]
musa: nàng thơ [nàng] [thơ]
músculo: bắp thịt [bắp] [thái]; cơ [kơ], cơ bắp [kơ] [bắp]

museo: viện bảo tàng [viện] [bả: o] [tàng]
musgo: rêu [reu], rêu phong [reu] [fo: ng]
música: nhạc [ñạc], âm nhạc [âm] [ñạc]; âm nhạc [âm] [nhạc]
música lúgubre: ca trù [ka] [trù]
musical: ca múa [ka] [múa]; ca nhạc [ka] [nhạc]; nhạc tính [ñạc] [tí: nh]
musicología: nhạc lý [ñạc] [lí:]
músico: nhạc sĩ [ñạc] [sĩ:]
mụt lẹo, **cái mụt lẹo** (dt): el orzuelo
muy: lắm [lắm]; quá [qúa]; rất [rất]; rất đỗi [rất] [dỗi]; rất mực [rất] [mực]

Décimocuarta letra del abecedario y undécima consonante
Chữ thứ mười bốn của bảng chữ cái và phụ âm thứ mười một

nacer: chào đời [chà: o] [dời]; ra đời [ra] [dời]; sinh [si: nh]
nacer de: thoát thai [tho: át] [thai]
nacer reciente: lọt lòng, vừa mới lọt lòng [vừa] [mới] lọ: t] [lò: ng]
nacimiento: ngày sinh [ngày] [si: nh]
nación: dân tộc [llân] [tộc]
nacionalidad: quốc tịch [quóc] [tị: ch]
nada: hư vô [hư] [vo]
nadar: bơi
nadie: không ai [jong] [ai]
narcótico: thuốc ngủ [thuóc] [ngủ]
nariz puntiaguda: khoằm, mũi khoằm [mũi] [jo: ằm]
narrar: trần tình [trần] [tì: nh]
narrativo, a: trần thuật [trần] [thuật]
natural: thiên nhiên [thien] [nien]; tự nhiên [tự] [ñien]
naturalidad: tư chất [tư] [chất]
náutico, a: hàng hải [hàng] [hải]
navegar por la barca: lướt thuyền [lướt] [thuèn]
nebulosa: tinh vân [ti: nh] [vân]
necesario, a: nhất thiết [ñất] [thiét]
necesidad: nhu cầu [ñu] [kầu]
necesitar: cần [kần]
negar: chối [chói], chối cãi [chói] [kãi]; phủ nhận [fủ] [ñận]; từ khước [từ] [jược]
negativa: phủ định, sự phủ định [fủ] [dị: nh]

negativo, a: tiêu cực [tieu] [kực]
negligencia: thiếu sót, sự thiếu sót [sự] [thiếu] [só: t]
negligente: sao lãng [sa: o] [lãng]; sơ sài [sơ] [sài]; xao nhãng [sa: o] [ñãng]
negociante: lái buôn, người lái buôn [người] [lái] [buon]
negociar: buôn [buon], buôn bán [buon] [bán]; đàm phán [dàm] [fán]; điều đình [dièu] [dình]; giao kèo [ya: o] [kè: o]; kinh doanh [ki: nh] [llo: anh]; thương lượng [thương] [lượng]; thương thuyết [thương] [thuét]
negociar bajando el precio: cò kè [kò:] [kè:]; kèo cò [kè: o] [kò:]; trả giá [trả] [yá]
negro, a: đen [de: n]
nervioso, a: hồi hộp [hòi] [họp]; hớt hải [hớt] [hải]; lanh chanh [lanh] [chanh]; lật bật [lật] [bật], lật đật [lật] [dật]; lúng túng [lúng] [túng]; nôn nao [non] [na: o]; nơm nớp [nơm] [nớp]; tất ta tất tưởi [tất] [ta] [tất] [tưởi]
neurológico, a: thần kinh [thần] [ki: nh]
neutral: trung hòa [trung] [hò: a]; trung lập [trung] [lập]
nevera: máy lạnh [máy] [lạnh]; tủ lạnh, cái tủ lạnh [kái] [tủ] [lạnh]
nexo: đầu mối [dầu] [mói]; liên hệ, mối liên hệ [mối] [lien] [hẹ]
nidificar: làm tổ [làm] [tỏ]
nido: ổ, cái ổ [kái] [ỏ]
nido de pajas: ổ rơm, cái ổ rơm [kái] [ỏ] [rơm]
nido de pájaro: tổ chim, cái tổ chim [kái] [tỏ] [chi: m]
niebla: sương mù [sương] [mù]
nieto, a: cháu ngoại [cháu] [ngo: ại]; cháu nội [cháu] [nọi]
nieve: tuyết [tuét]
ningún lado: tăm hơi [tăm] [hơi]; tăm tích [tăm] [tích]
niñera: vú em [vú] [e: m] (dt): la niñera
niña: bé [bé:]
niño: cậu bé [kậu] [bé:]
niños: trẻ em [trẻ:] [e: m]
niño Jesús: hài đồng, Chúa hài đồng [chúa] [hài] [dòng]
niño monje: tiểu, chú tiểu [chú] [tièu]
nivel: mức độ [mức] [dọ]; trình độ [trì: nh] [dọ]
no: đâu có [dâu] [kó:]
no atraverse: không dám [jong] [llám]
no dejar de pensar en alguien: vương vấn, bị vương vấn [bị:] [vương] [vấn]
no dejarse ver: lánh, lánh mặt [lánh] [mặt]

no estar afilada: cùn, bị cùn [bị:] [kùn]
no estar implicado, a: vô can [vo] [kan]
no finalidad: vô mục đích, sự vô mục đích [sự] [vo] [mục] [dí: ch]
no hay nada: trống không [tróng] [jong]
no hay viento: trống gió [tróng] [yó:]
no llevar el panatalón: cởi truồng [kởi] [truồng]; ở truồng [ở] [truồng]
no llevar la camisa: cởi trần [kởi] [trần]; ở trần [ở] [trần]
no necesitar: chẳng cần [chẳng] [kần]; không cần [jong] [kần]
no queda nada: hết trơn [hét] [trơn], hết sạch [hét] [sạch]; trơ trụi [trơ] [trụi]
no tener familia: vô gia đình [vo] [ya] [dì: nh]
no tener ganas: không thèm [jong] [thèm]
no tener hogar: vô gia cư [vo] [ya] [kư]
no tener jefe: vô chủ [vo] [chủ]
no tener más idea: hết ý [hét] [i:]
no tener palabra: hết cỡ [hét] [kỡ], hết nói [hét] [nó: i]; hết nước [hét] [nước]
no tener remedio: vô phương cứu chữa [vo] [fuong] [cứu] [chữa]
no tener sentimiento: vô tri vô giác [vo] [tri:] [vo] [yác]
no quedar remedio: hết cách [hét] [kách]
noble: quân tử [quân] [tử]; trung hậu [trung] [hậu]
noche: buổi tối [buổi] [tói]; đêm [dem], ban đêm [ban] [dem]; tối, buổi tối [buổi] [tói]
noción: khái niệm [kái] [niệm]
nombrar: xưng hô [xưng] [ho]; xưng tên [xưng] [ten]
nombre: danh nghĩa [llanh] [ngĩa]; qúi danh [qúi] [danh]; tên, cái tên [kái] [ten]; **tên gọi** [ten] [gọi]; tiêu đề [tieu] [dè]
nombre de una región, una localidad: địa danh [dịa] [llanh]
nómada: du mục [llu] [mục]
norma: điều lệ [dièu] [lẹ]; qui củ [qui] [kủ]; quy tắc [qui] [tắc]
normal: bình thường [bì: nh] [thường]; tầm thước [tầm] [thước]; thông thường [thong] [thường]; thường [thường]
noreste: đông bắc, hướng đông bắc [hướng] [dong] [bắc]
noroeste: tây bắc, hướng tây bắc [hướng] [tây] [bắc]
nosotros: đôi ta [doi] [ta]
nosotros, as: chúng ta [chúng] [ta]; ta [ta]
nostálgico, a: lưu luyến [lưu] [luén]
nota: bảng điểm [bảng] [diềm]

notable: tiên tiến [ti: en] [ti: én]
notación: chú giải [chú] [yải]; chú thích [chú] [thí: ch]
notar: nhận thấy [ñận] [thấy]
noticia: thời sự [thời] [sự]; tin tức [tin] [tức]
noticia falsa: tin vịt [tin] [vịt]
novela: quyển truyện [quển] [truện]; tiểu thuyết [tiểu] [thuét]; truyện [truện]
novela larga: truyện dài [truện] [llài]
novia: cô dâu [ko] [llâu]
noviembre: tháng mười một [tháng] [mười] [một]
novio, a: người yêu [người] [yêu]
novio: rể, chú rể [chú] [rễ]
nube: mây [mây]
nuclear: hạt nhân [hạt] [ñân]
nudo: móc xích, cái móc xích [kái] [móc] [xích]
nueva primavera: tân xuân [tân] [xuân]
nueve: chín [chín]
nuevo, a: mới [mới]; mới lạ [mới] [lạ]; tân [tân]
nuevo testamento: tân ước, sách Tân ước [sách] [tân] [ước]
número: số [só]
números arábigos: số Ả rập [só] [ả] [rập]
número complejo: số phức [só] [fức]
número décimal: thập phân, số thập thân [só] [thập] [fân]
número romano: số La mã [só] [la] [mã]
número único: số đơn [só] [đơn]
numerología: thuật số [thuật] [sĩ:]
nutrir: dinh dưỡng [llinh] [lluỡng], bổ dưỡng [bỏ] [lluỡng]; tu bổ [tu] [bỏ]
nylon: ni lông [ni:] [long]

Decimosexta letra del abecedario y cuarta vocal
Chữ thứ mười sáu của bảng chữ cái và nguyên âm thứ tư

o: hoặc, hoặc là [ho: ạc] [là]
obedecer: tuân hành [tuân] [hành]; tuân thủ [tuân] [thủ]
obispado: tổng giám mục [tỏng] [yám] [mục]
obispo: giám mục [yám] [mục]
objetivo, a: khách quan [jách] [quan]
objeto: đối tượng [dói] [tượng]
objeto de la garantía: tín vật [tín] [vật]
objeto útil: vật dụng [vật] [llụng]
obligar: bắt buộc [bắt] [buộc]
obligarse: gò ép [gò:] [é: p]
obra: tác phẩm [tác] [fẩm]
obras completas: toàn tập [to: àn] [tập]
obra maestra: kiệt tác [kiệt] [tác]
obsceno, a: tục tiểu [tục] [tiểu]
obsequiar: trao tặng [tra: o] [tặng]
obsesionar: ám ảnh [ám] [ảnh]
obsequio: tặng phẩm [tặng] [fẩm]; tặng vật [tặng] [vật]
obsequioso, a: hào hiệp [hà: o] [hiệp]
observar: quan sát [quan] [sát]
observatorio: đài thiên văn [dài] [thien] [văn]
obstaculizar: cản trở [kản] [trở]
obstáculo: trắc trở [trắc] [trở]; trở ngại [trở] [ngại]; trục trặc [trục] [trặc]
obstetricia: hộ sản, khoa hộ sản [jo: a] [họ] [sản]; sản khoa [sản] [jo: a]

obstinado, a: ngoan cố [ngo: an] [kó]
obstruir: trít [trí: t]
obturar: chặn [chặn]
obviamente: quả thật [qủa] [thật]; quả thực [qủa] [thực]
ocasión: cơ hội [kơ] [họi]
occidental: âu hóa [âu] [hó: a]; tây [tây]
occidente: phương tây [fương] [tây]
océano: đại dương [dại] [llương]; trùng dương [trùng] [llương]
ocho: tám [tám]
ocioso, a: nhàn rỗi [ñàn] [rỗi]; rỗi [rỗi], rỗi rãi [rỗi] [rãi]; vô công rồi nghề [vo] [kong] [ròi] [ngè]
octavilla: truyền đơn, tờ truyền đơn [tờ] [truền] [dơn]
octubre: tháng mười [tháng] [mười]
ocultar: che [che:], che giấu [che:] [yấu]; che đậy [che:] [dậy]
oculto: khuất [juất]
ocupado, a: bận [bận]; để tâm [dẻ] [tâm]; tất bật [tất] [bật]
ocupar: chiếm đóng [chiém] [dó: ng], chiếm cứ [chiém] [kứ]; đảm đương [dảm] [dương]; đóng đô [dó: ng] [do]; gánh vác [gánh] [vác]; lo liệu [lo:] [liệu]; trấn thủ [trấn] [thủ];

xâm chiếm [xâm] [chiém]
ocupar el primer lugar, primera lista: đứng đầu [dứng] [dầu]
ocurrir: diễn ra [lliễn] [ra]
odiar: căm thù [kăm] [thù]; hằn thù [hằn] [thù]; hiềm thù [hièm] [thù]; oán thù [o: án] [thù]; thù [thù]; thù ghét [thù] [gé: t]; thù oán [thù] [o: án]
odio personal: tư thù, mối tư thù [mói] [tư] [thù]
odioso, a: sôi sục [soi] [sục]; thâm thù [thâm] [thù]; thù địch [thù] [dị: ch]
odontología: nha khoa [ña] [jo: a]
odontólogo, a: nha sĩ [ña] [sĩ:]
ofensiva general: tổng tiến công [tỏng] [tién] [kong]
ofender: lăng nhục [lăng] [ñục]
oficiar la misa: làm lễ [làm] [lẽ]
oficiar el funeral en alta mar: thủy táng [thủy] [táng]
oficina: phòng giấy [fò: ng] [yấy]; trụ sở [trụ] [sở]; văn phòng [văn] [fò: ng]
oficina central: tổng cục [tỏng] [kục]
oficina comercial: phòng thương mại [fò: ng] [thương] [mại]
ofrenda: đồ cúng [dò] [kúng]

ofrendar: cúng bái [kúng] [bái];
oftalmología: nhãn khoa [ñãn] [jo: a]
oído: thính giác [thí: nh] [yác]
oídos, nariz y garganta: tai mũi họng [tai] [mũi] [họ: ng]
oír: nghe [nge:]
ojear: lườm nguýt [lườm] [nguít]
ojeras: quầng, cái quầng thâm [kái] [quần] [thâm]
ojeroso, a: sâu hoắm [sâu] [hoắm]; thâm quầng [thâm] [quầng]
ojo: mắt [mắt]
ola: sóng [só: ng], con sóng [ko: n] [só: ng], làn sóng [làn] [só: ng]
olla: nồi, cái nồi [kái] [nòi]
oliva: ô liu, trái ô liu [trái] [o] [liu]
olor: mùi [mùi]
olvidadizo, a: lẩm cẩm [lẩm] [kẩm]
olvidar: bỏ sót [bỏ:] [só: t]; để quên [dẻ] [quen]; quên [quen]
olvidar absoluto: quên lửng [quen] [lửng]
ombligo: rốn, cái rốn [kái] [rón]
ombligo: lỗ rốn, cái lỗ rốn [kái] [lõ] [rón]
omnipotente: toàn năng [to: àn] [năng]
omoplato: bả vai [bả] [vai]
omóplato: xương bả vai [xương] [bả] [vai]
onda: làn sóng [làn] [só: ng]
onda electromagnética: sóng điện tử [só: ng] [diện] [tử]
ondulado, a: gợn [gợn]; lượn sóng [lượn] [só: ng]; uốn lượn [uón] [lượn]
ondear: gợn sóng [gợn] [só: ng]
ondular el pelo: uốn tóc [uón] [tó: c]
obediente: thục nữ [thục] [nữ]
operar: giải phẫu [yải] [fẫu]; mổ [mỏ], mổ xẻ [mỏ] [xẻ]
opinión: cảm tưởng [kảm] [tưởng]; ý kiến [í:] [kién]
opinión pública: dư luận [llư] [luận]
oponer: chống [chóng], chống đối [chóng] [dói]
oportuno, a: cầu lợi [kầu] [lợi], thích thời [thí: ch] [thời]; xu thời [xu] [thời]
oprimir: hiếp đáp [hiép] [dáp]; lấn át [lấn] [át]; uy hiếp [uy] [hiép]; ức bách [ức] [bách]; ức hiếp [ức] [hiép]
oración: kinh, câu kinh [kâu] [ki: nh], lời kinh [lời] [ki: nh], bài kinh [bài] [ki: nh]
oración fúnebre: điếu văn [diéu] [văn]; văn tế [văn] [té]

orden: hiệu lệnh [hiệu] [lệnh]; huấn lệnh [huấn] [lệnh]; kỷ luật [kỷ] [luật]; lề luật [lè] [luật]; lệnh [lệnh], mệnh lệnh [mệnh] [lệnh]; thứ tự [thứ] [tự]; trật tự [trật] [tự]; trình tự [trì: nh] [tự]
ordenado, a: gọn [gọ: n], gọn gàng [gọ: n] [gàng]
ordenar: dàn xếp [llàn] [xép]; quyét dọn [qué: t]; sắp đặt [sắp] [đặt]; thu dọn [thu] [llọ: n]; thu xếp [thu] [xép]; thu vén [thu] [vé: n]; xếp [xép], xếp đặt [xép] [đặt]
ordenar la comparecencia: triệu hồi [triệu] [hòi]
ordenar una batalla: dàn trận [llàn] [trận]
ordinario, a: thường tình [thường] [tì: nh]
oreja: tai, cái tai [kái] [tai]; tâm nhĩ [tâm] [ñi:]
orfanato: cô nhi viện [ko] [ñi:] [viện]
ordenación sacerdotal: thụ phong [thụ] [fo: ng]
orgánico, a: hữu cơ [hữu] [kơ]
organización: tổ chức [tỏ] [chức]
organizar una fiesta: làm tiệc [làm] [tiệc]
orgasmo: khoái cảm [jo: ái] [kảm]
orgulloso, a: kiêu [kieu]; kiêu hãnh [kieu] [hãnh]; sĩ diện [sĩ:] [llien]; thể thống [thẻ] [thóng]; tự hào [tự] [hà: o]; tự kiêu [tự] [kieu]
orientación: phương hướng [fương] [hướng]
orientar: định hướng [dị: nh] [hướng]
origen: cội nguồn [kọi] [nguòn]; nguồn gốc [nguòn] [góc]
original: bản gốc [bản] [góc]; nguyên bản [nguen] [bản]
orina: nước đái [nước] [dái]
orinar: đái [dái]
oligárquico, a: tài phiệt [tài] [fiẹt]
oro: hoàn kim [hoàn] [kim]
orquesta: dàn nhạc [llàn] [ñạc]
orquídea: phong lan, hoa phong lan [ho: a] [fo: ng] [lan]
ortografía: chính tả [chí: nh] [tả]
oruga: nhộng, con nhộng [ko: n] [ñọng]; tằm, con tằm [ko: n] [tằm]
orzuelo: lẹo, cái mụt lẹo [kái] [mụt] [lẹ: o]
ópera: nhạc kịch [ñạc] [kị: ch]
óptica: quang học [quang] [họ: c]
órbita: hốc mắt [hóc] [mắt]; quỹ đạo, đường quỹ đạo [dường] [qũi] [dạ: o]
osadía: dũng cảm, sự dũng cảm [sự] [dũng] [kảm]

osado, a: hiên ngang [hien] [ngang]; quả cảm [qủa] [kảm]
ocasión favorable: thời cơ [thời] [kơ]
oscilación: biến động [bién] [dọ: ng]
oscilación de la vida: cửa ải trầm luân [kửa] [ài] [trầm] [luân]
oscilado, a: lao đao [la: o] [da: o], lao đao lận đận [la: o] [da: o] [lận] [dận]
oscilar: dao động, làm dao động [làm] [lla: o] [dọng]; lắc lư [lắc] [lư]
oscuridad: bóng tối [bó: ng] [tói]
oscuro, a: sẫm [sẫm]; thâm [thâm]; tối đen [tói] [de: n]; tối om [tói] [o: m]; tối sầm [tói] [sầm]; u ám [u] [ám]; u mê [u] [me]; u minh [u] [mi: nh]; u tối [u] [tói]; xám xịt [xám] [xịt]
espectro: quang phổ [quang] [fổ]
ostentación: ba hoa [ba] [ho: a]
ostentar: khoa trương [jo: a] [trương]; phô trương [fo] [trương]
otoñal: thu [thu]
otoño: mùa thu [mùa] [thu]; trung thu [trung] [thu]
otoño caído: tàn thu [tàn] [thu]
otro: cái khác [kái] [jác]; cái kia [kái] [kia]
otro día: hôm nọ [hom] [nọ:]
ovación: tràng [tràng]
ovalado, a: trái xoan [trái] [xo: an]; xoan [xo: an]
ovular: rụng trứng [rụng] [trứng]
oxígeno: o xi [o:] [xi:]
ósmosis: thẩm thấu, sự thẩm thấu [sự] [thẩm] [thấu]

Decimoséptima letra del abecedario y decimotercera consonante
Chữ thứ mười bảy của bảng chữ cái và phụ âm âm thứ mười ba

pabellón auditivo: mộc nhĩ [mọc] [ñi:]
paciente: bệnh nhân [bệnh] [ñân]
pacífico, a: hiền hòa [hièn] [hò: a]; ôn hòa [on] [hò: a]; thái bình [thái] [bình]; thái hòa [thái] [hò: a]; thanh bình [thanh] [bì: nh]; thái bình dương [thái] [bì: nh] [dương]; yên bình [i: en] [bì: nh]; yên lành [i: en] [lành]
pactar: giao hòa [ya: o] [hò: a]
palillo: đũa, đôi đũa [doi] [dũa]
palillo de diente: tăm, cái tăm [kái] [tăm]
padre: cha
padres: song thân [so: ng] [thân]
padres de alumnos: phụ huynh [fụ] [hui: nh]
padrino de bodas: phù rể [fù] [rẽ]
paga para un escrito: nhuận bút, tiền nhuận bút [tièn] [ñuận] [bút]
paga y señal: tiền cược [tièn] [kược], tiền đặt cược [tièn] [dặt] [kược]
pagano, a: tà đạo [tà] [dạ: o]
pagar: trả [trả]
pagar dinero: trả tiền [trả] [tièn]
pagar el crimen: đền tội [dèn] [tọi]
pagar el impuesto: đóng thuế [dó: ng] [thué]; nộp thuế [nọp] [thué]
pagar la matrícula: đóng học phí [dó: ng] [họ: c] [fí:]; nộp tiền học [nọp] [tièn] [họ: c]
pagar la deuda: trả nợ [trả] [nợ]
pagoda: chùa, cái chùa [kái] [chùa]; nhà chùa [ñà] [chùa]

país: đất nước [dất] [nước]; nước [nước], nước nhà [nước] [nhà]
país natal: nước mẹ [nước] [mẹ:]; quê hương [que] [hương]
paisaje: cảnh [kảnh], cảnh vật [kảnh] [vật]; quang cảnh [quang] [kảnh]
paisaje de hadas: tiên cảnh [ti: en] [kảnh]
paja: rơm [rơm]
paja de cereales: trấu [trấu]
pájaro: chim, con chim [ko: n] [chim]; tu hú, con tu hú [ko: n] [tu] [hú]
palabra: lời nói [lời] [nói]; tiếng [tiếng]; từ [từ]
palabra añadida: từ đệm [từ] [dệm]
palabra compuesta: từ ghép [từ] [gé: p]
palabra que hacer sugerir la imaginación pictórica: hình dung từ [hình] [llung] [từ]
palabra repetida: từ láy [từ] [láy]
palacio: cung điện [kung] [diện]
palacio bajo del mar: thủy cung [thủy] [chung]
palacio de los príncipes: vương phủ [vương] [fủ]
palacio real: cung đình [kung] [dì: nh]; hoàng cung [ho: àng] [kung]
palafito: nhà sàn [ñà] [sàn]
palanca: đòn bẩy [dò: n] [bẩy]
palangana: thau, cái thau [kái] [thau]
palanquín: kiệu, cái kiệu [kái] [kiệu]
pálido, a: nhợt nhạt [ñợt] [ñạt]; tái xanh [tái] [xanh]; thất sắc [thất] [sắc]; trắng bệch [trắng] [bệch]; vàng vọt [vàng] [vọ: t]
palillo: đũa, đôi đũa [doi] [dũa]
palillo de diente: que tăm, cái que tăm [kái] [que:] [tăm]
palma de la mano: lòng bàn tay [lò: ng] [bàn] [tay]
palo: gậy, cái gậy [kái] [gậy]; que, cái que [kái] [que:]
palo de cerilla: que diêm, cái que diêm [kái] [que:] [lliem]
palo de leña: que củi, cái que củi [kái] [que:] [kủi]
palotear: lép xép [lé: p] [xé: p]
pan: bánh mì [bánh] [mì:]
páncreas: tủy tạng, cái tủy tạng [kái] [tủy] [tạng]
pánico, a: khiếp đảm [jiép] [dảm]; khiếp vía [kiép] [vía]; khiếp sợ [khiép] [sợ]; kinh hãi [ki: nh] [hãi], kinh sợ [ki: nh] [sợ]
pantagruélico, a: linh đình [li: nh] [dì: nh]
pantalla: màn ảnh, cái màn ảnh [kái] [màn] [ảnh]

pantalón: quần, cái quần [kái] [quần]
pantalón occidental: quần tây, cái quần tây [kái] [quần] [tây]
pantalón tradicional: quần ta, cái quần ta [kái] [quần] [ta]
pantalón corto: quần cộc [quần] [cộc]; quần cụt [quần] [kụt]; quần sọt [quần] [sọ: t]
pañal: tã, cái tã [kái] [tã]
pañera: giẻ, giẻ lau [yẻ:] [lau]
pañuelo: khăn tay [jăn] [tay]
papaya: đu đủ, trái đu đủ [trái] [du] [dủ]; quả thu đủ [qủa] [thu] [đủ]
papel: giấy [yấy]; vai trò [vai] [trò:]
papel de empaquetar: giấy bọc [yấy] [bọ: c]
papel de dibujar: giấy dó [yấy] [lló:]; giấy vẽ [yấy] [vẽ:]
papel higiénico: giấy vệ sinh [yấy] [vẹ] [si: nh]
papel de periódico: giấy báo [yấy] [bá: o]
papeles picados: đồ mã [dò] [mã]
papi: ba
palpitar: phập phòng [fập] [fòng]
paquete postal: bưu kiện [bư: u] [kiện]
par: số chẵn [só] [chẵn]
para: đối với [dói] [với]
para que: để cho [dẻ] [cho:]; làm cho [làm] [cho:]; sao cho [sa: o] [cho:]
para que sepa: sáng mắt [sáng]
para qué: làm chi, để làm chi [dẻ] [làm] [chi:]
para siempre: mãi mãi [mãi] [mãi]
paradisíaco, a: bồng lai [bồng] [lai]
paradoja: nghịch lý [ngị: ch] [lí:]
paraíso: thiên đàng [thien] [dàng]; thiên đường [thien] [dường]
paralelo, a: song hành [so: ng] [hành]; song song [so: ng] [so: ng]; vĩ tuyến, đường vĩ tuyến [dường] [vĩ:] [tuén]
paralítico, a: liệt [liẹt]; tê bại [te] [bại]; tê liệt [te] [liẹt]
paralizar: đình trệ, làm cho đình trệ [làm] [cho:] [dì: nh] [trẹ]
parar: chận [chận]; dừng [llừng]; ngưng [ngưng], ngừng [ngừng]; ngưng đọng [ngưng] [dọ: ng]; ngưng trệ [ngưng] [trẹ]; thôi [thoi]
parcial: thiên lệch [thien] [lẹch]; thiên vị [thien] [vị:]
parcialidad: thiên kiến [thien] [kién]
perece: hầu như [hầu] [ñư]; hình như [hình] [ñư]

parecer: tựa hồ [tựa] [đề]; tưởng chừng [tưởng] [chừng]; y như [[i:] [ñư]
pared: tường, cái tường [kái] [tường]
pareja: đôi lứa [do: i] [lứa]; một đôi [mọt] [doi]
parentela: gia thuộc [ya] [thuọc]; người nhà [người] [ñà]; người thân [người] [thân]; thân nhân [thân] [ñân]
pariente: bà con [bà] [ko: n]; thân quyến [thân] [quén]
parientes de la familia funébre: tang quyến [tang] [quén]
parir: đẻ
parlamento: tòa thị chính [tò: a] [thị] [chí: nh]
parlotear: lép bép [lé: p] [bé: p], nói lép bép [nó: i] [lé: p] [bé: p]
parodiar: nhại [ñại]
parpadear: nháy mắt [ñáy] [mắt]
parque nacional: vườn quốc gia [vườn] [quóc] [ya]
parque zoológico: vườn bách thú [vườn] [bách] [thú]
parroquia: giáo xứ [yá: o] [xứ]
parte: bộ phận [bọ] [fận]; phần [fần]; tập [tập]
parte de la camisa: vạt, cái vạt áo [kái] [vạt] [á: o]
parte del alma: phần hồn [fần] [hồn]
parte superior: phía trên [fía] [tren] (dt): la parte superior
participar: dự cuộc [llự] [kuọc], tham dự [tham] [llự]; tham dự [tham] [llự]; tham gia [tham] [ya]
participar en un concurso: dự thi [llự] [thi:]
particular: riêng biệt [rieng] [biệt]; tư hữu [tư] [hữu]; tư nhân [tư] [ñân]
partida: chuyến, chuyến đi [chuén] [di:]
partido: đảng [dảng]
partido del fútbol: trận đá bóng [trận] [dá] [bó: ng]
partir: xuất hành [xuất] [hành]
pasado, a: đã [dã]; đã qua [dã] [qua]
pasado mañana: ngày mốt [ngày] [mốt]
pasado: dĩ vãng [llĩ] [vãng]; quá khứ [qúa] [jứ]
pasaporte: hộ chiếu [họ] [chiếu]; thông hành, giấy thông hành [yấy] [thong] [hành], giấy phép thông hành [yấy] [fé: p] [thong] [hành]
pasar: đi qua [di] [qua]; sang [sang]; trải qua [trải] [qua]; trôi qua [troi] [qua]
pasar por: ghé qua [gé:] [qua]; tạt qua [tạt] [qua]
pasar de mano a mano: chuyền [chuền], chuyền tay [chuền] [tay]
pasar rápidamente: thoảng qua [tho: ảng] [qua]; thoáng qua [thoáng] [qua]

pascua: lễ phục sinh [lẽ] [fục] [si: nh]
pasear: dạo, đi dạo [di:] [lļa: o]; tản bộ [tản] [bọ]
pasillo: hành lang [hành] [lang]
pasta de diente: kem đánh răng [ke: m] [dánh] [răng]
pastel: bánh [bánh]
pastilla: viên thuốc [vien] [thuóc]
pastoso, a: đặc [dặc]; đặc sệt [dặc] [sẹt]; sền sệt [sèn] [sẹt]
patata: khoai, củ khoai [kủ] [jo: ai]
patente: tuệ tâm [tuẹ] [tâm]
paternal: bên nội [ben] [nọi]
patético, a: tang thương [tang] [thương]
patíbulo: pháp trường [fáp] [trường]
patilla: tóc mai [tó: c] [mai]
patinar: trượt tuyết [trượt] [tuét]
pato: vị, con vịt [ko: n] [vịt]
patoso, a: lệt sệt [lẹt] [sẹt]; nhão [ñã: o]
patria: non nước [no: n] [nước]; non sông [no: n] [song]
patrimonio de antepasado: tổ nghiệp [tỏ] [ngiẹp]
patrimonio familiar: gia sản [ya] [sản]; tài sản [tài] [sản]
patrón: bô lão [bo] [lã: o]
patrulla: tuần phiên, đi tuần phiên [di:] [tuần] [fien]
paulatino, a: dần, dần dần [lļần] [lļần]
pavimentar: lát nền [lát] [nèn]
pavonearse: vênh váo [venh] [vá: o]
paz: bình an [bì: nh] [an]; bình yên [bì: nh] [i: en]
paz: hòa bình [hò: a] [bì: nh]
pecado: tội lỗi [tọi] [lõi]
pecas: tàn hương [tàn] [hương]
pecho: ngực, cái bộ ngực [kái] [bộ] [ngực]; vú, cái vú [kái] [vú]
pedagógico, a: nhà giáo [ñà] [yá: o]; sư phạm [sư] [fạm]
pedir: đòi [dò: i]; xin [xin]′
pedir perdón: xin lỗi [xin] [lõi]
pedir permiso: xin phép [xin] [fép]
pedir prestado: mượn [mượn]
pedir recompensar algo: vạ, ăn vạ [ăn] [vạ], nằm vạ [nằm] [vạ]
pedir un favor: nhờ [ñờ], nhờ cậy [ñờ] [kậy], nhờ và [ñờ] [và]

pegajoso: dính [llí: nh]
pegamento: keo [ke: o]
pegar: đánh; đập [dánh] [dập]
pegar con una barra: quất [quất]
pegar muchas y repetidas veces: tơi bời, đánh tơi bời [dánh] [tơi] [bời]; tới tấp, đánh tới tấp [dánh] [tới] [tấp]
pegarse a alguien: quanh quần [quanh] [quần]; quấn quýt [quấn] [quí: t]
pegón, a: khắng khít [jắng] [jí: t]
peinar: chải, chải tóc [chải] [tó: c]
pelear: chọi [chọi]; đánh nhau [dánh] [nhau]
pelearse por los celos: đánh ghen [dánh] [ge: n]
peligroso, a: hiểm trở [hiểm] [trở]; nguy hiểm [nguy] [hiểm]
película: phim, cuốn phim [kuón] [fi: m]
película de dibujo: hoạt hình, phim hoạt hình [ho: ạt] [hì: nh]
pellizcar: véo [vé: o]
pelo: tóc [tó: c]
pelo hasta los hombros: tóc thề [tó: c] [thề]
peluca: tóc giả [tó: c] [yả]
peluche: lông [long]
pelvis: khung chậu, cái khung chậu [kái] [jung] [chậu]
pena: cực lòng [kực] [lò: ng]
penal: hình sự [hình] [sự]; tiền sự [tiền] [sự]
penalizar: phạt tù [fạt] [tù]
pendiente: ghềnh, cái ghềnh núi [kái] [gềnh] [núi]; hoa tai [ho: a] [tai] dốc, **cái dốc** [kái] [dóc], dốc núi [dóc] [núi]
pene: cặt, con cặt [kon] [kặt]; chim, con chim [kon] [chi: m]; cu, con cu [kon] [ku]
penetrante: ngào ngạt [ngà: o] [ngạt]
penetrar: tạt [tạt]; thâm nhập [thâm] [ñập]
pensamiento: tư tưởng [tư] [tưởng]
pensaba: tưởng là [tưởng] [là]; tưởng rằng [tưởng] [rằng]
pensar: ngẫm nghĩ [ngẫm] [nghĩ]; nghĩ [ngĩ:], nghĩ ngợi [ngĩ] [ngợi], suy nghĩ [suy] [ngĩ], suy nghĩ [suy] [ngĩ:]
pensar en alguien: tơ tưởng [tơ] [tưởng]
pensar imaginando: liên tưởng [lien] [tưởng]
pensar varias veces: cân nhắc [kân] [nhắc]

pensativo, a: đăm chiêu [dăm] [chieu]; trầm luân, bể ải trầm luân [bể] [ải] [trầm] [luân]; trầm tư [trầm] [tư]; ưu tư [ưu] [tư]
pensión: bổng lộc [bổng] [lộc]
pentágono: ngũ giác, hình ngũ giác [hì: nh] [ngũ] [yác]
pepino: dưa leo, trái dưa leo [trái] [llưa] [le: o]
pepino salado: dưa muối [llưa] [muói]
pequeñito, a: tí, nhỏ tí [ñỏ:] [tí:]
pequeño, a: bé [bé:], bé nhỏ [bé:] [ñỏ:]; nhỏ [ñỏ:]
pequeño comerciante: tiểu thương [tiểu] [thương]
pequeño diablo: tiểu yêu [tiểu] [i: eu]
pequeñito, a: tí xíu, bé tí xíu [bé:] [tí:] [xí: u]
pequeña cantidad: nhúm, một nhúm [mọt] [ñúm]
pequeña industria: tiểu công nghiệp [tiểu] [kong] [ngiẹp]
percha: móc, cái móc áo [kái] [mó: c] [á: o] giá, **cái giá móc áo** [kái] [yá] [mó: c] [á: o]
peculiar: cá biệt [ká] [biẹt]; khác biệt [ják] [biẹt]; tiêu biểu [tieu] [biểu]
percibir: cảm nhận [kảm] [ñận]
percusión: nhạc cụ [ñạc] [kụ]; tiếng dội [tiéng] [llọi]
perder: hụt, bị hụt [bị] [hụt]; mất, làm mất [làm] [mất]; sẩy, bị sẩy [bị] [sẩy]; thất lạc, bị thất lạc [bị] [thất] [lạc]; thua [thua]
perder la ambición: thất chí, bị thất chí [bị:] [thất] [chí:]
perder la parte invertida en el negocio: lỗ vốn [lõ] [vón]
perder el ánimo: sờn chí, bị sờn chí [bị:] [sờn] [chí:]; sờn lòng, bị sờn lòng [bị:] [sờn] [lò: ng]
perder en el combate: thua trận [thua] [trận]
perder el dinero: hao tài [ha: o] [hụt]; thất lộc [thất] [lộc]
perder el dinero en el casino: thua bạc [thua] [bạc]
perder el juicio: thua kiện [thua] [kiện]
perder el peso: sụt ký, bị sụt ký [bị:] [sút] [kí:]
perder una ocasión: lỡ dịp [lỡ] [dịp]
pérdida: tổn thất, sự tổn thất [sự] [tổn] [thất]
perdido, a: bỏ lỡ [bỏ] [lỡ]
perdonar: dung thứ [llung] [thứ]; khoan thứ [jo: an] [thứ]; lượng thứ [lượng] [thứ]; tha lỗi [tha] [lõi]; tha thứ [tha] [thứ]; tha tội [tha] [tội]
peregrinar: hành hương [hành] [hương]
perfeccionar: hoàn thiện [ho: àn] [thiện]

perfeccionista: cầu toàn [kầu] [toàn]
perfecto, a: hoàn hảo [ho: àn] [hả: o]; ổn thỏa [ổn] [thỏ: a]; viên mãn [vien] [chức]
perfilar: in hình [in] [hì: nh]
perfumar un cádaver: ướp xác [ướp] [xác]
perfumarse: xức nước hoa [xức] [nước] [ho: a]
perfume: nước hoa [nước] [ho: a]
periódico: báo [bá: o], tờ báo [tờ] [bá: o]
periodista: nhà báo [ñà] [bá: o]; phóng viên [fó: ng] [vien]
período: thời [thời]
período de hoy: thời nay [thời] [nay]
periscopio: tiềm vọng, kính tiềm vọng [kí: nh] [ti: èm] [vọ: ng]
perjudicar: hại, làm hại [làm] [hại]; phương hại, làm phương hại [làm] [fương] [hại]; tổn hại, **làm tổn hại** [làm] [tồn] [hại]
perjudicarse: thất thiệt, bị thất thiệt [bị:] [thất] [thiệt]
perjudicial: tác hại [tác] [hại]
perla: hòn ngọc [hò: n] [ngọ: c]; ngọc [ngọc]; trân châu [trân] [châu]
perlas: châu báu [châu] [báu]
permanente: thường kỳ [thường] [kì:]; thường trực [thường] [trực]; vô thời hạn [vo] [thời] hạn]
permitir: đồng ý [dòng] [í:]
pero: nhưng [ñưng], nhưng mà [ñưng] [mà]; té ra [té:] [ra]; vả lại [vả] [lại]
perpendicular: thẳng góc [thẳng] [gó: c]; vuông góc [vuong] [gó: c]
perpetuar: lưu truyền [lưu] [truền]; truyền kiếp [truèn] [kiếp]
perpetuo, a: vĩnh viễn [vĩ: nh] [viễn]
perro: tuất [tuất]
perseguir: bám theo [bám] [the: o], chạy theo [chạy] [the: o]; đuổi theo [duổi] [the: o]; lẽo đẽo [lẽ: o] [dẽ: o]; săn đuổi [săn] duổi]; theo đuổi [the: o] [duổi]
perseguir con la mirada: dõi, nhìn dõi theo [nhìn] [llõ: i] [the: o]
perseverante: bền chí [bền] [chí:]; kiên nhẫn [kien] [ñẫn]; kiên trì [kien] [trì]; thành đồng [thành] [dòng]
persistente: bướng bỉnh [bướng] [bỉ: nh]; trường tồn [trường] [tồn]
persistir: đeo đuổi [de: o] [duổi]
persona: người [người], con người [ko: n] [người]; nhân sự [ñân] [sự]
persona con genio: nóng tính, người nóng tính [người] [nó: ng] [tí: nh]
persona que gana el premio laureado del rey: trạng nguyên [trạng] [nguen]

personaje: nhân vật [ñân] [vật]
personal: tùy thân [tùy] [thân]
personalidad: nhân cách [ñân] [kách]; phẩm chất [fẩm] [chất]; tư cách [tư] [kách]
persona célebre: danh nhân [llanh] [ñân]
persona valiosa: qúi nhân [qúi] [ñân]
perspectiva: phối cảnh, phép phối cảnh [fé: p] [fói] [cảnh]; viễn cảnh [viễn] [kảnh]
persuadir: dụ [llụ], dụ dỗ [llụ] [llỗ], xúi giục [xúi] [yục]
perturbar: nhiễu loạn, làm nhiễu loạn [làm] [ñiễu] [loạn]; phá rối [fá] [rói]
perverso, a: thác loạn [thác] [lo: ạn]
pervertido, a: hư hỏng [hư] [hỏ: ng], hư đốn [hư] [dón], hư thân [hư] [thân]; phóng đãng [fó: ng] [dãng]
pervivir: ngự trị [ngự] [trị]
pesadamente: ì ạch [ì:] [ạch]; lịch bịch [lị: ch] [bị: ch]
pesadilla: ác mộng, cơn ác mộng [kơn] [ác] [mọng]
pesado, a: nặng [nặng]
pestaña: lông mi [long] [mi]
peste: dịch hạch, bệnh dịch hạch [bệnh] [dị: ch] [hạch]; tanh hôi [tanh] [hoi]
pétalo: cuống hoa, cái cuống hoa [kái] [kuóng] [ko: a]
petición: nguyện vọng [nguẹn] [vọ: ng]
petición de mano: dạm hỏi [llạm] [hỏ: i]
petrificado, a: hóa đá [hó: a] [dá]
petróleo: dầu lửa [llầu] [lửa]
pez: cá [ká]
pezón: núm vú, cái núm vú [kái] [núm] [vú]
piadoso, a: điêu ngoa [dieu] [ngo: a]
piara: bầy [bầy]
picante: cay [kay]
picar: ngứa [ngứa]
pico: cái mỏ [kái] [mỏ]
picor: ngứa [ngứa]
pidiendo: xin xỏ [xin] [xỏ:]
pie: bàn chân
piedra: đá [dá], cục đá [kục] [dá]; đồ đá [dò] [dá]; hòn đá [hò: n] [dá]
piel: da [lla]

pierna: chân, cái chân [kái] [chân]
pieza: tấm [tấm]
pilar: cột trụ [kọt] [trụ]
pilar: trụ [trụ], cái trụ [kái] [trụ], cái cột trụ [kái] [kọt] [trụ]
pilón: vạc, cái vạc [kái] [vạc]
pimentón: ớt bột [ớt] [bột]
pimiento: ớt [ớt], trái ớt [trái] [ớt]; ớt trái [ớt] [trái]
pincelada: nét vẽ [nét] [vẽ]
pino: thông [thong]
pinta: vẻ mặt [vẻ:] [mặt]
pintalabios: son, ống son [óng] [so: n], thỏi son [thỏi] [so: n]
pintar los labios: tô son [to] [so: n]
pintor, a: họa sĩ [họ: a] [sĩ:]
pintora: nữ họa sĩ [nữ] [họ: a] [sĩ:]
pintor célebre: danh họa [llanh] [họ: a]
pintor de brocha gorda: thợ sơn [thợ] [sơn]
pintura: hội họa [hội] [họ: a]; sơn [sơn]
pintura mural: tranh tường [tranh] [tường]
pinza: kẹp, cái kẹp [kái] [kẹp]
pinza de pelo: kẹp tóc, cái kẹp tóc [kái] [kẹp] [tó: c]
piojo: rậm rạp [rập] [rạp]
pionero: tiền phong [tièn] [fo: ng]
pipa: tẩu, cái tẩu [kái] [tẩu]
pirámide: kim tự tháp [kim] [tự] [tháp]
pirata: hải tặc [hải] [tặc]
pisar: giẫm [yẫm]; giẫm đạp [yẫm] [dạp]
pista: đầu mối [dầu] [mói]
pistilo: nhụy, cái nhụy hoa [kái] [ñụy] [ho: a]
pistola: súng [súng], khẩu súng [jẩu] [súng]
pitón: trăn, con trăn [ko: n] [trăn]
pitorrearse: châm, châm chọc [châm] [chọ: c]
pizarra: bảng, cái bảng [kái] [bảng]
placentero, a: cực lạc [kực] [lạc]
placer: khoái lạc [jo: ái] [lạc]
plan: dự định [llự] [dị: nh], dự tính [llự] [tính]; đồ án [dò] [án]
plan curricular: đáp án [dáp] [án], giáo án [yá: o] [án]

plan estratégico: trận đồ [trần] [dò]
plancha: bàn ủi [bàn] [ủi]
planear: toan tính [to: an] [tí: nh]
planear la intriga: lập mưu [lập] [mưu]
planificar: qui hoạch, qui hoạch hóa [qui] [ho: ạch] [hó: a]
plano, a: lép [lé: p]
planta: cây cảnh [kây] [kảnh]; tầng [tầng]
plantar un árbol: trồng cây [tròng] [kây]
plantear: mưu sự [mưu] [sự]
plástico, a: nhựa [ñựa]
plató: trường quay [trường] [quay]
plaza: chỗ [chõ]; quảng trường [quảng] [trường]
plazo: định kỳ [dị: nh] [kỳ]; thời hạn [thời] [hạn]
plazo largo: dài hạn, sự dài hạn [sự] [llài] [hạn]
pleitear: kiện cáo [kiện] [ká: o]; kiện tụng [kiện] [tụng]
pleno, a: chan chứa [chan] [chứa]; đầy đặn [dầy] [dặn]
pletórico: nở nang [nở] [nang]
pléyade: tao đàn, hội tao đàn [họi] [ta: o] [dàn]
pluma: bút lông [bút] [long], cây bút lông [kây] [bút] [long]; ngòi bút [ngò: i] [bút]; ngòi viết [ngò: i] [viét]
pluralismo: đa nguyên, thuyết đa nguyên [thuét] [da] [nguen]
pobre: nghèo [ngè: o]
poco, a: chút [chút]; ít [ít]; ít ỏi [ít] [ỏ: i]; lác đác [lác] [đác]; lèo tèo [lè: o] [tè: o], le te [le:] [te:]; thơ thớt [thơ] [thớt]
poco hecho: tái [tái]
poca poco: từ từ [từ] [từ]
pocas veces: ít khi [ít] [ji:]
poca venta: bán ế [bán] [é]; ế [é], ế ẩm [é] [ẩm], buôn bán ế ẩm [buon] [bán] [é] [ẩm]
poder: quyền [quèn]; quyền lực [quèn] [lực]: thế lực [thé] [lực]; võ lực [võ:] [lực]
poder absoluto: toàn quyền [to: àn] [quèn]
poder verdadero: thực quyền [thực] [quèn]
poderoso, a: quyền năng [quèn] [năng]; thân thế [thân] [thé]
podrido, a: siu [si: u]; thối rữa [thói] [rữa]
poesía: thơ [thơ], thơ ca [thơ] [ka]

poesía folklórica: ca dao [ka] [lla: o]
poeta: nhà thơ [nhà] [thơ]
poético, a: nên thơ [nên] [thơ]; thơ mộng [thơ] [mọng]
poetisa: nữ thi sĩ [ñữ] [thi:] [sĩ:]
polaco, a: ba lan [ba] [lan]
polar: phân cực [fân] [kực]
polen: phấn hoa [fấn] [ho: a]
policía: công an [kong] [an]
policial: trinh thám [tri: nh] [thám]
polifacético, a: đa năng [da] [năng]; đa nguyên [da] [nguen]; phong phú [fo: ng] [fú]
polígono: đa giác [da] [yác]
polígrafo: bút bi, cây bút bi [kây] [bút] [bi:]
polinizar: thụ phấn [thụ] [fấn]
politécnico, a: bách khoa [bách] [jo: a]
política: chính trị [chí: nh] [trị:]
pollo: thịt gà [thịt] [gà]
polo sur: nam cực [nam] [kực]
polvo: bụi [bụi]
polvo de maquillar: phấn đánh mặt [fấn] [dánh] [mặt]; phấn sáp [fấn] [sáp]
pomelo: thanh trà, trái thanh trà [trái] [thanh] [trà]
pómulo: lưỡng quyền [lưỡng] [quèn]
poner: bôi [boi]; thoa [tho: a]; trét [trét]; vác [vác]
poner aceite: xức [xức], xức dầu [xức] [llầu]
poner al revés: úp [úp]
poner el nombre: đặt tên [dặt] [ten]
poner énfasis: nhấn [ñấn], nhấn mạnh [ñấn] [mạnh]
poner en vertical: dựng đứng [llựng] [dứng]
poner la excusa: lấy cớ [lấy] [kớ]
poner los cuernos: cắm sừng [kắm] [sừng]
poner una multa: phạt tiền [fạt] [tièn]
ponerse de acuerdo: thỏa hiệp [thỏ: a] [hiệp]
ponerse en fila: sắp hàng [sắp] [hàng]
ponerse incómodo: làm khách [làm] [jách]
ponerse nervioso, a: quýnh lên [quýnh] [len]
popular: đại chúng [dại] [chúng]

por: tại [tại]
por detrás: sau lưng [sau] [lưng]
por eso: thành ra [thành] [ra]
por fin: rốt cuộc [rót] [kuọc]
por qué: sao [sa: o]; sao vậy [sa: o] [vậy]; tại sao [tại] [sa: o]
por supuesto: tất nhiên [tất] [ñien]
porcelana: đồ sứ [dò] [sứ]; men sứ [me: n] [sứ]; sành sứ, đồ sành sứ [sành] [sứ]
porcentaje: phần trăm [fần] [trăm]; tỉ lệ phần trăm [tỉ:] [lệ] [fần] [trăm]
pornografía: khiêu dâm, phim ảnh khiêu dâm [fi: m] [ảnh] [jieu] [llâm]
porque: bởi vì [bởi] [vì]; là vì [là] [vì]; tại vì [tại] [vì:]; vì [vì:], vì là [vì:] [là], vì vậy [vì:] [vậy]
porquería: rác rưởi [rác] [rưởi]; rơm rác, đồ rơm rác [dò] [rơm] [rác]
posar: làm mẫu [làm] [mẫu]
posibilidad: khả năng [jả] [năng]
posición: tư thế [tư] [thé]; vị trí [vị:] [trí:]
posición defensa: thế thủ [thé] [thủ]
posicionarse: định vị [dị: nh] [vị:]
postdata: tái bút [tái] [bút]
postrarse: phủ phục [fủ] [fục]
post impresionismo: hậu ấn tượng [hậu] [ấn] [tượng]
post moderno: hậu hiện đại [hậu] [hiẹn] [dại]
potencia: tiềm năng [tièm] [năng]
potencia mental: trí lực [trí:] [lực]
potencia oculta: tiềm lực [tièm] [lực]
portón: bấm chuông cửa, cái bấm chuông cửa [kái] [bấm] [chuong] [cửa]
portugués, a: bồ đào nha [bò] [dà: o] [ña]
pozo: giếng, cái giếng [kái] [yiéng]
practicar: thực hành [thực] [hành]
preámbulo: phủ đầu, sự phủ đầu [sự] [fủ] [dầu]
precario, a: gian khổ [yan] [jổ]
precaución: đề phòng, sự đề phòng [sự] [dè] [fò: ng]
precaver: đề phòng [dè] [fò: ng]
presidente: tổng thống [tỏng] [thóng]
precio: giá cả [yá] [kả]
precio justo: phải giá [fải] [yá]

preciosa: yêu kiều [i: eu] [ki: èu]
preciosidad: hoàn mĩ, sự hoàn mỹ [sự] [ho: àn] [mĩ:]
precipitado, a: cập rập [kập] [rập]; tất tả [tất] [tả]
preciso, a: rạch ròi [rạch] [rò: i]; rành mạch [rành] [mạch]
precursor: tổ sư [tổ] [sư]
predecir: tiên đoán [ti: en] [do: án]
predestinación: cơ duyên [kơ] [lluen]
predestinado, a: tiền định [tiền] [dị: nh]
predeterminación: duyên tiền định [lluen] [tiền] [dị: nh]
predicar: thuyết giáo [thuét] [yá: o]; truyền đạo [truền] [dạ: o]; truyền giáo [truền] [yá: o]
preeminente: ưu việt [ưu] [việt]
prefacio: tựa, lời tựa [lời] [tựa]
preferido: tâm đắc [tâm] [đắc]
preferir: chẳng thà [chẳng] [thà]; thà [thà], thà là [thà] [là], thà rằng [thà] [rằng]
prefijo: tiếp đầu ngữ [tiép] [dầu] [ngữ]
pregonar: rao [ra: o]
preguntar: hỏi [hỏ: i]
preguntarse: thử hỏi [thử] [hỏ: i]
pregunta: câu hỏi [kâu] [hỏ: i]
prehistoria: tiền sử [tiền] [sử]
prejuicio: định kiến [dị: nh] [kién]
preludio: khúc dạo đầu [júc] [llạ: o] [dầu]
prematuro, a: non [no: n]; non nớt [no: n] [nớt]
premio: phần thưởng [fần] [thưởng]
premisa: tiền đề [tiền] [dè]
premonición: linh cảm, sự linh cảm [sự] [li: nh] [kảm]; linh tính, sự linh tính [sự] [li: nh] [tí: nh]
preocupado, a: bận tâm [bận] [tâm]
preocupar: lo toan [lo:] [to: an]; lo sợ [lo:] [sợ]; lo âu [lo:] [âu]
preparar: chuẩn bị [chuẩn] [bị:]; soạn [so: ạn], soạn thảo [so: ạn] [thả: o]
preparativo, a: dự bị [llự] [bị:]
preposición: giới từ [yới] [từ]
presagio: điềm [dièm], điềm báo [dièm] [bá: o]; thiên kiến [thien] [kién]
presentación: trình bày, sự trình bày [sự] [trì: nh] [bày]

presentarse candidato, a: tranh cử [tranh] [kử], ra tranh cử [ra] [tranh] [kử]; trình bày [trì: nh] [bày]; ứng cử, ra ứng cử [ra] [ứng] [kử]
presente: hiện tại [hiện] [tại]; thì hiện tại [thì:] [hiện] [tại]
presuntuoso, a: tự phụ [tự] [fụ]
presentir: e sợ [e:] [sợ]; linh cảm [li: nh] [kảm]; linh tính [li: nh] [tí: nh]; nóng ruột [nó: ng] [ruọt]
preservar: giữ vững [yữ] [vững]; nắm giữ [nắm] [giữ]
presidente: chủ tịch [chủ] [tị: ch]; thủ tướng [thủ] [tướng]
presión: sức ép [sức] [é: p]
presión atmosférica: khí áp [jí:] [áp]
presionar: áp bức [áp] [bức]; bức bách [bức] [bách], bức hiếp [bức] [hiếp]; cưỡng bách [kưỡng] [bách], cưỡng bức [kưỡng] [bức]; ép [é: p], ép buộc [é: p] [buộc]; ấn [ấn];
presionar por una deuda: thúc nợ [thúc] [nợ]; tiền nợ [tiền] [nợ]
presionar los puntos: bấm huyệt [bấm] [huẹt]
prestar: vay, cho vay [cho:] [vay]
prestar con interés: vay trả lãi [vay] [trả] [lãi]
presumido, a: ra vẻ [ra] [vẻ:]
presumir: làm dáng [làm] [lláng]
presuntuoso, a: trịch thượng [trị: ch] [thượng]; trưởng giả [trưởng] [yả]; vênh mặt [venh] [mặt]
presupuesto: dự án [llự] [án]
pretender: có ý định [kó:] [í:] [dị: nh]
pretendiente: người theo đuổi [người] [the: o] [duởi]; ý trung nhân [í:] [trung] [ñân]
pretérito: thì thì qúa khứ [thì:] [qúa] [jứ]
pretérito imperfecto: thì qúa khứ không hoàn thành [thì:] [qúa] [jứ] [jong] [ho: àn] [thành]
pretérito indefinido: thì qúa khứ không xác định [thì:] [qúa] [jứ] [jong] [xác] [dị: nh]
pretérito perfecto de indicativo: thì qúa khứ hoàn thành xác định [thì:] [qúa] [jứ] [xác] [dị: nh]
preveer: lo xa [lo:] [xa]
prevenir: ngăn ngừa [ngăn] [ngừa]; phòng chống [fò: ng] [chóng]; phòng bệnh [fò: ng] [bệnh]; phòng khi [fò: ng] [ji:]; phòng ngừa [fò: ng] [ngừa]; ngừa [ngừa]
prevenir un embarazo: ngừa thai [ngừa] [thai]

prever: tiên kiến [tien] [kién]; tiên liệu [ti: en] [li: ẹu]
previsor: dự báo [llự] [bá: o]
prima: chị họ [chị:] [họ:]; em họ [e: m] [họ:]; tiền thưởng [tièn] [thưởng]
primaría: tiểu học [tiểu] [họ: c]
primavera: mùa xuân [mùa] [xuân]; xuân, mùa xuân [mùa] [xuân]
primaveral: lập xuân [lập] [xuân]; thanh xuân [thanh] [xuân]
primera dama: đệ nhất phu nhân [dệ] [ñất] [fu] [ñân]
primer amor: tình đầu [tình] [ái]
primer día del curso académico: khai giảng, ngày khai giảng [ngày] [jai] [yảng]; tựu trường, ngày tựu trường [ngày] [tựu] [trường]
primera categoría: thượng hạng [thượng] [hạng]
primera de las tres edades de la vida humana: tiền vận [tièn] [vận]
primera esposa: vợ cả [vợ] [kả]
primer lugar: trước hết [trước] [hét], trước nhất [trước] [ñất], trước tiên [trước]
primer panorama: tiền cảnh [tièn] [kảnh]
primer plato: khai vị, món khai vị [mó: n] [jai] [vị:]
primera comunión: thánh thể, bí tích thánh thể [bí:] [tí: ch] [thánh] [thẻ]
primitivo, a: nguyên sơ [nguen] [sơ]; nguyên thủy [nguen] [thủy]; sơ khai [sơ] [jai]
primo: anh họ [anh] [họ:]; em họ [e: m] [họ:]
primo, a menor: em họ [e: m] [họ:]
primogénito: con trai đầu [ko: n] [trai] [dầu]
primogénito, a: con đầu lòng [ko: n] [dầu] [lò: ng]
primonial: đầu tiên [dầu] [tien]
princesa: quận chúa [quận] [chúa]
principado: tiểu vương [tiểu] [vương]
principal: chính, cái chính [kái] [chí: nh]
principal culpable: chủ mưu [chủ] [mưu]
príncipe: hoàng tử [ho: àng] [tử]
principio: khởi nguyên [jởi] [nguen]; nguyên lý [nguen] [lí:]
prioridad: ưu tiên [ưu] [tien]
prisión: nhà tù [ñà] [tù]; trại tù [trại] [tù]
prisionero: lao tù, người lao tù [người] [la: o] [tù]; tù nhân [tù] [ñân]
prismáticos: ống nhòm, cái ống nhòm [kái] [óng] [ñòm]
privilegiado, a: ưu đãi [ưu] [dãi]
privilegiar: trọng đãi [trọ: ng] [dãi]

privilegio: đặc ân [dặc] [ân]; đặc quyền [dặc] [quèn]
probabilidad: xác xuất, sự xác suất [sự] [xác] [xuất]
probar: thử [thử]; thử thách [thử] [thách]; ướm [ướm], ướm thử [ướm] [thử]
problema: rắc rối [rắc] [rói]; vấn đề [vấn] [dè]
procedente: bắt nguồn [bắt] [nguồn]
procesar: diễn tiến [lliẽn] [tién]; tố tụng [tó] [tụng]
proceso: diễn biến [lliẽn] [bién], sự diễn biến [sự] [diẽn] [bién], qúa trình diễn biến [quá] [trình]; [lliẽn] [bién]; quá trình [qúa] [trì: nh]
proclamar: tuyên bố [tuen] [bó]
procrear: sinh sản [si: nh] [sản]
pródigo, a: phá của [fá] [kủa]
prodigar: truyền bá [truèn] [bá]
prodigio: thần, phép thần [fé: p] [thần]; thần thông, phép thần thông [fé: p] [thần] [thong]
prodigio de la medicina: thần dược [thần] [llược]
producir: phát sinh [fát] [si: nh], làm phát sinh [làm] [fát] [si: nh]; sản sinh [pro-ducir]
producir decadencia: suy nhược, làm cho suy nhược [suy] [ñược]; suy yếu, làm cho suy yếu [làm] [cho:] [suy] [i: éu]
producirse extrañeza: làm lạ, lấy làm lạ [lấy] [làm] [lạ]
producto: sản phẩm [sản] [fẩm]
producto cultural: văn hóa phẩm [văn] [hó: a] [fẩm]
producto del mar: thủy sản [thủy] [sản]
producto forestal: lâm sản [lâm] [sản]
producto mineral: khoáng sản [jo: áng] [sản]
producto químico: hóa chất [hó: a] [chất]
profano, a: ngoại đạo [ngo: ại] [dạ: o]
profecía: sấm ngôn [sấm] [ngon]
proferir: thốt [thót], thốt lên [thót] [len]
profesional: chuyên nghiệp [chuen] [ngiẹp]; tay nghề [tay] [ngè]
profesión: nghề [ngề], nghề nghiệp [ngề] [ngiẹp]
profesión del bien: thiện nghệ [thiện] [ngẹ]
profesor: giáo sư [yá: o] [sư], giáo viên [yá: o] [vien]; thầy [thầy]; thầy cô [thầy] [ko]; thầy giáo [thầy] [yá: o]
profesor de música: nhạc sư [ñạc] [sư]
profesora: nữ giáo viên [ñữ] [yá: o] [vien]; cô [ko], cô giáo [ko] [yá: o]

profeta: tiên tri [ti: en]
profundo, a: sâu đậm [sâu] [dậm]; sâu nặng [sâu] [nặng]; sâu rộng [sâu] [rọng]; sâu sắc [sâu] [sắc]; sâu xa [sâu] [xa]; thâm trầm [thâm] [trầm]
prohibir: cấm [kấm], cấm đoán [kấm] [doán]; ngăn cấm [ngăn] [kấm]
prólogo: tựa, lời tựa (dt): el prólogo
prolongar: kéo dài [ké: o] [llài]; khất
pronto: sớm [sớm]
prometer: đính hôn; hứa [hứa], hứa hẹn [hứa] [hẹ: n]
prometida: vợ chưa cưới [vợ] [chưa] [kưới]
prometido: chồng chưa cưới [chòng] [chưa] [kưới]
prometido, a: hứa hôn [hứa] [hon]
pronunciar: phát âm [fát] [âm]
propagar: quảng cáo [quảng] [ká: o]; tuyên truyền [tuen] truèn]
propietario: chủ nhà [chủ] [ñà]; chủ nhân [chủ] [ñân]
propietario de las granjas: địa chủ [dịa] [chủ]
proponer: đề nghị [dè] [ngị:]; đề xuất [dè] [xuất]; đề xướng [dè] [xướng]; nêu ra [nêu] [ra]
proporcionado, a: tương xứng [tương] [xứng]
proporcional: cân đối [kân] [dói]; tỉ lệ [tỉ] [lẹ]; tương ứng [tương] [ứng]
propósito, con propósito: cố ý [kó] [í:]
prosa: tản văn [tản] [văn]; văn [văn]; văn xuôi [văn] [xuoi]
prosperidad: phúc lộc [fúc] [lọc]; thịnh trị, sự thịnh trị [sự] [thị: nh] [trị:]; thịnh vượng [thị: nh] [vượng]
próspero, a: cực thịnh; hưng thịnh [hưng] [thị: nh]; phát đạt [fát] [dạt]; phồn thịnh [fòn] [thị: nh]
prostenarse: lạy [lạy]; sụp lạy [sụp] [lạy]; vái lạy [vái] [lạy]
prostíbulo: lầu xanh [lầu] [xanh]; làng chơi [làng] [chơi]; tửu điếm [tửu] [diém]
prostitución: mại dâm, nghề mại dâm [ngè] [mại] [llâm]
proteger: bảo bọc [b ả: o] [bọ: c]; che chở [che:] [chở]; cưu mang [kưu] [mang]; phòng vệ [fò: ng] [vẹ]
proteína: đạm [dạm], chất đạm [chất] [dạm]
protestante: tin lành [tin] [lành]
protestar: đình công [dì: nh] [kong]; phản kháng [fản] [jáng]; kháng nghị [jáng] [ngị:]; phản đối [fản] [dói]
prostituta: điếm, con điếm [ko: n] [diém]
propuesta: nghị án [ngị:] [án]

provecho de ocasión: nhân dịp [ñân] [llịp]
proverbio: danh ngôn [llanh] [ngon]
provincia: tỉnh [tỉ: nh]
provisión, **hacer provisión**: bảo quản [bảo] [quản]
provocado, a: lẳng lơ [lẳng] [lơ]
provocar: gây [gây]; gây chiến [gây] [chién]; gây chuyện [gây] [chuẹn]; gây gỗ [gây] [gõ]; gây hấn [gây] [hấn]; gây sự [gây] [sự]; khiêu gợi [jieu] [gợi]; khiêu chiến [jieu] [chién]; kiếm chuyện [kiếm] [chuẹn]; lả lơi [lả] [lơi]
proyectar: thiết kế [thiét] [ké]; trù tính [trù] [tí: nh]
proyecto: đề án [dè] [án]; phương án [fương] [án]
prudente: khôn [jon], khôn ngoan [jon] [ngo: an]; thận trọng [thận] [trọng]
prueba: tang chứng [tang] [chứng]
pseudónimo: bút danh [bút] [llanh]; bút hiệu [bút] [hiẹu]; pháp danh [fáp] [llanh]; pháp hiệu [fáp] [hiẹu]
psicológico, a: tâm lý [tâm] [lí:]
psicópata: người điên [người] [dien]
psiquiatra: bác sĩ tâm thần [bác] [sĩ:]
pubertad: dậy thì, tuổi dậy thì [tuổi] [llậy] [thì:]
pubis: bướm, cái bướm [kái] [bướm]; lồn, cái lồn [kái] [lòn]
publicar: đăng [dăng]; phát hành [fát] [hành]
publicar libros: ra sách [ra] [sách]
público: công chúng [kong] [chúng]
pueblo: thị trấn [thị:] [trấn]; thị xã [thị:] [xã]; xóm làng [xó: m] [làng]
pueblo cercano: làng xóm [làng] [xó: m]
pueblo materno: quê ngoại [que] [ngo: ại]
propósito, **con propósito**: cố ý [kó] [í:]
prosa: tản văn [tản] [văn]; văn [văn]; văn xuôi [văn] [xuoi]
prosperidad: phúc lộc [fúc] [lọc]; thịnh trị, sự thịnh trị [sự] [thị: nh] [trị:]; thịnh vượng [thị: nh] [vượng]
próspero, a: cực thịnh; hưng thịnh [hưng] [thị: nh]; phát đạt [fát] [dạt]; phồn thịnh [fòn] [thị: nh]
prostenarse: lạy [lạy]; sụp lạy [sụp] [lạy]; vái lạy [vái] [lạy]
prostíbulo: lầu xanh [lầu] [xanh]; làng chơi [làng] [chơi]; tửu điếm [tửu] [diém]
prostitución: mại dâm, nghề mại dâm [ngè] [mại] [llâm]
proteger: bảo bọc [b ả: o] [bọ: c]; che chở [che:] [chở]; cưu mang [kưu] [mang]; phòng vệ [fò: ng] [vẹ]

proteína: đạm [dạm], chất đạm [chất] [dạm]
protestante: tin lành [tin] [lành]
protestar: đình công [dì: nh] [kong]; phản kháng [fản] [jáng]; kháng nghị [jáng] [ngị:]; **phản đối [fản] [dói]**
prostituta: điếm, con điếm [ko: n] [diếm]
propuesta: nghị án [ngị:] [án]
provecho de ocasión: nhân dịp [ñân] [llịp]
proverbio: danh ngôn [llanh] [ngon]
provincia: tỉnh [tỉ: nh]
provisión, **hacer provisión**: bảo quản [bảo] [quản]
provocado, a: lẳng lơ [lẳng] [lơ]
provocar: gây [gây]; gây chiến [gây] [chién]; gây chuyện [gây] [chuện]; gây gỗ [gây] [gõ]; gây hấn [gây] [hấn]; gây sự [gây] [sự]; khiêu gợi [jieu] [gợi]; khiêu chiến [jieu] [chién];
kiếm chuyện [kiếm] [chuện]; lả lơi [là] [lơi]
proyectar: thiết kế [thiét] [ké]; trù tính [trù] [tí: nh]
proyecto: đề án [dè] [án]; phương án [fương] [án]
prudente: khôn [jon], khôn ngoan [jon] [ngo: an]; thận trọng [thận] [trọng]
prueba: tang chứng [tang] [chứng]
pseudónimo: bút danh [bút] [llanh]; bút hiệu [bút] [hiệu]; pháp danh [fáp] [llanh]; pháp hiệu [fáp] [hiệu]
psicológico, a: tâm lý [tâm] [lí:]
psicópata: người điên [người] [dien]
psiquiatra: bác sĩ tâm thần [bác] [sĩ:]
pubertad: dậy thì, tuổi dậy thì [tuổi] [llậy] [thì:]
pubis: bướm, cái bướm [kái] [bướm]; lồn, cái lồn [kái] [lòn]
publicar: đăng [dăng]; phát hành [fát] [hành]
publicar libros: ra sách [ra] [sách]
público: công chúng [kong] [chúng]
pueblo: xóm làng [xó: m] [làng]
pueblo cercano: làng xóm [làng] [xó: m]
pueblo materno: quê ngoại [que] [ngo: ại]
pueblo paterno: quê nội [que] [nội]
pueblo pepueño: trấn, thị trấn [thị:] [trấn]
puente: cầu, cái cầu [kái] [kầu]
puerta: cửa, cái cửa [kái] [kửa]; khung cửa [jung] [cửa]

puerto: bến phà [bén] [fà]; đèo, cái đèo [kái] [dèo]
pues: thế thì [thé] [thì:]; thì [thì:]; vậy thì [vậy] [thì:]
puesto: chức [chức], chức vụ [chức] [vụ]; địa vị [địa] [vị]
pulcro, a: sạch bóng [sạch] [bó: ng]
pulgada: gang [gang], gang tay [gang] [tay]
pulgar: ngón cái [ngó: n] [kái]
pulgones: sâu bọ [sâu] [bọ]
pulido, a: láng [láng], láng bóng [láng] [bó: ng]
pulir: mài [mài], mài giũa [mài] [giũa]
pulmón: phổi, cái phổi [kái] [fỏi]
pulsación: mạch đập [mạch] [dập]
pulsar: bấm [bấm]
pulsera: vòng, cái vòng đeo tay [cái] [vò: ng] [de: o] [tay]
pulular: [ñung] [ñúc]
pulverizado: nhuyễn [ñuẽn]
puntillo, a: lấm chấm [lấm] [chấm]
punto: điểm, cái điểm [kái] [dièm]
punto central: tâm điểm [tâm] [dièm]; tiêu điểm [tieu] [dièm]; trung điểm [trung] [dièm]
punto de contacto: tiếp điểm [tiếp] [dièm]
punto de encuentro: tụ điểm [tụ] [dièm]
punto de nota: điểm [dièm]
punto final: chấm [chấm], dấu chấm [llấu] [chấm]
punto positivo: ưu điểm [ưu] [dièm]
puntuación: tỉ số [tỉ:] [só]
puñetazo: nắm đấm, cái nắm đấm [kái] [nắm] [dấm]
purga: thuốc xổ [thuóc] [xỏ]
purgar: xổ ruột [xỏ] [ruọt]
puro, a: thanh khiết [thanh] [jiét]; thuần chất [thuần] [chất]; thuần khiết [thuần] [jiét]; thuần túy [thuần] [túy]; tinh khiết [ti: nh] [jiét]; trong lành [tro: ng] [lành]
pus: mủ [mủ]
pusilánime: ủy mị [ủy] [mị:]
puta: đĩ [dĩ:], con đĩ [ko: n] [dĩ:]; đĩ cái [dĩ:] [kái], con đĩ cái [kon] [dĩ:] [kái]
puta madre: đĩ mẹ [dĩ:] [mẹ:], con đĩ mẹ [ko: n] [dĩ] [mẹ:]
puto: đĩ đực [dĩ:] [dực]

Decimoctava letra del abecedario y decimocuarta consonante
Chữ thứ mười tám của bảng chữ cái và phụ âm âm thứ mười bốn

que: mà [mà]; rằng [rằng]
qué: gì [yì:]
qué te pasa: làm sao vậy [làm] [sa: o] [vậy]
qué día: hôm nào [hom] [nà: o]
quebrado, a: gấp khúc [gấp] [júc]; khốn quẫn [jón] [kùng]
quedar: ở lại [ở] [lại]
quedarse algo: sót [só: t], còn sót [kò: n] [só: t], bị sót [bị:] [só: t]
quedarse helado, a: sửng người [sửng] [người]; sững sờ, bị sững sờ [bị] [sững] [sờ]
quedarse mudo: thin thít, im thin thít [i: m] [thi: n] [thí: t]
quedarse quieto: khựng, khựng lại [jựng] [lại]
quejarse: ca thán [ka] [thán]; kêu ca [keu] [ka]; kêu trời [keu] [trời]; than phiền [than] [fièn]; than thở [than] [thở]; than vãn [than] [vãn]
quemado, a: rát [rát]; sạm [sạm], sạm nắng [sạm] [nắng]
quemadura: vết bỏng [vét] [bỏ: ng]
quemar: cháy [cháy]; khét [jé: t]; khê [je]; phỏng [fỏ: ng]; thiêu [thieu]
querer: muốn [muón]; thương [thương]; thương yêu [thương] [i: eu]; yêu mến [i: eu] [mén]
querida: yêu dấu [i: eu] [llấu]
queso: pho mát [fó:] [mát]
quién: ai [ai]
quince: mười lăm [mười] [lăm]
quintaesencia: tinh hoa [ti: nh] [ho: a]

quintal métrico: tạ [tạ]
quiste: hạch, cục hạch [kục] [hạch]
quitar: cởi [kởi]; đoạt [do: ạt]; giành [yành]; giật [yật]; tháo [thá: o]; trấn lột [trấn] [lọt]
quitar el pantalón: cởi quần [kởi] [quần]
quitar el poder: truất quyền [truất] [quèn]
quitar la camisa: cởi áo [kởi] [á: o]
quitar la ropa: cởi áo quần [kởi] [á: o][quần]; cởi đồ [cởi] [dò]
quitarse el mosco: hỉ, hỉ mũi [hỉ:] [mũi]
quiosco de frensa: quầy báo, cái quầy báo [kái] [quầy] [bá: o]
quiosco de libros: quầy sách, cái quầy sách [kái] [quầy] [sách]
quiosco de complementos: quầy tạp hóa, cái quầy tạp hóa

Decimonovena letra del abecedario y decimoquinta consonante
Chữ thứ mười chín của bảng chữ cái và phụ âm âm thứ mười lăm

racional: duy lý [lluy] [lí:]
racionalizar: phán đoán [fán] [doán]
radiación: nhiễm xạ [ñiễm] [xạ]; tỏa nhiệt, sự tỏa nhiệt [sự] [tỏ: a] [ñiệt]; x quang, tia x quang [tia] [x] [quang]
radiactivo, a: phóng xạ [fó: ng] [xạ]
radiante: phơi phới [fơi] [fới]; sáng ngời [sáng] [ngời]
radiar: phát thanh [fát] [thanh]
radio: đài phát thanh [dài] [fát] [thanh]; truyền thanh [truền] [thanh]
radiodifusión: vô tuyến truyền thanh [vo] [tuến] [truền] [thanh]
radiografía: siêu âm [sieu] [âm]
radiotelevisión: vô tuyến truyền hình [vo] [tuến] [truền] [hì: nh]
raíz: cội rễ [kọi] [rẽ]; gốc, gốc gác [góc] [gác]
raíz del árbol: rễ cây [rẽ] [kây]
rama: cành lá [kành] [lá], cành cây [kành] [kây]; nhánh lá [ñành] [lá]
rana: ếch, con ếch [ko: n] [éch]; nhái, con nhái [ko: n] [ñái]
rango de coronel: tá, cấp tá [kấp] [tá]
rápido, a: nhanh [ñanh], nhanh chóng [ñanh] [chó: ng], nhanh gọn [ñanh] [gọ: n]; nhanh nhẹn [ñanh] [ñẹ: n]; nhanh trí [ñanh] [trí:]; thoăn thoắt [tho: ăn] [tho: ắt]; vèo [vè: o]; vù [vù]
rápidamente: thục mạng [thúc] [mạng]; vụt [vụt]
raquítico, a: còm [kò: m]
raro, a: lập dị [lập] [llị:]; quái đản [quái] [đản]
rasgado, a: ti hí [ti:] [hí:]; trùng trình [trùng] [trì: nh]

rasgo: dấu vết [llấu] [vét]; tàn tích [tàn] [tí: ch]
raspar el coco: nạo dừa [nạo] [llừa]
rata: chuột, con chuột [ko: n] [chuột]; tí [tí:]
ratón: chuột, con chuột [ko: n] [chuột]
ratificar: phê chuẩn [fe] [chuẩn]
raya: rằn, cái rằn [kái] [rằn]; vạch [vạch]; vần [vần], vần vện [vần] [vẹn]
rayado, a: xọc [xọ: c]
rayado en la madera: vân gỗ, cái vân gỗ [kái] [vân] [gõ]
rayar: rạch [rạch]; gạch bỏ [gạch] [bỏ:]
rayo: sấm sét [sấm] [sé: t]; tia [tia]
raza: dòng giống [llò: ng] [yóng]; nòi giống [nò: i] [yóng]
razón: lý lẽ [lí:] [lẽ:]
razonable: đúng đắn [dúng] [dắn]; lý trí [lí:] [trí:]; hợp lý [hợp] [lí:]; phải chăng [fải] [chăng]; thuận tai [thuận] [tai]
razonar: lý luận [lí] [luận]; lí sự [lí:] [sự], lý sự [lí:] [sự]
reaccionar: phản ứng [fản] [ứng]; phản ứng [fản] [ứng]
realeza: vương nghiệp [vương] [ngiệp]
realidad: hiện thực [hiện] [thực]; thực tại [thực] [tại]; thực tế [thực] [té]; thực tiễn [thực] [tiễn]
realizar: hiện thực hóa [hiện] [thực] [hó: a]; thực hiện [thực] [hiện]
realizar un análisis: liệt kê [liệt] [ke]
realmente es: thật là [thật] [là]; thực là [thực]
reaparecer: tái hiện [tái] [hiện]
rebajar: giảm giá [yảm] [yá]; hạ giá [hạ] [yá]
rebelarse: khởi nghĩa [jởi] [ngĩa]; phiến loạn [fién] [lo: ạn]
rebosante: tràn đầy [tràn] [dầy]
rebuscar: sục sạo, sục sạo tìm kiếm [sục] [sạ: o] [tì: m] [kiếm]
recado: nhắn, lời nhắn [lời] [ñắn]
recaer: tái phát [tái] [fát]
recaudación: vốn, cái vốn [kái] [vón]; vốn liếng [vón] [liéng]
recaudar: quyên góp [quên] [gó: p]; thu gom [thu] [go: m]; thu góp [thu] [gó: p]
recepción: chiêu đãi, tiệc chiêu đãi [tiệc] [chieu] [dãi]; tiếp tân, sự tiếp tân [sự] [tiép] [tân]
receptivo, a: lĩnh hội [lĩ: nh] [họi]
receptor: thu hình [thu] [hì: nh]; thu thanh [thu] [thanh]

receta médica: liều thuốc [liều] [thuóc]; phương thuốc [fương] [thuóc]
rechazar: từ chối [từ] [chói]
rechinado, a: lạo xạo [lạ: o] [xạ: o]
rechinar: nghiến [ngién], nghiến răng [ngién] [răng]
recibir: nhận [ñận]; thâu nhận [thâu] [ñận]; tiếp đón [tiép] [dó: n]; tiếp nhận [tiép] [ñận]
recibir condena: tù, bị tù [bị:] [tù]; tù đày, bị tù đày [tù] [dày]
recibir el placer: sướng [sướng]
recibir un nuevo puesto: nhiệm chức [ñiệm] [chức]
recibir una reunión: tiếp kiến [tiép] [kién]
recibo: biên lai [bien] [lai]
recién: ra lò [ra] [lò:]
recíproco, a: tương hỗ [tương] [hõ]; tương quan [tương] quan]
recitar: ngâm thơ [ngâm] [thơ]
reclamar: khiếu nại [jiéu] [nại]
reclutar: tuyển dụng [tuển] [llụng]
reclutar militar: tuyển quân [tuển] [quân]
recordar: căn dặn [kăn] [llặn]; khơi lại [jơi] [lại]; nhắc lại [ñắc] [lại]; nhắc nhở [ñắc] [ñở]; nhớ [ñớ]
recoger: đón [dó: n]; gặt hái [gặt] [hái]; hốt [hót]; lượm [lượm]; nhặt [ñặt]; rước [rước]; thâu lượm [thâu] [lượm]; thu hoạch [thu] [ho: ạch]; thu lượm [thu] [lượm]; trảy [trảy]
recompensación: đền [dèn], đền bù [dèn] [bù]
recompensar: tặng thưởng [tặng] [thưởng]; thưởng [thưởng]
reconciliar: dàn hòa [llàn] [hò: a]; giải hòa [yải] [hò: a]; hoà giải [hò: a] [llải]; làm lành [làm] [lành]; nối lại [nó: i] [lại]
reconocer: ghi nhận [gi:] [ñận]; nhìn nhận [ñì: n] [ñận]; nhận ra [ñận] [ra]
recto, a: thẳng [thẳng]; thẳng tắp [thẳng] [tắp]
recta: dọc dừa [llọ: c] [llừa]
rectar: trừ [trừ]
rectángulo: hình chữ nhật [hình] [chữ] [ñật]
rectificar: cải chính [kải] [chí: nh]
reconstruir: khôi phục [joi] [fục]
recuerdo: kỉ niệm [kỉ:] [niệm]
recuperar: hồi phục [hòi] [fục]
recurrir: chống án [chóng] [án]

red: lưới, cái lưới [kái] [lưới]; mạng lưới [mạng] [lưới]
red social: mạng xã hội [mạng] [xã] [họi]
redacción: tòa báo [tò: a] [bá: o]; tổng biên tập [tổng] [bien] [tập]
redactar: biên soạn [bien] [so: ạn]
redactar: biên tập [bien] [tập]
redondo, a: tròn [tròn]
reducir: cắt bớt; rút gọn [rút] [gọ: n]; thu nhỏ [thu] [ñỏ:]
reducir la pena: giảm án [yàm] [án]; giảm tội [yàm] [tọi]
reeditar: tái bản [tái] [bản]
reemplazar: thế [thé]; thế chân [thé] [chân]
reencontrar: tái ngộ [tái] [ngọ]; trùng phùng [trùng] [fùng]
refinado, a: phong lưu [fo: ng] [lưu]; thanh lịch [thanh] [lị: ch]; thanh nhã [thanh] [ñã]; tinh luyện [ti: nh] [luẹn]; trang nhã [trang] [ñã]
reflejar: phản ảnh [fản] [ảnh]; phảng phất [fảng] [fất]; phản chiếu [fản] [chiéu]; soi bóng [so: i] [bó: ng]
reflexionar: suy ngẫm [suy] [ngẫm]; suy tư [suy] [tư]; suy tưởng [suy] [tưởng]; suy xét [suy] [xét]
reformar: cải cách [kải] [kác h]; củng cố [kủng] [kó]
reforzar el ejército en combate con la ayuda de otro ejército: trợ chiến [trợ] [chién]
refrán: tục ngữ [tục] [ngữ]
refugiado, a: tị nạn [tị:] [nạn]
refugiarse: ẩn náu [ẩn] [náu]; dung thân [llung] [thân]; lánh, lánh mặt [lánh] [mặt]; nương náu [nương] [náu]; sơ tán, đi sơ tán [đi:] [sơ] [tán]; trú [trú], trú ẩn [trú] [ẩn]
refutar: phản bác [fản] [bác]; phản biện [fản] [biẹn]
regalar: kính tặng [kí: nh] [tặng]
regalo: lưu niệm, quà lưu niệm [quà] [lưu] [niẹm]; quà [qùa]
regañar: la mắng [la] [mắng]
regar: phun nước [fun] [nước]; tưới [tưới]
régimen: chế độ [ché] [dọ]
régimen monárquico: triều chính [triều] [chí: nh]
regimiento: trung đoàn [trung] [do: àn]
región: khu vực [ju] [vực]
región alta: thượng du, miền thượng du [miền] [thượng] [llu]

región marítima: duyên hải, miền duyên hải [miền] [lluen] [hải]; vùng biển, một vùng biển [mọt] [vùng] [biển]
registrar: ghi tạc [gi:] [tạc]; khám xét [jám] [xét]
registro civil: phường [fường]
regla: kinh nguyệt [ki: nh] [nguẹt]; qui luật [qui] [luật]; thước, cái thước [kái] [thước], cái thước kẻ [kái] [thước] [kẻ:]
reglamentación: qui định, sự qui định [sự] [qui] [dị: nh]
reglamento: luật lệ [luật] [lẹ]; phép tắc [fé: p] [tắc]
reglar: thể lệ [thẻ] [lẹ]
regordete: tròn trịa [trò: n] [trịa], tròn trĩnh [trò: n] [trĩ: nh]
regresar: về [vè]
regresar a casa: về nhà [vè] [ñà]
regresar al pueblo: về quê [vè] [que]
reguero: vệt [vẹt]
regularizar: hợp thức, hợp thức hóa [hợp] [thức] [hó: a]
rehabilitar: điều dưỡng [dièu] [llưỡng]
rehusar: thoái thác [tho: ái] [thác]
reina: hoàng hậu [ho: àng] [hậu]; vương phi [vương] [fi:]
reina madre: thái hậu [thái] [hậu]
reinado: triều đại [trièu] [dại]
reino: vương quốc [vương] [quóc]
reinventar: chế, chế biến [ché] [bién]; chế lại [ché] [lại]
reír: cười
reírse alegremente: tòe loe, cười toe loe [kười] [tò: e] [lo: e], cười toe loe toét loét [kười] [to: è] [lo: e] [to: ét] [lo: ét]
rejuvenecer: hồi xuân [hòi] [xuân]
relación: quan hệ, mối quan hệ [mói] [quan] [hẹ]
relación equivalente: tương giao, sự tương giao [sự] [tương] [ya: o], mối tương giao [mói] [tương] [ya: o]
relacionar: giao thiệp [ya: o] [thiẹp]; làm quen [làm] [que: n]; tiếp xúc [tiép] [xúc]
relacionarse: giao tiếp [ya: o] [tiép]; kết thân: [két] [thân]
relatar de generación en generación: tương truyền [tương] [truèn]
relativo, a: tương đối [tương] [dói]
relato corto: truyện ngắn [truẹn] [ngắn]
relieve: hình nổi [hình] [nỏi]

religión: đạo [dạ: o]; tôn giáo [ton] [yá: o]
rellenar: điền; độn [dọn]; nhét [ñé: t]; nhét [ñé: t]; nhồi [ñòi]
relleno, a: đẫy đà [dẫy] [dà]
relleno de las empanadillas: nhân bánh [ñân] [bánh]
reloj: đồng hồ [dòng] [hò]
reluciente: rực sáng [rực] [sáng]
relucir: bừng sáng [bừng] [sáng]
remangar: vén [vé: n]
remar: chèo [chè: o]; lái đò [lái] [dò:]
rematar: hoàn chỉnh [ho: àn] [chỉ: nh]
rememorar: hồi tưởng [hòi] [tưởng]; nhớ lại [ñớ] [lại]; tưởng nhớ [tưởng] [ñớ]
reminiscencia: luyến tiếc, sự luyến tiếc [sự] [luén] [tiếc]
remisión condicional: tù treo [tù] [tre: o]
remorder: ăn năn [ăn] [năn], day dứt [llay] [llứt]; dằn vặt [llần] [vặt]; hối hận [hói] [hận]
remoto, a: trùng khơi [trùng] [jơi]; xa xôi [xa] [xoi]
remover: trở [trở]: trở mình [trở] [mì: nh]
remover la mano: xua tay [xua] [tay]
removerse: vẫy [vẫy]
renacentista: phục hưng [fục] [hưng]
rencarnar: hóa kiếp [hó: a] [kiếp]
rendimiento: hiệu quả [hiệu] [qủa]; năng suất [năng] [suất]
rendirse: chịu thua [chịu] [thua]; đầu hàng [dầu] [hàng]; khoanh tay [jo: anh] [tay]
renovar: cách tân [kách] [tân]; đổi mới [dồi] [mới]
rentabilidad: lợi tức [lợi] [tức]
reo: tội nhân [tọi] [ñân]; tội phạm [tọi] [fạm]
reparar en alguien: ghé mắt [gé:] [mắt]
repentino, a: bất ngờ [bất] [ngờ]; chợt, bất chợt [bất] [chợt]
repercutir: vọng [vọ: ng]
reprender: kiểm điểm [kiểm] [diểm]
repetición: điệp ngữ [diẹp] [ngữ]
repetido, a: hoài [ho: ài]; lải nhải [lải] [ñải], lại [lại]; tái [tái]; trùng lặp [trùng] [lặp]; túi bụi [túi] [bụi]
repetir: lập lại [lập] [lại]; tái diễn [tái] [lliễn]
representante: đại biểu [dại] [biểu]

reprochar: chê trách [che] [trách]; khiển trách [jiển] [trách]; rầy la [rầy] [la] quở trách [quỏ] [trách]
reproducción: phiên bản [fien] [bản]
reproducir: tái sản xuất [tái] [sản] [xuất]
republicano, a: cộng hòa [kọng] [hò: a]
repugnante: ghê tởm [ge] [tởm]
reputación: danh giá [llanh] [yá]; thanh danh [thanh] [llanh]
resbalar: tuột [tuọt]
resecar: khô, làm khô [làm] [jo]
resentirse: hối lỗi [hói] [lõi]
reservar: đặt [dặt]; phòng giữ [fò: ng] [yữ]
resfriado, a: cảm lạnh [kảm] [lạnh]
residencia de ancianos: dưỡng lão, nhà dưỡng lão [ñà] [llưỡng] [lã: o]
residenciar: cư trú [kư] [trú]
residir: định cư [dị: nh] [kư]
residir temporalmente: tạm trú [tạm] [trú]
resina: nhũ [ñũ], nhũ cây [ñũ] [kây]; nhựa cây [ñựa] [kây]
resina de óleo: tinh dầu [ti: nh] [llầu]
resina de pino: nhũ thông [ñũ] [thong]
resistencia: sức bền [sức] [bèn]
resistente: dẻo dai [llẻ: o] [llai]; đề kháng [dè] [jáng]
resistir: cầm cự [kầm] [kự]; chống chọi [chóng] [chọ: i], chống cự [chóng] [kự]; đối chọi [dói] [chọi]; kháng cự [jáng] [cự]
resolución: nghị quyết [ngị:] [quét]; quyết nghị [quét] [ngị:]
resolver: phán định [fán] [dị: nh]; phán quyết [fán] [quét]
resolver el conflicto: êm chuyện, làm êm chuyện [làm] [em] [chuẹn]
resonancia: âm hưởng [âm] [hưởng], âm vọng [âm] [vọ: ng]; tiếng vọng [tiéng] [vọ: ng]
resonar: dội, làm dội lại [làm] [llọi] [lại]; ngân nga [ngân] [nga]
resoplar: thở hắt [thở] [hắt]
resorte: lò xo [lò:] [xo:]
respaldar: phò trợ [fò:] [trợ]; phù trợ [fù] [trợ]
respetable: tôn trọng [ton] [trọ: ng]; uy [uy]
respetar: kiêng nể [kieng] [nể]; trọng [trọ: ng]
respeto: vị nể, sự vị nể [sự] [vị:] [nể]
respirar: hít thở [hít] [thở]; thở [thở]

respiración: hơi thở [hơi] [thở]
respiratorio, a: hô hấp [ho] [hấp]
resplandecer: bừng sáng [bừng] [sáng]
resplandecer en reputación: rạng danh, làm rạng danh [làm] [rạng] [llanh]
responder: giải đáp [yải] [dáp]; phúc đáp [fúc] [dáp]; trả lời [trả] [lời]
responder la carta: hồi âm [hòi] [âm]
responsable: tình nghĩa [tì: nh] [ngĩa]
responso: khẩu truyền [jầu] [truyền]
respetuoso, a: lễ phép [lễ] [fé: p]; qúi trọng [qúi] [trọ: ng]; trân trọng [trân] [trọ: ng]
restablecer: phục hồi [fục] [hòi]
restablecer el puesto: phục chức [fục] [chức]; phục vị [fục] [vị]
restablecer el poder: phục quyền [fục] [quèn]
restaurante: nhà hàng [ñà] [hàng]
restaurar: phục chế [fục] [ché]; trùng tu [trùng] [tu]
restregar: cọ xát [kọ:] [xát]; xát [xát]
restregar: cọ xát [kọ:] [xát]; giụi [yụi]
resucitar: hồi sinh [hòi] [si: nh]; tái sinh [tái] [si: nh]
resultado: kết qủa [két] [qủa]
resumen: chung qui [chung] [qui]; tóm lại [tó: m] [lại]; tóm lại [tó: m] [lại]
resumir: tóm tắt [tó: m] [tắt]; tổng kết [tổng] [két]
resurrección: phục sinh, sự phục sinh [sự] [fục] [si: nh]
retar: thách [thách]; thách thức [thách] [thức]
rectificar: cải chính [kải] [chí: nh]
reportaje: phóng sự, chương trình phóng sự [chương] [trình] [fó: ng] [sự]
reputación vigorosa: uy danh [uy] [llanh]
retentiva: ký ức [kí:] [ức]
retintín: rủng rỉnh, tiếng rủng rỉnh [tiếng] [rủng] [rỉ: nh]
retirar: rụt [rụt], rụt lại [rụt] [í:] [lại]; thu hồi [thu] [hòi]; thụt lui [thụt] [lui]; về vườn [về] [vườn]
retórico, a: tu từ [tu] [từ]; văn hoa [văn] [hoa]; văn vẻ [văn] [vẻ:]
retornar: trở lại [trở] [lại]
retrasar: trì hoãn [trì:] [ho: ãn]
retrógrado, a: lạc hậu [lạc] [hậu]
reumático, a: thấp khớp [thấp] [jớp]
reumatismo: phong thấp, bệnh phong thấp [bệnh] [fo: ng] [thấp]

reunir: họp [họ: p]; hùn [hùn]; tụ họp [tụ] [họ: p]; tụ tập [tụ] [tập]; tụm [tụm]
reunirse: nhóm họp [ñó: m] [họ: p]; sum họp [sum] [họp]; tái hợp [tái] [hợp]
revelarse: tiết lộ [tiét] [lọ]; tự thú [tự] [thú]
reverberar: phản chiếu [fản] [chiéu]
reverenciar: cung kính [kung] [kí: nh]
reverente: kính thưa [kí: nh] [thưa]; kính yêu [kí: nh] [yeu]; thành kính [thành] [kí: nh]
reversible: thuận nghịch [thuận] [ngị: ch]
revista: tạp chí [tạp] [chí]; tập san [tập] [san]
revolucionar: cách mạng [kách] [mạng]
revolucionario, a: duy tân [lluy] [tân]
revuelo: náo động [ná: o] [dọng]
rey: đế vương [dé] [vương]; thượng hoàng [thượng] [ho: àng]; vua [vua]; vương [vương]
rey del infierno: diêm vương [lliem] [vương]
rey y los cortesanos: vua quan [vua] [quan]
rezar: cầu, cầu nguyện [kầu] [nguẹn]; khấn, khấn vái [jấn] [vái]; vái [vái]
ribera: ven bờ [be: n] [bờ]
ribera derecha: hữu ngạn [hữu] [ngạn]
ribera izquierda: tả ngạn [tả] [ngạn]
rico, a: giàu [yàu], giàu có [yàu] [kó:]; kếch xù, giàu kếch xù [yàu] [kéch] [xù]; phú [fú]; phú qúi [fú] [qúi]
rico: phú gia [fú] [ya], phú hào [fú] [hà: o], phú ông [fú] [ong]
ridículo, a: lố lăng [ló] [lăng]; nực cười [nực] [kười]
rígido, a: cứng [kứng], cứng cỏi [kứng] [kỏ: i]; khuôn sáo [juon] [sá: o]
riguroso, a: sần [sần], sần sùi [sần] [sùi]
rima del verso: vần thơ [vần] [thơ]
riña: xích mích, sự xích mích [sự] [xí: ch] [dạ: o]
riñón: thận, cái thận [kái] [thận]
río: sông, con sông [ko: n] [so: ng], dòng sông [llò: ng] [so: ng]
río arriba: thượng nguồn [thượng] [nguòn]
riqueza: giàu có, sự giàu có [sự] [yàu] [kó:]
ritmo: nhịp điệu [ñịp] [diẹu]
rizar: xoăn, làm xoăn [làm] [xo: an]
rival: đối thủ [dói] [thủ]; tình địch [tì: nh] [dị: ch]

robar: ăn cắp [ăn] [kắp], ăn cướp [ăn] [kướp]; cướp [cướp] bóc [bó:c]; thụt két [thụt] [ké: t]; trộm [trọm], trộm cắp [trọm] [kắp]
robo: đồ vật ăn cắp [dồ] [vật] [ăn] [kắp]; lấy cắp [lấy] [kắp]
robot: rô bốt [ro] [bót]
robusto, a: rắn rỏi [rắn] [rỏi]; tráng kiện [tráng] [kiện]
roca: tảng đá; nham thạch [ñam] [thạch]; tảng đá [tảng] [dá]
rocío: sương [sương]
rocío de la aurora: sương mai [sương] [mai]
rocío noctuno: sương đêm [sương] [dem]
rocío y viento: sương gió [sương] [yó:]
rodamiento de bolas: ổ bi [ổ] [bi]
rodar: lăn [lăn]
rodar película: rodar película
rodear: lảng vảng [lảng] [vảng]; loanh quanh [lo: anh] [quanh]; lởn vởn [lởn] [vởn]; rào giậu [rà: o] [yậu]; vây quanh [vây] [quanh]; vòng quanh [vò: ng] [quanh]
rodeando, a: vòng vèo [vò: ng] [vè: o]
rodear para capturar: vây bắt [vây] [bắt]
rodeo: đường vòng [dường] [vò: ng]
rodillo de primavera: chả cuốn [chả] [cuón], chả giò [chả] [yò:]
rogar: cầu xin [kầu] [xin]
rojo, a: đỏ
romántico, a: lãng mạn [lãng] [mạn]
rombo: thoi [tho: i]
romper: đoạn tuyệt [do: ạn] [tu: ẹt]; gãy [gãy], bẻ gãy [bẻ:] [gãy]; phá vỡ [fá] [vỡ]; vỡ [vỡ]
romper las reglas: phá cách [fá] [kách]
roncha: sảy [sảy]
ronco, a: khàn [jàn], khàn giọng [jàn] [yọ: ng]
roncar: ngáy [ngáy]
ropa: quần áo [quần] [á: o]; y phục [i:] [fục]
ropa interior: lót, đồ lót [dò] [ló: t]
riguroso, a: sần [sần], sần sùi [sần] [sùi]
rima del verso: vần thơ [vần] [thơ]
riña: xích mích, sự xích mích [sự] [xí: ch] [dạ: o]
riñón: thận, cái thận [kái] [thận]

río: sông, con sông [ko: n] [so: ng], dòng sông [llò: ng] [so: ng]
río arriba: thượng nguồn [thượng] [nguồn]
riqueza: giàu có, sự giàu có [sự] [yàu] [kó:]
ritmo: nhịp điệu [ñịp] [diệu]
rizar: xoăn, làm xoăn [làm] [xo: an]
rosa: hoa hồng [ho: a] [hòng]
rosa multiflora: tường vi, hoa tường vi [ho: a] [tường] [vi:]
rotación: vòng quay, cái vòng quay [kái] [vò: ng] [quay]
roto, a: dở dang [llở] [llang]; tả tơi [tả] [tơi]; tan vỡ [tan] [vỡ]; tơi tả [tơi] [tả]
rugir: gầm thét [gầm] [thé: t]
rugoso, a: trập trùng [trập] [trùng]
ruido: tiếng động [tiéng] [dọng]; tiếng động [tiéng] [dọng]
ruidoso, a: eo sèo [e: o] [sè: o]; í a í ới [í:] [a] [í:] [ới]; in ỏi [i: nh] [ỏ: i]; kẽo cà kẽo kẹt [kẽ: o] [kà] [kẽ: o] [kẹ:t]; khò khè [jò:] [jè:]; om sòm [o: m] [sò: m]; ồn [òn]; ồn ào [òn] [à: o]; tóp tép [tó: p] [té: p]; um sùm [um] [sùm]
ruiseñor: sơn ca, con chim sơn ca [kon] [chi: m] [sơn] [ka]
rumano, a: ru ma ni [ru] [ma] [ni:]
rumor: đồn, lời đồn đại [lời] [dòn] [dại]; thị phi, sự thị phi [sự] [thị:] [fi:]; tiếng đồn [tiéng] [dòn]; tin đồn [tin] [dòn]; xì xầm, sự xì xầm [sự] [xì:] [xầm], tếng xì xầm [tiéng] [xì:] [xầm]
rumorear: đàm tiếu: [dàm] [tiéu]
ruso, a: nga [nga]

Vigésima letra del abecedario y decimosexta consonante
Chữ thứ hai mươi của bảng chữ cái và phụ âm âm thứ mười sáu

saber: am hiểu [am] [hiểu], am tường [am] [tường]; biết [biét]
sabio: hiền triết, nhà hiền triết [ñà] [hièn] [triét]
sabio, a: sáng suốt [sáng] [suốt]
sabor: hương vị [hương] [vị]; mùi vị [mùi] [vị:]; vị [vị:]
saborear: nếm [nếm]; nhấm nháp [ñấm] [ñáp]
sacar: thè [thè:]
sacar dinero de alguien: làm tiền [làm] [tiền]
sacar la conclusión: rút tỉa [rút] [tỉa]
saco: bao bố, cái bao bố [kái] [ba: o] bó]
sacralizar: làm phép [làm] [fé: p]; thánh hóa [thánh] [hó: a]
sacrificar: hy sinh [hi:] [si: nh]
sacudir: giũ [yũ]; ngúc ngắc [ngúc] [ngắc]
sagrado, a: thiêng liêng [thieng] [lieng]
sal: muối [muói]
sala de baile: vũ trường [vũ] [trường]
sala de cine: rạp chiếu bóng, cái rạp chiếu bóng [kái] [rạp] [chiếu] [bó: ng]; rạp xi nê, cái rạp xi nê [kái] [rạp] [xi:] [ne]
sala de conferencias: giảng đường [yảng] [dường]
sala de esperar: phòng đợi [fò: ng] [dợi]
sala de operaciones: phòng mổ [fò: ng] [mỏ]
sala de recepción: sảnh đường, cái sảnh đường [kái] [sảnh] [dường]
salada: mặn mà [mặn] [mà]
salado, a: mặn [mặn]

salario: lương [lương], lương hướng [lương] [hướng], lương bổng [lương] [bổng]; tiền công [tiền] [kong]
salchicha vietnamita: lạp xưởng [lạp] [xưởng]
salida: lối ra [lói] [ra]
salir: đi chơi [di:] [chơi]
salir al extranjero: xuất cảnh [xuất] [kảnh]
salir algo afuera de algo: thòi [thò: i], thòi ra ngoài [thò: i] [ra] [ngo: ài]
saliva: nước miếng [nước] [miéng]
salón: phòng khách [fò: ng] [jách]
salpicar: rưới [rưới], rưới nước [rưới] [nước]
salsa: nước chấm [nước] [chấm]
salsa de pescado: nước mắm [nước] [mắm]
salsa de soja: tương, nước tương [nước] [tương]
salsa pastosa de gamba: ruốc, mắm ruốc [mắm] [ruóc]
saltar: nhảy [ñảy]; vọt, nhảy vọt [ñảy] [vọ: t]
saltar de súpito: tót, nhảy tót [ñảy] [tó: t]
salud: sức khỏe [sức] [jỏ: e]
saludar: thưa gửi [thưa] [gửi]
Salvador: Đấng cứu thế [dấng] [kứu] [thé]
salvaje: hoang dã [ho: ang] [llã]
salvar: cứu; cứu chữa [kứu] [chữa]
salvar el país: cứu quốc [kứu] [quóc]
sanatorio: nhà táng [nhà] [táng]
sandalias: dép, đôi dép [doi] [llé: p]
sandía: dưa hấu, trái dưa hấu [trái] [llưa] [hấu]; quả dưa hấu [qủa] [llưa] [hấu]
sangre: máu [máu]; dòng máu [llò: ng] [máu]
sangre caliente: máu nóng [máu] [nó: ng]
sangre roja: hồng cầu [hòng] [kầu]
sano, a: khỏe mạnh [jỏ: e:] [mạnh]; khỏe khoắn [jỏ: e:] [jo: ắn]; lành mạnh [lành] [mạnh]; mạnh khỏe [mạnh] [khỏ: e]
sano y salvo: thượng lộ bình an [thượng] [lọ] [bì: nh] [an]
sanscrito: phạn, tiếng phạn [tiếng] [fạn]
santo, a: thánh [thánh]
sarcástico, a: ngạo đời [ngạ: o] [dời]
sarnoso, a: ghẻ [gẻ:], ghẻ lở [gẻ:] [lở]
satisfecho, a: thích chí [thí: ch] [chí:]

satén: chảo, cái chảo [kái] [chảo]
satírico, a: trào lộng [trà: o] [lọng]
satisfacer: mãn nguyện [mãn] [nguẹn]; thỏa mãn, làm cho thỏa mãn [làm] [thỏ: a] [mãn]; thỏa nguyện [thỏ: a] [nguẹn]
satisfecho, a: đắc ý [dắc] [í:]; thỏa chí [thỏ: a] [chí:]; thỏa thích [thỏ: a] [thí: ch]
saturar: ớn [ớn]
Saturno: sao Thổ [sao] [thỏ]
sauce: dương liễu, cây dương liễu [kây] [llương] [liễu]; liễu, cây liễu [cây] [liễu]
sauce llorón: thùy dương, cây thùy dương [kây] [thùy] [llương]
secar: hong [ho: ng]; sấy [sấy]
secar con el aire: hong gió [ho: ng] [yó:](đt): secar con aire
secar con el sol: hong nắng [ho: ng] [nắng]; phơi nắng [fơi] [nắng]
seco, a: gắt [gắt]; hạn hán [hạn] [hán]; khô cạn [jo] [kạn]; khô khan [jo] [jan]; khô ráo [jo] [rá: o]; ráo [rá: o]; ráo hoảnh [rá: o] [ho: ảnh]
secretamente: lén [lé: n], lén lút [lé: n] [lút]
secretario: thư ký [thư] [ký]
secretario general: tổng bí thư [tổng] [bí:] [thư]; tổng thư ký [tổng] [thư] [kí:]
secreto: bí mật, sự bí mật [sự] [bí:] [mật]; mật vụ [mật] [vụ]
secreto, a: bí mật [bí:] [mật]
sector: phân đội [fân] [dọi]
secuestrar: bắt cóc [bắt] [kó: c]
secular: lâu đời [lâu] [dời]; thế tục [thé] [tục]
secundario, a: phần phụ [fần] [fụ], thứ [thứ]; thứ yếu [thứ] [i: éu]; trung học [trung] [họ: c]
seda: lụa [lụa]
sedante: thanh tĩnh [thanh] [tĩ: nh]; yên tĩnh [i: en] [tĩ: nh]
sedar: lắng đọng [lắng] [dọ: ng]
sedoso: óng mượt [ó: ng] [mượt]
seguido, a: liền [lièn]; liên tiếp [lien] [tiép]; san sát [san] [sát]; tiếp [tiép]; tiếp tục [tiép] [tục]
seguidores: phe [fe:], phe cánh [fe:] [kánh]; phe đảng [fe:] [dảng]; phe phái [fe:] [fái]; vây cánh [vây] [kánh]
seguir: theo [the: o]
seguir un ejemplo: noi gương [no: i] [gương]
segunda esposa: vợ nhỏ [vợ] [ñỏ:]
segundo: giây [yây]

segundo grado: phó bảng [fó:] [bảng]
segundo nombre: tên lót [ten] [ló: t]
seguridad: sự an toàn [sự] [an] [to: àn]
seguridad pública: an ninh trật tự [an] [ni: nh] [trật] [tự]
seguridad social: bảo hiểm xã hội [bả: o] [hiểm] [xã] [họi]
seguro, a: chắc, chắc chắn [chắn] [chắn]; tự tin [tự] [tin]
seis: sáu [sáu]
seleccionar: chọn, chọn lọc [chọ: n] [lọ: c]; kén [ké: n], kén chọn [ké: n] [chọ: n]; lựa [lựa], lựa chọn [lựa] [chọ: n]; tuyển [tuển], tuyển chọn [tuển] [chọ: n]; tuyển lựa [tuển] [lựa]; tuyển mộ [tuển] [mọ]
selva: rừng rậm [rừng] [rậm]
semáforo rojo: đèn đỏ [dè: n] [dỏ:]
semáforo verde: đèn xanh [dè: n] [xanh]
semana: tuần lễ [tuần] [lễ]
semana, **los fines de semana**: cuối tuần, những ngày cuối tuần [ñững] [ngày] [kuói] [tuần]
semblante: thần sắc [thần] [sắc]
sembrar: gieo [ye: o]
semejante: giống như [yó: ng] [ñư]: tương tự [tương] [tự]
semen: tinh dịch [ti: nh] [llị: ch]
semilla: hạt giống [hạt] [yóng]; mầm, hạt mầm [hạt] [mầm]
senador: thượng nghị sĩ [thượng] [ngị:] [sĩ:]
sencillo, a: chất phác [chất] [fác]
senda: lối [lói], lối đi [lói] [di]; nẻo đường [nẻo] [dường]
sendentario: tĩnh tại [tĩ: nh] [tại]
seno: lòng dạ [lò: ng] [dạ]; lòng [lò: ng]
sensible: mẫn cảm [mẫn] [kảm]; nhạy [ñạy], nhạy bén [ñạy] [bé: n], nhạy cảm [ñạy] [kảm]
sensorial: cảm giác [kảm] [yác]
sentar: ngồi [ngồi]
sentencia: bản án [bản] ['an]
sentido, **los sentidos**: giác quan [yác] [quɑn]
sentimental: đa cảm [da] [kảm]; đa tình [da] [tình]
sentimiento: tâm trạng [tâm] [trạng]; tâm tư [tâm] [tư]
sentimiento íntimo: tâm tình [tâm] [tì: nh]
sentirse halagado: nở mũi [nở] [mũi]

sentirse inferior: tự ti, tự ti mặc cảm [tự] [ti:]
sentirse orgulloso: hãnh diện [hãnh] [lliẹn]
señal: ký hiệu [kí:] [hiệu]
señalar: báo hiệu [bá: o] [hiệu]; ngoắt tay [ngo: ắt] [tay]
señor: ông [ong]; quý ông [qúi] [ong]
señora: bà [bà]; qúi bà [qúi] [bà]
señorita: qúi cô [qúi] [cô]
separado, a: xa lìa [xa] [lìa]
septiembre: tháng chín [tháng] [chín]
ser: là [là]
ser absolutamente: [tuẹt] [ñien]
ser autónomo: làm chủ [làm] [chủ]
ser inferior: thua kém, bị thua kém [bị:] [thua] [ké: m]; thua thiệt [thua] [thiệt]
ser persona: làm người [làm] [người]
ser sensible de oído: thính [thí: nh]
sereno, a: bình thản [bì: nh] [thản]; khoan thai [jo: an] [thai]; thanh thản [thanh] [thản]
serie: dãy, một dãy [mọt] [llãy]
serio, a: cương nghị [kương] [ngị:]; đoan trang [do: an] [trang]; đứng đắn [dứng] [dắn]; nghiêm nghị [ngiem] [ngị:]
serpiente: rắn, con rắn [ko: n] [rắn]; tị [tị:]
servicio: nhà cầu [ñà] [kầu], cái nhà cầu [kái] [ñà] [kầu]; nhà vệ sinh [ñà] [vệ] [si: nh]; nhà xí [ñà] [xí]
sirviente: gia nhân [ya] [ñân]; nô bộc [no] [bọc]; tay sai [tay] [sai]; tôi tớ [toi] [tớ]
servir: phục vụ [fục] [vụ]; phụng sự [fụng] [sự]
servir hogar: giúp việc [yúp] [việc]
sesenta: sáu mươi [sáu] [mươi]
sesión: khoa [jo: a]; tiết mục [tiét] [mục]
seto: hàng rào [hàng] [rà: o]
seudónimo: danh tánh [llanh] [tánh]
severo, a: nghiêm minh [ngiem] [mi: nh]
sexual: sinh dục [si: nh] [llục]
si: phải chi [fải] [chi:]; ví như [ví:] [ñư]
sí: dạ [llạ]
si no: nếu không [néu] [jong], nếu mà không [néu] [mà] [jong]

sicario: thích khách [thí: ch] [jách]
siempre: luôn luôn [luon] [luon]; mãi [mãi]
sien: màng tang, cái màng tang [kái] [màng] [tang]
siete: bảy [bảy]; thập [thập]
sífilis: giang mai, bệnh giang mai [bệnh] [yang] [mai]; lậu, bệnh lậu [bệnh] [lậu]; phong tình, bệnh phong tình [bệnh] [fo: ng] [tì: nh]
significación: nghĩa [ngĩa], ý nghĩa [í:] [ngĩa]; ý nghĩa [í:] [ngĩa]
signo: dấu [llấu]
signo `: huyền, dấu huyền [llấu] [huèn]
siguiente: tiếp theo [tiép] [the: o]
sílaba: vần [vần]
silbar: huých [huí: ch], huých gió [huí: ch] [yó:], huých sáo [huí: ch] [sá: o]; rít [rí: t]
silenciar: lắng im [lắng] [im]
silenciarse: làm thinh [làm] [thi: nh]; lặng thinh [lặng] [thi: nh]
silencioso, a: êm ắng [em] [ắng]; im lặng [im] [lặng]; lặng [lặng]; trầm lắng [trầm] [lắng]; trầm lặng [trầm] [lặng]; yên ả [i: en] [ả]
silencioso y poca gente: thanh vắng [thanh] [vắng]
sillón: ghế bành, cái ghế bành [kái] [gé] [bành]
silueta: bóng dáng [bó: ng] [lláng]; hình bóng [hình] [bóng]; vóc dáng [vó: c] [lláng]
simbólico, a: tượng trưng [tượng] [trưng]
símbolo de la cuz: chữ thập, dấu chữ thập
simetría: đăng đối, sự đăng đối [sự] [dăng] [dói]
simétrico, a: đối xứng [dói] [xứng]
simpático, a: dễ thương [llẽ] [thương]
simpatizar: cảm tình [kảm] [tì: nh]
simple: thuần phác [thuần] [fác]
simplificar: tinh giản [ti: nh] [yản]
simultáneo, a: đồng thời [dòng] [thời]
sin control: vô chừng mực [vo] [chừng] [mực]
sin fin: vô cùng tận [vo] [kùng] [tận]
sin sentido: vô cớ [vo] [kớ]
sin vergüenza: trơ mặt [trơ] [mặt]
sino: mà còn [mà] [kò: n]
sin dar la vuelta: thẳng cánh [thẳng] [kánh]

sin parar: huyên thuyên [huen] [thuen]
sincero, a: chân thật [chân] [thật]; thành tâm [thành] [tâm]; thành thật [thành] [thật]; thật [thật]; thật bụng [thật] [bụng]; thật lòng [thật] [lò: ng]; thật tâm [thật] [tâm]; thật tình [thật] [tì: nh]; thiệt [thiệt]; thiệt tình [thiệt] [tì: nh]; thực bụng [thực] [bụng]; thực lòng [thực] [lò: ng];
thực tâm [thực] [tài]; trung thực [trung] [thực]
sindicato: công đoàn [kong] [do: àn]
síndrome: hội chứng [hội] [chứng]
sinfonía: giao hưởng, bản giao hưởng [bản] [ya: o] [hưởng]
sinónimo, a: đồng nghĩa [dòng] [ngĩa]
sintético, a: tổng hợp [tổng] [hợp]
síntoma: triệu chứng [triệu] [chứng]
sistema: guồng máy [guòng] [máy]; hệ thống [hẹ] [thóng]
sitio: xứ [xứ]
situation: hoàn cảnh [ho: àn] [kảnh]; thực trạng [thực] [trạng]; tình cảnh [tì: nh] [kảnh]; tình hình [tì: nh] [hì: nh]; tình huống [tì: nh] [huóng]; tình thế [tì: nh] [thé]
situación familia: gia cảnh [ya] [kảnh]
situación trágica: thảm trạng [thảm] [trạng]
silvicultura: lâm nghiệp [lâm] [ngiệp]
soberanía: chủ quyền [chủ] [quèn]
soberbio: kiêu ngạo [kieu] [ngạ: o]
sobornar: đút lót [dút] [lót]; hối lộ [hói] [lọ]; mua chuộc [mua] [chuộc]
sobrante: dư [dư]; sobrante en al almacén: tồn kho [tòn] [jo:]
sobrar la capacidad: thừa sức [thừa] [sức]
sobre: phong bì, cái phong bì [kái] [fo: ng] [bì:]
sobrecarga: gánh nặng [gánh] [nặng]
sobrecargado: rườm rà [rườm] [rà]
sobrepasar: vượt mức [vượt] [mức]
sobresaliente: vượt bậc [vượt] [bậc]; xuất xắc [xuất] [xắc]
sobresaltar: giật nẩy [yật] [nẩy]
sobrino, a: cháu [cháu]
sobrina: cháu gái [cháu] [gái]
sobrino: cháu trai [cháu] [trai]
socialismo: chủ nghĩa xã hội [chủ] [ngĩa] [xã] [họi]
sociedad: xã hội [xã] [họi]

sociología: xã hội học [xã] [họi] [họ: c]
sodio: bột ngọt [bọt] [ngọ: t]; mì chính [mì] [chính]
sofá: ghế trường kỷ, cái ghế trường kỷ [kái] [gé] [trường] [kỉ:]
sofocar: ứ hơi, làm ứ hơi [làm] [ứ] [hơi]
soja: đậu nành [dậu] [nành]
sol: mặt trời [mặt] [trời]; thái dương [thái] [llương]
solamente: mà thôi [mà] [thoi]
solana: chang chang [chang] [chang]; chói chang [chó: i] [chang]
soldado: lính [lí: nh]; quân lính [quân] [lí: nh]; quân nhân [quân] [ñân]; võ biền [võ:] [bièn]
soldado comunista: chiến sĩ [chién] [sĩ:]
soldado republicano: cựu chiến binh [kựu] [chién] [binh]
soldado valiente: dũng sĩ [llũng] [sĩ:]
soleado, a: nắng [nắng]
solemne: long trọng [lo: ng] [trọ: ng]; nghiêm trang [ngiem] [trang]; oai nghi [o: ai] [ngi:]; tôn nghiêm [ton] [ngiệm]; trang nghiêm [trang] [ngiem]; trang trọng [trang] [trọ: ng]; trịnh trọng [trị: nh] [trọ: ng]
solicitar: thỉnh cầu [thỉ: nh] [kầu]
solicitud: đơn, lá đơn [lá] [dơn]; tờ đơn [tờ] [dơn]
solidario, a: bền [bèn], bền bỉ [bèn] [bỉ:]
sólido, a: chặt chẽ [chặt] [chẽ:]; vững vàng [vững] [vàng]
solitario, a: lủi thủi [lủi] [thủi]; quạnh hiu [quạnh] [hiu]
sollozando: nức nở [nức] [nở], tấm tức [jó: c] [tấm] [tức]
sollozo: rền rĩ, tiếng rền rĩ [tiéng] [rèn] [rĩ:]; thổn thức, tiếng thổn thức [tiéng] [thổn] [thức]
solo, a: một mình [mọt] [mì: nh]
solomillo de cerdo: thịt nạc [thịt] [nạc]
solomillo de ternera: thịt bò tái [thị: t] [bò:] [tái]
solsticio: phân điểm [fân] [dièm]
solsticio de invierno: đông chí [dong] [chí:]
solsticio de vereno: hạ chí [hạ] [chí:]
soltar algo: xổ ra [xổ] [ra]
soltar palabrotas: văng tục [văng] [tục]
soltero, a: độc thân [dọc] [thân]
solterón: ế vợ [é] [vợ]
solterona: ế chồng [é] [chòng]

solucionar: giải quyết [yải] [quét]
sombra: bóng, cái bóng [kái] [bó: ng]; râm, cái bóng râm [kái] [bó: ng] [râm]
sombrear: rợp bóng, làm rợp bóng [làm] [rợp] [bó: ng]
sombrero cómico: nón, cái nón lá [kái] [nó: n] [lá], chiếc nón lá [chiếc] nó: n] [lá]
sombrero de hojas: tán lá [tán] [lá]
someter: khống chế [jóng] [ché]; khuất phục [juất] [fục]; phục tùng, làm cho phục tùng [làm] [cho:] [fục] [tùng]
sonámbulo: mộng du [mọng] [llu]; thụy du [thụy] [llu]
sonarse: khịt, khịt mũi [ji: t]
sondear las ideas: hội ý [họi] [í:]
sonreír: mỉm cười [mỉm] [kười]; phì cười [fì:] [kười]
soñar: mơ màng [mơ] [màng]; mơ mộng [mơ] [mọng]; mơ tưởng [mơ] [tưởng]; mơ ước [mơ] [ước]; nằm mơ [nằm] [mơ]; ước [ước]
soñoliento: ngái ngủ [ngái] [ngủ]
sonriente: tủm tỉm [tủm] [tỉ: m]; tươi cười [tươi] [kười]
sonsacar: dò hỏi [llò:] [hỏi]
sopa: cháo [chá: o]
sopa de fideos: bún [bún]; hủ tiếu [hủ] [tiéu]; phở [fở]
sopa de sabor dulce: chè [chè]
soplar: thổi [thổi]
sorber: húp [húp]
sordo, a: điếc [diéc]
sorprendente: sửng sốt [sửng] [sốt]
sorprender: ngạc nhiên, làm ngạc nhiên [làm] [ngạc] [ñiên]
soso, a: lạt lẽo [lạt] [lẽ: o]; nhạt nhẽo [ñạt] [ñẽ: o]; vô vị [vo] [vị:]
sospechar: nghi [ngi:], nghi ngờ [ngi:] [ngờ]
sospechoso, a: khả nghi [jả] [ngi:]
sostener: chống đỡ [chóng] [dỡ];
sostenimiento: trụ cột [trụ] [kọt]
status: tầm cỡ [tầm] [kỡ]; tầm vóc [tầm] [vó: c]
suave: dịu dàng [lljiu] [llàng]; hiu hiu [hiu] [hiu]; khe khẽ [je:] [jẽ:]; mềm [mèm]; mềm mại [mèm] [mại]; nhỏ nhẹ [ñỏ] [ñẹ:]; thỏ thẻ [thỏ:] [thẻ:]
suavizar: xiêu lòng, làm xiêu lòng làm [xieu] [lò: ng]
sub: phó [fó:]
subconsciencia: tiềm thức [tièm] [thức]

súbditos: thần dân [thần] [llân]
subdirector: phó giám đốc [fó:] [yám] [dóc]
subdirectora: phó nữ giám đốc [fó:] [nữ] [yám] [dóc]
subir: leo, leo trèo [le: o] [trè: o]
subir la voz: lên giọng [len] [yọ: ng]
subir el precio: lên giá [len] [yá]
súbito, a: đột ngột [dọt] [ngọt]
subjefe de un grupo: tổ phó [tỏ] [fó:]
subjetivo, a: chủ quan [chủ] [quan]
sublevarse: loạn, làm loạn [làm] [lo: ạn]; nổi dậy [nỏi] [llậy]; tạo phản [tạ: o] [fản]
sublimar: thăng hoa [thăng] [ho: a]
sublime: siêu việt [sieu] [việt]
submarinista: thợ lặn [thợ] [lặn]
subordinante: phụ [fụ]
subsistencia: sống còn, sự sống còn [sự] [sóng] [kò: n]
subsistir: tồn tại [tòn] [tại]
subteniente: thiếu úy [thiếu] [úy]
subterráneo: đường ngầm [dường] [ngầm]
subvencionar: trợ cấp [trợ] [kấp]; tài trợ [tài] [trợ]
suceder: kế nghiệp [ké] [ngiẹp]; kế tục [ké] [tục]; nối tiếp [nói] [tiép]
suceso: sự thể [sự] [thể]; sự tình [sự] [tì: nh]
sucio, a: dơ [llơ]; hoen, hoen ố [ho: en] [ó]; lấm lem [lấm] [le: m]; lọ lem [lọ:] [le: m]; nhọ nhem [ño:] [ñe: m]; nhớp [ñớp]; vẩn đục [vẩn] [dục]
sudar: đổ mồ hôi [dỏ] [mò] [hoi];
sudor: mồ hôi [mò] [hoi]
sudoroso, a: nhễ nhại [ñễ] [ñại]
sueco: guốc, đôi guốc [doi] [guóc]
suegra: mẹ chồng [mẹ:] [chòng]
suegro: thông gia [thong] [ya]
suelo: nền, cái nền [kái] [nền]; sàn nhà [sàn] [ña]
suelto, a: sổ lồng [sỏ] [lòng]
sueño: giấc mộng [yấc] [mọng], giấc mơ [yấc] [mơ]; mộng, giấc mộng [giấc] [mọng]
sueño profundo: giấc nồng [yấc] [nòng]; thụy miên [thụy] [mien]
suero: huyết thanh [huét] [thanh]

suerte: may mắn [may] [mắn]
sufijo: tiếp vị ngữ [tiếp] [vị:] [ngữ]
sufridor, a: đau khổ [dau] [jỏ]
sufrir: đau khổ, bị đau khổ [dau] [jỏ]; khổ [jỏ]; bị khổ sở [jỏ] [sở]
sufrir crisis de alguna enfermedad: lên cơn [len] [kơn], bị lên cơn [bị] [len] [kơn]
sufrir una injusticia: hàm oan, bị hàm oan; oan, bị oan [bị:] [o: an]
sugerir: gợi [gợi]; khiến [jién]
suicidar: tự sát [tự] [sát]; tự tử [tự] [tử]
suizo, a: thụy sĩ [thụy] [sĩ:]; thụy sĩ [thụy] [sĩ:]
sujetador: xu chiêng, cái xu chiêng [kái] [xu] [chieng]
sujeto: chủ ngữ [chủ] [ngữ]
suma: phép cộng [fé: p] [kọng]
sumar: cộng [kọng]; tổng cộng [tỏng] [kọng]
sumergir: lặn [lặn]; sâu lắng [sâu] [lắng]
sumergirse: chìm đắm [chì: m] [dắm]; lắng sâu [lắng] [sâu]; sa đà [sa] [dà]
súper: siêu [sieu]
superar: vượt qua [vượt] [qua]
superestructura: thượng tầng kiến trúc [thượng] [tầng] [kién] [trúc]
superficial: hời hợt [hời] [hợt]; lơ mơ [lơ] [mơ]; nông cạn [nong] [kạn]; phiến diện [fién] [llieṇ]
superficie: bề mặt [bè] [mặt]; diện tích [llieṇ] [tí: ch]
superfluo, a: thừa thãi [thừa] [thãi]
supermercado: siêu thị [sieu] [thị:]
superponer: chồng [chòng], chồng chất [chòng] [chất]
supersticioso, a: mê tín [me] [tín]
suplantar: đánh tráo [dánh] [trá: o]
suplicar: nài nỉ [nài] [nỉ:]
suponer: giả định [yả] [dị: nh]
supranacional: siêu cường quốc [sieu] [cường] [quóc]; siêu quốc gia [sieu] [quóc] [ya]
supremo, a: tối thượng [tói] [thượng]; tột bậc [tót] [bậc]
suprimir: gạt [gạt], gạt bỏ [gạt] [bỏ:]; thủ tiêu [thủ] [tieu]
surco: vết xe [vét] [xe:]
sureste: đông nam, hướng đông nam [hướng] [dong] [nam]
surgir: nảy sinh [nảy] [si: nh]

surrealista: siêu thực [sieu] [thực]
susceptible: tự ái [tự] [ái]
suspender: đình chỉ [dì: nh] [chỉ]
sustancia: tố chất [tó] [chất]
sustancias mezcladas: tạp chất [tạp] [chất]
sustantivo: danh từ [llanh] [từ]
sustituir: thay [thay], thay cho [thay] [cho:]; thay thế [thay] [thé]
susurrar: lao xao [la: o] [xa: o]; lào xào [là: o] [xà: o]; nói thầm [nó: i] [thầm]; rầm rì [rầm] [rì:]; rì rào [rì:] [rà: o]; rì rầm [rì:] [rầm]; rỉ tai nói nhỏ [rỉ] [tai]; thì thầm, nói thì thầm [nó: i] [thì:] [thầm]; xì xào [xì:] [xà: o]
sutil: tế nhị [té] [ñị:]; tinh tế [ti: nh] [té]

Vigesimoprimera letra del abecedario y decimoséptima consonante
Chữ thứ hai mươi mốt của bảng chữ cái và phụ âm âm thứ mười bảy

tabaco: thuốc [thuóc]
tabla de corta: phay, cái phay [kái] [fay]; thớt, cái thớt [kái] [thớt]
tabú: tối kỵ, điều tối kỵ [dièu] [tói] [kị:]
taburete bajito: đòn, cái đòn [kái] [dò: n]
tacaño, a: hà tiện [hà] [tiẹn]; keo kiệt [ke: o] [kiẹt]; kiết [kiét]
taconeo: lọc cọc, tiếng lọc cọc [tiếng] [lọ: c] [kọ: c]
táctica: chiến thuật [chién] [thuạt]; sách lược [sách] [lược]
tangente: tiếp tuyến [tiép] [tuén]
tailandés, a: thái lan [thái] [lan]
tajante: dứt khoát [llứt] [jo: át]; thẳng thừng [thẳng] [thừng]
taladrar: đục [dục]
talante: khí sắc [jí:] [sắc]; sắc mặt [sắc] [mặt]
talento: nhân tài [ñân] [tài]; tài năng [tài] [năng]; tài [tài]
talento famoso: danh tài [llanh] [tài]
talento verdadero: thực tài [thực] [tài]
talentoso, a: đa tài [da] [tài]; tài [tài], tài ba [tài] [ba]; tài đức [tài] [dức]; tài giỏi [tài] [yỏi]; tài hoa [tài] [ho: a]; tài năng [tài] [năng]; tài nghệ [tài] [ngẹ]; tài sắc [tài] [sắc]
talla: kích [kí: ch], kích cỡ [kí: ch] [kỡ]
tallador: thợ chạm [thợ] [chạm]; thợ khắc [thợ] [jắc]
tallar: đẽo [dẽ: o], đẽo gọt [dẽ: o] [gọ: t]; khắc [jắc]
tallar en bronce: khắc đồng [jắc] [dò: ng]
talla en madera: khắc gỗ [jắc] [gõ]

taller: phân xưởng [fân] [xưởng]
talón: ngân phiếu [ngân] [fiếu]
tamarindo: me [me:], cây me [cây] [me:], trái me [trái] [me:]
tambor: trống, cái trống [kái] [tróng]
tan...que: đến nỗi [đến] [nỗi]
tangible: xác thực [xác] [thực]
tango: tăng gô, nhạc tăng gô [ñạc] [tăng] [go]
taoísmo: lão giáo [lã: o] [yá: o]
tapa: nắp, cái nắp [kái] [nắp];
tapiz: thảm [thảm], tấm thảm [tấm] [thảm], tấm thảm trải nhà [tấm] [thảm] [trải] [ña]
taparrabo: khố, cái khố [kái] [jó]
tapón: nắp chai, cái nắp chai [kái] [nắp] [chai]
taponar: bịt [bịt]
taquigrafía: tốc độ [tóc] [dọ]
taquilla: cửa bán vé [kửa] [bán] [vé:]
tara: khuyết tật [juét] [tật]
tarde: buổi chiều [buổi] [chiều]; muộn [muọn]; trễ [trễ]
tarde o temprano: sớm muộn [sớm] [muộn]; trước sau gì [trước] [sau] [yì:]
tardío: chậm trễ [chậm] [trẻ]; khuya [jue]; khuya khoắt [jue] [jo: ắt]
tarjeta: thẻ, cái thẻ [kái] [thẻ:]
tarjeta de crédito: tín dụng, thẻ tín dụng [thẻ:] [tín] [dụng]
tarjeta de invitación: thiệp [thiệp], thiệp mời [thiệp] [mời]
tarjeta personal: thiếp, tấm danh thiếp [tấm] [llanh] [thiép]
tarjeta postal: bưu thiếp, tấm bưu thiếp [tấm] [bưu] [thiếp]
tarro: hũ, cái hũ [kái] [hũ]
tartamudear: nói ngọng [nó: i] [ngọ: ng]
tartamudo, a: quáng gà [quáng] [gà]
tasa: tỉ xuất [tỉ:] [xuất]
tasca: phòng trà [fò: ng] [trà]; tửu quán [tửu] [quán]
tataranieto, a: chắt [chắt]
tatuar: xăm [xăm]; xăm hình [xăm] [hì: nh]
taza: tách, cái tách [kái] [tách]
tazón: chén, cái chén [kái] [ché: n]
taxi: tắc xi, xe tắc xi [xe:] [tắc] [xi:]
té: trà [trà]

té verde: chè xanh [chè:] [xanh]
teatral: ca kịch [ka] [kịch]
teatro: kịch [kịch]; rạp hát, cái rạp hát [kái] [rạp] [hát]
techo: nóc, cái nóc nhà [kái] [nó: c] [ñà]; trần, cái trần nhà [kái] [trần] [ñà]
técnica: kỹ năng [kĩ:] [năng]
tejadillo: mái, cái mái che [kái] [mái] [che:]
tejado: ngói, cái mái ngói [kái] [mái] ngó: i]
tejer: dệt [llẹt]; đan [dan]
tela: vải [vải]
teléfono: điện thoại [dịen] [tho: ại]
telegrama: điện tín, bức điện tín [bức] [dịen] [tí: n]; thư tín, bức thư tín [bức] [thư] [tí: n]
telepatía: giao cảm, sự giao cảm [sự] [ya: o] [kảm]; thần giao cách cảm [thần] [ya: o] [kách] [kảm]
televisión: truyền hình, đài truyền hình [dài] [truèn] [hì: nh]
temática: đề tài [dè] [tài], chủ đề [chủ] [dè]
temblar: run [run], run rẩy [run] [rẩy]; rùng mình [rùng] [mì: nh], bị rùng mình [bị:] [rùng] [mì: nh]
temer: e ngại [e:] [ngại]; e sợ [e:] [sợ]; hoảng sợ [ho: ảng] [sợ]; sợ [sợ], sợ hãi [sợ] [hãi], sợ sệt [sợ] [sẹt]; tởn [tởn]
temeroso, a: đáng gờm [dáng] [gờm]; gờm [gờm]
temperatura: nhiệt độ [ñiẹt] [dọ]
tempestad: cuồng phong [kuòng] [fo: ng]
tempestuoso, a: bão táp [bã: o] [táp]; phong ba [fo: ng] [ba]
templado, a: ôn đới [on] [dới]; ôn tồn [on] [tòn]; thùy mị [thùy] [mị:]
templo: miếu, cái miếu [kái] [miếu]; văn miếu [văn] [miếu]
temporal: kỳ hạn [kì:] [hạn], thời hạn [thời] [hạn]; nhất thời [ñất] [thời]; tạm thời [tạm] [thời]
temprano, a: sớm [sớm]; tạm thời [tạm] [thời]; tinh mơ [ti: nh] [mơ]; tinh sương [ti: nh] [sương]; tờ mờ [tờ] [mờ]
tenaz: ương bướng [ương] [bướng]
tendencia: chính kiến [chí: nh] [kién]; khuynh hướng [jui: nh] [hướng]; lập trường [lập] [trường]; quan điểm [quan] [điểm]; xu hướng [xu] [hướng]; xu thế [xu] [thé]
tender: giương [yương], phơi [fơi]
tender la ropa: phơi áo quần [fơi] [á: o] [quần]

tendón: gân [gân]
tener: có [kó:]; hữu [hữu]
tener alma: hữu tình [hữu] [tì: nh]
tener anhelo: ước vọng [ước] [vọ: ng]
tener apetito: thèm [thè: m]
tener artrosis: sụn xương, bị sụn xương [bị:] [sụn] [xương]
tener aversión: hiềm khích, có hiềm khích [kó:] [hièm] [jí: ch]
tener catarro, a: sổ mũi, bị sổ mũi [bị] [sổ] [mũi]
tener compasión: thương cảm [thương] [kảm]; thương tình [thương] [tì: nh]; thương xót [thương] [xó: t]
tener la barriga revuelta: sôi bụng, bị sôi bụng [bị:] [soi] [bụng]
tener déficit: thất thu, bị thất thu [bị:] [thất] [thu]
tener el deseo: ước nguyện [ước] [nguện]
tener el diente caído: sún, bị sún răng [bị:] [sún] [răng]
tener el momento propio de la vida: gặp thời, gặp thời vận [gặp] [thời] [vận]
tener el propósito: hàm ý, có hàm ý [kó] [hàm] [í:]
tener esperanza: hy vọng [hi:] [vọ: ng]; kỳ vọng [kì:] [vọ: ng]
tener fama: hữu danh [hữu] [llanh]
tener fiebre: phát sốt [fát] [sót]
tener hambre: đói [dó: i]
tener heridas: bị thương [bị] [thương]
tener la menopausia: tuyệt kinh, bị tuyệt kinh [bị:] [tuẹt] [ki: nh]
tener influencia: thế mạnh, có thế mạnh [kó:] [thé] [mạnh]
tener mala reputación: ô danh, bị ô danh [bị] [o] llanh]
tener miedo: run sợ [run] [sợ]
tener nostalgia: nhớ nhung [ñớ] [ñung]
tener prejuicio: thành kiến, có thành kiến [kó:]; xét đoán [xé: t] [do: án]
tener que: hãy [hãy]; phải [fải]
tener razón: có lý [kó:] [lí:], hữu lý [hữu] [lí:]
tener sed: khát [ját], khát nước [ját] [nước]
tener sentido: có nghĩa [kó] [ngĩa],
tener significado: có ý [kó] [í.], hữu ý [hữu] [í:]
tener una buena oportunidad: gặp dịp, gặp dịp may [gặp] [llịp] [may]
tener vicio: ham mê [ham] [me]; nghiện ngập [ngiện] [ngập], bị nghiện ngập [bị:] [ngiện] [ngập]
tenía: sán, con sán [ko: n] [sán]; trun, con trun [ko: n] [trun]

teniente: tuyên úy [tuen] [úy]
teniente coronel: thiếu tá [thiếu] [tá]; thượng úy [thượng] [úy]
teniente de división: trung úy [trung] [úy]
Teniente general: đại úy [dại] [úy]
tenor: nam cao [nam] [ca: o]
tensión: sức căng [sức] [kăng]
¡ten cuidado!: liệu hồn [liệu] [hòn]
tensión arterial: huyết áp [huét] [áp]
tesis en derecho: dự luật, văn bản dự luật [văn] [bản] [llự] [luật]
tenso, a: gượng ép [gượng] [é: p]; gò ép [gò:] [é: p]
tentar: cám dỗ [kám] [llõ]
teñir: nhuộm màu [ñuọm] [màu]
teología: thần học [thần] [họ: c]
teoría: lý thuyết [lí] [thuyét]; thuyết, học thuyết [họ: c] [thuét]
tercera edad: hậu vận [hậu] [vận]
tercero ojo: tuệ nhãn [tuệ] [ñãn]
terciopelo: nhung [ñung]
terrible: khủng khiếp [jủng] [jiép]; kinh khủng [ki: nh] [jủng]
terminar: chấm dứt [chấm] [llứt]; dứt điểm [llứt] [diểm]; kết thúc [két] [thúc]
término: thuật ngữ [thuật] [ngữ]; từ ngữ [từ] [ngữ]
ternera: thịt bò [thịt] [bò:]
terraza: sân, cái sân [kái] [sân]
terreno: mảnh đất [mảnh] [dất]; mẫu đất [mẫu] [dất]
territorio: lãnh thổ [lãnh] [thổ]
territorio de un país: giang sơn [yang] [sơn]
terrorífico, a: kinh hoàng [ki: nh] [ho: àng]
tesis: luận văn [luận] [văn]; luận án [luận] [án]
tesorero, a: thủ qũy [thủ] [qũy]
testamento: di chúc, bản di chúc [bản] [lli:] [chúc]
testar: trắc nghiệm [trắc] [ngiệm]; trối trăn [trói] [trăn]
testículo: hòn dái [hò: n] [llái]; tinh hoàn [ti: nh] [ho: a]
testificar en falso: đơm đặt [dơm] [dặt]
testimoniar: làm chứng [làm] [chứng]; minh chứng [mi: nh] [chứng]
testimonio: bằng chứng [bằng] [chứng] Tet: tết [tét]
tetera: cái ấm [kái] [ấm]
tetina de biberón: núm bình sữa, cái núm bình sữa [kái] [núm] [bình] [sữa]

teatro: kịch [kị: ch]
tía: dì [lìì:]; mợ [mợ]
tic tac: tích tắc, tiếng tích tắc [tiéng] [tí: ch] [tắc]
tiempo: thì giờ [thì:] [yờ]; thời gian [thời] [yan]; thời giờ [thời] [yờ]; tiết [tiét]
tiempo de guerra: loạn lạc, thời loạn lạc [thời] [lo: ạn] [lạc]
tiempo de mal cosecha: hết thời [hét] [thời]
tiempo regulador del verbo: thì [thì:]
tienda: cửa hiệu [kửa] [hiệu]; tiệm, cái tiệm [kái] [ti: ẹm], cửa tiệm [kửa] [ti: ẹm]
tierra: thổ [thỏ]; thổ tinh [thỏ] [ti: nh]; trái đất [trái] [dất]; trần giới [trần] [yới]
tierra cultivada: rẫy, cái rẫy [kái] [rẫy]; ruộng vườn [ruộng] [vườn]
tierra extranjera: đất khách [dất] [jách]; quê người [que] [người]
tierra fértil: đất màu mỡ [dất] [màu] [mỡ], phì nhiêu [fì:] [ñieu]
tierra natal: cố hương [kó] [hương]
tierra pintoresca: thắng địa [thắng] [dịa]
tierra santa: thánh địa [thánh] [dịa]
tifoidea: thương hàn [thương] [hàn]
tigre: hổ, con hổ [ko: n] [hỏ]
tijera: kéo, cái kéo [kái] [ké: o]
tímido, a: e thẹn [e:] [thẹ: n]; mắc cỡ [mắc] [kỡ]; ngại ngùng [ngại] [ngùng]; nhút nhát [ñút] [ñát]; ngượng nghịu [ngượng] [nghịu]; ngượng ngùng [ngượng] [ngùng]; rụt rè [rụt] [rè:]
tímpano: màng nhĩ, cái màng nhĩ [kái] [màng] [ñĩ]; thẹn thùng [thẹ: n] [thùng]
tinta: mực [mực]
tintineo: leng keng, tiếng leng keng [tiéng] [le: ng] [keng]
tintura: thuốc nhuộm [thuóc] [ñuộm]
tía: bác [bác], dì [lìì:], cô [ko], o [o:]; thím [thí: m]
tío: bác [bác], chú [chú], cậu [kậu]
tipo: đối tượng [dói] [tượng]
tirar: đổ; giụt [yụt]; ném [né: m]; vứt [vứt]
tirar abajo: thòng [thò: ng]
tirar el agua: xối [xói], xối nước [xói] [nước]
tirarse un pedo: địt [dịt]
tiroides: bệnh bứu cổ [bệnh] [bứ: u] [kỏ]
tsunami: sóng thần [só: ng] [thần]
titánico, a: siêu phàm [sieu] [fàm]

tintinear: lách cách, gõ lách cách [gõ:] [lách] [cách]
titular: chủ tài khoản [chủ] [tài] [jo: àn]
título: danh hiệu [llanh] [hiệu]; đề [dè]; nhan đề [ñan] [dè]; phẩm tước [fẩm] [tước]; tựa đề [tựa] [dè]; tựa đề [tựa] [dè]
tựa đề [tựa] [dè]
toalla: khăn, cái khăn[kái] [jăn]
toalla de baño: khăn tắm [jăn] [tắm]
tobillo: mắt cá, cái mắt cá chân [kái] [mắt] [ká] [chân]
tocar: động [dọng], động chạm [dọng] [chạm]; đụng [dụng], đụng chạm [dụng] [chạm]; rờ [rờ], rờ mó [rờ] [mó:], rờ rẫm [rờ] [rẫm]; sờ [sờ], sờ mó [sờ] [mó:], sờ sẫm [sờ] [sẫm]; vân vê [vân] [ve]; vuốt [vuốt]
tocar acompañamiento musical: đệm đàn [dẹm] [dàn]
tocar la guitarra: đánh đàn [dánh] [dàn]
tocar la lotería: trúng số [trúng] [só]
tocar la pierna: khèo chân [jè: o] [chân]
toda la vida: suốt đời [suốt] [dời]
todas las cosas: trăm sự [trăm] [sự]; trăm việc [trăm] [việc]
todavía: vẫn còn [vẫn] [kò: n]
todo, a: hết cả [hét] [kả]; hết thảy [hét] [thảy]; khắp cả [jắp] [kả]; tất cả [tất] [cả]; toàn [to: àn]; toàn bộ [to: àn] [bọ]; tuốt tuột [tuốt] [tuọt]
todo el año: quanh năm [quanh] [năm]
todo el día: sớm khuya chiều tối [sớm] [jue] [chiều] [tói]
todo el país: toàn quốc [to: àn] [quốc]
todos los productos: tổng sản phẩm [tổng] [sản] [fẩm]
todos los sitios: khắp nơi [jắp] [nơi], khắp cả mọi nơi [jắp] [kả] [mọ: i] [nơi]
tofu: đậu hũ [dậu] [hũ]
tolerante: bao dung [ba: o] [dung]; khoan dung [jo: an] [llung]; quảng đại [quảng] [dại]; rộng lượng [rọng] [lượng]; vị tha [vị:] [tha]
tomate: cà chua, trái cà chua [trái] [kà] [chua]
tomar cervezas y picotear algo: nhậu [ñậu]
tomar el sol: tắm nắng [tắm] [nắng]
tonalidad del color: sắc màu [sắc] [màu]
tono agudo: thanh sắc [thanh] [sắc]
tontear: tán gẫu [tán] [gẫu]
tonto, a: ngu [ngu], ngu dại [ngu] [llại], ngu ngốc [ngu] [ngóc]; tối dạ [tói] [llạ]
top abierto a la espalda: yếm, áo yếm [á: o] [i: ém]

torcer: xoắn lại [xo: ắn] [lại]
torcido, a: khèo [jè: o]; vẹo [vẹ: o]
tormenta: bão [bã: o], cơn bão [kơn] [bã: o], trận bão [trận] [bã: o]; dông [llong], cơn dông [kơn] [llong]; gió bão [yó:] [bã: o]; mưa dông [mưa] [llong]; trận bão [trận] [bã: o]
tormentoso, a: bão táp [bã: o] [táp]; dông tố [llong] [tó]; quay cuồng [quay] [kuòng]
tornasolado, a: óng ánh [ó: ng] [ánh]
tornillo: vít, tụt đầu vít [tụt] [dầu]
toro: bò tót, con bò tót [ko: n] [bò:] [tó: t]
torpe: vụng về [vụng] [vè]
torre: tháp, cái tháp [kái] [tháp]
tortícolis: trẹo cổ [trẹ: o] [kỏ]
tórtola: cu, con chim cu gáy [ko: n] [chim] [ku] [gáy]
tortuga: rùa, con rùa [ko: n] [rùa]
tortuoso, a: quanh co [quanh] [ko:]
torturar: giày vò [yày] [vò:]
torvo: tai quái [tai] [quái]
tosco, a: tuyệch toạc [tuệch] [to: ạc]
toser: ho [ho:]
total: toàn cục [to: àn] [kục]
tóxico, a: độc tố [dọc] [tó]
trabajar: làm việc [làm] [việc]; lao động [la: o] [dọng]
trabajadores: công nhân [kong] [ñân]; nhân công [ñân] [kong]; nhân viên [nhân] [vien]
trabajar de empleado: làm mướn [làm] [mướn], làm thuê [làm] [thue]
trabajar de prostituta: làm gái [làm] [gái]
trabajar duro: làm lụng [làm] [lụng]
trabajar sin decansar: tiếc sức, làm không tiếc sức [làm] [jo: ng] [tiếc] [sức]
trabajo: công việc [kong] [việc]; công chuyện [kong] [chuyện]; công tác [kong] [tác]; việc làm [việc] [làm]; việc nhà [việc] [ñà]
tradición: truyền thống [truèn] [thóng]
traducir: dịch [llị: ch]; phiên dịch [fien] [llị: ch]; thông dịch [thong] [llị: ch]; thuyết minh [thuét] [mi: nh]
traducir el código: dịch mã [llị: ch] [mã]
tragarse: nuốt [nuót]

tragarse la cólera: nuốt giận [nuốt] [yận]
tragedia: bi kịch [bi:] [kị: ch]; thảm họa [thảm] [họ: a]; thảm kịch [thảm] [kị: ch]
trágico, a: thê thảm [the] [thảm]
traicionar: phản bội [fản] [bọi]; phản nghịch [fản] [ngị: ch]
traicionero, a: đoạn tình [do: ạn] [tì: nh]
traje: y phục [i:] [fục]
traje de luto: tang phục [tang] [fục]
traje típico: áo dài [á: o] [llài]: lễ phục [lễ] [fục]
tramposo, a: gian [yan]; gian lận; gian manh [yan] [manh]; lọc lừa [lọ: c] [lừa]; sảo trá [sả: o] [trá]
tranquilizar a alguien: trấn tĩnh [trấn] [tĩ: nh]
tranquilo, a: bình tĩnh [bì: nh] [tĩ: nh]; điềm đạm [dièm] [dạm]; điềm tĩnh [dièm] [tĩ: nh]; nhàn hạ [ñàn] [hạ]; thanh nhàn [thanh] [ñàn]; thủng thẳng [thủng] [thẳng]; tĩnh tâm [tĩ: nh] [tâm]; ung dung [ung] [llung]; yên [i: en]; yên vui [i: en] [vui]
transcender: tiên nghiệm [ti: en] [ngị: ẹm]
transeúnte: vãng lai [vãng] [lai]
transferencia, **hacer una transferencia**: chuyển khoản [chuẻn] [jo: ản]
transformar: biến đổi [bién] [dỏi]; biến hóa [bién] [hó: a]; chuyển dịch [chuẻn] [dị:ch]; lột xác [lọt] [xác]
transición: chuyển tiếp, sự chuyển tiếp [sự] [chuẻn] [tiếp]; giao thời [ya: o] [thời]
transido, a: tê tái [te] [tái]
transigir: nhân nhượng [ñân] [ñượng]
transmitir: chuyển tải [chuẻn] [tải]; truyền thụ [truèn] [thụ]
transmitir la fuerza: truyền lực [truèn] [lực]
transmitir oralmente: truyền khẩu [truèn] [jảu]; truyền miệng [truèn] [miệng]
transnacional: xuyên quốc gia [xuen] [quóc] [ya]
transportar: tải [tải]
tranvía: tàu điện [tàu] [diẹn]
trapecio: đu bay [du] [bay]
trapezoide: hình thang [hình] [thang]
trapo: khăn lau [jăn] [lau]
traspasar: sang [sang], sang tay [sang] [tay]
traspasar el nombre del propietario: sang tên [sang] [ten]
trasplantar: ghép [gé: p]

trastocar: đảo lộn [dả: o] [lọn]
trastornar: rối loạn [rói] [loạn]
tratar: cư xử [cư] [xử]; đối đãi [dói] [dãi]; tiếp đãi [tiép] [lliễn]
tratar mal a alguien: hà hiếp [hà] [hiép]
trayectoria del vuelo: đường bay [dường] [bay]
trece: mười ba [mười] [ba]
tremendo, a: đáo để [dáo:] [dể]; ghê, ghê gớm [ge] [gớm]
trémulo, a: chập chờn [chập] [chờn]
tren: tàu [tàu]
trepar: trèo [trè: o]
tres: ba [ba]; tam [tam]
triangular: tam giác [tam] [yác]
triángulo isósceles: tam giác cân [tam] [yác] [cân]
el triángulo equilátero: tam giác đều [tam] [yác] [dèu]
triángulo rectángulo: tam giác vuông [tam] [yác] [vuong]
tribu: tộc [tọc]
tribuna: khán đài [ján] [dài]
tribunal: tòa án [tò: a] [án]
tribunal de apelación: phúc thẩm, tòa phúc thẩm [tò: a] [fúc] [thẩm]
tribunal de primera instancia: sơ thẩm, tòa sơ thẩm [tò: a] [sơ] [thẩm]
tricolor: ba màu [ba] [màu]
trillar: tuốt [tuót]
trillar arroz: tuốt lúa [tuót] [lúa]
Tripikata: tam tạng, bộ kinh Tam tạng [bọ] [ki: nh] [tam] [tạng]
triste: ỉu, ỉ xìu; thê lương [the] [lương]; thiểu não [thiểu] [ñã: o]; u ẩn [u] [ẩn]; u sầu [u] [sầu]; ủ rũ [ũ] [rũ]; ưu phiền [ưu] [fièn]
triunfar: thành công [thành] [kong]; thắng lợi [thắng] [lợi]
trompa: tù và, cái tù và [kái] [tù] [và]
trompeta: kèn, cái kèn [kái] [kè: n]
trono: ngai vàng [ngai] [vàng]; ngôi vua [ngoi] [vua]
tropecientos, as: hàng loạt [hàng] [lo: ạt]
trozo: khúc [júc]; miếng [miéng]; thỏi [thỏ: i]
truco: kỹ xảo [kĩ:] [xảo]; sảo thuật [sả: o] [thuật]; thủ pháp [thủ] [fáp]; thủ thuật [thủ] [qũy]
tú: em [e: m]; mày [mày]

tuberculoso, a: ho lao [ho:] [la: o]: lao [la: o], bệnh lao [bệnh] [la: o], bệnh lao phổi [bệnh] [la: o] [fỏi]
tubo: ống, cái ống [kái] [óng]
tubo de escape: ống quyển, cái ống quyển [kái] [óng] [quẻn]
tubo de humo: ống khói [óng] [jó: i]
tuerto, a: chột [chọt]
tumba: mả, cái mả [kái] [mả]; mồ [mò], mồ mả [mồ] [mả]; phần mộ [fần] [mộ]
tumbar: nằm [nằm]
tumbarse a la bartola: sóng xoài, nằm sóng xoài [nằm] [só: ng] [xo: ài];
tumbarse boca abajo: sấp, nằm sấp [nằm] [sấp]
tumbarse boca arriba: ngửa, nằm ngửa [nằm] [ngửa]
tumor: u, khối u [jói] [u]
tumultuoso, a: láo nháo [lá: o] [ñá: o]; xôn xao [xon] [xa: o]
túnel: hầm, cái hầm [kái] [hầm]
turbante: khăn đóng [jăn] [dó: ng], khăn đội đầu [jăn] [dọi] [dàu]
turbio, a: đục [dục]
turco, a: thổ nhĩ kỳ [thỏ] [ñi:] [kì:]
turismo: du lịch, khách du lịch [jách] [llu] [lịch]
turista comerciante: thương khách [thương] [jách]

Vigesimosegunda letra del abecedario y quinta y última vocal
Chữ thứ hai mươi hai của bảng chữ cái và nguyên âm cuối cùng

ufano: đắc chí [dắc] [chí:]
ulcerar: loét, làm loét [làm] [lo: ét]
útero: tử cung [tử] [kung]
ultimátum: tối hậu thư [tói] [hậu] [thư]
último, a: sau cùng [sau] [cùng]
último escrito: tuyệt bút [tuẹt] [bút]
umbral: ngưỡng, cái ngưỡng [kái] ngưỡng]
único: duy nhất [lluy] [ñất]
unido, a: hoà thuận [hò: a] [thuận]
unificar: đồng nhất [dòng] [ñất]; hợp nhất, hợp nhất hóa [hợp] [ñất] [hó: a]; thống nhất [thóng] [ñất]
uniforme diario: thường phục [thường] [fục]
uniforme militar: quân phục, bộ đồ quân phục [bọ] [dò] [quân] [fục]
unión: liêng bang [lieng] [bang]
unir: dồn lại [llòn] [lại]; giao hợp [ya: o] [hợp]; liên doanh [lien] [do: anh]; liên hiệp [lien] [hiệp]; liên hợp [lien] [hợp]; thắt [thắt]
unirse: kết hợp [két] [hợp]; quây quần [quây] [quần]
unirse a un grupo: nhập bọn [ñập] [bọ: n]
universal: đại đồng [dại] [dòng]
universitario, a: đại học [dại] [họ: c]
uno: một [mọt]
uña: móng tay [mó: ng] [tay]
urbano: đô thị [do] [thị:]; tỉnh thành [tỉ: nh] [thành]

urgencia: cấp cứu [kấp] [kứu]
urgente: cấp thiết [kấp] [thiét], cấp tốc [kấp] [tóc]; gấp gáp [gấp] [gáp]; gấp rút [gấp] [rút]; khẩn cấp [jần] [kấp]; thúc bách [thúc] [bách]
usar: dùng
usted: anh [anh]; bà [bà]; chị [chị:]; ông [ong]; tiên sinh [usted]
usurpar: chiếm đoạt [chiém] [do: ạt]
utensilio: gia dụng [ya] [llụng]
útil: hữu dụng [hữu] [llụng]; hữu ích [hữu] [í: ch]
utilizar: sử dụng [sử] [llụng]; tận dụng [tận] [llụng]
utillaje: đồ nghề [dò] [ngè]
utópico, a: không tưởng [jong] [tưởng]
ultravioleta: tử ngoại [tử] [ngo: ại]
uva: nho, trái nho [trái] [ño:]

Vigesimotercera letra del abecedario y decimoctava consonante
Chữ thứ hai mươi ba của bảng chữ cái và phụ âm thứ mười tám

vacilado: lảo đảo [làm] [lả: o] [dả: o]
vaciar: đục khoét [dục] [jo: ét]; trụi, làm trụi [làm] [trụi]
vacilante: ba phải [ba] [fải]
vacío, a: lép xẹp [lé: p] [kẹ: p]; rỗng [rõng]; rỗng không [rõng] [jong]; rỗng tuếch [rõng] [tuéch]; trụi lủi [trủi] [lủi]
vagabundo, a: lông bông [long] [bong]; lưu lạc [lưu] [lạc]
vagante: giang hồ [yang] [hò]; hành khất [hành] [jất]
vago, a: lười [lười], lười biếng [lười] [biếng], lười nhác [lười] [ñác]; nhác [ñác]
vale: ô kê [o] [ke]
valentía: bản lĩnh [bản] [lĩ: nh]; can đảm [kan] [dảm]
valiente: hùng dũng [hùng] [llũng]
valioso, a: hiếm, hiếm có [hiếm] [kó:]; qúi [qúi]; qúi giá [qúi] [yá]
valla: rào, cái rào [kái] [rà: o]
vallar: ngăn rào [ngăn] [rà: o]
valle: thung lũng [thung] [lũng]
valer: đáng giá [dáng] [yá]
valorar: định giá [dị: nh] [yá]; trị giá [trị:] []yá]; ước lượng [ước] [lượng]
valorar un puesto de trabajo: bổ nhiệm [bổ] [ñiệm]
vampiro: ma cà rồng, con ma cà rồng [ko: n] [ma] [kà] [ròng]
vanidoso, a: kiểu cách [kiểu] [cách]; phù phiếm [fù] [fiém]
vano, a: trống rỗng [tróng] [rỗng]; vẩn vơ [vẩn] [vơ]
vapor: hơi nước [hơi] [nước]
vaporizar: bốc hơi [bóc] [hơi]

vaquero: quần bò [quần] [bò:]
vara: roi [ro: i]; roi vọt [ro: i] [vọ: t]
variado, a: linh tinh [li: nh] [li: nh]
variante: dị bản [Ilị:] [bản]
varicela: sởi, bệnh sởi [bệnh] [sởi]; thủy đậu, bệnh thủy đậu [bệnh] [thủy] [đậu]
vasija: bình [bì: nh]
vaso: ca, cái ca [kái] [ka]; ly, cái ly [kái] [li:]
Vaticano: tòa thánh Va-ti-can [tò: a] [thánh] [va] [ti] [kan]
vecino, a: hàng xóm [hàng] [xó: m]; láng giềng [láng] [yièng]; xóm giềng [xó: m] [yièng]
vegetal: chay [chay]; thảo mộc [thả: o] [mọc]; thực vật [thực] [vật]
vegetar: ăn chay [ăn] [chay]
veinte: hai mươi [hai] [mươi]
vela: sáp [sáp]
velo: mạng, cái mạng che mặt [kái] [mạng] [che] [mặt]; voan, khăn voan [jăn] [vo: an]
velocidad: tốc độ [tóc] [dọ]
velocidad y el esfuerzo: tốc lực [tóc] [lực]
vello: râu ria [râu] [ria]
vena: gân máu [gân] [máu]; tĩnh mạch [tĩnh] [mạch]
vena de la mano: gân tay [gân] [tay]
vena del cuello: gân cổ [gân] [cò]
vencejo: én, chim én [chi: m] [é: n]
vencer: đánh thắng [dánh] [thắng]; thắng [thắng]
vender: bán [bán]
vender al detalle: bán lẻ [bán] [lẻ:]
vender al por mayor: bán sĩ [bán] [sĩ:]
veneno: độc, chất độc [chất] [dọc]; nọc độc [nọc] [dọc]
venenoso, a: độc địa [dọc] [dịa]
venerable: tôn sùng [ton] [sùng]
vengar: báo thù [bá: o] [thù]; phục thù [fục] [thù]; trả thù [trả] [thù]
venir: đến
venir a un sitio imprudentemente: vác mặt đến [vác] [mặt] [dén], vác mặt tới [vác] [mặt] [tới]
venir de: đến từ [dén] [từ]
ventaja: thắng thế, sự thắng thế [sự] [thắng] [thé]

ventilación: thông hơi, sự thông hơi [sự] [thong] [hơi]; thông khí, sự thông khí [sự] [thong] [jí:]
ventilador: máy quạt [máy] [quạt]; quạt máy [quạt] [máy]
Venus: sao Kim [sa: o] [ki: m]
ver: thấy [thấy]; trông thấy [trong] [thấy]
verano: mùa hè [mùa] [hè]
verbo: động từ [dọng] [từ];
verdad: sự thật [sự] [thật]; thực [thực]
verdoso, a: xanh tươi [xanh] [tươi]
verdugo: đao phủ [da: o] [fủ]
verduguillo: đao, cái đao [kái] [da: o]
verdura: rau [rau]
vergonzoso, a: tủi hổ [tủi] [hổ]
verificar: soát [so: át]; xác minh [xác] [mi: nh]
versado, a: thông thạo [thong] [thạ: o]
verso: câu thơ [kâu] [thơ]
vertical: thẳng đứng [thẳng] [dứng]
vesícula: ống mật [óng] [mật]
vesícula biliar: túi mật [túi] [mật]
vestigio: di tích [lli:] [tí: ch]; vết tích [vét] [tí: ch]
vestir: mặc đồ [mặc] [dò], mặc áo quần [mặc] [á: o] [quần]
¡vete!: cút, cút đi [kút] [di:]
veterano, a: lão luyện [lã: o] [luẹn]
veterinario, a: thú y [thú] [i:]
vez: lần [lần]
vía de un solo sentido: đường một chiều [dường] [mọt] [chiều]
vía marítima: đường thủy [dường] [thủy]
viajar: du hành [llu] [hành]; du lịch, đi du lịch [di] [llu] [lị: ch]
viaje: du lịch [llu] [lị: ch]
viajero, a: lữ khách, người lữ khách [người] [lữ] [jách]
vía de tren: đường sắt [dường] [sắt]; đường rầy xe lửa [dường] [rầy] [xe:] [lửa]
vibrar: rung cảm, bị rung cảm [bị:] [rung] [kảm]; rung động, bị rung động [bị] [rung] [dọng]
vice: phó [fó:]
viceministro: thứ trưởng [thứ] [trưởng]
vicepresidenta: phó nữ thủ tướng [fó:] [thủ] [tướng]

vicepresidente: phó thủ tướng [fó:] [thủ] [tướng]
vicio: tật xấu [tật] [xấu]; tệ nạn [tệ] [nạn]; thói hư [thó: i] [hư]
víctima: nạn nhân [nạn] [nhân]
victoria: chiến thắng, sự chiến thắng [sự] [chiến] [thắng]
victoria completa: toàn thắng, sự toàn thắng [sự] [to: àn] [thắng]
vida: cuộc đời [kuọc] [dời]; cuộc sống [kuọc] sóng]; đời [dời], đời sống [dời] [sóng]; sinh mạng [si: nh] [mạng]; sinh mệnh [si: nh] [mệnh]; tính mệnh [tí: nh] [mệnh]; trần đời [trần] [dời]
vida anterior: tiền kiếp [tiền] [kiếp]
vida humana: kiếp, kiếp người [kiếp] [người]
vida oscilante: trầm luân, bể ải trầm luân [bể] [ải] [trầm] [luân]
vida privada: đời tư [dời] [tư]
vida predestinada: duyên kiếp [lluen] [kiếp]
vidente: thầy bói [thầy] [bó: i]
video: máy quay phim [máy] [quay] [fim]
vidrioso: thủy tinh [thủy] [ti: nh]
viejo, a: cũ [kũ]; già [yà], già cỗi [yà] [kõi]; lão [lã: o]; sờn [sờn]
viento: gió [yó:]; ngọn gió [ngọ: n] [yó:]; phong [fo: ng]
vigilar: đứng gác [dứng] [gác]; quản thúc [quản] [thúc]
villa: vi la, cái vi la [kái] [vi:] [la]
violar: hãm hiếp [hãm] [hiép]; hiếp dâm [hiép] [llâm]; xâm phạm [xâm] [fạm]
violento, a: hăng máu [hăng] [máu]; hung hăng [hung] [hăng]; thô bạo [tho] [bạ: o]
violeta: tím [tí: m]
virtud: dung hạnh [llung] [hạnh]; đức tính [dức] [tí: nh]; nết, cái nết [kái] [nết]; phẩm hạnh [fẩm] [hạnh]
virtuoso, a: đức hạnh [dức] [hạnh]
virutas de hierro: sắt vụn [sắt] [vụn]
visa: thị thực, giấy thị thực [yấy] [thị:] [thực]
víscera: nội tạng [nội] [tạng]; phủ tạng [fủ] [tạng]
visión: chiêm bao, giấc chiêm bao [yấc] [chiem] [ba: o]
visitante: khách [jách]
visitar: phúng viếng [fúng] [viéng]; tham quan [tham] [quan]; tham quan [tham] [quan]; thăm [thăm]
visitar una pagoda: trẩy hội, đi trẩy hội chùa [di:] [trẩy] [họi] [chùa]
visitar un lugar: vãng cảnh [vãng] [kảnh]

visual: thị giác [thị:] [yác]
vitalidad: sinh khí [si: nh] [jí:]; sức sống [sức] [sóng]
vitamina: vi ta min [vi] [ta] [min]
vitrina: tủ kính, cái tủ kính [kái] [tủ] [kí: nh]
viuda: góa, bà góa [bà] [gó: a]; người góa chồng [người] [gó: a] [chòng]
viudo: người góa vợ [người] [gó: a] [vợ]
vividor: tay chơi [tay] [chơi]
vivir: sống [sóng]
vivir en el extranjero: tha hương, sống tha hương [sóng] [tha] [hương]
vivir lejos: tha phương, sống tha phương [sóng] [tha] [fương]
vivir y morir: sống chết [sóng] [chét]
vocabulario: từ vựng [từ] [vựng]
vocal: nguyên âm [nguen] [âm]
volante: bay bổng [bay] [bổng]; tay lái [tay] [lái]
volar: bay [bay]; thăng [thăng]
volar el dinero: hãm tài, bị hãm tài [bị] [hãm] [tài]
volver a casarse la mujer: tái giá [tái] [yá]
volver a ser bueno: phục thiện [fục] [thiện]
voltear: lật [lật]; lật ngửa [lật] [ngửa]; lật ngược [lật] [ngược]; nhào lộn [ñà: o] [lọn]
volumen: thể tích [thể] [tí: ch]
voluntad: ý chí [í:] [chí:]
vomitar: mửa [mửa]; nôn [non], nôn mửa [non] [mửa]; oẹ [o: ẹ], nôn oẹ [non] [ọ: e]; ụa [ụa]
voluntario, a: tình nguyện [tì: nh] [nguẹn]; xung phong [xung] [fo: ng]
voz: giọng [yọ: ng], giọng nói [yọ: ng] [nó: i]
vuelo: tuyến đường bay [tuén] [dường] [bay]
vulgar: dung tục [llung] [tục]

Vigesimocuarta letra del abecedario y decimonovena consonante
Chữ thứ hai mươi bốn của bảng chữ cái và phụ âm thứ mười chín

wáter: bô, cái bô [kái] [bo]

Vigesimosexta letra del abecedario y vigesimoprimera consonante
Chữ thứ hai mươi sáu của bảng chữ cái và phụ âm thứ hai mươi mốt

y más: với lại [với] [lại]
ya: rồi [rồi]
yaca: mít, trái mít [trái] [mít]
yang: dương [lương]
yema: lòng vàng [lò: ng] [vàng]
yerno: con rể [ko: n] [rễ]
yerno del rey: phò mã [fò:] [mã]
yeso: thạch cao [thạch] [ka: o]
yin: âm
yo: em [e: m]; ta [ta]; tao [ta: o]; thiếp [thiếp]; tôi [toi]; tớ [tớ]; trẫm [trẫm]
yugoslavo, a: nam tư [nam] [tư]

Vigesimoséptima letra del abecedario y vigesimosegunda consonante
Chữ cuối cùng của bảng chữ cái và phụ âm thứ hai mươi hai

zanahoria: cà rốt, trái cà rốt [trái] [kà] [rót]
zanahoria salada: dưa món [llưa] [mó: n]
zapato: giày [yày]
zapatos con tacones: giày cao gót [yày] [ka: o] [gó: t]
zanja: luống cày, cái luống cày [kái] [luống] [kày]
zanjar: tháo gỡ [thá: o] [gỡ]
zen: thiền tông, đạo thiền tông [dạ: o] [thiền] [tong]
zero: không; số không [só] [jong]; vô [vo]
Zeus: ngọc hoàng [ngọc] [hoàng]
zona: khu [ju]; tiểu bang [tiểu] [bang]; vùng [vùng]
zumo: nước ép trái cây [nước] [é: p] [trái] [kây]
zurdo, a: thuận tay trái [thuận] [tay] [trái]

NHỮNG THÁNG TRONG NĂM - LOS MESES DEL AÑO

tháng một (el enero)
tháng hai (el febrero)
tháng ba (el marzo)
tháng tư (el abril)
tháng năm (el mayo)
tháng sáu (el junio)
tháng bảy (el julio)
tháng tám (el agosto)
tháng chín (el septiembre)
tháng mười (el octubre)
tháng mười một (el noviembre)
tháng mười hai (el diciembre)

NHỮNG NGÀY TRONG TUẦN - LOS DÍAS DEL MES

thứ hai: el lunes
thứ ba: el martes
thứ tư: el miércoles
thứ năm: el jueves
thứ sáu: el viernes
thứ bảy: el sábado
chủ nhật: el domingo

- **Hôm nay là ngày mấy**? ¿A qué día estamos?
  - **Hôm nay là ngày năm**. (Hoy es día cinco.)
  - **Hôm nay là ngày năm tháng tám**. (Hoy es día cinco de agosto.)
- **Hôm nay là ngày thứ mấy**? ¿Qué día es hoy?
  - **Hôm nay là ngày thứ hai**. (Hoy es lunes.)
- **Bây giờ là tháng mấy**? (¿En qué mes estamos?)
  - **Bây giờ là tháng tám**. (Estamos en agosto.)

GIỜ - LA HORA

Mấy giờ rồi? (¿Qué hora es?)
  - **một giờ đúng** (la una)
  - **hai giờ đúng** (las dos)
- **kém** (menos):
  - **sáu giờ kém năm** (las seis menos cinco)
  - **năm giờ kém mười** (las cinco menos diez)
  - **ba giờ kém mười lăm** (las tres menos cuarto)
  - **bốn giờ kém hai mươi** (las cuatro menos veinte)
- **Hơn** (más):
  - **hai giờ hơn** (más de las dos)
  - **hơn hai giờ rồi** (más de las dos)
  - **ba giờ năm phút** (las tres y cinco minutos)
  - **bốn giờ mười** (las cuatro y diez)
  - **năm giờ mười lăm** (las cinco y cuarto)
  - **sáu giờ hai mươi lăm** (las seis y veinticinco)
  - **bảy giờ rưỡi** (las siete y media)
- **sáng** - mañana:
  - **một giờ sáng** (la una de la mañana)
  - **mười một giờ sáng** (las once de la mañana)
- **trưa** - mediodía:
  - **mười hai giờ trưa** (las doce del mediodía)
  - **một giờ trưa** (la una del mediodía)
- **chiều** - tarde:
  - **ba giờ chiều** (las tres de la tarde)
  - **bảy giờ chiều** (las siete de la tarde)
- **tối, đêm, khuya** - noche:
  - **chín giờ tối** (las nueve de la noche)
  - **mười hai giờ đêm** (las doce de la noche)
  - **mười một giờ khuya** (las once de la noche)

SỰ CHÀO HỎI - **EL SALUDO**

- **Với người nam lớn tuổi - Con los hombres mayores:**
  Chào bác, bác khỏe không [chà: o] [bác], [bác] [jỏ: e] [jong] (Hola, ¿cómo está?)
  - **Bác khỏe, còn cháu?** [bác] [jỏ: e], [kò: n] [cháu] (Estoy bien, ¿y tú?)
  - **Dạ, cháu khỏe.** [llạ], [cháu] [jỏ: e] (Yo también.)
  - **Cám ơn bác.** [cám] [ơn] [bác] (Gracias)

  Chào chú, chú khoẻ không? [chà: o] [chú], [chú] [jo: ẻ] [jong] (Hola, ¿Cómo está?)
  - **Chú không được khỏe, còn cháu?** [chú] [jong] [dược] [jỏ: e] (No me encuentro bien, ¿y tú?
  - **Cháu khỏe, cám ơn chú.** [cháu] [jỏ: e], [cám] [ơn] [chú] (Estoy bien, gracias.)

- **Với người nam lớn tuổi nhưng trẻ - Con los hombres mayores, pero siendo jóvenes todavía:**
  Chào anh, anh khỏe không? [chà: o] [anh], [anh] [jỏ: e] [jong] (Hola, ¿cómo está?)
  - **Anh khỏe, còn em?** [anh] [jỏ: e], [kòn] [e: m] (Yo bien, ¿y tú?)
  - **Em cũng khỏe, cám ơn anh.** [em] [kũng] [jỏ: e], [kám] [ơn] [anh] (Y también, gracias.)

- **Với người nữ lớn tuổi - Con las mujeres mayores:**
  Chào bác, bác khỏe không? [chà: o] [bác], [bác] [jỏ: e] [jong] (Hola, ¿cómo está?)
  - **Bác khỏe, còn con?** [bác] [jỏ: e], [kò: n] [lo: n] (Estoy bien, ¿y tú?)
  - Dạ, con khỏe, cám ơn bác. [llạ], [ko: n] [jỏ: e], [kám] [ơn] [bác] (Estoy bien, gracias.)

  Chào dì, dì khỏe không? [chà: o] [llì:], [llì:] [jỏ: e] [jong] (Hola, ¿cómo está?)
  - **Dì khỏe, còn con?** [llì:] [jỏ: e], [kò: n] [ko: n] (Estoy bien, ¿y tú?)
  - **Dạ, con khỏe, cám ơn dì.** [llạ, ko: n] [jỏ: e], [kám] [ơn] [llì:] (Estoy bien, gracias.)

- **Với người nữ lớn tuổi hơn mình nhưng còn trẻ - Con las mujeres mayores que tú, pero siendo jóvenes todavía:**
  Chào chị, chị khỏe không? [chà: o] [chị], [chị] [jỏ: e] [jong] (Hola, ¿cómo está?)
  - **Chị khoẻ, còn em.** [chị] [jỏ: e], [kò: n] [e: m] (Estoy bien, ¿y tú?)

- **Dạ, em khỏe, cám ơn chị.** [llạ], [e: m] [jỏ: e], [kám] [ơn] [chị] (Estoy bien, gracias.)

• **Với người nam, nữ trẻ, nhỏ hơn mình - Con los hombres, mujeres menos que tú de edad:**

Chào em, em khỏe không? [chà: o] [e: m], [e: m] [jỏ: e] [jong] (Hola, ¿qué tal?)

- **Dạ, em khỏe, còn chị?** [llạ], [e: m] [jỏ: e] (Estoy bien, ¿y usted?)
- **Cám ơn em, chị khỏe.** [kám] [ơn] [e: m], [chị:] [jỏ: e] (Gracias, estoy bien.)
- **Dạ, em khỏe, còn anh?** [llạ] [e: m] [jỏ: e], [kò: n] [anh] (Estoy bien, ¿y tú?)
- **Cám ơn em, anh khỏe.** [kám] [ơn] [e: m], [anh] [jỏ: e] (Gracias, estoy bien.)

SỰ GIỚI THIỆU - LA PRESENTACIÓN

- **Tôi tên là Hoa.** [toi] [ten] [là] [ho: a] (Me llamo Hoa.)
- **Tôi sống ở Đà Nẵng.** [toi] [sóng] [ở] [dà] [nẵng] Vivo en Da nang.
- **Tôi là sinh viên.** [toi] [là] [si: nh] [vien] Soy estudiante.
- **Tôi có mười chín tuổi.** [toi] [kó:] [mười] [chí: n] [tuổi]. Tengo diecinueve años.
- **Xin giới thiệu với bác, đây là bạn con.** [xin] [yới] [thiệu] [với] [bác], [dây] [là] [bạn] [co: n] (Le presento, este es mi amigo) (Le presento, esta es mi amiga)
- **Xin giới thiệu với dì, đây là bạn con.** [xin] [yới] [thiệu] [với] [lìì:], [dây] [là] [bạn] [ko: n] (Le presento, este es mi amigo.) (Le presento, esta es mi amiga.)
  - **Giới thiệu với con, đây là con của dì, anh họ của con.** [yới] [thiệu] [với] [ko: n], [dây] [là] [ko: n] [kủa] [lìì], [anh] [họ:] [kủa] [ko: n] (Te presento, este es mi hijo, tu primo.)
- **Xin giới thiệu với anh, đây là bạn em.** [xin] [yới] [thiệu] [anh], [dây] [là] [bạn] [e: m] (Le presento, este es mi amigo.) (Le presento, esta es mi amiga.)
- **Xin giới thiệu với chị, đây là bạn em.** [xin] [yới] [thiệu] [với] [chị:], [dây] [là] [bạn] [e: m] (Le presento, este es mi amigo.) (Le presento, esta es mi amiga.)
  - **Giới thiệu với em, đây là mẹ của anh.** [yới] [thiệu] [với] [e: m], [day] [là] [mẹ:] [kủa] [anh] (Te presento, esta es mi madre.)
  - **Giới thiệu với em, đây là anh của chị.** [yới] [thiệu] [với] [e: m], [dây] [là] [anh] [của] [chị:] (Te presento, este es mi hermano mayor.)
- **Em làm nghề gì?** [e: m] [làm] [ngè] [lìì:] (¿De qué trabajas?)
  - **Em là họa sĩ.** [toi] [là] [họ: a] [sĩ] (Soy pintor)
- **Anh sống ở đâu?** [anh] [sóng] [ở] [dâu] (¿Dónde vives?)
  - **Tôi sống ở Tenerife.** [toi] [sóng] [ở] [te-ne-ri-fe] (Vivo en Tenerife.)
- **Chị bao nhiêu tuổi?** [chị:] [ba: o] [ñieu] [tuổi] (¿Cuántos años tienes?)
  - **Chị ba mươi tuổi.** [chị:] [ba] [mươi] [tuổi] (Tengo treinta años.)
- **Anh là người nước nào?** [anh] [là] [người] [nước] [nà: o] (¿De dónde eres?)
  - **Tôi là người Tây Ban Nha.** [toi] [là] [người] [tây] [ban] [ña] (Soy español.)
- **Anh đến Việt nam để làm gì?** [ko: n] [dén] [việt] [nam] [dẻ] [làm] [yì:] (¿Para qué vienes a Viet nam?)
  - **Tôi đến để du lịch.** [toi] [dén] [dẻ] [llu] [lị: ch] (Vengo a hacer turismo.)
- **Anh sẽ ở lại Việt nam bao lâu?** [anh] [ở] [lại] [việt] [nam] [ba: o] [lâu] (¿Cuánto tiempo te quedarás?)
  - **Tôi sẽ ở lại một tháng.** [toi] [sẽ:] [ở] [lại] [mọt] [tháng] (Me quedaré un mes.)

- **Rất hân hạnh được gặp anh (chị) (em).** [rất] [hân] [hạnh] [dược] [gặp] [anh] ([chị:]) ([e: m]) (Encantado de conocerte) (Encantada de conocerte)
- **Hẹn gặp lại (nghe).** [Hẹ: n] [gặp] [lại] ([nghe:]) (Hasta luego)
- **Chúc em một chuyến đi may mắn.** [chúc] [e: m] [mọt] [chuén] [di:] [may] [mắn] (Te deseo un buen viaje.)
- **Chúc thượng lộ bình an.** [chúc] [thượng] [lọ] [bì: nh] [an] (Te deseo un buen viaje.)

CÂU VÀ TỪ THÔNG DỤNG CHO MỘT CHUYẾN ĐI DU LỊCH TẠI VIỆT NAM
LAS FRASES Y VOCABLOS ÚTILES PARA UN VIAJE EN VIETNAM

- **sân bay Nội Bài (thủ đô Hà nội)** [sân] [bay] [nọi] [bài] ([hà] [nọi]) (el aeropuerto Noi bai, Ha noi)
- **sân bay Tân Sơn Nhất (thành phố Hồ chí Minh)** [sân] [bay] [tân] [ñất] ([thành] [fó] [hò] [chí:] [mi: nh]) (el aeropuerto Tan Son Nhat)
- **phi trường Tân Sơn Nhất** [fi:] [trường] [tân] [sơn] [ñất] (el aeropuerto Tan Son Nhat)
- **sân bay Đà nẵng** [sân] [bay] [dà] [nẵng] (el aeropuerto Da nang)
- **vé máy bay** [vé:] [máy] [bay] (el billete de avión)
- **vé khứ hồi** [vé:] [jứ] [hòi] (el billete ida y vuelta)
- **phòng bán vé máy bay** [fò: ng] [bán] [vé:] [máy] [bay] (la agencia de viajes)
- **hãng bán vé máy bay** [hãng] [bán] [vé:] [máy] [bay] (la compañía de vuelo)
- **hàng không** [hàng] [jong] (aeronáutico, a)
- **hãng bán vé hàng không** [hãng] [bán] [vé:] [hàng] [jong] (compañía de vuelo)
- **hãng hàng không** [hãng] [hàng] [jong] la empresa aeronáutica, la compañía aérea (es conjunto de todo, aeronáutica, compañía, agencia de viajes)
- **hãng hàng không Việt Nam** [hãng] [hàng] [jong] [việt] [nam] (la compañía aérea vietnamita)
- **đường bay hàng không** [dường] [bay] [hàng] [jong] las líneas aéreas (las trayectorias aéreas, las vías aéreas)
- **văn phòng bán vé hàng không** [văn] [fò: ng] [bán] [vé:] [hàng] [jong] (la agencia de viajes)
- **nơi gởi hành lý và kiểm tra hộ chiếu** [nơi] [gởi] [hành] [lí:] [và] [kiềm] [tra] [họ] [chiéu] (el lugar de facturación)
- **cổng soát vé máy bay** [kỏng] [so: át] [vé:] [máy] [bay] (el control)
- **cổng ra sân bay** [kỏng] [ra] [sân] [bay] (la puerta de embarque)
- **chỗ lấy hành lý** [chõ] [lấy] [hành] [lý] (la cinta de equipaje)
- **máy bay** [máy] [bay] (el avión)
- **số vé máy bay** [só] [vé:] [bay] [bay] (el número de vuelo)
- **số của ghế máy bay** [só] [kủa] [gé] [máy] [bay] (el número de asiento)
- **hộ chiếu** [họ] [chiéu] (pasaporte)

- **hành hý** [hành] [lí:] (el equipaje)
- **hành lý sách tay** [hành] [lí:] [sách] [tay] (el equipaje de mano)
- **Anh làm ơn cho tôi xem hộ chiếu.** [anh] [làm] [ơn] [cho:] [toi] [xe: m] [ho] [chieu] (Me puede enseñar su pasaporte.)
  - **Đây anh.** [day] [anh] (aquí está) (con un chico)
  - **Đây chị.** [day] [chị:] (con una chica)
- **Anh có hành lý sách tay không?** [anh] [kó:] [hành] [lý] [sách] [tay] [jong] (¿Tiene equipaje de mano?)
  - **Vâng, tôi có.** [vâng] [toi] [kó:]
  - **Không, tôi không có.** [jong], [toi] [jong] [kó:]
- **Anh đến Việt nam làm gì?** [anh] [dén] [việt] [nam] [làm] [yì:] (Para qué viene a Vietnam?
  - **Tôi đến để du lịch.** [toi] [dén] [dẻ] [llu] [lị: ch] (Vengo a hacer turismo.)
  - **Tôi đến để du lịch và thăm gia đình mẹ tôi.** [toi] [dén] [dẻ] [llu] [lị: ch] [và] [thăm] [ya] [dì: nh] [mẹ:] [toi] (Vengo a hacer turismo y visitar la familia de mi madre.)
- **Tôi muốn gia hạn vi sa.** [toi] [muón] [ya] [hạn] [vi] [sa] (Quiero ampliar el visado.)
- **xe taxi** [xe:] [ta] [xi:] (taxi)
- **khách sạn** [jách] [sạn] (el hotel)
- **khách sạn rẻ tiền** [jách] [sạn] [rẻ:] [tiền] (el hotel barato)
- **phòng chiếc** [fò: ng] [chiéc] [fò: ng] [chiéc] (la habitación individual)
- **phòng đôi** [fò: ng] [doi] (habitación matrimonio)
- **phòng có hai giường chiếc** [fò: ng] [kó:] [hai] [yường] [chiéc] (la habitación de dos camas individuales)
- **chìa khóa phòng** [chìa] [jó: a] [fò: ng] (la llave de la habitación)
- **Xin hỏi, gần đây có một khách sạn rẻ tiền nào không?** [xin] [hỏ: i], [gần] [dây] [kó:] [jách] [sạn] [rẻ:] [tiền] [nào] [jong] (Por favor, ¿cerca de aquí, hay un hotel barato?)
- **Tôi muốn đặt một cái phòng có hai giường chiếc.** [toi] [muón] [dặt] [mọt] [kái] [fò: ng] [kó:] [hai] [yường] [chiéc]. Quiero reservar una habitación de dos camas Individuales.
- **Giá bao nhiêu một ngày một đêm?** [yá] [ba. o] [ñieu] [mọt] [ngày] [mọt] [dem] (¿Cuánto es el precio de un día y una noche?)
- **Anh muốn ở bao nhiêu ngày.** [anh] [muón] [dặt] [ba: o] [ñieu] [ngày] (¿Cuántos días te quieres quedar?)

- **Năm ngày.** [năm] [ngày]. (Cinco días)
- **Tôi muốn trả phòng.** [toi] [muốn] [trả] [fò: ng] (Quiero devolver la habitación.)
- **địa chỉ** [dịa] [chỉ] (la dirección)
- **tên đường** [ten] [dường] (el nombre de la calle)
- **đại sứ quán** [dại] [sứ] [quán] (la embajada)
- **lãnh sứ quán** [lãnh] [sứ] [quán] (el consulado)
- **Làm ơn, gần đây có một lãnh sứ Tây Ban Nha không?** [làm] [ơn], [gần] [day] [kó:] [lãnh] [sứ] [tay] [ban] [ña] [jong] (Por favor, ¿cerca de aquí hay un consulado español?)
- **Xin hỏi, gần đây có một lãnh sứ Tây Ban Nha không?** [xin] [hỏ: i], [gần] [day] [kó:] [lãnh] [sứ] [tay] [ban] [ña] [jong] (Por favor, ¿cerca de aquí hay un consulado español?)
- **bịnh viện** [bị: nh] [viện] (el hospital)
- **bệnh viện** [bệnh] [viện] (el hospital)
- **bác sĩ** [bác] [sĩ:] (el médico)
- **y tá** [i:] [tá] (el enfermero, la enfermera)
- **phòng cấp cứu** [fò: ng] [kấp] [kứu] (el departamento de urgencia)
- **Xin hỏi, bệnh viện ở đâu?** [xin] [hỏ: i], [bệnh] [viện] [ở] [dâu] (Por favor, ¿dónde está el hospital?)
- **tiệm thuốc tây** [tiệm] [thuốc] [tay] (la farmacia)
- **tàu** [tàu] (el tren)
- **nhà ga** [ñà] [ga] (la estación de tren)
- **xe buýt** [xe:] [buýt] (el autobús)
- **xe đạp** [xe:] [dạp] (la bicicleta)
- **xe hon da** [xe:] [ho: n] [da] (la moto)
- **xe gắn máy** [xe:] [gắn] [máy] (la moto)
- **xe xích lô** [xe:] [xí: ch] [lo] (la bicitaxi)
- **công an** [kong] [an] (la policía)
- **đồn công an** [dòn] [kong] [an] (la oficina de policía)
- **luật sư** [luật] [sư] (el abogado, la abogada)
- **quán ăn** [quán] [ăn] (el bar)
- **quán cơm bình dân** [quán] [kơm] [bì: nh] [dân] (el bar de arroz barato)
- **nhà hàng** [ñà] [hàng] (el restaurante)
- **ẩm thực** [ẩm] [thực] (la comida) / **nghệ thuật ẩm thực** (el arte culinario)
- **thức ăn** [thức] [ăn] (la comida)
- **thức uống** [thức] [uống] (la bebida)

- **nước** [nước] (el agua)
- **nước nóng** [nước] [nóng] (el agua caliente)
- **nước lạnh** [nước] [lạnh] (el agua fría)
- **nước đá** [nước] [dá] (el agua con hielo)
- **nước chanh** [nước] [chanh] (el zumo de limón)
- **nước cam** [nước] [kam] (el zumo de naranja)
- **nước dừa** [nước] [lỉừa] (el jugo de coco)
- **nước rau má** [nước] [rau] [má] (el zumo de centella vietnamita)
- **nước mía** [nước] [mía] (el zumo de caña)
- **sinh tố** [si: nh] [tố] (el zumo)
- **sinh tố thập cẩm** [si: nh] [tó] [thập] [kẩm] (el zumo mixto)
- **trà** [trà]: el té
- **trà đá** [trà] [dá]: el té con hielo
- **cà phê** [kà] [fe] (el café)
- **cà phê đen** [kà] [fe] [de: n] (el cortado)
- **cà phê đen đá** [kà] [fe] [de: n] [dá] (el cortado con hielo)
- **cà phê sữa nóng** [kà] [fe] [sữa] [nó: ng] (el café con leche condensada caliente)
- **cà phê sữa đá** [kà] [fe] [sữa] [dá] (el café con leche condensada con hielo)
- **bia** [bia] (la cerveza)
- **các món ăn** [kác] [mó: n] [ăn] (el menú)
- **cơm đĩa** [kơm] [lỉĩa] (el plato de arroz)
- **cá** [ká] (el pescado)
- **thịt** [thịt] (la carne)
- **rau** [rau] (la verdura)
- **gọi một đĩa cơm với cá, rau xào, canh** [gọ: i] [mọt] [lỉĩa] [kơm], [ká], [rau] [xà: o], [kanh] (pedir un plato de arroz con pescado, verdura salteada y sopa)
- **Làm ơn cho tôi muốn một đĩa cơm gà.** [làm] [ơn] [cho:] [toi] [mọt] [lỉĩa] [kơm] [gà] (Por favor, me da un plato de arroz con pollo.
- **Làm ơn, tôi muốn một tô phở bò tái.** [làm] [ơn], [toi] [muốn] [mọt] [to] [fở] [bò:] [tái] (Por favor, me gustaría una sopa de ternera.)
- **một đĩa cơm gà** [mọt] [lỉĩa] [kơm] [gà] (un plato de arroz con pollo)
- **gọi một đĩa cơm sườn với rau và canh** [gọ: i] [mọt] [lỉĩa] [kơm] [sườn] [với] [rau] [và] [kanh] (pedir un plato de arroz con costilla, verdura y sopa)
- **bún chả cá** [bún] [chả] [ká] (sopa de fideo con albóndiga de pescado) (Da nang, Hué)

- **bún bò** [bún] [bò] (sopa de fideo con ternera) (Da nang, Hue)
- **bún bò viên** [bún] [bò:] [vien] (sopa de fideo con albóndiga de ternera) (Da nang, Hue)
- **phở bò** [fở] [bò:] (sopa de tallarines con ternera) (la comida de Da nang, Hue)
- **phở bò viên** [fở] [bò:] [vien] (sopa de tallarines con albóndiga de ternera) (la comida de Da nang, Hue)
- **phở gà** [fở] [gà] (sopa de tallarines con pollo) (la comida de Da nang, Hue)
- **mì quảng** [mì:] [quảng] (sopa de tallarines on carne, gamba) (la comida de Da nang, Hoi an)
- **cháo bánh canh** [chá: o] [bánh] [kanh] (sopa de harina de tapioca, lo hace como fideo con gamba, o cangrejo) (Da nang, Hué)
- **món nem lụi** [món] [ne: m] [lụi] (carne picada con crepe, ensalada y salsa) (Da nang)
- **món bún thịt nướng** [món] [bún] [thịt] [nướng] (sopa de fideo, sin caldo, con ternera asada, y con ensalada) (Da nang)
- **món bánh khoái** [mó: n] [bánh] [jo: ái] (crepe con carne picada y asada, con la ensalada y salsa) (Hue)
- **món bò tái** [mó: n] [bò:] [tái] (el solomillo poco hecho, se come con galletas de arroz, ensalada y la salsa) (Da nang)
- **món cháo vịt** [mó: n] [chá: o] [vị:t] (sopa de arroz con pato, y con salsa de jengibre) (Da nang)
- **món bún vịt quay** [mó: n] [bún] [vịt] [quay] (sopa de fideo con pato asado con miel) (Cao bằng, Lạng sơn)
- **món bún ốc** [mó: n] [bún] [óc] (sopa de fideo con caracoles) (Ha noi)
- **món sứa trộn** [mó: n] [sứa] [trọn] (ensalada con medusa)
- **lẩu** [lẩu] (la fondue)
- **lẩu cá lóc** [lẩu] [ká] [ló: c] (fondue de pescado sabalote, con verdura, se come con fideos)
- **lẩu bò nhúng dấm** [lẩu] [bò] [ñúng] [llấm] (fondue con terrera, verdura, se come con fideos)
- **lẩu thập cẩm** [lẩu] [thập] [kẩm] (fondue mixta)
- **Các món ăn dặm** [kác] [mó: n] [ăn] [llặm] (el menú de merienda):
- **bánh bèo** [bánh] [bè: o] (hecho de harina de arroz con gambas) (Da nang, Hue)
- **bánh nậm** [bánh] [nậm] (hecho con harina de arroz con gambas, o carne y con setas, envolviendo en la hoja de plátano) (Da nang, Hue)

- **bánh ướt** [bánh] [ướt] (galletas mojadas de arroz, con carne, o gambas, con salsa, y muy finas) (Da nang, Hue)
- **bánh bao** [bánh] [ba: o] (pan relleno con carne, huevo, salchicha vietnamita y seta)
- **bánh mì** [bánh] [mì:] (el bocadillo)
- **bánh mì thịt** [bánh] [mì:] [thịt] (bocadillo con carne, pepino y ensalada)
- **bánh mì chả** [bánh] [mì:] [chả] (bocadillo con jamón vietnamita, pepino)
- **bánh mì đậu** [bánh] [mì:] [đậu] (bocadillo con crema de cacahuete)
- **trứng vịt lộn** [trứng] [vịt] [lọn] (el balut, el huevo de pato fertilizado con su embrión dentro que se cuece al igual que un huevo cocido.)
- **đậu hủ** [dậu] [hủ] (tofu caliente, líquido, con azúcar cocinado y con jengibre)
- **chè** [chè] (la sopa dulce)
- **chè đậu đỏ** [chè:] [dậu] [dỏ:] (la sopa dulce de judía roja)
- **chè đậu xanh** [chè:] [dậu] [xanh] (la sopa dulce de judía verde)
- **chè đậu ván đặc** [chè:] [dậu] [ván] [dặc] (la sopa dulce de judía blanca)

SỐ - LOS NÚMEROS

1	**một**	(uno)
2	**hai**	(dos)
3	**ba**	(tres)
4	**bốn**	(cuatro)
5	**năm**	(cinco)
6	**sáu**	(seis)
7	**bảy**	(siete)
8	**tám**	(ocho)
9	**chín**	(nueve)
10	**mười**	(diez)
11	**mười một**	(once)
12	**mười hai**	(doce)
13	**mười ba**	(trece)
14	**mười bốn**	(catorce)
15	**mười lăm**	(quince)
16	**mười sáu**	(dieciséis)
17	**mười bảy**	(diecisiete)
18	**mười tám**	(dieciocho)
19	**mười chín**	(diecinueve)
20	**hai mươi**	(veinte)
21	**hai mươi mốt**	(veintiuno)
22	**hai mươi hai**	(veintidós)
23	**hai mươi ba**	(veintitrés)
24	**hai mươi bốn**	(veinticuatro)
25	**hai mươi lăm**	(veinticinco)
26	**hai mươi sáu**	(veintiséis)
27	**hai mươi bảy**	(veintisiete)
28	**hai mươi tám**	(veintiocho)
29	**hai mươi chín**	(veintinueve)
30	**ba mươi**	(treinta)
31	**ba mươi mốt**	(treinta y uno)
32	**ba mươi hai**	(treinta y dos)
33	**ba mươi ba**	(treinta y tres)

34	ba mươi bốn	(treinta y cuatro)
35	ba mươi lăm	(treinta y cinco)
36	ba mươi sáu	(treinta y seis)
37	ba mươi bảy	(treinta y siete)
38	ba mươi tám	(treinta y ocho)
39	ba mươi chín	(treinta y nueve)
40	bốn mươi	(cuarenta)
50	năm mươi	(cincuenta)
60	sáu mươi	(sesenta)
70	bảy mươi	(setenta)
80	tám mươi	(ochenta)
90	chín mươi	(noventa)
100	một trăm	(cien)
101	một trăm lẻ một	(ciento uno)
102	một trăm lẻ hai	(ciento dos)
103	một trăm lẻ ba	(ciento tres)
104	một trăm lẻ bốn	(ciento cuatro)
105	một trăm lẻ năm	(ciento cinco)
106	một trăm lẻ sáu	(ciento seis)
107	một trăm lẻ bảy	(ciento siete)
108	một trăm lẻ tám	(ciento ocho)
109	một trăm lẻ chín	(ciento nueve)
110	một trăm mười	(ciento diez)
111	một trăm mười một	(ciento once)
112	một trăm mười hai	(ciento doce)
113	một trăm mười ba	(ciento trece)
114	một trăm mười bốn	(ciento catorce)
115	một trăm mười năm	(ciento quince)
116	một trăm mười sáu	(ciento dieciséis)
117	một trăm mười bảy	(ciento diecisiete)
118	một trăm mười tám	(ciento dieciocho)
119	một trăm mười chín	(ciento diecinueve)
120	một trăm hai mươi	(ciento veinte)
121	một trăm hai mươi mốt	(ciento veintiunos)
122	một trăm hai mươi hai	(ciento veintidós)
123	một trăm hai mươi ba	(ciento veintitrés)

124	một **trăm hai mươi bốn**	(ciento veinticuatro)
125	một trăm hai mươi lăm	(ciento veinticinco)
126	một trăm hai mươi sáu	(ciento veintiséis)
127	một trăm hai mươi bảy	(ciento veintisiete)
128	một trăm hai mươi tám	(ciento veintiocho)
129	một trăm hai mươi chín	(ciento veintinueve)
130	một trăm ba mươi	(ciento treinta)
140	một trăm bốn mươi	(ciento cuarenta)
150	một trăm năm mươi	(ciento cincuenta)
160	một trăm sáu mươi	(ciento sesenta)
170	một trăm bảymươi	(ciento setenta)
180	một trăm tám mươi	(ciento ochenta)
200	hai trăm	(doscientos)
300	ba trăm	(trescientos)
400	bốn trăm	(cuatrocientos)
500	năm trăm	(quinientos)
600	sáu trăm	(seiscientos)
700	bảy trăm	(setecientos)
800	tám trăm	(ochocientos)
900	chín trăm	(novecientos)
1.000	một ngàn	(mil)
10.000	mười ngàn	(diez mil)
100.000	một trăm ngàn	(cien mil)
200.000	hai trăm ngàn	(dos cientos mil)
300.000	ba trăm ngàn	(tres cientos mil)
400.000	bốn trăm ngàn	(cuatro cientos mil)
500.000	năm trăm ngàn	(quinientos mil)
600.000	áu trăm ngàn	(seis cientos mil)
700.000	bảy trăm ngàn	(sete cientos mil)
800.000	tám trăm ngàn	(ocho cientos mil)
900.000	chín trăm ngàn	(nueve cientos mil)
1000.000	một triệu	(un millón)
10.000.000	mười triệu	(diez millones)
100.000.000	một trăm triệu	(cien millones)
1.000.000.000	một tỉ	(un billón)

SỐ THỨ TỰ - LOS ORDINALES

1º	**thứ nhất** (primero, o primer / 1ª primera)
2º	**thứ nhì, thứ hai** (segundo / 2ª segunda)
3º	**thứ ba** (tercero, o tercer / 3ª tercera)
4º	**thứ bốn** (cuarto / 4ª cuarta)
5º	**thứ năm** (quinto / 5ª quinta)
6º	**thứ sáu** (sexto / 6ª sexta)
7º	**thứ bảy** (séptimo / 7ª séptima)
8º	**thứ tám** (octavo / 8ª octava)
9º	**thứ chín** (noveno / 9ª novena)
10º	**thứ mười** (décimo / 10ª décima)
11º	**thứ mười một** (undécimo o décimo primero) / 11ª undécima o décima primera
12º	**thứ mười hai** (duodécimo o décimo segundo / 12ª duodécima o décima segunda)
13º	**thứ mười ba** (décimo tercero / 13ª décima tercera)
14º	**thứ mười bốn** (décimo cuarto / 14ª décima cuarta)
15º	**thứ mười lăm** (décimo quinto / 15ª décima quinta)
16º	**thứ mười sáu** (décimo sexto / 16ª décima sexta)
17º	**thứ mười bảy** (décimo séptimo / 17ª décima séptima)
18º	**thứ mười tám** (décimo octavo / 18ª décima octava)
19º	**thứ mười chín** (décimo noveno / 19ª décima novena)
20º	**thứ hai mươi** (vigésimo / 20ª vigésima)
21º	**thứ hai mươi mốt** (vigésimo primero / 21ª vigésima primera)
22º	**thứ hai mươi hai** (vigésimo segundo / 22ª vigésima segunda)
23º	**thứ hai mươi ba** (vigésimo tercero / 23ª vigésima tercera)
24º	**thứ hai mươi bốn** (vigésimo cuarto / 24ª vigésima cuarta)
25º	**thứ hai mươi lăm** (vigésimo quinto / 25ª vigésima quinta)
26º	**thứ hai mươi sáu** (vigésimo sexto / 26ª vigésima sexta)
27º	**thứ hai mươi bảy** (vigésimo séptimo / 27ª vigésima séptima)
28º	**thứ hai mươi tám** (vigésimo octavo / 28ª vigésima octava)
29º	**thứ hai mươi chín** (vigésimo noveno / 29ª vigésima novena)
30º	**thứ ba mươi** (trigésimo / 30ª trigésima)
40º	**thứ bốn mươi** (cuadragésimo / 40ª cuadragésima)

50º   **thứ năm mươi** (quincuagésimo / 50ª quincuagésima)
60º   **thứ sáu mươi** (sexagésimo / 60ª sexagésima)
70º   **thứ bảy mươi** (septuagésimo / 70ª septuagésima)
80º   **thứ tám mươi** (octogésimo / 80ª octogésima)
90º   **thứ chín mươi** (nonagésimo / 90ª nonagésima)
100º   **thứ một trăm** (centésimo / 100ª centésima)
200º   **thứ hai trăm** (ducentésimo / 200ª ducentésima)
300º   **thứ ba trăm** (tricentésimo / 300ª tricentésima)
400º   **thứ bốn trăm** (cuadringentésimo / 400ª cuadringentésima)
500º   **thứ năm trăm** (quingentésimo / 500ª quingentésima)
600º   **thứ sáu trăm** (sexcentésimo / 600ª sexcentésima)
700º   **thứ bảy trăm** (septingentésimo / 700ª septingentésima)
800º   **thứ tám trăm** (octingentésimo / 800ª octingentésima)
900º   **thứ chín trăm** (noningentésimo / 900ª noningentésima)
1000º   **thứ một ngàn** (milésimo / 1000ª milésima)

CÁC NƯỚC - LOS PAÍSES

biển Ấn độ dương (océano Índico)
biển Bắc băng dương (océano Ártico)
biển Đại tây dương (océano Atlántico) / **lục địa Đại tây dương** (el continente Atlántico)
biển Địa trung hải (el mar Mediterráneo)
biển Thái bình dương (océano Pacífico) / **lục địa Thái bình dương** (el continente Pacífico)
châu Á (Asia) / **người châu Á** (los asiáticos) / **một người châu Á** (un asiático, una asiática)
châu Âu (Europa) / **người châu Âu** (los europeos) / **một người châu Âu** (un europeo, una europea)
châu Mỹ (América) / **người châu Mỹ** (americanos) / **một người châu Mỹ** (un americano, una americana)
châu Mỹ la tinh (Sudamérica) / **người châu Mỹ la tinh** (los sudamericanos) / **một người châu Mỹ la tinh** (un sudamericano, una sudamericana)
châu Phi (África) / **người châu Phi** (los africanos) / **một người châu Phi** (un africano, una africana)
Bắc Mỹ (Norteamérica) / **người Bắc Mỹ** (los norteamericanos) / **một người Bắc Mỹ** (un norteamericano, una norteamericana)
Nam Mỹ (Sudamérica) / **người Nam Mỹ** (los sudamericas) / **một người Nam Mỹ** (un sudamericano, una sudamericana)
hợp chủng quốc Hoa kỳ (Estados Unidos)
nước Anh (Inglaterra) / **người Anh** (los ingleses) / **một người Anh** (un inglés, una inglesa)
nước Áo (Austria) / **người Áo** (los austríacos) / **một người Áo** (un austríaco, una austríaca)
nước Ấn độ (India) / **người Ấn độ** (los hindúes) / **một người Ấn độ** (un hindú, una hindú)
nước Ba lan (Polonia) / **người Ba lan** (los polacos) / **một người Ba lan** (un polaco, una polaca)
nước Bỉ (Bélgica) / **người Bỉ** (los belgas) / **một người Bỉ** (un belga, una belga)

nước Bồ đào nha (Portugal) / **người Bồ đào nha** (los portugueses) / **một người Bồ đào nha** (un portugués, una portuguesa)

người Camphuchia (los camboyanos) / **một người camphuchia** (un camboyano, una camboyana)

nước Cuba (Cuba) / **người Cuba** (los cubanos) / **một người Cuba** (un cubano, una cubana)

nước Đại hàn (Corea) / **người Đại hàn** (los coreanos) / **một người Đại hàn** (un coreano, una coreana) / **bắc Đại hàn** (Corea del norte) / **nam Đại hàn** (Corea del sur)

nước Đan mạch (Dinamarca) / **người Đan mạch** (los daneses) / **một người Đan mạch** (un danés, una danesa)

nước Đức (alemania) / **người Đức** (los alemanes) / **một người Đức** (un alemán, una alemana

nước Hung ga ri (Hungría) / **người Hung ga ri** (los húngaros) / **một người Hung ga ri** (un húngaro, una húngara)

nước in đô nê xi a (Indonesia) / **người in đô nê xi a** (los indonesios) / **một người in đô nê xi a** (un indonesio, una indonesia)

nước Lào (Laos) / **người Lào** (los laosianos) / **một người Lào** (un laosiano, una laosiana)

nước Ma rốc (Marruecos) / **người Ma rốc** (los marroquís) / **một người Ma rốc** (un marroquí, una marroquí)

nước Mã lai (Malasia) / **người Mã lai** (los malayos) / **một người mã lai** (un malayo, una malaya)

nước Mông cổ (Mongolia) / **người Mông cổ** (los mongoles) / **một người Mông cổ** (un mongol, una mongola)

nước Mỹ (Estados Unidos) / **người Mỹ** (los americanos) / **một người người Mỹ** (un americano, una americana)

nước Nam tư (Yugoslavia) / **người Nam tư** (los yugoslavos) / **một người Nam Tư** (un yugoslavo, una yugoslava)

nước Nga (Rusia) / **người Nga** (los rusos) / **một người Nga** (un ruso, una rusa)

nước Nhật (Japón) / **người Nhật** (los japoneses) / **một người Nhật** (un japonés, una japonesa)

nước Pháp (Francia) / **người Pháp** (los franceses) / **một người Pháp** (un francés, una francesa)

nước Phi lip pin (filipina) / **người phi líp pin** (los filipinos) / **một người phi líp pin** (un filipino, una filipina)

nước Ru ma ni (Rumania) / **người Ru ma ni** (los rumanos) / **một người Ru ma ni** (un rumano, una rumana)

nước Tàu (China) / **người Tàu** (los chinos) / **một người Tàu** (un chino, una china)

nước Tây Ban Nha (España) / **người Tây Ban Nha** (los españoles) / **một người Tây Ban Nha** (un español, una española)

nước Thái lan (Tailandia) / **người Thái lan** (los tailandeses) / **một người Thái lan** (un tailandés, una tailandesa)

nước Thổ nhĩ kỳ (Turquía) / **người Thổ nhĩ kỳ** (los turcos) / **một người Thổ nhĩ kỳ** (un turco, una turca)

nước Thụy sĩ (Suiza) / **người Thụy sĩ** (los suizos) / **một người Thụy sĩ** (un suizo, una suiza)

nước Tiệp khắc (república Checa) / **người Tiệp Khắc** (los checos) / **một người Tiệp khắc** (un checo, una checa)

nước Triều tiên (Corea) / **người Triều tiên** (los coreanos) / **một người Triều tiên** (un coreano, una coreana) / **bắc Đại hàn** (Corea del norte) / **nam Đại hàn** (Corea del sur)

nước Trung Quốc (China) / **người Trung Quốc** (los chinos) / **một người Trung Quốc** (un chino, una china)

nước Úc (Australia) / **người Úc** (los australianos) / **một người Úc** (un australiano, una australiana

nước Ý (Italia) / **người Ý** (los italianos) / **một người Ý** (un italiano, una italiana)

phi châu (tt): africano, a / **Phi châu lục địạ** (África) / **người Phi châu** (los africanos) / **một người Phi châu** (un africano, una africana)

CÁC ĐỊA DANH CỦA VIỆT NAM
LOS NOMBRES DE LUGARES GEOGRÁFICOS DE VIETNAM

1. **Tỉnh An giang** (la provincia An giang); **thành phố Long xuyên** (ciudad Long xuyen); **đồng bằng sông Cửu long** (la llanura de río Cuu long).
2. **Tỉnh Bà rịa, Vũng tàu** (la provincia Ba ria); **thành phành phố Bà rịa** (la ciudad Ba ria); **vùng Đông nam bộ** (la región Dong nam bo).
3. **Tỉnh Bạc liêu** (la provincia Bac lieu); **thành phố Bạc liêu** (la ciudad Bac lieu); **đồng bằng sông Cửu long** (la llanura de río Cuu long).
4. **Tỉnh Bắc cạn** (la provincia Bac can); **thành phố Bắc cạn** (la ciudad Bac can); **vùng Trung du và miền núi phía Bắc** (la región media y montañosa de Norte).
5. **Tỉnh Bắc giang** (la provincia Bac giang); **thành phố Bắc giang** (la ciudad Bac giang); **vùng Trung du và miền núi phía Bắc** (la región media y montañosa de Norte).
6. **Tỉnh Bắc ninh** (la provincia Bac ninh); **thành phố Bắc ninh** (la ciudad Bac ninh); **đồng bằng sông Hồng** (la llanura de río Hong).
7. **Tỉnh Bến tre** (la provincia Ben tre); **thành phố Bến tre** (la ciudad Ben tre); **đồng bằng sông Cửu long** (la llanura de río Cuu long).
8. **Tỉnh Bình dương** (la provincia Binh duong); **thành phố Thủ đầu một** (ciudad Thu dau mot), **miền Đông nam bộ** (mien dong nam bo).
9. **Tỉnh Bình định** (la provincia Binh dinh); **thành phố Qui nhơn** (la ciudad Qui nhon); **vùng duyên hải miền Nam trung bộ** (la región marítima de Sur media).
10. **Tỉnh Bình phước** (la provincia Binh phuoc); thị xã Đồng xoài (el pueblo Dong xoai), **miền Đông nam bộ** (la región Dong nam bo).
11. **Tỉnh Bình thuận** (la provincia Binh thuan); **thành phố Phan thiết** (la ciudad Phan thiet); **miền duyên hải Nam trung bộ** (la región Sur media)
12. **Tỉnh Cà mau** (la provincia Ca mau); **thành phố Ca mau** (la ciudad Ca mau); **đồng bằng sông Cửu long** (la llanura de río Cuu long).
13. **Tỉnh Cao bằng** (la provincia Cao bang); **thành phố Cao bằng** (la ciudad Cao bang); **vùng Trung du và miền núi phía Bắc** (la región media y montañosa de Norte).
14. **Tỉnh Cần thơ** (la provincia Can tho); **quận Ninh Kiều** (el pueblo Ninh kieu); **đồng bằng sông Cửu long** (la llanura de río Cuu long).

15. **Tỉnh Quảng nam, Đà nẵng** (la provincia Quang nam, Da nang); **thành phố Đà nẵng** (la ciudad Da nang); **quận Hải châu** (el distrito Hai chau); **miền Trung duyên hải** (la región Central marítima).
16. **Tỉnh Đắc lắc** (la provincia Dac lac); **thành phố Buôn mê thuột** (la ciudad Buon me thuot), **vùng Tây nguyên** (la región de altiplanicie Oeste).
17. **Tỉnh Đắc nông** (la provincia Dac nong); **thị xã Gia nghĩa** (el pueblo Gia nghĩa); **vùng Tây nguyên** (la región de altiplanicie Oeste).
18. **Tỉnh Đồng nai** (la provincia Dong nai); **thành phố Biên Hoa** (la ciudad Bien hoa); **miền Đông nam bộ** (la región Dong nam bo).
19. **Tỉnh Đồng tháp** (la provincia Dong Thap); **thành phố Cao lãnh** (la ciudad Cao lanh); **đồng bằng sông Cửu Long** (la llanura de río Cuu long).
20. **Tỉnh Điện biên** (la provincia Dien bien); **thành phố Điện biên phủ** (la ciudad Dien bien phu); **vùng Trung du và miền núi phía Bắc** (la región media y montañosa de Norte).
21. **Tỉnh Gia lai** (la provincia Gia lai); **thành phố pleiku** (la ciudad pleiku); **vùng Tây nguyên** (la región de altiplanicie Oeste).
22. **Tỉnh Hà giang** (la provincia Ha giang); **thành phố Hà giang** (la ciudad Ha giang); **vùng Trung du và miền núi phía Bắc** (la región Media y montañosa de Norte).
23. **Tỉnh Hà nam** (la provincia Ha nam); **thành phố Phủ lý** (la ciudad Phu ly); **đồng bằng sông Hồng** (la llanura de río Hong).
24. **Thành phố Hà nội** (la ciudad Ha noi); **quận Hoàn kiếm** (el distrito Hoan kiem); **đồng bằng sông Hồng** (la llanura de río Hong).
25. **Tỉnh Hà tĩnh** (la provincia Ha tinh); **thành phố Hà tĩnh** (la ciudad Ha tinh); **vùng bắc Trung bộ** (la región de norte Central).
26. **Tỉnh Hải dương** (la provincia Hai duong); **thành phố Hải dương** (la ciudad Hai duong); **đồng bằng sông Hồng** (la llanura de río Hong).
27. **Thành phố Hải phòng** (la ciudad Hai phong); **quận Hồng bàng** (el distrito Hong bang); **miền duyên hải Bắc bộ** (la región marítima de Norte).
28. **Tỉnh Hòa Bình** (la provincia Hoa binh); **vùng Trung du và miền núi phía Bắc** (la región media y montañosa de Norte).
29. **Tỉnh Hậu giang** (la provincia Hau giang); **thành phố Vị thanh** (la ciudad Vi thanh); **đồng bằng sông Cửu Long** (la llanura de río Cuu long).
30. **Tỉnh Hưng yên** (la provincia Hung yen); **thành phố Hưng yên** (la ciudad Hung yen); **đồng bằng sông Hồng** (la llanura de río Hong).
31. **Tỉnh và thành phố Hồ chí Minh** (la provincia y la ciudad Ho Chi Minh); **miền đông Nam bộ** (la región Sureste)

32. **Tỉnh Khánh hòa** (la provincia Khanh Hoa); **thành phố Nha trang** (la ciudad Nha trang); **miền duyên hải Nam trung bộ** (la región marítima de Sur central).
33. **Tỉnh Kiên giang** (la provincia Kien giang); **thành phố rạch giá** (la ciudad rạch yá); **đồng bằng sông Cửu Long** (la llanura de río Cuu long).
34. **Tỉnh Kon tum** (la provincia Kon tum); **thành phố Kon tum** (la ciudad Kon tum); **vùng Tây nguyên** (la región de altiplanicie Oeste).
35. **Tỉnh Lai châu** (la provincia Lai chau); **thành phố Lai châu** (la ciudad Lai chau); **vùng Trung du và miền núi phía Bắc** (la región media y montañosa de Norte).
36. **Tỉnh Lào cai** (la provincia Lào cai); **thành phố Lào cai** (la ciudad Lào cai); **vùng Trung du và miền núi phía Bắc** (la región media y montañosa de Norte).
37. **Tỉnh Lạng sơn** (la provincia Lang son); **Thành phố Lạng sơn** (la ciudad Lang son); vùng **Trung du và miền núi phía Bắc** (la región media y montañosa de Norte).
38. **Tỉnh Lâm đồng** (la provincia Lam dong); **thành phố Đà lạt** (la ciudad Da lat); **vùng Tây nguyên** (la región de altiplanicie Oeste).
39. **Tỉnh Long an** (la provincia Long an); **thành phố Tân an** (la ciudad Tan an); **đồng bằng sông Cửu Long** (la llanura de río Cuu long).
40. **Tỉnh Nam định** (la provincia Nam dinh); **thành phố Nam định** (la ciudad Nam dinh); **đồng bằng sông Hồng** (la llanura de río Hong)
41. **Tỉnh Nghệ an** (la provincia Nghe an); **thành phố Vinh** (la ciudad Vinh); **vùng bắc Trung bộ** (la región de norte Central.)
42. **Tỉnh Ninh Bình** (la provincia Ninh binh); **thành phố Ninh bình** (la ciudad Ninh binh); **đồng bằng sông Hồng** (la llanura de río Hong).
43. **Tỉnh Ninh thuận** (la provincia Ninh thuan); **thành phố Phan rang** (thanh pho phan rang); **miền duyên hải Nam trung bộ** (la región marítima de Sur central).
44. **Tỉnh Phú thọ** (la provincia Phu tho); **thành phố Việt trì** (la ciudad Viet tri); **vùng Trung du và miền núi phía Bắc** (la región media y montañosa de Norte).
45. **Tỉnh Phú yên** (la provincia Phu yen); **thành phố Tuy hòa** (la ciudad Tuy Hoa); **miền duyên hải Nam trung bộ** (la región marítima de Sur central).
46. **Tỉnh Quảng bình** (la provincia Quang binh); **thành phố Đồng hới** (la ciudad Đong hoi); **vùng bắc Trung bộ** (la región de norte Central).
47. **Tỉnh Quảng nam** (la provincia Quang nam); **thành phố Tam kỳ** (la ciudad Tam ky); **miền duyên hải nam Trung bộ** (la región marítima de sur Central).

48. **Tỉnh Quảng Ngãi**; **thành phố Quảng ngãi**; **miền duyên hải nam Trung bộ** (la región marítima de sur Central).
49. **Tỉnh Quảng ninh** (la provincia Quang ninh); **thành phố Hạ long** (la ciudad Ha long); **vùng Trung du và miền núi phía Bắc** (la región media y montañosa de Norte).
50. **Tỉnh Quảng trị** (la provincia Quang binh); **thành phố Đông hà** (la ciudad Dong ha); **vùng bắc Trung bộ** (la región de norte Central).
51. **Tỉnh Sóc trăng** (la provincia Soc trang); **thành phố Sóc trăng** (la ciudad Soc trang); **đồng bằng sông Cửu Long** (la llanura de río Cuu long).
52. **Tỉnh Sơn la** (la provincia Son la). **Thành phố Sơn la** (la ciudad Son la). vùng Trung du và miền núi phía Bắc (la región media y montañosa de Norte).
53. **Tỉnh Tây ninh** (la provincia Tay ninh); **Thành phố Tây ninh** (la ciudad tay ninh); **vùng Đông nam bộ** (la región sureste).
54. **Tỉnh Thái Bình** (la provincia Thai binh); **Thành phố Thái bình** (la ciudad Thai binh); **đồng bằng sông Hồng** (la llanura de río Hong)
55. **Tỉnh Thái nguyên** (la provincia thai nguen); **Thành phố Thái nguyên** (la ciudad Thai nguyen); **vùng Trung du và miền núi phía Bắc** (la región media y montañosa de Norte).
56. **Tỉnh Thanh Hóa** (la provincia Thanh hóa); **thành phố Thanh hóa** (la ciudad Thanh hóa); **miền bắc Trung bộ** (la región de norte Central)
57. **Tỉnh Thừa Thiên, Huế** (la provincia Thừa thiên, Hue); **Thành phố Huế** (la ciudad Hue); **miền Trung** (la región Central).
58. **Tỉnh Tiền giang** (la provincia Tien giang); **thành phố Mỹ tho** (la ciudad My tho); **đồng bằng sông Cửu Long** (la llanura de río Cuu long).
59. **Tỉnh Trà Vinh** (la provincia Tra vinh); **thành phố Trà Vinh** (la ciudad Tra vinh); **đồng bằng sông Cửu Long** (la llanura de río Cuu long).
60. **Tỉnh Tuyên Quang** (la provincia Tuyen quang); **thành phố Tuyên Quang** (la ciudad Tuyen quang); (la región media y montañosa de Norte).
61. **Tỉnh Vĩnh Long** (la provincia Vinh long); **thành phố Vĩnh Long** (la ciudad Vinh long); **đồng bằng sông Cửu Long** (la llanura de río Cuu long).
62. **Tỉnh Vĩnh phúc** (la provincia Vinh phuc); **thành phố Vĩnh yên** (la ciudad Vinh yen); **đồng bằng sông Hồng** (la llanura de río Hong)
63. **Tỉnh Yên bái** (la provincia Vinh phuc); **thành phố Yên bái** (thanh pho Yen bai); **vùng Trung du và miền núi phía Bắc** (la región media y montañosa de Norte).

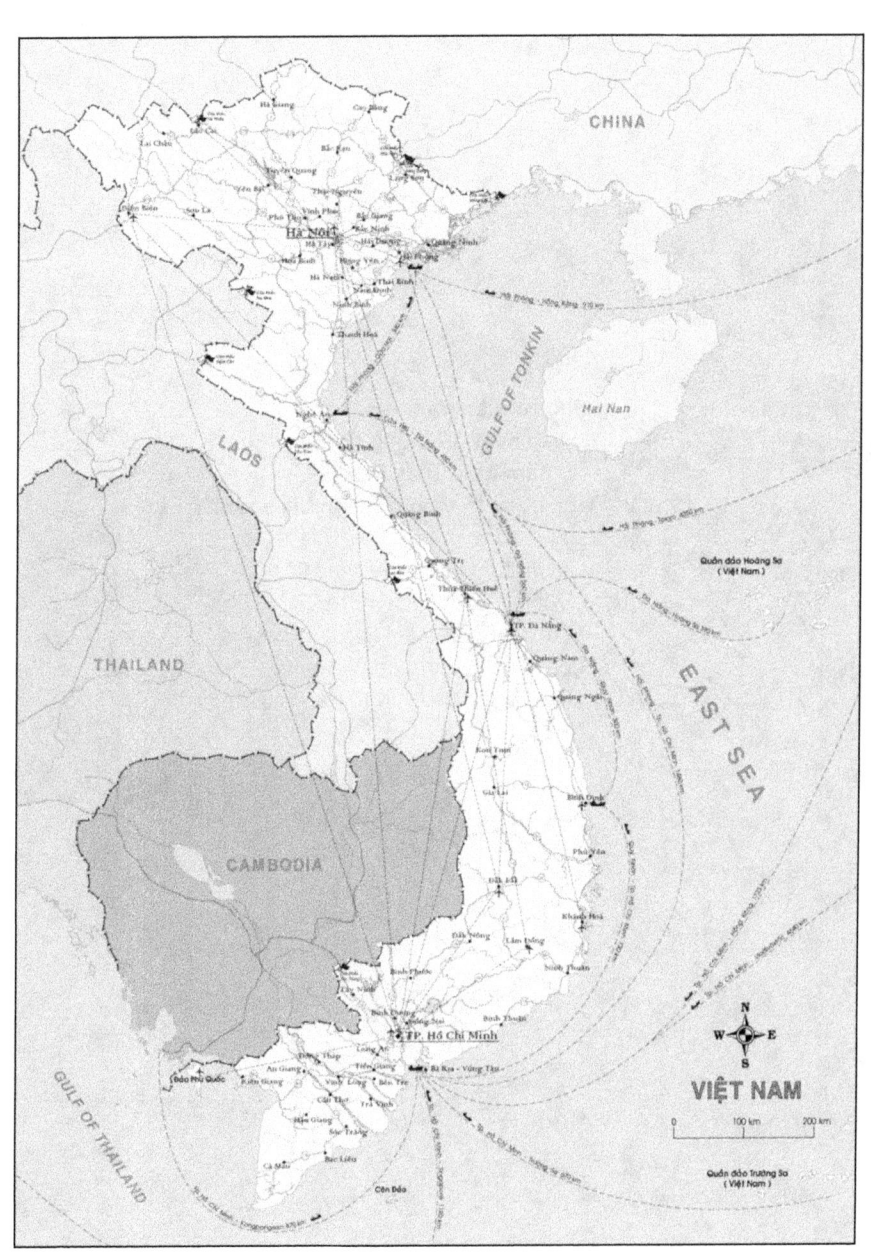

**Pho tự điển đã hoàn thành
vào ngày 30 tháng chạp
năm Mậu Tuất 2018,
cùng với việc trang trí và biên soạn bìa và sách.**

El diccionario se terminó
el día 30 de diciembre
de 2018, año del Perro
según el calendario de Vietnam,
con la maquetación de la cubierta y el libro.

www.ingramcontent.com/pod-product-compliance
Lightning Source LLC
Chambersburg PA
CBHW080457240426
43673CB00005B/215